மன்னார் பொழுதுகள்

மன்னார் பொழுதுகள்

வேல்முருகன் இளங்கோ

எதிர்
வெளியீடு

மன்னார் பொழுதுகள்
வேல்முருகன் இளங்கோ

எதிர் முதல் பதிப்பு: ஜூலை 2024

எதிர் வெளியீடு,
96, நியூ ஸ்கீம் ரோடு, பொள்ளாச்சி - 642 002
தொலைபேசி: 04259 - 226012, 99425 11302

விலை: ரூ. 550

MaNnaar PozhudhuKal
Velmurugan Elango

Copyright © Velmurugan Elango
Ethir First Edition: July 2024

Published by
Ethir Veliyeedu, 96, New Scheme Road, Pollachi - 2
Email: ethirveliyedu@gmail.com
www.ethirveliyeedu.com

ISBN: 978-81-19576-95-1
Cover Design: Santhosh Narayanan
Printed at Jothy Enterprises, Chennai.

All rights reserved. No part of this book may be reprinted or reproduced or utilised in any form or by any electronic, mechanical or other means, now known or hereafter invented, including Photocopying and recording, or in any information storage or retrieval system, without permission in writing from the Publisher.

தென் பரதவர் அடல் ஏற...

மனிதச் சமூகத்தின் இயங்கு கூறுகளைத் 'தொடர்புடைய கதைகளாகச்' சொல்லும்போது, மானுட வாழ்வு கண்விழிக்கிறது. ஆயிரக்கணக்கான ஆண்டுகளாகச் சுடர்விட்டுக் கொண்டிருக்கக் கூடிய, சொல்லியும் தீராத இக்கதைகளுக்குள் உலைந்து கொண்டிருக்கும் மாந்தர்களின் காலடித் தடங்களை ஒரு வேட்டை நாயின் தீவிரத்துடன் துரத்திச் செல்லும் விளையாட்டையே இந்நாவலில் ஆடிப்பார்த்திருக்கிறார் வேல்முருகன் இளங்கோ.

கடலும் நிலமும் சூழ்ந்த பரப்பில் வாழும் வெவ்வேறு குணாதிசயங்கள் கொண்ட மனிதர்கள் தங்களிடையே ஏற்படுத்திக்கொள்ளும் உறவு, பகை, யுத்தம், சமாதானம், நீதி, அநீதி ஆகிய எதிரெதிர் நடவடிக்கைகளுக்குள் இருப்புக்கும் வீழ்ச்சிக்கும் இடையே ஊடாடும் அவர்களது வாழ்வே நாவலின் பெருங்கதையாகப் பரிமாணம் கொள்கிறது.

***

தென்கடல் முத்துக்குளித் துறையில் வேம்பாறு, வைப்பாறு, தூத்துக்குடி, மணப்பாடு, புன்னைக்காயல், வீரபாண்டியன் பட்டனம், ஆலந்தலை ஆகிய இந்த ஏழு கடற்கரையூர்களும் ஏழூர் என்று பரதவர்களால் அழைக்கப்பட்ட ஊர்கள். இதில் தூத்துக்குடி நீங்கலாக ஏனைய ஆறு ஊர்களின் நிர்வாகிகளாகப் பட்டங்கட்டியார் இருப்பார். அவருக்கு அடப்பனாரும், சீதாதிமாரும், மொடுதோம்ஸ் அதிகாரிகளும் நிர்வாக உதவிகளைச் செய்யவேண்டியது. இவர்களது இந்தப் பதவிகள் என்பவை பரம்பரைச் சொத்துபோல. அதை நிலைநாட்டுபவர் தூத்துக்குடியின் சாதித் தலைவனார். அவர் இருக்கும் இடமே பரதவர்களின் பாண்டியபதி.

ஒருகாலத்தில் புன்னைக்காயல் இந்தச் சாதித் தலைவனாரின் தலைமைப் பீடமாக இருந்து வந்தது. பிறகு, 1533இல் கடல் கசத்தினுள் சோனகர்களை எதிர்கொள்ள தென்பாண்டிப் பரதவர்கள் கத்தோலிக்கச் சிலுவையை ஏந்தி வாஸ், கோமாஸ், பர்னாந்து, தீக்குருஸ் போன்ற குடிப் பெயர் பட்டங்களைச் சுமந்து, போர்த்துகேய சமய, அரசியல் அதிகார வர்க்கத்தோடு செய்துகொண்ட உடன்படிக்கைகளோடு கடல்தொழில் மேற்கொண்ட சூழலில் தூத்துக்குடி முக்கியக் கேந்திரமாக மாற ஆரம்பித்தது. சாதித் தலைவனாரும் அங்கேயே இடம்பெயர்ந்து வந்துவிட்டார். ஏழூர் மட்டுமல்லாது, இராமேஸ்வரம் முதல் கன்னியாகுமரி வரையுள்ள கடற்கரைப் பகுதியில் வாழும் பரதவர்கள் இவரது மேலாண்மையை ஏற்றுக்கொண்டிருந்தவர்களே.

தொழில் கொழிக்கும் கடல்குடிகளான பரதவர்மீது செல்வாக்கு செலுத்த முற்பட்ட போர்த்துக்கேயர்கள், சாதித் தலைவனாரையும், பட்டங்கட்டியார்களையும், அவர்களது நிர்வாக அதிகாரிகளையும் தம்மோடு நெருக்கமாக வைத்துக்கொள்ள எல்லாவகையிலும் முன்வந்தனர். விதவிதமான பட்டங்கள், உபசரிப்புகள், தங்கச் சிலுவை, தேவாலயத்தில் தனி இருக்கை, பொன்முடி அலங்காரம், திருச்சபை மரியாதை, நல்வாழ்வுக்குச் செபம் என்று எல்லாப் பலாபலனும் அவர்களுக்குக் கிடைத்தன. மாறாக, உழைக்கும் பிற பரதவக் குடிகளை இரண்டாம் தரத்தில் வைத்துப் பாகுபாடு பார்ப்பதும், அவர்களது உரிமைகளை மறுப்பதும், வர்க்க ரீதியான ஏற்றத் தாழ்வுகளை வெளிப்படையாகக் கடைபிடிப்பதும் கடற்கரைச் சமூகங்களிடையே இருபெரும் பிளவுகளையும் மோதல்களையும் ஏற்படுத்தத் துவங்கின. இதுவே பின்னாளில் ‘மேசை’ எதிர்ப்புப் போராட்டம், துவிக்குத்தகைப் போராட்டம் எனத் தென்பாண்டிக் கடற்கழியில் வாழும் அடித்தட்டு மீனவச் சமூகத்தை ஆதிக்கத்துக்கு எதிரான கிளர்ச்சிகளை மேற்கொள்ள வழிவகுத்தது.

அதேநேரம், ஆங்கிலேயர்கள் கப்பல், ரயில், தந்தி, மோட்டார் இயந்திரங்களைத் தங்கள் வியாபார வசதிக்காக இந்தியா முழுக்கப் பரப்பியபோது, நாட்டின் இரும்பு, நிலக்கரி போன்ற வளங்களைப் பயன்படுத்தி, போக்குவரத்து வசதிகளைத் துரிதப்படுத்துவதும், கேந்திரப் பிரதேசங்களைச் சச்சரவுகளற்ற தொழில்மய நகரங்களாக்குவதும் அவர்களது முக்கியத் தேவையாக அமைந்தது. கண்முன்னால் அறிவியலில் வெற்றிகளைக் கண்டபிறகு, இந்தியாவைத் தங்களது தொழில் பெருக்கத்திற்கான வளவாய்ப்பு

கொண்ட அற்புதத் தீபகற்பமாகவே அவர்கள் உருவகித்தார்கள். இந்த நீண்டகால முதலீட்டுத் திட்டத்தில் பலிகொடுக்கப்பட்ட பிரதேசங்களின் முக்கியமானது முத்துநகர் எனச் சங்கப்புகழ் வாய்ந்த தூத்துக்குடி மாநகரம்.

***

சாதி ரீதியாகவும், மத ரீதியாகவும், தொழில் ரீதியாகவும், வர்க்க வேறுபாடுகளோடும் பல்வேறு உழைக்கும் இனக்குழு மக்களின் கூடுகைப் பிரதேசமாகத் தூத்துக்குடி உருவான காலத்தில், நெய்தல் பூர்வகுடி மக்களின் வாழ்வு கணக்கிட முடியாத அளவிளான மாற்றங்களை எதிர்கொள்ளத் தயாராகியிருந்தது. தொழில் நிமித்தமாக, வணிக வாய்ப்புகளுக்காக, திருமண உறவு போன்ற பல்வேறு காரணங்களினால் அவர்களது சமூகப் பெறுமதி தாங்களல்லாத பிறரைச் சார்ந்தும், சாராதிருந்தும், சமயங்களில் அவர்கள் தலைமைத்துவம் பெறுவதை ஏற்றும் எதிர்த்தும் இயங்க வேண்டிய தன்மையில் மாற்றம் கண்டிருந்தது.

இந்நாவலில் வரும் இசக்கிமுத்து நாடார் நெய்தலைச் சேர்ந்தவர் அல்ல. இந்திய ஒன்றியத்துக்குச் சுதந்திரம் என்கிற பேரில் வெள்ளைக்காரன் கொடுத்துவிட்டுப் போனது, 'அம்பைக்குக் கெழக்க ஆயிரம் வெதப்பாடு நெலமும். விட்டாரியா மவராணி கட்டிருந்த பாவாட நாலஞ்சும்' என்று வாயாடுகிற சம்சாரிகளின் பூர்வீகத்தில் இருந்து கிளர்ந்து வருபவர். தன் முன்னோர் செய்த பாவத்தின் நிழல் எப்போதும் தன்னையும் தன் குடும்பத்தையும் சாபமாகத் துரத்துவதாகக் கற்பித்துக்கொண்டு அதன் வெப்பத்திலிருந்து தப்பி நெய்தலை அடைபவர்.

பைபிளில் ஓர் வசனம் இருக்கிறது. "பூமியின் மேலே சமாதானத்தை உண்டுபண்ணுவதற்காக நான் வந்திருப்பதாய் நினைக்காதீர்கள். சமாதானத்தை அல்ல; ஓர் வாளைக் கொண்டு வரவே நான் வந்துள்ளேன்." *Do not assume that I have come to bring peace to the earth; I have not come to bring peace, but a sword -Matthew 10:34* என்று. அதுவரை, "மக்களுக்குப் பரலோக ராஜ்ஜியம் வருவதாகவும், அவர்களது வாசல் கதவைத் தட்டிச் சமாதானம் உண்டாகட்டும்(13) என்றும் சொல்லுங்கள்' எனத் தன் சீடர்களிடம் பேசுகிறவர் (இயேசு) திடீரென வாளைக் கையிலேந்தி நிற்கும் காட்சி ஏற்படுத்தும் அதிர்வுபோலத்தான் இசக்கியை இந்நாவலுக்குள் புரிந்துகொள்ள முடிந்தது.

தன் முதல் கொலையாகத் தன்னுடைய அப்பாவின் வாழ்வை முடித்து வைப்பதில் துவங்கி, எதிர்பாராத சூழலில் ஆயுதத்தைக் கையிலெடுத்து, சிறை சென்று மீண்டு, செய்நன்றிக்காகவும், நட்புக்காகவும் பல அசாதாரணச் சூழ்நிலைகளை எதிர்கொண்டு, ஒரு குறிப்பிட்ட காலகட்டத்தில் நெய்தலின் பேர் சொல்லக்கூடிய ஆளுமையாக வளர்ந்து, தன் பிடியில் இருந்து விலகாமல் காத்து ரட்சிக்க வேண்டிய தீர்க்கமான கடன் ஒன்றிற்காக எல்லா வன்முறைகளையும் கைவிட்டவராக, இறுதியில் தான் தூக்கிச் சுமந்த சிலுவைகளுக்காகவே முள்முடியினை ஏற்றுக்கொள்ள வேண்டியவராக நாவல் முழுக்க இசக்கியின் பாத்திரம் நிலைபெற்றிருக்கிறது.

இசக்கியின் பலத்துக்கு வரும் இன்னொரு முக்கியக் கதாபாத்திரம் நஞ்சுண்டான். நேச நாடுகளும் அச்சு நாடுகளுக்குமான உலகச் சண்டையில் நேதாஜியின் ஐ.என்.ஏ வீழ்ந்த பிறகு, பிரிட்டிஷாரிடம் ஐ.என்.ஏ வீரர்களைக் காட்டிக் கொடுத்தார் என்று குத்துபட்டுச் செத்துப்போகும் ராமசாமிக் கங்காணியார் வம்சத்தில் வந்துதித்தவர் பிற்காலத்தில் ஈழப் போராட்டத்தின்போது, புலி ஆதரவாளராகவும் அவர்களுக்குத் தமிழ் நிலத்தில் அடைக்கலம் தந்து, தேசியப் பாதுகாப்புச் சட்டத்தில் சிறைசென்று மீண்டவராகவும் அறியப்படுவது காலத்தின் நகைமுரண். அவரே பிறகு வரும் இக்கட்டான சூழலில் இசக்கியின் கடனைத் தலையேற்றுச் சுமப்பவராகிறார். சமவெளி மாந்தர்களான இவர்கள் இருவரும் கடல்வெளியில் தனித்தனியே ஆளுமைகளாக உருவாகி, நெய்தலின் தாமஸ் பர்னாந்து தலைமுறையில் மிஞ்சியிருக்கும் நாவலின் மையக் கதாபாத்திரமான இருதயராஜைக் காத்து, அவனை உயிர் பிழைத்திருக்கச் செய்து, தன்னுடைய போரைத் தானே நிகழ்த்திக்கொள்ளும் வலிமைகொண்டவனாக ஆக்கிக்கொள்ளும் மனபலத்தையும், தலைமுறை தலைமுறையாகப் பின்தொடரும் சாபத்தின் நிழலையே தன்னுடைய வெளிச்சமாக்கிக் கொள்கிற சூழ்நிலையையும் வெவ்வேறு வடிவில் வாய்க்கச் செய்கிறார்கள். 'பதினாறாம் நூற்றாண்டில் பெய்த மழை' இசக்கியையும் நஞ்சுண்டானையும் கூட நனைக்கிறது.

***

இசக்கி-நஞ்சுண்டான்-இருதயராஜ் இந்த மூன்று முக்கியக் கதாபாத்திரங்களோடு நாவல் முழுக்க புதிய புதிய குணவார்ப்புகளோடு மனிதர்கள் வந்துபோய்க் கொண்டே இருக்கிறார்கள். தெக்ரூஸ்

பரதவர்ம பாண்டியர், தளபதி கொற்கைக்கோ, காத்தவராயன், ராமசாமி கங்காணியார், சுடலைமுத்து நாடார், ஈஸ்வரன் நம்பூதிரி. இன்பராஜ், மரியா டிசோசா, ஜோஸ்லின் விக்டோரியா, மெர்லின், மங்கம்மாள், சீதாலட்சுமி, அம்புஜம், அனிதா, தமிழரசன், சூசைராஜ், முத்தம்மாள், தாமஸ்பர்னாந்து, ஜான் சேவியர், ரூஸ்வெல்ட், ஈஸ்வரப்பாண்டியன், ஜார்விஸ், சார்லஸ், திப்பு சுல்தான், சந்திரன், வல்லத்தரசு, வல்தாரீஸ், மெக்கானிக் ராஜேந்திரன், ஜோஸ்லின், பெலிக்ஸ் மிராண்டா, சேவியர், ராஜசேகர், வீரகுமார், ராணி, கணேசன், இருளன் என்று இன்னும் சொல்லில் விடுபட்ட டஜன் டஜனாகக் கதாபாத்திரங்கள். அத்தனைபேரையும் நாவலுக்குள் தெளிவுகளோடு கையாளும் மன விஸ்தீரணம் இவ்வளவு அண்மைக் கால எழுத்திலே வேல்முருகன் இளங்கோவுக்கு வாய்த்திருப்பது ஆச்சரியமாக இருக்கிறது எனக்கு.

எல்லாவற்றுக்கும் மேலாகக் கதை நிகழும் சூழல்களுக்குள் பெருங்கதையாக விரிவது, அரைநூற்றாண்டு காலமாகத் தூத்துக்குடி மாநகரம் எதிர்கொள்ளும் சமூக நகர்வு, கடல்வெளியில் புலிகளோடு தொடர்பில் இருந்தவர்கள் கடைசிக்கட்ட ஈழப் போர்ச்சூழலில் எதிர்கொண்ட இக்கட்டுகள், அந்தச் சூழ்நிலையிலும் 'தம்பிச்சரக்கு' கடல் கடந்து சென்ற விதம், மீன்பிடிச் சமூகத்தின் பொருளியல் மாற்றங்கள், திருநெல்வேலியை மிஞ்சி தூத்துக்குடி அடைந்த வெகுவிரைவான வளர்ச்சியும், அதற்காக மக்கள் கொடுத்த விலையும், தாதுத் தொழிற்சாலையான ஸ்டெர்லைட்டின் துவக்கப் புள்ளியில் இருந்து, அணுமின் நிலையமும் உண்டாகிவிட்ட காலத்திற்கு இடையே நடைபெற்ற மக்கள் எதிர்ப்புப் போராட்டம், கப்பலையே கல்லெறிந்து கடலில் மறித்துத் திரும்பச் செய்த வீரம் என்று மலைப்பு தரும் தரவுகளைத் திரட்டி களப்பணி செய்து இந்நாவலை எழுதியிருக்கிறார். அதற்காகவே நெல்லை, குமரி, தூத்துக்குடி, அறந்தாங்கி பகுதி மக்களின் சொல்வழக்குகளைக் கற்றுணர்ந்து அதைத் தேர்ச்சியுடன் வெளிப்படுத்தவும் செய்திருக்கிறார்.

***

வேல்முருகன் இளங்கோ பெரிய உயரங்களைச் சாத்தியமாக்குகிற பருந்துப் பயணத்தில் இருக்கிறார் என்பதை உணர்கிறேன். அதே சமயம் சின்ன விஷயங்களையும் நுணுக்கமாக அணுகக் கூடிய அவரது மனமும் இந்நாவலில் வெளிப்பட்டிருக்கிறது. தன் சமகாலத்தைய மனிதர்களின் வாழ்வையும், அவர்களது பண்பாட்டு

வழக்காறுகளையும், அரசியல்பூர்வமாகப் பதிவுசெய்திட முனையும் அவரது வேகம் விவேகங்களோடும் அமைய வேண்டும் என்பது என் எதிர்பார்ப்பு. தொடர்ச்சியான உங்களது எழுத்துப் பயணத்திற்கு என் வாழ்த்துகள் வேல்முருகன்.

அன்புடன்,
கார்த்திக் புகழேந்தி
04-08-2020

பதினாறாம் நூற்றாண்டில் பெய்த மழை - ஒரு மேற்பூச்சு

“சற்று பொறுமையாக இருங்கள்...”

புன்னை முத்துக்குளித்துறையின் பெரிய அடப்பனார் எதிரில் கூடிநின்ற ஜனத்திரளை நோக்கிக் குரல் எழுப்பினார். அவரது சொல்லிற்குச் செவிமடுத்து பேச்சரவம் குறைந்திருந்தாலும் அங்கு குழுமியிருந்த மக்களில் ஒவ்வொருவரும் காத்தவராயன் எங்கே என்றே நோக்கினர்.

கருஞ்சீதம் செறிந்து வந்து, தூவானம் இடத் தொடங்கியிருப்பதையும் கூட அவர்கள் பொருட்படுத்தவில்லை. புன்னைக்காயலிலிருந்து விதால நாயக்கனாலும், இரப்பாளி என்கிற கடற்கொள்ளையனாலும் பிணைக் கைதிகளாக இழுத்துச் செல்லப்பட்ட புனிதத் தந்தை, போர்த்துகீசிய தளபதி கொட்டின்கோ, அவரது படை வீரர்கள் ஆகியோர் மீட்கப்பட்டிருந்தனர். ஒரு வங்கத்தில் நிரப்பும் அளவிலான பெருங்காசுகளைப் பிணைத் தொகையாக வழங்கி, அவர்கள் மட்டும் அழைத்து வரப்பட்டிருக்க, உடன்கொண்டு செல்லப்பட்ட காத்தவராயனை மட்டும் அழைத்துவரக் காணோம்.

காத்தவராயன் எங்கே எனப் பட்டங்கட்டிமார்களும், அடப்பனாரும் இப்போது உரிமையோடு கேட்க, ஒற்றை அம்பில் நான்கைந்து சிரங்களைப் பிளக்கும் அளவிற்கு புஜத் தினவுடைய வில்லவராயர்களைத் தனக்குப் பின்னால் வைத்திருந்தும், ஏழு முத்துக் குளித்துறைகளின் மன்னரான தெக்ரூஸ் பரதவர்ம பாண்டியர் பதில்கூற வலுவின்றி நின்றிருந்தார்.

பதினாறாம் நூற்றாண்டின் தொடக்கம் முதலே கடல்கொண்ட பாண்டிய தேசத்தில் இப்படியானதொரு பதற்றநிலை நீக்கமற குடிகொண்டிருந்தது. அதன் பெருநீர் முடுக்குகளில் கழண்டு

விழுந்த மனிதச் சிரங்கள் கணக்கிலடங்காதவை. எரிக்கப்பட்ட குடிசைகளும் ஏராளம். இவற்றிற்கெல்லாம் தோற்றுவாயாக முத்துநகர் மீதான அரபிகளின் படையெடுப்பு அமைந்திருந்தது.

தென்னவன் நிலத்திற்குப் படையெடுத்துவந்த அரபு தேசத்து மூர்களுக்கு வணிக அமைப்பில் சீர்திருத்தங்கள் புரிவதும், ஏற்கெனவே இங்கு நிறுவப்பட்டிருந்த சமயத்தினுள் மாற்றங்களை நிகழ்த்துவதும் இலக்குகளாக இருந்தன. எனினும் கரையைத் தொட்டபொழுதிலேயே அவர்களது நோக்கம் தடம்புரண்டிருந்தது.

இங்கு குடிகொண்டிருந்த வணிகக்குழு ஒன்றை ஒழிக்கவந்த அவர்கள் அக்குழுவின் தந்திரத்தால் வழிதவறிப்போனது ஒரு வரலாற்றுப் பிழை. அந்த வணிக சாத்தன்கள் தங்களைக் காத்துக்கொள்ள அப்பாவிக் கடலோடிகளைக் கேடயமாக நிறுத்தியிருந்ததை அறிந்திடாத அம்மூர் படைகள் வழிதவறிப் போயின. வாள்கள் உயர்ந்தன; சாத்தன்களைக் காக்கின்ற படை இவர்கள்தான் எனக் கருதியமையால் மூர்கள் எதிர்பட்ட முத்துநகர மீனவர்கள் எல்லோரையும் வதம்புரியத் தொடங்கினர். இது ஒருபுறமெனில் இன்னொருபுறத்தில் இருந்து நீண்ட பாளையக்காரர்களின் துரோகக் கரங்களும் தமிழ் நீரோடிகளின் உயிரைக் காவெடுத்துக்கொண்டிருந்தன.

அந்தச் சூழலில்தான் வெண்மணலில் வீழ்ந்துகொண்டிருந்த நெய்தல் குடிகளுக்கு எழுந்து நின்று சண்டையிடுவதைத் தவிர வேறொரு புறவாழ்வு இனி இல்லை என்று முடிவானது. கடலை நிறைத்த திமில்கள் அனைத்தும் கரையில் ஒதுங்கி நின்றன. மீனவக் குடிகள் தங்களது துள்வைகளைக் கீழே கிடத்திவிட்டு வாள்களையும், வில் அம்புகளையும், திருக்கை முள்களையும், வேளாவின் பற்களால் ஆன ஆயுதங்களையும் மூர்களுக்கு எதிராக ஏந்தி நின்றனர். இருப்பினும் அவை மூர்க்கம்கொண்ட எதிரிகளோடு சண்டையிடப் போதுமானவைகளாக இல்லை.

வேறுவழியின்றி வெடிமருந்திற்காகவும், போர்க் கருவிகளுக்காகவும் போர்த்துகீசியர்களுடன் ஓர் உடன்படிக்கையைச் செய்துகொண்டு அவர்களோடு இணக்கமாகியிருந்தனர்.

ஈண்டு நீர்குளித்து அடைந்த செல்வங்களை எல்லாம் வாரி வழங்கியும் அவர்களால் போர்த்துகீசியர்களின் பொருட்பசியைப் போக்க முடியவில்லை. அதன் உச்சமாய்; குடிகளை மூர்களிடமிருந்து காக்கவேண்டும் என்கிற உணர்வினால் சங்கம்தொட்டுத் தரித்து

வந்த சைவத் திருநீற்றை விடுத்து, போருதவிக்கான செய்நன்றியாய்ப் போர்த்துகீசிய மதகுருமார்கள் வழங்கிய சிலுவைகளைத் தோள்களில் அணியத் தலைப்படுவதாக ஒப்புதல் அளித்திருந்தனர். அந்த வாக்கின்படியே கிறிஸ்த்தவர்களாகவும் ஆயினர். பிள்ளைகள் மாறியபின் ஈன்றவள் என்ன செய்வாள்?

ஏழுகடலெனினும் கடல்த்தாய் என்பவள் ஒருத்திதான். சந்தனமாரியம்மன், முத்தாரம்மன், பகவதியம்மன் என எத்தனை பெயரிருந்தும் மாரியாள் என்பவள் ஒற்றை இறைவிதான். மக்களின் உயிரைக் காக்க அப்பிள்ளைகள் தாயை மாற்றாமல் தாயின் பெயரையும், உருவத்தையும் மட்டும் மாற்றிக்கொள்ள ஒருமனதாய் முடிவுசெய்திருந்தனர். மாரியம்மை மரியா ஆனாள். மாண்டவர்களின் பெயர்களைச் சுமந்து; வேதாளை என்கிற இடத்தில் வைத்து மூர்களை வஞ்சம் தீர்க்கச் சென்றபோது அவர்களுக்கு உற்ற துணையாய்ச் சேதுநிலத்து மைந்தர்களும் உடனிருந்தனர். தமிழ்ப் பெருங்கடல் வேட்டத்து மனிதர்களால் வேள்வி எழுப்பப்பட்டு வேதாளைத் தீக்கிரையாக்கப்பட்டபின் தென்னவன் கடலில் கால் பதிக்க மூர்களில் எவருக்கும் துணிச்சல் பிறக்கவில்லை. இருந்தும் இலங்கைக்கும், காயல்பட்டினத்திற்கும் தப்பியோடிய அவர்கள் போகிற வழியில் இரப்பாளி என்னும் அரக்கனுக்கு வழித்தடம் ஏற்படுத்தித் தந்திருந்தனர். அத்தீவினையில் மதுரையை ஆட்சிபுரிந்த நாயக்கர்களும் பங்கெடுத்திருந்தனர். அதன் நீட்சியாக அவ்வப்போது கடற்கொள்ளையன் இரப்பாளி முத்துநகருக்குள் புகுந்து கொள்ளையடிப்பதும், பிணைக் கைதிகளைப் பிடித்துச் சென்று பொருள் கேட்பதும் வாடிக்கையாகியிருந்தது.

குடியழித்த அரேபிய மூர்களை எதிர்த்து முத்துநகரப் போரில் களம் கண்ட வீரரும், பிறகு நாயக்கர்களின் சூழ்ச்சி வலையில் சிக்கி ஊர் திரும்பாதவருமான தேவராயரின் மகன் காத்தவராயனுக்கும் இப்போது அப்பனின் விதிதானா எனச் சஞ்சலம் கொண்ட பரதக்குடிகள் யாவரும் தெக்ரூஸ் பரதவர்ம பாண்டியரின் பதிலுக்காகக் காத்திருந்தனர்.

"பாண்டியபதி! ஏன் மௌனமாக இருக்கிறீர்கள்? மற்றவர்கள் எல்லோரும் கரைசேந்திருக்க எனது நண்பனும், எனது மார்பின் உயிர்க் கவசமுமான காத்தவராயன் மட்டும் ஏன் திரும்பவில்லை?" தளபதி கொற்கைக்கோ பாண்டியபதியின் முன்னே வந்து வினவினான்.

13 | மன்னார் பொழுதுகள்

தளபதி கொற்கைக்கோவின் துணைக்குரலாய் ஒலித்த மக்களை அடப்பனார் அமைதிப்படுத்தினார். இதற்குமேல் பதிலுரைக்காமல் இருக்க முடியாது எனப் பாண்டியபதி நெஞ்சம் தழுதழுத்துக் குரலெடுத்தார்.

"நமது தளபதி கொற்கைக்கோவினைப் பிணைக்கைதியாக இழுத்துச் செல்ல வந்திருந்த இரப்பாளியும், விதாலனின் படையினரும் இதற்கு முன்பு கொற்கைக்கோவை ஒருமுறைகூட நேரில் கண்டதில்லை. காத்தவராயன் தான்தான் கொற்கைக்கோ எனப் பொய்மையுரைத்து அவர்களிடம் கைதாகியிருந்தான்.

பரதகுலத்தின் தளபதியைப் பாதுகாக்கவும் அதற்கும் மேலாய் அவனுடைய நண்பனது உயிரைக் காக்கவும் காத்தவராயன இரப்பாளியிடம் தலைகொடுத்துவிட்டான். அவனை எண்ணி உங்களைப்போல் அழுது தீர்க்கும் கொடுப்பினை கூட எனக்கில்லை. என்னால் முடிந்தது இது ஒன்றே."

பாண்டியபதி காத்தவராயனின் உடல் கிடத்தப்பட்டிருந்த புன்னைக்கோட்டையை நோக்கி நின்றவாறு தனது உறை வாளையும், கிரீடத்தையும் கீழே இறக்கிவைத்துவிட்டு வணங்கினார். மக்கள் மார்பிலும் தலையிலும் அடித்துக் கொண்டபடி காத்தவராயனின் உடலை நோக்கி வரிசைகட்டத் துவங்கினார்கள்.

காத்தவராயனின் பிரேதத்தைக் கண்ட நொடியில் அக்கூட்டத்தில் ஒருத்தியாய் நின்ற அவனது மனைவி மூர்ச்சையாகிக் கையில் இருந்த பிள்ளையை மார்போடு அணைத்தவாறு மண்ணில் சரிந்தாள்.

உதித்து உருத்தரித்து ஒரு வாரமே ஆகியிருந்த காத்தவராயனின் வாரிசைக் கூட்டதின் முன்னின்ற கிழவியொருத்தி ஓடிச்சென்று தன் கைகளில் ஏந்திக்கொண்டாள். தளபதி கொற்கைக்கோ அப்பெரும் திரளுக்குள் நுழைந்து கிழவியின் கைகளிலிருந்து சிசுவை வாங்கியபடி, கூட்டத்தைப் பணியவைக்கும் திடத்தில் ஓசை எழுப்பினான். மறுகணத்தில் மொத்தபேரும் அடங்கி நின்றனர்.

"எம் குலமக்களே. இவன் அடுத்தாரைக் காத்த காத்தவராயனின் மகன். அங்கனமே இவனுக்கு 'அடுத்தாரைக் காத்தார்' என்று பெயரிடுகிறேன். கொற்கையிலிருந்து பின்னோக்கி ஓடியகடல் திரும்பி வந்தால் அதனிடமும் இப்பாலகனின் பெயர் அடுத்தாரைக்

காத்தார் என அழுத்திக் கூறுங்கள். வற்றா நதியாம் பொருநை கடல்சேரும் தீரத்தில் நின்று இதைச் சத்தியமிட்டுச் சொல்கிறேன். அடுத்தாரைக்காத்தார் என்கிற பெயரை நம்குலம் இன்னும் ஆயிரம் ஆயிரம் ஆண்டுகளுக்கும் பேரெழுந்து நிற்கும், நிற்கவேண்டும்.

அது காத்தவராயனின் ஈடு இணையற்ற தியாகத்திற்கான உயரிய பட்டயமாகக் காலத்தால் என்றும் நிலைத்திருக்கும்."

"இப்போது நீங்களும் உரக்கச் சொல்லுங்கள் இவன் பெயரை..." என்றபடி தளபதி கொற்கைக்கோ காத்தவராயனின் மகனைக் கைகளில் ஏந்தி உயர்த்திக் காட்டினான்.

தளபதி சூட்டிய பெயரைக் கடல் கொந்தளிக்கும் கோலத்தில் ஆரவாரமாய் ஆண்களும் பெண்களுமாய்ச் சேர்ந்து முழங்கினார்கள். தளபதியைச் சூழ்ந்துநின்ற வீரர்கள் வாள்களைத் தலைக்கு மேல்தூக்கி ஆர்ப்பரித்தனர். கடிவாளம் இட்டுக் கட்டி வைக்கப்பட்டிருந்த புரவிகள் கால்களை உயர்த்தித் திமிரின. விண்ணில் வட்டமிட்ட வல்லூறுகள் நடுக்கம்கொண்டு பறந்தன. ஆயிரம் விழிகளிலிருந்து ஊற்றெடுத்த நீரையெல்லாம் வாரித்திரட்டி கடல்கொண்டு சேர்க்க அந்நொடியில் மின்னல்வெட்டி, வானம்கொட்டி மாமழை பொழியத் தொடங்கியிருந்தது.

தொலைவிலிருந்து ஓர் இடியோசை...

"எல கேக்குதா... எங்கன இரிக்க?"

"ப்ரெண்டு வீட்லப்பா..."

"செரி வெரசா வீட்டுக்குப் போ. அம்ம பீரோல்லேர்ந்து துட்டெடுத்துக்க. இனிம ஒரு நிமிசங்கூட இங்கன நிக்காத. வீட்டுக்குப் போ...நீ...நீ வெரசா கிளம்பி மணமேல்குடி நஞ்சுண்டான்ட்ட பெய்ரு. ஆர்ட்டையும் எதும் சொல்லாத. சார்விஸ்ட்ட கூட."

"நீ வீட்லதான இரிக்க. இரு வரேன்."

"இல்லல. நான் வீட்ல இல்ல."

"அப்போம்?"

“நான் சொல்லுறதக் கேப்பியா மாட்டியா? கடசியா ஒங்கிட்ட கேக்கன். இதுதாம்ல கடசி.”

“செரி...”

“என்ன செரி?”

“போறங்கேன்...”

“இப்பமே கிளம்பு... அதோட மச்சி ரூமு அலமாரில...”

“அப்பா... என்னமாச்சும் பிரச்சினையா..?”

“இங்கன என் சோலிய முடிக்கப்போறானுவ.”

“என்ன சொல்ற... வெளங்கல. ப்போவ் இப்போம் எங்கன இரிக்க. என்னாச்சு...”

“எல அடுத்து ஒங்கிட்டதாம் வருவானுவ. நிக்காத ஓடிரு... வைக்கன்.”

இரு குடும்பங்களின் கதை

01

“ஆமாம். ஏழுநாளு ஆவுதாம்...”

“இனி வரமாட்டாகளா?”

“அப்படித்தாம்னு நினைக்கன். எங்கிட்ட மட்டும் பயணம் சொல்லிட்டாப் போனானுக. பேச்ச வளக்காம நாத்த இங்கன வீசு”

முன்னூறு ஆண்டுகாலம் இங்கிருந்து சுருட்டியதையெல்லாம் மூட்டை முடிச்சுகளாகக் கட்டிக்கொண்டு, தனது பரிவாரங்களுடன் வெள்ளைக்காரன் அப்போது இங்கிலாந்திற்குக் கிளம்பியிருந்தான். அந்த நற்செய்தி பொதிகைமலையின் கரண்டைக் காலடியில் அமைந்திருக்கும் அச்சிற்றூருக்குள்ளும் அன்று நுழைந்திருந்தது.

“அந்தானிக்கி அவனுவ போறப்போ நமக்கு ஏதோ கொடுத்துட்டுப் போனதா பேசிக்கிறாவளே. என்னாதது?”

“அம்பைக்குக் கெழக்க ஆயிரம் வெதப்பாடு நெலமும். விட்டாரியா மவராணி கட்டிருந்த பாவாட நாலஞ்சும் தந்துட்டுப் போனானாம். ஆளப்பாரு வெள்ளக்காரன் வேற என்ல தருவான். சொதந்தரந்தான்.”

“அது என்ன யளவோ..!”

“அதுசெரி. ஓங்கிட்ட சொன்னம்பாரு...”

“அவனுவ வேற போய்ட்டானுவ செரி. இனி இந்த மலைக்கி மேக்க மனுசனுவ இருக்கதா வேணாமா? யேங் கேக்கம்னா. இனி நாயருமாருவள இறுக்கிப் புடிக்க ஆளில்ல கேட்டியா. அந்தாள அவன்வ மறுபடியும் அங்கனருக்க நம்மாளுவ உடுப்ப உருவ மாட்டாம்னு என்ன நிச்சியம்.”

“அதெல்லாம் செய்யமாட்டாம். சமஸ்தானமும் இனி கொஞ்ச நஞ்ச காலத்துக்குத்தான்.”

“பெறவு..?”

"ஏ இனி எல்லாம் பெரிய சர்க்கார் கீழதான். ஆன கணக்கா குஞ்சாமணி வைச்சிருக்க ராசான்னாலும் ஒண்ணும் ஆவாதுல. எல்லாமுமே சமம். திருவாங்கூரு மட்டும்னு இல்ல சிங்கம்பட்டி, எலஞ்சி... எல்லா சமீனும்தான்."

"ஏயப்பா அது என்ன அப்பேர்ப்பட்ட பெரிய சார்காரு... வெள்ளக்காரன விடவா?"

"எல நீ ஒரு மனுசன்னு ஓங்கிட்டப் பேச வந்தம்பாரு. ஒழுங்கா போய் ச்சோலியப் பாரு. பிள்ளவாள் வந்தா ஏச்சு வாங்காத."

"கோவிச்சுக்காதிய. சர்க்கார்னா இந்த காங்கிரஸ்காரங்கள சொல்றியலா. அவக எப்படி? நல்லமாரியா இருப்பாவளா?"

"தெரியலடே. அவம் என்னத்த உருவப் போறாம்னு இனிதாம் தெரியும்."

கழனிகளில் நின்றிருந்தவர்கள் இந்திய ஒன்றியத்தின் விடுதலையைப் பெரிய விசயமாக எடுத்துக்கொள்ளாமல் தங்களது வேலையில் மும்முரமாக இருந்தனர். தூறல்கள் சோனையாக மாறுவதற்குள் நடவு வேலையை முடிக்கவேண்டும் என்கிற அவசரம் அவர்களுக்கு.

பருவமழை தொடங்கிவிட்டால் அவ்வூர் பூலோகச் சொர்க்கம் போல் மாறிவிடும். கார்காலம், வேனல் போலச் சாரல் காலம் என்கிற தனிப் பெரும்பொழுது அவ்வூருக்கு உண்டு. அந்த மாதங்களில் மேல்காற்றில் அடித்துவரப்படும் நீர்த்துகள்கள் புசுபுசுவென ஊரெங்கும் பூத்தூவும். போதாததுக்கு ஊரின் மேற்கில் பொதிகை மலையும், ஊரைச்சுற்றி வயல்காடும் பச்சைப்பசேலென விரிந்து கண்களைக் குளிரூட்டும். ஊரின் நெடுக்கில் ஓடும் கடனாநதியில் ஆண்டு முழுவதும் நீர் வற்றாமல் பாயும். குறிப்பாக மழைக்காலத்தில் அந்தத் தீரம் முழுமைக்கும் மூலிகைவாசம் ததும்பிக் கிடக்கும்.

அவ்வூரில் நாடார் தெருவில் இருக்கும் குடும்பங்களில் சிங்காரம் பண்ணையார் குடும்பத்திற்கு அடுத்ததாகச் சுடலைமுத்து நாடாரின் குடும்பம்தான் பெயர்போன குடும்பம். அவ்வூர் திருவிதாங்கூர் சமஸ்தானத்தின் ஆளுகைக்குள் உட்பட்டிருந்த காலத்தில்கூட தோள் சீலை உடுத்தக்கூடாது, நகைகள் அணியக்கூடாது என்பது மாதிரியான விதிகள் சில நாடார் குடும்பங்களுக்குப் பொருந்தியிருக்கவில்லை.

அத்தகைய நாடாள்வான் பூர்வீகத்தில் வந்ததுதான் சுடலைமுத்து நாடாரின் குடும்பம். சுடலைமுத்து, சிங்காரம் போன்றவர்கள் மற்ற பிரிவினர்களான முக்கந்தர், நட்டாத்தி, கள்ளச்சாணார் போன்றவர்களோடு உறவாட மாட்டார்கள். பங்காளிகளாக இருக்கும் சில குடும்பங்களை மட்டுமே தங்களுக்குச் சமமாக நினைப்பர். சுடலைமுத்து குடும்பம் நிலபுலனோடு இருந்தாலும் சிங்காரத்தின் குடும்பத்தைப்போல் அது மிடுக்கான குடும்பம் அல்ல. குடும்பத்தார் அனைவரும் நல்ல உழைப்பாளிகளாக இருந்தனர். ஆண், பெண் வித்தியாசம் பாராமல் வயலில் ஒன்றாகச் சேர்ந்து உழவு ஓட்டுவார்கள். ஓய்வென்று கொஞ்ச நேரம் கூட அமரமாட்டார்கள்.

நல்ல விசாலமான தெற்கு பார்த்த ஓட்டு வீட்டோடு சேர்த்து தென்னங்கொல்லை, ஐந்தாறு கறவை மாடுகள், இரண்டு சோடி வண்டி மாடுகள், பத்திருபது கன்னி ஆடுகள் எனக் குறைவில்லாத வளம். சுடலைமுத்துவின் மூன்று மகன்களில் மூத்தவன் இடும்பன், முரடன். அவனுக்கு அடுத்ததாகத் தனசேகரும், முருகேசனும். தனசேகருக்கு காரியஸ்த்தன் உத்தியோகம். முருகேசனை அப்படி எதிலும் சேர்க்க ஏலாது, அவன் பிழைக்கத்தெரியாதவன். இவர்களுக்குப் பிறகு மங்கம்மாள், சீதாலட்சுமி என இரண்டு பெண்பிள்ளைகளும் உண்டு.

இளையவள் சீதாலட்சுமிக்கு அப்போது வரன் பார்த்துக் கொண்டிருந்தனர். மூத்தவள் மங்கம்மாள் இல்லற வாழ்வில் சுகப்படும் நிலையில் இல்லை. சிறுவயதிலிருந்து எவ்விதமான பாதிப்புகளும் இல்லாமல் வளர்ந்த அவள், பூப்பெய்தியதற்குப் பிறகு, திடீரெனப் புத்திக்குக் கேடு வந்தவளைப்போல் நடந்துகொள்ள ஆரம்பித்திருந்தாள். ஆனால், முதல்முறை அவளைப் பார்ப்பவர்களுக்கு அப்படி எதுவும் தோன்றாது.

ஊமத்தம்பூ போல விரிந்த முகமும் வெளுத்த தோலுமாக இருப்பாள். சொல்லப்போனாள் அழகிலும், உடல் வடிவிலும் இளையவள் சீதாலட்சுமியால் மங்கம்மாளின் கிட்டேகூட நிற்க முடியாது. அதற்குச் சீதாலட்சுமியின் வலது கன்னத்தில் கொய்யா இலை அளவுக்குப் படர்ந்திருந்த மச்சமும் ஒரு காரணமாகக் கொள்ளப்படுவதுண்டு.

மங்கம்மாளின் பித்தைக் குணப்படுத்துவதற்காக நெய்யாற்றங்கரை ஈஸ்வரன் நம்பூதிரியிடம் அழைத்துச் சென்றபோதுதான் சுடலைமுத்து குடும்பம் சுமந்துகொண்டிருக்கும் ஒரு

தீராச்சூனியம் பற்றி அவர்களுக்குத் தெரியவந்திருந்தது. ஈஸ்வரன் நம்பூதிரி மங்கம்மாளின் கருவிழியை ஆழ்ந்து நோக்கிய பிறகு, உங்கள் கொடிவழியில் மூத்தவர் ஒருவர் அரச சூழ்ச்சிகளுக்கும், ஆசைகளுக்கும் உதவுகின்ற யட்சிகளில் பலவற்றை நம்பூதிரிகளிடமிருந்து கவர்ந்து தனது கட்டுப்பாட்டில் வைத்திருந்ததாகவும், அந்த துர்தேவதைகளைப் பயன்படுத்தித் தமக்குத் தேவையானவற்றை எல்லாம் நிறைவேற்றிக் கொண்டபின், அவற்றையெல்லாம் ஆவாஹனம் செய்து கட்டி வைத்திருக்கிறார் என்றும் கூறினார். அதன்பிறகு அவர் சொன்ன ஆரூடம் சுடலைமுத்துவை உலுக்கியே விட்டது.

சுடலைமுத்துவின் மூதாதையர் உருவாக்கிய கட்டுகளிலிருந்து உக்கிரம் கொண்ட பிசாசினி என்கிற யட்சியும், சாந்தமான மனதுடைய ரதிப்பிரியா என்கிற யட்சியும் கொஞ்ச காலத்திற்கு முன்பு வெளிவந்துவிட்டதாகவும், பிறகு அவை மங்கம்மாள் மீது ஏறியிருக்கின்றன என்பதுதான் அது. அந்த யட்சிகளை அத்தனை எளிதில் மங்கம்மாளிடமிருந்து பிரிக்க இயலாது, சில மாந்திரீக முறைகளைக் கையாண்டு, படிப்படியாக அவற்றின் ஆற்றலைக் குறைக்க இயலும் என நம்பிக்கையூட்டிய ஈஸ்வரன் நம்பூதிரி அன்றிலிருந்து இரண்டாம் அமாவாசை அன்று மீண்டும் மங்கம்மாளை அழைத்துவரச் சொல்லி திருப்பி அனுப்பியிருந்தார். அவர் கூறியதற்கு ஏற்றார்போல் தான் மங்கம்மாளும் அதுவரை இருந்து வந்திருக்கிறாள்.

தேய்பிறை நாள்களில் புத்திசுவாதீனம் அற்ற அன்னப் பறவையைப் போல் அதிர்வுகள் இல்லாமல் இருப்பாள். அந்தப் பதினைந்து நாள்களில் அவளது குரலில் பெருமித்த அன்பும், இரக்கம் யாசிக்கும் மென்சோகமும் மட்டுமே நிறைந்திருக்கும். அந்நாள்களில் அவளது கண்கள் கருணைமிகுந்து ஒரு சுடர்போலப் பிரகாசிக்கும். இவையெல்லாம் தேய்நிலவு தொடங்கி அமாவாசை நிறைவுறும் காலம் வரையில்தான்.

மறைநிலவுக்கு அடுத்த நாளே மங்கம்மாள் மூர்க்கம் பிடித்தவளாய் மாறி காளியைப்போலத் தலைவிரிகோலமாய் எழுந்துநின்று ஆங்காரம் காட்ட ஆரம்பித்துவிடுவாள். அவள் தனது விழிகளை உருட்டிப் பற்களை நறநறவென க்ஷிக்கும் அகோரக் காட்சி காண்போரை நடுங்க வைக்கும். வளர்பிறை நாள்களில் அவர்கள் வீட்டிற்கு அருகில் கூட எவரும் செல்லமாட்டார்கள்.

அதிலும் முழுநிலவு நாள் நெருங்கிவிட்டால் 'ரீன்... ரீன்...' என்று ஓசையெழுப்பிக் கத்தியபடி ஊரெங்கிலும் தறிகெட்டு ஓட ஆரம்பித்துவிடுவாள். அவளை அந்த நிலையில் வைத்துக்கொண்டு எப்படி மணம் முடித்து வைப்பது. பெரியவளை வைத்துக்கொண்டு இளையவளுக்குத் திருமணம் செய்துவைக்க வேண்டிய விதி. மகன்களையும் கரைசேர்க்க வேண்டும் என சுடலைமுத்துவும் கிழவியும் பெருங்கவலை கொண்டவர்களாய்க் கோயில் கோயிலாகச் சென்று வந்துகொண்டிருந்தனர். அத்துடன் ஈஸ்வரன் நம்பூதிரி கூறியதைப்போல் அந்த யட்சிகளிடமிருந்து மங்கம்மாளை விடுவிக்க அவர் சொன்ன மார்கழி அமாவாசை தினத்தை எதிர்நோக்கிக் காத்திருந்தனர்.

மங்கம்மாளிற்கு அன்று இரண்டாம் நாள் தீட்டு. காலை முதல் மூலையில் முடங்கி வயிற்று வலியினால் அரற்றியவள் கதிரவன் சாயச்சாய பேய் ஜீவனெடுத்துக் கத்த ஆரம்பித்தாள்.

"ரீன்... ரீன்... ரீன்... ரீன்."

பின்சாமத்தில் எல்லோரும் உறங்கியதற்குப் பிறகு கால்கட்டை எப்படியோ அவிழ்த்துப் போட்டுவிட்டுத் தொலைவில் தெரிந்த மலைநோக்கி ஓட்டமெடுத்தாள்.

"அண்ணே... மங்காவ காங்கல..."

வைகறை விடியும்நேரத்தில் சீதாலட்சுமி மூச்சிரைக்க ஓடிவந்து அண்ணன்களை அரக்கப்பறக்க எழுப்பினாள்.

"என்னட்டி இது... திருப்பி திருப்பி சென்னம்லா..."

"இறுக்கமாதாம் கட்டிருந்தன். எப்படி அவுத்தான்னு தெரியல." விடிகிறவரை மங்கம்மாளை ஏரி, கம்மாய், குளம், கிணறு என ஒரு இடம் விடாமல் தேடினார்கள் அண்ணன்கள். விடிந்ததும் அக்கம்பக்கத்தினரும் அவர்களோடு சேர்ந்துகொண்டனர். நண்பகல் வாக்கில் மங்கம்மாளை மலையடிவாரத்தில் மயங்கிய நிலையில் அலங்கோலமாகக் கண்டெடுத்தார்கள். தண்ணீர் தெளித்து எழுப்பிய போது அவள் ஓ.. ஓவென அழுது கூக்குரல் எழுப்பினாள்.

"வலிக்கி வலிக்கி"

அவள் கைகள் இரண்டையும் தொடைகளுக்கு நடுவே இறுக்கிக் கொண்டு கத்தினாள். அண்ணன்கள் மூவரும் அசைய முடியாமல்

கிடந்த அவளைக் கட்டை வண்டியில் தூக்கிப்போட்டுக்கொண்டு வீடுவந்தனர்.

"ஏளா... என்னளா இது. யாருளா உன்ன இப்படி செஞ்சா. ஏட்டி... ஐயோ எம்மவ..." கிழவி மாரில் அடித்துக்கொண்டு கத்தினாள். ஊர் முழுக்க மங்கம்மாளுக்கு நேர்ந்த கதி குறித்த செய்தி பரவியது. விசாரிக்க வந்தவர்கள் முன்பு அப்பனும், மகன்களும் கூனிக் குறுகி நின்றனர். அவர்கள் அங்கிருந்து அகலும்வரை துக்கத்தை வெளிக்காட்டாமல் அடக்கிக்கொண்டனர்.

"எலே இடும்பா... இப்போம் என்னச் செய்ய... இந்தப் பனயேறியானுவ மத்தில நம்ம மானமே போச்சடே."

சுடலைமுத்து முதன்முறையாக மௌனம் கலைத்தார். இடும்பன் சலனமில்லாத பார்வையுடன் அவர் கூறியதைக் கேட்டுக் கொண்டிருந்தான். மங்கம்மாள் இரவுவரை உணவு எதுவும் எடுத்துக் கொள்ளாமல் எதை எதையோ பேசி உளறிக்கொண்டிருந்தாள்.

இடையிடையே தனக்கு நேர்ந்ததை நினைத்துப் புலம்பினாள்.

அன்றிரவு ஊரடங்கி நரிகள் ஊளையிட்டுக்கொண்டிருந்த நேரத்தில் இடும்பன் உறக்கத்திலிருந்து எழுந்து தம்பிகளையும் சுடலைமுத்துவையும் தட்டியெழுப்பினான்.

"நீ போய் கொட்டாய்ல கட்டிருக்க ஆடுவல எல்லாம் அவுத்து விடு. மாடுவல அவுத்துட்டு போய் கொல்லைல கட்டு." முருகேசனின் காதில் ஓதினான்.

"எதுக்குணே?"

"சொல்லுதன். போ."

சீதாலட்சுமி கண்விழித்துவிடக் கூடாது என்கிற எச்சரிக்கை உணர்வோடு இடும்பனும் தனசேகரனும் ஆழ்ந்து உறங்கிக் கொண்டிருந்த மங்கம்மாளை அரவமின்றி கட்டிலோடு சேர்த்து தூக்கிக் கொண்டுபோய் மாட்டுக் கொட்டகைக்குள் வைத்தனர்.

"அண்ணே... என்னணே பண்ணுத.."

"எல நீ சும்மா இரு..." முருகேசனைச் சுடலைமுத்து அதட்டினார்.

தனசேகர் வைக்கோல் போரிலிருந்து வைகோலை அள்ளிக்கொண்டு வந்து கட்டிலுக்குக் கீழும் கொட்டகையைச் சுற்றியும் போட்டான்.

இடும்பன் மாடு கட்டுகிற கயிற்றை எடுத்து மங்கம்மாளின் கை, கால்களைக் கட்டிலோடுசேர்த்துக் கட்டினான். கைகளைக் கட்டும்போது அவள் விழித்துக்கொண்டாள். முதலில் எதுவும் புரியாதவளாய்க் கண்களை உருட்டியவள் பிறகு வாய் ஓயாமல் அரற்றினாள்.

“அல்லாம் இங்கன என்ன பண்ணுதிய. ஒரே வெக்கயாவுல்ல இருக்கு... இங்க இருந்த ஆடு மாடுவ எல்லாம் எங்க. ஐயா... லட்சுமி இன்னும் ரெண்டு நாள்ல கன்னுப்போட்ருவாளா?”

“இடும்பண்ணே. ஏன் என்ன கட்டி வைச்சிருக்கிய... தனசேகரண்ணே... சீதா... ஏட்டியேய்... ஏய் ஆக்கங்கெட்டவளே எங்கடி போன... அம்மா கவட்டுல வலியெடுக்கிமா. தேங்காண்ண எடுத்துட்டு வா... முருகேசண்ணே... அவுத்துவிடுணே... ஐயா என்னய்யா இதி. ஏன் என்ன கட்டி வைக்கிய... நேத்து நான்தான் கத்தினனே. நீங்கதாம் ஆரும் வரல. நான் என்ன செய்வன். இருட்டுல ஆரு என்னனே தெரியலணே. ஆனா அவனுக எவனும் நாடாமூடு மாரி இல்ல. கெட்ட நாத்தமா... சுருட்ட முடி. சாராய வாடையும் கொடல பெறட்டி அடிக்கின்னா பாருவேன்... அண்ணே... அம்மா... ஐயா... ஐயா... சுடுதுய்யா... அண்ணன கொளுத்த வேணான்னு சொல்லுய்யா. அம்மா... சீதா ஓடிவாங்கடி... எரியுதுடி... முருகேசண்ணே நீயும் என்னனே நிக்க. ஓடியாண்ணே... காப்பாத்துணே... அண்ணே...”

மங்கம்மாள் ஒருநொடியும் குரலை அமர்த்தாமல் அலறிக் கொண்டே இருந்தாள். சுடலைமுத்துவும், மகன்கள் மூவரும் சற்று தொலைவில் போய் நின்றுகொண்டிருந்தனர்.

கட்டி வைக்கப்பட்டிருந்த மாடுகள் வெறித்துப்போய் கத்துவதைக் கேட்டு சீதாலட்சுமி உறக்கம் தெளிந்து கொல்லைப்புறத்திற்கு வந்தாள்.

“ஏட்டி...”

பற்றி எரிந்துகொண்டிருந்த கொட்டகைக்குள்ளிருந்து மங்கம்மாள் ஓலம் கேட்க அதனை நோக்கி ஓடினாள். முருகேசன் நடுவே பாய்ந்து அவளைப் பிடித்து நிறுத்தினான்.

அருகில் நிற்கவே முடியாத அளவிற்கு இப்போது வெப்பம் தகிக்கத் தொடங்கியிருந்தது. கொட்டகையின் உத்திரத்தில் இருந்த உளுத்துப்போன சில சவுக்குக் கம்புகள் மடமடவென உடைந்து

விழுந்தன. கொட்டகையை ஆக்கிரமித்திருந்த கொலை வேள்வி செங்கரிய நிறத்தில் புகையை உமிழ்ந்தது. தணலுக்கு இணையாகப் பெருந்துயரம் ஒன்று அங்கு பெருகி வளர்ந்தது. கொட்டகையில் வேயப்பட்டிருந்த பனை மட்டைகளை இப்போது தீ ருசிபார்க்கத் தொடங்கியிருந்தது. கனன்று எரியும் சுவாலைகளால் உண்டான இரைச்சலில் மங்கம்மாளின் குரல் கொஞ்சம் கொஞ்சமாக அருகிக் கொண்டிருந்தது. மங்கம்மாளின் உயிர் மொத்தமும் அடங்கியபோது வானுயரத் தீப்பிழம்பைக் கக்கியபடி எரிந்து கொண்டிருந்த கொட்டகை மொத்தமும், “படார்” என்ற ஓசையுடன் கீழே சரிந்து, தீப்பொறிகளையும் கங்குகளையும் நாலாத்திசைக்கும் விசிரடித்தது.

02

நேச நாடுகள் - அச்சு நாடுகள். இரண்டாம் உலகப்போர் இவ்விரு அணிகளில் எவர் பக்கமும் சாயாமல், ஒரு முடிவை எட்டும் மனதுடன் இல்லாமல் அதன்போக்கில் நீண்டுகொண்டிருந்தது. மானுடம் வேதனையில் கதறிக்கொண்டிருக்க, வங்கிகள் குதூகலத்துடன் காணப்பட்டன. அந்த மகா யுத்தத்தின் சிறுநிகழ்வாய் அப்போது டாய் நிப்பான் படையும், சுபாஷ் சந்திரபோஸின் ஐஎன்ஏவும் இணைந்து மியான்மரைக் கைப்பற்றியிருந்தன.

மியான்மரின் நகர வீதிகளில் கிடந்த வெள்ளைக்காரர்களின் உடல்களில் தலைகள் எங்கே எனத் தேடியவாறு ஈக்கள் மொய்த்துக் கொண்டிருந்தன. நெல்வயல்கள் விவசாயக் கூலிகளை எதிர்பார்த்து வெறிச்சோடிக் கிடந்தன. பிரிட்டிஷாருக்குக் கைக்காரியங்கள் செய்துவந்த செட்டித்தெருக்கள் மீது எப்போது வேண்டுமானாலும் குண்டுகள் விழும் என்ற பதற்றமும் நிலவியது. ஜப்பான் போர்விமானம் ஒன்று ஏற்கெனவே போகிறபோக்கில் ஒன்றிரண்டை வீசிச் சில செட்டிமார்களைப் பாடையேற்றியிருந்ததே அந்தக் கசகு நிலைக்குக் காரணம். இந்நிலையில் நேசநாடுகளின் கூட்டு முயற்சியில் ஜப்பானுக்கு இரட்டை அணுகுண்டுகள் பரிசளிக்கப்பட்டிருந்தது.

ஜப்பானின் மார்பு பிளக்கப்பட்ட ஓசையைக்கேட்டு அச்சுநாடுகள் அடங்கின. மனிதகுலம் அதன் அருவருப்பான முகத்தைக் காட்டிச் சிரித்தது. உருக்குலைந்து போயிருந்த ஜப்பானுக்கு மியான்மரை

விட்டு ஓடவேண்டிய நிலை உருவானதால் பிரிட்டிஷாரின் பாவக்கரங்கள் மீண்டும் ஓங்கின. செட்டித்தெருக்களில் தொழில் மீண்டது. முன்பைவிட இன்னும் அமோகமாக வட்டிச் சிட்டாக்கள் தலை தூக்கின. தண்டவாளப் பணிக்காக ஜப்பானியர்களால் இழுத்துச் செல்லப்பட்ட விவசாயக்கூலிகள் திரும்பி வராததால் விவசாயத்தில் மட்டும் பழைய வனப்பு ஏற்படவில்லை.

இதற்கிடையே நேதாஜி வான்விபத்து ஒன்றில் மரணமடைந்து விட்டார் என்று வந்த செய்தி அங்கு ஏற்கெனவே நிற்கதியாய் நின்ற ஐஎன்ஏ வீரர்களின் அத்தனை நம்பிக்கையையும் உடைத்துப் போட்டது. பலர் வேறு பிழைப்புகளைத் தேடி நகர்ந்தனர். பத்திருபது தற்கொலைகள் கூட நடந்தன. சிலர் பிரிட்டிஷாரிடம் காட்டிக் கொடுக்கப்பட்டனர். அந்த ஆள்காட்டும் வேலையைச் செட்டிகளிடம் மேலாளராகப் பணிபுரிந்த சில ஆட்களும், நிலங்களை நிர்வகித்து வந்த கங்காணிகளுமே செய்வதாக எண்ணி, ஐஎன்ஏ ஆட்கள் கொந்தளிப்புடன் இருந்தனர். யார் அதைச் செய்வது என்று அவர்களால் உறுதியாகக் கண்டறியமுடியவில்லை. காலம் வருமென்று தலைமறைவாக நாள்களைக் கடத்தினர்.

நாட்டுக்கோட்டை செட்டி ஒருவருக்குச் சொந்தமான கழனிகளைக் கண்காணிப்பு செய்துவந்த ராமசாமி கங்காணியார் என்பவர்தான் இந்த ஆள்காட்டி வேலையை முதன்மையாகச் செய்து வருகிறார் என்பது ஐஎன்ஏ ஆட்களுக்குத் தெரியவந்திருந்தது. ஒரு சுபயோகச் சுபதினத்தில் காஃபிக் கடையில் வைத்து ராமசாமி கங்காணியார் குடல் கிழிக்கப்பட்டுக் கொல்லப்பட்டார். இதற்குமேல் இங்கே வாழமுடியாது எனப் புரிந்துகொண்ட கங்காணியாரின் மகன்களான சோமசுந்தரமும், பிச்சைமூர்த்தியும் மியான்மரிலிருந்து மதராஸுக்குத் திரும்புவதென முடிவெடுத்திருந்தனர்.

முதலில் தங்கள் பணத்தையும் சேமிப்புகளையும் விற்று அவற்றைச் சாதுர்யமாக மூன்று ட்ரெங்குப் பெட்டிகள் கொள்ளும் அளவிற்குத் தங்கமாக மாற்றிக்கொண்டு அண்ணனும், தம்பியும் புதியதொரு வாழ்க்கையைத் தொடங்க ரங்கூன் துறைமுகத்திலிருந்து கப்பலேறினர்.

நெடிய கடல்பயணத்திற்குப் பிறகு அறந்தாங்கி வந்துசேர்ந்த இருவரும், இங்கு பசி பஞ்சத்தில் வாடிக் கொண்டிருந்த பெரியப்பன், சித்தப்பன் குடும்பங்களையும் சேர்த்துக் கவனிக்க வேண்டியிருந்து. ஒரு கட்டத்திற்குமேல் செல்வம் கரைவதைப் பொறுக்க முடியாமல், அவர்களிடமிருந்து விலகவேண்டும் என்ற

எண்ணத்துடன் மணமேல்குடியில் ஒற்றைக் குடியாக இருந்த அவர்களது அம்மாச்சி வீட்டிற்கு வந்து குடியேறினர்.

மண்ணாலான பழைய வீடுதான் என்றாலும் அங்கு நெருக்கமான சொந்தங்களின் பிய்க்கல் புடுங்கல் இல்லையென்பது பெரிய நிம்மதி. அது அவர்களது அம்மா வழிப் பூர்வீகத்தை அறிந்தவர்கள் நிறைந்திருந்த தெரு என்பதால் இருவருக்கும் அங்கு நல்ல மரியாதையும், வரவேற்பும் கிடைத்தது.

ஆரம்பத்தில் பெரிய கங்காணி, சின்ன காங்காணி என்று விளையாட்டாய் அழைக்கப்பட்டு நாளைடைவில் இருவருக்கும் அதுவே பெயர்கள் என்றானது. நிலபுலம், தோட்டம் துரவுகள் என வாங்கி நிமிர்த்தியபின் மீதமிருந்த பணத்தில் ஒரு கல்வீடு கட்டிக்கொள்ளலாம் எனச் சிறியவர்தான் பேச்சை எடுத்தார்.

பெரியவருக்கும் அந்த ஆசை இல்லாமல் இல்லை, இருந்தும் என்னதான் அண்ணன் தம்பிகள் என்றாலும் திருமணம் ஆன பிறகு இருவரும் அவரவர் வாழ்க்கையைப் பார்த்துச் செல்ல வேண்டிவரும், வரப்போகிற பொம்நாட்டிகள் எப்படியென உறுதியாகச் சொல்ல முடியாது. ஒரே வீடு எப்படியும் சுத்தப்படாது என அருகிலேயே ஒரு கட்டுமனையை வாங்கி இருவருக்கும் தனித்தனி வீடுகள் கட்டிக்கொள்வது என்ற முடிவை எடுத்தார். பிச்சைமூர்த்தியும் மறுப்பேதும் கூறாமல் ஆமோதித்தார்.

செட்டிமார்கள் கட்டும் அளவிற்கு இல்லையென்றாலும் கள்ளரில் இப்படி யார் வீடு கட்டியிருக்கிறார் என்று கேட்கும் அளவிற்கு நன்கு விசாலமான வீடுகளைக் கட்டிக்கொண்டனர். வலங்கைமானிலிருந்து வந்த ஆட்கள் சுட்டுத்தந்த செங்கல்; முதல்தரமான கடுக்காய்களும், காரைக்குடி சுண்ணாம்பும் சேர்ந்த காரை; மெட்ராஸ் ஓடு முறையில் மாடித்தளம்; தரைக்கு ஆத்தங்குடி கல்; பிள்ளை மருதமரத்தில் உள்வேலைப்பாடு என அமோகமான வீடுகள். கையோடு அம்மாச்சி உறவிலிருந்து ஆளுக்கொரு பெண்ணாகப் பார்த்து அடுத்தடுத்து திருமணமும் செய்துகொண்டனர்.

மூத்தவருக்குத் திருமணம் ஆகி மூன்று வருடங்கள் வரை குழந்தை ஏதும் இல்லை. இனியும் குழந்தை பிறக்கும் என்கிற நம்பிக்கையும் அவரிடமிருந்து தளர்ந்துகொண்டிருந்தது.

ஒருவழியாக இளையவருக்கு இரண்டு ஆண்டுகளுக்குப் பிறகு ஓர் ஆண் பிள்ளை பிறந்தது. ராமசாமி கங்காணியார் குடும்பத்தில்

வாரி சென்று சொல்லிக்கொள்ள ஒரு பிள்ளை பிறந்துவிட்டான் என இரண்டு குடும்பங்களும் நிம்மதியடைந்தன. நஞ்சுண்டான் எனப் பெயர்சூட்டப்பட்ட அந்த ஆண் வாரிசு வளர்ந்து ஐந்து வயதை அடையும்வரை தரையில் கூட விடாமல் இரண்டு குடும்பங்களும் அதன் தோள்களிலே தாங்கின.

என்னதான் இருந்தாலும் தமக்கொரு வாரிசு இல்லையே என்கிற ஏக்கம் சோமசுந்தரத்திடம் பெரும் வடுவாய் நிலைத்திருந்தது. புதியதொரு யோசனை உதித்து அம்புஜவள்ளியை அவர் இரண்டாம் மனைவியாக மணம் முடித்து வீட்டிற்கு அழைத்து வந்தபோது, முதல் மனைவி வாசலில் நின்று ஊரைக் கூட்டி விட்டாள். கோபத்தில் அவள் உதிர்த்த வார்த்தைகள் அவரது மரியாதைக்கே வேட்டு வைத்துவிட்டன.

"கொல்லைல போறவனே... ஊர் வாய்க்குத்தான் ஒன்னும் தெரியாதுன்னா எனக்குமா தெரியாது... உனக்கு என்ன வக்கு இருக்குன்னு இன்னொருத்திய கட்டிட்டு வந்து நிக்கிற?"

"ஏய் குச்சிக்காரி. இப்ப நீ வாய மூடிக்கிட்டு உள்ள போகல சுருக்கு வைச்சு தொங்க விட்ருவன்."

"ஏந் தொங்க விடமாட்ட.. எம் பொறந்தவனுங்கள வரச்சொல்லி இன்னைக்கு ஒரு முடிவு தெரிஞ்சுகிட்டுதான் இங்கேந்து போறது. இனி உன் கூட வாழவா. இந்தா... இவ கூட.... நீ என்ன புலுத்தி ஆரவைக்கிறன்னு பாக்குறன்."

சோமசுந்தரத்தின் முதல் மனைவி கோபித்துக்கொண்டு அவளது தாயார் வீட்டிற்குச் சென்ற பிறகு திரும்பி வரவேயில்லை. ஆனால், இறுதியாக அவள் பொரிந்துதள்ளிய சொற்கள் அனைத்தும் ஊர் காதுகளுக்குள் வந்துசேர்ந்திருந்தன.

மணமேல்குடி, அம்மாப்பட்டினம், கோட்டைப்பட்டினம் ஆகிய மூன்று ஊர்களிலும் மாமா மாப்பிள்ளை என்று பழகும் அளவிற்கு பாய்மார்கள் பலர் பெரிய கங்காணிக்கு நெருக்கமாக இருந்தனர். விசியத்தை அரசல் புரசலாகக் கேள்விப்பட்ட அவர்களில் ஒருவர் மாட்டுவால் சூப்பு தொடங்கி, அரேபிய லேகியம் வரை பலவற்றை இரகசியமாகப் பரிந்துரை செய்தார். எல்லாவற்றையும் முயற்சித்துப் பார்த்த சோமசுந்தரத்திற்கு அவற்றால் ஒரு பயனும் இருப்பது போல் தெரியவில்லை. இதற்கிடையில் அவரைப் பற்றிய பர்மா கதை ஒன்று ஊரெங்கிலும் இறக்கை முளைத்துப் பரவிக்கொண்டிருந்தது. அந்தக் கதையை யார் முதலில் ஆரம்பித்து

வைத்தது என்பது மட்டும் எவருக்கும் தெரிந்திருக்கவில்லை. ஆனால் அது ஆண், பெண், சிறுவர்கள் என வித்தியாசம் இல்லாமல் எல்லோரிடமும் போய்ச் சேர்ந்திருந்தது.

“பர்மாவுல பெரிய கங்காணி சின்ன வயசுலேந்து பொலியாடு மாதிரி திரிஞ்சிருக்காப்ள. ஆசப்படுற பொம்பளயல எல்லாம் இஷ்டத்துக்கு வரவழைச்சிருக்காப்ல. இன்ன சாதின்னு இல்ல. அப்படித்தான் ஒருநாள் எவளோ ஒரு சீனச்சிய வைச்சு நல்லா ஏறிவிட்டுருக்காரு, அவ கடைசியா காசு கேட்டதுக்கு. இவரு கொடுக்கலயோ இல்ல என்னத்த சொல்லித் திட்டினாரோ தெரியல. கடுப்பான அவ பில்லிசூனியம் வைக்கிற யாரயோ பாத்து இவரோட புடுக்கு இனி எந்திரிக்கவே கூடாதுனு மந்திரிச்சுக் கட்டிவிட்டாளாம்” அந்தக் கதை வெறும் புரளி என்று கூறியவர்கள் கூட அம்புஜமும் பல வருடங்களாகக் கரு பிடிக்காமல் இருப்பதைக் கண்டு ஒருவேளை அது உண்மையாக இருக்குமோ என்று எண்ணத் தொடங்கினர்.

ஒரு நண்பகல் நேரத்தில் நிலக்குத்தகை வசூலிப்பது தொடர்பாகப் பட்டுக்கோட்டை வரை சென்றுவிட்டு வீடு திரும்பிய சோமசுந்தரம் வீட்டின் வாசற்கதவு உள்ளிருந்து தாழிட்டிருப்பதை அறிந்து சாளரத்தின் வழியாக உள்ளே எட்டிப்பார்த்தார். நடுக்கூடத்தில் அரங்கேறிய கூத்தைக்கண்டு அதிர்ச்சியுற்று நின்றார்.

அம்புஜம் எழுப்பிய முனகல் சத்தத்தைக் கேட்டு அவரது செவிகள் கூசின. அவளது மார்புகள் கையாளப்பட்ட விதம் அவரது தொய்ந்துபோன குறியில் சலனங்களை உண்டாக்கியது. இயலாமையாலும், துரோகத்தை வெட்டவெளிச்சத்தில் கண்டதாலும் அவருக்குள் எரிச்சல் பெருக்கெடுத்தது. கோபம் கொப்பளிக்க, கதவைப் பலம்கொண்டு தட்டினார். கதவைத் திறந்த அம்புஜத்தின் தலையில் வாசலில் கிடந்த தடிக்கம்பை எடுத்து ஓங்கி அடித்தார்.

“அரிப்பெடுத்த தேவிடியா. அப்படி என்னடி ஒனக்குக் கேக்குது...” -இரத்தம் சொட்ட அம்புஜம் மயங்கி விழ, அண்ணனை ஏறெடுத்துப் பார்க்கத் திராணியற்றுக் கூனிக்குறுகி நின்ற பிச்சைமூர்த்தியைக் கொலைவெறியோடு நோக்கியவர் காலில் அணிந்திருந்த செருப்பைக் கழட்டி ஆத்திரம் தீர அடிக்க ஆரம்பித்தார்.

"ஒல்க்க குடிக்கி. உன்னய தூக்கிச் சொமந்ததுக்கு என் பொண்டாட்டியவே... புண்ட மவனே என் கண்ணு முன்னாடி நிக்காத. ஓடு... ஓடு."

வேட்டியை மட்டும் கட்டிக்கொண்டு மேல்சட்டை இல்லாமல் நின்ற சின்ன கங்காணியார் அவமானம் தாங்காமல் அங்கிருந்து அவரது வீட்டை நோக்கி நடந்தார். பெரியவர் பின்னாலேயே விரட்டிவந்து இன்னொரு செருப்பை வீசியெறிந்து அடித்தார்.

என்ன நடக்கிறது, அப்பாவை ஏன் பெரியப்பா அடிக்கிறார் என எதுவுமே தெரியாமல் பத்து வயது நிரம்பிய நஞ்சுண்டான் அந்தச் சம்பவத்தை வேடிக்கை பார்க்கும் தெருவாசிகளில் ஒருவனாக அங்கு நின்றிருந்தான்.

03

மாட்டுக்கொட்டகையின் கால்கள் நொடிந்து முழுவதுமாகத் தரையில் விழுந்தும், தீயின் அளவு மட்டுப்படவில்லை. ஆடு, மாடுகள் சப்தமிட்டபடி கொல்லையின் எல்லையில் போய் நின்றன. அக்கம்பக்கத்தில் வசிக்கும் பங்காளிகள் விழித்தெழுந்து ஓடி வருவதைக் கண்டவுடன் சுடலைமுத்துவும் அவரது மகன்களும் கொட்டகையைச் சுற்றி நின்று தீயின் மீது தண்ணீர் அள்ளி வீசத் தொடங்கினர்.

கிழக்கு உதித்ததும் காட்சிகள் தெளிவாகியிருந்தன. தீயின் ஜுவாலைகள் இப்போது முழுவதுமாக அடங்கியிருந்தன. எரிந்துகிடந்த கம்புகளுக்கும், பனை மட்டைகளுக்கும் நடுவே மங்கம்மாள் தீயில் வாட்டப்பட்ட பனங்கிழங்கைப்போல் கரியேறிக் கிடந்தாள்.

"ஏட்டி... எம்மவளே..."

சுடலைமுத்துவின் குடும்பம் ஒன்றும் அறியாதது போல் கூடிநின்று ஒப்பாரி வைக்கத் தொடங்கியிருந்தது. அக்கம்பக்கத்தினரால் இரவில் என்ன நடந்திருக்கும் என்பதை அனுமானிக்க முடிந்தது.

இருப்பினும் அதைத்தவிர அவர்களுக்கு வேறு வழியில்லை என்பதைப்போல் அமைதி காத்தனர். கரிந்த பிரேதத்தைச் சுடுகாட்டில் வைத்துத் தீமூட்டிவிட்டு வீடு திரும்பியபோது,

ஒன்றரை நாள்களாகக் கவிழ்ந்துகிடந்த சுடலைமுத்து நாடாரின் சிரம் மேலோங்கியிருந்தது. தீராச் சோகம் இருந்தும் இடும்பனின் நடையில் சற்று அழுத்தம் கூடியிருந்தது.

மங்கம்மாளின் கருமாதி முடிந்தவுடன் சீதாலட்சுமி திண்ணையில் உள்ள சுவரில் குங்குமப் பொட்டைத் தொட்டு வைத்து அதை வணங்க ஆரம்பித்திருந்தாள். பிறகு அம்பாசமுத்திரத்திலிருந்து முருகேசன் வாங்கிவந்த காமாட்சி விளக்கைச் சுவரில் இட்ட பொட்டுக்கு அருகே வைத்து, அதை நாள் தவறாமல் அந்திப்பொழுதுகளில் ஏற்றி வந்தாள். நாளடைவில் அந்த விளக்கிற்கு மங்கம்மாள் விளக்கு என்றே பெயராகிப்போயிருந்தது.

மங்கம்மாள் இறந்து ஓராண்டு கடந்ததும் சீதாலட்சுமிக்குக் கீழாம்பூரில் ஒரு மாப்பிள்ளை பார்த்துச் சீர்செனத்தியோடு திருமணம் செய்து வைத்தனர். புகுந்தவீட்டில் நிம்மதிக்குக் கேடில்லை, புருசனும் நல்ல குணமுடையவன். இதற்கிடையே கிழவிக்கும், சுடலைமுத்துக்கும் உடல்நிலை மோசமாகிக் கொண்டு வந்தது. சுடலைமுத்துவால் முன்புபோல் வயலில் இறங்கி மண்வெட்டி பிடிக்க முடியவில்லை என்றாலும் அவரிடம் உழைக்கவேண்டும் என்கிற திடம் மட்டும் விட்டுப்போகவில்லை. பொழுது விடிவதற்குள் மூக்குப் பொடியைப் போட்டபடி வயலுக்குப் போய்விடுவார். ஒருநாள் வயல்வேலைக்கு இடையே ஒரு திடீர் யோசனை அவருள் முளைவிட்டது. மகன்களுக்குப் பெண் பார்த்துத் திருமணம் செய்து வைப்பதற்கு முன்பே சொத்தில் பாகம் பிரித்துவிடலாம் என்பதுதான் அது.

சீதாலட்சுமி திருமணமாகிப் போனதிலிருந்து மங்கம்மாள் விளக்கு ஏற்றப்படாமல் கவனிப்பாரற்றுக் கிடந்தது. கிழவி, மகள் நினைப்பு வரும்போது மட்டும் விளக்கைத் துடைத்து எண்ணெய் ஊற்றி ஏற்றி வைப்பாள். கொல்லைப்புறத்தில் மங்கம்மாள் இறந்து கிடந்த இடத்தில் முருகேசன் தென்னம்பிள்ளை ஒன்றை வைத்து ஆளாக்க முயற்சி செய்தும் அது மேலெழும்பவேயில்லை. கொஞ்ச நாள்களிலேயே அது முழுவதுமாகப் பட்டும் போனது. மாட்டுக்கொட்டகை இருந்த இடமும் மண் இறுகிக் கட்டாந்தரையாக மாறிக்கொண்டுவந்தது.

பழைய கொட்டகை இருந்த இடத்திற்குச் சற்றுத் தொலைவில் சிறிய அளவில் இன்னொரு மாட்டு கொட்டகையை உருவாக்கி வைத்திருந்தனர். ஆனால், ஒரு மீள்வாழ்க்கை துளிர்விடுவதற்கான ஈரப்பதம் அங்கு இல்லை. கொல்லைப்புறம் உயிர்கள் ஜனிக்கத்

தகுதியற்றதாய்ச் சீர்கெட்டது விசித்திரமாகவும் அமங்களமாகவும் பட்டது. மழை கண்டும்கூட மரம் செடிகொடிகள் பட்டுப்போகவே செய்தன. ஒரு நள்ளிரவில் வண்டி மாடு காரணமே தெரியாமல் அலறிவிழுந்து துடித்து இறந்தது. அதன்பிறகு கால்நடைகள் ஒன்றன் பின் ஒன்றாகச் சீக்கு போக்கு வந்து மடியத்தொடங்கின. நெல் விளைச்சலிலும் குருத்துப் பூச்சிகள் கணக்கு வழக்கின்றி கைவைத்திருந்தன.

தப்பிப் பிழைத்த தூர்களைச் சிறவிகள் உருவிப்போட்டன. நடப்பவை எல்லாம் துஷ்டியாகத் தெரிகிறது என்று கவலைப் பிடித்துப்போன கிழவி ஜோசியம் பார்க்கவும், குறி கேட்கவும் ஓடினாள். ஜோசியர்கள் சொன்ன பரிகாரங்களைச் செய்தும் அவை பயனுள்ளதாகத் தெரியவில்லை. நடை உடையாக இருக்கும்போதே மகன்களின் கணக்குகளைச் சரிசெய்துவிட வேண்டும் என நினைத்த சுடலைமுத்து சிங்காரம் பண்ணையாரையும் பங்காளிகளையும் சந்தித்து அந்த வாரத்தில் மகன்களுக்கு பாகப் பிரிவினை செய்யப்போவதைக் குறித்துக் கூறினார். அவர்களும் சபையாகக் கூடிச் செய்துவிடுவோம் என்று உறுதி தந்தார்கள். அன்றைய இரவு உறங்குவதற்கு முன் சுடலைமுத்து மகன்கள் மூவரையும் அழைத்தார்.

"ஆமால. வார புதன்கிழம. எங்கையும் போய்டாதிய. கூட்டிக் கொறைச்சுப் பேசுறது. அது வேணாம் இது வேணாம்கிறத எல்லாம் பங்காளிய மின்ன சபைலயே பேசிட்டு ஓய்ஞ்சிடணும். இப்பமும் அத பேசப்புடாது. சபை முடிஞ்ச அப்பமும் அத இங்கன பேசப்படாது. செரியா..." மகன்கள் மூவரும் சரியென்று ஆமோதித்துவிட்டு உறங்கச்சென்றனர். சுடலைமுத்து நீண்ட நேரமாகியும் உறக்கம் வராமல் திண்ணையிலேயே அமர்ந்திருந்தார். பின்னிரவு வரையிலும் அந்தியில் ஏற்றப்பட்ட மங்கம்மாள் விளக்கின் சுடர் அணையாமல் காற்றில் ஆடியபடியே இருந்தது. இருளில் அந்த விளக்கைப் பார்த்தபோது சுடலைமுத்துவிற்கு மங்கம்மாளின் முகம் நினைவுக்கு வந்தது.

விடியற்காலையில் வீட்டிற்கு வெளியிலிருந்து வந்த குரல் கேட்டு இடும்பன் முதலில் கண் விழித்தான்.

"அண்ணாச்சி... கொஞ்சம் வெளிய வாரியலா..."

"யாரு?"

"நீங்க அவிய மூத்த மவன்தானே?"

“ஆமாண்ணாச்சி... சொல்லுங்க.”

“ஒரு சேதி. அப்பாவ கூப்பிடுறியலா.”

“ஐயா. தூங்குறாவ. பரவால்ல சொல்லுங்க.”

“நாங்க கீழாம்பூர்லேந்து வாரம். ரெண்டு நாளாவே... வாயாலயும் வவுத்தாலயும் போச்சு... டவுன் ஆஸ்பத்திரிக்குக் கொண்டு போனம்...”

“செரி நீங்க கெளம்புங்க. சொல்லிடுதன்.” - இடும்பன் உள்ளே வந்து சுடலைமுத்துவையும், தம்பிகளையும் எழுப்பினான்.

“ஐயா... எழும்பு...
எடேய் தனசேகரு... முருகேசு... எழும்புங்கடே...”

“என்னல என்ன ஆச்சு?” சுடலைமுத்து அரைத் தூக்கத்தில் கேட்டார்.

“அப்வோவ்... சீதா வூட்டுக்காரரு செத்துப்போய்ட்டாவ...”

இடும்பன் கூறியது உறங்கிக்கொண்டிருந்த அனைவரது காதிலும் விழுந்தது.

“ஐயோ என் நெஞ்சு கெடந்து நெருடிச்சே. மொத அவ... இப்பம் இவளும் ஒன்னுக்கும் ஆவாம போய்ட்டாளுவளே” கிழவி எழுந்து அமர்ந்து ஒப்பாரி வைத்தாள். சுடலைமுத்து நெஞ்சம் படபடத்து மௌனமாக அமர்ந்திருந்தார்.

குடும்பம் கிழக்கு வெளுப்பதற்குள் பங்காளி வீட்டில் இணைமாடு இரவல் பெற்று மாட்டு வண்டியைப் பூட்டிக்கொண்டு கீழம்பூர் நோக்கி விரைந்தது. கொட்டுக்கு அங்கேயே ஆள் பிடித்துக் கொள்ளலாம் என இடும்பன் சொன்னான்.

மருமகனை வடக்கில் கொண்டுபோய் வைத்து எரித்தாகிவிட்டது. கர்ப்பிணியாக இருந்த சீதாலட்சுமி நிறைசெம்புப் பூபோட்டுத் தாலியறுத்திருந்தாள்.

இனி வயிற்றில் இருக்கும் பிள்ளைக்காக மட்டும் வாழ்ந்து மடிய வேண்டியதுதான் மிச்சம். அந்தக் குழந்தையாவது நல்லபடியாகப் பிறக்க வேண்டும். இது இத்தோடு முடிவதுபோல் தெரியவில்லை. குடும்பம் இனி என்னென்ன தீவினைகளை எல்லாம் சந்திக்கப்

போகிறதோ என்ற அச்சத்துடன் அவர்கள் இறுதிக்காரியம் முடிந்து ஊர் திரும்பிக் கொண்டிருந்தனர்.

வீடு சேர்ந்ததும் இடும்பன் நெய்யாற்றங்கரைக்குச் செல்வதற்கு ஆயத்தமானான். அச்சமயம் மலைக்கு மேற்கிலுள்ள ஊர்களில் காலரா நோய் கொள்ளை கொள்ளையாக மனித உயிர்களை அள்ளிக் கொண்டிருந்தது. தேகத்திமிர் நிறைந்த இடும்பனிடம் பிணியச்சம் இல்லை. காட்டு வழியில் உணவுகேட்டு வழிமறிக்கும் நாயாடிகளைக் கூட அடித்து வீழ்த்திவிடுவான். புலி குறுக்கிட்டால் தான் இடர்.

நோக்கு வர்மத்தினால் புலி விரட்டத் தெரிந்த இரத்தினத்தைக் கூட்டிக்கொண்டு காட்டுவழியாக நெய்யாற்றங்கரைக்குச் சென்றான். காணிக்கையாக ஒரு முடிச்சுச் சக்கரங்களைத் தந்து ஈஸ்வரன் நம்பூதிரியைக் கையோடு அழைத்து வந்தான். வீட்டிற்கு வந்ததும் ஈஸ்வரன் நம்பூதிரி முதலில் மங்கம்மாள் எங்கே என்றுதான் வினவினார். மங்கம்மாள் அவளாகத் தன்னை எரித்துக்கொண்டு இறந்துவிட்டதாகச் சுடலைமுத்து கூறியதைக் கேட்டு ஓரப்பார்வை பார்த்து மெலிதாகச் சிரித்தார்.

“எல்லாவரும் இவிடே வரும்..”

குடும்பத்தினர் அனைவரையும் ஒன்றாக நிற்க வைத்து ஒவ்வொரு முகமாக ஆழ்ந்து நோக்கிவிட்டுப் பிறகு வீட்டின் கொல்லைப் புறத்திற்குச் சென்று நான்கு மூலைகளையும் சுற்றி வந்தார். மாட்டுக்கொட்டகை எரிந்த இடத்தில் நீண்டநேரம் யோசனையுடன் கண்களை மூடியபடி நின்றார். அடுத்து வீட்டிற்குள் சென்று நோட்டமிட்டவர் திண்ணைக்கு வந்து மங்கம்மாள் விளக்கை அகண்ட விழிகளோடு உற்றுப்பார்த்தார். அதன்பிறகு வேறு எதையும் யோசிக்காமல் தனது துணை சாந்தியை அழைத்துக் கொண்டு விறுவிறுவென வீட்டிலிருந்து வெளியேறினார்.

“சாமி… நில்லுங்க…” -சுடலைமுத்து பின்னால் சென்று அழைத்து நிறுத்தினார்.

“ஞான் போகுன்னு, ஞான் மாத்திரமில்லா, இது பரிஹரிக்கான் மற்றார்க்கும் கலியில்லா…” நம்பூதிரி முகத்தைக் கவிழ்த்துக் கொண்டார்.

“என்னாச்சு?”

“எனிக்கது எந்துனு பறயான் கழியும். ஈ ரண்டு யட்சிமாரில் நின்ன, நின்னலுடே குடும்பத்தே ரக்ஷிக்கது அவளானு. அவள் இப்போல் இல்லா. ஆ.. அவளுடே பேர் எந்தானு??”

“மங்கம்மா..”

“மங்கம்மாள்... அவள் எத்தர நல்ல பெண்குட்டியானு. அவளுக் இப்போல் நிங்ஙளோடு தேஷ்யமுண்டு. அவள் நிங்ஙளே இனி ரக்ஷிக்குமுன்னு ஞான் கருதுனில்லா..”

“பரிகாரம் எதாவது...”

“பிரதிவிதி?” நம்பூதிரி சற்று கோபம் வந்தவராய்ப் பார்த்தார்.

“நின்னலுடெ குடும்பத்தே நஷ்டபிக்காதே ஆ ரண்டு யட்சிமார் இனி உறங்ஙான் போய்குன்னில்லா..”

தீர்க்கமாகச் சொல்லிவிட்டுத் திரும்பிப் பார்க்காமல் நடந்தார். சிறிது தூரம் சென்றபிறகு திடீர் யோசனை வந்தவராய் மீண்டும் வீட்டை நோக்கித் திரும்பிவந்தார்.

‘சரி, ஆ விளக்க இரவும் பகலும் பிரகாசிப்பிக்குகா. மங்கம்மாள் மனசு மாறுகாயும் அவளுடே பிரார்த்தனங்கள் ஸ்ரஸ்திக்குகயாம் செய்யுன்னு. ஒப்பம் ரண்டு யட்சிமாருடே நின்னலே உபேக்ஷிக்காம். ஆ விளக்கிலுடே நின்னலுக்கி கன்னன் கையும். ஈ யட்சிமாருடே சாபம் நிக்கும்போல் ஆ விளக்கு நில்லாட்டு காட்டிக்கும். கட்தி பிடிக்குன்னதுபோலே. தாழக் காட்டுன்னு. அதுவரே திவசம் முழுவதும் ஈ விளக்கு காட்டிக்குகா. மனசுலாயோ..?’

04

நஞ்சுண்டான் ஓர் இளைஞனாக வளர வளர அவனது நடவடிக்கைகள் அனைத்தும் பிச்சைமூர்த்திக்கு அச்சத்தை உண்டாக்கின. அண்ணன் குடும்பத்தோடு இனி ஒட்டும் இல்லை உறவும் இல்லை என்கிற நிலை உருவாகி பாகப்பிரிவினைகள் செய்து பல ஆண்டுகள் ஓடிவிட்டன. இவனாவது நல்லபடியாகக் கரைசேர்ந்து குடும்பத்தைப் பார்ப்பான் என்று நினைத்தால் இவனது நட்பு, சகவாசம் ஆகியவை வெளியில் சொல்லமுடியாத அளவிற்கு இருக்கின்றதே என அவர் வருந்தாத நாளில்லை.

அவனுக்குத் திருமணம் செய்து வைத்துவிடவேண்டும் என்கிற முடிவோடு அவரது மனைவியின் சொந்தத்திலிருந்து ஒரு பெண்ணைப் பார்த்தார்.

முதல்பார்வையிலேயே நஞ்சுண்டானுக்கு மீனாம்பாளைப் பிடித்துப்போனது. மீனாம்பாளின் குடும்பமும் நல்ல வசதி படைத்த குடும்பம், ஊர் உலகத்தை எல்லாம் அழைத்து தடபுடலாக நடத்தப்பட்ட திருமணத்தில் கூட பெரிய கங்காணியார் குடும்பத்தை அவர்கள் சேர்க்கவில்லை. சோமசுந்தரம் மீது நஞ்சுண்டானுக்குத் தீராத கோபம் இருந்ததால் மகன் சொல்லை மீறி பிச்சைமூர்த்தியும் அத்தனை ஆண்டுகளில் பிரிந்த குடும்பத்தைச் சேர்க்க முயற்சிகள் எடுக்கவில்லை. வாரிசு இல்லாத மொட்டை வீடாக இருந்ததால் பெரிய கங்காணி இஷ்டம் போல் சொத்துகளை விற்றுக் குடிக்க ஆரம்பித்தார். அவரிடமிருந்து அம்புஜத்திற்கும் மதுப்பழக்கம் தொற்றிக்கொண்டது. இருவரும் போதையில் ஒருவரை ஒருவர் அசிங்க அசிங்கமாகத் திட்டிக்கொள்வதும் வாடிக்கையானது.

மீனும் இறைச்சியும் என அனுதினமும் ஆக்கி இறக்கி தின்பதைத் தவிர நிறைவேற்ற வேண்டிய கடமைகள் என்று அவர்களுக்கு ஏதுமில்லை. என்ன குறை இருந்தாலும் இனி அவரோடுதான் வாழ்ந்து சாவது என்ற முடிவில் அம்புஜமும் அழுத்தமாக இருந்தாள்.

அம்புஜம் மெல்ல இளமையின் பூரிப்பெல்லாம் வற்றி, தலைமுடி நரைத்து, உடல் பருத்திருந்தாள். நஞ்சுண்டானுக்கு முதலில் ஒரு பெண் குழந்தை பிறந்து, பிறகு இரண்டு ஆண்டுகள் கழித்து ஓர் ஆண் குழந்தையும் பிறந்தது. பிரிந்த குடும்பங்களை இணைப்பதற்கு சுப நிகழ்ச்சிகளால் கூட முடியவில்லை. காலம் பகையை மழுங்கடிக்கும் என்கிற கூற்று அவர்களது விசயத்தில் பொய்யாகிப் போயிருந்தது.

சாலையில் நடக்கையில் நாய் ஒன்றிடம் கடிபட்ட பெரிய கங்காணியார் சற்று அலட்சியத்துடன் இருந்துவிட்டார். கொஞ்ச நாள்கள் சென்ற பிறகே தன்னைக் கடித்தது ஒரு வெறிநாய் என்பது அவருக்குத் தெரியவந்திருந்தது. அதற்குள் நோய் தீவிரம் அடைந்து அவர் நாயைப் போலவே நாக்கைத் தொங்கப்போட்டபடி எச்சில் ஊற்ற ஆரம்பித்திருந்தார். தஞ்சாவூர் அரசு மருத்துவமனையில் தடுப்புக் கம்பிகளுக்கிடையே அடைத்து வைக்கப்பட்டு, இறுதியில் துடிதுடித்து இறந்துபோனார். அவரது உடலைக் கூட அரசாங்கம் அம்புஜத்திடம் ஒப்படைக்கவில்லை. அவரது மரணச்செய்தி

சின்ன கங்காணியாரின் வீட்டிற்கு வெறும் தகவலாக வந்துசேர்ந்து, பிறகு அது அவர்களது வீட்டிற்குள்ளேயே முடிந்தும்போனது.

தூரத்து உறவுகளும், ஊரில் உள்ள பாய்மார்களும் பெரிய கங்காணியாரின் பதினைந்தாம் சடங்கில் கூடி நிற்க, நஞ்சுண்டான் வெள்ளைவேட்டி வெள்ளைச்சட்டை அணிந்து மிடுக்காகக் கிளம்பி, கருமாதி வீட்டை அசட்டையாகக் கடந்து சென்றதைக் கண்ட ஊர்க்காரர்கள் அவரைத் தூற்றாதது மட்டும்தான் குறை.

சோமசுந்தரம் இறந்த சில மாதங்களில் பிச்சைமூர்த்தியும் நடையுடையின்றி ஒடுங்கிப்போனார். அந்த நேரத்தில் நஞ்சுண்டான் வடதமிழகத்தைச் சேர்ந்த சில ஆயுதக் குழுக்களோடு தொடர்பிருப்பதாகக் கைது செய்யப்பட்டு பாளையங்கோட்டை சிறையில் அடைக்கப்பட்டிருந்தார். குற்றம் நிரூபிக்கப்பட்டால் தேசியப் பாதுகாப்புச் சட்டத்தில் காலத்திற்கும் வெளிவராதபடி சிறைப்படுத்தப்படலாம் என்கிற நிலை கூட உருவெடுத்திருந்தது.

போதிய ஆதாரங்கள் இல்லாததைக் காரணம் காட்டி மத்திய ஆலோசனைக் குழுமத்தில் மேல் முறையீடு செய்து நஞ்சுண்டான் சிறை மீண்டு வந்தபோது அவர் மீதான ஊரின் பார்வை அதுவரை இல்லாதவாறு வித்தியாசப்பட்டிருந்தது. உற்றார் உறவினர்கள் கூட அவரிடமிருந்து விலகி நிற்க ஆரம்பித்திருந்தனர். அதேநேரத்தில் நிறைய புது நட்புகளும் அவருக்கு உருவாகியிருந்தன. அவரது இத்தகைய யாருக்கும் அடங்காத போக்கால் பிச்சைமூர்த்தி விரக்தியின் உச்சத்திற்கே சென்றார்.

சோமசுந்தரம் காலமானபிறகு அம்புஜத்தின் வாழ்க்கை பேச்சுத் துணைக்குக் கூட ஆள் இல்லாமல் சபிக்கப்பட்டதாய் மாறியிருந்தது. நஞ்சுண்டானின் பிள்ளைகளான அனிதாவும், தமிழரசனும் பள்ளிவிட்டு வந்து வாசலில் சில்லுக்கோடு விளையாடும் நேரத்தில் எல்லாம் அம்புஜம் சற்றுத் தொலைவில் நின்றபடி அவர்களை ஏக்கத்துடன் பார்ப்பாள். ஒருநாள் அவள் ரஹ்மது ஸ்டோரில் தமிழரசனைப் பிடித்து நிறுத்திச் சீலையில் முடிந்து வைத்திருந்த பத்து ரூபாய் நோட்டை எடுத்துத்தந்து வாங்கிக்கச்சொல்லி கட்டாயப்படுத்தினாள்.

அவன் அதை வாங்கிக்கொண்டதோடு, அப்பாவிற்குத் தெரிந்தால் அடி உரித்துவிடுவார் எனப் பயந்து அதை அவனது அக்காவிடம் கொடுத்து, அவளது ஜியாமன்ட்ரி பாக்சில் மறைத்து வைக்கச் சொன்னான்.

"கங்காணி ஐயா..."

அந்த ஆண்டு தீபாவளி முடிந்த இரண்டாம் நாள் பிச்சைமூர்த்தி முதன்முதலாக அந்த விசித்திரக் குரலைக் கேட்டார். உறக்கம் வராமல் புரண்டுபுரண்டு படுத்திருந்த இரவுகளில் எல்லாம் வீட்டிற்கு வெளியிலிருந்து யாரோ அவரை அவ்வாறு அழைப்பதாகக் கருதினார்.

"கங்காணி ஐயா... கங்காணி ஐயா... பெரியய்யா... சின்னய்யா... இருக்கிங்களா. இருந்தா கொஞ்சம் வெளில வாங்களேன் சாமி."

வெளியே எழுந்து சென்று பார்த்துவிட்டு யாரும் இல்லையென மீண்டும் உள்ளே வந்து யோசனையில் ஆழ்ந்துவிடுவார்.

மனதிலிருந்து எப்போதோ மறைந்திருந்த ரங்கூனின் நினைவுகள் மீண்டும் புத்துயிர்ப்புப் பெற்றதைப்போல் அவரது சிந்தனைகளை ஆக்கிரமிக்கத் தொடங்கின.

ஒருவன் சேமித்து வைக்கின்ற புண்ணியங்கள் வளர்ந்து ஒரு நிலையை அடைவதற்குள் அவனது பாவங்கள் திரும்பி வந்துவிடும். அப்போது அவற்றைச் செய்யத் தூண்டிய சாத்தானும் அவனிடமிருந்து விலகிச் சென்றுவிடும்.

அடுத்தடுத்த நாள்களில் மீண்டும் மீண்டும் அவரை யாரோ வீட்டிற்கு வெளியிலிருந்து அழைப்பது தொடர்ந்துகொண்டே இருக்க, அவரது நடவடிக்கைகள் நஞ்சுண்டானுக்கு மிகவும் விசித்திரமாகப் பட்டது. என்னவென்று கேட்டும் அவர் கூற மறுத்துவிட்டார்.

நசநசவென்று சன்னமாக விழுந்த மழைத்தூறல்களால் அந்த இரவு அணையாமல் நீண்டு சென்றது. வீட்டிற்கு வெளியே தவளைகள் அதன் ஜோடிகளை அழைத்துச் சப்தமிட்டுக்கொண்டிருந்தன. மழையின் சப்தத்தைத் தாண்டி மீண்டும் அந்தக் குரல் பிச்சைமூர்த்தியின் காதுகளில் ஒலித்தது. நேரம் செல்லச்செல்ல ஒற்றை ஆளின் குரலாக அது இருந்தது, மேலும் ஒரு கூட்டத்தின் அரவமாக மாறி ஒலிக்கத்தொடங்கியிருந்தது.

"யோவ் கங்காணி வெளிய வாயா. உன்ன நம்பிதானய்ய போனோம்... இங்க வந்து பாரும்மய்யா."

"ஐயா சின்னய்யா. நியாயமாரே எம் பிள்ளையல பாருங்கய்யா... கையெடுத்துக் கும்பிடுறேன்."

"ஆம்பளைய கோவத்துல பேசுறாங்க தம்புரானே. அப்பா வீட்ல இல்லையா சின்னய்யா."

"சாமி. நாங்க எப்போ வூட்டுக்குப் போறதுனு நிப்பான்காரன்கிட்ட கேட்டுச் சொல்லுங்க."

"வெளிய வந்து எங்களுக்குப் பதில் சொல்லுங்க சாமி."

ஆண், பெண், குழந்தைகள் எனப் பலர் வீட்டிற்கு வெளியிலிருந்து ஒப்பாரி வைத்துக் கதறி அழும் குரல்கேட்டு பிச்சைமூர்த்தி திண்ணைக்கு வந்தார். அங்கு கிடந்த நாற்காலியில் அமர்ந்தபடி தனக்கு எதிரில் யாரோ பலர் நிற்பதுபோல் பாவித்துக்கொண்டார். பிள்ளைப்பூச்சி ஒன்று அவரது காலுக்கருகே ஊர்ந்து சென்றது. கண்களில் கண்ணீர் முட்டியது, இருந்தும் ஒரு துளியும் அவரது விழிகளைத் தாண்டி வெளியே வரவில்லை. வாசலையே வெறித்துப் பார்த்தபடி நடுச்சாமம் கடந்தும் அங்கேயே வீற்றிருந்தார்.

அவருக்கு எதிராக இருந்த காட்சிகள் அனைத்தும் மெல்லச் சிதைந்து திடீரென அங்கு ஒரு காடு உதித்திருந்தது. ஒரு நதியின் சலசலப்பு கேட்டது. மெல்ல அவ்வோசை அடர்ந்து அவரது செவித்திரைகளைத் துளைத்தது. நெல் உமிகளைப் போல் பூச்சிகள் பறந்தன.

அந்த அடர் கானகத்தின் நடுவே ஒரு ரயில்பாதை தோன்றி நீண்டு செல்வது போன்ற பிரமை ஏற்பட்டது. தண்டவாளத்தின் இருபுறமும் குவிக்கப்பட்டிருந்த மண்டை ஓடுகளைப் பார்த்தபடி அவர் அந்த ரயில் பாதையில் நடக்க ஆரம்பித்தார். வலதுபுறத்தில் இலைகளை உதிர்த்து ஒரு தேக்கு மரம் நின்றது. அதன் கிளையில் சிவப்பு நிறத்தில் ஒரு காகம் அமர்ந்திருந்தது. அது தனது நீலக் கண்களை உருட்டி அவரைப் பார்த்தது. கால்கள் தளர்ந்து அவர் அமர்ந்த இடத்தில் ஒரு பச்சிளம் குழந்தை மேனியெங்கும் பாசியேறிக் கிடந்தது. நாசியெங்கும் பச்சை மரங்களின் அழுகல் வீச்சம். பொழுது விடிந்ததும் கோலம்போட வாசலுக்கு வந்த மீனாம்பாள், நஞ்சுண்டானை அழைத்தபடி வீட்டிற்குள் ஓடினாள்.

"ஏங்க... எங்க... இருக்கிங்க... ஏங்க சீக்கிரம் இங்க வாங்க..."

மீனாம்பாளின் சப்தம் கேட்டுக் கண்விழித்த தமிழரசனும், அனிதாவும் திண்ணைக்கு ஓடிவந்து நாற்காலியில் அசைவின்றி அமர்ந்திருந்த தாத்தாவின் உடலைத் தொட்டனர். அடைமழையில் ஊறிய மியான்மரின் வயல் வரப்பைப் போல் சின்னக் கங்காணியார் சில்லிட்டுக் கிடந்தார்.

05

அன்று சுடலைமுத்து முருகேசனை அனுப்பி சீதாலட்சுமியை வீட்டிற்கு அழைத்து வரச்சொன்னார். சிறிதுகாலம் தங்கிவிட்டுப் போகலாம் என வந்து சேர்ந்திருந்தவள் நம்பூதிரி கூறியதையெல்லாம் முருகேசனிடமிருந்து தெரிந்துகொண்டிருந்தாள். வீட்டிற்குள் நுழைந்த அடுத்த கணமே அவள் மங்கம்மாள் விளக்கின் முன்னால் போய் அமர்ந்துகொண்டு விசும்ப ஆரம்பித்திருந்தாள்.

"ஏட்டி என்ன பெத்தவளே... உங்கூட பொறந்தவ தானே கேக்கன். குடும்பம் தாங்காகுமா. ஆத்திரத்த விட்டுடுளா. என் வவுத்துல இருக்கவ நீதான். நீதான் வந்து பொறப்ப. இனியும் சாமியா இருந்தா நீதாம் அந்தப் பிசாசுகள்ட்டேந்து நம்ம குடும்பத்தக் காப்பாத்தி கரை சேர்க்கணும்."

நீண்ட நேரமாக அழுத களைப்பில் சீதாலட்சுமி அதே இடத்தில் படுத்து உறங்கிப்போனாள்.

"ஏளா... எழும்பு... என்னட்டி இது. காலையிலேந்து சாப்பிடல... எழும்புங்கிறன்ல... சாணி மொழுகி ஒருநாதான் ஆவுது. பாய் கூட போடாம படுத்துக் கெடக்க. நீர் கொண்டுக்கும்லா."

மதிய வெயில் சாயும் நேரத்தில் அவளை எழுப்பிச் சாப்பிடச் சொன்ன சுடலைமுத்து, வயலில் எருவு அணைத்துவிட்டு அதனோடு கால்நடைகளுக்குப் புல் அறுத்து வரலாம் எனக் கழனிக்குக் கிளம்பினார். அவர் கணித்ததைப் போலவே அன்று மாலையில் முகில்கள் கருமை பூசிக்கொண்டு வடக்கிலிருந்து புறப்பட்டு வந்துகொண்டிருந்தன. வரப்புகளில் அயர்ந்திருந்தவர்கள் ஆடு மாடுகளை ஓட்டிக்கொண்டு அவரவர் வீடுகளுக்கு விரைந்துகொண்டிருந்தனர். சற்று நேரத்திலேயே காற்றும் மின்னலுமாகத் தூறல்கள் விழத்தொடங்கியிருந்தன.

"எல இடும்பா... அரிக்கன எடு. பெருமழ வருமாட்டுக்கு. பொறத்தாள பசுமாடு என்ன கதிலே நிக்கினு பாத்தியலா என்ன."

"நா போய் கொஞ்சம் வைக்கோல அள்ளி ஒனத்தி கொட்டகைல போட்டு வரன்."

மகன்களிடம் சத்தம் போட்டுக்கொண்டே தலையில் இருந்த பில்லுக்கட்டைத் திண்ணையில் இறக்கி வைத்துவிட்டு சுடலைமுத்து

கொல்லைப்புறத்திற்கு ஓடினார். அவர் கொல்லைப்புறம் சென்று திரும்பவும் மழை நன்றாக வலுத்திருந்தது. காற்று வீட்டின் ஓடுகளை சரித்துத் தள்ளிவிடும்படி சுழன்று சுழன்று வீசியது.

நடுவீட்டிற்கும் புறவாசலுக்கு மட்டுமே தாழ்ப்பாளுடன் உடைய கதவு உண்டு. திண்ணை கதவுகளின்றி திறந்துதான் கிடக்கும் என்பதால் சாரல் காற்று தாராளமாகத் திண்ணைக்குள் நுழையும். சுடலைமுத்து தனது நனைந்த உடலைத் தோளில் கிடந்த துண்டினால் துவட்டியபடி உள்ளே வந்தார்.

காற்றில் வீட்டிற்குள் ஏற்றப்பட்டிருந்த காண்டா விளக்குகள் ஒவ்வொன்றாக அணைந்தன. கிழவி அவற்றின் அருகே அமர்ந்து மீண்டும் ஒவ்வொன்றாகக் கொளுத்தி வைத்தாள். காற்றுக்கு நிகராக மழையும் விட்டுக்கொடுப்பதாகத் தெரியவில்லை. ஊர் மொத்தமும் முடிந்தமட்டில் விரைவிலேயே இரவுக் கஞ்சியைக் குடித்துவிட்டுக் கிடைத்த இடத்தில் பாய்களையும் கோணி சாக்குகளையும் விரித்து முடங்கிக்கொண்டது.

சுடலைமுத்துவும், மகன்களும் மழைநீர் உள்ளே தெறிக்காத திண்ணையின் மேற்கு எல்லையில் படுத்து நன்றாக உறங்கிக் கொண்டிருந்தனர். சீதாலட்சுமியும் கிழவியும் திண்ணையின் கிழக்குத் திசையில் அடுக்கி வைக்கப்பட்டிருந்த நெல் மூட்டைகளின் அனசலில் படுத்து இடி மழையின் ஆராவாரத்தைக் கேட்டபடி உறக்கம் வராமல் வீற்றிருந்தனர். ஒருவரோடு ஒருவர் ஆறுதலாகப் பேசி ஆற்றிக்கொண்டிருக்கும்போது எப்போது உறங்கினோம் என்பதே தெரியாமல் சீதாலட்சுமி உறங்கிப்போனாள். பின்சாமத்தில் வானம் இடிந்து விழுவதுபோல் எழுந்த இடியின் ஓசையில் கண்விழித்த அவள் தூக்க கலக்கத்தில் சுற்றும் முற்றும் பார்த்தாள். வெளியே மழை இன்னும் நின்றபாடில்லை. ஆனால், அத்தனை காற்றிற்கும் ஈடுகொடுத்து மங்கம்மாள் விளக்கு அப்போதும் அணையாமல் எரிந்துகொண்டிருப்பதைப் பார்த்தவுடன் அச்சமும் துக்கமும் இணைந்து அவளது தொண்டையை அடைத்தன.

கருக்கல் விடிந்தபோது ஊரே வெள்ளக்காடாய்க் காட்சி தந்தது. சுடலைமுத்து மகன்களை அழைத்துக்கொண்டு கழனிக்கு ஓடினார். பெய்த மழை போதாதென்று வாய்க்கால் உடைப்பெடுத்து உள்ளே பாய்ந்ததில் இளம்பயிர்கள் நுனிதெரியாத அளவிற்கு மூழ்கிக் கிடந்தன. வடிய வைக்கவும் வழியில்லை. இயன்றவரை காப்பாற்றுவோம் என மேட்டுப்பாங்கான பகுதிகளிலிருந்து நீரை எல்லாம் வடித்துக்கொண்டு போய்ப் பள்ளத்து பங்கில் விட்டு

மடைகட்டிவிட்டு வீடு திரும்பினர். வரும்வழியில் மகன்களை முன்னால் போகச் சொல்லிவிட்டுச் சுடலைமுத்து சிங்காரம் பண்ணையார் வீட்டை நோக்கி நடந்தார்.

“வாசொடல... மானம் இந்த ஊத்து ஊத்திருக்கு. மனுசனுவ பிழைக்கவா வேணாவா. வயக் காடலாம் போய் பாத்தியா.”

“இப்பதான்ணே பயலுவல அழைச்சிட்டுப்போய் ஒரெட்டு பாத்துட்டு வருதன். ஒன்னும் ஆக்கமா இல்ல...”

“நா இப்பம்தான் என்ன நெலனே பாக்கப் போறன்.”

“அந்தாணி... அந்த சேதி. முன்னமே சொல்லிருந்தம்லா.”

“எல... இப்பமா? காலம் ஒன்னும் சொகமா இல்லயடே.”

“பயலுவளுக்கும் வயசாயிட்டே போகுல்லா. கண்ணாலம் காட்சி பண்ணனு. மவளும் அறுதலியா வந்து நிக்கா. அதாம் இப்பமே செய்யனும்ட்டு பாக்கென்.”

“சரிடே. ரெண்டு நா கழிச்சு வைச்சிடுவம். நான் நாலு வூட்டானுவலுக்கும் சொல்லிவிடுதன். நீயும் உம் மவனுகளும் வெளக்கு வைச்ச பெறவு. அந்தால... தெக்க சொடலைமாடன் கோயில் மரத்தடிக்கு வந்துடுங்க.”

சிங்காரம் பண்ணையாரின் ஏற்பாட்டில் வியாழக்கிழமை இரவு பங்காளிகள் வீட்டு ஆண்கள் அனைவரும் மரத்தடியில் சமுக்காளம் விரித்து அமர்ந்தனர். சுடலைமுத்து மூத்த மகன் இடும்பனோடும், இளைய மகன் முருகேசனோடும் சிடுசிடுத்தபடி சபை கூடியிருந்த இடத்தை நோக்கி நடந்தார்.

“சொன்னம்ல. மூணுபேரும் சேந்து வரணும்ட்டு. அவம் மட்டும் எங்கடே போனான்.”

“வரப்பு கட்டிட்டுக் கையோட வந்துடுதன்னு சொன்னாம்யா.” தனசேகர் இன்னும் வரவில்லை. பங்காளிகளுக்கு எதிரே போய் அமரலாமா வேண்டாமா என்ற யோசனையில் அப்பனும் மகன்களும் ஓர் ஓரத்தில் போய் நின்றிருந்தனர். இன்னும் சிங்காரம் பண்ணையாரும் தனசேகரும் மட்டும் வரவேண்டியிருந்தது.

“இந்தாடே சிவஞானம், இருட்டிச்சுப்பாரு. பந்தம் ஏத்து.”

சுடலைமுத்து கூட்டத்தில் அமர்ந்திருந்த ஒருவரைப் பார்த்துக் கூறினார். கொஞ்ச நேரத்தில் சிங்காரம் பண்ணையார் அங்கு வந்து சேர்ந்தார்.

வந்தவுடன் உத்தரவிடும் தொனியில் கடகடவெனப் பேசினார்.

"அல்லாம் எப்பம் வந்திய. சொடல ஏன் நிக்க. அட்டாணிப்போட்டு குந்து. ஆற அமர பேசணும்ல."

"எலே. வெத்தல தட்டு எங்கன இருக்கு. பொசனிக்குள்ளயே வைச்சிக்கிடாம வந்தவகளுக்குக் கொடுங்க. பெறவு... தனசேகரு... அவன மட்டும் காணுமாட்டுக்கு. அவம் எங்க?"

"அந்தால... வந்துட்டாம்."

மண்வெட்டியை ஏந்தியபடி தனசேகர் வந்து சேர்ந்தான். வரும் வழியிலேயே உடல் அசதிக்காகச் சாராயம் அருந்தியிருப்பதைப்போல் தெரிந்தது. சபைக்குள் நுழைந்ததும் வாடை குப்பென்று வீசியது.

"எல. இடும்பா... தனசேகரு... முருகேசா... நீங்க மூணுவேரும் அப்படிப் போய் உக்காருங்க. உங்க ஐயா இந்தப் பக்கம் உக்காரணும்."

"சொடல... பெறவு என்ன. ஆரம்பி. அல்லாம் சொல்லிக் கூட்டியாந்ததுதான்."

சுடலைமுத்து குதப்பிக் கொண்டிருந்த வெற்றிலையை வெளியே துப்பிவிட்டு ஆரம்பித்தார்.

"மொத வீடபத்தி சொல்லிட்டு காட்டுக்கு வருதென் மூத்த மவன்றதால இடும்பனுக்கு வீடும் கொல்லையும், தனசேகரனுக்குத் தெரு முடுக்குல கெடக்க தரிசு. முருகேசனுக்கு அது பக்கமாவே இருக்க மூங்கிக்காடு. அதுபோவ அங்க வீடு கட்டிக்க ரெண்டேருக்கும் செருவாட்டுலேந்து துட்டு தருதன். துட்டுல வீடு கட்டிக்கதும் சாராயம் குடிக்கதும் அவனுவ பாடு.

"செரி. செபலை எல்லாவருக்கும் கேட்டிதில்லப்பா. மேப்படி எம் மவனுங்களுக்குச் சம்மதம்னா எழுதிடலாம்ல?"

"இடும்பா... என்ன சொல்லு... மித்த ரெண்டு பேரும் என்ன சொல்லுதிய... உங்களுக்குச் சம்மதமா?" சிங்காரம் கேட்டார்.

"சம்மதம் பெரியய்யா" மூவரும் தலையசைத்தனர்.

“செரி. இப்பம் காட்டுக்குச் சொல்லுதன். இருக்க இருவத்தி நாலு ஏக்கரால, அஞ்சு ஏக்கரா இடும்பனே ஒத்தையா நின்னு ஒழைச்சதுல வாங்கினது. அதனால இருவத்தி நாலுல மேட்டுலேந்து பத்து ஏக்கரா இடும்பனுக்கும், அதுக்குப் பெறவு நடுவுல ஆறு தனசேகருக்கும் ஆறுமுருகேசனுக்கும் தருதன். மீதி பள்ளத்துல இருக்க வெதப்பாட எம்மவளுக்கு எழுதி வைக்கன். நம்ம வழக்கத்துல இது இல்லன்னாலும் நெறமாசமா அருதலியா இருக்கவங்கிறதால இதச் செய்தன். அவெ அத முருகேசனுக்கு அடைச்சுக் கொடுத்து உழுவ சொல்லிக்கலாம். விளைச்சல்ல அடைச்சதுக்குப் போக மிச்சத்துல பாதிய அவெ எடுத்துக்கிட்டு பாதிய நம்ம ஆடிமாச கோயில் கொடைக்கு வரியா தரனும். அம்புட்டுதான். செபை உடன்படுதா?”

“செப உடன்படுது. உம் மவனுக உடன்படுறாகளா.”

“எல. என்ன... மூணுவேரும் என்ன சொல்லுதிய?”

“எலே. தனசகேரா. என்ன வாய்க்குள்ள. சத்தமா பேசுடே.”

“இல்ல, அண்ணாச்சி. எனக்கு இதுல உடன்பாடு இல்ல. வூட்டையும் கொடுத்துவிட்டு பத்து ஏக்கரா நிலத்தையும் அவியளுக்கு மட்டும் கொடுத்தா. ஏன் நான் மட்டும் மழ வெயில் பாக்காம மெனக்கடலயா.”

“அமைதியா இருல. பெறவு ஊட்ல போய் பேசிப்பம்.” மெல்லிய குரலில் இடும்பன் தனசேகரை அதட்டினான்.

“எங்குட்டுப் போய்ப் பேச. அப்பம் ஒன்னும் பேசறதுக்கில்ல. இப்பமே பேசிடுவம்.” தனசேகர் காட்டமாகப் பதிலளித்தான்.

“எல நீங்க ரெண்டுபேரும் சரவு இழுக்கவா செபை கூட்டிருக்கு.” சிங்காரம் அதட்டினார்.

“இப்பம் என்ன? என்னை என்ன செய்யச் சொல்லுத?” சுடலைமுத்து தனசேகரைப் பார்த்துக் கேட்டார்.

தனசேகர் குரலெடுக்கும் முன் அவர் முருகேசனைப் பார்த்துக் கேட்டார். “உனக்கு எப்படிடே”

“நான் உடன்படுறன்” ஒரே வார்த்தையில் முருகேசன் முடித்தான்.

“அப்பம் என்னடே. நடுலவனே நீ மட்டும்தான் இப்பம் எடைஞ்ச கொடுக்க. சொல்லு நான் என்ன செய்ய?”

“பத்து ஏக்கரா குறைவில்லாம நான் நவரமாட்டன்.”

“எலே. கூவ. உனக்குப் பத்து கொடுத்துட்டு முருகேசன தெருவுல விடவா. உம் பொறந்தவ தாலி அத்துட்டு வந்து நிக்கா. கொஞ்சம் பொறுத்துக்கடே.”

“ஐயா, நான் விட்டுக்கொடுக்கன். தனசேகருக்கு மேட்டுல நாலு ஏக்கரா சேத்து விடுங்க.” இடும்பன் குறுக்கிட்டான்.

“இடும்பா. நீ என்ன பேசுத. இல்லாத பொல்லாத மொறைய எல்லாம் கொண்டார முடியுமா. சீதாவுக்கு வழக்கத்துக்கு மாறா பங்கு தரணும்கிறதயே சரி நம்ம புள்ள நிக்கதியா நிக்கினு உருத்துல உடன்பட்டது. எந்த ஊர்லடே தலைச்சன் புள்ளைக்குக் கொறவா கொடுப்பாக. அப்பம் இதே பழக்கமாகவா” சிங்காரம் பண்ணையார் கோபப்பட்டார்.

“ஏம்ணே. விடுங்க. நா அத்துப்பேசுதன். நான் சொன்னதுதான்... அதுல மாத்தம் இல்ல. இந்தப் பயல நான் சரிகட்டிக்கன். செபைய கலைச்சிப்பம். அம்புட்டுதான்.” சுடலைமுத்து முடிவாய்ச் சொன்னார்.

“நீயே முடிவெடுக்க என்ன மயித்துகில என்ன வரச்சொன்ன?” தனசேகர் எழுந்து நின்று சுடலைமுத்துவை நோக்கிக் கத்தினான்.

“எலே என்ன பேசுற. எந்த எடத்துல நிக்கம்னு தெரியாம அப்பன மருவாத இல்லாம கைநீட்டிப் பேசுத. நாதான் சொல்லிட்டம்லடா. என் பங்குலேந்து தரம்ட்டு பெறவு என்ன?” இடும்பன் எழுந்துநின்று தனசேகரை அதட்டினான்.

“ஏ சவத்த மூதி. நீ என்ன எனக்குப் பிச்சை போடுதியா.”

வார்த்தைகள் தடித்துக் கொண்டே செல்ல ஒருகட்டத்தில் அண்ணனுக்கும் தம்பிக்கும் இடையே கைகலப்பு மூண்டது. முருகேசனும் மற்ற பங்காளிகளும் இடையில் புகுந்து அவர்களை மறித்துப் போராடிக் கொண்டிருக்கும்போது, சுடலைமுத்துவும் சிங்காரமும் இடையில் புகுந்து சச்சரவை முடிப்பதற்கு மன்றாடினர். இடும்பன் கட்டுக்குள் வந்தாலும் தனசேகர் போதையில் வரைமுறை தெரியாமல் கூச்சல்போட்டுக்கொண்டு இடும்பன் மீது பாய்ந்தான். சுடலைமுத்து தனசேகருக்கு அருகே சென்று அவனைக் கையெடுத்துக் கும்பிட்டார். ஆத்திரம் தீராத தனசேகர் சுடலைமுத்துவைப் பிடித்துக் கீழே தள்ளிவிட்டான்.

"ஏ சிரிக்கியுள்ள..."

அதற்கு மேல் பொறுக்க முடியாது என இடும்பன் பங்காளிகளின் பிடியிலிருந்து மொரண்டு பிடித்துக்கொண்டு விலகி வந்து ஓரத்தில் கிடந்த மண்வெட்டியை எடுத்து ஓங்கி தனசேகரின் நடுமண்டையில் போட்டான். மண்டை பிளந்து இரத்தம் சட்டையெங்கிலும் வழிய சிறிது நேரத்தில் தனசேகர் மூர்ச்சையாகிக் கீழே சரிந்தான்.

"எலய் ஓடுங்கடா, மூச்சு கெடக்கு வண்டி பூட்டியா... ஓடு" சிங்காரம் பங்காளிகளை நோக்கிக் கத்தினார். தனசேகரை மாட்டுவண்டியில் தூக்கிப்போட்டுக்கொண்டு அம்பாசமுத்திரம் மருத்துவனையை நோக்கி விரட்டினர்.

"சொடல... நீயும் இடும்பனும் வூட்டுக்குப் போங்க... நீங்க இப்பம் வர வேணாம். நானும் முருகேசனும் பின்னாலேயே போய் என்ன ஏதுனு பாக்கம்."

சிங்காரம் இருவரையும் அனுப்பிவிட்டு அகன்றார். சுடலை முத்துவும், இடும்பனும் ஒருவர் முகத்தை ஒருவர் பார்க்காமல் தலைகுனிந்து, வேகவேகமாக வீட்டை நோக்கி நடந்தனர். சபைக்குச் சென்ற வீட்டின் ஆம்பளைகள் இன்னும் வீடு திரும்பவில்லையே என்று சீதாலட்சுமியும், கிழவியும் திண்ணையில் அமர்ந்து வாசலை நோக்கியிருந்தனர். அவர்கள் முதுகிற்குப் பின்னால் மங்கம்மாள் விளக்கு ஆடாமல் அசையாமல் நிலையாக சுடர்விட்டுக்கொண்டிருந்தது.

06

"போட் எக யவன்ன..."

ரோந்துப் படகில் இருந்த சிங்களக் கடற்படை அதிகாரி ஒருவன் ஒலிப்பெருக்கியின் வழியே எச்சரிக்கைக் குரல் விடுத்தான்.

உச்சிவானில் நின்ற நிலாவை வெண்பஞ்சு சுருள் ஒன்று வட்டமிட்டிருந்தது. ஆசாத் மரைக்காயர் கணித்திருந்ததைப் போலவே வாடைக் கச்சான் காற்று இப்போது சுழன்று வந்து படகை மோத ஆரம்பித்திருந்தது. மேகங்களும் அவசரகதியில் நகர்ந்துகொண்டிருந்தன.

அமைதியின் அடையாளமாகத் திகழும் சோழ தேசத்துத் தரைக்கடல் அன்று இயல்பு கெட்டிருந்தது. கடல் அலைகள் குதித்து ஆடின. அடிப்பாகத்தில் பிடித்திருந்த கொற்றாசிகள் பார்வைக்குப் புலப்படும்படி ஒரு நாட்டுப் படகு உயர்ந்தெழுந்து ஓடிவந்தது. மணமேல்குடியின் கோடியக்கரை நாட்டுப்படகுத் துறையை நோக்கி வந்துகொண்டிருந்த ஆசாத் மரைக்காயரின் அப்படகைச் சிங்கள ரோந்துப் படகு அடைந்துவிடும் தொலைவிலிருந்து விரட்டிக்கொண்டிருந்தது.

"மாப்ளே என்ன செய்யலாம். பிடிச்சுடுவானுங்கனு தோணுது. இனி நிறுத்தலனா போட்டக்கொண்டு வேகமாக மோதுவான்." படகைச் செலுத்திக்கொண்டிருந்த மரைக்காயர் பரபரத்தார்.

சட்டைப் பையிலிருந்து ஒரு சிகரெட்டை எடுத்துப் பற்றவைத்து இழுத்தபடி நஞ்சுண்டான் படகை நிறுத்தாமல் போகும்படி பார்வையினாலே கூறினார்.

"மாப்ள..."

"ஸ்பீட குறைக்காத. அழுத்து பாத்துக்கலாம்" ஆறடிக்குக் குறைவில்லாத உயரமும், அதற்கு நிரந்து வைத்தாற் போன்ற தசைப் பூச்சுடன் காணப்பட்ட நஞ்சுண்டானின் உடல்மொழியில் திமிர் வெளிப்பட்டது. எனினும் அவர் அருகில் அமர்ந்திருந்த வல்லத்தரசுவின் முகத்தில் பதற்ற ரேகைகள் தென்பட்டன.

"யகோ ஓகொல்லன்... போட் எக யவன்ன..." சிங்கள அதிகாரி இந்தமுறை கோபமாகக் கத்தினான். அவர்களது படகு இன்னும் நெருக்கத்தில் வந்திருந்தது.

"எக நதரககன்ன ஆயெத் ஓகோலன்ட கியேன்னே உத்தோ... அவசனான வாதவக் கியன்னம்."

"இனி நிமிசத்துல வளைச்சுடுவான் மாப்ள. என்ன செய்ய."

"மாமா வலுவாப் பிடி. நான் சொல்லாம எக்காரணம் கொண்டும் ஸ்பீட குறைக்காத."

சிங்கள அதிகாரி சுட்டுவிடுவதாக மிரட்டியும் நஞ்சுண்டான் அசங்கவில்லை. ராஜிவ்காந்தி கொல்லப்பட்டு அவருக்கு முப்பதாம் நாள் சடங்குகூட நிறைவடைந்திருக்காத போது அத்தனை ஆபத்தான பயணத்தை மேற்கொண்டு அவர்கள் திரும்பிக் கொண்டிருக்கின்றனர்.

இருநாட்டுப் படைகளில் எவரிடம் அகப்பட்டாலும் மீள முடியாத துயர வாழ்வுக்குள் பிரவேசிக்க நேரிடும். அதைவிடவும் நஞ்சுண்டானின் கவலையெல்லாம் எப்படியாவது மரைக்காயரையும், அவரது படகையும் பத்திரமாகக் கரைசேர்க்க வேண்டும் என்பதுதான். ஆசாத் மரைக்காயர் நீண்டகாலமாக நஞ்சுண்டானுக்காகப் படகோட்டிக் கொண்டிருக்கிறார். சில வருடங்களுக்கு முன்பு கம்பனிக்கு நம் தரப்பிலிருந்து எந்த உதவியையும் செய்யக்கூடாது என ஜமாஅத் முடிவு செய்திருந்ததைக் கூட அவர் பெரிதுபடுத்திக் கொள்ளவில்லை. நஞ்சுண்டானுடனான பழக்கத்திற்காக எதையும் செய்யக்கூடியவராகவே அவர் இருந்தார்.

தமிழகக் கடலோர எல்லைக்குள் நுழையப் போவதைக் கணித்திருந்த மரைக்காயர் நஞ்சுண்டானின் எண்ணத்தின்படியே படகை நேர் கோட்டில் ஓட்டாமல் வளைத்து வளைத்து ஓட்டிச் சிங்கள ரோந்துப் படகிற்கு ஆட்டம் காண்பித்தார். இதற்கு மேல் துரத்திச் செல்வதில் பலனில்லை என உணர்ந்த சிங்கள அதிகாரி, உடனடியாக இரண்டு உத்தரவுகளைப் பிறப்பித்தான். முதல் உத்தரவு படகைத் துரத்துவதை நிறுத்திவிட்டுத் திரும்பிச் செல்வது. இரண்டாம் உத்தரவு திரும்புவதற்கு முன் படகை நோக்கிச் சுடுவது.

முதல் தோட்டா வெடித்த மறுநொடியில் வல்லத்தரசுவையும், மரைக்காயரையும் படகிற்குள் சாய்த்து படுக்க வைத்துவிட்டு எஞ்சின் ஹேண்டிலை நஞ்சுண்டான் அவரது கைகளில் பற்றிக்கொண்டார். இரண்டாவது தோட்டாவும், மூன்றாவது தோட்டாவும் காற்றில் திசைமாறி கடலுக்குள் சீற, நான்காவது தோட்டா இலக்கை நோக்கித் துல்லியமாக வந்தடைந்தது. கண்ணிமைக்கும் நேரத்தில் நஞ்சுண்டானின் தோள்பட்டை துளையிடப்பட்டு, குபுகுபுவெனக் கைகளின் வழியாக வழிந்தோடிய குருதி படகிற்குள் ஒண்டியிருந்த மரைக்காயரின் மீது பட்டுச் சிதறியது.

கடுமையான வலியில் அலறிய நஞ்சுண்டான், மரைக்காயர் நகர்ந்துவந்து எஞ்சின் பிடியை வாங்கும் வரை படகின் வேகத்தைக் குறைக்காமல் இறுக்கமாகப் பிடித்திருந்தார். சிங்களக் கடற்படைப் படகு பின்தொடருவதை நிறுத்தி, வந்த வழியிலேயே திரும்பிக் கொண்டிருந்தது. நஞ்சுண்டானுக்குக் காட்சிகள் கலங்கின. படகை நிறைத்திருந்த அவரது வாட்ட சாட்டமான சரீரம் மெல்லச் செயலிழந்துகொண்டிருந்தது. எதிரில் இருந்த

மரைக்காயர் கொஞ்சம் கொஞ்சமாக அவரது பார்வையிலிருந்து மறைந்து கொண்டிருந்தார். வல்லத்தரசு அவரைத் தனது மடியில் சாய்த்துக்கொண்டு குண்டடி பட்ட இடத்தில் துண்டைச் சுருட்டி வைத்து அழுத்திப் பிடித்திருந்தார்.

அரைமயக்கத்தில் முனகியபடி கிடந்த நஞ்சுண்டானின் முகத்திற்கு முன்பு அவரது பிள்ளைகள் வந்து நின்றனர். தனது உயிரை உடலுக்குள் தக்க வைக்க அத்தனை புலன்களாலும் இறைஞ்சி போராடிக்கொண்டிருந்தார்.

அதுவரை படகின் ஓட்டத்திற்கு எதிராகத் துடித்துக்கொண்டிருந்த கடல், நீருக்கு அடியிலிருந்து உத்தரவு வந்ததைப் போல் மெல்ல மெல்ல அமைதியாகி அதன் தடைகளை விலக்கிக்கொண்டிருந்தது. சிறிது நேரத்தில் அதற்கே உரித்தான அமைதிப் பண்பினை அது மீண்டும் பெற்றிருந்தது.

நிமிடங்களில் கடல் சலனமில்லாத குளம் போல் மாறியதைக் கண்ட மரைக்காயர் “ராவுத்தரே” எனக் குரலெடுத்துக் கரைதிசை நோக்கி வணங்கினார்.

பிறகு நெற்றியில் இடதுகையை வைத்து கண்களைச் சுருக்கிக் கரையைத் துலாவினார்.

“மாப்ளே. இவ்வளவு நேரம் எப்படி ரஃப் அடிச்சு கிடந்தது. இப்ப பாரு எப்படி தெளிஞ்சு கிடக்குன்னு. நான் சொல்லுறன் உனக்கு உசுரு கெட்டி. மனச விட்றாத”

“இந்தா கரை கண்ணுக்கு மட்டுப்பட்டுட்டு. கொஞ்சம் தாங்கிக்க செத்த நேரத்துல ஓடிடுவோம்.”

நஞ்சுண்டானுக்கு மரைக்காயர் எதையோ பேசிக்கொண்டிருக்கிறார் என்பது மட்டும் புரிந்தது. நினைவுகள் கொஞ்சம் கொஞ்சமாக அகன்று கொண்டிருக்க உடல் முழுவதும் தெப்பமாக வியர்த்திருந்தது. மூச்சுக்காற்று தடைபடுவதைப் போல் உணர்ந்து இருமத் தொடங்கினார். நடக்கப்போவதைக் கேள்விகளின்றி அறிந்ததைப் போல் வல்லத்தரசுவின் கண்கள் கலங்கி இருந்தன. மரைக்காயர் மிரட்சியுடன் படகு ஓடும் திசையையும், நஞ்சுண்டானின் இறுதி நொடிகளையும் மாறி மாறி பார்த்துக் கொண்டிருந்தார். இறுதி மூச்சும் வெளியேறி, விழிகள் அகண்டு நஞ்சுண்டான் மூர்ச்சையாகிப் போனார். அடுத்த விநாடி தெற்கிலிருந்து விரைந்து வந்த தென்றல்காற்று அவரது நாசிக்குள்

புகுந்து கணநேரத்தில் அவரது சுவாசத்தை மீண்டும் கட்டுக்குள் கொண்டு வந்துகொண்டிருந்தது.

மரைக்காயர் அங்கு நிகழ்ந்துகொண்டிருந்த அற்புதத்தைக் கண்கொட்டாமல் பார்த்தார். நஞ்சுண்டானின் உயிர் பிரிந்ததை அவரும் கண்டார். ஆனால் இது என்ன அதிசயம்! இந்த முறை அவர் ராவுத்தரை வணங்கவில்லை. தனது உயிர் மெய்யை விட்டுப் பிரிந்து மீண்டும் அதனுள் சென்றதை அத்தனைப் புலன்களாலும் உணர்ந்த நஞ்சுண்டான் அந்த மந்திரக்காற்று வந்த தென் திசைநோக்கிக் கைகளைக் கூப்பி வணங்க முயன்றார். கண்கள் ஆனந்தப் பெருக்கெடுத்து நீரை வடித்தன. இறையினால் ஆசீர்வதிக்கப்பட்டதைப் போல் அவரது உள்ளம் நெகிழ்ந்திருந்தது. இனி இறந்தாலும் அதில் அர்த்தமிழக்க ஒன்றுமில்லை என்பது போன்ற பாவனையில் புன்சிரிப்பைத் தரித்திருந்தார். அந்தப் புன்னகை இனி என்றென்றும் அவரிடம் நீங்காமல் நிலைத்துவிடும் போல் தெரிந்தது. இன்னொரு விடியலின் வாசம் காற்றில் கமழ்ந்துவர படகு கரையைத் தொட்டுவிடும் தூரத்தில் ஓடிக்கொண்டிருந்தது.

07

அந்த இரவில் பொதிகை மலையில் அடர்ந்திருக்கும் மரங்கள் கூடத் தெள்ளத் தெளிவாகத் தெரியும் அளவிற்கு நிலவு எரித்துக் கொண்டிருந்தது. லட்சம் மின்மினிப் பூச்சிகள் கிரங்கிக் கிடப்பதைப் போல் விசும்பெங்கும் வெள்ளித் தாரகைகள் பூத்துக்கிடந்தன.

காற்று ஒரு பூவசர இலைச் சருகை நகர்த்திவந்து வாசலில் போட்டது. சுடலைமுத்துவும், இடும்பனும் வாசலில் அமர்ந்து கிழக்குத் திசையை வெறித்திருந்தனர். திண்ணையில் கிழவியும் சீதாலட்சுமியும் மிரட்சியுடன் அமர்ந்திருந்தனர். வீடு, வாசல் முழுவதும் அவநம்பிக்கையின் துர்வாடை மிகுந்திருந்தது.

பள்ளத்தாக்கை நோக்கிப் பாயும் காட்டு வெள்ளத்தைப் போல் குடும்பத்தின் விதி கைமீறி ஓடிக்கொண்டிருந்தது. அந்நேரத்தில் ஆந்தை ஒன்று வீட்டிற்கு எதிரேயிருக்கும் வேப்ப மரத்தில் அமர்ந்து கண்களைச் சிமிட்டாமல் பார்த்துக் கொண்டிருந்தது. அந்தக் கூகை குறிப்பால் உணர்த்த வருவதை அறிந்தவராய் சுடலைமுத்து அதனை நோக்கிக் கல் ஒன்றை எடுத்து வீசினார்.

வண்டி மாடுகளின் கழுத்து மணியோசையும், கால் குளம்பொலியும் வருவதைக் கேட்டு சுடலைமுத்துவும் இடும்பனும் எழுந்து நின்றனர். சீதாலட்சுமியும் கிழவியும் பரபரப்புடன் வெளியே வந்தனர். மேல்கூண்டு வைத்த அந்தக் கட்டை வண்டித் தெருவிற்குள் நுழைந்து சுடலைமுத்து வீட்டு வாசலில் வந்து நின்றது.

சிங்காரம் பண்ணையார் வண்டியிலிருந்து இறங்கி சுடலை முத்துவிடம் தயங்கபடி போனார். சீதாலட்சுமியையும் கிழவியையும் கண்டவுடன் தலைகுனிந்து வாசலைப் பார்த்தார்.

“காவந்து பண்ண முடியலடே” - இடும்பன் தலையில் கைவைத்துக் கொண்டு கீழே அமர்ந்தான். தாயும் மகளும் நெஞ்சில் அடித்துக்கொண்டு அலறினர். சுடலைமுத்து ஓர் இடத்தில் நிற்க முடியாமல் நிதானம்கெட்டு அங்குமிங்கும் ஓடினார். பின்னால் வந்த வண்டியிலிருந்து இறங்கிய முருகேசன் சுடலைமுத்துவைப் பிடித்து நிறுத்தி அழ ஆரம்பித்தான். பொழுது விடிந்ததும் எழவு விழுந்த வீட்டை ஊர் சூழ்ந்துகொண்டது. பெண்கள் கூடி அமர்ந்து ஒப்பாரி வைத்தனர்.

பங்காளிகள் போதை ஏற்றிக்கொண்டு இறுதிச் சடங்கிற்கான வேலைகளைச் செய்துகொண்டிருந்தனர். பிணம் பாடையில் ஏறத் தயாராக இருந்தபோது காக்கி உடை அணிந்த நான்கைந்து ஆட்கள் ஊருக்குள் நுழைந்தனர். விடுதலைக்குப் பிறகு அப்போது தான் முதன்முறையாகக் காவலர்கள் அந்த ஊருக்குள் வருகிறார்கள். நாடார் தெருவில் நுழைந்த அவர்கள் சுடலைமுத்துவின் வீட்டிற்கு வந்து இடும்பனுக்கு முன்னால் போய் நின்றார்கள். இறப்பதற்கு முன்பு தனசேகரன் அளித்த மரண வாக்கு மூலம் இடும்பனின் கரங்களில் விலங்கேற்றியிருந்தது. தனசேகரனை வடக்குத் திசை நோக்கிக் கொண்டு செல்கையில், காவலர்கள் சூழ இடும்பன் மேற்கு நோக்கி நடந்தான்.

காரியம் முடிந்த கையோடு சீதாலட்சுமி புகுந்த வீட்டிற்குப் புறப்பட்டாள். புகுந்து வீட்டிற்குச் சென்ற நான்காம் நாளில் அவள் வயிற்றில் இருந்த கருவும் கலைந்திருந்தது. மங்கம்மாள் தன் வயிற்றில் மீண்டும் வாய்ப்பாள் என்ற சீதாலட்சுமியின் நம்பிக்கை மொத்தமும் உதிரமாக உடைந்து கொட்டியிருந்தது. செய்தியை அறிந்த சுடலைமுத்துவும், கிழவியும் ஒரு விடியற்காலையில் யாரிடமும் சொல்லிக்கொள்ளாமல் கொஞ்சம் செருவாட்டுக் காசை எடுத்துக்கொண்டு இனி ஊர் திரும்பக்கூடாது என்கிற

முடிவோடு காசி நோக்கிய அவர்களது இறுதி யாத்திரையைத் தொடங்கினர்.

ஈஸ்வரன் நம்பூதிரி கூறியதைப் போல் யட்சிகளின் சூனியமும் மங்கம்மாளின் கோபமும் இணைந்து உக்கிரத் தாண்டவம் ஆடின. அவை சுடலைமுத்துவின் குடும்பத்தை மிச்சம் மீதி வைக்காமல் அழித்து முடிக்கவேண்டி ஓய்வின்றி செயலாற்றின. அதுநாள் வரை சிறுகச் சிறுகச் சிதையுண்ட குடும்பம் அதன் முடிவை நோக்கித் துரிதமாக நடைபோட்டது. எல்லோரும் ஒருவழியில் சென்றிருக்க முருகேசனின் தனிமை வியாபித்த நாள்களும், மங்கம்மாள் விளக்கும் மட்டும் அந்தக் காரை வீட்டில் மீதமிருந்தன.

கொலை வழக்கின் முதற்கட்ட விசாரணையின் முடிவில் இடும்பன் முதல் குற்றவாளியாகவும்; சட்டத்துக்குப் புறம்பாகப் பஞ்சாயத்து நடத்தி கொலை நடைபெறக் காரணமாக இருந்ததாகச் சிங்காரம் பண்ணையாரும், பங்காளிகளில் ஐவரும் இரண்டாம் குற்றவாளிகளாகச் சேர்க்கப்பட்டார்கள். இடும்பனுக்குப் பிணை கிடைப்பது சிரமமாக இருந்தது. மற்றவர்கள் பிணையில் வெளியே வந்து வழக்கைச் சந்தித்தனர்.

சிங்காரம் பண்ணையாரின் உதவியோடு முருகேசன் இடும்பனை வெளியே கொண்டு வருவதற்கு எல்லா வகையிலும் போராடி வந்தான். திருநெல்வேலியைச் சேர்ந்த சுந்தரம் பிள்ளை என்கிற வழக்கறிஞர் சிங்காரம் பண்ணையாருக்கு மிகவும் வேண்டப்பட்டவர். அவர்தான் இடும்பனின் வழக்கைக் கையிலெடுத்து நடத்திவந்தார். விசாரணையின் முடிவில் பாளையங்கோட்டை நீதிமன்றம் சிங்காரம் பண்ணையார் உள்ளிட்ட பங்காளிகளை அபராதத்துடன் கூடிய எச்சரிக்கையோடு விடுவித்து இடும்பனுக்கு ஏழு ஆண்டுகள் கடுங்காவல் சிறைத் தண்டனை விதித்தது.

சுந்தரம் பிள்ளை வழக்கின் தீர்ப்பை எதிர்த்து மெட்ராஸ் உயர்நீதி மன்றத்தில் மேல்முறையீடு செய்தார். அதன் காரணமாக முருகேசன், சிங்காரம் பண்ணையார், பங்காளிகளில் சிலர் வழக்கு விசாரணைக்காக அடிக்கடி மெட்ராஸ் செல்ல நேர்ந்தது. வழக்கின் செலவுகளுக்குச் சிங்காரம் தனது கையிலிருந்து பணம் செலவழித்து வந்தார். இதனால் அவரது வீட்டில் அவரது மகன்களுக்கும் அவருக்கும் இடையில் மனக்கசப்புகள் உண்டாகின. பல வாய்தாக்கள் கடந்து, பலதரப்பட்ட விசாரணைகளும் வாதங்களும் முடிந்து, தனசேகரின் கொலை திட்டமிட்டுச் செய்யப்பட்ட

கொலை அல்ல என நிரூபணம் ஆனது. ஏழு ஆண்டுகள் சிறை தண்டனை நான்கு ஆண்டுகளாகக் குறைக்கப்பட்டு தீர்ப்பு வந்தது.

முருகேசனுக்கு அந்தத் தீர்ப்பில் ஓரளவுக்குத் திருப்தி ஏற்பட்டது. இருந்தும் வழக்கை வெற்றிகரமாக முடித்துத் தந்த சுந்தரம் பிள்ளைக்குத் தரவேண்டிய கட்டணத் தொகைக்காக அவன் திண்டாட வேண்டியிருந்தது. வழக்கு, விசாரணை என அலைந்ததால் அவனால் கழனிகளிலும் கவனம் செலுத்த முடியவில்லை. சிங்காரம் பண்ணையார் ஏற்கெனவே நிறைய கொடுத்திருந்தார்.

அன்று ஒரு முடிவை எடுத்துக்கொண்டு அவன் சிங்காரம் பண்ணையாரின் வீட்டிற்குச் சென்றான்.

“உக்காருல. அதாம் சொன்னம்லயா. பரிசுத்த நாடாருக்குக் கடுதாசி போட்ருக்கன். அவிய மூலமா ஐயாகிட்ட சொல்லி பயல இன்னும் கூடச் சீக்கிரமே வெளில கொண்டு வந்துடுவோம். ஆருட்டயும் சொல்லிக்க வேணாம் செரியா. நம்ம ஆளுவ பெறவு எல்லாவத்துக்கும் அவர்ட்ட போய் நிப்பாம்.”

“ஐயாவா... செய்வாகளா?”

“பின்ன நமக்குச் செய்யாம.”

“பெரியய்யா. வக்கீலுக்குக் கணக்கு முடிக்கணும். இப்போம் துட்டு இல்ல.”

“சுந்தரத்துக்கா? விடுலே. என் கைல இருக்கத நான் தருதன் மீதிக்குப் பெறவு தருவோம். நான் பேசிக்கன்.”

“செரி... ஒரு உவகாரம் செய்றியளா. மேல ஓரமா இருக்க நிலத்த எடுத்துக்கிடுங்க. ஏற்கெனவே ஆன செலவுக்கெல்லாம் கணக்கு எழுதி வைச்சியளா.”

“இல்லடே. என்னத்த எழுத. நானுந்தான் குத்தவாலி.”

“அப்படி இல்ல பெரியய்யா. எனக்கு வேசடையா இருக்கில்ல. பத்தரம் எழுதித் தருதன். எம்புட்டு கணக்குனு தெர்ல. நீங்களா எம்புட்டு வேணுமோ எடுத்துட்டு மீதிய விடுங்க.”

“விடு ஓடியா போவுது. சொடலயையும் ஒரேடியா காங்கல. இந்த நேரத்துல நெலத்த பத்திரம் மாத்தினா ஊர் என்ன என்னம்லே நெனக்கும்.”

“அதெல்லாம் இப்போம் பாக்க முடியாது. நீங்க இந்தச் சோலிய மொத முடிச்சுவிடுங்க. அப்பம்தான் நிம்மதி. அடுத்தடுத்து நானும் என் பொழப்ப பாக்கன்.”

“செரிடே. சுந்தரத்த பக்கத்துல வைச்சுக்கிட்டு கணக்கு வழக்கு தீத்துக்கிடுவம். அந்தால. இன்னொரு சேதி. ஒரு பொண்ணு. பேரு ருக்கு. நமக்கு ஒரு வகைல சொந்தக்கார வூடுதான். ஏழைப்பட்டவக சீர் செனத்தி ரெம்ப எதிர்ப்பாக்க முடியாது. ஆனா பொண்ணு நல்ல கொணம். வடிவாவும் இருப்பான்னா பாத்துக்க. உனக்குச் செரினா சொல்லு. பேசுவோம். பெருசா ஆருக்கும் சொல்லாம கோயில்ல வைச்சு பண்ணிப்பம்.”

“இல்ல பெரிப்பா... இடும்பண்ணண் இருக்கு. அதுக்கு முன்னாடியா.”

“செரிதான். ஆனா இடும்பன் வெளில வந்து. அப்புறம் அவனுக்குப் பொண்ணு பாக்கதும் பெரும் பாடுதான்னு வையேன். சொடலமுத்து நாடான் குடும்பம் வாரிசு இல்லாம போவவாடே. அதுக்காண்டியாவது... நீ உன் முடிவச் சொல்லு.”

“நான் யோசிச்சு சொல்லுதனே.”

“சரிடே. அப்பம் போனவியல பத்தி எதும் தகவல் கெடைச்சுதா.”

“இல்ல ஐயா. ஒன்னும் இல்ல. திரும்பி வருவாவனு தோணல.”

தை மாதத்தில் முருகேசன் ருக்குவைக் கட்டிக்கொண்டு ஊருக்கு அழைத்து வந்தான். கொலை வழக்கை முடிப்பதற்கு ஆன செலவினங்களை எல்லாம் கணக்கிட்டபோது, அது சொத்தில் சரிபாதியை விழுங்கியிருந்தது. மீந்ததிலும் பாதியைச் செலவு செய்து மேலிடம் வரை கவனித்து இடும்பனை இரண்டு ஆண்டுகள் சிறைத் தண்டனையோடு முருகேசன் வெளியே கொண்டு வந்தான்.

இடும்பன் இப்போது நன்றாக இளைத்து ஒடுங்கியிருந்தான். முன்பிருந்த தெளிவும் வலுவும் காணாமல் போயிருந்தது. வீட்டிற்கு வந்ததிலிருந்து யாரிடமும் பேசாமல் நாள் முழுவதும் பீடியைப் பற்றவைத்துக் கொண்டு திண்ணையில் அமர்ந்திருந்தான். வயல்வெளிக்குச் செல்லக்கூட விருப்பமில்லாமல் ஜடம்போல் உருமாறி வந்தான். நிலைதெரியாத அளவிற்குக் குடியல் வேறு. சில நேரங்களில் கால்போன போக்கில் எங்காவது நடந்து செல்வான். வீடு திரும்புவதற்குச் சில தருணங்களில் நான்கைந்து நாள்கள் கூட ஆகும். அவனது நடவடிக்கைகளில் மாறுதல்கள்

உண்டாகிக்கொண்டே வந்தன. குடும்பம் தழைக்க வேண்டும் என்கிற விருப்பத்தில் முருகேசன் ஒற்றை ஆளாக இருந்து மீதமிருந்த நிலத்தில் பாடுபட்டான். ருக்கு அப்போது நிறைமாதக் கர்ப்பிணியாக இருந்தாள்.

அந்தி வேளைகளில் மங்கம்மாள் விளக்கை ஏற்றிவைத்துக் கொண்டு அதன் முன் அமர்ந்து கண்ணீர் வடித்துக் கெஞ்சுவாள்.

அன்று வழக்கம்போல் இடும்பன் எங்கங்கோ சுற்றித் திரிந்துவிட்டு நள்ளிரவில் வீடு திரும்பினான். திண்ணையில் அமர்ந்து பீடியைப் பற்றவைத்துக் கொண்டு யோசனையின்றி அமர்ந்திருந்தான். உள்ளிருந்து தாழ்ப்பாள் போடப்பட்டிருந்த கூடத்திலிருந்து ருக்குவின் குரல் ஒலிப்பதைக் கேட்டு எழுந்து சாளரம் அருகே போய்நின்று உள்ளே நோக்கினான். இருளில் இரு உடல்கள் ஒட்டியொட்டிப் பிரிந்துகொண்டிருந்தன. இடும்பன் கண்களைக் குறுக்கி இருட்டைக் கடந்து பார்க்க முற்பட்டான். ருக்கு பானைபோல் வீங்கிய வயிறையும் மார்பையும் திறந்து போட்டபடி படுத்திருந்தாள். அவளது தொடைகளுக்கிடையே முருகேசன் நிதானமாக இயங்கிக் கொண்டிருந்தான்.

"ஏட்டி... கதவு... கதவுல கொண்டி போட்டல்ல..."

"ம் போட்ருக்கன்... ஆஹ்."

"இருட்டி... இ... இந்தா... முடிய..."

இடும்பனுக்குள் அந்தக் காட்சி கண்களின் ஊடாக நுழைந்து, நரம்பு முடிச்சுகளுக்குள் படிந்து நமைச்சலை உண்டாக்கியது.

அடிவயிற்றிலிருந்து ஊற்றெடுத்த சரீரப்பசி அவனது சிரம் வரை ஏறியது. ருக்குவிடமிருந்து எழுந்த முனகல் ஒலி அவனது ரோமங்களைச் சிலிர்க்க வைத்தது. கண்கள் சொருகிய நிலையில் தனது குறியைப் பிடித்து உருவிக்கொண்டான்.

காரணமில்லாத பய உணர்வில் அவனது உடலும் மனமும் நடுங்கின. கதவை உடைத்து உள்ளே பாய்ந்து, முருகேசனைத் தள்ளிவிட்டு அவன் முன்பாகவே ருக்குவைப் புணரவேண்டும் என்கிற வெறி அவனுள் உதித்து மறைந்தது. கைகளால் செவிகளைப் பொத்திக் கொண்டு வீட்டிற்கு வெளிவே வந்தான். சாரத்தை மடித்துக் கட்டிக் கொண்டு மேலாடை இல்லாத உடலுடன் அந்த நட்டநடுநிசியில் வெறிபிடித்தவனைப் போல் ஓட்டமும் நடையுமாக ஒவ்வொரு வீட்டு வாசலிலும் ஏறி இறங்கி 'ஓ..'வென்று சப்தமிட்டான். சற்றுத்

தொலைவில் மங்கம்மாள் நிற்பது போன்ற பிரமை அவனுக்கு ஏற்பட்டது. அவளை நோக்கி ஓட்டம் பிடித்தான். அவளது கால்களில் விழுந்து கண்ணீர் வடித்துக் கதறினான். அவள் மறைந்து போயிருந்தாள். தலை நிமிரும்போது அவனைச் சுற்றி ஆயிரமாயிரம் விளக்குகள் சுடர்விட்டு எரிவதைக் கண்டான். அந்தக் கணத்தில் அவன் தனது கடந்த காலத்தையெல்லாம் காற்றில் கரைத்துத் தொலைத்திருந்தான்.

08

'ராவுத்தர் துணை' என அணியத்திலும் 'தம்பி' என வலது பக்கத்திலும் எழுதப்பட்டிருந்த அந்த விசைப்படகு நடுக்கடலில் பழுதாக நின்றுகொண்டிருந்தது. மற்றொரு விசைப் படகிலிருந்து உதவுவதற்காக வந்தவர்கள் எஞ்சினைப் பரிசோதித்துப் பார்த்துவிட்டுக் கடினம் என்பதுபோல் உதட்டைப் பிதுக்கினர். சிறிதுநேரம் போராடிப் பார்த்தனர். இனி வேறு வழியில்லையென செயலிழந்து போயிருந்த அந்தப் படகு உதவிக்கு வந்திருந்த விசைப்படகோடு சேர்த்து கனமான ரோப்புகளால் கட்டப்பட்டது. முன்னால் நின்ற படகு பழுதாகி நின்ற படகை இழுத்தபடி மெல்ல கரைநோக்கி நகர ஆரம்பித்தது.

"அண்ணே... இப்பதான் சிக்னல் வருது. கரைக்கு நெருங்கி வந்துட்டோம். நீங்க வாங்க சரியா இருக்கும்."

படகு பழுதான செய்தியைச் சந்திரன் அலைபேசி வழியாகத் தெரிவித்தான். மடியில் அமர வைத்திருந்த ஒன்றரை வயதுடைய தனது பேரனை மகள் கையில் கொடுத்துவிட்டு சோபாவிலிருந்து எழுந்த நஞ்சுண்டான், அவரது அறைக்குள் சென்று சட்டையை எடுத்து மாட்டிக்கொண்டு அவசரமாகக் கிளம்பினார்.

கம்பனிக்கு இதற்குமேல் உதவினால் ஜமாஅத் ஆசாத் மரைக்காயரை நிரந்தரமாக விலக்கி வைத்துவிடும் என்பதை உணர்ந்த நஞ்சுண்டான் அவர் மீது ஏற்றி வைத்திருந்த சுமையைக் குண்டடிபட்டு மருத்துவமனையிலிருந்து திரும்பிய அன்றே இறக்கி வைத்துவிட்டார். அதுவரை விவசாயத் தொழிலில் மட்டும் ஈடுபட்டு வந்த அவர் கம்பெனியின் தேவைகளைப் பூர்த்தி செய்யவேண்டி தன்னிடம் இருந்த நிலங்களில் குறிப்பிடும்படியான

அளவை விற்று அதன்மூலம் ஒரு விசைப்படகையும், மற்றுமொரு நாட்டுப் படகையும் வாங்கிக் கடல் தொழிலில் இறங்கியிருந்தார். ஆனபோதிலும் தோட்டாவிடமிருந்து உயிர்பிழைத்ததற்குப் பிறகான பதினாறு ஆண்டுகளில் அவர் கடலோடிய தருணங்கள் மிகவும் சொற்பமே. அதன்பிறகு அவருக்காக அவ்வேலையை வல்லத்தரசுவும் இன்னும் சில லஸ்கர்களும் இணைந்து செய்து வந்தனர். அவர்களில் அடுத்த தலைமுறையைச் சேர்ந்த இருபது வயதுடைய இளைஞர்களான சந்திரன், திப்பு சுல்தான் ஆகியோரும் அடக்கம். விசைப் படகு கோட்டைப்பட்டினம் துறைமுகத்திலிருந்தும், நாட்டுப் படகு மணமேல்குடி நாட்டுப் படகு துறையிலிருந்தும் மீன் பிடிக்கச் சென்று வந்தன. மீன் பிடித்தல் போக கம்பெனிக்கு அனுப்ப வேண்டிய சரக்குகளை ஏற்றிச் சென்று கடல்நடுவில் கைமாற்றுவது அவ்விரு படகுகளுக்குமான கூடுதல் பணி.

"அப்பா என்னாச்சு?" அனிதா மகனை ஆப்பாட்டியபடி கேட்டாள்.

"லாஞ்சுல ஷாப்ட்டு கட்டாயிடிச்சாம்மா"

"ஐயோ. கடலுக்குப் போனதா. இப்ப என்னாச்சு"

"ஏற்கெனவே எஞ்சினும் பாடியாகுற கண்டிஷன்தான். யார்டுக்குக் கொண்டு வரானுங்க. இனிதான் தெரியும் என்ன செலவு எப்படினு. நான் போய் பாத்துட்டு வரன். அம்மா எங்க பின்னாடி நிக்கிறாளா?"

"ஆமாம்பா"

"சரி அவகிட்ட சேதிய சொல்லிடு... வந்துடுறன்"

காரை எடுத்துக்கொண்டு கோட்டைப்பட்டினம் நோக்கிச் சென்ற நஞ்சுண்டான் போகிற வழிநெடுக்கப் படகு பெரிய செலவுகளை வைத்துவிட்டால் என்ன செய்வது என்ற யோசனையிலேயே உழன்றார். அவர் கடல் தொழிலிலிருந்து ஈட்டும் வருமானம் அவர் செய்யும் செலவுகளுக்குத்தான் போதுமானதாக இருந்தது. பெரிய சேமிப்பென்று ஏதும் இல்லை. அவசரத் தேவைகளுக்கு உதவ நிறைய பழக்க வழக்கங்கள் உண்டென்றாலும் அவர்களிடமிருந்து ஏற்கெனவே பெற்றிருக்கும் கடனையே இன்னும் அவர் அடைத்தபாடில்லை.

படகுகள், வலைகளின் பராமரிப்புச் செலவினங்கள், மீன்பாடு சரிவர கிடைக்காத நாள்களில் டீசல் செலவால் ஏற்படும் நஷ்டம்,

படகில் செல்வோருக்கான குறைந்தபட்சக் கட்டாய பேட்டா எனக் கடல்தொழில் அவரது கரத்தில் துளைகளைப் போட்டு வந்ததே தவிர பெரிய அளவில் அள்ளி நிரப்பவில்லை. குடும்பச் சொத்தில் படகுகளும், அவர் சுமந்த வழக்குகளும் சேர்ந்து உருவியவை போக மீதமிருந்தவற்றில் பெரும்பகுதி மகளைப் பெரிய இடத்தில் கட்டிக் கொடுக்க வேண்டுமென்ற முடிவில் இடம்பெயர்ந்து போனது. காரும், நூறு சவரனும் போதாதென மருமகனுக்குக் கொஞ்ச நாள்களுக்கு முன்னர் தன் செலவில் கடை ஒன்றையும் பிடித்துக் கொடுத்திருந்தார். எஞ்சி இருக்கும் ஒரு தென்னந்தோப்பும், நெல் விவசாயம் செய்வதற்கு ஏற்ற பத்து மா நிலமும் வாழ்ந்த குடும்பம் இன்னும் முற்றிலும் கெடவில்லை எனச் சொல்வதற்காகவேண்டி அவருடன் தங்கியிருக்கின்றன.

இதற்குமேல் வீட்டிலிருந்து அவர் ஒரு குண்டுமணியை விற்க நினைத்தாலும் கிழவி சுருக்கு வைத்துக்கொண்டு தொங்கிவிடும். கணவர் இறந்தபோதிலும்கூடக் கல்லென இருந்தது, நஞ்சுண்டான் நிலத்தை விற்றுப் படகு வாங்க முடிவு செய்த நாளில் கத்தி அழுது ஊரைக் கூட்டிவிட்டது. மகனென்றும் பாராமல் கண்டபடி வைதது. அவரது மகன் தமிழரசன் ஓர் ஆளாக வளர்ந்து இழந்தவற்றையெல்லாம் மீட்பான் என்ற கனவுகளை எல்லாம் அவர் காண்பதேயில்லை. அவனும் அவனது படிப்பிற்குச் செலவழித்தது அத்தனையும் வீண் என்று சொல்லும் அளவிற்குக் கல்லூரிப் படிப்பை முடித்துவிட்டு வீட்டில் வந்து அமர்ந்திருந்தான். முப்பது அரியர்களையும் முடித்து டிகிரியைக் கையில் வாங்குவது என்பது இனி அவனுக்கு மலையைப் புரட்டும் வேலை.

மீனாம்பாளைப் பொறுத்த வரை பிள்ளை என்று சொல்லிக் கொள்ள அவன் இருப்பது ஒன்றே போதும். இருப்பதை வைத்து அவனால் நன்றாக வாழ முடியும் என நம்பினார். நஞ்சுண்டானுக்கும் அதே எண்ணமிருந்தும் அதை அவனிடம் வெளிக்காட்டிக் கொள்ள மாட்டார். வயது மூப்பினால் இத்தனை தூரம் பக்குவம் அடைந்திருந்தவருக்கு ஏனோ பெரிய கங்காணியார் குடும்பத்தின் ஒரே மிச்சமான அம்புஜத்தை மட்டும் அருகில் சேர்க்க எண்ணம் வரவில்லை. ஆனாலும் தோன்றும்போதெல்லாம் மகனிடம் பணம் காசு, உடல்வலித் தைலம், நல்லதாய்க் கொஞ்சம் குழம்பு சோறு எனத் தந்து, 'பெரிய வீட்டுப் பாட்டியிடம் கொடுத்து வா' என அனுப்பி வைப்பார்.

நாதியற்றுப்போய் இருந்தாலும் வீராப்பு குறையாதவளாய் இருந்த அம்புஜம் பெரும்பாலான நேரங்களில் அவற்றை ஏற்கமாட்டாள். ஒரு மனம்போல் சில நேரங்களில் வாங்கிக்கொள்ளவும் செய்வாள். கிழவி கேட்கிறாளே எனத் தமிழரசன் நஞ்சுண்டானுக்குத் தெரியாமல் சில சமயங்களில் மதுபானப் போத்தல்களைக் கூட இரகசியமாக வாங்கித் தருவான்.

கோட்டைப்பட்டினம் மீன்பிடித் துறைமுகத்தை நஞ்சுண்டானின் கார் அடையும்போது, அவரது படகுத் துறைமுகத்தில் நங்கூரம் இடப்படும் இடத்திற்கு இழுத்து வரப்பட்டிருந்தது. படகுகள் பழுது பார்க்கும் இடத்தில் நின்றுகொண்டு, சந்திரனை நோக்கிக் கையசைத்தார். படகு மெல்ல நகர்ந்து பழுது நீக்கம் செய்யும் தளத்திற்கு வந்து சேர்ந்ததும் அது கரையில் அமைக்கப்பட்டிருந்த சிமெண்ட் கட்டையுடன் சேர்த்து நீரில் நகராதபடி கட்டினார் சந்திரன்.

“வாங்க மொதலாளி. சௌக்கியமா?” படகிலிருந்து தரைக்கு இறங்கிய மெக்கானிக் ராஜேந்திரன் நச்சுண்டானைப் பார்த்துச் சிரித்தபடி வந்தார்.

“அதான் பாக்குறியே. என்கிட்ட இனி ஒன்னுல்ல. இப்பவே சொல்லிட்டன்.”

“உங்ககிட்டயா, அடேங்கப்பா. பின்ன யார்கிட்டதான் இருக்கும்.”

“சரி... என்னாச்சுனு சொல்லு.”

“இங்க பாக்க முடியாதுணே. சந்திரன் ஃபோன்ல சொன்னான்ல. லேய்... சந்திரா.”

“செலவு எவ்வளவு ஆகும்னு நீதானே சொல்லணும்.”

“அதான்ணே. எஞ்சினு சுத்தமாப் பிரிக்கணும். சரினு சொன்னினா திருச்சிக்கு ஏத்திவிட்டுப் பாக்கலாம். பாடிலயும் வேல இருக்கு. பாத்துக்க. செலவு எப்படினு மொத்தமா கணக்கு பண்ணிட்டுச் சொல்லுறன்.”

“ஏன் ராஜேந்திரா செலவு ஒன்னும் சமாளிக்க முடியல. பெரிய வெக்கங்கெட்ட பொழப்பா இருக்கு. சரி மவ வேற வீட்டுக்கு வந்துருக்கா, நான் ஃபோன் பண்றன், நீ என்னன்னு பாத்துட்டுச் சொல்லு...”

“லேய் சந்திரா. இங்க வா.” படகிலிருந்து அடுப்பு, சமையல் பாத்திரங்கள் உள்ளிட்ட ஏத்தனங்களை இறக்கிக் கொண்டிருந்த சந்திரன் நஞ்சுண்டான் அழைப்பது கேட்டு ஓடி வந்தான்.

“வாங்கணே...”

“இந்தா... இத எப்படினு பாத்து பயலுக பிரிச்சுக்கங்க.”

நஞ்சுண்டான் சட்டைப் பையிலிருந்து ரூபாய் நோட்டுகளை எடுத்து நீட்ட சந்திரன் அதனை வாங்க மறுத்தான்.

“ஏன்ணே... என்ன இப்ப மடியா வழிச்சோம்.”

“பரவால்ல வைச்சுக்க. போட்டு எப்ப ரெடி பண்ணி... நீயும் ராஜேந்திரன் கிட்ட என்ன ஏதுனு கேட்டுக்க. சரி அப்புறம் அக்கா வீட்டுக்கு வந்துருக்கா. மத்தியானம் ஒன்னும் வேல இல்லன்னா வா. சரியா”

“சரிணே.”

அவர் வீட்டிற்குத் திரும்பிய சிறிது நேரத்திலேயே தூத்துக்குடி வல்தாரீஸிடமிருந்து அலைபேசி வாயிலாகத் திடுக்கிடும் செய்தி ஒன்று வந்து சேர்ந்தது. அச்செய்தியைக் கேட்டபிறகு அவருக்கு உணவு உண்ணக்கூட மனம் ஒப்பவில்லை. வருத்தமுற்று நீண்ட நேரம் ஒரே இடத்தில் அமர்ந்திருந்திருந்தார். நினைவுகள் பின்நோக்கி இழுத்தன. முடிந்துவிட்ட பிறகு நிஜமும் கூட வெறும் கற்பனைதான். செவிகளுக்குள் விதி எக்காளமிடும் ஓசை கேட்டது. சிகரெட்டைப் புகைத்தபடி காலம் அடித்துச் சென்றிருந்த சில தருணங்களை மீட்டெடுத்துக் கண்முன் ஓட்டிக்கொண்டிருந்தார். புகையின் நிழல்திட்டுகளைப் போல் அவை அவர் மீதேறி நகர்ந்துகொண்டிருந்தன.

“ஏங்க... உங்களப் பாக்க யாரோ...” திண்ணையிலிருந்து மீனாம்பாள் குரல் எழுப்ப மீண்டும் அவர் நிகழ்காலத்திற்குத் திரும்பினார்.

இடம்பெயர்ந்த விண்மீன்கள்

மரியா டிசோஸா

பனிமயமாதா தங்கத்தேர் திருவிழாவின்போது நிகழ்ந்த சண்டையினால் தூத்துக்குடியிலிருந்து கோபித்துக்கொண்டு சென்றிருந்த சாதித் தலைவனார் மீண்டும் திரும்பி வருவார் என்கிற நம்பிக்கை மக்களிடமிருந்து முழுவதுமாக விலகியிருந்தது. விடுதலைக்குப் பிறகான தலைமைக் குழப்பங்களால் முத்துச்சிலாபமும் அதன்பிறகு சரிவர நடைபெறவில்லை. முத்துக்குளியாள்களின் வாழ்வு கேள்விக்குறியாகி நின்றது. பிறகு, திருச்சபையின் முயற்சியினால் ஒரு வழியாக மீண்டும் சிலாபம் திறக்கப்படுவதாக அறிவிக்கப்பட்டிருந்தது.

அவ்வாண்டிற்கான முத்தெடுக்கும் பருவம் வந்துவிட்டதை அடுத்து முத்துச்சிலாபத்துறையின் குளியாள்கள் அனைவரும் விடியற்காலையிலேயே ஒன்றாகக் கூடி பனிமயமாதா ஆலயத்திற்குப் பூசைபோடக் கூடியிருந்தனர்.

"ஏ சாமி வராவ. அவிய மாதாயிட்ட சுறாவுக்காக ஜெபிக்கல. ஆசான வைச்சு பேய்க்கு பாத்து சுறாவக் கட்டிட்டம்னு எவனும் வாய விடாதிய. என்னதாம் ஏசுவாவ."

புஸ்பராஜ் சக முத்துக்குளியாள்களை எச்சரித்துக் கொண்டிருந்த போது, அருட்தந்தை ஃப்ரான்ஸிஸ் மிதிவண்டியை நிறுத்திவிட்டு ஆலயவாயிலை நோக்கி வந்தார்.

"வாங்கடே. பிறகு எப்படி இந்தாட்டம் நல்லா கிட்டுமா?"

"இல்லசாமி. நேத்து பாத்ததுல மின்ன அளவுக்கெல்லாம் சிலுவப் பாருல செழிப்பு இல்ல. பெரிய பாருலயும் அதாம் நெல. கொஞ்சம் வெளங்கதாம் ஓட வேண்டிருக்குமாட்டுக்கு..."

சிப்பிகளின் வளர்ச்சியை முந்தைய நாள்களிலேயே முன்னோட்டமாகக் கண்டிருந்த புஷ்பராஜ் சலித்துக்கொண்டார்.

"என்ன சொல்லுதிய?"

"ஆமாசாமி. வெளங்கனா குளியாளுவளுக்கும் அவ்வளவு தாவுல முங்க முடியாதுல்லா. இருபது பாவம் வரும். சூச மாரி பத்து பேராது வேணும்"

“சூசயா. எல அவன ஏம் சேக்க. அவம் தான் பங்குல இல்லயே.” அருட்தந்தை எரிச்சலுடன் அதட்டினார்.

“என்ன சொல்லுதிய.”

“வெளங்கலயா. ஏ அவம் ப்ரொட்டஸ்ட்டண்டுக்கு மாறிட்டாம் தெரியும்ல.”

“சாமி இப்பமும் ஒன்னும் வெளங்கல.”

“எல அவன் சபைக்குப் போறாம். திண்ணவேலி சப ஆளுவ கிட்ட துட்டு வாங்கிட்டாம். அவம் வீட்ட பங்குலேந்து எடுத்தாச்சு.”

“அது தெரியும் சாமி. அதாம் இங்கன கூட்டியாரல்ல. இப்பம் அதால முத்தெடுக்க என்ன சொல்லுதியனு கேக்கன்”

“அவன முத்துச்சிலாபத்துலயே விடக்கூடாதுனு சொல்லுதன். ஏ... கரையனார் மொவனே. நீ சொல்லலயாடே இவியல்ட்ட, நேத்தே சொன்னம்லா..”

“ஏ சாமி சூச இல்லாம என்னச் செய்ய. உங்களுக்குத் தெரியாததா. மித்த பேரெல்லாம் ஒரு முங்குல முப்பது பொறுக்குதாம்னா அவம் அருவது எடுப்பாம். இவனுவ ஆடா வந்தாம்னாலே தெறிச்சு மேல வந்துடுவாம். சுறாவுன்னாலும் சூச நேருக்கு நேர் பாப்பாம். கடசி வரத்துலகூட அவம் எடுத்ததுதானே அதிகம்.”

“இப்ப நான் பூச போடலாம்ங்கிறியலா. இல்ல வேணாம்ங்கிறியலா?”

“இல்ல சாமி. அவம் பாவம் குடும்பஸ்தன். சிலாபத்துல இல்லன்னா எங்க போவான்”

“அதெல்லாம் சபக்காரன் பாத்துப்பான். இனி முத்தெடுக்கன் சங்கெடுக்கன்னு அவன கோடானுல ஏத்திப் பாத்தம்... அப்புறம் இரிக்கு.” -அருட்தந்தை கடுமையான குரலில் கூறினார்.

“சாமி உங்களுக்குத் தெரியாது அவம் குடும்பத்து ஆளுக்க பாண்டியபதி முதலாம் தெக்ரூஸ் மோத்தா காலந்தொட்டே முத்தெடுத்து வாராவிய...”

“எல அவம் சிலாபத்துல இல்லங்கன். செரின்னா உள்ளுக்கு வாங்க. பூசைய தொடங்குதன்.” புஷ்பராஜ் உள்ளிட்ட எல்லோரும் ஆலயத்திற்குள் அமைதியாக நுழைய சூசை தொலைவில் நின்றபடி ஏதும் புரியாதவனாய்ப் பார்த்துக்கொண்டிருந்தான்.

பூசை முடித்துவிட்டு வெளியே வந்தவர்கள் எல்லோரும் மௌனம் சாதிக்க புஷ்பராஜ் கன்னத்தைச் சொறிந்தபடி தயக்கத்துடன் பேச்செடுத்தார்.

"நமக்கு என்னடே இங்க நாதி இரிக்கு. எல்லாம் நம்ம விதில. சாமிமாருவ ஒரு பக்கம். மேசக்காரனுவ ஒரு பக்கம். சாதித் தலைவமாரு இல்லங்காட்டியும் எல்லாவனும் என்ன ஆட்டம் ஆடுதானுவ பாரு."

"என்னச் சொன்னாவ." சூசை தோளில் கிடந்த துண்டை எடுத்து முகத்தைத் துடைத்தபடி கேட்டான்.

"ஒன்ன சிலாபத்துல சேக்க வேணாம்ட்டாவ. மன்னிச்சுக்கடே. நான் பேசினன். அவிய ஏத்துக்கல."

"செரிணே. பரவால்ல".

"இரு. இந்த துட்ட வைச்சிக்க. இப்பம் நீ வூட்டுக்குப் போ. இன்னும் ரெண்டு நாள்ல தெரிப்பு வரும்ல. அப்ப பேசிக்குதன்."

"செரிணே."

அங்கிருந்து நகரும் முன் சூசை குளியாட்களை நோக்கிக் குரல் எடுத்தான்.

"எல குரிசு. அந்தப் பாரு நல்ல தாவு கேட்டியா. எல உன்னத்தான். இந்தக் காதும் போச்சாடே. இனி நீ தோடியாளா நின்னுக்க அதாம் செரி. இந்தாங்கப்பா. எல்லா பேரும் அனாமத்தா இரிக்காதிய. மூச்சுல கருத்தா இரிங்கடே. அங்கன சுறாவும் மனம்போல வருவாம். போய்ட்டு வாங்க.. மாரியா தொணையா இரிப்பா." குளியாள்களை வாழ்த்தியனுப்பிவிட்டுச் சூசை பாண்டியன் தீவில் இருக்கும் தனது குடிசைக்குத் திரும்பினான்.

"என்ன வந்துட்டிய? இன்னைக்குச் சிலாபம் தெறக்காவனுல்ல சொன்னிய." மடியில் கிடந்த மகளுக்குப் பாலூட்டியபடி முத்தம்மாள் வினவினாள்.

"இனி இங்கன பொழப்பு இல்லக்கி. சிலாபத்துல இனி நான் சேத்தியில்லன்னு சொல்லிட்டாவ."

"எல்லாம் என்னாலதாம். ஆனா அவிய அப்பமே சொன்னாவ."

“சபைலயா. நீ என்ன செய்வ தெரிப்பு கேக்கமாட்டாவ, செரமத்துக்கு உதவுறாவனுதானே போனோம். ஏக்கி அவியல்ட்டயாவது பேசேன்.”

“அவியதாம் இப்பமும் சரிங்காவலே.”

“செரினு சொல்லிடு.”

“ஏ நெசமாலுமா...”

“ஆமா. புஷ்பராஜு சாமிட்டப் பேசுறங்காவ. ஆனா அவிய ஏறங்க மாட்டாவ. ஆளுக்க மின்ன அவமானமா போச்சுள. என்ன சொல்ல. நீ அவியல போய்ப் பாத்துட்டு வா. முடிஞ்சா இன்னைக்கே கிளம்புவோம்.”

சூசைராஜ், முத்தம்மாள், அவர்களது மூன்று வயது மகன் டேனியல், ஒன்றரை வயது மகள் மரியா டிசோஸா ஆகியோர் அடங்கிய சூசையின் குடும்பம் திருநெல்வேலிக்கு இடம்பெயர்ந்து சென்ற சிறிது காலத்திலேயே முத்துநகரின் காட்சிகள் துரிதமாக மாறியிருந்தன.

பாரிய வடிவில் உருவாகியிருந்த துறைமுகத்திற்கு வெளியே ஆறுகாட்டிகளின் வருகையை எதிர்நோக்கிச் சர்வதேசக் கப்பல்கள் காத்திருந்தன. பெருநீரினை இயந்திரக் கலன்களும், தரைப்பகுதியைச் சரக்கு லாரிகளும் மொய்த்துக்கொண்டிருந்தன. சாரமணிந்த லோடுமேன்கள் ஓய்வின்றி ஓடினர். நீளக் கால்சட்டை உடுத்திய அதிகாரிகள் காகிதங்களையும் கோப்புகளையும் ஏந்தியபடி உலாவிக்கொண்டிருந்தனர். நிலக்கரியும், நாப்தாவும் இன்ன அளவென்று கூற முடியாதபடி மலையென அததற்கான துறைகளில் இறக்கப்பட்டன. சூசையின் குடிசை அமைந்திருந்த பாண்டியன் தீவில் அனல்மின் நிலையம் ஒன்று அமைக்கும் பணி நடைபெற்றுக் கொண்டிருந்ததால் அங்கு குடியிருந்த மற்ற மீனவர், இடையர் குடும்பத்தவர்கள் அங்கிருந்து இடம்மாறியிருந்தனர்.

நகரின் ஏனைய இடங்கள்தான் இப்படியென்றால் மீன்பிடித் துறையும் எவரும் எதிர்பார்த்திடாதபடி நிறைய மாறுதல்களைக் கண்டிருந்தது.

தூத்துக்குடியின் முதல் விசைப்படகு கடல்கண்டு திரும்பி வருகையில் அது நிரப்பி வந்திருந்த மீன்களின் அளவைக் கண்டு கரையில் நின்ற சிலருக்குத் தலைசுற்றி மயக்கமே வந்துவிட்டது. அதனைத் தொடர்ந்து மீன்பிடித் துறையில் கட்டுமரங்களுக்கு

நிகரான எண்ணிக்கையில் டீசல் எஞ்சின்கள் பொருத்திய விசைப் படகுகள் அணிவகுத்து நிற்க ஆரம்பித்திருந்தன. அவற்றில் பொறுத்தப்பட்டிருக்கும் இழுவை மடிகள் கடலிலிருந்து வெறும் மீன்களை மட்டும் வரண்டி எடுத்துவரவில்லை. பவளப் பாறைகள் சிதைந்தன.

புதிய தலைமைகளின் அட்டூழியங்களால் மனம்நொந்து முத்துக்குளித்துறைகளின் மன்னர் என அழைக்கப்பட்ட சாதித் தலைவனாரும், அவரது குடும்பமும் தூத்துக்குடியிலிருந்து வெளியேறியதற்குப் பிறகு, சபைகளின் அதிகாரப் போட்டிகளில் சிக்குண்ட சூசைராஜ் மாதிரியான முத்துக்குளியாள்கள் சிலாபத்திலிருந்து அற்றுப்போன இருபதே ஆண்டுகளில், முத்துச் சிலாபம் என்கிற ஒன்றே அவ்விடத்தில் இல்லாமல் போயிருந்தது. வேம்பார் தொடங்கி மணப்பாடு வரையிலான ஏழு முத்துக்குளித் துறைகளும் வாழ்ந்துகெட்டு ஓய்ந்திருந்தன.

ஈராயிரம் ஆண்டுக்கால மரபு ஒரு தசாப்தத்திலேயே முடிவுக்கு வந்திருந்தது. முத்துநகரம் என்பது இனி காரணப் பெயரில்லை என்றானது. குவித்து வைத்தால் வெண்களிறு எழுந்து நிற்பதுபோல் காட்சிதரும் அளவிற்கு முத்துகளை விளைவித்த தென்பாண்டிக் கடல் அன்றொரு நாள், அதன் கடைசி முத்துச் சிப்பியையும் தொலைத்திருந்தது.

இசக்கிமுத்து

இடும்பன் புத்தி பேதலித்தவனாய் கால்போன போக்கில் ஊர் ஊராக அலையத் தொடங்கியிருந்தான். அவனது ஆத்மாவைப் போல் அவனது பாதங்களும் ஓய்வின்றி உலாத்தின. சமயத்தில் தென்காசி வரைக்கும் கூட நடந்துசெல்லும் அவன், சாலை தெருக்களிலிருந்து சற்றுவிலகி வீடுகளின் வாசலில் ஏறி வாசற்படியை ஒட்டியே நடப்பான். வீட்டிற்குள் இருப்பவர்கள் அதட்டினாலும் அதை அவன் காதில் வாங்கிக்கொள்ளமாட்டான். முருகேசன் எத்தனையோ முறை அவனை வீட்டிற்கு அழைத்துவர முயற்சி செய்தும் பலனில்லை.

முருகேசன் சொல்வதையெல்லாம் கேட்டுக்கொண்டு நிற்பவன் பிறகு ஏதோ ஒரு திசையை நோக்கி மீண்டும் நடக்க ஆரம்பிப்பான். வைத்தியம் பார்க்கலாம் என்ற யோசனையில் ஒருமுறை சிங்காரம் பண்ணையார் நான்கைந்து ஆட்களை வைத்து இடும்பனைக்

கட்டித் தூக்கி வரச்செய்தார். ஆனாலும் நாடி வைத்தியச் சாலையிலிருந்து மூன்றாம் நாளே அவன் தப்பி ஓடிவிட்டான்.

நீண்டகாலமாக வெட்டப்படாத சிக்குப்பிடித்த தலைமுடி, நைந்துபோன சாரம், உடலெங்கும் திட்டுத் திட்டாக அழுக்குப் படிமங்கள் எனக் காணச் சகிக்காத உருவத்தைப் பெற்றிருந்தான். தெருவில் விளையாடும் சிறுவர்கள் இடும்பனைக் கண்டால், "கோட்டி வரான்... கோட்டி வரான்.." என்று சப்தமிட்டுக்கொண்டே கற்களை அள்ளி அவன் மீது வீசுவார்கள். பதிலுக்கு இடும்பன் அவர்களை, "ஏ அவுசாரி பெத்ததுவோளா. போங்கல அந்தாள" என்று ஏசுவான். பிறகு சாரத்தை உயர்த்தித் தனது குறியைக் கையில் பிடித்துக் குலுக்கிக் காண்பித்து, "ஒரேய் ஒரேய்..." என்று கத்துவான். சிறுவர்கள் சிரித்துக்கொண்டே ஓடுவார்கள். அவர்களுக்கு அது ஒரு வேடிக்கை. நாய்கள் குறைக்கும் போதெல்லாம் பதிலுக்கு அவற்றை நோக்கி விநோதமான குரலில் கூச்சல் போடுவான். வழியில் தென்படும் நெல்லடிக்கும் களங்களில் உதிர்ந்துகிடக்கும் நெல் மணிகள், கருக்காய் ஆகியவற்றைப் பொறிக்கித் தலையில் கட்டிக்கொண்டு தொடர்ந்து நடப்பான். அவற்றைக் கொடுத்து உணவகங்களில் அதற்குப் பதிலாக உணவு கேட்பான். எப்போதாவது அவனை 'அங்கன பாத்தேன் இங்கன பாத்தேன்' என்று யாராவது வந்து முருகேசனிடம் சொல்வதுண்டு.

வீட்டைச் சூழ்ந்திருக்கும் சூனியம் பற்றித் தெரிய வந்ததில் இருந்து ருக்குவிற்கு ஒவ்வொரு நாளும் அச்சத்துடன் கழிந்தது. நிறைமாதம் வேறு; பேறுகால வலி எப்போது வேண்டுமானாலும் வரலாம் என மருத்துவச்சி கூறியிருந்தாள். தனக்கும் வேறு வழி இல்லையென மங்கம்மாள் விளக்கைத் துடைத்து எண்ணெய் ஊற்றி, பொழுது தவறாமல் ஏற்றிவைத்து கண்ணீர் மல்க வணங்குவாள். பொதிகை மலைக்கு மேற்கில் இருப்பது கேரளா என்றும் கிழக்கில் இருப்பது மெட்ராஸ் ஸ்டேட் எனவும் சர்க்காரால் அறிவிக்கப்பட்ட நாளிலிருந்து மூன்றாம் இரவில் அவள் ஓர் ஆண் பிள்ளையைப் பெற்றெடுத்தாள். அக்குழந்தையைச் சின்னம்மையோ, காலராவோ சீண்டிவிடக்கூடாது என வேண்டிப் பிறந்ததிலிருந்து பதினாறாம் நாளில் இசக்கியம்மனுக்குக் கருவாட்டுக் குழம்பும், சோளக் களியும் செய்துவைத்துப் படையலிட்டனர். அம்மனின் கருணை எப்போதும் அவன்மீது இருக்க வேண்டுமென அவனுக்கு இசக்கிமுத்து என்று பெயரும் சூட்டினர். சுடலைமுத்து வம்சத்தில் வாரிசு இல்லாமல் போய்விடுமோ என்கிற பெரும் கவலை

இளகியிருந்ததேவொழிய அக்குடும்பத்திற்கு அதன் வீழ்ச்சியிலிருந்து தலையெடுப்பதற்கான வாய்ப்புகள் உருவாகியிருக்கவில்லை.

வழக்குச் செலவினங்களுக்கு எழுதிக்கொடுத்ததுபோக எஞ்சி இருந்த நிலத்தில் முருகேசனால் முன்புபோல் விவசாயம் செய்ய முடியவில்லை. அப்பன் தனக்குத் தரவிருந்த சொத்தை அவன் விற்றுத் தின்றுவிட்டான் என சீதாலட்சுமியும் அவனோடு ஒட்டுறவை முறித்துக்கொண்டு புகுந்த வீட்டிலேயே இருந்துகொண்டாள். அது போதாதென்று நிலம் விற்ற விவகாரத்தில் முருகேசனுக்கும் சிங்காரம் பண்ணையாருக்கும் மனக்கசப்பு வேறு. சிங்காரம் தனது கையறு நிலையைப் பயன்படுத்தி நிலத்தில் அதிகமாக எழுதிக்கொண்டார் என்று முருகேசன் சொன்னதாக யாரோ, சிங்காரம் பண்ணையாரிடம் சொல்லிவைக்க அதனால் ஏற்பட்ட மனவருத்தத்தால் அவரும் முருகேசனோடு உறவாடுவதைக் குறைத்துக்கொண்டார்.

முருகேசனின் சம்சாரி வாழ்வைப் போல் அவ்வூரின் விவசாயமும் நிறைய மாற்றங்களைக் கண்டிருந்தன. விவசாயக் கூலிகள் பெரும்பாலானோர் தோள்களில் சிவப்புத் துண்டுகள் அணிந்து முறுக்கிக்கொண்டு அலைவது சிங்காரம் பண்ணையார் உள்ளிட்ட நிலக்கிழார்களுக்கு எரிச்சலை உண்டாக்கியது. கைகளைக் கட்டாமல் எதிரில் வந்துவிட்டார்கள் எனச் சாணக் குழிக்குள் இறக்கி நிற்க வைக்கப்பட்டவர்கள் எல்லாம் இப்போது முஷ்டியை உயர்த்திக் கோஷமிடும் அளவிற்கு வந்துவிட்டனரே என்று சிங்காரம் பண்ணையார் சக பண்ணையார்களைப் பார்க்கும்போதெல்லாம் புலம்பித் தீர்த்தார். விளையும் நெல்லில் பெரும்பகுதி அவர்கள் கேட்கும் கூலிக்குத்தான் சரியாக இருக்கிறது எனக் காரணம்காட்டி நெல் கொள்முதல் விலையை அதிகரிக்கவேண்டும் என நிலவுடைமையாளர்கள் சர்க்காரிடம் குரலெழுப்பத் தொடங்கியிருந்தனர். சிங்காரம் பண்ணையாரின் மகன்கள் விவசாயத்தை மேம்போக்காகச் செய்துகொண்டு பிரதானமாக டவுனில் வணிக ஸ்தாபனங்களை நடத்த ஆரம்பித்திருந்தனர்.

இசக்கிமுத்து வளர வளர குடும்பத்தின் சொத்துகள் சுருங்கிக் கொண்டே வந்தன. வேறுவழியின்றி மேஞ்செலவிற்காக முருகேசன் குடும்ப வழக்கத்தை மீறிப் பனை ஏற ஆரம்பித்திருந்தான். அப்படியும் அதிலிருந்து வந்த வருமானம் அவனது செலவுகளுக்குப் போதுமானதாக இல்லை. ருக்கு கருப்பட்டி காய்ச்சி ஈட்டும் சில்லறைகளையும் எடுத்துச் சென்றுவிடுவான். தென்காசி

ராஜ் ரெக்கரேசன் க்ளப்பில் நாயர்களோடு சேர்ந்து சீட்டு விளையாடச் செல்வதற்கென்றே இங்கிலாந்து ரலே சைக்கிள் ஒன்றை வாங்கி வைத்திருந்தான். பிறகொருநாள் சூதில் தோற்று அந்தச் சைக்கிளையும் விட்டுவிட்டு ஊருக்கு நடந்தே வந்து சேர்ந்தான் முருகேசன். கணவனின் பொறுப்பின்மையையும், வீட்டைக் கவ்வியிருக்கும் துஷ்டியையும் நினைத்து ருக்கு சிறுவனாக இருக்கும் தனது மகன் இசக்கிமுத்துவிடம் புலம்பிக் கொண்டே இருந்தாள். எல்லாப் புலம்பல்களுக்கும் கடைசியாக, சிங்காரம் பண்ணையார்தான் தன்னை இந்தக் குடும்பத்தில் சிக்க வைத்துவிட்டதாக முடிப்பாள்.

இசக்கிமுத்துவுக்கு மங்கம்மாள் விளக்கின் மீது ஒரு தனி பிரேமம் இருந்தது. விளக்கு ஏற்றும்போதெல்லாம் பயபக்தியோடு அதைக் கும்பிடுவான். இருந்தும் இரவு நேரங்களில் அதன் சுடரைப் பார்ப்பதற்கே அஞ்சி நடுங்கவும் செய்வான்.

சிங்காரம் பண்ணையார்தான் ஊரிலேயே முதன்முதலாகக் கம்பிவடம் இழுத்து, தன் வீட்டுக்கு மின்சாரம் கொண்டு வந்திருந்தார். அந்தரத்தில் எரியும் அவர் வீட்டின் விளக்குகளை வேடிக்கை பார்க்கவே சில்வண்டுகள் கூட்டம் வாசலில் வந்து கூடிவிடும். மெல்ல மெல்ல வசதி வாய்ப்பிருந்த வேறு சில குடும்பங்களும் தங்கள் வீட்டுக்குக் கரண்டு இழுத்து எண்ணெய் இல்லாமல், பம்ப் அடிக்காமல் பளீரென எரியும் குமிழ் விளக்குகளைத் தொங்கவிட்டு வெளிச்சம் பாய்ச்சிக் கொண்டார்கள். அவர்களுக்கு அது ஒரு கௌரவம்.

கம்பிவடங்களில் வீடுகளுக்குக் கரண்டு கொண்டு வந்த கொஞ்ச நாள்களிலே விவசாய முறைகளிலும் மாற்றங்கள் ஆரம்பித்திருந்தன. தலைமாடு வரை முட்டிக்கொண்டு கெலித்து நிற்கும் பயிர்கள் குட்டை குட்டையென இடுப்பு உயரத்திலே அறுப்புக்குத் தயாராகிக்கொண்டன.

ஏழைப்பட்டு கோப்பு ஏர் ஓட்டுவோரைப் பார்த்து அருகில் இருக்கும் கழனிகளிலிருந்து ட்ராக்டர்கள் கர்ஜித்தன. சிங்காரம் பண்ணையாருக்கு முன்பே புதுப்பணக்காரர் சுப்பையா தனது வயலில் மின்சார மோட்டார் இறக்கி நீர் பாய்ச்சத் தொடங்கி யிருந்தார். வீம்புக்குச் சிங்காரம் பண்ணையார் சுப்பையாவை விட கிணற்றிற்குள் ஆழமாகக் குழாய் இறக்கி மின்சார மோட்டாரைப் பொறுத்தினார்.

பதிமூன்று வயதிலேயே இசக்கி நல்ல பாய்ச்சலான உடல் வாட்டத்தைப் பெற்றிருந்தான். உயரம் குறைந்த பனை மரத்தைப் போல் அவனுடல் பால்யத்திலேயே நன்கு இறுகிப்போயிருந்தது. அவனுக்கு ஈடாக வேகமெடுத்து ஓடுவதற்கு ஊரில் ஆளில்லை.

முக அமைப்பு அப்பனைப்போல் இருந்தாலும் பெரியப்பன் இடும்பனைப் போன்று அழுத்தமான தேகம். சேர்த்துப் பிடித்து அடக்க மூன்றுபேர் வேண்டும் போல எனச் சிங்காரம் பண்ணையார் அவன் பற்றிய பேச்சு எழும்போதெல்லாம் கூறுவார். அவருக்கு அவன் மீது பாசமிருந்தும், முருகேசன் மீதிருந்த வருத்தத்தால் விலகியே இருந்தார்.

"எலே... முருவேசன் மொவனே. உன் அம்ம கம்ப எடுத்துட்டுவரா... வெரசா கரையேறு. சொல்லிட்டன்..." குப்பாயிக் கெழவி எச்சரித்தும் இசக்கி அதைப் பொருட்படுத்தவில்லை.

கடனாநதி ஆர்ப்பரித்து ஓடும் மழைக்காலத்தில் ஊரின் சிறுசு பெருசுகள் என எல்லோரும் ஆற்றுக்குள்ளயேதான் குடியிருப்பார்கள். சிறுவர்கள் நீர்விளையாட்டுகள் நிறைய வைத்திருப்பார்கள். வந்தோம் குளித்தோம் என அவ்வளவு எளிதில் கரையேறமாட்டார்கள்.

இசக்கி வாயிலிருந்து நீரைப்பீய்ச்சி அடித்துவிட்டு ஆற்றில் முங்கி முங்கி எழுந்துகொண்டிருந்தான். அவன் வயதுப் பயல்களில் சிலர் பி.யூ.சி படிக்க திருநெல்வேலிக்கு வண்டிகட்டிக் கொண்டிருந்தார்கள். ஆனால், பத்தாம் வகுப்பில் தேராததால் இசக்கிக்குக் கல்வி வாழ்க்கை முடிந்துபோயிருந்தது.

சற்றுநேரத்திற்கெல்லாம் பூவசரன் சிம்போடு கரையோரத்தில் வந்து நின்றாள் ருக்கு.

"அம்மா. நீ போ. நா பின்னால வாரன்."

"இப்பம் கரையேறப் போறியா இல்லையா?" அவன் துண்டைக் கட்டிக்கொண்டு கரையேறியதும் இரண்டு சாத்து சாத்திவிட்டுக் கத்தினாள்.

"மணி என்ன ஆவுது? சொல்லிட்டுதானல போனன். ஆங்..?

அப்பா வீட்ல தனியா கிடக்கு. வெளிக்கி வந்தா சத்தம் போடும். பாத்துக்கன்னு. மனுசன் பாய் துணிய எல்லாம் கழிஞ்சி வைச்சிருக்கான். நான் ஒண்ண சமாளிப்பனா அவன

சமாளிப்பனா?" தனது சேக்காளிகளுக்கு முன்பு அம்மா அப்பனை அவன் இவன் என்று பேசியது இசக்கிக்கு எரிச்சலைத் தந்தது.

ஈரம் துவட்டாத தலையோடு இசக்கிமுத்து தன் வீட்டை நோக்கி நடந்தான். அம்மாவினால்தான் அப்போதைக்குக் குடும்பம் ஏதோ ஓடியது. அதற்காக அவள் பக்கத்து ஊருக்குப் போய் நெசவு வேலைகளில் ஈடுபடுவாள். நெசவு இல்லாத நாள்களில் மற்றவர் வயலில் களை பறிக்க, அறுப்பு எடுக்கவும் போவாள். இசக்கி அதற்கு முந்தைய ஆண்டு வரை முருகேசனோடு பனையேறுவதற்கு உதவியாகச் சென்று வந்தான். பிறகு அதற்கும் வழியில்லாததால் சேக்காளிகளோடு ஊரைச் சுற்றிவருகிறான். முந்தைய ஆண்டில் ஒருநாள் முருகேசன் கள்ளுக் கலயத்தை இறக்க மரம் ஏறி உச்சியை அடைந்தபோது, மரத்தின் பொந்திற்குள் குடியிருந்த பாம்பு ஒன்று தலையை நீட்ட, பதற்றமடைந்த அவன் கால் இடறிக் கீழே விழுந்தான். பனைமர யட்சிதான் பாம்பு ரூபத்தில் வந்து அவனை வீழ்த்திவிட்டதாக அப்போது ஊரெங்கும் பேச்சு அடிபட்டது. தண்டுவடம் உடைந்துவிட்டதால் இனி இடுப்புக்குக் கீழ் எதுவும் இல்லை என மருத்துவர்கள் கூறியதற்குப் பின் அவனோடு சேர்ந்து குடும்பமே நொடிந்தது. அவன் வீட்டின் திண்ணையிலேயே கிடந்துபோனான். சோறும் தண்ணீரும், ஒண்ணுக்கும் ரெண்டுக்கும் என எல்லாமும் படுத்த படுக்கையிலேதான்.

ராத்திரி முழுக்க உறங்கமாட்டாமல் ருக்குவை அசிங்க அசிங்கமாகத் திட்டிக்கொண்டே இருப்பான் முருகேசன். ருக்குவும் அதைப் பொருள்படுத்திக்கொண்டதாகவே காட்டிக்கொள்ளமாட்டாள். எப்போதாவது இசக்கிமுத்துவைத் திட்டும்போது முருகேசனைக் குறித்த தன் இயலாமையினைப் புலம்பி வெளிப்படுத்துவதோடு சரி. படுத்தே கிடப்பதின் வெப்ராளம் தாங்க முடியாமல் ஒருநாள் வேதனையின் உச்சத்தில், தன் மகன் இசக்கிமுத்துவிடம் தன்னைக் கொன்றுவிடும்படி கெஞ்சி அழத் துவங்கினான் முருகேசன்.

இரண்டு வாரங்களில் தீபாவளி. புதுத்துணி வாங்கவும், பலகாரங்கள் செய்யவும் வீட்டில் இதுவரை ஒருவழியும் பிறக்கவில்லை. நடவுக் கூலியை வாங்கிக்கொண்டு வருவதாகச் சொல்லிவிட்டுப்போன அம்மாவையும் இன்னும் காணவில்லை.

"எல... நெசம்தான். அள்ளினா ஒரு கூடை தேரும். ஆரும் இல்ல. சட்டுனு வா." கவலைபிடித்து அமர்ந்திருந்த இசக்கியிடம் வந்த அவனது சேக்காளிகள் இருவர் மேட்டுவாய்க்கால் சகதியில் குறவை மீன்கள் துள்ளுவது குறித்து உசுப்பேற்றிவிட்டனர்.

இசக்கிக்கு மீன்கறியைத் தின்பதைவிட மீன்வேட்டைக்குக் கிளம்புவது என்றால் கொள்ளைப் பிரியம். சேக்காளிகளைக் கூட்டிக்கொண்டு உற்சாகத்துடன் மேட்டுவாய்க்கால் நோக்கி நடந்தான்.

போகிற வழியில் அவர்கள் சிவஞானத்தின் வீட்டைக் கடக்கும் போது, அவன் வீட்டிலிருக்கும் பாட்டுப் பெட்டி குறித்த ஞாபகம் வந்தவனாகச் சிவஞானத்தின் வீட்டு வாசலை எட்டிப் பார்த்தான். நிழலும் இருளும் ஒன்றையொன்று காவிக்கொண்டிருந்த வீட்டில் ஓட்டு வெயில் விழும் வெளிச்சம் மட்டும் துண்டாகத் தெரிந்தது. பக்கவாட்டுச் சுவரை ஒட்டிய கட்டையில் ஏறி நின்று பாட்டுப் பெட்டி வைத்திருக்கும் மரமேசையைத் தேடி கண்களை அலையவிட்டான்.

"எல... என்னல எட்டிப் பாக்க."

"சத்தம் போடாதல. செரியான மாக்கான். உள்ள ஆள் இருக்கானு தெரியாம..."

"யோவ் ஆமால ரெண்டாளு இருக்கு. மேல மேல படுத்துல்லா கெடக்காங்க.."

"எவளோ அவுசாரி."

"எளா... தங்கபாண்டி... சும்மாரு..."

"ஏய் எசக்கி... எலா... அது உங்கம்மாலே!"

இசக்கி ஆத்திரத்துடன் வீடு நோக்கி திரும்பியிருந்தான். திண்ணையில் கிடந்த முருகேசனிடமிருந்து சன்னமான முனகல் வெளிவந்தது. மல வாடையும் மூத்திர வாடையும் அவனிடம் நெருங்க முடியாத அளவிற்கு வீசிக்கொண்டிருந்தது.

"ஐயா..."

"என்னடே...?"

"அம்ம... அம்ம மேட்டுத்தெரு பெரிய வீட்டானோட..."

"அவே எப்படியோ போறா. விடுல."

முருகேசன் கோபத்தோடு பெருமூச்சை இழுத்துவிட்டான்.

"எனக்கு ஒன்னு செய்வியா?"

"என்னயா?"

முருகேசன் இசக்கியை அருகில் அழைத்துக் காதில் ஓதினான்.

"வேணாம்யா. வேணாம்."

இசக்கி சட்டென்று துடிதுடித்து அழுதான்.

"என்னால முடியல... நீ செய்யி.. நம்ம குடும்பத்தோட அரும பெரும ஒனக்குத் தெரியாததில்ல. எவ்ளோ காலம் மானமிழந்து இப்படியே இருந்துக்க? அப்பன் கேக்கன். எம்மவனா எனக்கு இருந்து நீ என்னாமாச்சும் செய்ய நெனைச்சின்னா.. இத செஞ்சிவிடு."

முருகேசன் கையெடுத்துக் கும்பிட்டபடி கெஞ்சினான்.

இசக்கி எவ்வளவு மன்றாடியும் முருகேசன் இறங்குவதாக இல்லை. இறுதியாகக் குண்டுமணி பறித்து வரச் சம்மதித்து, இசக்கி கொல்லைப் புறத்திற்கு நகர்ந்தபோது, முருகேசன் தனது கன்னங்களில் திரண்டு நின்ற நீரையெல்லாம் துடைத்துக்கொண்டான்.

மாலை வெயில் மங்கி கீழ் வானம் சிவந்துகிடந்தது. அகத்தியர் மலையிலிருந்து வந்த ஈரக்காற்று மனித உடல்களுக்குள் ஊடுருவி உதிரச்சூட்டைத் தணித்துக்கொண்டிருந்தது.

அத்தனை ஈரப்பதத்திலும் இசக்கியின் மனம் மட்டும் அமைதி யடையவில்லை. இனி அதற்கு ஓய்ச்சல் என்பதே இருக்கப் போவதில்லை. ஓடுகள் மாற்ற வழி இல்லாமல், காரைகள் பெயர்ந்து கலையிழந்து கிடக்கும் சுடலைமுத்து நாடாரின் வீட்டிற்குள் முருகேசன் கோரைகள் பிய்ந்த பாயைப்போல் சுருண்டு கிடந்தான். அவனது வாயோரத்தில் உயிர் நுரையாக வடிந்து உலர்ந்திருந்தது.

இசக்கி ஊரிலிருந்து வெளியேறி அம்பாசமுத்திரம் நோக்கி நடந்தான். அம்பாசமுத்திரம் செல்லும் வழியில் ஒரு சாலையோர மரத்தடியில் படுத்திருந்த இடும்பன் கண்களை அகட்டிப் பார்த்தான். யாரென்று அவன் தெளிவாகப் பார்க்கும் முன் இசக்கி எட்டு வைத்துத் தொலைதூரம் சென்றிருந்தான். பல ஆண்டுகளுக்குப் பிறகு இடும்பனிடமிருந்து சில தெளிவான வார்த்தைகள் வெளியே வந்து விழுந்தன. தொண்டையைச் செருமித் தனக்குத்தானே பேசியபடி காதில் சொருகியிருந்த பீடியை எடுத்துப் பற்றவைத்தான்.

"போல... போ... ஆனா நீ ஏன் என்ன மாரியே நடக்க. மொத நடைய மாத்தும். பெறவு என்னமாரி ஆகிடப் போற... பின்னால

ஆரு... ஓ ஓம்பின்னாடி மங்காவும் போறாளா. சவத்தெழவு நம்ம விதிய என்ன சொல்லி ஏச. ஹாஹாஹா எனக்கு ஒரே சிரிப்பாணிய தாம்ல வருது. ஒரேய் ஒரேய்..." -மேல்சட்டைப் பையில் ஒன்னேமுக்கால் ரூபாயோடு இசக்கி அம்பாசமுத்திரம் வந்தடைந்தபோது, சிலர் சாலையோரத்தில் மேசை மீது நிறுத்தி வைக்கப்பட்டிருந்த ஒருவரின் புகைப்படம் முன்பு நின்று கைகளை உயர்த்திக் கோஷமிட்டுக் கொண்டிருந்தனர்.

"பெயர் சூட்டு பெயர் சூட்டு; தமிழ்நாடு எனப் பெயர் சூட்டு." இசக்கி அவர்கள் வழங்கிய துண்டுப் பிரசுரத்தைக் கையில் வாங்கி அதில் பொறிக்கப்பட்டிருந்த வாசகங்களைச் சிறிது சிரமத்துடன் வாசித்தான்.

"தோழர் சங்கரலிங்கனாருக்கு வீரவணக்கம்.

தோழரின் பன்னிரண்டாம் ஆண்டு நினைவுநாளில் மத்திய சர்க்காரின் காதுகளில் விழும்படி மீண்டும் ஒருமுறை உரைப்போம்.

மெட்ராஸ் ஸ்டேட் - உடன் மறைக.
தமிழ்நாடு - விரைந்து மலர்க."

அந்தக் காகிதத்தை மடித்துச் சாலையோரத்தில் வீசிவிட்டு ரயில் நிலையத்திற்கு வந்திருந்தவன் நெல்லை நோக்கிச் செல்லத் தயாராக நின்ற புகைவண்டியில் ஏறி அமர்ந்தான். அவனது காலடியில் இருந்த நைலான் பைக்குள் மாற்று உடைகளாக மூன்று சட்டைகளும், ஒரு சாரமும் இருந்தன. அந்தத் துணிகளின் இடுக்கில் யட்சிகளின் விருப்பம் வாய்ந்த மங்கம்மாள் விளக்கு மௌனமாக வீற்றிருந்தது.

ராஜசேகர்

'தமிழக விவசாயிகள் சங்கம்' நிறுவப்பட்டு, அதன் தலைவராக நாராயணசாமி நாயுடு அங்கீகரிக்கப்பட்டிருந்த செய்தி அப்போது கோவில்பட்டியை எட்டியிருந்தது. நிலக்கிழார்கள் அனைவரும் அந்த நற்செய்தியை மனமகிழ்வோடு வரவேற்றனர். கோவில்பட்டி தாலுக்காவில் அமைந்திருக்கும் ஒரு சிற்றூரில் புதிதாகக் கட்டப் பட்டிருந்த சமுதாயக் கட்டடத்திற்குள்ளும் அந்த விவகாரம் முக்கியத்துவம் வாய்ந்த சங்கதியாக விவாதிக்கப்பட்டது.

“பிறகு வேற யாரு அந்தப் பதவிக்குப் பொருந்துவாக நீயே சொல்லும்?”

“அடேயப்பா. நான் என்ன அவக பொருந்தமாட்டாகன்னா சொன்னன். இன்னும் அவரு பெரிய ஆளா வரணும்னு சொல்லுறன். சட்டமன்ற உறுப்பினர் ஆக அவரவிட தோதான ஆளு இந்தச் சாதில உண்டா?!”

வேலுச்சாமி நாயக்கரும், கிருஷ்ணமூர்த்தி நாயக்கரும் பேசிக் கொண்டிருந்ததைக் கவனித்தபடி, இளந்தாரியான ராஜசேகரும் அங்கு அமர்ந்திருந்தான்.

“அதுவும் சரிதான். இந்த சம்சாரியலுக்காக அவரு அலையாத அலைச்சலா. நாராயணசாமி நாயுடு போராட இறங்கிட்டார்னா இந்தக் காமராசு, கக்கன்லாம் தலைல கைய வைச்சிட்டு உக்காந்துடு வாங்களாம்ல.”

“பின்ன. அவரும் இல்லாட்டிப் பதினைஞ்சு பைசாவுக்கு எப்படி கரண்டு கொடுத்துருப்பான்? நாளுக்கும் இந்தப் பயலுக மோட்டார் கட்டி தண்ணி இறைக்கமுடியுமா. சம்சாரியல்ல நாயக்கருவ ஒரு மாதிரிதான்பா.”

“வோய்... நிறுத்தும். நாயக்க பெருமைய நீயும் நானுந்தான் மெச்சிக்கனும். ஊர்ல என்ன மரியாத இருக்கு? ஏன் வேலுச்சாமி உமக்கும் கண்ணு காதெல்லாம் பொஞ்சாதி பாவடைக்குள்ளயே இருக்கோ?” ராமசுப்பு நாயக்கர் சப்தம் போட்டபடி உள்ளே வந்தார்.

“வாங்கயா. என்ன விவகாரம்? பெரியாளு கோபமா வாரீரு. முதல்ல உக்காருங்க.”

“எல சேகரு. இந்தா... அய்யாவு கடைலபோய் டீ வாங்கிவா.”

“போ பெரியப்பா. கால் வலிக்குது. இப்பதான் வய வரைக்கும் போய்ட்டு வரேன்.”

“அட கொள்ளில போறவனே. கள்ளு குடிக்கவும் கோயில் கொடைல பொம்பளைய ஆட்டம் பாக்கவும் மட்டும் ஏழூருக்கு நடக்கிறிய. உங்க வயசு பயல்லாம் கால் வலிக்குது கை வலிக்குதுனு சொல்லவே கூடாது. எழுந்து போ... டீ வாங்கிட்டு மிச்ச துட்டுல உனக்கு பஞ்சு வச்ச சீரட்டு ஒன்னு வாங்கிக்க.”

“அதெல்லாம் யாரு இழுக்குறா?”

“போடா எல்லாம் தெரியும். ஒப்பன் கிட்ட சொல்லமாட்டேன் போ” ராஜசேகர் சலித்துக் கொண்டவனாய் எழுந்து சாரத்தை அவிழ்த்து இறுக்கமாகக் கட்டிக்கொண்டு தேத்தண்ணீர் வாங்கும் கூஜாவைத் தேடினான்.

“ஐயா நீங்க சொல்லுங்க. என்ன சங்கதி? ஏன் இம்புட்டுக் கோவம்?”

“இந்த ஈனப்பயலுவ மறுபடி அவனுவ சாமிக்குக் கோயில் கட்டுறன்னு கிளம்புறாப்ள தெரியுது. பேச்சு எடுக்குறானுக. எதுத்தாப்ல பாத்தியலா இல்லையா? புல்லு பூண்டுலாம் வேற சுத்தம் பண்ணிக் கிடக்கு.”

“என்ன சொல்லுறிய. நான் கவனிக்கல. இந்தா இருங்க கூப்ட்டு என்ன ஏதுனு கேக்குறன். இல்லன்னா சரியா வரமாட்டானுவோ.”

“இருல. எத்தனை தடவ சொல்ல? அப்ப மட்டும் தலைய தலைய ஆட்டுறான்... பிற்பாடு எவன் மதிக்கிறான்? அதுலயும் புஸ்தகத்த எல்லாம் படிச்சுட்டு இந்த இளந்தாரியதான் ஒரு மாதிரி பேசிட்டுத் திரியுதாகளாம். நமக்கும் இந்த ஊருக்கும் ஒட்டு இல்லையாம். இங்க வந்து அவகள ஏச்சி பிழைக்கமாம். வரம்பு மீறுதுடே. பாத்துக்கிடுங்க.”

“ஓ. அப்படியா. செத்த இருங்க. சாயங்காலம் ஆளுகள வரச் சொல்லிடுவம். பத்து நாளிக்கு... சரி அம்புட்டு வேணாம். ஒரு வாரத்துக்கு அவக யாருக்கும் நம்ம வயக்காட்டுல வேலை இல்லைன்னு சொல்லச் சொல்லுங்க. பிற்பாடு அவக என்ன செய்யுதாங்கன்னு பாத்துக்கிட்டு மேற்கொண்டு செய்ய வேண்டியத செய்வம்.”

“ம். நல்ல யோசனை. பிறகு இங்க யாரயாவது இராவுல வந்து படுத்துக்கச் சொல்லு. அம்மனுக்குக் கொடை வைக்க வசூல் பண்ணி வைச்சிருக்கம்ல. அத ஒவ்வொரு தடவ எண்ணும்போதும் ஒவ்வொரு பைசாவா குறையுது. இராத்திரி யாராவது இங்க இருந்தா துட்டுக்குக் காவலா இருந்த மாதிரியும் இருக்கும். அதே நேரத்துல அவனுக எதுத்தாப்ல எதாவது செஞ்சாலும் கண்காணிக்கத் தோதா இருக்கும். அதுவுமில்லாம ஏன் சொல்லுறன்னா கொஞ்ச நாளா வாசல்ல மூத்திர வீச்சமா அடிக்குது. அவனுங்க வேணும்ட்டுனே இதெல்லாம் செய்வானுங்க.”

“நானும் அதான் யோசிச்சன். நம்ம கிட்ணன படுத்துக்கச் சொல்லுவோம்னு.”

“இந்தா... சேகரு ரோட்டாவ அப்படி வைச்சுட்டு உக்காரு. அப்பா எங்கடா?”

“கோயில்பட்டி போயிருக்காக. சந்தைக்கு.”

“சரி அவன் வந்தோன என்ன வந்து பாக்கச் சொல்லு.”

அன்றிரவு கிட்ணன் சங்கக் கட்டடத்திற்கு காவலாகச் சென்று உறங்கலாம் எனக் கிளம்பியபோது ராஜசேகரும் உடன் சென்றான். சங்கக் கட்டடத்தின் உள்தரையில் சிமெண்ட் பால் ஊற்றி வழுவழுப்பாக வைத்திருந்தார்கள். இரண்டு மின்விசிறிகளும் உண்டு. ஆகவே ராஜசேகருக்குச் சங்கக் கட்டடத்தில் நேரம் கழிப்பது இஷ்டம்.

உடல்சோர்வடைந்திருந்த கிட்ணன் இரவு அடர்வதற்குள் உறங்கிப்போனார். ராஜசேகர் வாயிலுக்கு வெளியே வெறித்தபடி படுத்திருந்தான். அப்பா நன்கு உறங்கியபிறகு வெளியே சென்று சாரத்தில் மிரட்டி வைத்திருந்த பீடியைப் புகைக்கவேண்டும் என எண்ணியபடி காத்திருந்தான்.

புரண்டு படுத்தபோது கட்டடத்திற்குள் இருந்த மரபீரோல் அவனது கண்களில்பட, சிறுமைப் புத்தி அவனுள்ளிருந்து தலை உசுப்பியது. அந்தப் பீரோலின் சாவியை வேலுச்சாமி நாயக்கர்தான் அவரது பாதுகாப்பில் வைத்திருந்தார். எனினும் அந்தப் பாதுகாப்பு பயனற்றது.

ராஜசேகர் எழுந்து சென்று பீரோலின் திருகை அவன் கற்று வைத்திருந்த பாணியில் சுழற்றினான். கதவு திறந்துகொண்டது. பீரோல் திறப்பதின் ஓசையை உணர்ந்து கண்விழித்த கிட்ணன் அவசரமாய்க் குரல் எழுப்பினார்.

“டேய்... சேகரு... அங்க என்ன பண்ணுற? மொத பீரோல எப்படித் திறந்த..? ஒழுங்கா இங்கிட்டு வந்துடு. டேய் உன்ன தான்டா. என்னமாச்சும் காணும்னா ஊர்மத்தில கட்டிவைச்சு என் தோல உறிச்சிப்புடுவாகடா. கதவ சாத்திட்டு வாடா” கிட்ணன் படுக்கையில் இருந்தபடியே படபடப்புடன் கத்தினார்.

ராஜசேகருக்கு பயத்தில் உடல் வேர்த்தது. ஒரு ரூபாய் நோட்டுக் கத்தையைக் கையில் பிடித்தபடி செய்வதறியாது நின்றான். கிட்ணன் படுக்கையிலிருந்து எழுந்து அவனை நோக்கி வந்தார்.

“நின்னு... நவராத. ஒழுங்கா நீ எடுத்த துட்ட உள்ள இருக்க பைலயே வைச்சிடு. கோயில் கொடை காசு சொல்றத கேளு. நான் நாண்டுக்கிட்டு சாவணும் டா.” கெஞ்சிய குரலில் முன்னேறினார். சட்டென்று வேகமாகப் பாய்ந்து அவனைப் பிடிக்க முனைந்தபோது பிடி நழுவியது. அவன் கட்டடத்திற்கு வெளியே ஓடினான்.

கிட்ணனும் அவனைத் துரத்திப் பிடித்துவிட வேண்டுமென்று பின்னால் ஓடி வர, அகப்பட்டால் தோலை உரித்துவிடுவார் என்கிற பயத்தில் அவன் கையிலிருந்த பணத்தைச் சாரத்தில் மிரட்டிக் கொண்டு திக்குதிசை தெரியாமல் ஓட்டம்பிடித்தான்.

அங்குமிங்கும் ஓடி அவன் ஊர் எல்லையை எட்டிவிட, அதற்கு மேல் முடியாமல் கிட்ணன் மூச்சிரைத்துக் கீழே உட்கார்ந்தார். ஊர்க்காரர்களிடம் என்ன பதில் சொல்லப்போகிறோம் என்பதை யோசித்துப் பார்த்து அச்சம் கொண்டவராய் அமர்ந்திருந்தார்.

ராஜசேகர் ஊரைத் தாண்டி வெகு தூரம் சென்றபின்பு ஓட்டத்தை நிறுத்தி ஊர் அமைந்திருக்கும் திசையை நோக்கித் திரும்பிப் பார்த்தான். மிகப்பெரிய தவறைச் செய்துவிட்டோம், இனி நம்மால் ஊர் திரும்ப முடியாது என்பதை உணர்ந்து நின்றிருந்தபோது தொலைவில் தீப்பந்தங்கள் ஏந்தியபடி சிலர் வருவதைக் கண்டான். மீண்டும் பறிந்தான். அவனது பாதை மாறியிருந்தது. இனி ஓடுவதை நிறுத்தி ஆசுவாசப்படுத்திக் கொள்ளவோ அல்லது திரும்பிப்போகவோ வழியில்லை. இரண்டு மூன்று நாள்கள் தலைமறைவாக அங்கும் இங்கும் ஒளிந்து திரிந்த ராஜசேகர் இறுதியாகத் திருநெல்வேலி நகருக்குள் வந்துசேர்ந்தான்.

இருதயராஜ் ஃபெர்னாண்டோ

மழைக்காலமென்றாலும் ராமநாதபுரத்து மதிய வேளைகள் அதனைப் பெரிதாக அலட்டிக்கொள்ளாது. அதன் பார்வையில் எல்லாக் காலமும் ஒரே காலம்தான். வெக்கை. அதையன்றித் தனக்கென்று ஒரு சிறப்பு இல்லை எனும்போது அதை ஏன் உதறவேண்டும் என்று வீராப்பு பிடித்து உஷ்ணம் தகிக்கும். மழை வரும்போது பார்த்துக்கொள்ளலாம் எனச் சூரியன் கரங்களை நீட்டியது. உச்சிவெயில் சாலையின் நடுவே கண்களைக் கூசும்படி கானல் நீர் தகித்துக் கொண்டிருந்தது.

வெயிலைப் பொருட்படுத்தாமல் அச்சாலையின் நடுவே சீறிக் கொண்டிருந்த மோட்டார் சைக்கிளை இருதயராஜ் ஃபெர்னாண்டோ செலுத்திக்கொண்டிருந்தான். அவனது அப்பா கொல்லப்பட்ட செய்தியை ஜார்விஸ் அழைத்துக் கூறுவதற்கு முன்பே அவன் தூத்துக்குடியில் இருந்து வெளியேறி ராமநாதபுரத்தை அடைந்துவிட்டான்.

அவனது அப்பா கொல்லப்படப் போவது பற்றி அவனுக்கு முன்பே தெரியும். அவரிடமிருந்து அவனுக்கு வந்த இறுதி அலைபேசி அழைப்பு அதைப் பற்றியதுதான். ஜார்விஸின் அழைப்பைத் துண்டித்துவிட்டு, கைப்பேசியை முதுகில் மாட்டியிருந்த பைக்குள் வைத்துக்கொண்டான். திரும்பிச் செல்ல மனமின்றி கிழக்குக் கடற்கரை சாலையில் தனது பயணத்தைத் தொடர்ந்தான். அவனது உருவத்தைப் பார்த்தால் பசியுடன் இருக்கும் மிருகம்கூட இரக்கப்பட்டு விட்டுப்போகும். அத்தனைக் கச்சலான உடல். இருந்தும் தன்னையும் யாரேனும் கொல்ல வருவார்களோ எனத் தண்ணீரில் முக்கப்பட்ட கோழிக் குஞ்சைப் போல் நடுங்கிக் கொண்டிருந்தான்.

அவனுடைய எண்ணங்களை அவனது அப்பாவை விடவும் தனக்கு ஏதும் நேர்ந்துவிடக் கூடாது என்கிற தற்காப்பு உணர்வே அதிகம் ஆக்கிரமித்திருந்தது. அவனது மாமா ஜார்விஸ் அதை உறுதிப்படுத்திவிட்டார். அவனது அப்பா இனி இல்லை. என்ன நேர்ந்தது, அவரைக் கொன்றது யார் எனத் தேடிப்பிடிக்க அவனது அண்ணனும் இப்போது உயிருடன் இல்லை. அவ்விருவரைப் போல் இவன் தைரியமானவன் அல்ல. அவனது அப்பா அவனை தூத்துக்குடியிலிருந்து ஓடச் சொல்லாமல் அங்கேயே இருந்து எல்லாவற்றிற்கும் பழிதீர்க்க வேண்டுமென்று சொல்லியிருந்தாலும் அவன் தப்பியோடித்தான் வந்திருப்பான். மகன் ஒரு கோழை என்பதை அவனது அப்பாவும் அறிவார். அவன் தனது உயிரைத் தவிர வேறெதையும் பொருட்படுத்தாத, சுகபோகங்களில் மட்டும் நாட்டம் கொண்ட இளைஞன். ஆயினும் ஓர் இளைஞனுக்குரிய வேகமும், ரோஷமும் அவனிடம் இல்லை என்பதை அவனது அண்ணனும் அறிவான்.

இதே சாலையில் இன்னும் இரண்டு மணி நேரம் பயணித்தால் நஞ்சுண்டானின் வீட்டை எட்டிவிடலாம். இரண்டு மூன்று தினங்களுக்கு அங்கு தலைமறைவாக இருந்துவிட்டு அங்கும் பாதுகாப்பு இல்லையென்றால் வேறு இடத்திற்குச் செல்லலாம்

என்று கணக்கிட்டவன் ஒரு சாலையோரக் கடையில் குளிர்பானம் ஒன்றை வாங்கிப் பருகிவிட்டு மீண்டும் பயணத்தைத் தொடர்ந்தான்.

இரண்டு ஆண்டுகளுக்கு முன்பு நடந்த நஞ்சுண்டான் மகள் திருமணத்திற்கு ஜார்விஸ், வல்தாரீஸ் ஆகியோரோடு இருதயராஜும் வந்திருந்தான். அறந்தாங்கியில் நடந்த அத்திருமணத்தில் கலந்து கொண்டுவிட்டு அன்றைக்கு மாலையில் மணமேல்குடியில் இருக்கும் நஞ்சுண்டான் வீட்டுக்கு ஜார்விஸ், வல்தாரீஸோடு தானும் அழைத்துச் செல்லப்பட்டிருந்தது அவன் நினைவுக்கு வந்தது.

தனிமையும் உயிர் பயமும் ஒன்றுசேர்ந்துகொள்ள, முதலில் நேரே அவரது வீட்டைக் கண்டுபிடித்து, பிறகு தன்னை அறிமுகப்படுத்திக் கொண்டு அடைக்கலம் கேட்பது என்ற நம்பிக்கையோடு விரைந்தான்.

அடுத்த இரண்டு மணிநேரப் பயணத்தில் ஒரு சாலையோரக்கடை முகப்புப் பலகையில் மணமேல்குடி என எழுதப்பட்டிருப்பதைக் கண்டதும் தன் அப்பா சொன்ன அவரது நண்பரின் பெயரை மனதுக்குள் திரும்பத் திரும்பச் சொல்லிக்கொண்டான்..

கடைத்தெருவில் நுழைந்தபோது பசி உயிரைத் திருகியது. பசியோடு அவர் முன்னால் போய் நிற்பது அவமானமாகப்பட்டது அவனுக்கு. அருகிலிருந்த பேக்கரியில் பால்பன்னும் அன்னாசி கேக்கும் வாங்கி அவசர அவசரமாக மென்று விழுங்கிக்கொண்டான். பிறகு ஞாபகத்தில் இருந்த பாதை வழியாகப் பயணித்து நஞ்சுண்டான் வீட்டைத் தேடலானான்.

பிரதானச் சாலையிலிருந்து இடதும் வலதுமாய் உள்ளே பிரிந்து செல்லும் சாலைகளும், தெருக்களும் அவனுக்கு ஒரே மாதிரியான அமைப்பிலேயே காட்சி தந்தன. அம்மன் கோவில் தெருவிற்குள் நுழைந்தபோது, அங்கு ஏற்கெனவே வந்திருப்பதை உணர்ந்தவனாய் ஒவ்வொரு வீட்டையும் கவனித்தபடி வண்டியை மெதுவாக இயக்கினான்.

சமீபத்தில் வர்ணம் பூசிச் சற்று மீட்கப்பட்டிருந்தும் பழமையின் நிழல் அகலாமல் காட்சி தந்த ஒரு வீட்டின் மதில் சுவருக்கு வெளியே ‘தம்பி’ எனk கண்ணாடியில் பொறிக்கப்பட்டு நின்ற குவாலிஸ் காரைக் கண்டதும் அது நஞ்சுண்டானின் கார்தான் என உறுதி செய்தவனாய் வண்டியிலிருந்து இறங்கி உள்ளே வந்தான்.

வீட்டின் அழைப்பு மணியை அழுத்தியதும் நஞ்சுண்டானின் மனைவி மீனாம்பாள் வெளியே வந்தார்.

"அம்மா... அண்ணாச்சி இரிக்காவலா?"

"இருக்காங்க. நீங்க யாரு."

"நான் தூத்துக்குடிலேந்து வாரன். சொன்னா அவியலுக்குத் தெரியும்."

"அப்படியா... உள்ள வாங்க தம்பி."

"ஏங்க... இங்க வாங்க உங்கள பாக்க ஒரு தம்பி வந்துருக்கு..." மீனாம்பாளின் குரல் கேட்டு நஞ்சுண்டான் திண்ணைக்கு வந்தார்.

"டேய் தம்பி நீ... இப்பதான் வல்தாரீஸ் தகவல சொன்னான்."

"நீ என்ன இங்க?" -நஞ்சுண்டான் ஆச்சரியத்துடன் கேட்டார்.

"அண்ணாச்சி நான்..."

"நீ யார்னு வேற சொல்லணுமா எனக்கு. அத விடு. எப்படி ஆச்சு. என்னனு... நானே அங்க வர இருக்கேன். நீ இங்க... சரி முதல்ல உள்ள வா."

இருதயராஜ் கூடத்திற்குள் நுழைந்தபோது சோபாவில் அமர்ந்திருந்த அனிதா மடியில் இருந்த தனது மகனைத் தூக்கிக்கொண்டு அறைக்கு நகர்ந்தாள்.

"உக்காருயா."

தரையில் அமர்ந்து வெற்றிலை மடித்துக்கொண்டிருந்த கிழவி எழுந்து வந்து கண்களைச் சுருக்கி இருதயராஜை உற்றுப் பார்த்தது.

"ஏ தம்பி யாரு இது? தேவக்கோட்ட மணியாரு... அவரு பேரனா?"

"இல்லம்மா. உனக்குத் தெரியாது. சாப்ட்டியின்னா கொஞ்ச நேரம் படேன்."

"தம்பி நீங்க சாப்ட்டிங்களா."

"சாப்ட்டன் அண்ணாச்சி. தண்ணி மட்டும்."

"ஏய் இந்தாடி. தண்ணி கேக்குறாப்ள பாரு. என்னன்னு எனக்கு ஒன்னும் புரியல. என்கௌண்டர்தானா. கன்ஃபாமா."

“ஆமா அண்ணாச்சி.”

“என்ன சொல்றது. அவர்கிட்ட நான் பேசியே ரொம்ப நாளாச்சு. என்னயா நீ... அங்கேந்து வண்டிலேயா வந்த?”

“ஆமா அண்ணாச்சி. என்னால இனி அங்கன இரிக்க முடியாது. மெட்ராஸு போவலாம்னா சார்லஸு இப்பம் அடக்கத்துக்கு தூத்துவுடி வந்துடுவாவ. அதும் இல்லாம அவிய என்மேல வருத்தமா இரிக்காவ.”

“ஏப்பா அதுக்குன்னு அவரு சாவுக்கு கூட இல்லாமலா. என்ன புள்ள நீ. காரியம் எப்பன்னு வல்தாரீஸ் போனடிச்சோன நீயும் என் கூட வா.”

“இல்ல அண்ணாச்சி அப்பாதான் என்ன இங்கன” இருதயராஜ் சட்டென்று கூற வந்ததை நிறுத்திப் பேச்சை விழுங்கினான்..”

மீனாம்பாள் கொண்டு வந்து நீட்டிய ரோட்டாவைக் கையில் வாங்கிக்கொண்டவன் குழப்பத்துடன் விழித்தான்.

“தண்ணிய மொதல்ல குடி.”

“நீங்க போய்ட்டு வாங்க. உங்களுக்குத் தெரியும்ல. அண்ணன் செத்து இன்னும் ஒரு வருசம் கூட ஆகயில்ல. எப்படிச் சொல்றது எப்படியும் அடுத்து நாந்தான்னு நெனைக்கேன்.” -அவன் பேசப் பேச நஞ்சுண்டானின் முகம் மாறிக்கொண்டே வந்தது. தான் பேசுவது அவருக்கு எரிச்சலை உண்டாக்குகிறது என்பதை அவரது உடல் அசைவுகள் மூலம் உணர்ந்ததும் வார்த்தைகளை விழுங்கினான்.

“எப்படி வேணா இருக்கட்டும். நான் சொல்றன்னு கோச்சுக்காத. அப்பாரு செத்துக்கிடக்குறாரு. அவருக்கு காரியம் பண்ணக்கூட மனசு இல்லாம... அப்படி என்ன உசுரு மேல அவ்வளவு ஆச. அவரு கூட பேச்சு வார்த்தையோடதான இருந்த?”

“அது... அப்படி இல்ல அண்ணாச்சி...”

“சரி தம்பி அத விடு. இங்க எதுக்கு வந்துருக்க?”

நஞ்சுண்டான் தனது இருப்பை விரும்பவில்லை. தன்னை இங்கிருந்து கிளம்பச் சொல்கிறாரோ என்ற யோசனையோடு பதில் கூறாமல் அமர்ந்திருந்தான்.

"தம்பி உன்னதான்."

"அது... அண்ணாச்சி. எனக்கு ஒரு ரெண்டு மூணு நாள் இங்கன எங்கனயாச்சும் சேஃப்டியா இரிக்க மாரி ஏற்பாடு பண்ணிக் கொடுத்தியன்னா. அதுக்குப் பெறவு கிளம்பிடுவன். அதாம் உங்கள.."

"தமிழு. லேய்."

"அப்பா அவன் பின்னாடி நிக்கிறான்." அனிதா அறைக்குள்ளிருந்து வெளியே வந்து பதில் தந்தாள்.

"அவன கூப்பிடுமா." அனிதா தமிழரசனை அழைக்கச் சென்றாள். நஞ்சுண்டான் என்ன சொல்லப்போகிறார் என்ற யோசனையோடு இருதயராஜ் மௌனமாக அமர்ந்திருந்தான்.

"அப்பா..." தமிழரசன் வந்தான்.

"இந்த தம்பிய அழைச்சிட்டுப் போய் நம்ம தோப்பு வீட்ல விட்ரு."

"அண்ணாச்சி. அடக்கத்துக்கு நீங்க போவியலா?" சற்று நிம்மதியடைந்திருந்த இருதயராஜ் தயக்கத்தை உதறிக் கேட்டான்.

"நான் போவாமா? அவரு எப்படிப்பட்ட மனுசன். நீ அவரு மவனா இருந்துக்கிட்டு இப்படி வந்து நிக்கிற. சரி விடு."

"அண்ணாச்சி எதுக்க கேக்கன்னா... நான் இங்கன வந்தது அங்கன ஆருக்கும் தெரியவேணாம். அதாம்."

புதுவாழ்வு

01

இசக்கி நெல்லை சந்திப்பில் இறங்கியவுடன் அங்கு மழைபெய்து ஓய்ந்திருப்பதின் சுவடுகளைக் கண்டான். ஈரம் ஊறிய நிலத்தில் கால் பதித்தும் அவனது உடலில் கூடியிருந்த வெப்பத்தின் அளவு குறையவில்லை. தென்காசி, அம்பாசமுத்திரத்தைப் போல் இரவு நேரங்களில் நெல்லையில் அவ்வளவு குளிர் இருக்காது, அதிலும் பகல்நேரங்களில் வெயில் வெட்டாப்பாய்க் கிடந்து கொளுத்தும் என ஏற்கெனவே ஊரில் யாரோ சொல்லக்கேட்டிருக்கிறான்.

ரயில் நிலையத்திலிருந்து வெளியேறி நகரத்தினுள் நுழைந்தபோது காற்றில் மிதந்துவந்த இனம்புரியாத வாசம் ஒன்றினை நுகர்ந்தான். இதற்குமுன் அவனது வாழ்வில் அப்படியானதொரு வாசத்தை அவன் அனுபவித்திருக்கவில்லை. இதுதான் நகரத்தின் வாசமென மனத்தில் பதிந்துகொண்டபடி சுற்றும்முற்றும் வேடிக்கை பார்த்தபடி நடந்தான். நெல்லையின் உயிரோவியம் அவன் கண்முன்னே விரிய விரிய பயமும், ஆச்சரியமும் மாறிமாறி அவனை ஆட்கொண்டன. எங்கு பார்த்தாலும் கடைகள், மின்விளக்குகள், பேருந்துகள், மிதிவண்டிகள், நீளக்கால்சட்டை அணிந்த மனிதர்கள் எனப் பழமையும் புதுமையும் புணர்வதுபோல் எழும்பியிருந்த வடிவங்கள் அவனைப் பிரமிப்பில் ஆழ்த்தின. நகரில் வேடிக்கை பார்க்க நிறைய இடங்கள் இருப்பதாகத் தெரிகிறது, பகல் முழுமைக்கும் எங்காவது சுற்றி வரலாம் என்று கணக்கிட்டபடியே மூடப்படுவதற்குத் தயாராகயிருந்த ஓர் உணவகத்தில் நுழைந்து உணவருந்திவிட்டு வெளியே வந்தான்.

தனிமை குடிகொண்ட இரவை எங்காவது பாதுகாப்பாகக் கழித்தாக வேண்டும், மீண்டும் மழை வந்தால் எங்கு சென்று ஒதுங்குவது என்று கவலையுற்றவனாய் நடந்தான். ஆங்காங்கே சாலையில் தேங்கிநின்ற மழை நீர் சாரத்தில் படாதவாறு அதனை மடித்துக் கட்டிக்கொண்டான். தூரத்தில் டைனமோ லைட்டுகள் பொருத்திய மிதிவண்டிகளில் வந்த காவலர்களைக் கண்டதும் அவனையறியாமல் அவனது உடல் வெடவெடத்தது. அச்சத்தில் சாரத்தைக் கீழே இறக்கிவிட்டு பிரதானச் சாலையிலிருந்து பிரிந்து

சென்ற குறுகிய மண்சாலையில் இறங்கி நடந்தான். அந்தச் சாலையில் சிறிது தூரம்வரை இருபுறமும் வீடுகள் இருந்தன. நடக்க நடக்கச் சிறு சிறு வாய்க்கால்களும், வயல்வெளிகளும் கண்முன் தோன்ற ஆரம்பித்தன. சேற்று வாசனையை அவனால் பருக முடிந்தது. அதனோடு பாதையை ஒட்டி வரிசையாகப் பனைமரங்களும், ஆங்காங்கே சிறுதெய்வக் கல்பீடங்களும் தென்பட்டன. நகரம் அவனுக்குச் சட்டென்று முடிந்துவிட்டதைப்போல் இருந்தது. அவனது ஓய்வைத் தேடிய கால்களுக்கும், உறக்கத்தைத் தேடிய கண்களுக்கும் இறுதியாக ஓர் இடம் வாய்த்தது. அது தாமிரபரணி நதிக்கரை.

கால் நீட்டித் தொடும் தொலைவில் ஆர்ப்பரித்து ஓடிய அப்பெரு நதி அவனது அத்தனைப் புலன்களையும் ஒருநொடியில் வசப்படுத்தியிருந்தது. குறுக்குத்துறை நீராளி மண்டபத்தின் தூண்களைக் கட்டி அணைத்தபடி பாய்ந்த அந்த ஜீவநதியின் சலசலப்பு அவனது போதை நரம்புகளை உசுப்பியது. அமுதுண்ட தேனீயாய்க் கிறக்கம் கொண்டு அதன் படித்துறையில் அமர்ந்து நதியை நோக்கினான். அவன் சற்று இளைப்பாறட்டும் என்ற முடிவுடன் கார்முகில்கள் பொதிகை மலையை நோக்கி நகர்ந்து கொண்டிருந்தன. மேகங்களை உதறிய வானம் இப்போது வெள்ளி நாணயங்களை விளைவித்த கரிசல் நிலம்போல் நட்சத்திரங்களால் நிரம்பி வழிந்தது. நிலவொளி முருகன் கோயில் கோபுரத்தை நீருக்குமேல் சாய்த்து நிழலாக அசைய வைத்தது.

பங்காளிகள் அப்பாவை இந்நேரத்திற்கு எரித்துவிட்டு வீடு திரும்பியிருப்பார்கள். அம்மா அழமாட்டாள். அப்பாவை நான் கொன்றுவிட்டேன் என ஊரில் உள்ளவர்கள் பேசத் தொடங்கியிருப்பார்கள். காவலர்களுக்குத் தெரிந்தால் என்ன ஆவது? என்னைத் தேடிவருவார்களா? சிறைபட்டாலும் என்ன ஆகிவிடப்போகிறது? மூன்று வேளை உணவு தருவார்கள். உறங்குவதற்கும் இடம் கிடைக்கும். இதுபோன்று அலைய வேண்டியதில்லை. கையில் இருக்கும் சில்லறைகளை வைத்து எத்தனை நாள் சாப்பிட முடியும்? காலையில் தேநீர் மட்டும் குடித்துக்கொள்ளலாம். ஏதாவது வேலை கிடைத்தால் நன்றாக இருக்கும், இந்த நகரில் நமக்கு யார் வேலை தருவார்? படித்துறையில் சாய்ந்திருந்த இசக்கியால் அவ்வளவு எளிதாக உறங்கமுடியவில்லை. அமைதியில்லாத அவனது மனது பலவிதமான சிந்தனைகளை எழுப்பியது. விடியலைப் பற்றிய பயத்தால் கண்ணீர் வழிந்தோடியது.

எதுவானாலும் விடிந்ததும் யோசித்துக் கொள்ளலாம் என நதியின் மீது கண்களைப் பொருத்தி துயில்கொள்ள முயற்சித்தான்.

பின்னிரவு நெருங்கி வருகையில் நதிக் கரையோரத்தில் தன்னந்தனியாக ஒரு பெண் நின்றுகொண்டிருப்பதைப் போன்ற பிரமை அவனுக்கு ஏற்பட்டது. அப்பெண் தன்னை நோக்கித் தான் வருகிறாள் என்பதை ஆழ்ந்த உறக்கத்திலிருந்தும் அவனால் உணர முடிந்தது. அந்த மர்ம நங்கையின் முகம் சிறுவயதிலிருந்து அவன் மங்கம்மாளையும், இரு யட்சிகளையும் கலந்து மனதில் கற்பனை செய்துவைத்திருந்த பெண்ணின் முகத்தை ஒத்திருந்தது. அவளது கூரிய புருவங்களை அவன் காணும் அளவிற்கு நெருங்கி வந்திருந்தாள். அவளது கண்களில் உடலை ஊடுருவும் ஒளி வீசியது. உடல் வியர்த்து அவன் திடுக்கிட்டு எழுகையில் அவளது உருவம் சுவடின்றி மறைந்திருந்தது.

பொழுது விடிந்ததும் தாமிரபரணியின் நீர்ப்பெருக்கம் இரவில் கண்டதைவிட மிகுதியான அளவில் கூடியிருப்பதை அவனால் அறிய முடிந்தது. இப்போது நீராளி மண்டபத் தூண்கள் பாதியளவுவரை மூழ்கிக் கிடந்தன. மழை மேகங்கள் மீண்டும் வருகை புரிந்திருந்தமையால் காலைக் கதிரவன் பேச வழியின்றி ஊமையாகிப் போயிருந்தது. பாதி உறக்கம் கலைந்திருக்க மீதி உறக்கமும் கரையும் வரை நதியில் இறங்கி நீராடினான். தன்னிச்சையாகப் பிறந்து கடல்சேர ஓடும் கடனாநதி நடு வழியிலேயே தாமிரபரணியின் விரிவில் மயங்கி அதனுள் மறைந்துபோவது போல் அவனும் அந்த ஜீவநதிக்குள் மன இறுக்கம் தொலைத்துச் சிறிதுநேரம் முங்கிக் களித்திருந்தான்.

இதமான குளிர். அபிசேகம் செய்யப்பட்ட தீர்த்தத்தைப் போன்ற மணம். திகட்டாது எனினும் போதுமென்ற மனதோடு கரையேறி மாற்று உடையாக வைத்திருந்த சட்டையையும் சாரத்தையும் அணிந்துகொண்டு நகரத்தை நோக்கி வந்தான். முதலில் கண்களுக்குப் புலப்பட்ட தேநீர் கடையில் தேநீர் அருந்திவிட்டுச் சாலையின் இருபுறமும் வேடிக்கை பார்த்தபடி நடந்தான். சாலையின் நடுவில் 'பாம் பாம்' என்ற ஓசையை எழுப்பி ஸ்ரீராம் பாப்புலர், கணபதி, டிவிஎஸ் நிறுவனங்களின் பேருந்துகள் அவசர அவசரமாகப் போய் வந்துகொண்டிருந்தன. என்ன செய்வது? எங்கு செல்வது என நோக்கமின்றி நடந்த அவன், அந்நகரின் நகரும் புள்ளிகளில் ஒன்றாக மாறியிருந்தான். அடுத்தடுத்த அவனது பகல் வேளைகள் நெல்லை டவுனின் அன்றாடக் காட்சிகளோடு

கலக்க, அந்தி வேளைகளும், நட்டநிசி இரவுகளும் குறுக்குத்துறை படிக்கட்டில் ஆர்ப்பாட்டமின்றி கழிந்தன.

அன்றோடு அவன் கொண்டுவந்திருந்த சில்லறைகள் எல்லாம் செலவாகி அவனிடம் தொண்ணூறு பைசாக்கள் மட்டுமே மீதமிருந்தன. உடனடியாகத் தனக்கு ஒரு வேலை கிடைத்தாக வேண்டும் இல்லையேல் ஊருக்குத் திரும்புவதைத் தவிர வேறுவழியில்லை என்று நினைத்து வேதனையடைந்தான். தனிமை அவனை அவனது நிழலை விட நெருக்கமாக விரட்டிக்கொண்டிருந்தது.

கைவிடப்பட்டவன் முதலில் உதறுவது கூச்சத்தை பிறகு இரவாமையை, இறுதியில் அறத்தை. அந்த இறுதிநிலையை அவன் அடைவதற்குள் அவனை நோக்கி ஒரு கருணைக்கரம் நீண்டாக வேண்டும். அதுவே இறைவனின் இருப்பை உறுதிசெய்யும். இசக்கி தனக்கு ஏதேனும் வேலை இருக்குமா எனக் கேட்டு அன்று காலை முதல் ஒவ்வொரு கடையாக ஏறி இறங்கினான். 'இல்லை' என்கிற பதிலே அவனது செவிகளை நிறைத்திருந்தது. இனி எது நடந்தாலும் நடக்கட்டுமென மதியத்தில் வண்ணாரப்பேட்டை காமாட்சி மெஸ்ஸில் உணவை உண்டுவிட்டு மனம்போன போக்கில் பாளையங்கோட்டைக்குள் பிரவேசித்தான்.

பாளையில் எங்கு பார்த்தாலும் கல்வி நிறுவனங்கள், அரசு அலுவலகங்கள் என அவனுக்கு முற்றிலும் விருப்பமில்லாத இடங்களே பிரதானமாகக் காணப்பட்டன. ஊசி கோபுரத் தேவாலயம் அவனுக்கு அந்நியமாகத் தெரிந்தும், அதன் கட்டுமானம் அவனை வசப்படுத்தாமல் இல்லை. கண் முன்னே பரந்துவிரிந்து கிடந்த பாளையங்கோட்டை மத்திய சிறைச்சாலை அவனது ஆன்மாவுடன் இரகசியக் குரல் எழுப்பி உரையாடியது. அது தன்னைச் சிறைபிடித்து வைத்துக்கொள்ள எண்ணுகிறது என்ற பயத்துடன் அவன் அவ்விடத்தை வேகமாகக் கடந்தான். வெயில் தாழ்ந்து வ.உ.சி மைதானத்திற்குள் நுழைந்தவனுக்கு கையில் இருபது பைசாக்கள் மட்டுமே இருக்கின்றதே என்கிற கவலை சட்டென்று மறந்துபோனது. புழுதி பறக்க நடைபெற்றுக் கொண்டிருந்த ஹாக்கி விளையாட்டுப் போட்டியைக் கண்டு பிரமித்து நின்றான்.

போட்டி முடிவதற்காகவே காத்திருந்ததைப் போல் இறுதி விசில் அடிக்கப்பட்ட நொடியில் மழை சடசடவென அடித்துக்கொண்டு பெய்யத் தொடங்கியது. மண்வாசம் அங்கு கூடிநின்றவர்களின்

நாசிக்குள் ஏறியது. பள்ளி மாணவர்கள் பலர் ஜோல்னா பைகளிலும், இன்னும் சிலர் துணிக்கடைகளில் தரும் மஞ்சள் பைகளிலும் நோட்டுப் புத்தகங்களைச் சுமந்தபடி கடை வாயில்களை நோக்கி ஓடினர். கடைக்காரர்கள் பேசிக் கொண்டிருந்ததைக் கேட்டபடி அவனும் மழைக்கு ஒதுங்கி நின்றான்.

"இனி அண கொள்ளாதாம் கேட்டியா? தெறந்து விட்டாவ."

"இந்த மழைக்கேவா?"

"இங்கன மாரியா? தென்காசி, பாபநாசத்துல பெருமழைல்லா"

"ஓடப்பெடுத்தா என்னடே செய்ய. வயவரப்புலாம் தப்புமா?"

"பாப்பம்ல. சொடல மாடன்தாம் காக்கனும்" சாலையோரக் கடைக்கு அருகில் இருவர் பேசிக்கொண்டிருந்ததைக் கேட்டதும் இசக்கிக்குத் தனது குலதெய்வமான சுடலைமாடனின் முகம் கண்முன் வந்தது. ஒவ்வொரு கொடைவிழாவிலும் தனது குடும்பத்தைச் சேர்ந்த ஆண்களில் எவரோ ஒருவர்மீது சுடலைசாமி இறங்கி குறிசொல்லி வந்ததாகவும், மங்கம்மாள் அத்தை இறந்ததற்குப் பிறகு ஒருமுறைகூட எவரது உடலிலும் சாமி இறங்கவில்லை என அப்பா கூறியது அவனது நினைவுக்கு வந்தது. இனி சுடலைமாடன் கொடை விழாவைத் தன்னால் காணவே முடியாதோ என வருந்தியபடி நின்றான். மழை சிறிது விட்டுக்கொடுத்ததும் பாளையிலிருந்து நெல்லை நோக்கி நடந்தான். அவன் சுலேச்சின முதலியார் பாலத்தை அடைந்தபோது தாமிரபரணியில் நடுங்க வைக்கும் வெள்ளம் கரைபுரண்டு ஓடுவதைக் கண்டான். குறுக்குத்துறை மண்டபம் இப்போது முழுவதுமாக ஆற்றுக்குள் மூழ்கிக் கிடந்தது. முந்தைய இரவு வரை தான் உறங்கிய படித்துறையை நீர் மிச்சமின்றி விழுங்கியிருப்பதைப் பார்த்ததும் அவனுக்கு அழுகை பெருக்கெடுத்தது. இனி நமக்கு இங்கு இடமில்லை. என்ன ஆகிவிடப்போகிறது, ஊருக்குக் கிளம்பிவிடலாம் என்கிற முடிவுடன் ரயில் நிலையம் நோக்கி வந்தான்.

வரும் வழியில் ஜீவசக்தி லாட்ஜிற்கு வெளியே கரும்பலகையில் எழுதப்பட்டிருந்த வாசகத்தை எழுத்துக் கூட்டிப் படித்தான்.

"ரூம் பாய் வேலைக்கு ஆள் தேவை."

அது என்ன வேலை என்பது அவனுக்குத் தெரியாது. எதற்கும் கேட்டுப் பார்ப்போம் என்று நினைத்தான். எப்படி அணுகுவது என்ற

தயக்கத்துடன் உள்ளே நுழைந்து முகப்பில் அமர்ந்திருந்தவரின் முன்னால்போய் நின்றான்.

"அண்ணாச்சி. வெளிய எழுதி போட்ருக்கியல்லா? எனக்கு அந்தச் சோலிய தர முடியுமோ?"

அந்த விடுதி மேலாளர் அவனை மேலும் கீழும் பார்த்தார்.

"ஒனக்கு எந்த ஊருடே?"

"அம்ப... அண்ணாச்சி."

"இது என்னசோலினு தெரியுமோ?"

"தெரியல அண்ணாச்சி."

"இங்க தங்க வராவல்ல. அவிய கேக்குறத எல்லாம் வாங்கியாந்து தரனும். நேரம்காலம்லாம் கிடையாது எந்த நேரமும் சோலி இருக்கும் பாத்துக்கோ. தோட்டி ஆளுவ எல்லாம் எப்பமாச்சும் தான் வருவாவ. நீதான் ரூம, கக்கூஸ எல்லாம் சுத்தம் பண்ணனும். செய்வியா?"

"செய்வம் அண்ணாச்சி."

"செரிடே. வேலைக்கு வாரதுனா எப்பம்லேந்து வார?"

"அண்ணாச்சி. இப்பமே?!"

02

கடற்கரையை ஒட்டியமைந்திருந்த அந்த தென்னந்தோப்பிற்கு வெளியே காரை நிறுத்திவிட்டு, வாயிற் கதவைத் திறந்து தமிழரசன் முன்னே நடந்தான். வண்டியை உள்ளே எடுத்துக்கொண்டு வரும்படி அவன் கையசைத்ததும் இருதயராஜ் அவனது இருசக்கர வாகனத்தோடு தோப்பிற்குள் நுழைந்தான். இரண்டு நாள்களுக்கு முன்னர் பெய்த மழையினால் உண்டான ஈரம் இன்னும் உலர்ந்திருக்கவில்லை.

தான் பின்னால் ஏறியமர்ந்தால் டயர்கள் உள்ளே வாங்கிக்கொள்ளும் என தமிழரசன் நடந்தே வர இருதயராஜ் அவனது நடைக்கு இணையாக வண்டியை ஓட்டியபடி வந்தான். வண்டி வரும் வழியில்

பூச்சிப் புழுக்களைத் தேடிக்கொண்டிருந்த செண்பகப் பறவைகள் தத்தித் தத்தி பக்கவாட்டில் ஓட்டமெடுத்தன. தென்னங்கீற்றில் அமர்ந்திருந்தப் ஜோடிக்கிளிகள் கண்களைக்குறுக்கிப் பார்த்தன. சிட்டுக் குருவிகளும் பரிச்சயமில்லாத ஆளின் வருகையைக் கண்டுணர்ந்து கூச்சலிட்டன.

டயர்கள் தற்போது நன்றாக வழுக்கிக்கொண்டு சென்றன.

இதற்குமேல் வண்டியை ஓட்டுவது கடினம் என இருதயராஜ் ஒரு மரத்திற்கு அருகில் அதனை நிறுத்தி வைத்துவிட்டுக் கீழே இறங்கி நாலாத்திசைகளையும் பார்வையை மேயவிட்டான். தோப்பைச் சுற்றி நான்கு மூலைகளிலும் ஐந்து அடி உயரத்தில் கம்பிவேலி அமைக்கப்பட்டிருந்தது.

தோப்பு அவனது விழிகளுக்குள் அடங்காத வகையில் அகண்டு விரிந்து கிடந்தது. அந்த ஆள் அரவமற்ற பெரும்பரப்பைக் கண்டு அவனால் கலக்கமுறாமல் இருக்கமுடியவில்லை. தோப்பிற்குள் சற்று உள்ளடங்களாக மூன்றிலிருந்து ஐவர் தாராளமாகத் தங்குவதற்கு ஏதுவான ஓடுகள் வேய்ந்த சிறிய வீடொன்று இருந்தது. முன்னால் சென்ற தமிழரசன் அவ்வீட்டை நோக்கித்தான் நடந்துகொண்டிருந்தான். வீட்டின் பின்புறத்தில் மண்டைக்கிணறு ஒன்று தென்பட்டது.

அதுவே அத்தோப்பின் நீராதாரமாகவும் இருக்கவேண்டும் என்பதைப் பார்த்தமட்டிலேயே இருதயராஜ் புரிந்துகொண்டான். கிணற்றிற்கு அருகில் பொருத்தப்பட்டிருந்த மின் மோட்டார் கிணற்றுக்குள்ளிருந்து தண்ணீரை அள்ளி வாய்க்கால் நோக்கி கொட்டிக்கொண்டிருந்தது. கிணற்றை ஒட்டி ஒரு குளியலறையும், கழிவறையும் அடுத்தடுத்து இருந்தன.

வீட்டை நெருங்கியும் தோப்பின் எல்லை அவனது விழிகளுக்கு மட்டுப்படவில்லை. கண்ணுக்கெட்டிய தூரம்வரை தென்னைமரங்கள் சீரான வரிசையில் உயர்ந்து நின்றன. இடையிடையே மா, வாழை, இன்னும் வேறுசில வகை மரங்களும்கூடச் செழிப்புற்றிருந்தன. வீட்டை ஒட்டி வேயப்பட்டிருந்த கீற்றுக் கொட்டகைக்குள் நின்ற இரண்டு பூரணிக் காளைகள் தலையைச் சிலுப்பித் தமிழரசனை வரவேற்றன. ஓர் உம்பளாஞ்சேரிப் பசுமாடும், ஆறேழு ஆடுகளும் தோப்பிற்குள் புற்களை மேய்ந்தபடி நடமாடிக்கொண்டிருந்தன.

“யக்கா... எங்க இருக்க?” தமிழரசன் வீட்டு வாசலில் நின்று குரல் எழுப்பினான்.

"இந்தா வரன் தம்பி." குரல்வந்து சேர்ந்த மறுநொடியில் ராணி வெளியே வந்துவிட்டாள்.

நன்கு வேலை செய்யக்கூடிய பெண்மணிகளுக்கே உரித்தான வற்றிப்போன உடல்வாகு, பச்சை நரம்புகள் தென்படும் கரங்கள், ரப்பர் வளையல்கள், மஞ்சள் உரசிக் குளிப்பதை வெளிக்காட்டும் முகம். நெற்றியில் ஒரு ரூபாய் நாணயம் அளவிற்கான குங்குமத் திலகம் என ராணி அச்சுஅசலாக ஒரு கிராமத்துப் பணிப்பெண்ணின் உருவில் இருந்தாள்.

"அக்கா இவரு. அப்பாவுக்கு வேண்டியவரு. ரெண்டு மூணு நாள் இங்கதான் இருப்பாரு."

"சரி தம்பி."

"கணேசன் எங்க ?"

"மேக்க தண்ணி பாய்ச்சிட்டு நிக்கிறாரு. கூப்பிடவா?"

"இல்ல வேணாம். அக்கா இவருக்குச் சாப்பாடு இங்கதான். நல்லா பண்ணுக்கா. சரியா."

"சரி தம்பி."

"சரி நான் கிளம்புறேன்."

"உங்க பேரு... ?"

"இருதயராஜ்." - முதுகில் மாட்டியிருந்த பையைக் கழட்டியபடி அவன் பதிலளித்தான்.

"சரி.. உள்ள போங்க. எதாவது வேணும்னா. அப்பா நம்பர் இருக்குல்ல. அதுக்கு ஃபோனடிங்க."

"இல்ல. இப்போம் என்கிட்டயே... நானே கேக்கணும்ட்டு நினைச்சன். இங்கன எதாவது சிம்மு கிடைக்குமா. புதுசா."

"வேணுமா? கடைத்தெருவுக்குப் போவணும். சரி நான் வாங்கிக் கொடுத்துவிடுறேன். நீங்க உள்ள போங்க." தமிழரசன் ராணியைத் தனியாக அழைத்துச் சிலவற்றைக் கூறிவிட்டு அங்கிருந்து விடைபெற்றுச் சென்றான். அவன் கிளம்பிய சிறிதுநேரத்தில் தோப்பின் மேற்கு மூலையிலிருந்து மண்வெட்டியோடு நடந்துவந்த கணேசன் போர் குழாயிலிருந்து விழுந்த தண்ணீரில் கைகால்களை அலம்பிக்கொண்டிருந்தார்.

"தம்பி நீங்க உள்ள வாங்க. நடுவூட்ல ஒரு மரக் கட்டில் இருக்குல்ல. அங்க பைய வைச்சுக்கங்க. மெத்தை இருக்காது. உங்களுக்கு அது தேவலயா?"

"பரவால்லக்கா."

"இந்தா வரதுதான் என் புருசன்." ராணி கணேசனைக் காண்பித்தாள்.

"ஏய். இங்க வாயா."

"இருடி. வரன்ல."

கணேசன் சலித்துக்கொண்டபடி வாசலை நோக்கி நடந்து வந்தார். அவர் நெருங்கி வரவர வெற்றிலைப் பாக்கு வாடை செறிவுடன் வீசியது.

"யாரு இது?"

"அய்யாவுக்கு வேண்டியவலாம். ரெண்டு மூனு நாள் இங்கதான்."

"சரி சரி."

"தம்பி நீங்க உள்ளபோய் பாருங்க."

இருதயராஜ் வீட்டிற்குள் சென்று பையைக் கட்டிலில் வைத்துவிட்டு மீண்டும் வாசலுக்கு வந்தான். ராணி ஒரு நாற்காலியை எடுத்து வாசலில் போட்டாள். அவனை அதில் அமர்ந்துகொள்ளச் சொல்லிவிட்டு, வாசலில் உலர்ந்திருந்த இடமாகப் பார்த்து அங்கு ஒரு பாயை விரித்து அவள் அதில் அமர்ந்துகொண்டாள்.

"ஏங்க இது..."

கண்ணிமைக்கும் நொடியில் எங்கிருந்தோ ஒரு கோம்பை நாய் பாய்ந்து வந்து அவனது தொடைகளின் மீது கால்களைத் தூக்கி வைத்து நின்றது. அவன் அச்சத்துடன் கத்தினான். மயிர் அடர்ந்து வெளிர் சிவப்புநிறத்தில் இருந்த அந்நாயின் வாயைச் சுற்றிய தோல்மட்டும் கருமையான நிறத்தில் இருந்தது. அதன் கூரியபார்வையையும், வலிமை மிகுந்த கால்களையும் கண்டு அது ஓர் ஓநாயாக இருக்குமோ என்று ஐயம் கொண்டான்.

"ஏய்... ச்சீ... வா இங்குட்டு. பெரிய வேட்டையாட்டம். இவ்வளவு நேரம் எங்க போன. பொழுதுக்கும் எங்காவது படுத்துத் தூங்கவேண்டியது." ராணி பாயிலிருந்து எழுந்துவந்து நாயின் கழுத்துக்கட்டைப் பிடித்து அவனிடமிருந்து இழுத்துச் சென்றாள்.

“கடிக்குமாக்கா.” நடுங்கிய குரலில் கேட்டான்.

“அதெல்லாம் நல்லா கடிக்கும். ஆனா யாரு என்னன்னு முத தடவ பாக்குறப்பவே கண்டுபிடிச்சிடும். வேண்டியவங்க யாரு. வேண்டாதவங்க யாருனு.”

முதுகுப்புறம் நன்றாக விரிந்து, சதைத் திரட்சியோடு காணப்பட்ட அந்தக் காவல் நாயின் பெயர் இருளன் என ராணி கூறினாள். அது அவனை விட்டு அகன்றபின்னும் அவனிடம் பயம் விலகவில்லை. அவனது வாசத்தை அது நுகர்ந்த விதத்தை எண்ணிப் பார்த்த போது அவனையறியாமல் அவனது உடல் ரோமங்கள் சிலிர்த்து நின்றன.

“தம்பி... எளனி வெட்டித்தர சொல்றன் குடிக்கிறியலா?”

“இப்பமா. இருட்டப் போவுதுல்ல. சளி பிடிக்கும்கா... வேணாம்.”

“சரி ராத்திரிக்கு இன்னைக்குச் சோறுதான். உங்களுக்குப் பரவால்லயா. நாங்க ரெண்டுபேர் தானன்னு. இங்க பெருசா எதும் ஆக்குறது இல்ல. கொஞ்சம் முன்ன பின்னதான் இருக்கும். பொறுத்துக்கங்க.”

“என்னனாலும் சரிக்கா. அதெல்லாம் ஒரு பிரச்சினையும் இல்ல.”

“நாளைக்கு ஐயா வீட்லேந்து எதாவது ஆக்கிக் கொடுத்து விடுவாங்கனு நினைக்கிறேன். தம்பி நீங்க சிலோனா?”

“என்னக்கா?”

“இல்ல உங்க ஊரு...”

“தூத்துவுடிக்கா.”

“அப்படியா சரி சரி. இங்க உங்களுக்குப் பொழுதே போகாது.”

“ஏங்க அந்த ரேடியோவ போட்டு விடலாம்ல.”

அரிவாளை வாசலில் கிடந்த கல்லின் மீது தேய்த்துத் தீட்டிக் கொண்டிருந்த கணேசன் அதனை அங்கேயே வைத்துவிட்டு நகர்ந்தார். பிறகு திண்ணையிலிருந்த ரேடியோவை முடுக்கிவிட்டு, ஒவ்வொரு அலைவரிசையாக மாற்றிக்கொண்டே வந்தார்.

“இந்த தம்பி கேக்குற மாதிரி டேசன்ல வைங்க. பூச்சி மருந்து வெத நெல்லுனு கிளாசு எடுக்குறதுலயே வைக்காம.”

அந்த ரேடியோப் பெட்டியிலிருந்து ஒரு வொயர் வீட்டை ஒட்டியிருந்த வேப்பம் மரத்தின் உச்சி நீண்டு சென்றது. அது அங்கு அலுமினியப் பட்டைகளினால் ஆன ஆண்டனா மாதிரியான ஒன்றுடன் கட்டிவைக்கப்பட்டிருப்பதை அவன் கண்டு கொண்டான். பழைய பாடல் ஒன்று ஒளிபரப்பாகிக் கொண்டிருந்த அலைவரிசையில் வைத்துவிட்டு கணேசன் வாசலுக்கு வந்தார்.

"இன்னும் ஒன்னும் சிக்னலு வரல. நாழியாகும். இருட்டின பிறகு சக்தி, சூரியன்னு சிலோனு எஃப். எம்லாம் எடுக்கும். அதுலதான் புது பாட்டு போடுவான். இது காரைக்காலு. உங்களுக்குச் சரி வராது."

"இரிக்கட்டும்ங்க."

அங்கு வந்த சில மணி நேரத்திலேயே ராணியும், கணேசனும் இயல்பாகப் பேச ஆரம்பித்திருந்தது அவனுக்குச் சற்று ஆறுதலாக இருந்தது என்றாலும் அந்திசாய்ந்து இருள் திரண்டுவர அதுவரை இல்லாத அளவிற்கு அவனிடம் அச்சவுணர்வு மேலோங்கத் தொடங்கியது.

இரவு வளர வளர எதிரில் அமர்ந்திருந்த இருளனின் பார்வையும் அதற்கு ஈடாகத் தீவிரம் கொண்டது. சிறுபொழுதில் இரவிற்கு வழிவிட்டு பகல் மிச்சமின்றிக் கரைந்து தீர்ந்திருக்க, பெரும்பொழுதிலோ மார்கழிப் பனிச்சாரலுக்கு இன்னும் நான்கு நாள்களில் இடம்விட்டுவிட வேண்டும் என்கிற முடிவுடன் கார்த்திகையின் மழைமேகங்கள் கலைந்துகொண்டிருந்தன. ரேடியோ சப்தத்தையும் மூடிமறைத்து அந்தத் தோப்பின் மயான அமைதி மெல்லமெல்ல அவனை விழுங்கிக்கொண்டிருந்தது. இப்போது அந்தத் தோப்பின் அத்தனை அணுக்களிலும் இருள் நிறைந்திருந்தது. அதுமாதிரியான ஓர் அச்சுறுத்தும் நிசப்தத்தையும், உயிரை உறைய வைக்கும் இருட்டையும் இதற்கு முன்பு ஒருமுறை கூட அவன் அனுபவித்திருக்கவில்லை.

03

வேலையில் சேர்ந்த ஐந்தாண்டுகளில் விடுதி மாடிப்படிகளில் நாள் முழுவதும் ஏறி இறங்கவும், அறைகளில் தங்கியிருப்பவர்களின் தேவைகளை முகம்சுழிக்காமல் நிறைவேற்றித் தரவும்,

குப்பைகளைக் கூட்டிப் பெருக்கவும், முகத்தில் துண்டைக் கட்டிக்கொண்டு கழிவறைகளைச் சுத்தம் செய்யவும் இசக்கி நன்றாகப் பழகிக்கொண்டிருந்தான். உண்ண, உறங்க வாய்ப்பளித்த அந்தச் சிறுவாழ்வோடு சேர்த்து, பதினெட்டு வயதிற்குரிய தசைப்பூச்சையும், உடல ரோமங்களையும் அவன் அங்கு ஈட்டியிருந்தான். விடுதியின் மேலாளர் அவனை முகப்பு மேசைக்கு அருகிலேயே அமைந்திருந்த ஒருசிறிய அறையில் தங்கிக்கொள்ள அனுமதித்திருந்தார். மாதம் முப்பது ரூபாய் சம்பளம். வாடிக்கையாளர்கள் தரும்படிக்காசு அவனோடு விடுதிக் கணக்கில் இரண்டுநேரம் தேநீர் உண்டு, சாப்பாடு அவன் கணக்கில் பார்த்துக் கொள்ளவேண்டும்.

அவனது பணிச்சுமை என்பது காலநிலையைப் பொறுத்து மாறுபடும். அதிலும் குறிப்பாகக் குற்றால சீசன் தொடங்கிவிட்டால் நெல்லைச் சந்திப்பை ஒட்டியிருக்கும் தங்கும்விடுதிகள் அனைத்தும் நிரம்பி வழியும். தைப்பூசம் நெருங்கும் போதும் திருச்செந்தூர், குறுக்குத்துறை கோயில்களுக்கு வரும் பக்தர்களால் நன்கு கல்லா கட்டும். அப்போதெல்லாம் அவனுக்கு ஓய்வே இருக்காது. மற்ற நாள்களில் பெரிதாக வேலை இருக்காது என்றாலும் காலையிலும் இரவிலும் விடுதிக்கு வெளியே ஒரு நாற்காலியைப் போட்டு அமர்ந்தபடி சாலையில் போகிற வருகிற ஆட்களை எல்லாம் கவனிக்கவேண்டும். நகருக்குள் பிரவேசிக்கும் ஒவ்வொருவரையும் அவன் தரம்பிரிக்கக் கற்றுக்கொண்டிருந்தான். ஒருவரது உடல்மொழியை வைத்தே அவரது தேவை என்னவாக இருக்கும் என அறியும் வித்தை அவனுக்கு வசப்பட்டிருந்தது. ரயில், பேருந்துகளிலிருந்து பெரிய பைகளோடு இறங்கிவரும் வெளியூர் ஆட்கள்தான் அவனது இலக்கு. ரயில் நிலையத்தைச் சுற்றி நிறைய தங்கும் விடுதிகள் இருப்பதால் போட்டியும் அதிகம்தான். அதிலும் சற்று வசதி படைத்தவர்கள் டீலக்ஸ் லாட்ஜ்களையே தேடிப்போவார்கள்.

தூத்துக்குடியின் அதிவேகத் தொழில் வளர்ச்சியும் அவ்வப்போது சில வாடிக்கையாளர்களை அழைத்து வந்துகொண்டிருந்தது. மாவட்ட ஆட்சியர் அலுவலகம், மாவட்ட நீதிமன்றம் நோக்கி வரும் தொழிலதிபர்கள், தொழிற்சாலை நிர்வாகிகள், அரசியல் கட்சிப் பிரமுகர்கள் உள்ளிட்டோர் அவர்களது வேலை முடியும்வரை விடுதிகளிலேயே தங்கியிருப்பர். அதுமாதிரியான பெரிய இடத்து ஆட்கள் வரும்போதெல்லாம் அவனுக்குக் கணிசமான அளவுகளில் படிக்காசு கிடைக்கும்.

அவர்கள் இல்லாமல் அறைக்குள் சென்று தாழிடும்வரை கூச்சம்விலகாத புதுமணத் தம்பதிகள், கம்யூனிஸ்ட் தொழிற்சங்க ஆட்கள், பால்வினை நோய்களுக்கு மருந்து தரும் மருத்துவர்கள், சினிமா படப்பிடிப்பிற்கு இடம் பார்க்க வரும் உதவி இயக்குநர்கள், நாடக சபாக்களில் கூத்துகட்டும் நடிகர்கள், வெளிநாடுகளுக்கு வேலையாட்களை அனுப்பும் ஏஜென்டுகள், ஊதுவத்தி, போர்வை வியாபாரம் செய்ய வரும் வியாபாரிகள் என பலவிதமான ஆட்கள் அங்கு வருவதும் போவதுமாக இருப்பார்கள். இவர்களைத் தவிர நெல் அறுவடை முடிந்த கையோடு நெல்லைக்கு வந்து நான்கைத்து நாள்கள் அறையெடுத்துத் தங்கிச் செலவு செய்துவிட்டுப்போக கிராமங்களிலிருந்து சில பெருவிவசாயிகளும் வருவார்கள். அண்மையில் மதுவிலக்கு நீக்கப்பட்டு மதுக்கடைகள் திறந்துவிடப் பட்டிருந்ததால் அறையெடுத்துக் குடித்துவிட்டு மல்லாந்து கிடப்பதற்காகவே பலர் வருகின்றனர்.

பேலஸ்டிவேலஸ், ராயல் திரையரங்கங்களில் எம். ஜி. ஆர், சிவாஜி திரைப்படங்களை அடுத்துடுத்து பல காட்சிகள் தொடர்ந்து காண்பதற்காகவும் சிலர் அறை எடுப்பர். அசைவ உணவகங்களில் வாய்க்கு ருசியாக வாங்கி உண்பதற்காகவும் மட்டுமே வந்து இரண்டு மூன்று தங்குகிற தின்னிமாடன்களும் உண்டு. விடுதி உதவியாளர் வேலையினால் அவனுக்கு விதவிதமான மனிதமுகங்களும், அவர்களது மனோபாவங்களும் அறிமுகமாகிக் கொண்டே வந்தன. மேலும் அவர்கள் பயன்படுத்தும் ரேடியோப் பெட்டி, டார்ச்லைட்,சிகரெட் லைட்டர், தோலினால் செய்யப்பட்ட காலணிகள், செய்தித்தாள்கள், வார இதழ்கள், பாக்கெட் நாவல்கள் என ஏராளமான புதிய விசயங்களும் அவனுக்குப் பரிச்சயமாகின. வேகமாக வாசிக்கவும் பழகிக்கொண்டிருந்தான். ஊரிலிருந்து தன்னை எவரேனும் தேடிக்கொண்டு வருவார்களோ என்கிற பயமும் அவனிடமிருந்து முழுமையாக விலகியிருந்தது.

மற்ற டீலக்ஸ் விடுதிகளின் அறைகளில் இருப்பது போல் அங்கு தொலைபேசி வசதி இல்லாததால், அவனே அவ்வப்போது தாமாக ஒவ்வொரு அறையாகச் சென்று என்ன வேண்டுமெனக் கேட்க வேண்டும். காலையிலும் மாலையிலும் தேநீர் கேட்பவர்கள் அதிகம்.

ஒவ்வொரு அறைக்கென்றும் கூஜா, தம்ளர்கள் தனித்தனியே உண்டு. தங்கியிருப்பவர்கள் பெரும்பாலும் உணவருந்துவதற்கு வெளியே சென்றுவிடுவார்கள். ஒருசிலர் விடுதியைக் காலி செய்துவிட்டு வெளியேறுகிறவரை அறையைவிட்டு ஒருநிமிடம்

கூட வெளியே வரமாட்டார்கள். அவர்களுக்கு அவன் உணவுப் பொட்டலங்களை வாங்கிக்கொண்டு வந்து தர வேண்டியிருக்கும். இவையில்லாமல் இரவில் மின்தடை ஏற்படும்போதெல்லாம் அவன் மெழுகுவர்த்திகளை எடுத்துக்கொண்டு போய் ஒவ்வொரு அறையாகத் தரவேண்டும். இரவில் பத்து மணிக்குமேல் பெரிதாக யாரும் உதவிகள் கேட்டு அழைக்கமாட்டார்கள்.

வாடிக்கையாளர்களில் சிலர் நன்றாக உரையாடுவார்கள். சிலர் ஏதாவது வேண்டுமா என்று கேட்டால் கூடப் பதிலளிக்கமாட்டார்கள். வாடிக்கையாளர்களில் புன்னைக்காயலின் நாட்டுப்படகு மற்றும் கட்டுமர உரிமையாளர் சங்கத் தலைவர் பாண்டிதுரையும், தருவையைச் சேர்ந்த ஆறுமுகமும் அவ்விடுதிக்கு அடிக்கடி விஜயம் செய்பவர்களாக இருந்தனர்.

நகைத் தொழில் செய்யும் ஆறுமுகத்திடம் எப்போதும் காசு நன்றாகப் புழங்கும். கையில் அவர் அணிந்திருக்கும் உயர்ரக லண்டன் கடிகாரத்தின் பெருமையைக் கிட்டத்தட்ட திருநெல்வேலி ஜில்லாவில் எல்லோரிடமும் சொல்லியிருப்பார். அறைக்குத் தங்க வரும்போதெல்லாம் அவர் வாங்கி வரும் மஞ்சள் புத்தகங்களை இசக்கியிடம் காண்பிப்பார். அவனுக்கு அதில் இருப்பவற்றைப் படிப்பதற்கெல்லாம் பொறுமை இருந்தது இல்லை. புத்தகத்தில் இடம்பெற்றிருக்கும் நிர்வாணப் படங்களை மட்டும் கடமைக்குப் பார்ப்பதுபோல் பார்த்துவிட்டு அவரிடமே திருப்பித் தந்துவிடுவான்.

“என்னடே ஒன்னுந் தெரியாத மாதிரி நடிக்க?” என அவரும் அவனைக் கேலிசெய்து சிரிப்பார். ஓர் இரவில் அவனை அழைத்து, “இந்தாடே... படிச்சுப்பாரும். நாலுநாள் இங்கனதான் தங்குதன். அவசரமில்ல. நீயே வைச்சிக்கிட்டாலும் செரி.” என்று கூறி ஐம்பது பக்க அளவிலான ஒரு புத்தகத்தைக் கொடுத்தார். தயங்கியபடி வாங்கியவன் பிறகு ஒவ்வொரு நாளும் தனிமையில் அமர்ந்து அதை இரகசியமாகப் படித்தான். புணர்தலின் பல்வேறு வழிமுறைகளும், பெண் உடல் வாரி வழங்கும் சுகங்களும் எழுத்துகள் வழியாக அவனுக்கு அறிமுகம் ஆகிக்கொண்டிருந்தன. படபடப்பும் பரிதவிப்பும் கலந்த அந்த இன்ப இரவுகளில் உறக்கமிழந்து தவித்தான். காமத்தின் அறிமுகம் கிடைத்தபின் பெண்கள் மீதான அவனது பார்வையும் மாறியது. விடுதிக்குத் தங்கவரும் பெண்கள், அதிலும் குறிப்பாகக் கணவனோடு தங்க வரும் புதுமணப் பெண்கள் அவனது பாலுணர்வுக்குத் தூபமிட்டனர். இது இழிவானது என அவனது அறிவு எவ்வளவோ முறை

அவனுக்கு எடுத்துக்கூறியும், அதையெல்லாம் பொருட்படுத்தாத அவனது மனம் பருவ வேட்கையில் தடுமாறியது. தம்பதிகள் அவர்கள் தங்கியிருந்த அறைகளைக் காலி செய்துவிட்டுக் கிளம்பியபிறகு அந்த அறைக்குள் நுழைவது அவனுக்கு அருவருப்பையும், கிளர்ச்சியையும் ஒருசேரத் தந்தது. அவன்தான் அந்த அறைகளுக்குள் சென்று போர்வைகள், தலையணை உறைகள் போன்றவற்றைத் துவைப்பதற்கு எடுத்துவரவேண்டும். அப்போதெல்லாம் கட்டிலில் கசங்கிக்கிடக்கும் பூச்சரங்களும், தலையணை உறையில் ஒட்டியபடி வரும் நீண்ட தலைமுடியும் அவனுள் இச்சையைத் தட்டியெழுப்பும். அவன் அந்த அந்திப் பொழுதில் தங்குவதற்கு விடுதியைத் தேடும் தோரணையோடு சாலையில் யாராவது தென்படுகிறார்களா எனக் கவனித்தபடி விடுதிக்கு வெளியே நின்றுகொண்டிருந்தான். அப்போது அவனது வயதை ஒத்த ஒருவன் விடுதியை அணுகலாமா வேண்டாமா என்ற தயக்கத்துடன் சாலையில் நிற்பதைக் கண்டதும் அவனை நோக்கி நடந்தான்.

“ரூம் வேணுமா? உள்ள வாங்க.”

“ஒரு நாளைக்கு துட்டு எம்புட்டு?”

“வாங்க பேசிக்கலாம்.” அவர்கள் முகப்பிற்கு வந்ததும் மேலாளர் ஒரு குறிப்பேட்டில் தேதி, நேரத்தைக் குறித்துக்கொண்டு எதிரே நின்றிருந்தவனை நோக்கினார்.

“உங்க பெயர் என்ன?” எதிரில் நின்றவன் தனது பெயர் ராஜசேகர் எனக் கூற வாயெடுத்துச் சட்டென்று ஒரு நொடி யோசித்தவனாய், கோபாலகிருஷ்ணன் என மாற்றிக் கூறினான்.

“ஊரு?”

“கயத்தாறு.”

“சரி. பதினாறு ரூவா கொடுங்க. முன்தொக.”

“எல. எட்டாம் நம்பரு காலியாதானடே இருக்கு?”

“ஆமா அண்ணாச்சி. பழனி சாருதான் நேத்தே போய்டாவல்ல.”

“செரி இவர அங்கன விடு.”

04

“போர்ல குளிக்கிறதுனாலும் சரி. உள்ள இறங்கி குளிக்கிறதுனாலும் குளிங்க.”

“இல்லங்க வேணாம்.” - வீட்டின் பின்புறத்தில் நின்று பல் துலக்கிக் கொண்டிருந்த இருதயராஜிடம் இறங்குவதற்குத் தோதாகப் படிக்கட்டுகளுடன் அமைக்கப்பட்டிருந்த கிணற்றைக் காண்பித்து கணேசன் பேசிக்கொண்டிருந்தார்.

இருபத்தியோரு வயதாகியும் இன்னும் நீச்சல் பழகவில்லை எனக் கூறுவதற்கு வெட்கப்பட்டுக்கொண்டு அவன் தனக்குக் குளியலறைதான் சௌகரியம் எனச் சமாளித்தான். குளித்துமுடித்து உடைமாற்றிக்கொண்டு புறவாசல் வழியாக வீட்டிற்குள் நுழைந்தபோது, வீட்டின் வாயிலில் ராணிக்கு அருகில் அவன் வயதையொத்த இரண்டு இளைஞர்கள் நின்றுகொண்டிருப்பதைக் கண்டான்.

“யாருக்கா இது. கம்பனி ஆளா?”

“இல்ல. வேற யாரோ ஐயாவுக்கு வேண்டியவரு போல.”

அவர்கள் தன்னைப் பற்றித்தான் பேசிக்கொண்டிருக்கின்றனர் என்பதை அவனால் வீட்டிற்குள்ளிருந்தே காதில் வாங்கமுடிந்தது.

“ஏங்க தம்பி... உங்களதான்.” - ராணி குரல்கொடுத்து அழைக்கத் தலையில் மீதமிருந்த ஈரத்தைத் துவட்டியபடி அவன் வாசலுக்கு வந்தான்.

“இது சந்திரன். இது திப்பு.”

“ஏக்கா திப்பு சுல்தான்னு முழுப் பேரச் சொல்லு.”

“ஆமா இவரு பெரிய சுல்தான். ஆளையும் மண்டையும் பாரு.” முன்பின் தெரியாத ஒருவரின் முன்னால் சந்திரன் தன்னை நக்கல் செய்வதில் கோபம் வந்தவனாய்த் திப்பு சுல்தான் சந்திரனை நோக்கி முறைத்தான்.

“எம்பேரு இருதயராஜ் ஃபெர்னாண்டோ... தூத்துவுடி”

“தூத்துக்குடியா. ஏன்டா அண்ணன் கூட அங்கதான போயிருக்காரு?”

கையில் இருந்த மண்ணெண்ணெய் ஊற்றும் ஃபனலைத் திண்ணைக் கட்டையில் வைத்தபடி சந்திரன் கேட்டான்.

"யாரு... நஞ்சுண்டான் அண்ணாச்சிய சொல்லுதியலா?"

"ஆமாம். இராத்திரியே கிளம்பிப் போய்ட்டாரு போல. இப்ப தோப்புல மண்ணெண்ண இருக்கான்னு கேக்க போனடிச்சப்ப சொன்னாரு..."

சந்திரன் பேச்சுக்கிடையே தனது விரல்களைச் சுடக்கு எடுத்துக் கொண்டான். ஏற்கெனவே நெட்டி முறிந்திருந்த விரல்களில் மீண்டும் முறித்தான். அது அவனது பழக்கமான நடவடிக்கையாக இருக்கவேண்டும் என்பதை இருதயராஜ் பார்த்தமட்டிலேயே தெரிந்துகொண்டான்.

"ஏங்க எதும் சேதியா? சாங்காலம் வந்துடுவன்னுதான் சொன்னாப்ள."

"இல்லங்க. ஒன்னுல்ல."

"சரி நண்பா. லேட் ஆகிடிச்சு. அப்புறமா வரப்போ பேசுவோம்."

"ஏ தம்பியளா எங்க போறிய. பொங்கல் செஞ்சிருக்கன் சாப்ட்டு போகலாம் இருங்க. இன்னைக்கு கடல்நாள் இல்லதானே."

"பாத்தியா... விருந்தாளி வந்தோன பொங்கலா. ஏக்கா... உனக்கு விசியம் தெரியாதா. லாஞ்சு இஞ்சின் ரிப்பேரு. யார்டுல ஏத்தி நிக்குது."

"அப்புறம் என்ன இருங்க. ஆளுக்கு ஒரு கரண்டி சாப்ட்டுப் போகலாம்."

"இல்லக்கா. ரெடியாகுறவர லம்பார்டி இருக்குல்ல. அதுல போவலாம்னு. லேய் நீயும் என்ன. டைம் ஆச்சுடா. பொங்கல்னதும் வாய பாத்துட்டு நிக்கிற. வா."

"ப்ளக்கு ஃபால்டாதான்டா இருக்கும்... பாத்துக்கலாம் வா... மயிரு... எல்லாத்துக்கும் அழுவு..." சந்திரனும், திப்பு சுல்தானும் கடல் செல்ல வேண்டிய அவசரத்தில் அங்கிருந்து நகர்ந்தனர்.

ராணி இருதயராஜிற்குச் சிற்றுண்டி பரிமாறினாள். உணவை முடித்ததும் அவன் மீண்டும் வாசலுக்கு வந்து ஒரு நாற்காலியைப் போட்டு அமர்ந்துகொண்டான். அவன் செவிகொடுக்க மனமில்லாமல் இருந்தும் திண்ணையில் இருந்த ரேடியோப்

பெட்டி அவனுக்காகப் பேசிக்கொண்டும், பாடிக்கொண்டும் இருந்தது. அவன் கேட்காமலேயே கணேசன் மரத்தில் ஏறி இரண்டு இளநிகளைப் பிடிங்கி வந்து சீவிக்கொடுத்தார். வயிறு நிறைய பருகிவிட்டு மீண்டும் நாற்காலியில் சாய்ந்துகொண்டான். தென்னங்கீற்றுகளைக் காற்று மெல்ல அசைத்து வருடியது. வெளியில் கொட்ட முடியாத துக்கத்துடன் அவன் தனது ஆன்மாவைத் தூற்ற ஆரம்பித்தான். நஞ்சுண்டான் அப்பாவின் அடக்க நிகழ்வில் கலந்துகொள்வதற்காகத்தான் தூத்துக்குடி சென்றிருக்கிறார். ஆனால் நான் இங்கு பசி, உறக்கம் போன்ற சிற்றின்ப விருப்பங்களிலிருந்து சிறிதும் இடராமல் இயல்பாக நேரம் கடத்திக்கொண்டிருக்கிறேன். விலங்குகள் கூட இப்படி இருக்காது. அன்னையோ தந்தையோ இறந்தால் அதனருகில் அமர்ந்து அவை கூட அழுகுரல் எழுப்பும். என்ன பிறவி நான்?! அவனையே அவன் அருவறுப்புடன் வினவிக்கொண்டான்.

அவனது அப்பா இனி இல்லை; அவர் இறந்துவிட்டார் என்கிற உண்மையை ஜீரணிக்க அவன் தயார்நிலையிலும் இல்லை. சிந்தனைகள் கலைந்து யதார்த்த மனநிலைக்கு வந்தவனாய் மீண்டும் தோப்பைச் சுற்றிச் சுற்றிப் பார்த்தான். தோப்பிற்கு வெளியே வெயில் ஏறியிருந்தது. நண்பகல் வந்த பின்னரும்கூட அந்தத் தோப்பு மட்டும் சூரியக்கதிர்களிடம் அகப்படாமல் நிழல்பாங்காகவே காட்சி தந்தது. வாசலின் மீது படர்ந்திருந்த மெல்லிய மணல் விரிப்பில் இதமூட்டும் குளுமை இன்னமும் மீதமிருந்தது.

அவன் அமர்ந்திருந்த இடத்திற்கு அருகில் சில அணில்கள் அங்கொன்றும் இங்கொன்றுமாய் ஓடிக்கொண்டிருந்தன. பீக்கலாத்திக் குருவிகள் இரண்டு குழாயிலிருந்து தண்ணீர்கொட்டும் இடத்திற்கு அருகே நின்று தண்ணீரில் தலையை நனைத்துச் சிலுப்பிக் கொண்டிருந்தன. இத்தனை ரம்மியம் மிகுந்த இந்தச் சூழல் இரவில் அதன் முகத்தை மாற்றிக்கொண்டுவிடுகிறது. யார் சொல்லாவிட்டாலும் இங்கு கழிக்கும் ஒவ்வொரு இரவும் ஆபத்தானதுதான். அதற்கான அத்தனை வாய்ப்புகளையும் வழங்கும் இடமாக இது திகழ்கிறது என அச்சமுற்றபடி தோப்பின் எல்லை வரை நோக்கினான். வீட்டிற்குள்ளிருந்து வந்த கடுகு தாளிக்கும் வாசத்தை நுகர்ந்தபடி மேற்கு மூலையைக் கவனித்தான்.

கணேசன் தொலைவில் மண்வெட்டியோடு நடந்துகொண்டிருந்தார். மாடுகள் மேய்ந்துகொண்டிருந்த இடத்திற்கு அருகில் இருளன் தரையில் எதையோ தேடுவதைப் போல் உலாத்திக்கொண்டிருந்தது.

அவன் மதிய உணவை உண்டுவிட்டு என்ன செய்வதென்று தெரியாமல் சிறிது நேரம் கண்ணயர்ந்தான். உறக்கம் கலைந்த போது நஞ்சுண்டான் வீட்டிற்கு வெளியே நின்றுகொண்டிருப்பதைக் கண்டான். நிழலுக்கிடையே மாலைவெயிலின் மீதங்கள் வாசலில் சிதறிக்கிடப்பதையும் அவனால் காணமுடிந்தது. சாரத்தை அவிழ்த்து மீண்டும் நன்றாக இறுக்கிக் கட்டிக்கொண்டு வெளியே வந்தான்.

“இப்பதான் காஃபி குடிச்சிட்டு வரேன். ஒன்னும் வேணாம்.

தம்பி வருது பாரு. அதுக்கு மட்டும் போடு.”

“உன் புருசன் எங்க?”

“பின்னாடி நிக்கும். மருந்து வைக்கணும்னு சொல்லிட்டு இருந்தது.”

“அது சரி...”

“அண்ணாச்சி...” இருதயராஜ் அழைத்தபடி வந்தான்.

“வாயா. என்ன அப்புறம். தூக்கமா? கிட்டவா.” -அவரைக் கண்டதும் அவனுக்குக் குரல் வர மறுத்தது. ஏதாவது எரிச்சல்பட்டு பேசிவிடுவாரோ என்று பயந்து வார்த்தைகளைக் கண்ணும் கருத்துமாகப் பிரயோகிக்க எண்ணி தயக்கத்துடன் நின்றான்.

“தூத்துக்குடி போயிருந்தன்யா. காலைலயே எல்லாம் முடிஞ்சுது.”

“காலைல இங்கன வந்தவங்க சொன்னாங்க. போயிருக்கியன்னு. எப்படி அண்ணாச்சி... அல்லாபேரும் வந்தாவலா.” ராணி அருகில் நிற்பதைக் கண்டு மீண்டும் வார்த்தைகளை அடைத்தான்.

“இந்தாப்புள்ள நீ போய் டீ போடு.” ராணியை அனுப்பிவிட்டு நஞ்சுண்டான் பதிலளித்தார்.

“ஆங்... எல்லாம்தான். எனக்கு ஜார்விஸ், வல்தாரீஸ தவிர ரொம்பப் பேர தெரியாதுல்ல. வீரகுமாரு டீமு. அப்புறம் அவரு பேரென்ன... ஆங் என்னா பாண்டியன். ஒரு வயசான ஆளு. ஒரு ஊரயே திரட்டிட்டு வந்துருந்தாரு. நல்ல மரியாத.”

“அண்ணாச்சி... அவிய பேரு ஈஸ்வரப்பாண்டியன். எங்க போத்தினு சொல்லுவம்லா. அவிய தாம்.”

“அப்புறம் என்ன அப்பாவுக்குக் கொஞ்ச நாளா. என்னமோ பேசிகிட்டாங்க. அத நாம அப்புறமா பேசுவோம்.”

“செரி அண்ணாச்சி. நான் இங்கன இரிக்கன்னு அவியல்ட்ட ஆர்ட்டையும் சொன்னியலா.”

“இல்ல. அப்புறம் நானே இத சொல்லதான் இப்ப வந்தேன். நீ சொல்ற மாதிரி உனக்கும் ஆபத்து இருக்க மாதிரிதான் தெரியுது. அங்க போன பிறகுதான் எனக்கும் அந்த நெருடல். அதனால நீ கொஞ்சநாள் இங்கயே இரு.”

“இல்ல அண்ணாச்சி... இங்கன...”

“என்ன?”

“சேப்ட்டியா இரிக்குமா.”

“நல்லா கேட்ட போ...” நஞ்சுண்டான் சிரித்துவிட்டுத் தொடர்ந்தார். “தம்பி இதவிட சேஃப்டியான இடம் உனக்கு வேற எங்கையுமே இல்ல. நீ பயப்படாம இருக்கலாம்.”

“எப்போம் வரயும் அண்ணாச்சி?”

“அது உன் முடிவு. எவ்வளவு நாள் வேணாலும் இரு. அப்புறம் நேத்து எனக்குப் பல டென்ஷன்... அதான் அப்படிப் பேசிட்டன். மனசுல வைச்சுக்காத. சரியா.”

“செரி அண்ணாச்சி.”

“சரி நான் கிளம்புறன்... அர்ஜென்டா ஒரு வேல. ஏ... ராணி.” நஞ்சுண்டான் குரல் கேட்டு ராணி வெளியே வந்தாள்.

“தம்பி கேக்குறத... இல்ல அவரு கேக்கமாட்டாரு. நீயா நல்லது கெட்டதுனு பாத்து எல்லாம் செஞ்சுகொடு. சந்திரன்ட்ட சொல்லி நாளைக்கு றாலு கொண்டுவந்து கொடுக்கச் சொல்றேன்.”

ராணி தலையசைத்தாள்.

“சரி தம்பி பாரு. என் நம்பர் இருக்குல்ல.”

“இல்ல அண்ணாச்சி. எங்கிட்ட இப்போம் சிம்மு இல்ல. தமிழண்ணன் வாங்கித் தாரன்னாவ.”

“நான் தூத்துக்குடி போனத உனக்குச் சொன்னது யாரு. காலைல வந்தவங்க சொன்னாங்கன்னியே? சந்திரனா?”

“ஆமா அவியதாம் போல. இன்னொருத்தரும் வந்தாவ. அவியகூட பாய்னு நினைக்கேன்.”

“நம்ம பயலுவதான். அவனுங்கக் கூட நல்லாப்பேசு. எதாவது உனக்கு வேணும்னா அவனுங்க கிட்ட சொன்னாலே போதும். நல்ல பயலுவோ.”

நஞ்சுண்டான் கிளம்பியபோது தோப்பிற்குள் வெளிச்சம் மங்கியிருந்தது. கணேசன் ஆடு, மாடுகளை ஓட்டிக்கொண்டு வந்து கொட்டகையில் கட்டினார். இருதயராஜ் தனது அப்பா பற்றி நஞ்சுண்டான் என்ன கேட்க வந்தார் என்பதை அறிந்தவனாய் நின்றுகொண்டிருந்தான். இறுதி நாள்களில் மட்டுமல்ல, சில வருடங்களாகவே அவர் தெளிந்த மனநிலையோடு இல்லை. அத்தனை நாள்களிலும் அவர் ஒரு பல்லியைப்போல் மாடி அறையிலேயே முடங்கிக் கிடந்திருக்கிறார். தன்னையும் அவர் காரணமின்றி வெறுத்தார். என்ன இருந்தும் அவர் மரணிக்கக் கூடியவர் அல்ல. அவரைக் கொல்வது என்பது சாத்தியம் இல்லாத ஒன்று. அவர் எத்தகைய தைரியசாலி என்பதை கடற்புறத்தின் ஒவ்வொரு மணல் துகளும் அறியும்.

வீழ்த்தமுடியாத ஒன்று வீழும்போது அதன் பெருமிதங்கள் உடைபடும். அதனால் நிலைநாட்டப்படும் யதார்த்த உண்மையை எளிய மனங்களால் ஏற்க இயலாது. தனது அப்பா குறித்த எண்ணங்கள் எல்லாம் கலைந்து அவன் தன்னிலைக்கு வந்தபோது வெகுதூரம் நடந்து வந்துவிட்டதை அறிந்தான். முதலில் எந்தத் திசையில் நிற்கிறோம் எனத் தெரியாமல் குழம்பிப்போனான்.

சுற்றிப் பார்த்தபோது தோப்பின் வடக்கு எல்லைக்கு அருகில் வந்துவிட்டது புரிந்தது. அங்கு நிலவிய அசைவுறாத மௌனம் தான் ஒரு கல்லறைத்தோட்டத்தின் நடுவில் நிற்கிறோமோ என்கிற ஐயத்தை அவனுள் தோற்றிவித்தது.

கீழே படர்ந்திருந்த நாயுருவிகள் நான்கைந்து விதைகளைக் கால்களில் பாய்ச்சியிருப்பது கூட அதுவரை அவனது உணர்வில் இல்லை. அருகில் குவிக்கப்பட்டிருந்த தென்னைமட்டைகளுக்குள் எதுவோ ஊர்வதுபோல் அவதானித்துத் தரையைக் கவனமாக நோக்கினான். அங்கிருந்து குரல் எழுப்பினால் கூட யாருக்கும் போய்ச் சேராது. தனிமையும், பயமும் இணைந்து அவனது கால்களைக் கோர்த்துப்பிடித்தன. தொலைவில் தெரிந்த வீட்டை நோக்கி அவசரமாக நடந்தான். கம்பிவேலிக்கு வெளியே நின்றிருந்த இருவர் நீண்டநேரமாக அவனையே கண்காணித்துக் கொண்டிருப்பதை அவன் அறிந்திருக்கவில்லை.

“கஸ்ஃபாம்தானே?”

“ஆமா... போறாம் பாரு. இந்தா... சட்டுனு” - ஒரு துருவேறிய கத்தியை ஒருவன் நீட்ட மற்றொருவன் அதனை வாங்கிக்கொண்டான். பிறகு அவன் கத்தியின் கைப்பிடியை வாயில் கவ்விக்கொண்டு, வேட்டியை மடித்து இறுக்கமாகக் கட்டிக்கொண்டான்.

கம்பிவேலியைத் தாண்டி ஓசையின்றி உள்ளே குதிக்க எத்தனித்து வேலிக் கல்லில் கால்வைத்து ஏறுவதற்கு முற்பட்ட அடுத்தநொடி, அதுவரை தொலைவில் எங்கோ நின்றுகொண்டிருந்த இருளன் சீறிப் பாய்ந்துவந்து வேலிக்கு அருகே வந்து மூச்சிரைத்தபடி நின்றது. அடுத்த கணம் அது வேலிக்கல்லின் மீதிருந்த குதிகாலை நோக்கிப்பாய கால் வைத்திருந்தவன் தூக்கிவாரிப்போட்டு வெளியே குதித்தான்.

சில நொடிகள் யோசித்துவிட்டுப் பிறகு அவன் கீழே கிடந்த கல்லை எடுத்து நாய் மீது எறிந்தான். மேலே விழுந்த கல்லைப் பொருட்படுத்தாமல் அது இன்னும் மூர்க்கமாய் எகிறியது.

“ஏய் வந்துடுப்பா... இது அஞ்சுற நாய் மாரி தெரியல.”

அவர்கள் பார்வையிலிருந்து மறைந்துசெல்லும் வரை ஆற்ற முடியாத சினத்துடன் அது அதே இடத்தில் நின்று உறுமிக் கொண்டிருந்தது.

05

“என்னல எசக்கி. அதுக்குன்னு இங்கன குள்ளயேவா. எத்தன நாளைக்கு. ஊர கீர பாத்துட்டு வரலாம்லடே. சீசன் வந்துட்டுன்னா அந்தால பெறவு நவரமுடியாது பாத்துக்க. இப்பமே போனாதான்.”

“ம்ம்ம் போறம் அண்ணாச்சி.”

“செரில. உனக்கு எங்குட்டாச்சும் சினிமாகினிமா போவனும்னாலும் போ. லாட்ஜே கதினு கிடக்காம. டவுனுக்குள்ளயும் நாலு எடத்த சுத்தி வாரும். வெளி ஒலகம் தெரிஞ்சாதான் இங்க பொழைக்கலாம். இந்தச் சோலிய மட்டும் வைச்சு என்ன செய்ய? லாட்ஜு இருக்க இருப்புக்கு சவத்தெழவு நாளபின்ன வேற தொழில் பாக்கவும் முடியாது.”

மேலாளர் அமரேசன் இப்போதெல்லாம் இசக்கியிடம் கண்டிப்புகளை விலக்கி நல்லமுறையில் நடந்துகொள்கிறார். அவனது பணிவும் சுறுசுறுப்பும் அதைவிட எந்நிலையிலும் நேர்மை பிசகிவிடக்கூடாது என்கிற பிடிவாத குணமும்தான் அவனுக்கு அந்த நன்மதிப்பை ஈட்டித் தந்திருந்தது. இருந்தும் அவனால் அவரை ஓர் உறவாக எண்ணமுடியவில்லை. எக்காரணம் கொண்டும் தனது கடந்த காலத்தைப் பற்றி அவரிடம் வாய்திறந்துவிடக் கூடாதெனத் தீர்க்கமாக இருந்தான்.

"ஏ மறந்துட்டன். எட்டாம் நம்பர்ல கூப்டாவ போய் பாரு."

"இந்தா போறம்." அவன் முதல் தளத்திற்குச் சென்று அந்த அறைக் கதவைத் தட்டினான்.

"சொல்லுங்க. என்னமாச்சும் வேணுமா?"

"ஆங். தலைவலிக்குது. டீ வாங்கியாறியளா?" ராஜசேகர் சோர்வுடன் கேட்டான்.

"இப்பமா? நேரம் ஆகிடிச்சுல்லா. இனி சாங்காலம்தான் கிடைக்கும். மதியத்துக்கு வேணும்னா சாப்பாடு வாங்கியாறவா?"

"இல்ல பசி இல்ல. செத்த முன்னாடிதான் காலச்சாப்பாடு சாப்ட்டன். அப்புறம் என்னயகேட்டு யாரும் வந்தாகளா?"

"இல்லையே? ஆரும்வரலயே? ஆருவருவா? சொல்லுங்க. வந்தா கூட்டியாறன்."

"இல்ல இல்ல. வேணாம். சும்மாதாம் கேட்டன்."

"ஓ செரி"-அறையைவிட்டு வெளியேறும் முன் எதையோ யோசித்தபடி அவன் ராஜசேகரை நோக்கித் திரும்பினான்.

"நீங்க இங்கன வந்து அஞ்சு நாள் ஆவுது. ரூமுக்குள்ளயே கிடக்கிய. வயசு வேற என் வயசுதான் இருக்குமாட்டு. ஆளும் ஒன்னும் கூராப்பா இல்லையே. எதும் பிரச்சினையா?"

"அப்படிலாம் இல்லளா."

"சொல்லும். என்ன வூட்லேந்து ஓடியாந்திட்டியளா?"

அவனிடமிருந்து அப்படி ஒரு கேள்வி வரும் என்று ராஜசேகர் எதிர்பார்த்திருக்கவில்லை. அவன் தன்னை ஊடுருவித் தனது மனதை வாசிக்கிறானோ என பயந்தான். ஏற்கெனவே அவனிடம்

ஓர் உதவிகேட்க வேண்டும் என்ற முடிவில் இருந்ததால் மௌனமாக ஆமாம் என்பதுபோல் தலையசைத்தான்.

“செரிதாம். நீங்களுமா. பரவால்ல நீங்களாச்சும் ஒருநாளிக்கு எட்டுரூவா வாடகை கொடுத்து தங்க அளவுக்குத் துட்டோட ஓடியாந்திருக்கிய.”

“என்கிட்ட துட்டெல்லாம் காலி. இன்னும் ரெண்டு நாளிக்குதான் இங்கன தங்கலாம். பிறபாடு எங்கப் போகனு தெரியல. உங்ககிட்ட எப்படி கேக்குறதுன்னு தெரியல. பாக்க நல்லவக மாதிரி இருக்கிய. இங்குட்டு எனக்கு எதாவது சோலி தருவாகளா? உங்களுக்கு ஆராச்சும் தெரியுமா.”

“படிச்சிருக்கியலோ?”

“ம்... எட்டு வர.”

“சோலி. இங்க என்ன. பீடி கம்பனியதான் இருக்கு. அதுலயும் பிள்ளையளதான் சேப்பாவ. இந்தா காமாட்சி மெஸ்ஸு இருக்குல்லா!”

“என்ன பாக்கிறிய. பெரிய ஓட்டலு. அங்க சப்ளையருக்கு ஆளு வேணும்னு மேசைல இருந்தவக சொன்னாவ. அங்க கேக்கன். முடிஞ்சா இப்பமே அங்க ஒரு எட்டுபோய் உண்டான்னு கேட்டுட்டு வர பாக்கேன்.”

“செரி அப்போ இந்தாங்க. இந்தத் துட்ட வாங்கி வைச்சிக்கிடுங்க. இப்போ வேணா கொஞ்ச நாழிகழிச்சு அந்தச் சோலி பத்தி விசாரிச்சிட்டு மத்தியானதுக்குச் சாப்பாடு வாங்கிட்டு வாங்க. துட்டு உங்களுக்கும் தந்துருக்கன். சேத்து வாங்கிக்கிடுங்க.”

“இல்ல வேணாம். நான் வாங்கிக்கன். இதப் பிடிங்க. உங்கக்கிட்ட துட்டு இல்லங்கிறிய. பிடிங்க.”

“இதுல என்ன இருக்கு. சரி சாயங்காலம் பாரத விலாஸ் பாக்க போறன். நீங்களும் வாரிகளா?”

“எந்த தேட்ரு?”

“ராயல்ல. உங்கள விடுவாகலா?”

“போறதுனா அண்ணாச்சிய பாத்துக்க சொல்லிட்டு போவலாம். விடுவாரு. ஆனா ... சாயங்கால ஆட்டமா. அதான் யோசிக்கன்.”

“ஏன். அப்போம் இராத்திரி ஆட்டம்?”

“ம். போவோம்.”

கடந்த சில மாதங்களாக மாலை நேரங்களில் அவனுக்குக் கூடுதலாக இன்னொரு வேலையையும் கவனிக்கவேண்டியிருந்தது. அந்த நேரத்தில் மட்டும் விடுதியின் எந்த அறையிலிருந்து அழைப்பு வந்தாலும் உதவுவதற்கு அவன் அங்கிருப்பதில்லை.

ஒரு பருவப்பெண் அவனது பதின்ம வாழ்விற்குள் அரவமின்றி நுழைந்திருந்தாள். அவளைக் காணும்போது ஊற்றெடுக்கும் அக மயக்கத்திற்காகவே இந்த உவர்ப்பேறிய வாழ்வை மனம் விரும்பி வாழலாம் என எண்ணத் தொடங்கியிருந்தான்.

அவளை விழிகளில் சுமக்கத் தொடங்கியபிறகு உடலின்பம் குறித்த தேடல்கள் எல்லாம் அவனுக்கு அருவருப்பூட்டுபவையாக மாறியிருந்தன. மறைத்து வைத்திருந்த மஞ்சள் புத்தகங்களை எல்லாம் ஆறுமுகத்திடமே திருப்பிக் கொடுத்திருந்தான். அவளும் ஓரிருமுறை அவனைக் கவனித்திருக்கிறாள். அப்போதெல்லாம் அவனுக்கு உடல் நடுக்கம் எடுப்பதுபோல் இருக்கும். அதனை இன்னவுணர்வென்று பகுப்பாய்வு செய்ய இயலாமல் சாரத்தைக் கரண்டைக்கால் வரை உயர்த்திக் கட்டிக்கொண்டு வேறு எங்கோ பார்ப்பதுபோல் நடிப்பான்.

அவளை அணுக வேண்டுமென்று அனுதினமும் எண்ணினாலும் அவள், அவளது வீட்டாரிடம் கூறிவிட்டால் என்ன செய்வது, அவள் குடும்பம் எப்படியானது என்ற குழப்பத்தில் இருந்தான். நெற்றியில் பொட்டு வைப்பதில்லை. ஏசுவை வணங்கும் சாதியாக இருக்கக் கூடும். பாளையில் பதினோறாம் வகுப்பில் படிக்கிறாள். மாநிறத்தில் ஒரு பதுமையைப் போல் தன்னை வசப்படுத்துகிறாள். அதற்கு மேல் அவனுக்கு அவளைப் பற்றி வேறு எதுவும் தெரிந்திருக்கவில்லை. எப்படியாவது அவளிடம் இன்று எதையாவது பேசிவிடவேண்டும், பேசிவிட்டு நிம்மதியாக இரண்டாம் ஆட்டம் சினிமாவுக்குச் செல்லலாமென்று திட்டமிட்டான்.

காமாட்சி மெஸ்ஸிற்குச் சென்று ராஜசேகருக்கு உணவோடு சேர்த்து வேலை குறித்த நல்ல செய்தியையும் வாங்கி வந்தபிறகு தரைத் தளத்திற்கு வந்து மாலை கருக்கும் பொழுதிற்காக ஏங்கிக் கிடந்தான்.

"வீட்டுக்கு வீடு வானொலிப்பெட்டிக்கு அருகே ஆவலுடன் குழுமியிருக்கும் நேயர்கள் அனைவரையும் மீண்டும் சந்திக்க வந்திருப்பது உங்கள் ராஜா. வணக்கம் நேயர்களே. இது இலங்கை வானொலி கூட்டுத்தாபனத்தின் தமிழ்ச்சேவை..."

"எல ராஜா நிகழ்ச்சி முடியுறவரமாவது சத்தமாதான் வையேன். இங்கனேந்து கேக்கலல்லா. உன் சொத்தா அழியுது."

அந்திசாயும் வேளையில் நகரில் இருந்த மர்ஃபி ரேடியோக்கள் உயிர்பெற்றிருந்தன. ரேடியோ இருக்கும் கடைகளுக்கும், சங்கக் கட்டடங்களுக்கும் வெளியே ரேடியோவின் ஓசை கேட்கும்

தூரத்தில் மிதிவண்டிகளை நிறுத்தி அதன் மீது சிலர் அமர்ந்திருந்தனர்.

கடை வீதிகளில் வறுகடலை, உப்புக்கடலை, பட்டாணி, அவித்த சுண்டல் போன்ற தின்பண்டங்கள் சுமந்த தள்ளுவண்டிகள் நகர்வலம் வரத்தொடங்கியிருந்தன. இரவின் குளுமை காற்றில் தவழ்ந்து வர, மாலை மயக்கத்தில் திளைத்திருந்த நகரம் ஒளிக்கற்கள் பொறித்தகருமை நிறப் போர்வைக்குள் முடங்கிக்கொள்ளத் தயாரானது.

இதற்குமேல் அந்தப் பெண் மீதான காரணமில்லாத பிரியத்திற்கு விடை அறிந்துகொள்ளாமல் இருக்கக்கூடாது என்று அவன் அவள் வரும் திசையைப் பார்த்துக் காத்திருந்தான். சற்றுத் தொலைவில் நீலநிறத் தாவணியணிந்து தலை கவிழ்த்தபடி நடந்துவந்த அவளைக் கண்டதும் அவன் உதிர்க்க நினைத்த வார்த்தைகளெல்லாம் அவனது உள்ளத்தோடு சேர்ந்து உருகிக் கரைந்தன.

யுகங்கள் கடந்தும் ஆறாமல் சீழ்பிடித்து வடியும் புண்ணிற்கு இறுதியாகக் கிடைத்த அருமருந்தைப்போல் அவள் அவனுக்குத் தெரிந்தாள். அமிலக் கிணற்றிற்குள் சிக்குண்ட அவனது வாழ்வை மீட்கும் தோரணையோடு அன்றும் அவள் எதிரில் வந்தாள்.

இந்த நிமிடம் போலவே இவளது கண்களில் அன்பும் கருணையும் எந்த நேரமும் குடிகொண்டிருக்குமா?! இவளது விழிகளிலிருந்து மிளிரும் ஒளியை எதனுடன் ஒப்பிட? நன்முத்துக்கள் என்பவை இவளது புருவங்களுக்குக் கீழ் இருப்பவைதானா? இவளது உருவத்தைப் பார்த்து மேரிமாதாவின் உருவத்தை வரைந்தால் அது எத்தனை தத்ரூபமாக இருக்கும்?

ஏன் எனது பார்வை இவளது முகத்தைத்தாண்டி வேறெங்கும் சென்றுவிடக்கூடாது என்று தவியாய்த் தவிக்கிறது? உடல் இச்சைகள் துளியும் இல்லாமல் ஒரு பெண்ணை ஓர் ஆண் இத்தனை தூரம் நேசிக்க இயலுமா?

விடைதெரியாத கேள்விகளோடு மருகிநின்ற அவனைக் கண்டும்காணாதது போல் மரியா டிசோஸா அன்றும் கடந்து சென்றாள்.

06

"...எனக்கு ஒரு பையன் இருக்கான் தம்பி. சேதுபாசத்திரத்துல எங்க அம்மா ஊட்ல தங்கி பள்ளிகூடம் போறான். எங்க வூட்டுக்காரவரு வீடுகூட அங்கதான். இங்க சம்பளத்துக்கு இருக்கோம்." வாசலில் கால்நீட்டி அமர்ந்து உளுந்து புடைத்தபடி ராணி பேசிக்கொண்டிருந்தாள்.

"பையன் என்ன படிக்கான்?"

"எட்டாவது. நீங்க என்ன படிச்சிருக்கிய தம்பி?"

"பி. ஏ தமிழ்க்கா. இப்போம்தான் ஆறு மாசமாவுது முடிச்சு."

"ஓ அப்படியா. உங்க வீட்ல எத்தனை பேரு தம்பி?"

"அண்ணன்... நானு. அப்புறம் அம்மா. அப்பா."

"ஓ எல்லாம் அங்கயே. தூத்துக்குடிலதானே இருக்காங்க."

"இல்லக்கா. இப்போம்... இப்போம் அவியல்ல ஆரும் இல்ல" அவனது குரல் உடைவதைக் கண்டு ராணி பதற்றமடைந்தாள். அவர்களுக்கு அருகில் நின்று தேங்காய் உரித்துக்கொண்டிருந்த கணேசன் ராணியை முறைத்தபடி சப்தம் போட்டார்.

"எதாச்சும் கேட்டுக்கிட்டே இருப்பா. அறிவே கிடையாது."

"ஆமா உனக்கு அறிவு மூக்கு வழியா வழியுது. அங்க பாத்து உரியா பார குடல்ல ஏறிடப் போவுது."

"தம்பி. நீங்க கோச்சுக்காதிய. எனக்குத் தெரியாதில்ல."

“இல்லக்கா. பரவால்ல.”

“கவலைப்படாதிங்க தம்பி. அந்தா ரெண்டு வருது பாருங்க. ரெண்டுக்கும் எந்தக் கவலையும் கிடையாது.” ராணி தோப்பிற்குள் வந்துகொண்டிருந்த சந்திரனையும், திப்பு சுல்தானையும் கைகாட்டிக் கூறினாள்.

“வாங்கடா. பள்ளிக்கூடம் விடுற நேரத்துல இங்க வந்திருக்கி?”

“அண்ணன் பத்தாயத்துல நெல்லு எவ்வளவு இருக்குன்னு பாத்துட்டு போனடிக்க சொன்னாப்ள. நாளைக்கு மில்லுக்கு ஏத்தி விடணுமாம். என்னங்க... அக்கா என்ன சொல்லுது. வாய தொறந்தா மூடாதே?”

“ஹாஹா. அப்படிலாம் இல்ல. இவிய இருக்கதாலதான் பொழுதே ஓடுது.”

“சரி இந்தாங்க... தமிழண்ணன் சிம்மு கொடுத்தாப்ள. ரெண்டு நாளைக்கு முன்னாடியே கொடுத்தாரு. நான் வாங்கி வீட்லயே வைச்சுட்டு மறந்துட்டன்.” அவன் சந்திரன் நீட்டிய சிம் கார்டை வாங்கிக்கொண்டு பிறகு வீட்டிற்குள் சென்று தனது கைபேசியை எடுத்து வந்தான். இதற்கிடையே மூவருக்கும் தேநீர் தயாரித்து வருவதாகக் கூறிவிட்டு ராணி அகன்றிருந்தாள்.

“இது ஆக்டிவேட் ஆயிடிச்சுன்னு சொன்னாவளா.”

“ம். வேலை செய்யும்னுதான் சொன்னாங்க.”

“அப்புறம் ஒரு சின்ன உதவி.”

சந்திரன் தயக்கத்துடன் கேட்டான்.

“என்ன சொல்லுங்க?”

“உங்க வண்டி செத்த நேரம் வேணும். பக்கத்திலதான் ஒடனே போய்ட்டு வந்துடறோம்.”

“ஏ அது இங்கன சும்மாதானே கிடக்கி. மக்கா உங்களுக்கு எப்போம் வேணுனாலும் எடுத்துக்கங்க. ஏன்... அவிய ஏன் சிரிக்காவ.”

“இல்ல நீங்க பேசுற பாஷை அவனுக்கு... டேய் மவுட்டி. ஆளப்பாரு.”

சந்திரன் திப்பு சுல்தானை ஓங்கிக் குத்தினான். மூவரும் வாசலை ஒட்டிக் கொட்டி வைக்கப்பட்டிருந்த மணல் மூட்டில் அமர்ந்து ஒருவரை ஒருவர் அறிமுகம் செய்துகொள்ளும் விதத்தில் உரையாடிக் கொண்டிருந்தனர்.

இருதயராஜைப் பற்றி தமிழரசனிடமிருந்து அறிந்திருந்ததால் சந்திரன் அவன் குறித்த கேள்விகளைக் கேட்க மறுத்தபடி பேசிக் கொண்டிருந்தான்.

"நான் ஏழாவது படிக்கிற வர பட்டுக்கோட்டைலதான் இருந்தோம். எங்க அப்பாரு அங்க வேலைக்குப்போன இடத்துல ஒரு பொம்பளய சேத்துகிட்டு அவ கூடயே இருந்துக்கிட்டாரு. கொஞ்ச நாளு பாத்துட்டு அம்மா என்ன அழைச்சுக்கிட்டு இங்க வந்துட்டு. இப்போ இருக்கது எங்க அம்மா பொறந்த வீட்ல."

சந்திரன் அவனது வாழ்வு குறித்துப் பெரிதாக அலட்டிக் கொள்ளாதவனாய் எல்லாவற்றையும் வெளிப்படையாகக் கூறிக் கொண்டிருந்தான். சிறிது தயக்கத்துடன் திப்பு சுல்தான் தன்னைப் பற்றிப் பேச ஆரம்பித்தபோது ராணி தேநீர் தம்ளர்களைத் தட்டில் ஏந்திக்கொண்டு வந்துவிட்டாள். கீழே படுத்திருந்த இருளன் ராணியைக் கண்டதும் எழுந்து நின்று வாலாட்டியது.

"இந்தா... நவுரு... உனக்கு அங்க வைச்சிருக்கன்."

"தம்பி. உங்களுக்குக் குளிக்க வெந்நீர் போட்டு வைக்கவா?"

"இல்லக்கா வேணாம். பரவால்ல."

"போர்லதான் நல்லா வெதுவெதுனு வருமே?"

"இல்ல சந்திரா இவரு வெக்கப்படுறாரு. பாத்ரூம்லதான் குளியல்."

"வெக்கமா. இங்க என்ன வயசுப் பிள்ளையா இருக்கு." திப்பு சுல்தான் சிரித்தான்.

"தம்பி. இவனுங்க கூட சகவாசம் வைச்சிக்காதிங்க. உங்களையும் சேத்து எங்காவது ஒத வாங்க வைச்சிடுவானுங்க."

"ஏன்க்கா... நல்லாதான் பேசுறாவ. நல்ல ஆளுவ."

"யாரு இதுங்களா? பள்ளிக்கூடம் விடங்காட்டியும் போய் பல்லக் காட்டிட்டு நிக்கிறானுவோ. ரெண்டு பேருக்கும் உக்கார இடத்துல இன்னும் கொஞ்சம் கறிகிறி இருந்துச்சுனா ஊரு தாங்காது."

“இந்தாக்கா நீ நிறுத்து, அவரு மட்டும்.. அவரு எங்களவிட ஒல்லி.”

“இருக்கட்டும்... அவரு என்ன உங்கள மாதிரி பொம்பளபுள்ள வாடையத் தேடியா அலையறாரு.”

“வாடையா வாசனைல அது. என்னடா சந்திரா. கட்டுமாவடிக்காரி பூசுற அத்தர பத்திச் சொல்லேன்” திப்பு சுல்தான் சந்திரனைச் சீண்டினான்.

“இப்ப உன் மண்டைய திராவ போறன் பாரு.”

“என்னைக்கு அந்தாளுட்ட சிக்கப் போறியோ. உரிக்கப்போறான். அது மட்டும் உண்ம.”

“பாத்தியலா தம்பி. இவனுங்கள என்னமோ சொன்னியலே. யோக்கியனுங்கனு.”

“இந்தாக்கா... எங்கள மாதிரி ஓப்பனா பேசுற பசங்களாம் பச்சமண்ணு. சூதுவாது இருக்காது. ஆனா இவரு மாதிரி இருக்கவங்கள நம்ப முடியாது. முழியே சரியில்ல. ஊர்ல எதாவது இருக்கும். என்ன நண்பா நான் சொல்றது. இருக்குதானே.”

“எலே...” இருதயராஜ் சிரித்தான்.

புன்னகைப்பதுபோல் அவன் சமாளித்தாலும் சந்திரனின் அனுமானித்ததில் உண்மை இல்லாமல் இல்லை. சில நொடிகளிலேயே அவன் மெர்லினின் நினைவுகளால் சூழப்பட்டிருந்தான். கணங்கள் நீண்டன. மார்கழிமாத வாசல்களில் சாணப் பிள்ளையாரில் சொருகி வைக்கப்படும் பூசணிப்பூவைப் போல் அவனது முகம் இயல்பிலிருந்து தனித்துத் தெரிந்தது. செல்வங்கள் அனைத்தையும் இழந்த பெருவணிகனிடம் இறுதியாய் எஞ்சியிருக்கும் தங்கப் பொத்தானைப் போல், சிதைக்கப்பட்ட குகை ஓவியங்களில் அதிசயமாய் மிஞ்சியிருக்கும் ஒற்றை ஓவியம்போல் அவள் அவனிடம் இருந்தாள். அவளின் மதிப்பையறிந்தவனாய் அவன் அவளைத் தனது மனதில் மறைத்துப் பதுக்கினான். இங்கு வந்ததில் இருந்து அவள் நினைப்பே இல்லாமல் இருந்திருக்கிறோமே என எண்ணி ஆச்சரியமும் அடைந்தான்.

கிறிஸ்மஸ் விடுமுறைக்காக எப்படியும் விடுதியிலிருந்து வீட்டிற்கு வந்திருப்பாள். அவளிடம் பேசவேண்டும் என்கிற யோசனை அடுத்த சில விநாடிகளிலேயே தவிப்பாய் மாறியிருந்தது.

திருப்பலிக்குப் பனிமயமாதா ஆலயத்திற்கு வருவாள், அந்தச் சந்தர்ப்பத்தைப் பயன்படுத்தியாவது நண்பர்கள் எவர் மூலமாவது தனது புதிய எண்ணை அவளிடம் கொண்டுசேர்க்க வேண்டுமென நினைத்தான். கிளர்ச்சியூட்டக்கூடிய பருவப் பருக்களை உடைய அவளது முகமும், சுரிதாருக்குள் அடங்கிடாத ஏற்ற இறக்கங்களும், கிறங்கச்செய்கின்ற குரலும் அவனது சிந்தையை இப்போது முழுவதுமாக ஆக்கிரமித்திருந்தன.

“ஹலோ... தூத்துக்குடிகாரரே. இங்க நாங்க மூணுபேர் பேசிக்கிட்டு இருக்கோம் தெரியிதா என்ன. டீ வேற ஆறிடப்போகுது.”

“ஹாஹா. கேட்டுட்டு தாம்ல இருக்கேன். இப்படிக் கேலிசெஞ்சா என்னடே நான் பேச. திப்பு சுல்தான்... நீங்க சொல்லுங்க மக்கா. உங்கள பத்தி ஏதோ சொல்ல வந்திய.”

“என்ன சொல்ல வந்தன்?”

“அதாம்லே... அப்பாவூட மீன்பிடிக்க போவனும்னு என்னமோ சொல்ல வந்திய.”

“ஒரு நிமிசம். யக்கா நீ போ. டம்ளர நான் எடுத்துட்டு வரேன்... என்ன சொல்ல வந்தன். ஆங் பன்னடாப்பு முடிச்சதும் அம்மா மேல படிக்கச் சொல்லி எவ்வளவோ சொல்லிச்சு. பொழப்பு முன்னமாதிரி இல்ல டிகிரி இல்லாட்டியும் டிப்ளமோ படி மெட்ராஸுக்கு ஓடிடலாம்னு. எங்க ஊருபயலுக நிறையபேரு டிப்ளமோ முடிச்சிட்டு மெட்ராஸ்லதான் வேலை பாக்குறானுங்க. நல்ல சம்பளம். ஆனா எனக்கு இந்த கடல்காத்த விட்டுப்போக மனசில்ல. வாப்பா கூடத் தொழிலுக்குப் போறன்னு சொன்னப்ப அம்மா ஒரே சண்டை. வாப்பாவும் வேணாம்னு சொல்லிட்டாரு. ஏன்னா எனக்கு சின்னபிள்ளைலேந்தே மூச்சிரைப்பு வரும். தண்ணில தம் கட்டமுடியாது. நீச்சல் கூட நல்லா பழகல. நான் பிடிவாதமா இருந்தன். வாப்பா முதல்ல கரைல பாக்குற வேலைய மட்டும் தந்தாரு. ஆளுங்களோடு சேந்து வள்ளத்த கரைக்கு இழுக்குறது, கழுவுறது, பிறகு டீசலு, சாப்பாட்டுக்குத் தேவையான சாமான், மண்ணெண்ணைலாம் வாங்கிட்டு வந்து ஏத்துறது, அப்புறம் வல தையல் விட்ருந்தா தைக்கிறதுனு சின்னச் சின்ன வேலைய மட்டும் செஞ்சிட்டு இருந்தன். அதுமாதிரி கரைலயே நிறைய வேலை இருக்கும்.”

"தெரியும் மக்கா சொல்லுங்க. அங்கன எங்க ஆளுக்களும் கடத்தொழிலுதாம்."

"ஓ. அதான். நான் வாப்பாகிட்ட கேட்டுக்கிட்டே இருந்தன். நானும் வரன் வரன்னு. அவரு காதுலயே வாங்கமாட்டாரு. ஒருநாள் கடலுக்குப் போறதுக்கு முன்னாடி என்ன கூப்ட்டு அடுத்த கடல்நாள்ள நான் போவல. நீ போனு சொன்னாரு. ஆனா அதுதான் நான் வாப்பாவ கடைசியா பாத்தது." திப்பு சுல்தான் மௌனமானான்.

"என்னலா... என்னாச்சு?"

"அது ராத்தங்களு. சாயங்காலம் போய் விடியக்காலைல வருவாங்க. இவங்க நல்லா உள்ள போனதும் எஞ்சின்ல எல இருக்கும்ல. சுத்துமே. அதுல வல என்னமோ சிக்கிருக்கு. போட்டு ஓடாதில்லயா. நல்ல இருட்டின நேரம். வாப்பாதான் எலயுல இருக்க சிக்கல அறுக்கக் கத்தியோட தண்ணில இறங்கிருக்காரு. நல்லா சிக்கியிருக்கும் போல. ரொம்ப நேரம் மூச்சக்கட்டி நீஞ்சிகிட்டு சிக்க எல்லாம் அறுத்துருக்காரு. சரி வேலை நெரிக்கு முடிஞ்சிட்டேன்னு வள்ளத்துல இருந்தவங்களும் கொஞ்சம் அசால்ட்டா இருந்துட்டாங்க.

அப்போ இப்படிங்கிறதுக்குள்ள வாப்பாவ காணுமாம். நெஞ்சு கிஞ்சு வலி வந்ததா. இல்ல என்னன்னே யாருக்குமே தெரியல. எல்லாம் கீழ குதிச்சுத் தேடிருக்காங்க. விடியுற வர ஆளு ஆப்புடல. அடுத்தநாள் நம்ம நஞ்சுண்டான் மாமாவோட லாஞ்ச கொண்டு போய் அங்க மடி வைச்சும் இழுத்துப் பாத்தோம். ஒன்னும் கதைக்கு ஆகல. அப்படியே மாயமான மாதிரி. மூனு வருசம் ஆகிடிச்சு நண்பா. வாப்பா இன்னும் எந்த ரூவத்துலயும் கரவந்து சேரல."

07

"ஒன்றரை ஆண்டுகாலமாக நாட்டை வதைத்து வந்த கொடுங்கனவு அன்றோடு விலகியிருந்தது. அவசரநிலைப் பிரகடனம் எனும் தீவிர சர்வாதிகாரம் மறைந்து தேர்தல் ஜனநாயகம் எனும் மிதவாதச் சர்வாதிகாரம் மீண்டும் மலர்ந்திருந்தது. சாலைகளில் அரசியல் பிரமுகர்களை நெஞ்சு நிமிர்த்திய நிலையில் காணமுடிந்தது.

எவர் ஆண்டால் என்ன? நம்மை நிம்மதியாக இருக்கவிட்டால் போதுமென பொதுஜனங்கள் பெருமூச்சு விட்டனர். எம். ஜி.ஆர் என மார்பில் பச்சைக்குத்தி வைத்திருந்த மனிதர்கள் ஊரெங்கும் தோரணம்கட்டி, பட்டாசு வெடித்துக் கொண்டாடிக் கொண்டிருந்தனர். வெந்துதணிந்து குளிர்நீருக்கு ஏங்கிக்கிடந்த நெல்லையை மகிழ்விக்கும் நோக்கில் வழக்கத்தை விடச் சற்று முன்கூட்டியே குற்றால அருவி அமுது பொழியத் தொடங்கியிருந்தது.

மழை விழுந்த அந்த நடுசாமத்தில் சாரத்திற்குள் முடங்கிக்கொண்ட இசக்கி விடிந்ததும் முதல் வேலையாக ஒரு கம்பளியை வாங்க வேண்டுமென்று நினைத்துக்கொண்டான். மேலாளர் எப்போது வேண்டுமானாலும் கதவைத்தட்டி எழுப்பிவிடுவார். அதற்குள் ஓரளவாவது உறங்கிவிடவேண்டும் என்று கண்களை இறுக்கிக் கொண்டான். உடல் அசதியுற்றிருந்தாலும் மனம் ஏனோ அமைதியின்றித் தவித்தது.

இமைகளுக்குள் புகுந்த மரியாவின் உருவம் உறங்கவிடாமல் தொந்தரவு செய்தது. இது என்ன ரோதனை? இந்தத் தவிப்பும் கிறக்கமும் தீர்வதற்கு என்னதான் வழி? எத்தனை காலம் அவள் பார்வையில் விழுவதற்காகவே வேண்டி இந்த ஜீவிதத்தைப் பிடித்து வைத்திருப்பது. நாளையாவது அவளிடம் பேசிவிட வேண்டும் என எத்தனை நாளைகளைத் தொலைப்பது?!

நாம் பேசி பதிலுக்கு அவள் பேசாவிட்டாலும் பரவாயில்லை. சத்தம் போட்டு ஊரைக் கூட்டிவிட்டால் என்ன செய்ய?

பிரச்சினை மேலாளரிடம் வந்தால் நம்மைக் கண்டிப்பாக வேலையிலிருந்து விரட்டிவிடுவார். ஆனால் அவள் பார்ப்பதற்கு அப்படிச் செய்பவள் போல்தெரியவில்லை. கள்ளம் கபடமில்லாத அந்த முகம்... அந்தப் பார்வையில்தான் எத்தனை வசீகரம்!? கற்பனைகளில் சுகம்கண்டு கனவுகளிலும் அவை தொடரும் என்ற நம்பிக்கையோடு உறங்கிப் போனவன் விடியற் காலையில் அறைக்குள் ஏதோ அரவம் கேட்பதைப் போல் உணர்ந்து கண்விழித்தான். பக்கவாட்டில் தலையைத் திருப்பி என்னவென்று பார்க்க நினைத்தான். உடல் அசைய மறுத்தது. கை, கால்கள் முடக்கப்பட்டதைப்போல் கிடந்தன. வாயெடுத்துக் கத்தினான். ஆனால், அவன் எழுப்பிய குரல் அவனது காதுகளையே எட்டவில்லை. உடல் வியர்த்து சில்லிடத் தொடங்கியது. மரணித்துக் கிடப்பதைப் போல் எண்ணினான். அறையின் வடமூலையில் அந்த மாய மோகினி மீண்டும் தோன்றியிருந்தாள்.

மங்கம்மாளையும், அந்த இரு யட்சிகளையும் ஒன்றாகக் கலந்த உருவில் நின்ற அவள், அவனை நார் நாராகக் கிழித்து அவனது இரத்தத்தைச் சொட்டு மீதமின்றி அருந்தும் வேட்கையோடு அவனருகில் வந்தாள்.

அவளது பார்வை உண்டாக்கிய தகிப்பைக் கடத்த முடியாமல் அவனது அத்தனைத் திசுக்களும் பொசுங்கத் தொடங்கின. அச்சம் தொண்டைக்குழியை அடைக்க, தன்னை விட்டுவிடும்படி கை கூப்பி வணங்க முயன்றான். கைகள் உடன்பட மறுத்தன.

கண்ணீர் மல்கி கன்னங்களில் வழிந்தோட அசைவின்றி அதே நிலையில் கிடந்தான். ஒரு மரணித்துப்போன ஆட்டைப் போல். பாறைகளின் இடுக்கில் சிக்கிக்கிடக்கும் எலும்புத்துண்டாய். அவனிடம் திமிர வேண்டும் என்கிற எண்ணங்கள் இல்லை. அதற்கு வழியுமில்லை. நீண்ட நேர மௌனப் போராட்டத்திற்குப் பிறகு படுக்கையிலிருந்து விடுவித்துக்கொண்டு எழுந்து அமர்ந்தான்.

மங்கம்மாளின் கோபமும், யட்சிகளின் சூனியமும் இன்னும் அடங்கவில்லை என்பதை அவன் மனதில் ஏற்றிக்கொண்டான். மரியாவைக் காணத்தொடங்கியதிலிருந்து மங்கம்மாள் விளக்கைத் தான் சரிவர ஏற்றிவரவில்லை என்பதை இன்னொருமுறை உணர்ந்து தெளிந்தான். சோர்வுற்ற நிலையில் அவன் விடுதி முகப்பிற்கு வந்தபோது ரயில் நிலையத்திற்கு வெளியே பயணிகளின் நடமாட்டம் தென்படத் தொடங்கியது. மேலாளர் நாற்காலியில் அமர்ந்தபடி உறங்கிக்கொண்டிருந்தார். அரைத் தூக்கத்திலேயே அவனிடம் தேநீர் வாங்கி வரும்படி கூறிவிட்டு கல்லாப் பெட்டியைத் திறந்து காசை எடுத்து நீட்டினார்.

அது குற்றால சீசன். அவனுக்கு உக்காரக் கூட நேரமில்லை. பலநேரங்களில் என்னடா இது வேலை என்று நினைக்கும்படியாக இருந்தாலும், ஒருபுறம் படிக்காசு சரளமாக வந்து சேர்ந்தது. சாதுர்யமாக அவன் படிக்காசை மட்டும் செலவுக்கு வைத்துக்கொண்டு சம்பளத்தைச் சேர்த்து வைத்தான். வேலைப்பளுவினால் நலிவுற ஆரம்பித்த உடலைத் தேற்றுவதற்காகச் சில வழிமுறைகளை அவன் பதின்மத்தின் இறுதியிலேயே கடைபிடிக்கத் தொடங்கியிருந்தான். பொழுதுபுலரும் நேரத்தில்வெறும் வயிற்றில் முட்டை ஒன்றைக் குடித்துவிட்டு விடுதியின் மொட்டைமாடிக்குச் சென்று உடல்வியர்த்துத் தெப்பமாகும்வரை தண்டால் போடுவான். அதன் பயனாய் உடலெங்கும் சுருள்சுருளாக ரோமங்கள் மண்டி, தசைகள் வளர்ந்தன. கால்களில் தரையைப் பிளக்கும் வலு. வேப்ப

மரத்தின் நுண்ணிய வேர்களைப் போல் கரங்களில் நரம்புகள் புடைத்து நின்றன.

அவ்வப்போது தனது வாழ்க்கை இந்த விடுதியின் படிக்கட்டுகளில் ஏறி இறங்கியே முடிந்துவிடாது, அது எங்கோ வெளியே காத்திருக்கிறது என்கிற உள்ளுணர்வும் அவனுள் எழுந்து வந்தது.

காமாட்சி மெஸ்ஸில் காலைச் சிற்றுண்டிக்கு அவ்வளவாக வாடிக்கையாளர்கள் வருகை தரமாட்டார்கள். மதியத்திலும் இரவிலும் கூட்டம் உள்ளே சென்று வெளியே வரமுடியாத அளவிற்குத் திக்குமுக்காடும். நெல்லை டவுனில் அசைவ உணவுக்குச் சிறந்த உணவகம் எதுவென்று கேட்டால் யாராக இருந்தாலும் அந்த உணவகத்தைத்தான் கைகாட்டுவார்கள். கல்லாவில் அமர்ந்திருந்த முதலாளியின் மைத்துனர் மிகவும் கண்டிப்பானவர். பணியாளர்கள் அவரிடம் வசை வாங்காமல் வேலை பார்ப்பது அரிது.

அதனாலேயே அங்கு யாரும் ரொம்ப காலத்திற்கு நீடிக்க முடியாது. இருந்தும் சம்பளம் தருவதில் மிகச்சரியாக இருப்பார். பணியாட்களுக்குரிய ஊதியத்தை எண்ணி வைத்துவிட்டுத்தான் அன்றைய வரவுகளையே சரி பார்ப்பார். ராஜசேகருக்கு இரவு பதினோரு மணி வரை வேலை இருக்கும்.

அதன்பிறகு உணவகத்திற்குப் பின்னால் அடுப்பங்கரையை ஒட்டியிருக்கும் அறையில்போய் அடித்துப் போட்டதைப் போல் உறங்குவான். என்றாவது உணவகத்துக்கு விடுமுறை விடப்படும்.

அந்தச் சமயங்களில் இசக்கியோடு நேரத்தைக் கழிப்பான். இருவருக்கும் ஒருவரை ஒருவர் விட்டால் நண்பர்கள் என்று சொல்லிக்கொள்ள அந்த நகருக்குள் அதுவரை வேறு நாதியில்லை.

வேலையில் சேர்ந்த புதிதில் முதலாளி அவனை உணவு மேசைகளை மட்டுமே தொடைக்கவிட்டார். அப்போதெல்லாம் அவன் தனது ஊரைச் சேர்ந்தவர்கள் யாராவது உணவருந்த வந்துவிட்டால் என்னசெய்வது என்கிற பயத்துடன் கையில் வாளியும் அழுக்குத் துணியுமாக நடமாடிக்கொண்டிருப்பான். அதுபோக இரண்டு நாள்களுக்கு ஒருமுறை அவனுக்கு விறகு உடைக்கும் வேலையும் தரப்படும்.

ஆரம்ப காலங்களில் ஒரு சிராயைப் பெயர்ப்பதற்குள் வியர்த்து விறுவிறுத்து சோர்ந்து போகலானான். முதலாளி ஓரிரு நாள்கள்

பார்த்துவிட்டுப் பிறகு கண்டபடி திட்ட ஆரம்பித்தார். அவனது பிறப்பு குறித்த வசைகள் தாராளமாக வந்துவிழும். அவன் வேலைக்கு லாயக்கற்றவன் என்று அவர் கூறும் போதெல்லாம் உள்ளுக்குள்ளேயே புழுங்கியழுவான். அவனை விட வயதில் சிறியவர்கள் எல்லாம் அவனை ஏளனமாகப் பார்ப்பார்கள். இதெல்லாம் நமது தலையெழுத்தா? ஊருக்குச் சென்றுவிடலாம் என்று முடிவெடுத்துப் பிறகு சிறிது நேரத்தில் அந்த முடிவிலிருந்து பின்வாங்கிவிடுவான்.

அவமானங்களுக்கு ஓர் அளவீடு உண்டு. அவை கட்டுப் பாடுகளின்றிப் பெருகும்போது அவை அவற்றின் ஸ்திரத்தன்மையை இழக்கும். பிறகு அவற்றை எதிர்கொள்வதற்கான போதனைகளை அவையே வழங்கும். ஒருகட்டத்திற்கு மேல் அவன் எதிர்கொண்ட அவமரியாதைகள் அவனது உணர்வுகளை வதைப்பதை நிறுத்திவிட்டு, அவற்றை மரத்துப்போகச் செய்தன. இறுக்கமடைந்த மனது மெல்லமெல்ல அவனது உடலையும் வலுவுறச் செய்தது. வாழ்வின் மீதான கோபமெல்லாம் ஒன்று சேர்ந்து ஓர் ஆற்றலாக அவனிடம் நிலைகொண்டபின் கோடாரி என்பது அவனது கரத்தின் இன்னொரு விரல்போல் மாறியிருந்தது. அதன்பிறகு விறகுகளை உடைப்பது என்பது அவனுக்கு எல்லோரும் உறங்கியபின் பின்புறத்தில் அமர்ந்து சுய இன்பம் செய்வதை விடச் சுலபமான காரியமாக ஆகியிருந்தது.

இப்போது அவன் சட்டையைக் கழட்டி வைத்துவிட்டுக் கோடாரி ஓங்கினால் அதை எதிர்கொள்ளும் வலு மருத மரக் கழிகளிடம் கூட இல்லை. அவனிடம் நிகழ்ந்த மாற்றங்களைக் கண்டுகொண்ட முதலாளி ஒருநாள் மதியம் அவனை அழைத்து அவனது கைகளில் சோறு வாடிக்கும் அன்னக் கரண்டியையும், குழம்பு வாளியையும் கொடுத்ததோடு அன்று கடைமூடும் சமயத்தில் குஞ்சப்ப முதலியார் கடையிலிருந்து வாங்கிவந்திருந்த ஒரு ஜோடி சட்டையையும், சாரத்தையும் நீட்டிவிட்டுப் புன்னகைத்தார். அவற்றை வாங்கிக்கொண்ட அவன் 'ம்' என்று தலையசைத்துவிட்டு வேறு எதுவும் கூறாமல் கடையில் மீந்து போயிருந்த மீன் வறுவலையும், பரோட்டாவையும் ஒரு தட்டில் எடுத்து வைத்துக்கொண்டு புலக்கடையில் போய் அமர்ந்துகொண்டான்.

முதலாளியின் கரிசனம் தனக்கு எந்தவிதத்திலும் களிப்பூட்டி விடாது என்கிற தோரணையை அவன் உடலில் எப்போதும் பொருத்திக்கொண்டிருந்தான். வாய்க்கு ருசியான உணவு

வகைகளும் கூட அவனது சுவைமொட்டுகளில் மகிழ்வுணர்வை உண்டாக்கப் போராடி வந்தன. இருத்தல், நிலைத்தல் என்பவை அவனது பார்வையில் கசப்புச் சுவை கொண்டவை. அவன் ஒரு தீவிரம் கொண்ட ஓநாயைப்போல் உருமாறி வருவதை அவனால் உணர முடியாவிட்டாலும் இசக்கி அதனைக் கண்டுகொண்டான். இசக்கிக்கு அமைதியான, எளிமையான ஒருவாழ்க்கை தேவையாக இருந்தது. ராஜசேகரிடமோ வயதைக் கடந்த சாகசங்களைப் புரிய வேண்டும் என்பது விருப்பமாக வளர்ந்தது. அவனது கனவுகள் கூட அடக்கி ஆளும் அதிகாரத்திற்காகவும், ஆண்ம பலத்திற்காகவும் ஏங்கிக் கிடந்தன. இருவருக்கும் ஓய்வுகிடைக்கும் போதெல்லாம் தாநாமூநா கட்டடத்திற்கு அருகில் இருந்த வாடகை மிதிவண்டி நிலையத்தில் பின் இருக்கை வைத்த மிதிவண்டியை வாடகைக்கு எடுத்துக்கொண்டு திசை நான்கையும் அளந்தனர். உடல் அழுக்கை நீக்குவதற்கும், ஊரின் நினைவுகளைத் தொலைப்பதற்கும் தாமிரபரணி எப்போதும் தங்களோடு உடனிருக்கும் என நம்பினர். மேலரத வீதி, பாளைபஜார், வீராவரம் ராஜ்கஃபே, முருகன்குறிச்சி ராஜன் பேக்கரி, இருட்டுக் கடை, லாலா கடை வீதி கற்கண்டு பால்கடை, ராயல் திரையரங்கம், அசோக் டாக்கீஸ், பேலஸ் டிவெலஸ் திரையரங்கம் என அவர்களுக்குப் பொழுதைக் கழிக்க அந்நகரில் பல இடங்கள் இருந்தன. ஜவகர் திடலில் அனல்பறக்க நடைபெறும் அரசியல் கட்சிக்கூட்டங்களைக் கண்டுகளிப்பதும் அவர்களது பொழுதுபோக்குகளில் முக்கியமானவையாக மாறியிருந்தன. ஈரடுக்குப் பாலத்தின் மேல்தளத்தில் நின்றபடி உறங்கிக் கிடக்கும் நகரினைப் பார்ப்பதில் நள்ளிரவுகள் கரைந்தன. அப்போதெல்லாம் ராஜசேகர் அந்த நகரே தன்னுடையதுதான் என்று பெருமிதத்துடன் கூச்சலிடுவான். வாய்க்கு வந்ததையெல்லாம் கூறி துயில் கொண்டிருக்கும் நகரவாசிகளை ஏசுவான். தனது முதலாளியைப் போல் கேலியாக நடந்து காண்பிப்பான். அவற்றையெல்லாம் கண்டு இசக்கி சப்தம் போட்டுச் சிரிப்பான். மணிக்கு ஒரு பீடி என்று இருந்தது, பிறகு மணிக்கு இரண்டு என்றானது. அவர்கள் வெளியேற்றிய அடர்புகையினில் துன்பங்கள் மறைந்தோடின. அத்தோடு அவர்கள் மார்பில் படிந்திருந்த கடந்த காலத்தின் துகள்களும்.

08

மருதாணியிட்டுக்கொண்ட நங்கையின் உள்ளங்கையைப் போல் மேற்கு வானம் செந்நிறம் பூசிக் கிடந்தது. கடல் சுவாசித்து வெளியேற்றிய கரைக்காற்று தோப்பிற்குள் ஊடுருவி வர, கழுத்துமணி ஓசை தோப்பெங்கிலும் கேட்கும்படி ஆடு, மாடுகள் துரிதமாக மேய ஆரம்பித்திருந்தன. தோகைவிரித்த மயில்களைப் போல் கூந்தல் விரித்து நின்ற தென்னை மரங்களை நனைக்க முன்பனி விழத் தொடங்கியிருந்தது.

குளியலறையில் பிடித்து வைக்கப்பட்டிருந்த கிணற்று நீரில் இருதயராஜ் உடலைக் குளிர்வித்துக் கொண்டிருந்தான். துவைத்து வைத்த துணிகளைத் தோள்களில் அள்ளிப்போட்டுக் கொண்டு வெளியே வந்தவன் தோப்பிற்கு வெளியே நஞ்சுண்டானின் கார் வந்து நிற்பதைக் கண்டான்.

நஞ்சுண்டானும் வல்லத்தரசுவும் கேட்டைத் திறந்துகொண்டு விறுவிறுவென உள்ளே நடந்துவந்தனர். இருவரும் மது அருந்தியிருக்கின்றனர் என்பதை அவர்களது நடை உணர்த்தியது. இப்போதுதான் அவன் வல்லத்தரசுவை முதன்முறையாகக் காண்கிறான். அகண்டு விரிந்த உடல் வாட்டம், மை பூசியது போன்ற உடல் வண்ணம், சடைப் பின்னுவதற்கு ஏற்ற ஜடாமுடி, அதற்கு ஈடாக முகமெங்கும் மண்டிக்கிடக்கும் தாடி மீசை என அவர் ஓர் அச்சமூட்டும் கருப்புப் கோயில் பூசாரியைப் போல் அவனுக்குத் தெரிந்தார்.

“ஏன் தம்பிக்கு துணி நீ தொவைச்சுப் போட்டா என்னா? அவ்வளவு வேலை?”

தரையில் அமர்ந்து தென்னைமட்டையில் சீவு கிழித்துக் கொண்டிருந்த ராணியிடம் கேட்டுக்கொண்டே நஞ்சுண்டான் வாசலில் கிடந்த நாற்காலியில் உட்கார்ந்தார்.

“இந்தா இருங்க. அந்தத் தம்பியே வருது. நான் துவைக்கிறன்னு எவ்வளவு மல்லுக்கட்டுனன்னு கேளுங்க. முடியவே முடியாதுனு வம்படியா போவுது. நான் என்ன செய்யறது சொல்லுங்க?”

“என்ன இருதயா. என்ன அப்புறம். எப்படி இங்க பொழுது போவுதா? அரசு... சந்திரனும், திப்புவும் கிளம்பிட்டானுங்களா?”

"போய்ட்டானுங்கணே."

"தம்பி... இது அரசு. நம்ம கூட்டாளி."

"வணக்கம் அண்ணாச்சி... ந்தா இரிங்க அண்ணாச்சி துணிய போட்டு வருதன்."

துணிகளைக் கொடியில் போட்டுவிட்டு, நஞ்சுண்டான் அமர்ந்திருந்த நாற்காலிக்கு அருகில் வந்து நின்றான்.

"உள்ள போய் ஒரு சேரு எடுத்துட்டு வந்து போட்டு உக்காரு."

"இரிக்கட்டும் அண்ணாச்சி. பரவால்ல. நிக்கன்."

"நீ என்ன ஒழுங்கா சாப்பிடமாட்டியா. இவ்வளவு வத்தலா இருக்க. இந்த வயசுல எப்படி சாப்பிடனும் தெரியுமா. உன் வயசுல நாங்கல்லாம் வளைச்சுப் புடிச்சு தின்னதனாலதான் இப்ப வர வண்டி ஓடுது. எனக்கு எத்தனை வயசு இருக்கும்னு நினைக்கிற?" நஞ்சுண்டான் வயிற்றை உள்ளே இழுத்துக்கொண்டபடி கேட்டார்.

"அண்ணாச்சி... என்ன ஒரு ஐம்பது... ஆனா பாக்க கொறவாதான் தெரியிறிய."

"ம்க்கும். இன்னைக்கு இத கைல புடிக்கமுடியாது." ராணி வாய்க்குள்ளயே முனகினாள்.

"ஏய் என்ன?"

"ஒன்னுல்ல ஐயா. நீங்க இருவத்தி அஞ்சு வயசு குமரர்னு சொன்னேன்."

"லே தம்பி எனக்கு அம்பத்தி ரெண்டு ஆகுது. பாத்தா அப்படித் தெரியல்லல."

"நல்லாத் தெரியுதே."

"இந்தாரு புள்ள. உன்னயா கேட்டன்."

"எனக்கு என்ன. தம்பி எதாவது சொல்லி இவர உசுப்பேத்தி விட்டுடாதிங்க. எங்காச்சும் போய் மிடுக்க காட்டுறன்னு பிறகு வீட்டுல மொத்து வாங்குவாரு. வீராப்பல்லாம் வெளிலதான்."

"எங்க உன் வீட்டுக்காரன். ஆள கண்டதும் புருசனும் பொண்டாட்டியும் கொல்லய கண்ணுங்கருத்துமா பாத்துக்குற மாதிரி நடிக்கிறிய."

“அந்தா வருதே.” ராணி மாடுகளை ஓட்டிக்கொண்டிருந்த கணேசனை நோக்கிக் கை காண்பித்தாள்.

“ஆங். தம்பி. என்ன சொல்லவந்தேன். அதான். நல்லா சாப்பிடு. உடம்பு அழுத்தமா இருக்கத தொட்டுதான்...” நஞ்சுண்டான் சட்டென்று பேச்சை நிறுத்தினார். மாடுகளோடு வந்து கொண்டிருந்த இருளன் வேலிக்கு அருகில் ஓடிப் பதற்றத்துடன் குரைத்துக்கொண்டிருந்தது.

“எலேய்.. என்ன அங்க?” கணேசனைப் பார்த்து நஞ்சுண்டான் சப்தம் போட்டார்.

“பூச்சி பட்டு எதாவதுபோவும்.” கணேசன் மறுகுரல் எழுப்பினார்.

“அதக் கூட்டி வா.”

“தம்பி. நாளைக்கு மதியமா வீட்டுக்கு வா. மதிய சாப்பாடு சாப்பிடுற மாதிரி. அம்மா உன்ன பாக்கனும்னு சொன்னா. அன்னைக்குச் சரியா பேச முடியலல்ல.”

“செரி அண்ணாச்சி வரன்.”

கழுத்துக் கட்டியைப் பிடித்து இருளனை இழுத்து வந்த கணேசன் குழப்பமான முகத்துடன் நஞ்சுண்டானின் அருகில் வந்தார். மூச்சு வாங்கியபடி நின்ற இருளனின் முகம் பேயைக் கண்டது போல் தீவிரமடைந்திருந்தது.

“கோழி ஒன்னு செத்துக்கிடக்கு. அத பாத்து குலைச்சிருக்கு.”

“நம்ம கோழியா?”

“இல்ல. வேற யாருதோ.”

“இங்க வேற கோழி வர என்ன வேலை. கணேசா நீ போய் அத தூக்கிட்டு வா. என்ன விசியம்னு பாப்போம்.” என்னவாக இருக்கும் என்று வினவுவது போல் நஞ்சுண்டான் இப்போது வல்லத்தரசுவின் முகத்தைப் பார்த்தார். கணேசன் அந்தக் கோழியைத் தூக்கிவர இருளன் மீண்டும் குறைக்க ஆரம்பித்தது.

“இந்தாங்க. இத எதுக்கு எடுத்துட்டு வரச்சொன்னிங்க. சனியன் ஏதோ பிராந்து தூக்கிட்டு வந்து போட்ருக்கும்.”

“கணேசா அத இப்படிக் கொடு.” -வல்லத்தரசு அந்தக் கோழியை கையில் வாங்கினார். பிறகு அவர் அதன் வயிற்றுப்பகுதி

கிழிக்கப்பட்டிருப்பதைக் கண்டு அந்த இடத்தை நுகர்ந்து பார்த்தார்.

“அண்ணே. நீ நினைச்சது சரிதான். மருந்துவாட... நாய பாருங்க. வாய கீய வைச்சிட்டான்னு?”

“வாய்ப்பே இல்ல. பிரத்தியார் தரத அது என்னைக்குச் சீண்டியிருக்கு. தொடவே தொடாது” வல்லத்தரசுவிடம் கணேசன் தனது அனுமானங்களைக் கூறிக்கொண்டிருக்க நஞ்சுண்டான் அமைதியாக அமர்ந்திருந்தார்.

“அண்ணே. என்னாச்சு. என்னாவா இருக்கும்?”

‘அரசு... இது... இது நாய்க்குத் தான் வைச்சிருக்கானுங்க.”

“ஏன்?”

“உனக்குப் புரியலயா? ரூட்டு.” நஞ்சுண்டான் குரலில் மாறுதல் காட்டாமல் சாதாரணமாகக் கூறினார்.

“என்னணே சொல்ற. என்ன மேட்டரு?”

“தெரியல. கணேசா. நாய புடிச்சு திண்ணைல கட்டி வை. நான் சொல்றவர எத்தன நாளானாலும் அவுக்கக்கூடாது.”

“அரசு நீ வா... வண்டிய எடு.”

நஞ்சுண்டான் வேறு எதுவும் கூறாமல் வல்லத்தரசுவை அழைத்துக் கொண்டு தோப்பிலிருந்து வெளியேறினார். கணேசன் இருளனை இழுத்துக்கொண்டு போய்த் திண்ணையில் கட்டினார். அது ஏதோ ஒரு தீங்கு நிகழப்போவதை எச்சரிக்கை செய்வதுபோல் மென்மையாகக் குரல் எழுப்பிக்கொண்டிருந்தது. மாமரத்தில் அமர்ந்திருந்த குருவிகளும் அதன் பங்கிற்குத் திகிலூட்டும்படியான சப்தத்தை உண்டாக்கின. காற்றில் அசைந்த தென்னை மரங்கள் பிரளயத்தின் முன்னோட்டம் போன்றதொரு மெல்லிய சலசலப்பை ஏற்படுத்தின.

வானம் மேகங்களைப் பிழிந்து கொடும்பனியைப் பொழிவிக்கத் தொடங்கியிருந்தும் வாசலில் நின்றிருந்த இருதயராஜின் உடல் வெப்பத்தில் கொதித்தது. மரண பயம் மார்பிலிருந்து மேலெழுந்து அவனது தொண்டையை நெருங்கியபோது, ஆட்டுக்குட்டியை விழுங்கும் மலைப்பாம்பைப் போல் அவ்விடத்தை இரவு வாரிச்சுருட்டி விழுங்கிக்கொண்டிருந்தது.

09

"... இருட்டுல தேனுனு நினைச்சு அந்தச் செத்தபய மேலுவலிக்குத் தேய்க்குற தைலத்த ஊத்த... அவ எரிச்சல்ல ஆஊனு கத்தி... அதோட இந்தப் பறக்காவட்டிப் பய..." காபியைக் கொடுத்துவிட்டுத் திரும்ப எண்ணிய இசக்கியை ஆறுமுகம் நிற்கவைத்துப் பேச்சு கொடுத்தார்.

"எங்கல போற. முழுசா சொல்லுதம் கேளு."

"இல்ல அண்ணாச்சி. பக்கத்து ரூம்ல முன்னமே கூப்ட்டாவ... கோவிச்சுக்குவாக."

"யாரு?"

"பாண்டிதுரை சாரு"

"சாரா? யாருலே அது?"

"நாட்டுப்படகு சங்கத் தலைவரா இருக்காவல்ல. அவிய."

"ஆமா... பெரிய தலைவருதாம். போபோ." அவன் எரிச்சலுடன் வெளியே வந்தான்.

ஆறுமுகத்தின் நாகூசா பாலியல் நகைச்சுவைத் துணுக்குகள் இப்போதெல்லாம் அவனுக்கு வெறுப்புணர்வையே உண்டாக்கின.

"சைய்... எப்பம்பாரு இந்தாளு பொம்பள சாமான் மேலேயேதாம் கருத்தா இருக்காம். ஆனா இப்படி இருக்கைலேயே தொழில் பாத்து நல்ல காசுபணம் வைச்சிருக்கான்" அவரைப் பற்றி யோசித்துக்கொண்டே அடுத்த அறையின் கதவைத் தட்டினான்.

"யாருப்பா?"

"அண்ணாச்சி. நாந்தான் ரூம்பாய்."

"கொண்டி போடல. திறந்துட்டு உள்ளுக்கு வால."

"டீ சூடா இருக்கு. டேபிள்ள வைக்கன்."

"சரிப்பா வைச்சுடு... பேப்பர எடுத்து இங்கன கட்டில்ல வைச்சுட்டுப் போயன்." பாண்டிதுரை கட்டிலில் அமர்ந்த படி தலைக்குத் தேங்காய் எண்ணெய் தேய்த்துக்கொண்டிருந்தார்.

"இந்தால. டீ குடிச்சுக்க."

"செரி அண்ணாச்சி." அவன் அவர் நீட்டிய காசை வாங்கிக் கொண்டான்.

"எல. பெறவு இன்னைக்கு நான் தூத்துவுடி போறன். ஒரு அவசர சோலி. என்ன பாக்க மணப்பாட்லேந்து ஒருத்தவரு வாடிக்கையா வருவாரே தெரியுமா?"

"தெரியும் அண்ணாச்சி."

"ஆங் செரி நல்லது. ஒருவேள அவிய நாளைக்கு இங்கன வந்தாவன்னா இந்தக் கடுதாசிய அவியல்ட்ட கொடுத்துடு. அடுத்த வாரம் பாக்கென்னு சொன்னன்னு அவியல்ட்ட சொல்லிடு. செரியா?"

"செரி அண்ணாச்சி."

"நீயே எடுல. கையில எண்ண.." அவன் பாண்டிதுரை கொடுத்த கடுதாசியை வாங்கிக்கொண்டு வந்து விடுதியின் முகப்பில் இருந்த மேசையில் வைத்தான். பிறகு பன்னிரண்டாம் அறைக்குரிய தேநீர்க் கூஜாவில் தேநீரை நிரப்பி எடுத்துக்கொண்டு அந்த அறைக்கு வந்தான். அறைக்குள் நுழையும்போதே அவனது மூளைக்குள் அந்த எண்ணம் மெலிதாகப் பொறிதட்டியது. அந்த அறையில் இருந்தவரிடம் தனது ஊரின் வாசம் எழுவதை உணர்ந்ததைப் போல் சிறிது தடுமாறினான். தேநீர்க் கூஜாவை மேசையில் வைத்துவிட்டுக் கட்டிலில் அமர்ந்திருந்தவரிடம் முகம் கொடுக்காமல் வெளியே செல்ல எத்தனித்தான்.

"எலே... நில்லு."

"சொல்லுங்க அண்ணாச்சி."

"என்ன... ஆருனு கண்டுகிட்டியோ?"

"இல்ல அண்ணாச்சி. எனக்கு மட்டுப்படல."

"ம். எப்படில படும்... ரொம்ப வருசம் ஆகிப் போச்சுல்லா... கம்க்கமா அப்பன கொன்னு போட்டுட்டு வந்துட்ட..."

"அண்ணாச்சி..."

அவனுக்குப் பயத்தில் நெஞ்சு படபடவென அடித்தது.

"... நீங்க?"

"என்னடே நெசமா அடையாளம் தெர்லயோ?"

"நீங்க... பெரிய தாத்தா... சிங்காரம் தாத்தா மவென். சுருளி?" நினைவுகூட்டிக் கூறினான்.

"அது என் அண்ணன். நான் நேசமணி... அதுமில்லாம நீ என்ன பாத்துருக்க வாய்ப்பும் கொறவு. அப்பமே மெட்ராஸ்ல தொழில் பாக்க போய்ட்டன்."

"செரி... நான்..."

"என்ன?"

"நான் போறம்..."

"பெரிய கலெக்டர் உத்யோகம். நில்லுடே. எவம் உன்ன இங்கன சோலிக்கு வைச்சாம்?"

"இல்ல... நானாதான் இருக்கன். வேற என்ன செய்ய? எங்கிட்டு போவ?"

அழுகையும் ஆத்திரமுமாகக் கதவில் சாய்ந்தபடி தலைகுனிந்து விசும்ப ஆரம்பித்தான். சிங்காரம் தாத்தாவின் மகன்கள்தான் அப்பாவுடைய சொத்துக்களை எல்லாம் பொய்க் கணக்கு காட்டி எழுதிக்கொண்டனர் என அவனது சிறுவயதிலிருந்தே அம்மா கூறி வந்தது எல்லாம் மீண்டும் அவனது நினைவுக்கு வந்தது.

"அழாதல."

"ஆர்ட்டையும் சொல்லிடாதிய. உங்கக் காலப்பிடிச்சு கேக்கன்."

"எலேய். எழும்பு. இப்போம் என்ன... நீ அத செய்யலன்னா அவன் நொந்தே செத்துருப்பான். அதும் அந்த ஈனச்சிரிக்கியோட.... நான் எதும் பேசப்பிடாதுனு பாக்கன். எங்க அப்பனுக்குப் புத்திமட்டு. எங்கனயோ கிடந்த மூதிய கூட்டியாந்து கட்டிவைச்சு. செரி விடு. ஏ எழும்புல... எழும்பி நில்லும். சொல்லுதம்ல. நான் ஆர்ட்டயும் சொல்லல. சொடல மாடன் மேல சத்தியம். போதுமா. சொல்ல மாட்டேன். எழும்பு." தலையில் கைவைத்தபடி தரையில் அமர்ந்திருந்தவனை அவர் தூக்கி நிறுத்தினார்.

"எப்படி இருந்த குடும்பம். இங்கன கிடந்து எடுப்பு வேல பாக்க. உனக்கென்ன தலையெழுத்தாடே." அவன் பதில் பேசாமல்

கன்னங்களில் வழிந்த கண்ணீரைத் துடைத்தபடி தரையில் ஊர்ந்துகொண்டிருந்த ஓர் எறும்பை நோக்கியபடி இருந்தான்.

“செரி வா. இராத்திரி என்கூடயே கிளம்பு. மெட்ராஸுல வந்து நம்ம கடைல இரு. கொஞ்ச காலம் கழிச்சு நானே அங்கன உனக்கு எதாவது பாத்துவிடுறன்.”

“இல்ல அண்ணாச்சி. வேணாம்.”

“எல... சொன்னாக் கேளு.”

“வேணாம் அண்ணாச்சி.” இந்தமுறை அவனிடமிருந்து நேருக்கு நேரான பார்வையில் கண்டிப்பான முறையில் பதில் வந்தது.

“நீ எதயோ மனசுல வைச்சிருக்கனு நினைக்கன். சுருளி அப்படிதாம். இல்லங்கல. சொத்தாசை பிடிச்சவன். எனக்கும் எல்லாம் தெரியும். உன் பெரிய தாத்தன் இப்ப வர உன்னைய நினைச்சு அழுவுறாருடே. அந்திமத்துல இருக்காவ. நடமாட்டம் இல்ல.”

“நான் போறம் அண்ணாச்சி. சோலி கிடக்கு.”

“நில்லுல. நீ சின்ன பிள்ளையா இருக்கப்ப நீ இடும்பன் மாதிரியே இருக்கன்னு ஊருல அல்லா பேரும் சொல்லுவாவ. குணத்துலயும் அப்படி இருக்காத. நல்லதுக்கில்ல. பாத்துக்க.” அவன் எதுவும் பேசாமல். தேநீர்க் கூஜாவைத் திறந்து தம்பளரில் தேநீரை நிரப்பி நீட்டினான்.

“செரி. உனக்குத் தோதானது செய். என்ன நினைவுல வைச்சிக்க. எதுனாலும் கிளம்பிவா. மெட்ராசு மாம்பலம் டேசன்ல இறங்கி நேசமணி அண்ணாச்சி கடை எதுன்னு கேட்டாலே சொல்லுவாக கேட்டியா. பெறவு நான் ஊருக்கு வரப்போ இங்கனயே வைச்சுக்கூட உன்ன பாத்துக்குறன்.”

“செரி.”

“இரு... இந்தா இத வைச்சுக்க.”

“ரூவாயா எதுக்கு?”

“பிடி.”

“வேணாம் அண்ணாச்சி.”

“எல என்ன அண்ணாச்சி. நான் உனக்குப் பெரியப்பன். துட்ட பிடிங்கன்ல. பிடி.”

“இல்ல வேணாம்.”

“மேப்படியா நினைச்சு வைச்சுக்க.”

“இம்புட்டா...”

“எலே சொல்றம்ல பிடி. திமிரடி பண்ணிகிட்டு.” அறையிலிருந்து முதலில் வெளியேறினால் போதுமென வேறுவழியின்றி அவர் தந்த ஒரு ரூபாய் நோட்டுகளை வாங்கிச் சாரமடிப்பில் சுருட்டிக்கொண்டான். பிறகு விடுதியின் முகப்பிற்கு வந்து வெளியே போய் வருவதாக மேலாளரிடம் கூறிவிட்டுச் சாலைக்கு வந்தான். அவர் ஊரில் போய்ச் சொல்லிவிடுவாரோ என்ற பயத்துடன் ஜங்ஷனை நோக்கி நடந்தான். பேச்சுக்கிடையே அவர் இரவு வண்டியில் மெட்ராஸ் போவதாகக் கூறியது நினைவுக்கு வரவும் சற்று ஆசுவாசப்படுத்திக் கொண்டான். கொஞ்ச நேரத்திலேயே இனி என்ன ஆனால்தான் என்ன என்பது மாதிரியான மனநிலையுடன் வாடகை சைக்கிளை எடுத்துக்கொண்டு காமாட்சி மெஸ்ஸிற்குச் சென்று கடையின் புலக்கடையில் நின்றிருந்த ராஜசேகரைப் பார்த்தான்.

“சேகரு... பீடி இருக்கா.”

“ம் இருக்கு... சட்டை ஜோபுல பாரு. என்ன ஒருமாரி இருக்க?”

“ஒன்னுல்ல.”

“செரி சாங்காலம் தேர் பாக்க போவமாடே?”

“இல்ல சோலி இரிக்கு.”

“செரிவிடு... நானும் ஓட்டலு சாத்தினதும் இராத்திரியா வாரன். புதுப்படம் எதுவும் வந்துருக்கு?”

“ம். என்னமாச்சும் ஒரு படம் பாக்கலாம். செரி நான் போய் வாரன்.” புகைத்து மீந்திருந்த பீடித்துண்டைத் தூக்கி எறிந்துவிட்டு அங்கிருந்து கிளம்பினான். மாலையில் நேசமணி விடுதியிலிருந்து புறப்பட்டு ரயில்நிலையத்திற்குச் செல்வதற்கு முன்பு விடுதிக்கு வெளியில் அமர்ந்திருந்த அவனிடம் ஓரிரு வார்த்தைகளை மட்டும் பேசினார்.

“பாத்து கருத்தா இருந்து பிழைச்சுக்க. எதுவும் ஒதவி வேணும்னா என்கிட்ட வரணும். செரியா.” அதைக்கேட்டு நிம்மதி பிறந்தவனாய் தலையசைத்தான்.

நேரம் ஆறரை மணியை நெருங்க ஓரிரு நிமிடங்களே மீதம் இருப்பதைக் கண்டதும் மீண்டும் உற்சாகமடைந்தான். சமீபத்தில் காலர் பெரிதாக வைத்து தைத்திருந்த பூப்போட்ட சட்டையையும், நீலக் கால்சட்டையையும் அணிந்து கொண்டு ஓட்டமும் நடையுமாகச் சென்றான். அந்தியிலேயே நள்ளிரவு இரண்டு மணியைப்போல் நகரமே வெறிச்சோடிக் கிடந்தது. தொடர்ந்து ஐந்து நாள்களாக இழுக்கப்பட்ட நெல்லையப்பர் தேர் நிலைக்கு அருகில் வந்திருந்ததால் நகரவாசிகள் அனைவரும் அங்கு சென்றிருக்கக்கூடும் என நினைத்தான்.

“தேரு பைதா உடைஞ்சு நிக்காம் கேட்டியா. இன்னும் நாழியாவும். அவசரமில்ல பைய விடு.” மிதிவண்டியை மிதித்துக்கொண்டிருந்த சிறுவனிடம் பின்னிருக்கையில் அமர்ந்திருந்த கடிகாரக் கடை ஜீவானந்தம் பிள்ளை கூறினார். அந்த மிதிவண்டியும் கடந்துசென்ற பின் அந்தச் சாலையில் வேறு உயிர்கள் எதுவும் இல்லை. இந்தத் தருணத்தைப் பயன்படுத்தியாவது அவளிடம் சில வார்த்தைகளைப் பேசிவிடவேண்டுமெனக் காலில் வெந்நீர் ஊற்றிக் கொண்டவனாய் அவன் பரபரத்தான். அவள் பேருந்திலிருந்து இறங்கி நடந்துவருவதைக் கண்டதும் அங்கு அவன் இயல்பாக நிற்பதைப் போல் பாவனை செய்தான். பார்வையை அங்குமிங்கும் செலுத்திக் கொண்டிருந்தபோது, அவள் தன்னை நோக்கித்தான் வருகிறாள் என்பதைக் கண்டுகொண்டான்.

“யாரலே நீயி?... என்ன பாக்கலனா தொரைக்குச் சோறு எறங்காதோ? நானும் ரொம்ப நாளா பாக்கன்.”

“நானா. இல்லயே. நான் இன்னைக்குத்தான் இங்கன நிக்கன். என் சேக்காளி வரம்னாம். அவன பாக்க.”

“ஏள. என்ன கதையடிக்க. நான் உன்ன ரொம்பக் காலமா இங்கன பாக்கென். எங்க அண்ணனும் கவனிச்சுட்டு வந்து வூட்ல கேக்கான்.”

“இல்லங்க. நான் சும்மாதான் நிக்கன் உங்கள பாக்க இல்ல. நீங்க போங்க.” எடுத்த எடுப்பிலேயே பொரிந்து தள்ளியவளுக்கு அவனது வாடிய முகத்தையும், பரிதாபமான குரலையும் கண்டதும் அவளையறியாமல் மனம் சற்று இளகியது.

“ஆண்டவரே... ஏம்ல இப்படி. ச்செரி உங்க பேரு என்ன?”

“எசக்கி... எசக்கிமுத்து”

“ம்ம்ம்...”

“உங்க...?”

“என்ன உங்க?”

“இல்ல உங்க பேரு?”

“எம் பேரு மரியா. உங்களுக்கு எங்கிட்ட எதாவது பேசனும்னு இருந்தா தாராளமா பேசும். ஆனா இனி இங்க வந்து நிக்காதிய. கத்தீட்ரல் சர்சுக்கு வாங்க. ஞாயித்துகிழம.”

“ம்.”

“நீங்க கிரிஸ்த்தியனா?”

“இல்லங்க நான்...” பயமும் இனங்கொள்ள முடியாத ஏதோ ஓர் உணர்வும் இணைந்து அவனை வாயெடுக்கவிடாமல் இறுக்கின. அதற்குள் அவள் அவனது நெற்றியில் இருந்த விபூதிக் கீற்றையைக் கண்டுகொண்டாள்.

“ஆமா பெறவு இன்னைக்கு நெல்லையப்பர் தேருல? நீங்க ஏம்ல இன்னைக்கும்கூட இங்கனயே ஒத்தக்கால்ல நிக்கிய. எனக்காண்டியா?”

“இல்லங்க.”

“இல்லையா?” இப்போது அவள் மெலிதாகச் சிரித்தாள்.

“போவ. போய் சாமிய பாரும்.” இறுதியாக அவள் மழைபெய்து ஓய்ந்த அடுத்த கணமே வீசும் தென்றல் காற்றைப் போல் ஒரு புன்னகையை உதிர்த்து அவ்விடத்தையே குளிர்வித்துவிட்டு நடந்தாள். அவள் நடந்துசென்ற திசையை நோக்கியிருந்த அவனுக்கு உயரப் பறக்க சிறகுகள் தேவையாக இருக்கவில்லை. அவனது திடகாத்திரமான கால்கள் இரண்டும் கள்ளுண்டதைப்போல் போதையெடுத்துத் தள்ளாடிக்கொண்டிருந்தன.

அதுநாள் வரை அவனது கனவுகள் கூட யதார்த்தத்தின் அலகுகளை மீறிவிடாமல்தான் அமைந்திருந்தன. அவள் தாமாக முன்வந்து தன்னிடம் பேசுவது மாதிரியான ஒரு

காட்சியை அதுவரை அவன் மனத்திரையில் கூட உருவாக்கி வைத்திருக்கவில்லை. நிஜம் கற்பனைகளில் இருப்பவற்றை விட நம்பமுடியாத அதிசயங்களை நிகழ்த்தும். அதை அவன் அறிந்துகொள்வதற்கு அத்தனை காலம் தேவைப்பட்டிருந்தது. அதன்பிறகு அவனது ஞாயிறுகள் அனைத்தும் ஊசிக்கோபுர தேவாலயத்திற்கு எதிராக விடியத்தொடங்கின. முதலில் தன்னை மதம் மாற்றும் நோக்கில்தான் தன்னோடு அவள் பழகுகிறாளே என்ற சந்தேகமும் அவனிடம் எழுந்தது. காய்ச்சல்கண்டு கிடக்கும் பிள்ளையின் நெற்றியை வருடும் தாயின் விரல்களைத் சந்தேகித்தால் உலகின் இருப்பையே சந்தேகிக்க வேண்டும். அவளது உள்ளம் அந்த விரல்களைப் போல் அப்பழுக்கற்றது. அவளது ஒவ்வொரு அசைவிலும் அன்பு மட்டுமே வெளிப்பட்டது. மரியா என்னும் மாசற்ற சிலுவையில் அவன் தன்னை மனமுவந்து அறைந்துகொண்டான். பிதாவின் உடலிலிருந்து வழிந்தோடிய உதிரத்தைப் போல் அவன் உடலிலிருந்து கீழ்மைகள் அனைத்தும் வெளியேறின. அவள் குறித்து ராஜசேகரிடம் கூறவேண்டும் என்று நினைத்தும் அவனுக்கு அதில் ஏனோ ஒரு தயக்கமும் உள்ளூர இருந்து வந்தது. அந்தத் தயக்கம் அடுத்துவந்த சில ஆண்டுகளுக்கும் தொடர்ந்தது.

அந்த ஐப்பசி மாதத்தின் தொடக்கத்தோடு இசக்கி திருநெல்வேலிக்கு வந்து பதிமூன்று ஆண்டுகள் ஓடியிருந்தன. ராஜசேகருக்கு ஒன்பதாம் ஆண்டு நடப்பில் இருந்தது. இருவருக்கும் அந்நகரம் குறித்த அத்தனை சஞ்சலங்களும் விலகியிருந்தன. இனி எங்கும் செல்லலாம். எப்படியும் வசிக்கலாம் என்று நம்பிக்கைகொள்ளும் அளவிற்கு நெல்லை அவ்விருவருக்கும் நிறைய சங்கதிகளைச் சொல்லிக்கொடுத்திருந்தது.

சாராள் தக்கர் கல்லூரியில் இளங்கலை ஆங்கிலப் பிரிவில் இறுதி ஆண்டில் படித்துக்கொண்டிருந்த மரியா டிசோஸா இப்போது இசக்கிக்கு நெருக்கமான நட்பாகியிருந்தாள். அவனது கடந்த காலத்தைக் கேட்டறிந்தபின் அவன் மீது அவளுக்கு அளவில்லாத கருணை பெருக்கெடுத்திருந்தது. அவளது பார்வையில் படுவதையே பெரும்பேறாகக் கருதி வாழ்ந்த அவனுள் ஆசைகள் என்று எதுவும் உதித்திருக்கவில்லை. நான்கு ஆண்டுகள் பழகிய பின்னரும்கூட அவளை அவன் தனக்குள் அதே அன்னை மேரியாகவே காட்சிப்படுத்தி வைத்திருந்தான். அவளுக்காக எதையும் செய்யத் தயாராக இருந்தான். பெண் தெய்வத்திடம் வரம்கேட்டு வேண்டுவது ஒரு மடமை. அதை சேவிப்பது தான்

வரம். அதனிலும் மேலான வரத்தை அத்தெய்வத்தாலும் வழங்க இயலாது. அவனது எதிர்பார்ப்புகள் என்பது அவளது இருப்பு; அவளது பார்வையில் படுவது; அவள் வாழும் காலத்தில் வாழ்வது. அவளது தாயுள்ளத்தில் நனைந்து கரைவதுதான் மோட்சமடைவதற்கான வழியென எண்ணி வாழ்ந்த அவன், அவள் பொழிந்த அன்புத்துளிகளை எல்லாம் அள்ளியெடுத்து அந்நகரில் ஓடிய பெருநதியின் சாயலிலேயே அவனுள் ஒரு ஜீவநதியை உருவாக்கி வைத்திருந்தான். வற்றாமல் பாய்ந்த அக்கலங்கமில்லாத நேசவெள்ளம் தாமிரபரணியையும் மூழ்கடித்துவிடும் போல் இருந்தது.

10

வாசலில் எரிந்த மின்விளக்கின் ஒளிக்கீற்றுகளைப் பரவ விடாமல் மார்கழி பனிப்புகையைத் தூபமிட்டது. திண்ணையில் இருந்த ரேடியோ பாடல் ஒன்றைக் கசிய விட்டுக்கொண்டிருந்தது.

"தம்பி வாங்க சூடா இருக்கு. சாப்பிட்டுடலாம்." இட்லிக்குத் துணையாக மதியம் வைத்த கோழிக்குழம்பைச் சூடுபடுத்தி இறக்கிவிட்டு ராணி குரல் எடுத்து அழைத்தாள்.

"இல்லக்கா. எனக்குப் பசியில்ல. நீங்க வைச்சுட்டு படுத்துக்கங்க. நான் லேட்டா சாப்ட்டுக்குறன்."

"சேர எடுத்துக்கிட்டு வந்து இப்படி திண்ணைலயாவது போட்டு உக்காந்துக்கங்க. விஷப் பனி. அவ்வளவும் கேடு." திண்ணையில் கிடந்த கயிற்றுக்கட்டிலில் அமர்ந்து மூக்குப்பொடியை உறிஞ்சியபடி கணேசன் கூறினார்.

"பரவால்லங்க... தலைக்குத் துண்டு போட்டிருக்கன்."

உண்ணவும், உறங்கவும் மனமின்றிக் கலக்கமுற்று அமர்ந்திருந்த அவனுக்கு நினைப்பெல்லாம் நஞ்சுண்டான் கூறிவிட்டுச் சென்ற விசயத்தின் மீதே இருந்தது. நேரம் செல்லச் செல்ல அச்சம் அடர்பனிக்கு நிகராக அவன் மீது படியத் தொடங்கியிருந்தது. நஞ்சுண்டானின் கைப்பேசியைத் தொடர்ச்சியாக அழைத்துப் பார்த்துவிட்டு அழைப்பு ஏற்கப்படாததால் ஓய்ந்துபோனான்.

இதற்கிடயே அவனுக்கு இன்னொரு எண்ணிலிருந்து அழைப்பு வந்தது. ஏற்கலாமா வேண்டாமா என்ற யோசனையோடு எடுத்தான்.

“ஹலோ...”

“சனியனே. எங்க போய்த் தொலஞ்ச.”

“ஏக்கி மெர்லினா? நம்பர் யாரு ரெபிதானே கொடுத்தாம்.”

“ஆமாளே மூதி. எங்க இரிக்க? இப்பம் மட்டும் என் கைல சிக்கின செவுட்டக் காட்டி எளக்கிப்புடுவேன். ஆம்பளையா நீயெல்லாம். ச்சி.”

“ஏளா... இப்போம் நான் பேசட்டுங்கிறியா. இல்ல வைக்கவா.”

“ஆமா. ரோசம் மயிரு மட்டும் வரும். என் வாயில நல்லா வரும் பாத்துக்க. நீ இப்போம் எங்கன இரிக்கன்னு சொல்லு மொத.”

“ஆர்டையும் சொல்ல மாட்டன்னு ஜார்விஸ் மாமா மேல சத்தியம் பண்ணு சொல்லுதன்.”

“ஏன் உம்பேர்ல பண்ணா?”

“நீதான் உடனே பண்ணுவியே. எனக்கு என்ன ஆனா உனக்கென்னல?”

“ஏளா. நிறுத்து. எங்கிட்ட வசவு வாங்கிக் கட்டிக்காம எங்கன இரிக்கன்னு ச்சொல்லு மொத.”

“சத்தியம் பண்ணு மொத.”

“ஐயோ. சாத்தானே. மாதா மேல சத்தியம். சொல்லித்தொல.”

“இங்கன... புதுக்கோட்டை பக்கத்துல. செரி நீ எப்படிளா இருக்க? இது ஆரு நம்பரு?”

“என் நம்பர்தாம்.”

“இது எப்போம். செல்லுலாம் வைச்சிருக்கியா?”

“ம். இப்பம்தான் வாங்கினன்.”

“என்னச் செல்லு?”

“நோக்கியாதாம்.”

“நான் வாங்கித்தரம்னு சொன்னப்ப வேணான்னவ. இப்போம் எதுக்கு வாங்கின?”

“எதுக்கா? ஒரு மயிரான்கிட்ட பேசதாம்.”

“ஏட்டி வாய மூடு. செரி மாமி, மாமா, சார்லசுலாம் எப்படி இருக்காவ? கிரிஸ்மஸ் எப்படிப் போச்சு, என்ன செஞ்சிய?”

“என்ன கேக்குற நீ? எப்படி அவியலாம் நல்லா இருப்பாவ. நானே ரெண்டு நாளாதாம் சோறு திங்கன். அல்லாபேரும் உன்ன மாரியே இருப்பாவன்னு நினைச்சியா. இதுல கிரிஸ்மஸுக்கு என்ன செஞ்சியனு வேற கேக்க... எளா என்ன புள்ள நீ? மாமா அப்படி என்ன ஒனக்குக் கொற வச்சாவ. உம்பேர்ல அவியளுக்கு இல்லாத பாசமா எங்களுக்கு எல்லாம். அடக்கத்துக்குக் கூட இல்லாம என்ன. வர வர உன்ன எனக்குப் பிடிக்கவே மாட்டெங்கி.”

“மெர்லினு. நீயும் சேதிய வெளங்கிக்காம பேசாத செரியா. நானே சொல்லுதன் இரு.”

“செரி. நான் வைக்கன்.”

“ஏய் இருடி. அவ்ளோதானா. வேற என்னமாச்சும் பேசேன்.”

“ஏன் பறக்க? அப்பா நிக்கி. நான் எஸ்எம்எஸ் அனுப்புதம் இரு.” மெர்லின் பேசிய பிறகு அவனுக்கு முகம் சற்று தெளிவடைந்திருந்தது. அவன் துன்பத்தில் கிடந்து தவிக்கும் ஒவ்வொரு தருணத்திலும் அவள் கையில் மந்திரக்கோல் ஏந்தாத சுடிதார் அணிந்த தேவதையைப் போல் அவன்முன் தோன்றி அவனது சோகங்களை ஆற்றுவதை நினைத்துப் பார்த்தான். அவளது மென்மையான மடியும், தோள்ப் பட்டையும் தான் சாய்ந்து கொள்வதற்காகவே படைக்கப்பட்டவை என மனதார நம்பினான். அவளது கருப்பட்டி நிற உதடுகளிலிருந்து வடியும் அன்பு வார்த்தைகளும்; பலநேரங்களில் கூச்சமில்லாமல் வந்துவிழும் கொச்சை மொழிகளும் நினைவுகள் வழியாக அவனது காதுகளில் நுழைந்து குறுகுறுப்பு ஏற்படுத்தின. ஐந்தரை அடி உயரத்திற்கு ஏற்ற மிடுக்கான நடை, குழந்தைத்தனம் நிரம்பி வழியும் மாநிற முகம், குதிரைவால் கேசம், உள்ளாடை தேவைப்படாத உறுதியான மார்பகங்கள், அவளது இன்பப் பிரதேசங்களின் உச்சமாக விளங்கும் பின்னழகு. அவனுக்கு மூச்சு முட்டியது. அவளது அத்தனையும் அகக் கண்களுக்கு முன்தோன்றி அவனைக் கிறங்கடித்தன. அவளுடனான குறுஞ்செய்தி உரையாடல் நேரத்தையும் குளிரையும் மறக்கடிக்கச் செய்திருந்தது.

பனி அவனையும் அவன் அமர்ந்திருந்த நாற்காலியையும் குளிப்பாட்டியிருந்தது. மணி பத்தைக் கடந்திருக்க நாளை தொடர்வோம் என்று கூறிவிட்டு அவன் நாற்காலியைத் தூக்கிக் கொண்டு வீட்டிற்குள் செல்லமுயன்றான். அப்போது தோப்பின் வாயிற் கதவைத் திறந்துகொண்டு சிலர் உள்ளே நுழைவதைக் கண்டான். வருபவர்கள் புதிய ஆட்கள் என்பதை உணர்ந்து திண்ணையில் கட்டிக்கிடந்த இருளன் சீற்றமெடுத்து குரைக்கத் தொடங்கியிருந்தது.

உள்ளே வந்தவர்கள் டார்ச் லைட் ஒளியை அவனை நோக்கிப் பாய்ச்ச திண்ணையில் படுத்திருந்த கணேசன் யாரென்று சப்தம் போட்டுக் கேட்டபடி வாசலுக்கு வந்தார். பதற்றத்துடன் நின்ற இருதயராஜ் உடனடியாக அங்கிருந்து அகன்று கிணற்றுப் பகுதியை நோக்கி நகர்ந்தான். அப்போது வீட்டின் பின்புறத் திலிருந்து நஞ்சுண்டான் நடந்துவருவதைக் கண்டு இவர் எப்போது தோப்பிற்குள் வந்தார் என்ற யோசனையுடன் அவரைப் பார்த்தான். அவர் அவனைக் கடந்து நேராகத் தோப்பிற்குள் நுழைந்திருந்த மர்ம நபர்களை நோக்கி நடந்தார். அவர்களில் ஒருவன் அவர்களை நோக்கி நடைபோட்டு வந்த உருவத்தைக் கண்டு டார்ச் லைட்டை நிலையாக நிறுத்தி ஒளியை அடித்தான்.

மேல்சட்டை அணியாமல் உள் பனியனையும், காதி வேட்டியையும் அணிந்திருந்த நஞ்சுண்டான் அவர்களுக்கு எதிரே நின்றுகொண்டிருந்தார். முன்னால் வந்தவன் பின்னால் வந்தவர்களை அப்படியே நிற்கும்படி செய்கை செய்தபடி தானும் நின்றான். அவர் தனது இடுப்பில் சொருகி வைத்திருந்த ஒரு கைத் துப்பாக்கியை வெளியே உருவி, அதில் தோட்டாக்கள் நிரப்பப்பட்டிருக்கிறதா எனச் சரிபார்த்தபடி உரக்கக் குரல் எழுப்பினார்.

“தென்னம்புள்ளைக்கு உரமாகணும்னு ஆசப்படுறவன் மட்டும் அடுத்த அடிய எடுத்து வை.” அவரது மிரட்டலுக்குப் பணிந்தவர்களாய் எதிரில் நின்ற மூவரும் அதே இடத்தில் உறைந்திருந்தனர்.

“யாரா நீங்க? எலேய். உங்களதான்டா கேக்குறன். யார் நீங்க!?” தோப்பே அதிரும்படி அவரிடமிருந்து வந்த அதட்டலான குரலைக் கேட்டு அதுவரை ஓசையெழுப்பிக் கொண்டிருந்த இரவுப் பூச்சிகள் சலனமின்றி அடங்கின. கடுங்கோபத்தில் குரைத்துக் கொண்டிருந்த இருளனும் பெருமூச்சுவிட்டு அமைதியானது.

"அண்ணே. மன்னிக்கனும். இங்க ஒரு விசேசத்துக்கு வந்தோம். கடக்கரைல உக்காந்து தண்ணியடிக்கைல காட்டு முயலு ஒன்னு இப்படியா ஓடி வந்துச்சு. அத விரட்டிட்டுதான் இங்க வந்தோம்."

"லே மணி. கிளம்பிடு டா. நிக்காது." மூவரும் வந்த வழியிலேயே வேகமாகத் திரும்பி நடந்தனர். அவர்கள் வாயிலை அடைந்தபோது நஞ்சுண்டான் மீண்டும் குரலெடுத்தார்.

"லேய். இது என்ன இடம்னு தெரிஞ்சுதான் உள்ள வந்தியலா?"

"அண்ணே. மன்னிச்சுக்கங்க. நாங்க வெளியூரு."

"ஒழுங்கு மயிரா ஊர்போய் சேருங்க." நஞ்சுண்டான் துப்பாக்கியை இடுப்பில் சொருக்கிக்கொண்டு வீட்டின் பின்புறத்தில் ஒளிந்திருந்த இருதயராஜை அழைத்துக்கொண்டு வாசலுக்கு வந்தார். நடந்த ஆர்ப்பாட்டத்தில் உறக்கம் கலைந்து ராணியும் வெளியே வந்திருந்தாள்.

"ஒப்பாரு இப்படி பயந்து ஓடுற டைப்பு இல்ல. தெரியுமா?"

"அண்ணாச்சி... அது..."

"செரி விடு."

"இந்தா புள்ள. பால் இருந்தா கோச்சுக்காம கொஞ்சம் டீ போடேன். தலை வலியா இருக்கு."

"ஏனம்லாம் வெளக்காம கிடக்கே. சரி இருங்க போட்டாரன்." ராணி மீண்டும் வீட்டிற்குள் சென்றாள்.

வந்திருந்த மூவரும் தொலைவில் நிறுத்தப்பட்டிருந்த காரில் ஏறி வியர்க்க விறுவிறுக்க ஒருவர் முகத்தை ஒருவர் பார்த்தனர்.

"மணி வண்டிய விடு. நான்தான் சொன்னன்ல இடமும் செரி அந்த ஆளும் செரி நீங்க நெனைக்கிற மாதிரி அவ்வளவு லேசு இல்ல."

"ஓராள் தானணே. துணிஞ்சு ஏறிருந்திருக்கலாம்."

"புடிங்கிருக்கலாம். அந்தாளு காட்டின துப்பாக்கி என்ன மாடல்னு உனக்குத் தெரியுமா. ரெங்கன் சொன்னானா இல்லையா. இடம் ரொம்ப விவகாரமானதுனு பயந்தான்லடா. நீங்களும்தான இருந்திய. அவன விட நீங்க பெரிய சம்பவக்காரனுங்களா?"

"இப்ப என்ன செய்ய?"

“மணி வண்டிய புதுக்கோட்டைக்கு விடு. ரெண்டு மூணு வாரம் போவட்டும்.”

தோப்பிற்குள் கணீரென்று ஒலித்த நஞ்சுண்டானின் நக்கல் சிரிப்பு பனிப்பொழிவை ஊடுறுவி நான்கு மூலைக்கும் பயணித்துக் கொண்டிருந்தது. “ஒப்புறான... நான் ஒம்பது மணிக்கெல்லாம் மேற்கால உள்ள வந்துட்டன். அதுகூடத் தெரியாம புருசனும், பொண்டாட்டியும் அவ்வளவு கருத்தா இருக்கிய. விடியட்டும் இருக்கு உங்களுக்கு.”

“ஏன் உங்க வளப்பு அந்தா நிக்குதே அதுக்குமா தெரியல. டம்ளர கொடுத்துட்டு நேரத்துல வீட்டுக்குப் போய்ச் சேருங்க. தூக்கத்த கெடுத்துக்கிட்டு.” ராணி நஞ்சுண்டானின் பேச்சைப் பொருட்படுத்தாமல் தம்ளரை வாங்கிக்கொண்டு நடந்தாள்.

“கணேசா... நீயாவது இந்தத் தம்பிக்குத் தைரியம் சொல்றது இல்லையா. அதுசரி உனக்கே ரெண்டாளு சொல்லணும்ங்கிறியா.” நஞ்சுண்டான் அவரது தோள் பட்டையில் இருந்த பதினாறு ஆண்டுகால பழமை மிகுந்த தழும்பை வருடியபடி சிரித்தார். அவ்விடத்தில் பாய்ந்த தோட்டாவின் ஒரு துண்டு அவ்வளவு காலத்திலும் நீக்கப்படாமலேயே இருக்கிறது என்பதை அங்கு ஒருசிலர் அறிவர். ஆயினும் அது அவரது ஓட்டத்தைச் சிறிதளவும் தடுத்து நிறுத்தியிருக்கவில்லை. அத்தோட்டாவை வெளியே எடுத்தால் எடுத்த மறுகணமே உயிர்போகும், எடுக்காவிட்டால் எப்போது வேண்டுமானாலும் உயிர் போகும் என்கிற விதியை ஏந்தி நின்றும் அவரிடம் அச்ச உணர்வைக் கண்டறிந்தவர்கள் என்று அவ்வூரில் எவரும் இல்லை.

இடைவந்த மேசைக்காரர்கள்

இடியும் மின்னலுமாகக் கோடை மழை வெளுத்து வாங்கிக் கொண்டிருந்தது. பனிமயமாதா ஆலயத்திலிருந்து கூப்பிடும் தொலைவில் அமைந்திருந்த அந்த மாளிகை வீட்டின் முன் விழுந்து தெறித்த நீர்த்துளிகளைப் பார்த்தபடி, திண்ணையின் முகப்பில் கிடந்த சாய்வு நாற்காலியில் தாமஸ் பர்னாந்து அமர்ந்திருந்தார்.

இடையிடையே தம்பி ஜான்சேவியரின் கார் உள்ளே நுழைகிறதா என மதில் சுவரின் வாயிற்கதவைக் கவனித்துக்கொண்டார். தனக்கு ஒரு மனைவி இருக்கிறாள், ஒரு வயதில் ஒரு மகன் இருக்கிறான் என்பதெல்லாம் இப்போது அவருக்கு அத்தனை களிப்பூட்டுவதில்லை.

முப்பத்தி ஐந்தில் திருமணம் செய்துகொண்டால் திருமணம் என்பது வெறும் சம்பிரதாய நிகழ்வே. அதில் அவருக்கு மட்டும் எங்கிருந்து புத்துணர்வு கிட்ட?! என்னதான் நவநாகரீகமாக ஆடைகள் உடுத்தி, மேலைநாட்டு வாசனைத் திரவியங்களைப் பூசிக் கொண்டாலும் முடிகள் உதிர்ந்து ஏறிய நெற்றி, சுருட்டு இழுத்துத் தளர்ந்த கன்னங்கள் என வாடிப்போயிருக்கும் முகத்தில் இனி இளமை மீளாது என்பதை அவர் அறிவார். தன்னை விடப் பத்து ஆண்டுகள் இளமையுடைய பெண்ணை மணம் முடிப்பதில் அவருக்கு விருப்பம் இருந்திருக்கவில்லை, இருந்தும் இறக்கும் நிலையில் இருந்த மாமாவின் விருப்பத்திற்காக அவர் ஜோஸ்லின் விக்டோரியாவை இரண்டு ஆண்டுகளுக்கு முன்பு திருமணம் செய்துகொண்டிருந்தார்.

இடிச் சத்தம் வலுக்க மீண்டும் வாசலை வெறித்தார். தம்பி ஜான் சேவியருக்கும் வயது முப்பதை நெருங்கிவிட்டது, விரைவில் அவனுக்கும் ஒரு திருமணத்தைச் செய்துவைத்து மணப்பாடு அரண்மனையில் அவனை குடிவைக்கவேண்டும் என அவர் விரும்பினாலும் நடந்து முடிந்திருந்த கொலையாட்டங்கள் அதற்கான வாய்ப்புகளை மிச்சமின்றி அகற்றியிருந்தன. தாமஸ் பர்னாந்துவின் அப்பா ராஜ் பர்னாந்துவும் தற்போது தாமஸுக்கு ஜென்மப் பகையாளியாக உருவெடுத்திருக்கும் ஃபெலிக்ஸ் மிராண்டாவின் அப்பாவுமான ரோச் மிராண்டாவும் ஒருகாலம் வரை நெருக்கமான நண்பர்களாக இருந்தவர்கள்.

இருவரும் ஒன்றாக இணைந்துதான் வெள்ளைக்காரர்களுக்கும், சிவகாசி நாடார்களுக்கும் தோணிகள் இயக்கி வந்தனர். இருவரும் இந்தியன் சேம்பர் ஆஃப் காமர்ஸ், தூத்துக்குடி- இலங்கை ஏற்றுமதி இறக்குமதியாளர் வணிகச் சபை ஆகிய சங்கங்களில் முக்கிய பிரமுகர்களாக அங்கம் வகித்தனர். தோணித் தொழில் அவர்களுக்கும் ஏனைய தோணி முதலாளிகளுக்கும் ஈட்டித்தந்த செல்வமும் மதிப்பும் கொஞ்ச நஞ்சமல்ல. அப்போது இலங்கைக்கும் இந்தியாவிற்கும் இடையே நிகழ்ந்த கடல்வழிப் போக்குவரத்துகள் மொத்தமும் தோணிகளை நம்பியே இருந்தமயே அதற்கு முதற்காரணம்.

தேயிலை விளைச்சலை மூட்டைகளாகக் கட்டி ஏற்றி வரவும், துணிமணிகள், பலசரக்குகள், கட்டுமானப் பொருள்கள் ஆகியவற்றை எடுத்துச்செல்லவும், அவைபோக மலையகத் தோட்டங்களில் பணியமர்த்த புதியகூலிகளை அழைத்துச் செல்லவும் தோணிகள் பேருதவி புரிந்தன. அத்தகைய வணிகச் சேவையினால் தோணிகளை இயக்கியோர் வெள்ளக்காரர்களின் நன்மதிப்பைப் பெற்றவர்களாகத் திகழ்ந்தனர்.

கிழக்கிந்திய கம்பெனியோடு நெருக்கமாக இருந்தமையால் அரசியல் தொடங்கி, தேவாலயப் பங்குகள் வரை அனைத்திலும் அவர்களுக்கே முன்னுரிமை வழங்கப்பட்டது. பாண்டியபதியோடும், போர்த்துக்கீசியர்களோடும் சரிசமமாக மேசையில் அமர்ந்து உணவுண்ணும் அளவிற்கு தகுதியைப் பெற்றிருந்தமையால் அவர்கள் ஏனையோரால் மேசைக்காரர்கள் என அழைக்கப்பட்டனர். அதே நேரத்தில் ஃப்ரென்ச் மிஷனரிகளோடு சேர்ந்து பாண்டியபதி வம்சத்தினருக்கு உண்டான மரியாதையையும் உரிமையையும் மேசைக்காரர்களாகிய இவர்கள் பறித்துக் கொண்டுவிட்டனர் என வருந்துபவர்களும் உண்டு.

புதுப்பணக்காரர்கள், கடலுக்குள் சென்று உழைக்க வலுவில்லாமல் மேசைக்கு முன்பு மிடுக்காக அமர்ந்திருப்பதால்தான் இவர்கள் மேசைக்காரர்கள் என அவர்களைச் சிலர் ஏளனமும் செய்வர். எவர் என்ன கூறினாலும் மேசைக்காரர்கள் மீன்பிடித் தொழில்செய்யும் பரதவக் குடும்பங்களைவிடச் செல்வச்செழிப்பு மிகுந்தவர்களாக இருந்தனர் என்பது நாடறிந்த சங்கதி. அரண்மனை மாதிரியான வீடுகள், விலை உயர்ந்த கார்கள், பகட்டான ஆடைகள், தேவாலயங்களில் அவர்களுக்கென்று தனியான வாயில்கள், இருக்கைகள், மேசைக்காரக் குடும்பங்களுக்குள் மட்டும் திருமண

உறவுமுறைகள் வைத்துக்கொள்ளுதல் என மேட்டுக்குடி வாழ்வைத்தான் அவர்கள் வாழ்ந்தனர்.

வெள்ளைக்காரர்கள் ஆட்சிப் பீடத்திலிருந்து எழுந்து நாட்டைவிட்டுக் கிளம்பியது மேசைக்காரர்களுக்கு மகிழ்ச்சியைத் தரவில்லையென்றாலும், அவ்விடத்தில் புதிதாக அமர்ந்தவர்களிடம் கைகுலுக்கிக்கொள்ள அவர்கள் தயங்கவில்லை. வெள்ளைக்காரர்கள் வழங்கிய பட்டங்களைப் பெயருக்கு முன்னால் சேர்த்துக்கொண்டு இன்முகத்தோடு புதிய இந்திய சர்க்காருடன் இணக்கமாகிக் கொண்டனர்.

புதிய சர்க்காரில் அரசியல் பொறுப்புகளை அவர்கள் பெற்றது மட்டுமின்றி தூத்துக்குடியில் இயந்திரத் துறைமுகம் அமைவதற்கும் பெரும் பங்காற்றினர். ஆயினும் புதிய துறைமுகத்திற்கான கட்டுமான வேலைகள் நிறைவடைந்து அதன் சேவைகள் தொடங்கிய பின்னர்தான் தங்கள் தலையில் தாங்களே மண்ணை வாரிக் கொட்டிக் கொண்டிருக்கிறோம் என்பது அவர்களுக்கு விளங்கியது.

கப்பல் துறைமுகத்தின் வருகை அவர்களது தோணித்தொழிலுக்கு இடையூறாக அமையும் என்பதை அவர்கள் சிறிதும் எதிர்பார்த்திருக்கவில்லை. மேலைநாட்டு உபகரணங்களால் கட்டப்பட்ட அதிநவீனக் கப்பல்கள் கடல்வணிகத்தில் தோணிகள் ஆற்றி வந்த பணிகளை எடுத்தமட்டிலேயே முடிவுக்குக்கொண்டு வந்தன. போதாதென்று இலங்கையில் தமிழர்களுக்கு எதிரான சிங்கள இனவெறித் தாக்குதல்களால் இலங்கை தீப்பற்றி எரிய ஆரம்பித்திருந்தது.

அண்மையில் நடந்த கருப்பு ஜூலை கலவரத்திற்குப் பின் இலங்கையுடனான வணிக வாய்ப்புகளும் அவர்களிடமிருந்து பறிபோயின. இதன் காரணங்களால் தொன்றுதொட்டுக் கடல் வாணிபத்தை மட்டுமே பிரதானமாகச் செய்துவந்த அக்குடும்பங்களின் எதிர்காலமும் திசைமாறின. அவர்களும் மற்ற பரதவர்களைப் போல் மீன்பிடி தொழிலில் இறங்கவேண்டிய சூழ்நிலைகளுக்குத் தள்ளப்பட்டார்கள்.

பலர் வேறு தொழில் மற்றும் வேலை வாய்ப்புகளைத் தேடி மெட்ராஸூக்கும், வெளிநாடுகளுக்கும் இடம் பெயர்ந்தனர். எஞ்சியிருந்த குடும்பங்கள் துறைமுகப் பணியாளர்கள் ஒப்பந்தம், துறைமுகச் சரக்கு இடமாற்றுச் சேவை, கனரக வாகனங்கள்

ஒப்பந்தம் போன்ற துறைமுகம் சார்ந்த தொழில்களைக் கைப்பற்ற தங்களுக்குள்ளேயே போட்டி போட்டுக்கொண்டிருந்தனர்.

அத்தகைய தொழில் போட்டிகளில் அரசியல் பலமும், ஆள் பலமும் உடையவர்களின் கைகளே ஓங்கி இருந்தன.

அவ்வணிகப் போட்டி பல குடும்பங்களுக்கிடயே சண்டைகளும், தீராப் பகைகளும் உருவெடுக்கக் காரணமாய் அமைந்திருந்தன.

“ஏங்க... மணியாச்சு. சாப்பிட வாரியலா?” ஜோஸ்லின் தனது மகனைத் தோளில் சுமந்தபடி திண்ணைக்கு வந்து தாமஸை அழைத்தாள்.

“சேவியரும், அலெக்ஸும் வரட்டும். இப்போம் என்ன மணி...” சட்டைக்கையை உயர்த்திக் கைக்கடிகாரத்தைப் பார்த்தார்.

“ஒன்னுதாம் ஆவுது. இரு அவனுவ வந்துடட்டும். எலா... தம்பி. என்ன முழிக்கான்? பால் குடிச்சானா...?”

“ம்ம்ம். இப்போம்தான்.”

“நீ போ ஜோஸ்லின். அவனுவ வந்தோன வந்துடுதன்... ஏக்கி பெறவு ஒனக்குப் பசிக்கினா ச்சாப்புடு. நீ பட்டினி கெடக்குறதுய புள்ளையயும் பட்டினி போடுற மாரில்லா.” அவளை அனுப்பிவிட்டுச் சுவரில் தொங்கிய புகைப்படங்களைப் பார்த்தபடி மீண்டும் சிந்தனையில் ஆழ்ந்தார். அம்மா இறந்து ஆறுமாதங்கள் ஓடிவிட்டன. அம்மா புகைப்படத்திற்கு அருகில் சுவரின் பெரும்பகுதியை அடைத்தபடி தொங்கிய ராஜ் பர்னாந்துவின் கருப்புவெள்ளைப் புகைப்படம் அவரது துயரமான முடிவை எடுத்துக்காட்டியது. ராஜ்பர்னாந்து, ரோச்மிராண்டா ஆகிய இருவரும் மேசைக்காரர்களுக்கே உரிய செழிப்பான வாழ்வையே வாழ்ந்தனர் என்றாலும் இப்போது அவர்களது குடும்பங்களின் நிலைமையே வேறு. ராஜ் பர்னாந்து, ரோச் மிராண்டாவிடமிருந்து கிரையம் செய்துகொண்ட மணப்பாடு அரண்மனைதான் அத்தனை கேடுகளுக்கும் மூலமாய் அமைந்திருந்தது.

ரோச் மிராண்டா பணத்தை வாங்கிக்கொண்டு பேசியபடி வீட்டைத்தராமல் ஏமாற்றிவிட்டார் என்றுதான் முதலில் பிரச்சினை வெடித்தது. பணத்தை வாங்கவேயில்லை என ரோச் மிராண்டா தரப்பு சாதிக்க ராஜ் பர்னாந்து நொந்து போய்விட்டார், பணம் போனதை விட ரோச் நட்புக்குத் துரோகம் இழைத்துவிட்டாரே என்கிற கோபம் அவருக்கு.

பிறகு அந்த விவகாரம் குறித்து பஞ்சாயத்து பேசிய இடத்தில் வாக்குவாதம் கைகலப்பாக மாறி இரண்டு குடும்பங்களும் நேருக்கு நேராக வாள் உயர்த்திக்கொண்டு நிற்க வேண்டிய சூழல் உருவானது. அப்போது தாமஸிற்கும், சேவியருக்கும் வயது இருபத்தி ஐந்தைக் கூட நெருங்கியிருக்கவில்லை, அப்போதைய நிலையில் அவர்களால் ரோச் மிராண்டாவின் மகன்களான ஃபெலிக்ஸ் மிராண்டாவையும், ஜோசப் மிராண்டாவையும், அவர்களது வலிமை பொருந்திய கூட்டாளிகளையும் எதிர்க்கவே முடியாது என்பது ரோச் மிராண்டா தரப்பிற்குப் பலமாக அமைந்திருந்தது.

ராஜ் தரப்பினர் பலவீனமாக இருக்கிறார்கள் என்பதற்காகவே ரோச் மிராண்டா அவரது மகன்களின் பேச்சைக் கேட்டுக்கொண்டு அந்தக் காரியத்தைச் செய்யத் துணிந்திருந்தார். சமாதானம் பேசுவதாக வர வைத்து ராஜ் பர்னாந்துவை மிராண்டா தரப்பினர் காணாப் பிணமாக்கியிருந்தனர்.

அப்பன் கொலைக்கு வஞ்சம் தீர்க்கவேண்டி வேட்டடல் இருந்தும் அதைச் செய்ய வழியற்று நின்ற அண்ணன், தம்பி இருவருக்கும் முன்னால் ஓர் உறைவாளினைப்போல் தாமஸின் தாய்வழி உறவான அலெக்சாண்டர் அடுத்தாரைக்காத்தார் வந்து நின்றான். இத்தனைக்கும் அலெக்ஸ் தாமஸ், சேவியர் ஆகிய இருவரையும் விட இளையவன். அவர்களுக்காக அவன் அரிவாள் எடுத்தபோது அவனுக்கு இருபது வயதே ஆகியிருந்தது.

தன்னந்தனியாக மணப்பாடு வரை சென்று ரோச் மிராண்டாவை விலாங்குமீனை வெட்டுவதைப்போல் வெட்டி, அவரது குருதியினில் தோய்த்த துண்டை எடுத்துவந்து அவன் அதை ராஜ் பர்னாந்துவின் புகைப்படம் முன்பு பிழிந்தநொடியில் ஒரு தலைமுறைப் பகை இன்னொரு தலைமுறைக்குக் கைமாறியிருந்தது. இருந்தும் அவன் இருப்பதினால் தாமஸையும், சேவியரையும் நெருங்க அதன்பிறகு எவருக்கும் துணிவு பிறக்கவில்லை.

மணப்பாடு அரண்மனையைச் சட்ட ரீதியாக மீட்கலாம் என்றால் ஃபெலிக்ஸ் மிராண்டா அரசியல்பலம் மிகுந்தவனாய் மாறியிருக்கிறான், இனி ஒன்றும் நடக்காது எல்லாம் மாதா விட்ட வழி, அப்பாவின் சொல்லில் நேர்மையிருந்தால் எப்படியும் ஒருநாள் அவ்வீடு நம்மிடம் வந்துசேரும் என்கிற நம்பிக்கையோடு தாமஸ் பர்னாந்துவும் அவரது தம்பி ஜான் சேவியர் பர்னாந்துவும் காத்திருந்தனர். தோணித் தொழில் முடங்கியதற்குப் பின் என்ன தொழிலில் இறங்கலாம் என யோசித்து வந்த தாமஸ் பர்னாந்து

சில ஆண்டுகளுக்கு முன்பு இரண்டு விசைப்படகுகளை வாங்கி மீன்பிடி தொழிலில் விட்டிருந்தார்.

அதுபோக அவருக்கு ஒரு மர குடோனும் உடமையாக இருந்தது. துறைமுகத்தை ஒட்டியிருக்கும் அரசுக்குச் சொந்தமான நிலத்தில் குத்தகையின் பேரில் உப்பளம் ஒன்றை அமைக்கவும் முயற்சி செய்து வந்தார். என்ன இருந்தும் துறைமுகத்திற்குள் தன்னால் ஓர் ஆளுமை செலுத்தும் நபராக உருவாக முடியவில்லையே என்கிற வருத்தம் அவரது மனதில் நிரந்தரமாகத் தங்கியிருந்தது.

கார் ஹாரன் சப்தம் கேட்டு சுயநினைவிற்கு வந்தார் தாமஸ். அம்பாசிடர் கார் வாசலில் வந்து நின்றிருந்தது. சேவியரும், அலெக்ஸும் ஆளுக்கொரு குடையை விரித்துக்கொண்டு வாசற் படியை நோக்கி வேகமாக வந்தனர். சேவியர் இல்லையென்றால் தொழில் தற்போது இருக்கும் நிலையில்கூட இருக்காது என்பதை தாமஸ் நன்கு அறிவார். சேவியர் தாமஸைப்போல் பகட்டாக உக்கார்ந்தபடி வேலை பார்ப்பவன் அல்ல, தொழிலுக்காக எந்த நிலைக்கும் செல்லத் துணிந்தவன். இரண்டு விசைப் படகுகளில் ஒன்றில் அவனே மன்றாடியாகச் சென்று வந்துகொண்டிருந்தான்.

சில வாரங்களுக்கு முன்னர் அவன் புன்னைக்காயல் மடையை ஒட்டிய கரைக்கடலில் இழுவை மடியைப் பயன்படுத்தி மீன்பிடி வலைகளை அறுத்துவிட்டான் என அவனுக்கும் அங்குள்ள கட்டுமர, நாட்டுப்படகு மீனவர்களுக்கும் இடையே பிரச்சினை வெடித்திருந்தது. அதுகுறித்து பஞ்சாயத்து பேசுவதற்காகவே இப்போது சேவியரும், அலெக்ஸும் சென்றிருந்தனர். பஞ்சாயத்தில் எதிர்த்தரப்பினருக்காக வந்திருந்த நபர் மரியாதை குறைவாகப் பேசியது பற்றி தாமஸிடம் வாய் திறக்க வேண்டாமென்று சேவியர், அலெக்ஸிடம் இரகசியமாக முனகியபடி வந்தான்.

"என்னாச்சுல?"

"எங்க... பாண்டிதொர ஒத்துக்கமாட்டெங்கான். நஷ்டயீடு கேக்கான். அதுமட்டுமில்லணே. நம்ம போட்டு நீளம் கூடவாம். சர்க்காரு விதிச்ச அளவ தாண்டி. என்னனம்மோ பேசுதான். சீக்கிரம் சட்டம் போடப்போறாவளாம்." சேவியர் கோபத்துடன் தாண்டிக் குதித்தான்.

"என்ன சட்டம்?"

“கரைய ஒட்டி மடியிழுக்கக் கூடாதாம். நாளு கணக்கு. இப்போம் மாரி கோடையில ஓடக் கூடாது. அது இதுனு...”

“கூதிமவனுவோலுக்கு என்னவாம். தொழில விட்டுட்டு நாமல்லாம் மணியாட்டிக்கிட்டு போவவா? எல அலெக்சி. இந்தப் பஞ்சாயத்துல என்ன செய்யலாம். போத்திட்ட பேசி மேலேந்து ஆரயாவது விட்டுப் பேசச் சொல்லுவமா?”

“ஏம்ணே. அதெல்லாம் வேணாம். நாமலே பேசித் தீத்துக்குவோம்.”

“சரி மொத வாங்க. சாப்ட்டு பேசுவோம். பொண்ணு வூட்ல என்ன சொல்லுறாவ? அந்தப் புள்ள என்ன சொல்லுதா?”

“அண்ணே... ஏம்ணே.” - அலெக்ஸ் தலையைக் கோதியபடி வெட்கப்பட்டான்.

“பாண்டி தொரைக்கு ஃபெலிக்ஸ் மிராண்டா சப்போர்ட்டா இரிக்காம்.” - சேவியர் ஆத்திரம் தீராதவனாய் மீண்டும் அதே பேச்சைத் தொடர்ந்தான்.

“இரிக்காது. அவம் ஏம்ல இவனுக்காண்டி வரப்போறாம்?”

“இல்லம்ண்ணே. அப்படித்தாம் பேச்சு வருது. நானாவா சொல்லுதன். அலெக்ஸ்கிட்டயும் கேளேன். பெலிக்ஸு வர தேர்தல்ல சீட்டு கேப்பான் போல. சப்போர்ட்டுக்காண்டி இப்போம் அல்லாபேரு கூடயும் நெருக்கம். அதுலயும் குறிப்பா பாண்டிதொர கூட.”

“ச்சரி நீ என்ன முடிவுல இரிக்க. அந்த மூதி எம்புட்டு கேக்குறானோ அத தொலைச்சு விடு மொத. அறுப்பு கடல்ல போனதா இரிக்கட்டும்.”

“இல்லணே. இனி இப்படி விட முடியாது. என்ன பேச்சு பேசுதாங்குற. அவனுவ வழியிலயே போய் செரி கட்டுதன்.”

“என்னலே... வெளங்குறாப்ள சொல்லு. வயிறு பசிக்கில்ல.” சேவியர் சட்டைப் பையிலிருந்து ஒரு சுருட்டை எடுத்துப் பற்றவைத்து ஆழமாக இழுத்தான், பிறகு புகையை வெளியேற்றியபடி ஒரு செந்நாயின் பார்வையோடு வாசலில் ஓடிய மழைநீரை மௌனமாக வெறித்தான்.

வைகறை

01

இன்னும் சிறிது நேரத்தில் கிழக்கு வெளுத்துவிடும் என்பதை அறிந்து பறவைகள் தனது வலசைப் பயணத்தை மீண்டும் தொடங்கின. வைகறை வானில் வைகாசி நிலவு அரைவட்டவடிவில் நகர்ந்து கொண்டிருந்தது. நகரத்து ஈக்கள் கிராமங்களில் இருக்கும் ஈக்களை விடக் குறைவாகவே உறங்குமோ என்று உறக்கத்தில் வீற்றிருந்தபடி இசக்கி சிந்தித்துக் கொண்டிருந்தான்.

கோடையின் தகிப்பு விடுதி முழுவதும் பரவியிருந்ததால் வேலைகள் முடிந்த பின்னர் அவனது இரவுகள் விடுதியின் மொட்டை மாடியிலேயே கழிந்தன. அன்று விடியற்காலை வரை யட்சிகள் அவனை ஒரு வழிசெய்துவிட்டு அகன்றிருக்க, விடிவதற்குள் சற்று உறங்கிக்கொள்ளலாம் என நினைத்தான். ஆனால் ஈக்கள் அதற்கு மனது வைக்கவில்லை. நொய் நொய் எனக் காதருகே சப்தமிட்டும், உடல்மீது மொய்த்தும் அவை அவனை எரிச்சல்படுத்தித் துயில் எழுப்பின. அவன் பாயைச் சுருட்டிக்கொண்டு கீழே வந்தபோது, நகரம் அவனுக்கு முன்பாக முகம் கழுவிக்கொண்டு சுறுசுறுப்பாக இயங்கிக்கொண்டிருந்தது.

தூக்குவாளியோடு ரயில் நிலையத்தை ஒட்டியிருக்கும் ஒரு தேநீர்க் கடைக்குச் சென்று திரும்பி வரும் வழியில் தினசரி ஒன்றை வாங்கிக் கக்கத்தில் வைத்துக்கொண்டான்.

"அண்ணாச்சி. கஸ்டமர் ஆராச்சும் வந்தாவலா?" தேநீரைத் தம்பளரில் நிரப்பி முகப்பு மேசையில் அமர்ந்திருந்த மேலாளரிடம் நீட்டினான்.

"இல்லடே ஆரும் வரல. மொத ரயிலு வர நேரம் தாம். நீ மொத குடி. நான் ஊத்திக்கிறன்." தேநீரை அருந்தியபடி கையில் இருந்த நாளிதழில் கண்களை ஓடவிட்டான்.

"பாண்டிபஜாரில் துப்பாக்கிச் சூடு! இலங்கை இளைஞர்களுக் கிடையே வெடித்த மோதல்! பிரபாகரன், ரவீந்திரன், தமிழ்நேசன் ஆகியோர் கைது."

செய்தித்தாளை மடித்து வைத்துவிட்டு விடுதியின் வாயிலில் வந்து நின்றுகொண்டான். அன்று பயணிகள் வரத்து குறைவாகவே இருந்தது. பகல் முழுவதும் விடுதியின் வழக்கமான வேலைகளில் நேரம் கழித்தான். அவனது மனம் அசதியில் உழன்றது. பொழுதும் சாய்ந்தது. ராஜசேகர் ஓய்வாக இருந்தால் அவனை அழைத்துக்கொண்டு நெல்லையப்பர் கோவிலுக்குப் போய் வரலாம் என்று யோசித்தான். அத்தோடு கூடுதலாக நேரமிருந்தால் வஉசி திடலில் போடப்பட்டிருக்கும் பொருட்காட்சியையும் பார்த்துவிட்டு வரலாம் என்ற முடிவுடன் வாடகை சைக்கிள் ஒன்றை எடுத்துக்கொண்டு காமாட்சி மெஸ் நோக்கிச் சென்றான். அதன்பிறகு இருவரும் நெல்லையப்பரின் தரிசனத்தைப் பெற்றுவிட்டுக் கடை வீதியையும், நகரையும் வேடிக்கை பார்த்தபடி வந்துகொண்டிருந்தனர். வரும் வழியில் ஜெபக் கூட்டங்கள் நடைபெறும் ஓர் அரங்கத்திற்குள்ளிருந்து ஆ.. ஓ.. என்று பலர் பலமாகக் கத்திக்கொண்டிருப்பதைக் கேட்டு இசக்கி மிதிவண்டியை நிறுத்தினான்.

“ஏ எசக்கி... ஏம்.”

“இருல அங்கன உள்ள என்ன செய்றாவனு பாப்போம்.”

“ஏய் எனக்குச் சோலி கெடக்கு. இப்பமே அந்தாளு மூஞ்சிய நீட்டுவாம்.”

“இரு போவலாம். செத்த நேரம்.” ராஜசேகர் சலித்துக்கொண்டபடி இசக்கியோடு நடந்து அந்த அரங்கிற்கு வெளியே போய் நின்றான். மேடையில் நின்று மதப் பிரசங்கம் செய்கிற அந்த ஊழியருக்கு அருகில் நிற்பது மரியாவின் அண்ணன் என்பது இசக்கிக்கு ஏற்கெனவே தெரியும். மரியா பற்றி ராஜசேகருக்கு இன்னும் ஏதும் தெரியாது என்பதால் அவர் குறித்துக் கூறுவது தேவையற்றது எனக் கருதி அமைதியாகப் பிரசங்கத்தைக் கவனித்தான்.

“ஏசுவே... என் பிதாவே. இவரை இரட்சித்துவிட்டீர். பாருங்கள். உங்களது கண்களால் நன்றாகப் பாருங்கள். இதோ இவரது உடலிலிருந்து சாத்தான் நீங்குகிறான். இவரைப் பிடித்திருந்த பேய் பிசாசுகள் இவரிடமிருந்து வெளியேறி வாயிலை நோக்கி ஓடுவதைப் பாருங்கள்.” பிரசங்கர் மேடைக்குக் கீழே குழுமியிருந்த மக்களிடம் இசக்கியும், ராஜசேகரும் நின்றிருந்த இடத்தைக் காட்டிக் கத்தினார்.

கீழே நின்றவர்கள் ஓ ஓவெனக் கத்தியபடி கரகோஷம் எழுப்பினர். அவர் கூறியதைக் கேட்டு இசக்கிக்குக் கலக்கம் உண்டானது. பேய்கள் ஓடி வருகின்றனவோ என நினைத்து வாயிலிருந்து நகர்ந்துகொண்டான். ராஜசேகர் சிறிதும் அசங்கவில்லை. அச்சமுறுவதற்குப் பதிலாக அவன் நகைத்துக்கொண்டிருப்பதைப் பார்த்து இசக்கிக்கு ஆச்சரியமாக இருந்தது.

“எல... இங்கன நவந்து வா. பேய் ஓடியாறுதுங்குறாவ.”

“ஏ. அவம் கத அடிக்கான். நம்பாத.”

“என்ன சொல்லுத. நெசமாதாம் இரிக்கும். இல்லன்னா இவ்வளவு பேரு வருவாவலா. இவிய சீக்கெல்லாம் கூட செரியாக்குவாவ.” அவன் கூறியதைக் கேட்டு ராஜசேகர் இப்போது நன்றாகச் சிரித்தான்.

“செரி என்னமோ. மணியாவுதுல. வா போவோம்.”

“செரி வால போவோம். எனக்கு என்னமோ நெச மாட்டம்தான் இருக்கு. பருத்திப் பால் குடிப்பமா?”

“செரி வெரசா. நேரமாவுது” ராஜசேகரின் வற்புறுத்தலை ஏற்று இசக்கியும் அவனோடு கிளம்பினான். போகிற வழியில் சுடச்சுடப் பருத்திப்பால் அருந்தினர். ராஜசேகரை உணவகத்தில் விட்டுவிட்டு ரயில் நிலையத்திற்கு வந்த இசக்கி மிதிவண்டியை வாடகை நிலையத்தில் கிடத்திவிட்டு விடுதி நோக்கி நடந்தான். மங்கம்மாள் மீண்டும் நினைவுக்கு வந்தாள். விளக்கிற்குப் புதியதாக ஒரு திரியை உருட்டி வைத்து எண்ணெய்யையும் சற்றுக் கூடுதலாக நிரப்பி விளக்கை ஏற்றினான். ஏற்றி வைத்துவிட்டு அதன் எதிரில் அமர்ந்திருந்தவன் விளக்கின் சுடர் சற்றே வலதுபுறம் சாய்ந்த கோணத்தில் எரிவதைக் கண்டுகொண்டான். வேகமாக எழுந்து சென்று காற்று உள்ளே வராதவாறு அறையின் கதவுகளை மூடிவிட்டு வந்து மீண்டும் சுடரை நோக்கினான். தீபவொளி அப்போதும் அதே சாய்வுக் கோணத்தில் எரிந்துகொண்டிருந்தது. மங்கம்மாளின் ஆத்திரம் குறைந்து, யட்சிகளின் ஆற்றலும் மட்டுப்பட்டிருக்கிறதோ என்ற நம்பிக்கையை உருவாக்கிக்கொண்டபடி அந்தச் சிறுவேள்வியை கவனித்தான்.

அது மங்கம்மாள் விளக்கு என்றாவது ஒருநாள் தலைகீழாகச் சுடர்விடும் என்பதை அவனுக்கு உணர்த்துவதைப் போல் இருந்தது. இந்த மாற்றமும் கூட மரியா தனது வாழ்விற்குள் வந்த

பிறகே நிகழ்ந்திருக்கிறது எனத் தொடர்புபடுத்திக் கொண்டான். அவளிடம் மங்கம்மாள் குறித்தோ, யட்சிகள் குறித்தோ அல்லது அந்த விளக்கு இரகசியம் குறித்தோ அதுவரை அவன் வாய் திறந்திருக்கவில்லை. குழப்பம் அவனைத் தடுத்து வந்தது.

அந்த விளக்கு குறித்து தனது குடும்பம் தவிர்த்து ஊரில் வேறு எவருக்கும் தெரியாது, அப்படியெனில் அதைப் பற்றி யாரிடமும் கூறக்கூடாது எனக் கட்டுப்பாடுகள் ஏதும் இருக்கின்றதோ என யோசித்தான். மரியாவிடம் இதைப்பற்றிக் கூறினால் மிகப்பெரிய பாரம் நீங்கியதுபோல் இருக்கும், அவளது வார்த்தைகளில் அனைத்துப் பிணிகளுக்கும் மருந்திருக்கிறது. அவள் உடன் இருந்தால் எத்தகைய ஜென்ம வினைகளும் அருகில் நெருங்காது என உணர்ந்தவனாய்த் தன்னைப் பின்தொடரும் சூனியம் குறித்து அவளோடு பேச வேண்டும் என்று முடிவெடுத்தான்.

02

“இல்லப்பா. அவனுங்க உனக்காக வரல. நான்தான் சொல்றனே. ஏய்... தம்பிக்கு நண்டு எடுத்தாந்து வை.”

“ஐயோ. அண்ணாச்சி. எலைல இரிக்கதேயே எப்படி சாப்ட்டு முடிக்கன்னு இரிக்கன். அம்மா போதும்மா.”

உணவு மேசையில் நஞ்சுண்டானுக்கு எதிராக அமர்ந்திருந்த இருதயராஜின் கண்கள் ஏற்கெனவே காரத்தினால் கலங்கியிருந்தன. நீலநிற நண்டின் ருசியும் மணமும் அவனுக்குக் கிளர்ச்சியூட்டினாலும் வயிற்றில் இடமில்லையே என நெளிந்தான்.

“தண்ணியயே குடிக்காம சாப்பிடுப்பா.” மீனாம்பாள் மசாலாவில் புரட்டப்பட்ட நண்டோடு சேர்த்து வறுத்து மீன்களையும் கொண்டு அவனது இலையில் வைத்தார்.

“அண்ணாச்சி. அந்தால எப்படிச் சொல்றிய. அவிய எனக்காண்டி வரலனு?”

“அது... ஒரு மேட்டரு.” நஞ்சுண்டான் தம்ப்ளரை உயர்த்தி நீர் அருந்திவிட்டுக் குரலைத் தாழ்த்திப் பேசினார்.

“அரசு இருக்காப்ளல்ல. நேத்து சாயங்காலம் வந்தாப்ளயே.”

“ஆமா அண்ணாச்சி.”

“அவரு சொந்தக்கார கம்நேட்டி ஒன்னு ஒரு பொண்ண இழுத்துட்டு வந்துட்டான். தோப்புலதான் ரெண்டும் ஒளிஞ்சிருந்துதுங்க. பொண்ணு வீட்ல ஊரெல்லாம் தேடிட்டு இருந்தானுங்க. நீ இங்க வரதுக்கு ரெண்டு நாளைக்கு முன்னாடிதான் இங்கேந்து ரெண்டும் போனிச்சு. அதுங்கள தேடி வந்துருப்பானுங்க. எனக்கும் அரசுக்கும் அதுல ஒரு சின்ன வருத்தம் வேற.”

“அப்போம் வந்தவனுவ என்ன தேடி வரலங்கிறிய.”

“சான்ஸே இல்ல. பயப்படாத.” சற்று நிம்மதியடைந்தவனாய் இலையில் இருப்பவற்றை மிச்சம் வைக்காமல் முடித்துவிட வேண்டும் என்று தீவிரம்காட்டத் தொடங்கினான். மீனாம்பாள் கூடத்தில் அமர்ந்திருந்த நஞ்சுண்டானின் தாயாருக்கு உணவு பரிமாறிவிட்டு, பிறகு சாப்பிடுவதாகக் கூறிவிட்டு தொலைக்காட்சிப் பெட்டி முன்பு ஆழ்ந்திருந்த தமிழரசனைச் சாப்பிட வருமாறு மீண்டும் ஒருமுறை வற்புறுத்தினார்.

எது குறித்தோ பேசுவதற்காகக் குரலெடுத்த நஞ்சுண்டான் இருதயராஜின் கைபேசியில் ஓசையொழுவதைக் கண்டு அமைதியானார். அவன் அழைப்பை நிராகரிக்க நிராகரிக்க அது மீண்டும் மீண்டும் சிணுங்கியது. வேறு வழியின்றி அவன் அழைப்பை எடுத்தவுடன் மெர்லின் காது அவியும்படி கத்தினாள்.

“அங்கன என்ன செரச்சிட்டு இருக்கியோ. பிசி அமுக்குற? எத்தனை தடவ அடிக்கன். எடுக்க என்ன?”

“ஏக்கி... சாப்டுட்டு இருக்கன். நானே கூப்பிட்றன் வைய்யி.” அழைப்பைத் துண்டித்துவிட்டு மீண்டும் இலையை நோக்கினான்.

“ஃபரண்டு அண்ணாச்சி.”

“போன்ல சவுண்ட குறைச்சு வை. ஃபரண்டு பேசுறது வெளில கேக்குது.”

“அண்ணாச்சி... ஜார்விஸ் மாமா இருக்காவல்ல. அவிய மவதாம்.”

“ஓ ரைட்டு ரைட்டு. நீ இருக்கது அந்தப் பாப்பாவுக்குத் தெரியுமா?”

“தெரியும்.”

“என்ன யார்கிட்டயும் சொல்லாதிங்கனு சொன்ன?”

“இல்ல இவ ஆர்ட்டையும் சொல்ல மாட்டா.”

“ஓ அப்படியா... ரைட்டு... ரைட்டு... ரைட்டு.”

“அண்ணாச்சி... ஏன் சிரிக்கிய.”

“ஏப்பா. நான் இப்போ ஒன்னும் சொல்லலயே. ஏதோ ஒன்னுல தெளிவா இருந்தா சரி. ஏட்டி... மோர் எடுத்துட்டு வா. நீயும் தான் ஒன்னு பெத்து வைச்சிருக்கியே. எதுக்காவது ஆவுறானா. இந்த ஆவுரியா தெரியுமா?” நஞ்சுண்டான் இருதயராஜை நோக்கிக் கேட்டார்.

“எங்கனயோ கேள்விப்பட்ட மாரி இரிக்கு அண்ணாச்சி.”

“கடல் பசு. இந்தப் பக்கம் கடல் ஃபுல்லா அதுதான். அது மாதிரி தான் எங்க பயலும். தின்னு தின்னுட்டு டி.வி முன்னாடியே நாள் முழுக்க படுத்துக் கிடக்கச் சொன்னாலும் படுத்துக் கிடப்பான்.” அவனுக்குச் சிரிப்பு பீறிட்டு வந்தும், தமிழரசன் கோபித்துக் கொள்ளக்கூடாது என்பதற்காக அடக்கிக்கொண்டான். சாப்பிட்டு முடித்து கை கழுவிய பின்னர் கூடத்திற்கு வந்து அமர்ந்து கொண்டான். நஞ்சுண்டான் ஒரு சிகரெட்டைப் பற்ற வைத்தபடி திண்ணைக்குச் சென்றார். அவனுக்கு நஞ்சுண்டான் மீதிருந்த வேற்றுமை உணர்வு நன்றாகக் குறைந்திருந்தது.

“என்ன... சாப்ட்டியலா?” தமிழரசன் இருதயராஜைப் பார்த்துப் புன்னகைத்தான்.

“சாப்ட்டன்ணே. நீங்க சாப்பிடலயோ?”

“கொஞ்சம் லேட் ஆவும். வீட்டுக்கு அப்பப்ப வாங்க. ஏன் தோப்புலயே இருக்கிங்க?”

“எலேய் தம்பி. இது யாரு. தேவக்கோட்ட மணியாரு பேரனா?” கிழவி அருகில் வந்து கேட்டது.

“இல்ல. மைசூரு மஹாராஜா பேரன். உன்ன பொண்ணு பாக்க வந்திருக்காரு. எத்தன தடவ கேப்ப?” தமிழரசன் சலித்துக்கொண்டு பதிலளித்தான்.

“ஏயப்பா. தெரியலனுதான்ப்பா கேட்டேன்.”

“ஆச்சி... நான் இருதயராஜ். தூத்துவுடி.”

“விடுங்க. அதுக்குத் தெரியாது. தெரிஞ்சாலும் உடனே மறந்துடும். சில விசியம்தான் ஞாபகத்துல இருக்கு.”

“இருதயராஜ்... டேய் தம்பி.”

“இந்தா வரம் அண்ணாச்சி.”

நஞ்சுண்டானின் குரல் கேட்டு அவன் திண்ணைக்குச் சென்றான். அவர் ஒரு நாற்காலியை அவனிடம் நகர்த்தி அமரச் சொல்லிவிட்டு பேச்சைத் தொடர்ந்தார்.

“அப்பாவுக்கு என்னாச்சு? கேக்கணும் கேக்கணும்னு இருந்தேன் மறந்துட்டேன். காரியத்துக்குப் போயிருந்தப்ப ஒருமாதிரி பேசினாயங்களே...”

“ஒருமாரினா என்ன அண்ணாச்சி?”

“அது...”

“கோட்டி பிடிச்சிருந்துச்சுன்னு சொன்னாவளா?”

“அப்படி இல்ல... ஆனா.”

“இல்ல அது நெசம்தான். அப்படித்தாம் அவிய நடந்துக்கிட்டாவ. இன்பா சாவுக்கு நீங்க வந்தியதானே. அப்போம் அவியல பாத்தியலா?”

“பாத்தன். ஆனா அவர்ட்ட பேசியே ரொம்ப நாளாச்சு. உங்க அம்மா துக்கத்துக்குப் பிறகு பேசல.”

“நீங்கனு இல்ல. அவிய ஆர்ட்டையுமே பேசல. மச்சில இரிக்க ரூம விட்டு வெளியவே வரமாட்டாவ. ஜார்விஸ் மாமாயிட்ட மட்டும் பேசுவாவ. ஆனா கடைசியா ஏம் அவிய அங்கன போனாவன்னு தெரியல.”

“ஆமாம். நானும் அது என்ன விபரம்னு அங்க கேட்டேன். எங்கயோ ஒரு கடக்கரைல என்கௌண்டர். நியூஸ் பேப்பர்ல வந்ததுதான் அவங்களும் சொல்றாங்க. வேற எதுவும் யாரும் சொல்லல. சொல்லலங்குறத விட. முதல்ல அது யாருக்கும் தெரியாது போல. வல்தாரீஸுக்கும் தெரியல. நேத்து கூடப் போன்ல பேசினான்.”

“அண்ணாச்சி. நான் இங்கன இரிக்கன்னு...”

“அட சொல்லலப்பா.”

“செரி அண்ணாச்சி.”

“அவரு ரொம்ப நல்ல மனுசன்யா. நீ புரிஞ்சுக்கலனு நினைக்கிறேன்.”

“ஐயோ அண்ணாச்சி. எப்பமும் அவியள எனக்குப் பிடிக்காம இருந்தது இல்ல. கடைசி காலத்துல ஏன் இப்படி பண்ணாவன்னு கோவம் இரிக்கு. அதுக்காண்டி அவிய... அண்ணாச்சி ஒரு சேதி சொல்லுதன். இப்போம் வர ஆர்ட்டையும் இதச் சொல்லல. அவிய சாவுறக்கு மின்னாடி எங்கிட்ட பேசினாவ.”

அவனது குரல் தாழ்ந்தது.

“என்ன... புரியல?”

“ஆமாம். இங்கன இரிக்காதனு என்ன ஒங்ககிட்ட வரச்சொன்னதே அவியதாம். நீங்க பாத்துக்கிருவியன்னு..”

“என்ன சொல்ற..”

“ஆமா என் சோலிய முடிக்கப் போறானுவன்னு சொல்லிட்டு வைச்சிட்டாவ. அவிய சொன்னத கொஞ்ச நாளா நான் எதையுமே கேட்கயில்ல. நானும் அவியல கோட்டி வந்தவருனு அவிய பேச்ச கண்டுக்கவே இல்ல. கடசியா கேக்கன். இதச் செய்வியானு கேக்கப் போவதாம் நான் ஓடியாந்தன். அதுமில்லாம இன்பாவும் செரி. அவியளும் செரி. எதுக்குமே அஞ்சமாட்டாவ. அவியலயே செஞ்சுட்டானுவன்னா. நான்லாம் எம்மாத்திரம். எனக்கு அந்தப் பயம் வேற...” பேசி முடிப்பதற்குள் கண்கள் கலங்கி விம்ம ஆரம்பித்தான்.

“சரிவிடு கண்ணத்தொட. எலேய் தம்பி இத ஏண்டா நீ முன்னாடியே சொல்லல. ஐயோ... அப்புறம்? நீ சொல்ற அளவுக்குக் கூட அவரு எங்கிட்ட எதையுமே சொல்லலடா. பயப்படாத. நான் இருக்கன்.”

“அப்பா...”

அவர்கள் பேச்சுக்கிடையே நுழைந்த தமிழரசன் கைப்பேசியை நஞ்சுண்டானிடம் நீட்டினான். அதனை வாங்கிக் காதில் வைத்ததும் அவரது முகம் இறுக்கமடைந்தது.

புகைத்து மீதமிருந்த சிகரெட்டை வாசலில் எறிந்துவிட்டு வீட்டிற்குள் வந்து மீனாம்பாளை அருகில் அழைத்தார்.

“மரக்காயரு தவறிட்டாப்ளடி.”

03

ஊசிக்கோபுர தேவாலயத்திலிருந்து வெளியே வந்த மரியா டிசோஸா வாயிலில் காத்திருந்த இசக்கியுடன் உரையாடியபடி சாரதா டைப்ரைட்டிங் இன்ஸ்டிட்யூட்டை நோக்கி நடந்தாள். அவளது மிதமான வேகத்திற்கு ஈடுகொடுத்தவாறு அவன் வாடகை சைக்கிளை உருட்டியபடி உடன் வந்தான்.

“பீடி இழுக்காதென்னு எத்தன தடம் சொல்லுதன். பல்லெல்லாம் கறையா ஆவப்போவுது பாத்துக்க” கையில் வைத்திருந்த நோட்டுப் புத்தகத்தால் அவனை ஓங்கி அடித்தாள்.

“சரிளா... சரிளா விட்டுடுதன். மொத நான் கேட்டதுக்குப் பதில் சொல்லு.”

“என்னத்தச் சொல்ல. பொம்பள புள்ள சாவத்தல்ல வாங்கியிருக்கிய. க்ளாஸுல சிநேகிதி ஒருத்தி இருக்கா. அவ இதே மாரி ஒன்னு சொல்லிருக்கா.”

“என்னல?”

“அவ ஊரு இடிந்தகர. அங்கன அவ வூட்டுக்குப் பக்கத்துல ஒரு வூடு இருக்காம். அந்த வூட்டுக்காரவிங்க... அதாவது இப்போம் இல்ல. எப்பமோ அந்தக் காலத்துல எலங்கைக்குப் போய் வியாபாரம் பாத்தாவளாம். இந்த ராவணன் இருக்காவல்ல?”

“யார் அது?”

“அதாம்ல. ராமன் கூட சண்டை போட்டாவனு சொல்லுவாகலே?”

“என்ன முழிக்க. நெல்லையப்பர் கோயில் போயிரிக்கல்ல?”

“போயிருக்கனே. ரெண்டு நாளுக்கு மின்ன கூடப் போனன்.”

“ஆங். அங்கனகூட இரிக்குமே பாத்தது இல்லயா. பத்து தலையோட ஒரு செல.”

“செரி சொல்லு. அவருக்கு என்ன?”

“எலங்கைல அவரு அரசவைல ஒரு மோகினிப் பிசாசு இருந்துச்சாம். அவரு செத்த பிற்பாடு அதுபோக இடம் தெரியாம அலைஞ்சிச்சாம். இங்கனேந்து அங்க தொழில் பாக்கபோன இந்த

ஆளுக்க சும்மா இல்லாம அதக் கூட்டியாந்து இவக வூட்லயே வைச்சு சாமியா கும்பிட்டாவளாம்."

"பேய ஏம்ள கும்பிட்டாவ?"

"தெரியல. இவக தொழிலுக்கு ஒதவிருக்குமாட்டுக்கு. குறுக்கால பேசாம கதைய கேளு."

"செரி சொல்லு."

"அதாம்ல. வூட்ல வைச்சு அமாவாசைக்கு அமாவாச படையல் போட்டு கும்பிட்டுருக்காவ. விடாம பல தலைமுறையா செஞ்சுட்டும் வந்துருக்காவ. இவக கிருத்தவத்துக்கு மாறின பெறவு அந்த மோகினிக்குப் படையல் போடாம விட்டுட்டாவளாம். கொஞ்ச நாள் பொறுத்து பாத்த அந்தப் பிசாசு ஒருநா கோவப்பட்டு வூட்டுக்குப் பக்கத்துல இருக்க பனமரத்த எல்லாம் பிடிங்கி வீசிப்போட்டாம். அதுக்குப் பெறவும் கோவம் அடங்காம அவிய குடும்பத்துல பிறக்குற ஆம்பளைல்ல யாராவது ஒருத்தர காவு எடுத்துக்கிட்டே வருது. மிச்சம் இருக்கவளும் அமாவாச ஆனா கோட்டி பிடிச்சவ மாதிரி சத்தம் போடுவாவளாம். ஒனக்கும் அமாவாசைக்கு அதுமாரி கோட்டி பிடிக்கிதோ? இப்பமே பாக்க கொஞ்சம் அப்படித்தான் இருக்கி..."

"எளா... வெளாடாத. அவிய ஒன்னும் பேய் இல்ல. மங்கம்மா என் அத்ததாம். சொன்னம்லயா அவிய நினைவாதாம் அந்த விளக்க எங்கக் குடும்பத்தச் சேந்தவக கொளுத்திக்கிட்டே வரணுமாம். அது எப்பம் தலைகுப்பாற எரியுதோ அப்பம்தான் அவங்க கோவம் தீந்துச்சு, அந்தப் பிசாசுவளும் போயிடிச்சுன்னு அர்த்தமாம்."

"எவம் சொன்னான்? நெருப்பு நேராதாம்ல எரியும்."

"தெரியல. ஆரோ நம்போதரி அப்பமே தாத்தாகிட்ட சொல்லிருக்காவ. செரி அப்புறம் நான் சொல்ல வந்ததக் கேளு. இதாம் முக்கியம்."

"என்ன?"

"நெல்லையப்பர் கோயிலுக்கு அன்னைக்குப் போய்ட்டு வாரப்ப ஒன்னு பாத்தேன். மெர்சிஹால் இருக்கியில்ல. அங்க ஒருத்தவரு சிலுவைய கைல பிடிச்சபடி பேய் பிடிச்சவள எல்லாம் வரிசையா நிக்கவைச்சு பேய் ஓட்டிட்டு இருந்தாவ. ஆஊனு ஒரே சத்தம். ஏளா என்னால நம்பவே முடியல. வயித்து வலிக்காரவக, கண்ணு தெரியாதவகள எல்லாம்கூட குணப்படுத்துறாவளாம். இதுல சேதி

என்னன்னா ஒங்க அண்ணன்கூட அங்கன நின்னாவ. அவியதான் மைக்குல பேசினாவ.”

“ம்... அண்ணனுக்குச் சோலியே அதுதாம். இந்த மாதிரி நம்பிக்கை சிகிச்சை, மதப்பிரசங்கக் கூட்டங்கள எல்லாம் ஒருங்கிணைச்சு நடத்துவாம்.”

“ஓ. செரி அவிய கிட்டச் சொல்லி என் பிரச்சினையையும் தீக்கலாம்ல.”

“இதனாலதாம் உன்ன கோட்டின்னேன்.”

“ஏன்?”

“அதெல்லாம் நம்பாதலே. பொய்யி.”

“எப்படிச் சொல்லுது. உண்மை மாதிரிதாம் இருக்கி.”

“எளா. ஒனக்கு ஒன்னு தெரியுமா. என் அண்ணனுக்கே மொத அல்சரு இருக்கி. அதெல்லாம் உண்மனா அவிய கூடவே போறாம் அவன கொணப்படுத்திக்க மாட்டானா. நீ பாத்தது எல்லாம் பொய்யில. முன்னமே பேசிவைச்சு நடிப்பாவ.”

“என்ன சொல்லுத. நடிப்பா... சேகரும் அதாம் சொன்னாம். நான் தான் நெசம்னு நெனச்சன்.”

“செரி நீ இதெல்லாம் ஆர்கிட்டயும் சொல்லாத. அதும் நான் சொன்னம்னு.”

“ம்ம்ம்.”

“செரி இப்பம் என்ன. உன்ன விட்டு அந்த மங்கம்மா போவனும். அவ்வளவுதானே. நான் ரொஸாரியோ சாருட்ட பேசுதன். அவிய என்னமாச்சும் வழி சொல்லுவாவ.”

“யாரு அவிய?”

“ஏளா. இப்போம் பாத்தமே. சர்ச்சுல. அவியதாம்.”

“அவரு ஃபாதரா?”

“இல்லவே. ஃபாதருக்கு உதவியாளர் மாரி. ஃபாதர் ஆவுறதுக்கு மின்னாடி நாலு வருசம் ட்ரெய்னிங்ல இருக்கணும். அப்படி இருக்காவ.”

“ஓ செரி. க்ளாஸு எத்தன மணிக்கு?”

“ஒரு மணிக்கு.”

“இன்னும் நேரம் இருக்கும் போலயே. வூட்டுக்குப் போய்ட்டு வரலாம்ல.”

“வேணாம். போய்வர பஸ்ஸு டிக்கெட் வீணா செலவாவும். ஒருபாடா க்ளாஸ் முடிச்சிட்டு போய்க்கன்.”

“எளா. நீ ஒரு சைக்கிளு வாங்கிகிட்டா என்ன?”

“இப்ப எப்படி ரொம்ப செரமமா இருக்கில்லா. அப்பா செத்தோன டீக் கடையும் ஒன்னுமில்லாம போயிட்டு என்னச் செய்ய. அண்ணன் கொடுக்குற துட்டுலதான் குடும்பம் ஓடுது. எனக்கும் சைக்கிள் வாங்கனும்னுட்டு ஒரு ரோசனை இருக்கு. பாப்பம். அப்பப்ப கிடைக்குற துட்டுல செருவாடு வைச்சு இருக்கன்.”

“எவ்வளவு வைச்சிருக்க?”

“எழுவது ரூவா.”

“ஒரு சைக்கிளு. பொம்பள பிள்ளைய ஓட்டுற மாதிரி வண்டினா எம்புட்டு..?”

“எரநூறு இருக்கும்... க்ளாஸ்ல இப்போம்தான் ஒருத்தி வாங்கினா.”

“ம்ம். என்னமாச்சும் சாப்பிடுறியா?”

“இல்லளா பசியில்ல. பெறவு நீ கிளம்பலயா. லாட்ஜில ஏச போறாவ.”

“ம் ஆமா. ஏற்கெனவே நேரம் ஆகிட்டுது. பத்து மணிக்கெல்லாம் இருக்கணும்னு சொல்லித்தான் அனுப்ச்சாவ. நான் போறன்ட்டி” சட்டென்று நாக்கைக் கடித்தான்.

“ஏ என்ன சொன்ன. ஏட்டியா.”

“ஐயோ மன்னிச்சுக்களா. தெரியாம சொல்லிட்டன்.”

“இன்னூராட்டம் தெரியாம சொல்லேன். கேக்க நல்லாருக்குல்லா.”

“சும்மா இருல. ஆங் பெறவு இன்னோனு கேக்கணும்னு நினைச்சன்.”

“என்ன?”

“நீ படிச்சு முடிஞ்சதும் சர்ச்சுல எல்லாம் இருப்பாங்களே… அவிய பேரு என்ன… கன்னித்திரி. நீயும் அதுமாரி ஆகிடுவியா?”

“ஏளா. அது கன்னித்திரி இல்ல. கன்னியாஸ்திரி.”

“ஆமா அதாம்.”

“நீ என்ன சொல்லுத. ஆகணும்ங்கிறியா. இல்ல வேணாம்ங்கிறியா?” சிரிப்பை அடக்கியபடி அவனது முகத்தைக் கண்டிப்புடன் பார்த்தாள்.

“நான் என்ன சொல்ல. சும்மா தாம்ல கேட்டன்.” அவன் தலையைக் கீழே போட்டுக்கொண்டான்.

“பொட்ட புள்ள மாதிரி வெக்கம் மட்டும் நல்லா வருதுள. செரி பத்திரமா போ. பீடி இழுக்காத. அடுத்த வாரம் தலைமுடிய போலீஸ்காரவக மாதிரி ஒட்டுக்கா வெட்டிட்டு ஒழுங்கா வா.”

அவளிடமிருந்து விடைபெற்றவன் தன்னிடம் சேமிப்புக் காசு எவ்வளவு இருக்கும் என்று யோசித்தபடியே ஜங்ஷனை நோக்கிச் சைக்கிளை மிதித்தான். அவளுக்கு ஒரு சைக்கிள் வாங்கித் தரவேண்டும் என்ற ஆசை அவனுக்குள் துளிர்விட்டிருந்தது. விடுதிக்கு வந்ததும் தனது பையை எடுத்து அதில் இருந்த நாணயங்களை எண்ணினான். அறுபது ரூபாயும், இருபத்தி ஐந்து பைசாக்களும் இருந்தன. கூடுதலாக இன்னும் கொஞ்சம் சேர்த்து அவளிடம் இருக்கும் ரூபாயோடு சேர்த்தால் சைக்கிள் வாங்கிவிடலாம் எனக் கணக்கு போட்டான். அதன்பிறகு வாடிக்கையாளர்களின் முகங்களைப் படிக்காசுக்காக ஏங்கும் தொனியில் பார்க்க ஆரம்பித்தான். அவர்களிடம் மீதிச் சில்லரைகளைத் தரும்போது அவன் பார்வை முழுவதும் அந்நாணயங்களை நோக்கியே இருந்தன. திரையரங்கிற்குப் போகலாம் என்று ராஜசேகர் அழைத்த போதெல்லாம் செலவை மனதில் வைத்து வேண்டாம் என்றான். காலை உணவோடு சேர்த்து மதிய உணவையும் தவிர்த்தான். அதற்கு இடைப்பட்ட நேரத்தில் தேநீரையும் வறுக்கியையும் கொண்டு பசியாற்றிக் கொண்டான். எப்படியாவது அவளுக்கு சைக்கிள் வாங்கித்தந்து விடவேண்டும் என்கிற சிந்தனையே அவனது வயிற்றை நிரப்பியது.

அன்றொரு மாலை ஆறாம் நம்பர் அறையில் தங்கியிருந்தவர் வாங்கி வரச் சொல்லியிருந்த மருந்துகளை ரசீதைக் காண்பித்து வாங்கிக்கொண்டு அவன் விடுதியை நோக்கி நடந்து வந்தான்.

அப்போது அம்பாசிடர் கார் ஒன்று சாலையில் அவனை ஒட்டியபடி நகர்ந்து வந்து ஓரிடத்தில் நின்றது.

"எல..."

"எல உன்னதாம். இங்கன வா." காருக்குள் அமர்ந்தபடி தாமஸ் பர்னாந்து அவனை அழைத்தார்.

04

"இந்தா டீ போட்டேன். குடிச்சிட்டுக் கிளம்புவோம்." மீனாம்பாள் நஞ்சுண்டானையும், தமிழரசனையும் காத்திருக்கச் சொன்னார்.

"போய்ட்டு உடனே வரதுதான். வந்துடலாம் வா. அங்க போய் என்ன பண்ணப்போற?"

தோப்பிற்குக் கிளம்ப நினைத்த இருதயராஜை நஞ்சுண்டான் தன்னோடு துக்க வீட்டுக்கு வரும்படி அழைத்தார். நால்வரும் தேநீர் அருந்திவிட்டு வெளியே வந்தபோது திடீர்யோசனை வந்தவராய் நஞ்சுண்டான் மீண்டும் வீட்டிக்குள் சென்று ஒரு லெதர் பையைக் கையோடு எடுத்து வந்தார்.

"தமிழு வண்டிய எடு."

நஞ்சுண்டான் இருதயராஜைக் காரின் பின் இருக்கையில் மீனாம்பாளோடு உக்காரச் சொல்லிவிட்டு முன் இருக்கையில் ஏறி அமர்ந்துகொண்டார். வீட்டிலிருந்து கிளம்பிய கார் பிரதானச் சாலையில் ஏறி வலதுபுறம் திரும்பியது. பிறகு சிறிது தூரம் சென்றபின் அது சாலையிலிருந்து இடதுபுறம் பிரிந்து சென்ற ஒரு குறுகலான தெருவிற்குள் நுழைந்தது.

"லேய் ஆளு குறுக்க வருது... மெதுவா போ. அந்தா ஆடு ஓடுது பாரு... அங்க ஒரு ஓரத்துல ஏத்தி நிறுத்து."

நால்வரும் காரிலிருந்து இறங்கி துக்கவீட்டை அடைந்தபோது இறுதிச் சடங்கு கிட்டத்தட்ட நிறைவுறும் தருவாயில் இருந்தது. ஏற்கெனவே பலர் வந்து சென்றிருப்பதை வாசலில் கிடந்த ப்ளாஸ்டிக் தேநீர் கப்புகள் சுட்டிக்காட்டின. வீட்டிற்கு வெளியே கொண்டுவந்து வைக்கப்பட்டிருந்த மயித் குளிப்பாட்டப்பட்டு

அதன் மீது தூய வெண்மையிலான கஃபர் உடுத்தப்பட்டிருந்தது. முதியவர் ஒருவர் சந்தன நீரைத் தெளித்துவிட்டு, சாம்பிராணி தூபம் போட்டு புகையைக் காற்றில் விசிறிக்கொண்டிருந்தார்.

மீனாம்பாள் வீட்டிற்குள் சென்று ஆசாத் மரைக்காயரின் மனைவியின் அருகில் போய் அமர்ந்துகொள்ள, மரைக்காயரின் மூத்தமகன் அன்சாரி நஞ்சுண்டானைப் பார்த்து தலையசைத்தபடி வெளியே வந்து நாற்காலிகளை அருகில் எடுத்துவந்து போட்டு அமரச்சொன்னான். பிறகு அவர்களுக்குத் தேநீர் கொண்டு வந்து தரும்படி அங்கு நின்ற பொடியன் ஒருவனிடம் கூறினான். வீட்டிற்குள் மரைக்காயரின் மகள்களும், அவரது மனைவியும் சப்தம் வெளியே வராதபடி மீனாம்பாளுடன் மென்மையான குரலில் பேசிக்கொண்டிருந்தனர். அத்தர், சாம்பிராணிப் புகையோடு கலந்து வந்த மசாலா நெடி துக்கத்திற்கு வந்தவர்களுக்காக அருகில் இருந்த வீட்டில் நெய்ச்சோறோ, பிரியாணியோ தயாராகிக் கொண்டிருப்பதை உணர்த்தியது. உறவினர்கள் ஜமாஅத்திலிருந்து முத்தவல்லி வந்துவிட்டாரா எனச் சாலையை நோக்கியபடி வாசலில் அங்குமிங்கும் நடந்துகொண்டிருந்தனர். நஞ்சுண்டான் அன்சாரியை அழைத்துக் கையில் வைத்திருந்த லெதர் பையைத் தந்தார். அன்சாரியோ அதை வேண்டாமென்று விடாப்பிடியாக மறுத்தான்.

“என்ன மாமா இது. பேசாம வைங்க.”

“பிடிப்பா.”

“வாப்பாவுக்குச் சீக்கு வந்ததுலேந்து நீங்க அவருக்காகச் செலவு பண்ணிருக்கத கூட நான் என் தரப்புலேந்து பண்ணல. இப்ப ஜனாசா எடுக்கக் கூட என் கைலேந்து பண்ண முடியலனா. நான் என்ன மனுசன்.”

“ஏய்... அதெல்லாம் பேச இதான் நேரமா. எனக்குக் கோவம் எப்படி வரும்னு தெரியும்ல. பிடி மொத. அடுத்தடுத்து செலவு இருக்குல்ல.”

“அதெல்லாம் இனி ஒரு செலவும் இல்ல. இந்தா அடக்கத்துக்கு ஆளு வந்துட்டு.”

“எங்கேந்து கூப்ட்டு வரிய?”

“அம்மாப்பட்டினம்.”

"மாமா... சீக்கிரம் வா." தெருவில் தென்பட்ட ஆட்களை நோக்கி அன்சாரி சப்தம் போட்டான்.

"மாப்ள இது அப்பாவுக்கு நான் தரவேண்டிய கடன்தான்."

"எது? நீங்க வாப்பாகிட்ட கடன் வாங்கினியலா. மையித் பக்கத்துல நின்னுக்கிட்டு பொய் பேசக்கூடாது மாமா."

"அதெல்லாம் உனக்குத் தெரியாது. புடிங்குறன்ல." நஞ்சுண்டான் வலுக்கட்டாயமாக லெதர்பையை அவனது கையில் திணித்தார். தயக்கத்துடன் அதனை வாங்கிக்கொண்டவன், உள்ளே சென்று அதைத் தங்கை நசீமாவிடம் கொடுத்துவிட்டு வெளியே வரவும் மையித்துக்கு ஓதுபவர் வாசலுக்கு வந்துசேரவும் சரியாக இருந்தது. தான் கொஞ்சம் தாமதமாகக் கிளம்பலாம் என நினைத்த நஞ்சுண்டான் மீனாம்பாளை வீட்டில் விட்டு வரும்படி தமிழரசனிடம் கூறினார். தமிழரசனும் மீனாம்பாளும் நகர்ந்த சில நிமிடங்களிலேயே கட்சிக்கொடி கட்டிய கோட்டையரசனின் அம்பாசிடர் கார் வந்து நின்றது. காரிலிருந்து இறங்கி வந்த கோட்டையரசன் நஞ்சுண்டானின் முதுகில் தட்டிவிட்டு அருகிலேயே ஒரு நாற்காலியை எடுத்துப்போட்டு அமர்ந்து கொண்டார்.

"என்னயா. எப்படி இருக்க?"

"அட... யாரு. எங்கள எல்லாம் அடையாளம் தெரியுதே. பரவால்ல சௌக்கியமா?"

"சௌக்கியம்தான். வீட்ல எல்லாம் எப்படி இருக்காங்க?"

"இந்தா இப்பதான் போறா. நேத்துகூட கேட்டா அண்ணன் கூட முன்ன மாதிரி பேச்சு வார்த்தை உண்டா இல்லையான்னு."

"நீ பெரிய மைனரு. எனக்கு போனடிச்சு கூட பேசமாட்ட."

அன்சாரி கோல்டு கப் கலர் ஒன்றை எடுத்துக்கொண்டு கோட்டையரசனிடம் வந்தான்.

"டீ தீந்துட்டுங்கயா. போடச்சொல்லிருக்கன். இதக் குடிங்க."

"அட எதுக்கு தம்பி இதெல்லாம் பரவால்ல."

"சும்மா குடிங்க."

"ம். சரி கொடு."

"ஐயா. வேற எதாவது வேணுங்களா?"

"அதெல்லாம் ஒன்னும் வேணாம். நீ போய் ஆகவேண்டிய வேலைய பாருயா."

"ம்" என்று தலையசைத்துவிட்டு அன்சாரி அங்கிருந்து நகர்ந்தான்.

"கேன்சருதானே?"

"ம் ஆமா. தொண்டைல. ரொம்ப அவஸ்த பட்டு போய்ட்டாரு."

"ஒரு காலத்துல நல்லா வாழ்ந்த மனுசன்.. இப்படி கஷ்ட நஷ்டத்துல போய்ச் சேருவார்னு எவன் நினைச்சான். பாரு கட்சிலேந்து ஒருத்தனையும் காணும். என்ன பாக்குற. என் கட்சிக்காரனதான் சொல்றன்." அதற்கு மேல் குடிக்க மனமின்றி கோட்டையரசன் கலர் பாட்டிலைக் கீழே வைத்தார்.

"இந்த பய பேரென்ன?"

"அன்சாரி."

"எதாவது செய்யனும்பா. பொங்கலுக்கு ஊர்லதான் இருப்பேன். என்ன வந்து பாக்கச் சொல்லு."

"ம். சொல்லிடுவோம்."

"மறந்துடாம."

"ம்..."

"அப்புறம் உனக்கு எப்படியா போகுது?"

"எங்கண்ணே... போட்டு ரிப்பேர் ஆகி நிக்குது. ரெண்டு வாரம் ஆச்சு. டைட்டாதான் போவுது."

"அடேங்கப்பா. இன்னும் நீ தொழில் பாக்குற எண்ணத்துலதான் இருக்கியா? ஆச்சரியமா இருக்கு."

"ஏன்? வேற என்ன செய்யச் சொல்றிய?."

"இருதயா... உக்காந்துரு. ஐயாகிட்ட பேசிட்டு வந்துறன்." இருவரும் பேசியபடியே நடந்து சற்று தொலைவிற்குச் சென்றார்கள். கோட்டையரசன் சிகரெட் ஒன்றை எடுத்துப் பற்ற வைத்துக்கொண்டார்.

“நீ தலைகீழ நின்னாலும் ஒன் அப்பன், பெரியப்பன் வைச்சிருந்த மாதிரி உன்னால சேக்க முடியாது. இருக்கதயாவது காப்பாத்து.”

“அவைங்க காசு பணத்த மட்டுமா சேத்தாய்ங்க. விடுணே நிம்மதியாக ரெண்டு கஞ்சிய குடிச்சிட்டு.. செத்த படுத்து எழுந்திருச்சா பத்தாதா?”

“சிலோன் டீலிங்குலாம் எப்படிப் போவுது? பைக்கு எஞ்சினு எல்லாம் ஏத்துறியலா இல்லையா.”

“டீலிங்கா. அதுசரி. நான் என்ன பிசினசா பண்றேன்?”

“அதான் தெரியுமே. விட்டா எல்லாத்தையும் வித்து பெட்ரோல் டீசலா ஏத்தி விட்டுடுவ. அவ்வளவு பாசம். ஒப்பன் அங்க எதும் சின்ன வூடு கின்ன வூடு வைச்சிருந்தானா. பர்மாவுலனா வைச்சிருப்பாப்ள. சிலோன்ல வாய்ப்பு இல்லையே?”

“ஹாஹா. நீங்ககூட தான் வரவர அந்த இத்தாலிக்காரி பக்கமா பேசுறிய... ஆளும் மாப்ள மாதிரிதான் இருக்கிய. சரி விடுங்க.”

“வாயடிக்காதடா. பேச்சுக்குப் பேச்சு... அவ்வளவும் திமிரு. கேக்க ஆளில்லன்னு ஆட்டம்.”

பல்லைக் கடித்துக்கொண்டு கோட்டையரசன் நஞ்சுண்டானின் முதுகில் அடித்தார். நஞ்சுண்டான் சிரமப்பட்டு சிரிப்பை அடக்கினார்.

“உங்களையும்தான் கேக்க ஆளில்ல. எம்ஜிஆர் இருந்துருந்தா கம்பனிக்கு பொருளனுப்பனும்னு இந்நேரத்துக்கு என்கூட சேந்து நின்றுப்பிய. அவரு இல்லன்னதும் இப்ப எங்குட்டு போறதுனு தெரியாம நிக்கிறிய.”

“எம்.ஜி.ஆரு காலமும் இதுவும் ஒன்னா? மடப்பயலே. இப்ப இருக்க நிலமை என்ன. உனக்குப் புரியாது. அந்தப் பய யாரு?”

“யாரு?”

“அந்தா உக்காந்துருக்கானே.”

“எதுக்குக் கேக்குறிங்க?”

“இல்ல மூஞ்சி வாட்டம் வெளியூர் வாட்டமா தெரியுதே. ஈழத்தானா?”

“இல்ல இல்ல. உங்களுக்குத் தெரியாது. சிநேகிதரோட மவன்.”

“சரிடா எப்பா. பாத்து. எனக்குத் தெரிஞ்சத சொல்றன். இன்னும் கொஞ்ச நாள்தான். போர் முடியப்போவுது.”

“ஹாஹா. சரி.”

“சிரிக்காதடா. விளையாட்டா இருக்கு உனக்கு. ஒழுங்கா உன் பொழப்பப் பாரு. அமெரிக்கா நேரடியா இறங்கிருக்கான்.”

“சும்மா எனக்காக மழுங்கடிச்சுப் பேசாதிங்க... ஏன் புலியளுக்கு நீங்க ஒரு காலத்துல செஞ்சத விடவா நான் இப்ப செஞ்சுட்டன்?”

“ஸ்ஸ். மெதுவா பேசுடா. உன்கூட பேசுறதயே எவனாது பாத்துட்டு எழுதிவிட்ற போறான்.”

கோட்டையரசன் இன்னொரு சிகரெட்டைப் பற்ற வைத்துக் கொண்டார். “நான் இல்லன்னு சொன்னனா. ஏன் இப்பக்கூட அவங்க பேர்ல உள்ளுக்குள்ள இருக்க எண்ணம் வேற. அந்தப் பாசம் தனி. அது என்னைக்கும் இருக்கும். நாள பின்ன நான் காங்கிரஸுக்கே போனாலும் இருக்கும். நான் என் காதுக்கு வந்தத சொல்றன். கேக்கலன்னா போ.”

“சரி சொல்லுங்க.”

“முதல்கட்டமா ஆயுத நெட்வொர்க்க ஒன்னுமில்லாம ஆக்கப் போறானுங்க.”

“என்ன சொல்றிங்க... சரி பாடி எடுத்துட்டாங்க. அப்புறம் பேசுவோம்.”

“லேய் நான் கிளம்புறன்.”

“நானும் பாடி எடுத்தோன அப்படியே போக வேண்டியதுதான். நீங்க வாங்க வீட்டுக்குப் போய்ட்டு சாப்ட்டு போகலாம்.”

“இல்லயா. நைட்டு மெட்ராஸு போறன். நேரம் இல்ல. இன்னொரு நாள் வரன். வீட்ல கேட்டதா சொல்லு. முதல்ல நீ ஜாக்கிரதையா இரு. புடிச்சான்னா என்எஸ்ஏ ஆக்ட்லதான் போடுவான்.”

கோட்டையரசன் விடைபெற்றுச் சென்றதும் நஞ்சுண்டானும் இருதயராஜும் மீனாம்பாளை வீட்டில் விடச்சென்றிருந்த தமிழரசனை எதிர்நோக்கிக் காத்திருந்தனர். மையித் மரப்பெட்டிக்கு இடம்மாற்றம் செய்யப்பட்டபோது தமிழரசன் வந்து சேர்ந்திருந்தான்.

மையித் அடங்கிய பல்லக்கை உறவினர்கள் தோளில் சுமந்தவாறு மையவாடி நோக்கி முன்னே நடக்க, மற்றவர்கள் அவர்களைப் பின்தொடர்ந்து சென்றனர். இருதயராஜை காருக்குள் அமரச் சொல்லிவிட்டு கார் கதவிற்கு அருகில் நின்றுகொண்டிருந்த நஞ்சுண்டானை மரைக்காயரின் நினைவுகளும், கோட்டையரசன் கூறிவிட்டுச் சென்ற செய்தியும் மாறி மாறி ஆட்கொண்டிருந்தன. பிணம் அகன்ற அந்த வாசலைப் போல் அவரது மனம் வெறுமையின் அகண்ட கரங்களுக்குள் அகப்பட்டிருந்தது.

இக்கணத்தில் இருத்தலில் நிலைகொண்டு, திடமாக உலாவிக் கொண்டுள்ள எல்லோரும் ஒருநாள் பார்வைக்கு அகப்படாத தூசியைப் போல் போன இடம் தெரியாமல் மறைந்தாக வேண்டும். உண்மையில் இல்லாமைதான் மனிதன் அடைகின்ற மகத்தான உணர்வுகளில் இறுதியானதா? அது ஒரு முடிவிலியாய்த் தொடருமா? இப்போது அவர்முன் அந்தத் தெரு வெறிச்சோடிக் கிடந்தது. மண்பூச்சு பெயர்ந்து, தாழ்வாரம் ஒரு பக்கமாக இறங்கி நின்ற மரைக்காயரின் வீடு வீழ்ச்சியின் சின்னம் போல் அவருக்குத் தெரிந்தது. தன்னிலைக்கு வந்து அவர் காருக்குள் ஏறியபோது, "இன்னாலில்லாஹி... வஇன்னா... இலைஹி..." என்று சவ ஊர்வலத்தில் ஒருவர் குரல் எழுப்பியது தொலைவிலிருந்து கேட்டது.

திசைமாறிய பறவைகள்

01

“என்னடே... இம்புட்டு தொலவு வந்த பெறவு அவன நீ மட்டும் தனியா போய் பாக்கெங்குற. அலெக்ஸு அங்க நிக்கான்னுதானல சொன்ன?” சேவியர் கூறியதில் தாமஸ் பர்னாந்துவிற்குத் திருப்தி ஏற்படவில்லை. குழப்பமான மனதுடன் காரை செலுத்திக் கொண்டிருந்தார்.

“அலெக்ஸ்க்கு இப்பம்தான கல்யாணம் முடிவாகியிருக்கி. பாண்டிதொர பேச்சு இவனுக்குச் செரியா வராது. கோவப்படுவான். பிரச்சன பெருசாவும்.”

“அப்பம் நான் வரன். அதுல என்ன உனக்கி செரையா இருக்கின்னு கேக்கன்.”

“வேணாணே. உனக்கு அது மரியாதையா இரிக்காது. நீ கார்லயே இரு. நான் காச விட்டெறிஞ்சுட்டு வந்துடுதன். மொத மடியிறானா பாப்போம்.”

“எல. பஞ்சாயத்துல பேசினதயே கொடுக்க என்ன?”

“ஏம்ணே. எவ்வளவு கொடுக்க. அறுத்தது ஒரு வலையா?”

“நீ இத கிளம்பும் முன்னமே சொல்லிருந்தின்னா. போத்தியயாவது கூட்டி வந்துருக்கலாம்லடே.”

“நீயே வேணாம்ங்கன். போத்தியா. நல்லாச்சொன்ன. இந்தச் சுண்ணிக்கு அவ்வளவு மரியாதைலாம் வேணாம்ணே..”

சேவியர் மது போத்தலைத் திறந்து தொண்டையை நனைத்துக் கொண்டான்.

“அவம் எதுக்கு திர்நேலிக்கு வராம்?”

“ஒயாம கலெக்டரேட்டுக்கு வருதாம். என்ன சோலின்னு தெரியல. ஆனா திர்நேலி வந்தாம்னாலே அந்த லாட்ஜுலதாம் தங்குறாம். அது மட்டும் தெரியும்.”

நின்றிருந்தவரின் கரங்களுக்குள் சிக்கிக்கொண்டது. அதற்குள் அங்கு வந்துசேர்ந்திருந்த பாண்டிதுரை இசக்கிக்கு அருகில் நின்றபடி உள்ளே அரங்கேறிக் கொண்டிருந்த காட்சியை அதிர்ச்சியோடு பார்த்துக்கொண்டிருந்தார். பயத்தில் கால்கள் நடுங்க இசக்கி அறையை நோக்கியபடி நின்றிருந்தான். தான் கத்தி ஓங்கியது பெலிக்ஸ் மிராண்டாவை நோக்கி என்பதை அறிந்ததும் தனது மரணம் கிட்டத்தட்ட உறுதியாகிவிட்டதை அறிந்து சேவியர் ஃபெலிக்ஸ் மிராண்டாவின் பிடியிலிருந்து உருவப் போராடிக் கொண்டிருந்தான்.

ஒன்று இந்த வாய்ப்பைப் பயன்படுத்தி ஃபெலிக்ஸ் மிராண்டாவை முடிப்பது அல்லது அவர் கையாலேயே சாவது, இதைத் தவிர தனக்கு இனி ஒரு வழியில்லை என்பதை உணர்ந்து கொண்டிருந்த சேவியர் அவரது உடலோடு மோதிச் சுவற்றில் உராய்ந்தபடி திமிரிக் கொண்டிருந்தான். ஃபெலிக்ஸ் மிராண்டா சேவியரைவிட வலிமை மிகுந்த ஆள், அத்தோடு கோபம் தலைக்கேறிவிட்டால் அவர் ஒரு புத்தி கலங்கிய மிருகத்தைப் போல் நடந்துகொள்பவர். அலெக்ஸ் அங்கு இருந்திருந்தால்கூட சேவியருக்கு ஒரு வாய்ப்பு அமைந்திருக்கும். அலெக்ஸ் ஒருவனால் மட்டுமே தன்னை நேருக்கு நேராக நின்று வெல்ல முடியும் என்பதை ஃபெலிக்ஸுூம் அறிவார். தனது அப்பனை அலெக்ஸ் யாருக்காகக் கொன்றான், இதோ இவனுக்காகவும்தானே. இந்த வாய்ப்பை விட்டுவிடக் கூடாது என ஃபெலிக்ஸ் மிராண்டா வெறி வந்தவரைப் போல் சேவியரின் கழுத்தை இறுக்கப் பற்றியிருந்தார்.

அந்த நீண்ட நெடிய பலப்பரிட்சையின் இடையிடையே அவர் எழுப்பிய உருமல் சப்தம் வெளியே நின்றிருந்த இசக்கியின் மார்பைச் சில்லிட வைத்தது. சேவியரின் கையிலிருந்த கத்தி பிடி தளர்ந்து கீழே விழ, ஃபெலிக்ஸ் அதனைக் காலால் எத்திக் கட்டிலுக்கு அடியில் தள்ளினார். சேவியர் அடுத்த பாய்ச்சலுக்குத் தயார் ஆவதற்குள் ஃபெலிக்ஸ் அவரது சட்டையின் உட்புறத்திலிருந்து ஒரு தோல் உறையை வெளியே உருவினார். அவ்வுறைக்குள்ளிருந்து கைப்பிடி போட்டு வைக்கப்பட்டிருந்த அரையடி நீளத் திருக்கை முள்ளை வெளியே எடுத்தார். இம்முறை சீற்றத்தோடு முகத்தில் தாக்க வந்த சேவியரின் கரத்தினைத் தனது இடது கரத்தினால் பற்றிய ஃபெலிக்ஸ் வலது கரத்திலிருந்த திருக்கை முள்ளைக் கண்ணிமைக்கும் நேரத்தில் சேவியரின் இடது மார்பில் இறக்கியிருந்தார்.

சேவியரின் அலறல் சப்தம் அதிகரிக்கத் தொடங்கியதும் ஃபெலிக்ஸ் தனது கால்சட்டைப் பையிலிருந்து கைக்குட்டையை எடுத்து அவனது வாயில் திணித்தார். பிறகு அவனது மார்பில் சொருகி நின்ற திருக்கை முள்ளை முழுவதுமாக உள்ளே இறக்கி முள் மட்டும் உள்ளேயே தங்கும்படியாக அதன் கைப்பிடியை இடதுபுறமாக வளைத்து அதனை மட்டும் உடைத்து எடுத்தார். சேவியர் கண்கள் சொருகி, மூச்சையிழந்து, கால்கள் துடிக்க உயிர்விட்டுக் கீழே சரிய, அதற்குள் கட்டிலுக்குக் கீழ்கிடந்த கத்தியையும் கைப்பற்றியிருந்த ஃபெலிக்ஸ் மிராண்டா சேவியரின் சடலத்தின் மீது அமர்ந்துகொண்டு பசியடங்காத வேட்டை நாயைப்போல் அரற்றியபடி அச்சடலத்தின் மீது குத்திக்கொண்டிருந்தார்.

"சாவுல... சாவு... சாவு"

குருதிக்கறை படிந்த முகத்துடன் அவர் இப்போது மெல்லத் தலையை உயர்த்தி அறைக்கு வெளியில் நின்றுகொண்டிருந்த இசக்கியைப் பார்த்தார். அந்தப் பார்வையில் உடலைக் கிழிக்கும் குரோதம் வெளிப்பட்டது. இசக்கி எச்சிலை விழுங்கித் தொண்டைக் குழியை நனைத்துக்கொண்டான். காட்டு யானையிடம் பரிந்துபேச ஏதும் இல்லை. குத்தீட்டிகளைப்போல் அது தனது கண்களை குறுக்குவதும், நிலம் அதிர ஓடிவருவதும், நிலைகுலைந்து பிளிறுவதும் தனக்கு எதிரில் நிற்போருக்கு அது எழுதிய மரணத் தீர்ப்பை அறிவிக்கத்தான்.

"அனாதக் கூதி மவனே... காட்டியா கொடுக்க..." அவர் இசக்கியை நோக்கி வெளியே பாய, உடலிருந்து விடுபடும் உயிரை விரட்டிச் செல்பவனைப்போல் அவன் அங்கிருந்து வேகமெடுத்தான். மாடிப்படியில் விழுந்து உருண்டபடி கீழே வந்தான். அவர் பின்னால் வரவில்லை என்பதைக் கண்டுகொண்டபின் சட்டென்று கீழறைக்குள் நுழைந்தான். மேலாளர் என்ன நடந்தது எனப் பார்ப்பதற்கு மேலே ஓடினார். இசக்கி தனது நைலான் பையை எடுத்துக்கொண்டு விடுதியிலிருந்து வெளியே வந்தான். அழுகையும் ஆற்றாமையுமாக நின்றிருந்தவன் சாலையில் இறங்கி ஓடுவதற்குத் திசை பார்த்தான். தனிமை, வறுமை இவற்றுடன் சேர்த்து இம்முறை மரண பயத்தையும் சுமந்தபடி அவன் ஓடிக் கொண்டிருக்க, அவனது பைக்குள் இருந்த மங்கம்மாள் விளக்கு ஆடாமல் அசையாமல் அமர்ந்தபடி வெளிக் காற்றைச் சுவாசித்துக் கொண்டிருந்தது.

02

புற்களின் மீதிருந்த பனித்துளிகளின் ஈரம் முழுவதுமாய் உலரும் அளவிற்கு வெயில் காய்ச்சத் தொடங்கியிருந்தது. மார்கழி வெயிலின் மகத்துவத்தை உணர்ந்த ஜீவனாய் இருளன் நிழல் விழாத இடத்தைத் தேடிச்சென்று படுத்துக்கொண்டது. தேங்காய் வாங்க வந்திருந்த வியாபாரி ஒருவர் தென்னை மர நிழலில் அமர்ந்து இளைப்பாறிக் கொண்டிருந்தார். கணேசனும் தேங்காய் வியாபாரியோடு வந்திருந்த மூன்று வேலையாட்களும் பிடிங்கிக் கிடந்த காய்களை உரித்துக்கொண்டிருந்தனர்.

இருதயராஜ் கிணற்றிற்கு அருகே கிடத்தப்பட்டிருந்த துணி துவைக்கும் கல்லில் அமர்ந்து வெயில் தந்த உணக்கையை அனுபவித்துக்கொண்டிருந்தான். இடையிடையே கீழே கிடந்த தென்னங் குறும்பைகளைப் பொறுக்கித் தொலைவில் இருந்த ஒரு மரத்தை இலக்காக வைத்து எறிந்தான்.

தோப்பின் வாயிற்கதவு திறக்கப்படும் ஓசையைக் கேட்டு இருளன் தலை உயர்த்திப் பார்க்க, அவனும் அத்திசையை நோக்கினான். சந்திரனும், சுல்தானும் எதையோ சொல்லிச் சிரித்தபடி உள்ளே வருவதைக் கண்டதும் அவனுக்கு உற்சாகம் மேலோங்கியது. நீண்ட நாள்களுக்குப் பிறகு அவன் அவர்களைக் காண்கிறான்.

“வாங்கயா? அண்ணன பாத்தியலா? வரன்னாரா?” தேங்காயைப் பாரையில் குத்தியபடி கணேசன் சந்திரனைக் கேட்டார்.

“ம். வீட்டுக்குப் போய்ட்டுதான் வரோம். உரிச்சு போட்டுட்டு இருக்கச் சொன்னாரு. மத்தத அவரு வந்து பேசிக்கிறன்னாப்ள. அப்புறம் இவங்களுக்கு உங்களுக்கு எல்லாம் சாப்பாடு. ராணியக்கா எங்க?”

“எங்க... காலைல போனவ. சாதகம் பாக்குறன்னு. அவ வந்து கதைக்கு ஆவாது. நீங்க போறப்ப கடைல வாங்காந்து கொடுத்துட்டுப் போறியளா?”

“செரி.”

சந்திரன் லுங்கியின் மடிப்பில் சுருட்டி வைத்திருந்த ஒரு குட்கா பாக்கெட்டை எடுத்தான். இன்னொரு கையில் இரண்டு முறை அதைத் தட்டி, அதிலிருந்து கொஞ்சம் குட்கா தூளைக்

கொட்டினான். கையிலெடுத்ததைக் கசக்கி வாயிடுக்கில் வைத்துக்கொண்டு திப்பு சுல்தானிடம் பாக்கெட்டைத் தந்தான். இருவரும் கைகளை நன்றாகத் துடைத்தபடி இருதயராஜ் அமர்ந்திருந்த இடம் நோக்கி வந்தனர்.

"என்ன நண்பா பாக்கவே முடியல?"

"சொல்லுவியடே. உங்களத்தான் இந்தப் பக்கமே காங்கல."

"நாகப்பட்டினம் போயிருந்தோம். தெரிஞ்ச பார்ட்டி ஒருத்தரு தங்கு கடலுக்குக் கூப்ட்டாப்ள. இன்னைக்குத் தான் கரைக்கு வரோம். அண்ணன் சொல்லல?" சந்திரன் விரல்களை மடித்துநெட்டி முறித்தபடி பேசினான்.

"சொன்னாவ சொன்னாவ... போன வாரமே. பெறவு எப்படி நல்ல மீன் பாடா?"

"ம். தேவலாம்... சூர... மயிலு."

"ஒரு வாரம், பத்து நாள் தங்களும் போவியலோ?"

"இல்ல. அண்ணன் லாஞ்சுல கடல் நாளுல போறதோட சரி.

இன்னைக்குக் காலைல போனா நாளைக்குக் காலைல கரை வந்துடுவோம். இப்பலாஞ்சு ரிப்பேர் ஆகி நிக்குதா. நியூ இயரு பொங்கலுனு செலவு வேற அடுத்துடுத்து. அதான் போய்ட்டு வந்தோம்."

"ஓ அப்போம் மறுபடி போவ மாட்டியலா?"

"இனி போவமாட்டோம். இங்கயே சும்மா அப்பப்ப இந்த நாட்டுப்படகுல போறதுதான். பொங்கலு முடிஞ்சு எப்படியும் அண்ணன் லாஞ்சு ரெடி பண்ணி இறக்கிடுவாரு. பாக்கலாம்."

"ம் சரி. என்ன ஒருநா கூட்டிப் போறியளா. ரொம்ப நாளா ஆச. கடலுக்குள்ள போவனும்ட்டு."

"அதுக்கென்ன நாளன்னைக்குக் கூட போவம்..." கீழே கிடந்த கல்லை காலால் எத்தியபடி திப்பு சுல்தான் கூறினான்.

"டேய்... சும்மா இருக்கமாட்டியா. இப்பதானே அண்ணன் சொன்னாரு. அவர கேக்காம எங்கையும் கூட்டிப் போவக் கூடாதுனு." அருகே சென்று சந்திரன் குரலெடுத்தான்.

“என்னவே... இரகசியம்?”

“ஒன்னுல்ல... கடலுக்குதானே அதுக்கென்ன லாஞ்சு ரெடியானோன போவோம்.”

“ம் செரி.”

“அப்புறம். இப்போ எங்கயாவது போறியளா?”

“இல்லயே. ஏம்.”

“வண்டி செத்த வேணும்.”

“ஒன்னு செய்ங்க. நான் ஊருக்குப் போறவர வண்டி உங்ககிட்டயே இரிக்கட்டும். எங்கனயாவது போவணும்னா உங்களுக்கு கால் பண்றேன். அப்போம் எடுத்துட்டு வாங்க போதும்.”

“நிஜமாவா?”

“ஆமால. என்ன இப்போம். இங்கன சும்மாதானே கெடக்கி.”

“சரி இவன் சாங்காலம் உங்கள அழைக்க வருவான். ஆறுமணிக்கா. வந்துடுங்க.”

“எதுக்குல?”

“எதுக்கா. நியூ இயர் பார்ட்டி இருக்குல்ல.”

“பார்ட்டியா? எங்கன?”

“நம்ம ஸ்பாட்லதான். நீங்க வாங்க அழைச்சிட்டுப் போறம்.”

“என்ன யோசிக்கிறிய ஏன் குடிக்க மாட்டிங்களா?”

“எப்பமாச்சும் பீர் குடிக்கதுதாம். வந்தா அண்ணாச்சி எதும் சொல்லுவாகளோனு யோசனையா இருக்கி.”

“நான் சொல்லிட்டன் கூப்ட்டு போகச் சொன்னாரு. இப்பதான் பாத்துட்டு வரன்.”

“சரிடே. அப்பம் வரம். செத்த இருங்கவே. துட்டு எடுத்துத் தரன் செலவுக்கு வைச்சுக்கிருங்க.”

“எதுக்கு... சும்மா இருங்க. அதெல்லாம் இருக்கு.”

“ஏன்... இரிக்கட்டும். கஷ்டப்பட்டு சம்பாதிக்கிய. சரக்கு செலவுக்காவது நான் தரன்.”

“இல்ல வேணாம்... பணம்லாம் இருக்கு பசங்க சேரிங் போட்டு தான் பண்றம்.”

“பாத்தியலா. என்ன அதுல சேக்கல... அப்ப என்ன பிரிச்சு பாக்கிய.”

“நீங்க எங்க விருந்தாளிங்க. பெரிய இடம் வேற. உங்கள சரக்குல்லாம் கேட்டா நல்லாவா இருக்கும். எதும் பெருசா செய்ங்க.”

“ஹாஹா என்னலே மக்கா வேணும். சொல்லு... செய்வோம்.”

“சும்மா பேச்சுக்குச் சொன்னன். அதெல்லாம் ஒன்னும் வேணாம். வந்தா மட்டும் போதும். சரியா. டேய் திப்பு நீ எப்ப வருவ.”

“எப்பனு சொல்லு. ஒம்பது மணிக்கு?”

“மயிர புடிங்கி. ஒம்பது மணிக்கு வந்து ஊம்பவா... கறி வேற எடுக்கனும்.”

“மூட்றா அதெல்லாம் அசாரு பாத்துக்கிறன்னு சொல்லிட்டான்.”

“அதெல்லாம் இல்ல. ஒழுங்கா ஏழு மணிக்கே வந்துடு. இவர கூட்டிட்டு வந்து விட்டுட்டு நீ போ. சரக்குக்கு காசு அப்ப வாங்கிக்க.”

“சரிடா மயிரான். சரக்குனா பறப்பான் அப்படியே.”

“நீ பெரிய யோக்கியன்தான். அமுக்கிட்டு வா. இவங்களுக்கு சாப்பாடு கட்டிகிட்டு வந்து கொடுத்துட்டு அப்படியே செட்டு போட ஆள பாத்து காசு கொடுத்துட்டு வருவோம்.”

“நண்பா... வந்துடுங்க... சரியா... சாயங்காலம் பாப்போம்.” சந்திரனும், திப்பு சுல்தானும் கடையிலிருந்து மதிய உணவு வாங்கிவந்து தந்துவிட்டு அகன்றிருந்தனர். மதியவாக்கில் வந்த நஞ்சுண்டான் வியாபாரியிடம் தேங்காய்க்கான விலை பேசி கையோடு லோடையும் ஏற்றிவிட்டிருந்தார். மாலை ஏழு மணிக்கெல்லாம் திப்பு சுல்தான் தோப்பிற்கு வெளியே வந்து நின்று ஹாரன் அடித்தான். இருதயராஜ் சார்ஜ் ஏறிக்கொண்டிருந்த செல்ஃபோனையும், பர்சையும் எடுத்துக்கொண்டு வெளியே வந்தான். கணேசன் திண்ணையில் நின்றபடி ரேடியோவைத் திருகிக் கொண்டிருந்தார்.

"இன்னைக்கு எங்க பாத்தாலும் போலீஸ்காரன் ரவுண்டு வருவான். பாத்து." கணேசனுக்குத் தலையசைத்துவிட்டு இருதயராஜ் தோப்பிற்கு வெளியேவந்து தயாராக நின்ற வண்டியில் ஏறினான். வண்டி புதுக்குடியிருப்பு கடற்கரையை ஒட்டி இருக்கும் தெருவிற்குள் நுழைந்து ஓர் ஓட்டு வீட்டின் வாசலில் போய் நின்றது. அவனை இறக்கிவிட்ட திப்பு சுல்தான் அங்கு தயாராக நின்ற இன்னொருவனை அழைத்துக்கொண்டு வண்டியைக் கிளப்பினான். சந்திரன் அவனை ஒரு வீட்டிற்குப் பின்புறம் அழைத்துச் சென்றான். அங்கு பத்து பேருக்குச் சமைக்கும் அளவிற்கு உள்ள வட்டாவில் உப்புக்கறி தயாராகிக்கொண்டிருந்தது. பசியைக் கிளறும் மணம். இன்னொரு பானையில் சோறு வெந்தது. அடுப்பிற்கு முன்பு பருத்த வயிறுடன் லுங்கியைக் குடல்வரை ஏற்றிக்கட்டி நின்றுகொண்டிருந்த வகாபிடம் சந்திரன் அவனை அறிமுகம் செய்துவைத்தான்.

"அண்ணன், சொன்னன்ல. இருதயராஜ்... தூத்துக்குடி இவருதான்."

"ஓ வாங்க தம்பி."

வகாப் வட்டாவில் வெந்துகொண்டிருந்த கறியைச் சாரணியால் கிண்டியபடி அவனை வரவேற்றார். பிறகு கைலியை மடித்துக் கட்டிக்கொண்டு ஒரு கிண்ணத்தில் கொஞ்சம் கறி முனுக்குகளை எடுத்து அவனிடம் தந்து ருசி பார்க்கச் சொன்னார். அவர் கறியை எடுத்து வைத்த விதத்திலேயே ஒரு கைதேர்ந்த நுட்பம் தெரிந்தது.

"இரிக்கட்டும் அண்ணாச்சி. பெறவு திங்கேன்."

"வெக்கப்படாதிங்க நம்ம அண்ணன்தான்." சந்திரன் தோளில் தட்டினான். முதல் முனுக்கை எடுத்துக் கடித்தவுடன் அதன் சுவையில் எச்சில் ஊறி, வேகமாக அடுத்த முனுக்கையும் எடுத்துச் சுவைத்தான்.

"அண்ணாச்சி. சத்தியமா இம்புட்டு டேஷ்ட்டா நான் இதுக்கு மின்ன எங்கனயும் சாப்ட்டது இல்ல. என்ன மசாலா இது?"

"ஹாஹா." வகாப் சந்திரனைப் பார்த்துப் பெருமையாகச் சிரித்தார்.

"மசாலாலாம் எதுவும் இல்ல. வெறும் உப்பும் மிளகாயும் மட்டும் தான். இதுக்கே இப்படினா அண்ணன் செய்ற மந்தி பிரியாணிய சாப்ட்டிங்கனா எங்க ஊரவிட்டே போகமாட்டிங்க" சந்திரன் கூறினான்.

“அருமையா இரிக்குது அண்ணாச்சி. நீங்க தவசுப்பிள்ளையா?”

“என்ன?”

“நீங்க சமையல்தாம் செய்றியலா. உங்க சோலியக் கேட்டேன்.”

“இல்ல தம்பி... நமக்குத் துணி வியாபாரம். வீடுகடைத் தெருவுல. கடையும் அங்கதான். வீட்டுக்காரம்மா லேடீஸ் டைலர் கடை வைச்சிருக்குது. என் மச்சான் அசாரு இந்தப் பயலுகளுக்கு நல்ல பழக்கம். அவன் மூலமா இவனுங்கள எனக்குத் தெரியும்.”

“ஓ செரி அண்ணாச்சி.”

“... யமுனா நதிக் கரையோரத்தில்
கண்ணா உந்தன் பூங்காவனம்...
பூக்கள் அங்கே வீசும் மணம்
காற்றில் வந்த காதல் ஜுரம்...
ராத்திரி நேரத்து பூஜையில்...”

அருகில் நிறுத்திவைக்கப்பட்டிருந்த ஒலிப்பெருக்கியில் திடீரெனச் சப்தம் கூட்டப்பட்டிருந்தது.

“லேய் ஹாப்பிக்கு ஒய் வரும். ஐ போடுற... அத அப்படியே தெரியாத மாதிரி மாத்து... அடே... இதுல இந்த புல்த்தி காலேஜு வேற படிச்சானாம். நவர்ரா...” தெருச்சாலையின் குறுக்கே “ஹேப்பி நீவ் இயர் 2008” எனச் சுண்ணாம்பை வைத்து எழுதிக் கொண்டிருந்தவர்களிடமிருந்து பாட்டை மீறிச் சலசலப்பு எழுந்தது.

நன்றாக இருட்டியதும் உணவு பதார்த்தங்கள் அடங்கிய பாத்திரங்கள், வாழை இலைகள், மதுபானப் போத்தல்கள், தண்ணீர்க் குடங்கள் ஆகியவை மதுவருந்த ஏதுவாக ஏற்பாடு செய்யப்பட்டிருந்த கடற்கரைப் பகுதிக்கு எடுத்துச் செல்லப்பட்டது. அங்கு விரிக்கப்பட்டிருந்த தார்ப்பாயின் நடுவே அனைத்தையும் கிடத்திவிட்டு அனைவரும் அதனைச் சுற்றி அமர்ந்துகொள்ள, சந்திரன் இருதயராஜை அவனது அருகிலேயே அமர வைத்துக்கொண்டான். ஆரம்பத்தில் சற்று விருப்பமில்லாமல் இருந்தாலும் போகப்போக அவனுக்கு அந்தச் சூழல் இன்பமூட்டுவதாய் மாறிக்கொண்டு வந்தது.

கடல் கால் நனைக்கும் தொலைவில் உறைந்து கிடந்தது. அதன் மேற்பரப்பு இரவுநேரப் பாலைவனத்தில் இடம்மாறும் மணல் விரிப்பைப் போல் மெல்லமாக அசைந்தது. காற்று பனிச்

சாரலை விசிறியது. சந்திரன் ஒரு பியர் பாட்டிலை எடுத்து மூடியை வாயால் உடைத்து இருதயராஜிடம் நீட்டினான். அவன் சில்லென்று இருந்த பீரை ஏந்தியபடி அந்த மகிழ்ச்சி நிரம்பிய தருணத்திற்குள் முழுவதுமாகப் பங்கெடுக்கத் தொடங்கியிருந்தான். உற்சாக மிகுதியில் சப்தம் போட்டுக்கொண்டிருந்தவர்களை வகாப் கொஞ்சம் கண்டிப்புடன் அமைதிப்படுத்தினார்.

ஒட்டுமொத்தமாக சியர்ஸ் என மதுக்கோப்பைகளை உயர்த்திவிட்டுப் பிறகு அவரவர்கள் தங்களுக்கு அருகே இருந்தவர்களோடு பேசிச் சிரித்தபடி குடிக்க ஆரம்பித்தனர். வறுத்து வைத்த கறி முனுக்குகள் வாழை இலைகளில் அள்ளிக் குவிக்கப்பட்டது. பிறகு அவை மதுபானத்தோட சேர்ந்து மசிந்த நிலையில் கணக்கின்றி உள்ளே போனது.

“கறிய பூறா வெறுசா தின்னுபுட்டா சோத்துக்கு என்னத்த தொட்டுக்குறதாம்?” அசாரின் ஆதங்கம் சரியானதுதான் எனினும் எவரும் அதை அசட்டை செய்வது போல் தெரியவில்லை.

கொஞ்சம் போதை ஏறியதும் திப்பு சுல்தான் பூண்டு ஊறுகாய் வேண்டுமென எழுந்து நின்று ஆட்டம் போட்டான். வகாப் பாய் முறைத்ததும் மீண்டும் கீழே அமர்ந்துகொண்டு கறி இலையில் மீதமிருந்தவற்றைத் தேடினான். இருதயராஜ் முதலாவது பீரைக் குடித்துவிட்டு இரண்டாவது பீரைக் கையில் வாங்கியபோது அவனுக்கு மெர்லினிடமிருந்து அழைப்பு வந்தது.

“என்னல... என்ன செய்ற?”

“இங்க பயலுவ கூட இரிக்கன். காலைல பேசவா?”

“அங்கன யாருலே உனக்கு ப்ரண்டுவ?”

“இரிக்காவ. அண்ணாச்சிக்கு வேண்டிய ஆளுக்க.”

“ம்ம்ம்...”

“ம். செரி வைக்கவா? மெசஜ் பண்றன்?”

“முடியாது. எதாவது கொடு. வைக்கேன்.”

“என்ன கொடுக்க?”

“மயிரு. பாவம் பய சோகமா இரிப்பான் மனச மாத்தலாம்னு கேட்டம் பாரு.”

"ஏக்கி. என்னன்னு சொல்லு."

"அதாம்ல."

"புரியல அதாம்னா."

"அடச்சி... நடிக்க. செரி. நானே கேக்கன்." மெர்லின் குரலைத் தாழ்த்தினாள்.

"முத்தம் கொடு..." ஏற்கெனவே போதையில் மின்னிய அவனது கன்னங்கள் இப்போது வெட்கத்தில் நன்றாகச் சிவந்தன.

"ம்... மெசஜ்ல."

"போய்தொல. அப்புறம்..."

"என்ன. வெரசா சொல்லு."

"என்னச் சொல்ல காலைலேந்து இன்பாத்தான் நெனைப்பாவே இருக்கி. அப்படி இப்படினு ஒரு வருசம் ஆகிப்போச்சு பாத்தியா. இப்பம் நினைச்சாலும் தாங்க முடியல. இன்பாத்தான் மட்டும் இருந்துருந்தாவன்னா மாமாகிட்ட மொத நெருங்கிருப்பானுவளா?"

"ஏ மெர்லினு... இன்னிக்கு... இன்னிக்கு இன்பா இறந்த நாளா."

"பெறவு இல்லையா?"

"ஐயோ... எப்படி மறந்தன்..."

"மறந்துட்டியா? நீ என்ன மைண்ட் செட்லதாம் இரிக்க, ச்சீ... வை மொத." மெர்லின் கோபமாக அழைப்பைத் துண்டித்திருந்தாள்.

அந்த நொடியில் அவன் அத்தனை உற்சாகத்தையும் இழந்திருந்தான். சட்டென்று அவ்விடம் மொத்தமும் மலக்காடாக ஆகிவிட்டதைப் போல் அவனுக்குக் குமட்டல் உண்டானது. அதில் ஊர்ந்துகொண்டிருக்கும் ஒரு புழுவைப் போல் தன்னைக் கருதினான். ஒவ்வொரு கணத்திலும் அருவருப்பு. மீண்டும் மெர்லினுக்கு அழைக்கலாமா வேண்டாமா என்ற யோசனையுடன் கண்கள் கலங்கித் தலைகுனிந்தபடி அமர்ந்திருந்தான்.

எப்படி மறந்தேன்? இன்றுகூட எப்படி என்னால் குடித்துவிட்டு இன்பமாக இருக்க முடிகிறது? எத்தனை மோசமான சுயநலவாதியாக மாறிவருகிறேன்? அண்ணன் இதையெல்லாம் பார்த்துக்கொண்டு இருக்கிறானா..?! தனது சுயம் குறித்த எண்ணங்களும், கேள்விகளும்

அவனுள் வெம்மைக் கக்கி எரியத் தொடங்கியிருந்தன. அந்த உள்ளக்கொதிப்பு உண்டாக்கிய உஷ்ணத்தினில் அவனது நெஞ்சாங்கூடு உருகியது. பீறிட்டு வந்த அழுகையைக் கடலை வெறித்துப் பார்த்தபடி அடக்கிக்கொண்டான். அவனது கண்களில் வழியவேண்டிய கண்ணீர்மொத்தமும் அவனது மார்புக்குள் இறங்கியது. உள்ளே சென்று உதிரத்தோடு கலந்த அந்நீர்த்தாரைகள் இன்பராஜ் ஃபெர்னாண்டோவின் நினைவுச் சிதறல்களை சுமந்தபடி அவனது நரம்புகள் எங்கும் பாய்ந்தோடியது.

03

திருச்செந்தூர் நோக்கிச் சென்றுகொண்டிருந்த ஒரு பேருந்தில் அமர்ந்திருந்த இசக்கிக்கு அருகில் இருந்தவரின் முகத்தை ஏறிட்டுப் பார்க்கக் கூடத் துணிவிருக்கவில்லை. ஒவ்வொரு நிறுத்தத்திலும் பேருந்திற்குள் ஏறியோரை அச்சத்துடன் கவனித்தான். பயமும், இனி என்ன செய்யப்போகிறோம் என்ற கேள்வியும் சேர்ந்து அவனது நிமிடங்களை இறுக்கின.

பேருந்திற்கு வெளியே இரவு செறிவுற்றிருந்தது. ஒரு கட்டத்திற்கு மேல் அப்பேருந்தும் அவனது உயிர் பிழைக்கும் நம்பிக்கையைத் தளர்த்தியிருக்க அச்சம் கொண்டவனாய் ஸ்ரீவைகுண்டத்திலேயே இறங்கிக்கொண்டான். அவன் இறங்கிய இடம் அவனுக்கு எவ்வித மாறுதலையும் வழங்கவில்லை. புதியதொரு ஊர் தரும் உற்சாகத்தை அனுபவிக்கும் நிலையிலும் அவன் இல்லை. அப்போதைக்குத் திருநெல்வேலி நகரிலிருந்து விலகி இருப்பது மட்டுமே தனது உயிருக்குப் பாதுகாப்பாக இருக்கும் எனக் கருதினான். ஆனால் அவனுக்காகவே காத்திருந்ததைப்போல் மரணபயம் அவனை மீண்டும் பின்தொடர்ந்தது. சாலையில் உலாவிய ஒவ்வொரு மனிதரையும் சந்தேகித்தான். அவர்கள் எல்லோரும் தன்னைக் கொலை செய்வதற்காகவே அங்கு நடமாடுகிறார்கள் என்கிற தோற்றத்தை அவனது ஆன்மா உருவாக்கிக் கொண்டது. உயிர் எடுக்கும் ஆயுதங்கள் ஏதேனும் இருக்கின்றனவா என ஒவ்வொருவரின் கரத்தையும் உற்றுப் பார்த்தான். யாராவது தன்னைப் பின்தொடர்கிறார்களா என விழிகளை உருட்டிப் பின்னால் நோக்கினான். இன்னொரு புறத்தில் பசி உள்ளுருப்புகளுக்குத் தீ வைத்தது. நடை தளர ஆரம்பித்ததும்

சாவது என்றாலும் இனி உணவருந்திவிட்டுச் சாகலாம் என முடிவு செய்தவனாய் ஓர் உணவு விடுதிக்குள் நுழைந்தான். வயிற்றின் இரைச்சல் அடங்கியபின் மனம் உணர்த்திய திசையில் நடக்க ஆரம்பித்தான்.

பாண்டிதுரைதான் நம்மிடம் நன்றாகப் பேசுவாரே அவரைச் சந்தித்து நடந்தவற்றையெல்லாம் கூறினால் என்ன? அந்தக் கொலைகாரன் காரில் வந்து கொலையுண்டவனுக்கு உதவியாக நானும் இருந்திருக்கிறேன் என நினைத்துவிட்டானா? எப்படியும் நான் அந்தக் கொலையைக் கண்ட சாட்சியாகிவிட்டேன், இனி அவர்கள் என்னை விடமாட்டார்கள். அப்படியென்றால் இனி என்னால் லாட்ஜிற்குத் திரும்பவே முடியாதா? ராஜசேகரும், மரியாவும் இனி வாழ்க்கையில் இல்லையா?

தனது விதியை நினைத்துக் கொந்தளிப்பு அடைந்தவனாய்த் தொடர்ந்து நடந்தான். அதனோடு இடும்பன் பெரியப்பாவும் இப்படியான மனநிலையில்தான் ஊர் ஊராக அலைந்தாரோ என்ற சிந்தனையும் அவனுள் எழுந்த வண்ணம் இருந்தது.

இனி ஓரடி கூட எடுத்து வைக்க முடியாது என்ற அளவிற்கு நீண்ட நேரமாக நடந்து ஓய்ந்திருந்தான். எவ்வளவு தூரம் வந்திருக்கிறோம்; எங்கு இருக்கிறோம் என்பதைக்கூட அவன் அறிந்திருக்கவில்லை.

திடீரென வேறொரு உலகிற்குள் நுழைந்துவிட்டதைப் போல் உணர்ந்து கண்களை அகல விரித்தான். அந்தப் பேயிருளில் அவனெதிரே பெரும் மணல்வெளி ஒன்று பரந்துவிரிந்திருந்தது. அவ்விடம் மனிதர்களால் கைவிடப்பட்ட பிரதேசம் போல் காட்சி தந்தது. இருட்டை மீறி ஆங்காங்கே சில முந்திரி மரங்களும், பனை மரங்களும் அவனது பார்வைக்குத் தென்பட்டன.

நடுச்சாம நேரத்தில் தேரிக்காட்டிற்குள் நுழைந்திருந்த அவனுக்கு நிலவுகூடத் துணையாய் இருக்கவில்லை. நட்சத்திரங்கள் மட்டும் அவன் மீது கொஞ்சம் கருணை காட்டின. அவை சிமிட்டிய ஒளியின் துணையோடு பையிலிருந்து ஒரு துண்டை எடுத்து அருகிலிருந்த மணல்மேட்டின் மீது விரித்துப் படுத்துக்கொண்டான். பின் சாமத்தில் வீசிய காற்று தேரிக்காட்டு மணல் திட்டுக்களை இடம்மாற்றத் தொடங்கியது.

கன்னங்களைத் துளைக்கும் மணல் துகள்களிலிருந்து தப்பிக்க அவன் தனது சாரத்திற்குள் முடங்கிக்கொள்ள முயன்றான். அவனுக்கு அருகில் இருந்த முந்திரி மரம் ஒன்று மணலுக்குள்

புதைந்திருப்பதை அரை உறக்கத்தில் கண்டு திடுக்கிட்டுக் கண்விழித்தான். அந்த மரம் மணல் பிசாசு ஒன்றின் வாயில் அகப்பட்டு மெல்லமெல்ல விழுங்கப்படுவதைப் போல்காட்சி தந்து அவனுக்கு நடுக்கத்தை உண்டாக்கியது. அங்கிருந்து எழுந்து வேறோர் இடத்தில் சென்று உறங்கலாம் என்ற முடிவோடு எழ நினைத்தான். ஆனால் அம்மணல் பிசாசின் மெல்லிய கரங்களுக்குள் தானும் சிக்கியிருக்கிறோம் என்பது ஓரிரு நொடிகளில் அவனுக்குத் தெரியவந்திருந்தது. அவனது உடல் முழுவதுமாக அதன் கட்டுப்பாட்டை இழந்திருந்தது. விழிப்புடன் இறந்து கிடப்பது போன்ற ஒரு நிலையில் எதிரில் நின்ற ஒற்றைப் பனைமரத்தை நோக்கியிருந்தான்.

அதுவரை காற்றில் அலைந்த மணல்துகள்கள் அவன்முன் திடீரென ஒன்றுகூடி ஓர் ஒற்றை உருவத்தை வடித்துக்கொள்ளத் தொடங்கின. அவ்வுருவம் மெல்ல ஒரு பெண்ணின் வடிவில் வளர அவனது விழிகள் இரண்டும் மிரட்சியின் உச்சநிலையை எய்தின.

முழுமை பெற்று நின்ற அந்தப் பேருருவத்தின் ஒற்றை அணுவும் காற்றின் பலத்தால் கீழ் உதிரவில்லை.

அந்தக் கொடிய இருளில் அவன்முன் யட்சிகளைச் சுமக்கும் மங்கம்மாள் பனைமரத்தின் பாதி உயரத்தில் வளர்ந்து நின்றாள். அதைக் கண்ட நொடியில் அவனுக்கு மரியா கூறிய மோகினியின் நினைவுவந்தது. அந்த மோகினியைப் போலவே இவளும் அருகிலிருக்கும் பனைமரத்தைப் பிடிங்கி தம்மீது எறிந்துவிடுவாளோ என அஞ்சினான்.

கைகூப்பிக் கருணையை வேண்டுவதையன்றி அவனுக்கு வேறொரு வழி அங்கில்லை. இரக்கத்தை யாசித்து அவனது கண்கள் கண்ணீரை இடைவிடாமல் வெளியேற்றின. திடீரென ஒருநொடியில் உடல் சிலிர்த்து நரம்புகளில் மின்சாரம் பாய்ந்ததைப்போல் உணர்ந்து எழுந்து அமர்ந்தான். அவனைச் சுற்றி நாலாப்புறமும் மணல்மேடுகள் உயர்ந்திருந்ததைக் கண்டு திடுக்கிட்டான். இன்னும் சிறிது நேரம் உறங்கியிருந்தால் நிச்சயம் மணலுக்குள் மூடப்பட்டு சமாதியாகியிருப்போம் என்கிற யோசனையோடு மங்கம்மாள் நின்றுகொண்டிருந்த பனைமரத்தடியைக் கண்டான்.

அவள் அங்கு இல்லை. கிழக்கில் வெளிச்சம் முளைப்பதற்கான அறிகுறிகள் தென்பட்டன. மீண்டும் உறக்கம் பீடித்துக்

கண்ணயர்ந்தவனுக்குக் காலைக் கதிரவன் இளம்சூட்டைத் தூவி இதமளித்துக் கொண்டிருந்தது.

வெயில் உக்கிரமடைந்ததும் வெப்பத்தாலும், கண் இமைகளை ஊடுருவி வந்த செந்நிற ஒளியாலும் உறக்கம்கெட்டு எழுந்து அமர்ந்தான். துயில் கலைந்து கண்களைத் துழாவிப் பார்த்தபோது அவனைச் சுற்றியிருந்த நிலம் எல்லைகளற்றுப் பரவிக்கிடந்தது. முன்பின் கண்டிடாத அத்துவானக்காட்டில் தனித்துவிடப் பட்டிருப்பதை அறிந்தவனாய்த் தான் வந்த வழி எதுவெனத் தேடி ஒருவழியாக அதனைக் குத்துமதிப்பாகக் கணித்துக்கொண்டான்.

ஓர் ஒற்றைப் பனைமரத்தை அடையாளமாக வைத்துக்கொண்டு அது கண்ணில் தெரியும் தூரம் வரை தன்னால் தொடர்ந்து செல்ல முடியும் என்ற நம்பிக்கையோடு தேரிக்குள் நடந்தான்.

நேரம் செல்லச் செல்ல வெயிலின் தாக்கமும் அதற்கு ஈடாக அந்நிலத்தின் வெம்மையும் கூடிக்கொண்டே சென்றது. காற்று மிகுதியாக இருந்தும் அதில் ஈரப்பதம் துளியும் இல்லை, பனை மட்டைகளைச் சடசடவென அசைத்து மெல்லிய மணல்துகள்களை அள்ளி வந்து கொட்டிக்கொண்டிருந்த அந்த வளி தென்றலில் சேராது.

பசியும், தாகமும் வாட்டத் தொடங்கியதும் முந்திரி மரங்களில் தென்பட்ட முந்திரிப் பழங்களைப் பறித்து அது உண்டாக்கும் தொண்டை நமைச்சலையும் பொருட்படுத்தாமல் கடித்து மென்றான்.

வெயில் உச்சியில் ஏறியிருக்க, அங்கு நிலவிய அசாதாரணத் தனிமை அவனது மூளையின் சமநிலைக்குச் சவால் விடுத்தது. மணற்பரப்பின் மீது படர்ந்திருந்த அனலும் கொடுமையாக வாட்டியது. கண்களைச் சுருக்கிக்கொண்டு சற்று நிழல்பாங்காகத் தென்பட்ட ஒரு மரத்தடியை நோக்கி நடந்தான். அம்மர நிழலில் நன்கு வாலிபமான சுருட்டை விரியன் பாம்பொன்று சுருண்ட நிலையில் படுத்திருந்தது. அவன் அதன் உடலில் காணப்பட்ட நெருக்கமான செதில்களையும், பெரிய கண்களையும் கண்டு கலக்கமுற்றான். மண்ணைக் காலால் கிளறி அதை நோக்கி எத்தினான். பாம்பு திடுக்கிட்டவாறு தலையை உயர்த்தி புஸ் என்று ஓசையெழுப்பியது. பிறகு இன்னொரு வடிவில் உடலைச் சுருட்டிக்கொண்டது. அவன் கீழே குனிந்து கல் ஏதேனும் தென்படுகிறதா எனப் பார்த்தான். அது அதற்குள்

அங்கிருந்து ஊர்ந்து நகர்ந்து சென்றிருந்தது. மனிதன் என்கிற அதிகாரத்தைக் கொண்டு அந்த இடத்தைக் கைப்பற்றியதில் அவனுக்கு ஒருவிதமான மெல்லிய போதை ஒன்று உண்டானது. நிழலின் கருணையில் இளைப்பாற முயன்றான்.

வெயில் தாழ்ந்ததும் இங்கிருந்து கிளம்பிவிட வேண்டும். இங்கு சுற்றித் திரிவதால் எவ்வித ஆச்சரியமும் நிகழ்ந்துவிடப்போவதில்லை. முதலில் நான் ஏன் இங்கு வந்தேன்? இந்தத் தீரா உலாவின் பொருள்தான் என்ன? எனக்கு மட்டும் ஏன் தெய்வமென்று ஒன்று இருக்கவேயில்லை. எனக்கென்று இந்தக் கால்களைத் தவிர உற்ற துணை என்று வேறெதுவுமே இல்லை.

இந்த அயராத கால்களை மட்டும் கொடுத்துவிட்டு இவை எனக்குப் போதுமென்று கடவுள் நினைத்துவிட்டாரா? மரியா என்பவள் யார்? அவளும் இறையின் வடிவம்தானே. அவளாலும் என்னை இரட்சிக்க இயலாதெனில் வேறு எவரால் இயலும்? மங்கம்மாளுக்கு ஏன் என்மீது இரக்கம் பிறக்கவேயில்லை? இந்த விளக்கை ஏன் இன்னும் சுமக்கவேண்டும்? இங்கேயே வீசி எறிந்துவிட்டு ஏதோ ஒரு மரத்தில் சாரத்தைச் சுற்றித் தூக்கிட்டுக் கொண்டால் என்ன? என்ன ஆகிவிடப்போகிறது? ஏன் இந்த இடம் மட்டும் இப்படியானதொரு வண்ணத்தில் காட்சி தருகிறது. நான் கத்தியால் அறுபட்டுச் சாகும்போது பீறிடும் இரத்தத்தை உணர்த்துவது போல் இந்நிலமும் இருக்கிறதா? சித்தம் கலங்கியதைப் போல் தீவிரமான சிந்தனைகளில் உழன்றுகொண்டிருந்தவன் வெயில் கவிழக் கவிழ மெல்ல மெல்ல அமைதியடைந்தான்.

"அண்ணாச்சி... நில்லுங்க." மாலையில் அவன் அமர்ந்திருந்த இடத்திலிருந்து சற்று தொலைவில் பானைகளைச் சுமந்தபடி இருவர் நடந்து செல்வதைக் கண்டதும் அவர்களை நிறுத்தும் விதத்தில் சப்தமிட்டபடி ஓடினான்.

"யாரு நீ... ஆளு புதுசாவுல்ல இருக்கு."

"நான் வெளியூரு. பதனியா வைச்சிருக்கிய." நின்றிருந்த இருவரும் அவனை மேலும் கீழுமாகப் பார்த்துவிட்டுப் பானையைக் கீழே இறக்கினர்.

"பதனி இல்லடே. கள்ளுதாம் இரிக்கு. வேணுமா."

"கொடுங்க அண்ணாச்சி. தாகம் சாவடிக்கி." - அதில் ஒருவர் பனை ஓலையினை மடித்து அதில் கள்ளை நிரப்பி அவனிடம் நீட்டினார்.

அதனை வாங்கிய அவன் மார்பில் வழியும்படி நிதானமின்றிக் குடித்தான். இன்னொரு முறை ஊற்றவா என அந்தப் பனையேறி கேட்டபோது வேண்டும் என்பது போல் தலையாட்டினான்.

அடுத்தடுத்து நான்கு முறை வாங்கி வயிறுமுட்டக் குடித்துவிட்டு சார மடிப்பிலிருந்து ஐந்து ரூபாயை எடுத்து அவரிடம் நீட்டினான்.

“ஏப்பா. ஏம் இம்புட்டு. இதுபோதும்.”

“பரவால்ல அண்ணாச்சி. வைச்சுக்கிருங்க. இந்தச் செர என்னன்ட்டு எனக்கு நல்லாத் தெரியும். பெறவு நீங்க பாக்க ஒருசாடைல எங்க ஐயா மாரியே இருக்கிய.”

அவர் திருப்பித் தந்த நாணயங்களை அவன் மீண்டும் அவர் கையிலேயே கொடுத்துவிட்டுப் பையை வைத்திருந்த மரத்தடியை நோக்கி நடந்தான். பையை எடுத்துக்கொண்டு அங்கிருந்து நகர்வதற்காக முதலடியை எடுத்து வைத்தவனின் காலில் ஒருபொருள் இடர்பட்டது. மணலை ஒதுக்கிவிட்டு அது என்னவென்று பார்த்தான்.

செங்குத்தாக மணலுக்குள் புதைந்திருந்த அப்பொருளின் நுனியை மட்டும் பிடித்து, அசைத்து அசைத்து வெளியே பிடிங்கினான். சற்று கனமான கூரிய அரிவாள் ஒன்று அவனது வலது கரத்தில் ஏறியிருந்தது. அதனையும் தனது பையில் வைத்துக்கொண்டு அடுத்து எங்கு செல்லலாம் என்று முடிவெடுக்கவேண்டிய யோசனையில் நின்றான். மாலைவெயில் மங்கிவரத் தேரி மணலின் சிவப்பு நிறம் செறிவடைந்துகொண்டிருப்பதைப் பார்த்தான். பிறகு ஒரு முடிவை எடுத்துவிட்டத் திடத்துடன் வந்த வழியிலேயே நடந்தான்.

தேரி மணல்வெளியிலிருந்து வெளியேறுவது என அவன் முடிவெடுத்திருந்தபோது, செந்நிறம் அவனுக்குப் பிடித்த நிறமாக மாறியிருந்தது. சிவப்பென்றால் அது ஒரு மலரின் சிவப்பல்ல. ஞாயிறு ஓயும்போது கீழ்வானில் தெரியும் சிவப்பும் அல்ல. அது வேறொரு சிவப்பு. அந்தச் சிவப்பிற்கென்று தனித்த வாசம் கூட உண்டு. தேரிக்காட்டின் மழைநீரைப் போல் அவனது வாழ்வும் குருதி நிறமேறிக் கடல் சேரப்போவதை முன்னுணர்ந்து உரைக்க அவனோடு அங்கு யாரும் இல்லை. அங்கிருந்து வெகுதூரம் வந்தபின்னரும் அவனது விழிகள் மீது படர்ந்திருந்த செந்திரை அகன்றிருக்கவில்லை. தலைபோகும் எனத் தெரிந்தும் நெல்லைக்குள்

நுழைய முனைப்புடன் நடந்தவனுக்கு முன்னால் பனைமரங்கள் கூட அடர்சிவப்பு நிறத்தில் தோகை விரித்து நின்றன.

இரவோடு இரவாகத் திருநெல்வேலிக்குள் மீண்டும் பிரவேசித்திருந்த அவனை இம்முறையும் இன்முகத்துடன் வரவேற்ற தாமிரபரணி, விடியும் வரையிலும் அவனைத் தனது மடியில் கிடத்தி உறங்கவைத்தது. கோடையினால் நீர்வற்றிக்கிடந்தும் அதனிடம் குளிர்ச்சி மீதமிருந்தது. அவ்விடம் அவனும் ராஜசேகரும் காலையில் வழக்கமாக நீராடும் படித்துறையாக இருந்தமையால் அவன் கணக்கிட்டபடி பொழுது புலர்ந்ததும் ராஜசேகர் அங்குவந்து நின்றான். லாட்ஜில் நடந்த சம்பவம் ராஜசேகரின் காதுகளுக்கு எப்படியும் வந்திருக்கும் என நினைத்து அவன் அதைப்பற்றி அவனிடம் எடுத்துக்கூற எண்ணினான். அதேசமயம் ராஜசேகரிடத்தில் அவனிடம் தெரிவிக்கச் செய்தி ஒன்று இருந்தது.

“ஆமாலே. காலைல ஒரு டீமு வந்துச்சு. செத்தவனோட ஆளுவ. பெறவு ராத்திரில. நாலு பேரு வந்தாவ... அவிய பேசினத பாத்தா அவிய தாம் கொலை பண்ண டீமு போல.”

“என்ன கேட்டானுவ?”

“நீ எங்க... உன் ஊர் எதுனு கேட்டாவ. நான் ஊர மட்டும் சொன்னேன். மிரட்டினாவடே. அதாம்.”

“பரவால்ல. சொன்ன வரைக்கும் செரிதாம்.”

“ஆனா ஒன்னுடே நீ அவனுவல நேருக்கு நேரா பாத்து பேசினாதாம் இதுலேந்து தப்பலாம்னு நினைக்கன். அவியளும் கொஞ்சம் நல்ல மாரியாதாம் பேசுறாவ.”

“செரி. இன்னைக்கு வந்தாவன்னா. அவியல்ட்ட இத மட்டும் சொல்லு.”

“ஆருட்ட. ரெண்டு டீமும் வருமோ?”

“செத்தவனோட ஆளுவல விடுல. அவனுவ கேட்டா தெரியாதுனு சொல்லிடு. கொலை பண்ணவனோட ஆளுவ வந்தா மட்டும் நான் இதச் சொன்ன்னு சொல்லு.”

“என்னச் சொல்ல?”

“என்ன பாண்டி சாருக்குத் தெரியும். நான் இதுல சம்பந்தப்படல. நான் எதையும் பாக்கையும் இல்ல. இத மட்டும் நான் சொன்னம்னு அவியயிட்ட சொல்லு.”

“செரிடே. கவலைப்படாத. நான் இருக்கன். வந்தவக எங்க முதலாளிக்கும் தெரிஞ்சவகதாம்னு நினைக்கன். அவகள வைச்சு பேசிப் பாக்கன். நா நாளைக்குக் காலைல வர. யார் கண்ணுலயும் படாத என்ன. நாளைக்கு மறுபடி இங்கனயே பாப்போம். செரியா... லாட்ஜில வேற போலீஸா இருக்கு.”

“சரி’ என்று தலையாட்டிவிட்டு இசக்கி ஆற்றை ஒட்டி மண்டிக் கிடந்த புதர்வெளியில் நுழைந்து மேற்குத்திசை பார்த்து நடந்தான்.

யாவற்றையும் கவனித்தபடி கணுக்கால் மட்டத்தில் சலசலத்துக் கொண்டிருந்த தென்பெருநை நதி ஓர் புது வெள்ளத்தை எதிர்நோக்கிக் காத்திருந்தது.

04

“நாலே நாள்தான். கன்னிப் பொங்கல் முடிஞ்சோன டான்னு வந்துடுவோம்.” இருதயராஜிடம் பேசியபடியே ராணி துணிமணிகளை அள்ளி பைக்குள் திணித்துக்கொண்டிருந்தாள். வாசலில் நின்ற கணேசன் இருட்டை ஊடுருவி நஞ்சுண்டான் வருகிறாரா எனப் பார்த்துவிட்டு மீண்டும் வீட்டிற்குள் வந்தார்.

“ஏப்பா தம்பி... அண்ணன் உங்கக்கிட்ட எதும் சொன்னாப்ளயா? நல்லா இருட்டிட்டு வேற.”

“இல்லயே.”

“கொஞ்சம் ஃபோனபோட்டுதான் கேளுங்களேன். ஊருக்குப் போறம்னு நேத்தே சொல்லிருந்தன்” ராணி கவலையுடன் கூறினாள்.

“அண்ணாச்சிட்ட நான் சொல்லிக்கிறம். நீங்க கிளம்புங்க.”

“அட என்னப்பா நீ. சம்பளம் வாங்காம பொங்கலுக்கு அங்கப்போய் என்ன பண்றது?”

“இந்தா... செத்த இருங்கக்கா. அண்ணாச்சிக்குக் கூப்பிடுதம்.” அவன் அவனது கைபேசியை எடுத்து நஞ்சுண்டானின் எண்ணிற்கு அழைத்தான்.

“அண்ணாச்சி... நான் இருதயம் பேசுதன். எங்க இருக்கிய...

...செரி அண்ணாச்சி. எப்போம் வருவிய?

...ஓ, இங்கன ராணியக்காவும். அவக வீட்டுக்காரவகளும் ஊருக்கு போவனும்ட்டு கிளம்பி நிக்காவ..

...ம். ஆமா... செரி அண்ணாச்சி.

...ம். இருக்குது.

...அது பரவாயில்ல... நான் கொடுத்துவிடுதன்.”

அழைப்பைத் துண்டித்துவிட்டு உள்ளே சென்றவன் கட்டிலுக்குக் கீழ் இருந்த தனது பையை எடுத்துத் திறந்தான்.

“அக்கா... இந்தாங்க. உங்களுக்குத் துட்டு கொடுக்கச் சொன்னாவ. நீங்க கிளம்புங்க.”

“சரி தம்பி எவ்வளவு கொடுக்கச் சொன்னாங்க?”

“ஆயிரத்தி ஐநூறு.”

“ஐயோ தம்பி. இது என்னத்த பத்தும். அதனாலதான் அவரு வரட்டும்னு இருந்தன். வந்தார்னா கொஞ்சம் சேத்து கேக்கலாம்.”

“அப்படியா சரி. இந்தாங்க... இதையும் பிடிங்க ரெண்டாயிரம் ரூவா இருக்கி.”

“ஐயயோ வேணாம் தம்பி. என்ன கத்துவாரு. சின்ன பையன்ட்ட நச்சரிச்சு வாங்கினியானு.”

“இல்ல அவருக்குச் சொல்ல வேணாம். வைச்சுக்கிருங்க. ஒங்க மவனுக்கு நான் பொங்க துட்டு தந்தமாரி இரிக்கட்டும்.”

“அதுப்பா...” முதலில் மறுத்தாலும் அவளால் அவனது அன்பைத் தட்டமுடியவில்லை. நீட்டிய பணத்தை எண்ணிப் பார்க்காமல் வாங்கி பண உறையில் வைத்துக்கொண்டாள்.

“உங்களுக்கு இப்ப சாப்பாடு? அவங்க வீட்டுக்குத்தானே போறீங்க?”

“ஆமா. சந்திரன் வரான். அழைக்க.”

"சரி தம்பி பத்திரமா இருங்க."

"இந்த நாய் வேற எங்க போனிச்சுன்னு தெர்லயே. சோறுபோட்டுப் போவம்னு பாத்தா..." பவுடர் டப்பாவை எடுத்துக் கையில் கொட்டிக்கொண்டாள்.

"வெளிலதான் நிக்குது. எடுத்துட்டு வா." கணேசன் குரல் எழுப்பினார்.

"தம்பி அப்புறம் நீங்க அங்க போனதும் யாரையாவது அனுப்பி மறக்காம மதியமும் இராத்திரியும் மட்டும் நாய்க்குச் சாப்பாடு போட்டுப் போகச் சொல்லுங்க... ம்.. ஐயாவுக்குத் தெரியும் பாத்துப்பாரு."

"ஏய் சீக்கிரம் வாடி. அங்க போய் இருட்டுக் கூத்தடிக்கவா. நாடகத்துல நடிக்கிற மாதிரி பூட்டாமாவு பூசுவா."

ராணியும், கணேசனும் கிளம்பிய பிறகு இருதயராஜ் வீட்டிற்கு வெளியே தொங்கிய குண்டு பல்பை எரியவிட்டு அதன் வெளிச்சத்தில் நாற்காலியைப் போட்டு அமர்ந்துகொண்டான். இருளன் அவனுக்கருகில் வந்து உக்கார்ந்துகொண்டு தோப்பின் வாயில் பகுதியை நோக்கியிருந்தது. அதன் கூரிய பார்வை அது ஏதோ ஒரு தீவிர யோசனையில் இருப்பதைப் போல் காட்டியது.

காதுகள் விரைத்த நீண்ட முகமும், மினுமினுப்பேறிய உடல் ரோமங்களும், வேட்டை நாய்க்கு மட்டுமே உரித்தான திமிரும் அதனிடம் குறைவில்லாமல் இருப்பதை உணர்த்தின. அதன் நெற்றியில் கைவைத்து அவன் வருடிவிட்டான். அதனை ஏற்றுக்கொண்டதை அறிவிக்கும் விதமாகத் தனது வாலை அது மெலிதாக அசைத்தது. இருந்தும் தனது பார்வையிலிருந்து கவனம் சிதறாமல் அதேநிலையில்தான் அமர்ந்திருந்தது.

சட்டென்று ஒரு ரீங்கார ஓசை எழுவதைக்கேட்டு அவன் தலை திருப்பிப் பார்த்தான். ஒரு பணியார அளவிலான காண்டாமிருக வண்டொன்று குண்டு பல்பைச் சுற்றி வட்டமிட்டுக்கொண்டிருந்தது. இருளன் அதைப் பொருட்படுத்தாமல் அமர்ந்திருந்தது. அவனுக்கு அச்சம் எழுந்தது. தோளில் கிடந்த துண்டைப் பின்னலாகச் சுற்றியபடி அந்த வண்டை நோக்கி வந்தான். முதல் இரண்டு சுழற்றலில் வண்டு லாவகமாக நகர்ந்துகொண்டது. மூன்றாம் சுழற்றலில் பொத்தென்று தரையில் விழுந்து அசையாமல் கிடந்து

நடித்தது. வாசலோரத்தில் கிடந்த எடைமிகுந்த கல் ஒன்றைத் தூக்கிவந்து அதன்மீது நச்சென்று போட்டான்.

துன்புறுத்தல் தந்த கிளர்ச்சியை அனுபவித்தவனாய் மீண்டும் நாற்காலியில் வந்து அமர்ந்துகொண்டான். இருளன் சற்று அகன்று போய் படுத்துக்கொண்டது. மீண்டும் தனிமை. ஏகாந்த நிமிடங்களும், உடலைத் துளைக்கும் பனிச்சாரலும் இணைந்து அவனுக்குள் காம எண்ணங்களை நிரப்பிக்கொண்டிருந்தன. உடல்வேட்கை தீவிரமடையவும் அவனது விரல் மெர்லினின் எண்ணைத் தானாக அழுத்தியது. அப்பன் இறந்து முழுவதுமாக இன்னும் ஒரு மாதம் கூட நிறைவடையவில்லை. அதற்குள் உடலின்பம் குறித்த ஆசைகள் பீறிடுவதை நினைத்து அவனால் அருவருப்பு அடையமுடிந்ததேயொழிய, அவ்வெண்ணங்களுக்கு அவனால் மடைபோட இயலவில்லை.

“ஏக்கி. என்ன செய்ற?”

“சொல்லு. இப்போம் தான் குளிச்சிட்டு வந்து உனக்கு எஸ்எம்எஸ் பண்ணலாம்னு போன எடுக்கன்.”

“குளிச்சியா? ம்ம்..”

“என்ன ம்ம்..?”

“ஒன்னுல்ல மேலுக்கு தொவட்டிட்டியா.”

“ஏன் நீ வந்து தொவட்டப் போறியா. ஏம்ல உனக்கு இதுக்கெல்லாம் நேரம் காலமே இல்லையா? அம்மா வேற வந்துடும்.”

“மாமி இப்பம் இல்லையா?”

“டீச்சரு மவ வயசுக்கு வந்துட்டானு பாக்கப் போயிருக்கு.”

“ம்... அந்தானி தனியாதாம் இருக்கம்னு சொல்லுத.”

“ம்ம்ம்.”

“என்ன ம்ம்ம்?”

“ஏள. மரமண்ட பேச வந்தத பேசித்தொல. உன்ன பாக்காம. உன்கூட... என் தவிப்பு எனக்குதாம் தெரியும்.”

“எனக்கும் தான். இப்போம் மட்டும் அங்க இருந்தம்னா...”

“இருந்தியின்னா?”

"மொத உன் தலைல கட்டிருக்க துண்டையும், உன் ஷாலையும் உருவி..."

"நைட்டி போட்ருக்கன்."

"அப்ப அதோட உன்ன கட்டில்ல தள்ளி... உன் மேல படுத்து. செரி மிச்சத்த எஸ்எம்எஸ்ல சொல்லுதன்."

"ம்க்கும்... நீ பேசிட கீசிட போற... கொஞ்ச நாளா என்ன கண்டுக்கவே மாட்டெங்க..."

"இல்லக்கி. எனக்கு உங்கூட பேச ஆசையாதான் இரிக்கி. ஆனா ஒருமாரி இப்போம் தயக்கமா இருக்கு. எல்லாத்து மேலயும் தயக்கம். ஒருமாரி இருக்கி. இன்பாவையும், அப்பாவையும் நீ நினைப்பு வைச்சிருக்க மாரி கூட. அத எப்படிச் சொல்ல. அவிய இன்னும் சாவலனே தோனுதுள. பெறவு எப்படி அவிய பத்தி வருத்தமா இரிக்கும்."

"ஏளா. விடு. நான் உன்மேல கோவப்பட்டாலும் உன்ன புரிஞ்சுக்காம இல்ல. செரியா. எல்லாம் செரியாயிடும். நீ இப்பமே கிளம்பி இங்கன வா. வந்து உன் மனம் போல என்கூட எப்படி வேணா இரு... நீ மின்ன கேட்ட மாரி கேரளா போறதுனா கூட போவோம். இதுக்கு மேல ஒரு பொம்பள புள்ள ஓப்பனா பேசாது."

"ச்சீ அப்போம் என்ன நீ அப்படிதாம் நெனைக்கியா."

"ஓ இல்லையா. செரி விடு. நீ கேட்ட அளவ சொல்லலாம்னு இருந்தேன். அதாம் நீ யோக்கியன்னு சொல்லுதியே. அப்போம் வேணாம்."

"ஏக்கி... அத மெசஜில சொல்லு."

"அதான. திருட்டுப் பயதானடா நீ."

"மெர்லினு. என்னயச் சுத்திதான் என்ன நடக்குதுனே வெளங்க மாட்டிக்கி. நீ தாம் பாக்கெல்ல. இப்படி ஓடி ஒளிஞ்சு கிடக்குறது எவ்வளவு செரையா இருக்கி தெரியுமா. கொஞ்சநாள் ஆவட்டும். அங்கன வந்துடுதன்."

"செரிடா... நாயே... நாயே நீ மொத கவலப்படாம இரு. நான் இரிக்கன்."

"இப்போம் லாஞ்சு, உப்பளம் எல்லாம் ஆரு பாக்கா? ஜார்விஸ் மாமாதானே?"

"ம். அப்பாதாம்."

"சரி நான் முடிஞ்சமட்டுக்கு வெரசா வர பாக்கேன். இரு... இங்க ஆளு வந்துட்டாவன்னு நினைக்கன். வண்டிச் சத்தம் கேக்கி."

"யாரு?"

'சந்திரன்னு. ஃப்ரண்டு. சரி வைக்கன். எட்டு மணி தாண்டி எஸ். எம்.எஸ் பண்ணு."

"செரி குட்டி... பத்திரமா இரு."

சந்திரன் தோப்பிற்குள் வந்து அவனை வேகமாகக் கிளம்பச் சொல்லி அவசரப்படுத்தினான். அவன் தயார் நிலையில் வைத்திருந்த தனது பையை எடுத்துக்கொண்டு சந்திரனோடு வாயிலை நோக்கி நடந்தான்.

"நைட் ஷோவா? எங்கல."

"அறந்தாங்கி. நீங்க, நான், திப்பு அப்புறம் தமிழண்ணனும் வரன்னாங்க."

"பொங்கலுக்குத்தானே புதுப்படம் வரும்."

"ஏதோ ஒன்னு. ஓடுறத பாப்போம். அப்போலாம் நேரமிருக்காது..."

"செரி அண்ணாச்சிகிட்ட கேட்டுக்குவோம்."

"வீட்டுக்குப் போய் கேட்டுக்கலாம். உக்காருங்க"

"எல பையல. லைட்டு வேற டிம்மா எரியுது. இப்படிப் போற." சந்திரனை அதட்டினான்.

இருவரும் நஞ்சுண்டான் வீட்டை அடைந்தனர். ஏற்கெனவே அங்கு திப்பு சுல்தான் இரவல் வாங்கி வைத்திருந்த இன்னொரு வண்டியோடு காத்திருந்தான்.

"இருல. உள்ள போய் பைய வைச்சிட்டு அண்ணாச்சிட்ட சொல்லிட்டு வரம்." அதற்குள் வண்டிச் சத்தம் கேட்டு நஞ்சுண்டான் திண்ணைக்கு வந்திருந்தார்.

"வா தம்பி... சந்திரா வா. அது யாரு கேட்டுகிட்ட."

"திப்புதான்."

“ஏன் அங்கயே நிக்கிறான். எலேய் ஒப்பன் மவனே. எவன்டா அங்க நிக்கிறது இங்க வா.” நஞ்சுண்டான் குரல் கொடுத்ததும் திப்பு சுல்தான் லுங்கியை இறக்கிவிட்டபடியே திண்ணைக்கு வந்தான்.

“என்னடா சந்திரா பொங்கல்லாம் வந்துட்டா?”

“ம்ம்ம்” என்று சந்திரன் தலையாட்டினான்.

“இருதயா அவங்களுக்குப் பணம் கொடுத்துவிட்டியா?”

“ம் கொடுத்துட்டம் அண்ணாச்சி.”

“சரி உனக்குக் காலைல தரவா?”

“ஐயோ அதனால என்ன அண்ணாச்சி. துட்டுலாம் வேணாம். இரிக்கட்டும்.”

“காலைல தரன். சரி இந்த ரூம்ல போய் பைய வைச்சுக்க. தமிழு ரூம்தான். உள்ள இருக்கான் பாரு.”

“செரி அண்ணாச்சி. அம்மா எங்க?”

“இந்தா... உள்ளதான் இருக்கா. பைக்குச் சத்தம்கூட கேக்காம டிவி பாக்குறா பாரு. ஏட்டி... இங்கவா...” மீனாம்பாள் இருதயராஜ் நிற்பதைக் கண்டு எழுந்துவந்தார்.

“விருந்தாளியெல்லாம் வந்துருக்கிங்க. என்ன இந்தப் பக்கமே ஆளக் காணும்.”

“எப்படிமா இருக்கிய?”

“நல்லா இருக்கன்யா. உள்ள வா.” சந்திரன் பார்வையினால் அவனை அவசரப்படுத்தினான்.

“இல்லம்மா... அறந்தாங்கி போவலாம்னு சொன்னாவ... படத்துக்கு. நேரமாச்சு.”

“ஓ அதான் எல்லாம் கூடி வந்துருக்கியலா. இவன் பூன மாதிரி கேட்டு கிட்ட நிக்கும் போதே நினைச்சன். அதுசரி” நஞ்சுண்டான் சிரித்தார்.

“அண்ணாச்சி போய்ட்டு வரவா?”

“ம்ம்ம் செரி... பத்திரம். தமிழும் வரான்ல.”

“வராவ அண்ணாச்சி.”

"எல்லாம் ப்ளான் பண்ணிட்டுதான் வந்திருக்கியலா. சரி சரி."

பாதுகாப்பாகப் போய்வரும்படி அவர் கூறிக் கொண்டிருந்தபோது எதிர்வீட்டு ராசாயி கிழவி வீட்டு வாசல்வரை பதைபதைத்து ஓடி வந்தது.

"ஏப்பா... தம்பி. இங்கவா."

"ஏ அத்த... என்னாச்சு. ஏன் இப்படி ஓடியார."

"ஏயா. இந்த அம்புசம் வூட்டுக்குள்ள சுருக்கு வைச்சு தொங்கிட்டு இருக்காயா."

அவர் பெரிய கங்காணியார் வீட்டை நோக்கி வேகமெடுக்க இருதயராஜும் மற்றவர்களும் அவர் பின்னால் ஓடினர். அவர் அங்கு கூடியிருந்த ஆட்களை வைத்துக்கொண்டு தாழிடப்பட்டிருந்த கதவை உடைத்து உள்ளே சென்றார். தமிழரசனும், சந்திரனும் வீட்டிற்குள் ஓட இருதயராஜும், திப்பு சுல்தானும் வாசலில் நின்றபடி ஜன்னல் வழியாக உள்ளே எட்டிப் பார்த்தனர். அம்புஜம் கிழவி மாராப்புக்கு அணிந்திருந்த சேலையை மின்விசிறியில் கட்டி, மார்பைத் திறந்து போட்டபடி தூக்கில் தொங்கிக்கொண்டிருந்தாள்.

இருதயராஜ் அச்சத்தில் பார்வையை வேறுதிசைக்குத் திருப்ப முயன்று முடியாமல் மீண்டும் உள்ளே பார்த்தான். நஞ்சுண்டான் ஒரு ஸ்டூலை எடுத்துப்போட்டு அதில் நின்றபடி அரிவாள்மனையைக் கொண்டு கயிற்றை அறுத்துக்கொண்டிருந்தார். இருந்தும் அவரது முகத்தில் எவ்விதமான சலனமும் ஏற்பட்டிருக்கவில்லை. சற்று முன்னர் வீட்டில் இருந்தபோது எப்படி இருந்தாரோ அதே உடல்மொழியுடன் காணப்பட்டார். கிழவியின் உடலைக் கீழே இறக்கிவிட்டு குரல் எடுத்தபடி வெளியே வந்தார்.

"டேய் சிவா... யாரும் பாக்கலயா... நல்லா சில்லிட்டுபோய்த்து. ரொம்ப நேரம் ஆகிடிச்சு போலயே... தங்கராசுக்குச் சொல்லிவிடு. உடனே எடுக்குற மாதிரி பாருங்க."

"தமிழு. இங்கவா."

"நீ என்னடா பயலுவோ கூட எங்கயோ போறன்ன?"

"ம்ம் ஆமாப்பா. ஆனா."

"உடனே எடுக்குறதுதான். நீங்க போறபடிபோங்க. நீங்க இருந்து என்ன பண்ணப் போறிய. அப்புறம் இந்தா சாவி. பைக்கு வேணாம். கார எடுத்துக்க."

அரைமனதுடன் அங்கிருந்து கிளம்பிய நால்வரும் அறந்தாங்கி செல்லும்வரை ஒருவரிடம் ஒருவர் பேசிக்கொள்ளாமல் கலங்கலான மனதுடன் காரில் அமர்ந்திருந்தனர். இறுக்கத்தைத் தளர்த்தும் நோக்கில் சந்திரன் மட்டும் இடையிடையே பேசிக்கொண்டு வந்தான்.

இருள் சாலையின் இருபுறத்தையும் மிச்சம் வைக்காமல் மூழ்கடித்திருக்க பின் இருக்கையில் அமர்ந்திருந்த இருதயராஜ் பின்னோக்கி ஓடிய சாலையோரப் பனை மரங்களை வெறித்தபடியே வந்தான். அறந்தாங்கியை அடைந்த பிறகும்கூட அம்புஜத்தின் பரிதாபமான முகமும், மிரட்சியில் அகண்ட விழிகளும், கழுத்து வரை நீண்டு வெளியே தொங்கிய நாக்கும் அவனது கண்களை விட்டு அகலாமல் இருந்தன.

செந்நிற மழைமேகங்கள்

01

தனது தம்பியின் கொலையில் நேரடி சாட்சியாக இருந்த இசக்கியை ஊரெங்கிலும் தேடிக்கொண்டிருந்த தாமஸ் பர்னாந்து, அவனது சொந்த ஊர் வரை சென்று பார்த்துவிட்டு ஏமாற்றத்துடன் தூத்துக்குடி திரும்பிக்கொண்டிருந்தார். மற்றொரு புறத்தில் கொலை விசாரணை அடங்கும்வரை அவன் தான் கைகாட்டுகிற இடத்தில் பதுங்கியிருக்கவேண்டும், அதற்கு உடன்பட்டால் அவனது பாதுகாப்பிற்கு உறுதியளிப்பதோடு அவனுக்கு ஏதேனும் வேலை வாங்கித் தருவதாகவும் ஃபெலிக்ஸ் மிராண்டா ராஜசேகரிடம் கூறி அனுப்பியிருந்தார்.

அவர்களை நம்பி உடன் செல்வதற்கு அச்சமாக இருந்தும் தனக்கு இனிவேறு வழியில்லை என்பதைப் புரிந்துகொண்டு, இந்தப் பிரச்சினை தீர்ந்தால் சரியென அன்றிரவு அவன் ராஜசேகர் பணிபுரிந்த காமாட்சி மெஸ்ஸிற்குச் சென்றான். எப்போதும்போல் இல்லாமல் அன்று உணவகத்தில் சொல்லிக் கொள்ளும்படியான கூட்டம் இல்லை.

ஃபெலிக்ஸ் மிராண்டா ஓர் உணவு மேசைக்கு முன்பு சாவகாசமாக அமர்ந்திருந்தார், அவருடன் வந்திருந்த இருவர் அவருக்கு எதிர்திசையில் அமர்ந்து அவரோடு தீவிரமாக எது குறித்தோ பேசிக்கொண்டிருந்தனர். அவன் உள்ளே வருவதைக் கவனித்த ராஜசேகர், கையில் வைத்திருந்த குழம்பு வாளியை ஒருமேசை மீது வைத்து விட்டு, அவனை ஃபெலிக்ஸ் மிராண்டாவின் மேசைக்கு அழைத்துச் சென்றான்.

"என்னல, சோமாருக்கியா? மொத அப்படி உக்காந்து சாப்புடு. பேசிக்கலாம்."

அவனை உணவருந்தும்படி கூறிவிட்டு ஃபெலிக்ஸ் மிராண்டா மீண்டும் தனது சகாக்களுடன் நிறுத்திவைத்திருந்த இடத்திலிருந்து பேச்சைத் தொடர்ந்தார். அவரது உபசரிப்பைக் கண்டதும் அவனுக்கு பயம் சற்று தணிந்தது. அவர்களிடமிருந்து இரண்டு

மேசைகள் தள்ளியிருந்த ஒரு மேசையில்போய் பவ்யமாக உக்கார்ந்துகொண்டான்.

தனது நைலான் பையைக் கால்களின் இடுக்கில் வைத்துவிட்டு ராஜசேகரை அருகில் வரும்படி அழைத்தான். இப்போது அவனையும் அவர்களையும் தவிர உணவகத்தில் வேறு எவரும் இல்லை. ராஜசேகர் மூன்று பரோட்டாவையும், ஒரு ஆம்லேட்டையும் தட்டில் எடுத்து வைத்துக்கொண்டு அவனிடம் வந்தான்.

“இன்னொரு ஆம்லேட்டு கொண்டு வரவால.”

அவனுக்கு அருகில் வந்து சப்தமாகப் பேசிய ராஜசேகர் அடுத்த நொடியில் அவனது காதில் மட்டும் விழும்படி கிசுகிசுத்தான்.

“எல. என்ன மன்னிச்சுடு. இப்பம்தான் மாஸ்டரு என்ன புடிச்சு ஏசினாவ. இவிய உன்ன... ...கொழம்பா. இந்தா வரம்...” ஆட்டுக்கறிக் குழம்பை எடுத்து வந்து பரோட்டாவில் ஊற்றியபடி மீண்டும் மெல்லிய குரலில் தகவலைப் பரிமாறினான்.

“...இவிய உன்ன அழைச்சிட்டுப் போய் கொன்னு போடுவாவளாம். அதாம் அவிய திட்டமாம். மாஸ்டர் அப்படித்தாம் சொல்றாவ. அவசரப்பட்டமோனு படுதுல. எப்படியாது இங்கனேந்து தப்பிச்சு ஓடிரு.”

அதைக் கேட்டதும் தம்ளரை உயர்த்தி அருந்திய தண்ணீர் அவனது தொண்டைக் குழியிலேயே நின்றது. இதயத்துடிப்பு படபடவென வேகமெடுக்க, உச்சந்தலையிலிருந்து வழிந்த வியர்வை கண்களை நனைத்து வழிந்தோடியது. இனி பயத்தை வெளிக்காட்டி எவ்விதப் பயனும் இல்லை. தப்பி ஓடுவதற்கான சக்தியை அவனது கால்கள் ஏற்கெனவே இழந்திருந்தன.

“ஏ இங்கன வா.”

ஃபெலிக்ஸ் மிராண்டா ஒருவித அதிகாரத் தொனியோடு அவனை அருகில் வரும்படி அழைத்தார். அங்கிருந்து எழுந்து சென்ற அவன் அவர் முன் கருணையை வேண்டும் பார்வையுடன் நின்றான். கையில் இருந்த பையைக் கீழே வைத்துவிட்டு இரண்டு கைகளையும் கூப்பிக் கெஞ்சினான்.

“அண்ணாச்சி...”

“என்ன?”

"நான் எங்கனயாவது போயிடுதன். ஆர் கண்ணுலயும் அம்புட மாட்டேன். மெட்ராஸுல ஒரு கடைல வேலைக்குக் கூப்ட்டாவ. அங்கன கூட போயிடுதன். என்ன விட்டுடுங்க. நான் உங்ககூட வரல."

"எல ரூஸு"... இதப்பாருடே... என்ன சொல்லுதாம்னு. என்ன செய்யலாம். நீ சொல்லு."

அவர் தனக்கு எதிரில் அமர்ந்திருந்தவரைப் பார்த்துச் சிரித்தார். அந்தச் சிரிப்பில் மிருகத்தனம் படிந்திருந்ததை அவன் கண்டு கொண்டான்.

"நல்லா வெரசா ஓடுவாம் பாத்துக்க..."

அவருக்கு எதிரில் அமர்ந்திருந்த மற்றொருவர் அங்கிருந்து எழுந்து கடையின் முகப்பிற்குச் சென்று கல்லாப்பெட்டியில் அமர்ந்திருந்தவரிடம் பேசிக்கொண்டிருந்தார். கல்லாவில் அமர்ந்திருந்தவர் ஒரு சிகரெட்டைப் பற்றவைத்துக் கொண்டு வெளியே நகரவும் அங்கு சென்றவர் கடையின் சட்டரைக் கீழே இழுத்துச் சாத்திவிட்டு வந்து மீண்டும் அவரது இடத்தில் அமர்ந்துகொண்டார். உணவகப் பணியாளர்கள் ஒவ்வொருவராக உணவகத்தின் பின்புறம் நோக்கி நகரத்தொடங்கினர். ராஜசேகர் இசக்கி நின்றுகொண்டிருந்த இடத்திலிருந்து சற்றுத்தொலைவில் நின்று அவனை இயலாமையுடன் பார்த்தான். அவனைச் சிக்க வைத்துவிட்டோமே என்கிற குற்ற உணர்வு அவனை உள்ளுக்குள்ளிருந்து அரித்துக்கொண்டிருந்தது.

"பய கண்டுகிட்டாம் போல."

ஃபெலிக்ஸ் மிரண்டா எதிரில் அமர்ந்திருந்தவர்களிடம் அவனைப் பற்றிக் கூறிச் சிரித்துக்கொண்டே தனது இடுப்பில் சொருகிவைத்திருந்த கத்தியை எடுத்து மேசை மீது வைத்தார். அதைக் கண்டதும் அவன் சட்டென்று ராஜசேகரை நோக்கினான். அந்தப் பார்வையில் கோபமோ, ஏமாற்றமோ எதுவும் இல்லை. ஏற்கெனவே அவன் இதை எதிர்பார்த்துதான் வந்திருக்கிறான் என்பது போன்ற தோரணையில் நின்றான். அவனது பார்வையும், ராஜசேகரின் உள்ளுணர்வும் நொடிப்பொழுதில் ஒன்றுடன் ஒன்று இணைய ராஜசேகர் விறுவிறுவெனச் சமையற்கட்டிற்குள் நுழைந்தான்.

ஃபெலிக்ஸ் மிராண்டா வெறிவந்தவரைப்போல் உருமியபடி மேசையிலிருந்த கத்தியை எடுத்துக்கொண்டு இசக்கியின் மார்பை நோக்கிச் சீறினார். சட்டென்று விலகிய அவன் காலடியில் கிடந்த பைக்குள் கையைவிட்டு அரிவாளை எடுத்துக்கொண்டான்.

ஃபெலிக்ஸோடு உடன் வந்திருந்த இருவரும் சட்டையின் பின்னாலிருந்து ஆளுக்கொரு கத்தியை உருவியபடி எழுந்துநிற்க, அடுத்த நொடியில் அவர்கள் உயிர்போவதுபோல் அலறியபடி கீழே சரிந்து துடித்துக்கொண்டிருந்தனர். தீப்பிழம்புகள் நாலாப்புறமும் தெறித்துச் சிதறிக்கொண்டிருந்தன. செந்தனல் கக்கிய விறகுக் கட்டையை ஏந்தியபடி ராஜசேகர் அவர்கள்முன் நின்றுகொண்டிருந்தான்.

ஃபெலிக்ஸ் மிராண்டாவிற்குச் சினம் பன்மடங்கு பெருகியது. இரண்டாம் முறையாக இசக்கி மீது மூர்க்கமாகப் பாய்ந்த அவரால் அவனது தோள்பட்டையின் மீது சன்னமான அளவில் மட்டுமே கத்தியைப் பாய்ச்ச முடிந்திருந்தது. அந்த நிலையிலும் அவனது வேகம் அவரை ஆச்சரியப்படுத்தியது.

“கழுதக் கூதிமவனே...” இம்முறை இன்னும் ஆக்ரோஷமாக அவனை நோக்கி வந்தார்.

தோள்பட்டை கீறப்பட்டு வலியினால் துடித்துக்கொண்டிருந்த இசக்கி எதிர்த்தாக்குதலை மேற்கொள்ளும் முடிவுடன் ஃபெலிக்ஸ் மிராண்டாவின் முன்பு இடதும் வலதுமாக அசைந்தபடி நின்றிருந்தான். ஃபெலிக்ஸ் மூளை கலங்கிய சுறாவினைப் போல் பற்களைக் காட்டியபடி அவனது தொண்டைக்குழியை நோக்கிக் கத்தியை ஓங்கினார்.

அவன் அருகில் கிடந்த நாற்காலி மீது தவ்வி நின்றான். அக்கணத்தில் அவனது உயிர்ப்பயம் மொத்தமும் காணாமல் போயிருந்தது. தோள்பட்டையிலிருந்து வழிந்த குருதியைக் கண்டு கிறங்கினான். போதையுண்டவனாய்த் தன்னிலையிழந்து அந்தத் தருணத்தை விரும்பினான். சாமி இறங்கியதைப் போல் விழிகளை அகட்டித் தலையைச் சிலுப்பினான். ஃபெலிக்ஸ் அவனது வயிற்றை நோக்கிப் பாய்ந்தார்.

அவன் தனது நாக்கை மடித்துப் பற்களால் கடித்தபடி, அரிவாளை இரண்டு கரங்களிலும் பிடித்து ஃபெலிக்ஸின் நடுமண்டையை நோக்கி ஓங்கினான். சிறிதுநேரத்தில் உணவகத்தின் ஷட்டரைத் திறந்துகொண்டு அவனும், ராஜசேகரும் வெளியே வந்தனர்.

அவன் தனது கையில் இருந்த அரிவாளைப் பைக்குள் வைத்துவிட்டு, பையை ராஜசேகரிடம் நீட்டினான். அப்போது உதிரத்தால் நனைந்திருந்த தனது கரங்களை ஒருகணம் உற்றுப்பார்த்தான். அந்த நிறம் அவனுக்குக் கிளர்ச்சியையும், கீழ்மையான உணர்வையும் ஒருசேர வழங்கியது. கைகளைச் சாரத்தில் துடைத்தபடி அவன் முன்னே நடக்க, எங்கு செல்கிறோம் எனக் கேட்காமல் ராஜசேகர் அவனைப் பின்தொடர்ந்தான்.

உணவகத்தின் உள்ளே இருவர் வெந்துபோன முகத்துடன் முனகியபடி கிடக்க, தலை இரண்டாகப் பிளந்த நிலையில் ஃபெலிக்ஸ் மிராண்டா ஜீவனற்றுக் கிடந்தார்.

அந்த நள்ளிரவில் தாமஸ் பர்னாந்துவின் வீட்டில் காவலுக்கு உறங்கிக்கொண்டிருந்தவர்கள் வீட்டுக்கு வெளியே ஆள் அரவம் கேட்பதை உணர்ந்து வெளியே வந்து பார்த்தபோது வாசலில் இசக்கியும், ராஜசேகரும் நின்றுகொண்டிருந்தனர். அவர்கள் வந்திருக்கும் செய்தி கேட்டு தாமஸ் பர்னாந்து வேகவேகமாக வாசலுக்கு வந்தார்.

“சவத்தமூதி. நீ ஒரு ஆளுனு உன்ன ஊர் ஊரா தேடனுமால.”

“எல அலெக்ஸு... இங்கனவா. இந்தப் பயலுவல கட்டி குசுனில அடைச்சு வை. காலைல மொத சோலியா வக்கீல பாத்து விசியத்த சொல்லிட்டு வாரன்.”

“இல்ல அண்ணாச்சி. இனி அதுக்குத் தேவயிருக்காதுனு நெனைக்கன்.” சட்டைப் பையைத் துழாவி ஒரு பீடியை எடுத்து உதட்டின் இடுக்கில் சொருகிக்கொண்ட இசக்கி, அருகில் நின்ற ராஜசேகரிடம் தீப்பெட்டி கேட்டு செய்கை செய்தான்.

02

நஞ்சுண்டான் கிழவியை மருத்துவமனைக்கு அழைத்துச் சென்றுவிட்டு வீடு திரும்பியபோது மணி ஒன்பதைக் கடந்திருந்தது. இருதயராஜும் தமிழரசனும் இரவு உணவை முடித்துவிட்டுக் கூடத்தில் அமர்ந்து டிவியில் மூழ்கியிருந்தனர். நஞ்சுண்டானுக்கும், கிழவிக்கும் உணவு பரிமாறிய கையோடு, பொங்கல் ஏற்பாடுகளுக்காகக் காலையில் சீக்கிரம் எழ வேண்டும்

என மீனாம்பாள் உறங்கப் போனார். கூடத்தில் அமர்ந்திருந்த கிழவியைச் சளியும் இருமலும் பாடாய்ப்படுத்தின. அது கடமைக்கு இரண்டு இட்லியை விழுங்கிவிட்டு டிவி ஓசையைக் குறைக்கச் சொல்லி சப்தம் போட்டவாறு கூடத்திலேயே பாய் விரித்துப் படுத்துக்கொண்டது.

"ஏம்மா இரு. டானிக்க குடிச்சிட்டுப் படுக்கலாம்."

கிழவிக்கு மருந்து கொடுத்துப் படுக்க வைத்துவிட்டு, நஞ்சுண்டான் ஒரு தம்பளரில் மதுவை ஊற்றித் தண்ணீர் நிரப்பிக்கொண்டார். பிறகு இருதயராஜ் அமர்ந்திருந்த ஃசோபாவிற்கு அருகில் நாற்காலியை எடுத்துப்போட்டு அமர்ந்துகொண்டார். கிழவி உறக்கம் வராமல் புலம்பிக்கொண்டே இருந்தது.

"ஊரு நாட்டுல பேசினபடியே நடக்குதே. பெரியாளு வாழ்ந்ததுக்கு இனி ஒரு அத்தும் இல்ல. எங்குடும்பம்... என்னாவுமோ. எல்லா பயலும் பர்மாவுக்குச் சாண்டய் குடிக்கப் போனானுவலா. நம்மக் குடிய கெடுக்குறதுக்குனே அந்தச் செட்டிப்பய கூப்ட்டு போனானா?"

"இந்தாம்மா, இப்ப ஏன் ஒப்பாரி வைக்கிற. சும்மா அனத்தாம படு." நஞ்சுண்டான் சப்தம் போட்டும் கிழவியின் புலம்பல் அடங்கியபாடில்லை.

"ஏய்யா இந்தத் தம்பி யாரு தேவக்கோட்ட மணியாரு பேரனா? கட்டைல போறவனுங்க வாயி வயிறெல்லாம் புத்து வைக்க."

"இப்ப நிப்பாட்டப் போறியா இல்லயா. இப்போ எதுக்குக் கிடந்து ஒப்பாரி வைக்கிற. அழுதழுதுதான் நீ சாவப்போறன்னு நினைக்கிறன். உம் புருசன அவ புருசன் செருப்பால அடிச்சதுக்கு நீ மண்ணவாரி எறக்கலயா. பேசுற பெருசா."

இருதயராஜ் எதுவும் புரியாதவனாய் ரிமோட்டை எடுத்து டிவியின் சப்தத்தைக் குறைத்தான். தமிழரசன் உறங்கச் செல்லலாம் வா என்பதுபோல் அவனிடம் செய்கை செய்தான்.

"அண்ணாச்சி... நீங்க டிவி பாக்கிறியலா. இல்ல நிறுத்திடட்டுமா?"

"அத நிறுத்திட்டு வந்து உக்காருயா. கொஞ்ச நேரம் பேசிட்டு இருக்கலாம்."

"செரி அண்ணாச்சி."

“ஏன் தூக்கம் வருதா?”

“இல்ல அண்ணாச்சி.”

“தமிழு... நீ தூங்குறதுனா போய்த் தூங்கு.” நஞ்சுண்டான் தம்ளரை மீண்டும் நிரப்புவதற்குள் தமிழரசன் அங்கிருந்து நழுவித் தனது அறைக்குச் சென்றுவிட்டான்.

நஞ்சுண்டானின் கண்கள் உள்ளே சென்ற மதுவின் அளவை நன்றாகக் காட்சிப்படுத்தியது. இருந்தும் அவரது பேச்சில் அது வெளிப்படவில்லை.

“நேத்து சுருக்கு வைச்சுட்டு தொங்கினாள்ள. அம்புஜம். அவ வேற யாரும் இல்ல. என் பெரியம்மாதான். என் பெரியப்பனோட ரெண்டாம் தாரம்.” பேச்சை நிறுத்துவிட்டு இருமினார். “ஒரு காலத்துல நல்லா வாழ்ந்த குடும்பம்...” அவர் தன்னிடம் மனதாரப் பேசும் முடிவோடு இருப்பதனை உணர்ந்தவனாய் இருதயராஜ் தலையசைக்க ஆரம்பித்தான்.

“என் தாத்தன் பர்மாவுல கங்காணியா இருந்தான். கங்காணினா தெரியுமா?”

“இல்ல அண்ணாச்சி தெரியல.”

“கங்காணினா கூலியல வைச்சு வயல்ல, தோட்டத்துல வேலை வாங்குறது. ஒரு மேனேஜரு மாதிரினு வையேன். இந்தாளு அங்க அப்படித்தான் இருந்தான். நல்ல காசு. எங்க அப்பன், பெரியப்பனும் ஊருக்கு வந்தப்போ பவுன ட்ரங்கு பெட்டி ஃபுல்லா கொண்டு வந்ததா சொல்லுவாங்க. அந்த அளவுக்கு அங்கச் செட்டியலுக்கு விசுவாசமான ஆளுங்களா இருந்துருக்கானுவோ. தாத்தனுக்குக் கீழ நூறு குடும்பத்துக்கு மேல கூலியலா இருந்தாங்களாம். எல்லாம் நம்ம தமிழ் ஆளுங்கதான். பாவம். வேலை பிதுக்கிடுவாங்க.”

சிறிது இடைவெளிவிட்டு சிகரெட்டை நன்றாக இழுத்துக் கொண்டார்.

“நாப்பதா நாப்பத்தி ஒன்னா சரியா தெரியல பர்மாவ ஜப்பான்காரன் புடிச்சுட்டான், ...இருதயா நான் எதும் உளறன்னு நினைக்காத. உன்கிட்ட பேசினா. அது எப்படிச் சொல்றது. எம் மவன்கிட்ட இதெல்லாம் சொன்னா அறுக்குறன்னு சொல்லுவான்.”

“இல்ல அண்ணாச்சி. தெளிவாதான் பேசுறிய. நீங்கச் சொல்லுங்க.”

“ஆங். அதான் வெள்ளக்காரன்கிட்ட இருந்த பர்மாவ ஜப்பான்காரன் புடிச்சிட்டான். வயவேலை எல்லாம் அப்படியே நின்னு போச்சு. அந்த நேரத்துல காசுக்கு ஆசப்பட்டு, இந்தக் கங்காணிய எல்லாம் அவங்களுக்குக் கீழ இருந்த கூலிகள பூரா ஜப்பான்காரனுக்குக் கைமாத்தி விட்டாங்க.”

“புரியல அண்ணாச்சி. கைமாத்தினா..?”

“அதான்பா. ஒப்படைக்கிறது மாதிரி. இவங்கள நீ வைச்சு வேலை வாங்கிக்கன்னு. என் தாத்தனும் கூட அததான் செஞ்சுருக்கான். இவங்களயே நம்பியிருந்த சனம் எல்லாம் ஜப்பான்காரன்கிட்ட சிக்கி. கொடுமை... ஜப்பான்காரன் எல்லாரையும் தண்டவாளம் போடுற வேலைல கொண்டுபோய் வைச்சு அடிமை மாதிரி வேலை வாங்கினான். ஆம்பள பொம்பள சின்னபிள்ளைங்கனு எல்லாம் கணக்குல்ல. அதும் அப்பல்லாம். தண்டவாளம் போடுறது சாதாரண வேலையா? காடுகர வேற. மழை, வெயில்ல கிடந்து... பாம்புகடி, பூச்சிக்கடி ஒரு பக்கம். வாந்திபேதி, மலேரியானு சீக்கு ஒரு பக்கம். தப்பிச்சு ஓடிவர நினைச்சவங்களையும் ஜப்பான்காரன் தலைய வெட்டி மரத்துல தொங்விட்டான். அந்த வேலைக்குப் போனவங்க யாருமே உயிரோட திரும்பல. டைனிங் டேபிள்ள சிகரெட் டப்பா இருந்தா கொஞ்சம் எடுவேன். அங்க வைச்சிட்டன் போல.”

“இதோ எடுத்தாரம் அண்ணாச்சி.”

இன்னொரு சிகரெட்டைப் பற்ற வைத்து இழுத்தபடி யோசனையில் ஆழ்ந்திருந்தார். அவனுக்கு அவர் கூறுவதைக் கேட்கும் ஆர்வம் இருந்தது. இருப்பினும் அவரிடம் நீடித்த அமைதியைக் கண்டு அதற்கு மேல் அவர் பேச விரும்பவில்லையோ என நினைத்தான். அவரை உறங்கச் சொல்லிவிட்டுத் தானும் எழுந்து செல்லலாமா என்று யோசித்த நொடியில் அவர் மௌனம் கலைத்தார்.

“எங்கப்பனுக்காவது பரவால்ல நான் இருக்கன், வாரிசுனு சொல்லிக்க என்மவ... தமிழுனு. ஏதோ ஓடுது. தாத்தன ஒரு ஐன்ஏ ஆளு பட்டப்பகல்ல குத்திக் கொன்னான். வெள்ளக்காரன்கிட்ட அவங்கள காட்டி கொடுத்தான்னு. திருட்டு புண்ட செஞ்சிருப்பான். அப்புறம் பெரியாளு. அவரு கத. இன்னும் கொடும. ரெண்டு தாரம் கட்டியும் புள்ள இல்ல. மொதப் பொண்டாட்டி அது நல்லநேரம் இந்நாளு புடுங்கள் தாங்காம அப்பவே போயிடுச்சு. ரெண்டாவது இந்த அம்புஜம், அந்தாளுக்கு வயசுக்கு இது அப்போ ரொம்பச்

சின்ன வயசு பொம்பள. ஆனா பாரு வாழ்க்கை எப்படினு. நேத்தோட அது கதையும் முடிஞ்சுபோச்சு. இந்த பொம்பளகூட தேவல. அந்தாளு எப்படிச் செத்தான் தெரியுமா? வெறிநாய் கடிச்சு ஒரு பய கூட கிட்டக்க வராம. அவஸ்தப்பட்டு..."

காலுக்குக் கீழ் இருந்த தண்ணீர் ரோட்டாவை எடுத்துச் சற்று தாகம் தணித்துக்கொண்டார்.

"இந்த வக்கால ஒழிய பணங்காச சம்பாதிக்கிறதுக்காக... ம். எல்லாம் போய்ச் சேந்துட்டானுங்க. எனக்கு எப்படி எழுதிருக்கின்னு தெரியல."

"நீங்க உங்க எண்ணத்துக்காண்டியே நல்லாருப்பிய அண்ணாச்சி... மணி வேற 11 ஆகிப்போச்சு. போய் தூங்கிறியலா. நானும் போய் படுக்கன்."

"சரி போய் படு. நானும் போறன். அவ முழுச்சு பாத்தான்னா திட்டுவா. இன்னும் தூங்கலயானு." தள்ளாடியபடி எழுந்து நின்று லுங்கியை இறுக்கமாகக் கட்டிக்கொண்டார். அவன் அவரை கைதாங்கலாக அழைத்துக்கொண்டு அவரது அறை நோக்கி நடந்தான்.

புண்ணியம் ஒரு தலைமுறையைக் காக்கும் என்றால், பாவம் பல தலைமுறைகளை வீழ்த்தும் என மனதிற்குள் சொல்லிக் கொண்டார். அறையை நெருங்கையில் அவரது நடையில் சற்று தெளிவு கூடியிருந்தது.

"ஆனா ஒண்ணுயா. இதயெல்லாம் நான் என் பிள்ளைங்க தலைல இறக்கி வைச்சுட்டுப் போயிடக்கூடாது. அவங்க நிம்மதியாக இருக்கணும்... அதுக்கு என் குடும்பம் சேத்துட்டு வந்த பாவத்த யெல்லாம் நான் கரைச்சாகணும்ல."

03

விடிந்தால் சேவியருக்கு மூன்றாம் நாள் அடக்கப் பூசை, நள்ளிரவில் இசக்கியும் ராஜசேகரும் அப்படி வந்து நின்றது தாமஸ் பர்னாந்துவின் வீட்டையே அல்லோலப் படுத்திவிட்டது. அந்த வீட்டிற்குள் இருந்த பூனைகளுக்குக் கூட அதன்பிறகு உறக்கம் வரவில்லை.

விடியற்காலை நாலு மணிக்கெல்லாம் தாமஸ் அலெக்ஸை அனுப்பி ஈஸ்வரப்பாண்டியனை அழைத்து வர ச்சொல்லியிருந்தார். தாங்கள் செய்து வந்திருக்கும் காரியம் எத்தனை விபரீதமானது என்பது புரியாமல் இசக்கியும், ராஜசேகரும் வீட்டின் பின்புறத்தில் அமர்ந்து உணவருந்திக் கொண்டிருந்தனர்.

ஃபெலிக்ஸ் மிரண்டாவைக் கொன்ற விசயத்தை அவர்கள் அந்த நேரத்துக்கு வந்து கூறியபோது தாமஸ் முதலில் அதை நம்பவே இல்லை. செய்தியை உறுதிப்படுத்திக்கொண்ட பின்பும் அவர்கள் மீது அவருக்கு நன்றியுணர்வோ, அல்லது அவர்களுக்கு உதவ வேண்டுமென்ற எண்ணமோ தோன்றவில்லை. இரவோடு இரவாக அங்கிருந்து ஓடிவிடும்படிதான் முதலில் அவர்களிடம் கூறினார்.

பிறகு, தனது கொழுந்தனைக் கொலை செய்த, ஃபெலிக்ஸ் மிராண்டாவைத் தீர்த்துக்கட்டியவர்கள் வீட்டிற்கு வெளியில் நிற்கிறார்கள் என்ற செய்தியைக் கேட்டறிந்து தாமஸின் மனைவி ஜோஸ்லின் விக்டோரியா அவர்களைக் காண திண்ணை வரை வந்துவிட்டாள். அவ்விருவரையும் கண்டவுடன் திண்ணைக் கதவின் ஓரமாக நின்று தாமஸை அருகில் வரும்படி அழைத்து எதையோ அவரிடம் கூறிவிட்டு மீண்டும் வீட்டிற்குள் சென்றுவிட்டாள். அதன் பிறகுதான் தாமஸ் அவர்கள் இருவரையும் தலைமறைவாக வைத்திருந்து காப்பாற்றிவிடலாம் என முடிவெடுத்தார்.

“போதும்ங்க. பசிதாம் அதுக்குன்னு இவ்வளவு வெள்ளனவே தின்னா வயித்த கொழப்பும்.”

ஜோஸ்லினின் கழுத்தெங்கும் தங்க நகைகள் படர்ந்து கிடப்பதைக் கண்ட இசக்கிக்குத் தனக்குக் கிடைக்கும் இந்த மரியாதை அதிகப்படியானது என்கிற நினைப்பு உண்டானது.

“எனக்கும் போதும்ங்க.”

அவள் பரிமாறிய இறால் தொக்கும், மாசி கருவாட்டுப் பொரியலும் ராஜசேகரின் சுவை நரம்புகளை வசப்படுத்தியிருந்தன. இருந்தும் இசக்கி தனக்குப் போதுமென்று மறுத்ததால் தானும் அதை வழிமொழிய வேண்டிய சூழலுக்குத் தள்ளப்பட்டான்.

“போதும்ங்க. நல்ல சாப்பாடு. இப்படிச் சாப்ட்டதே இல்ல.” கையலம்பியபின் கையை ரத்தம் உலர்ந்திருந்த சாரத்தில் துடைத்தபடி இசக்கி கூறினான். தான் அவர்களைவிட வயதில் இளையவளாக இருக்கிறோம் என்பதால் தன்னிடம் அவர்கள்

ஒருவிதமான தயக்கம் கலந்த மரியாதையுடன் பேசுவது அவளுக்குக் கூச்சத்தை உண்டாக்கியது. அத்தோடு இவர்களா இத்தனை பெரிய காரியத்தைச் செய்துவிட்டு வந்திருக்கிறார்கள் என்கிற ஆச்சரியம் அவளை விட்டு நீங்கவில்லை.

“செத்த இரிங்க. வரன்.” இருவரையும் நிற்கச் சொல்லிவிட்டு அவசரமாக உள்ளே சென்றவள் பூஜை அறையிலிருந்து ஒரு புனித தீர்த்த செண்டை எடுத்து வந்து அவர்கள் மீது தெளித்துவிட்டு கண்களை மூடி ஜெபித்தாள்.

“என்ன பாக்கிய? எம்மவன்தான். ஒன்னர வயசுதாம். திண்ணைல போட்டு வைச்சிருந்த அவம் சித்தப்பன அவம் பாத்த பார்வை இருக்கே. இன்னம் கண்ணுக்கிளயே நிக்கி. நீங்க இல்லன்னாலும் இத அலெக்ஸு ஒருநாளில்ல ஒருநாள் எப்படியும் செஞ்சிருப்பாம். ஆனா என் கொழுந்தனுக்குப் பொசுப்புச் சோறு படைக்ககுள்ள இதச் செஞ்சிய பாருங்க. நான் சொல்லுதன் நீங்க ரெண்டு பேரும் நல்லா இருப்பிய. பனிமய மாதா உங்களுக்கு எப்பமும் தொணையா இரிப்பா.”

மாதா என்ற வார்த்தையைக் கேட்டதும் இசக்கிக்குச் சட்டென்று ஒருநொடி மரியாவின் முகம் கண்முன் தோன்றி மறைந்தது. எப்படி இருக்கிறாள்? இந்த மூன்று தினங்களில் என்னவெல்லாம் நடந்தேறி விட்டன. இன்று ஞாயிற்றுக்கிழமை. எனக்காகத் தேவாலயத்தில் காத்திருப்பாள்...

“என்ன யோசிக்கிய? உங்களத்...தான். என்ன யோசிக்கியனு கேட்டன்?”

“ஒண்ணுல்ல... ஒண்ணுல்லங்க.”

அவன் இயல்புக்கு வந்தான்.

“செரி. அவங்க உங்கள திண்ணைக்கு வரச் சொல்லி கூப்பிடுறாவ. என்ன விவரம்னு பேசிட்டு வாங்க.”

திண்ணையில் அமர்ந்திருந்த ஈஸ்வரப்பாண்டியனும், தாமஸ் பர்னாந்துவும் தேநீர் அருந்தி முடித்திருந்தனர். பிறகு அவர்களுக்கு முன்னால் தட்டில் வைக்கப்பட்டிருந்த சுருட்டுகளில் ஒன்றை எடுத்துப் புகைத்தபடி தீவிரமாக எதையோ ஆலோசித்துக் கொண்டிருந்தனர்.

இசக்கியும், ராஜசேகரும் வருவதைக்கண்ட அலெக்ஸ் அவர்களை அழைத்து, முதுகில் தட்டிக்கொடுத்துத் தன்னருகில் நிற்க வைத்துக் கொண்டான். தாமஸ் பர்னாந்து கடுகடுவென இருந்தாலும் அலெக்ஸ் இரவிலிருந்தே இருவரையும் புன்னகையுடன்தான் பார்த்தான்.

“வாங்கடே... நீங்கதானா... ஃபெலிக்ஸிக்கு நீங்க வந்துதாம் மணியடிக்கணும்னு எழுதியிருக்கி பாரு.” ஈஸ்வரப்பாண்டியன் வியப்புடன் இருவரையும் பார்த்தார்.

“என்ன செய்யலாம் முடிவாச் சொல்லுங்க போத்தி?” தாமஸ் அவசரப்படுத்தினார்.

“பயலுவ நல்ல துடியாதாம் இருக்கானுவ. தொழில்ல இறக்கிவிட்டு கூட வைச்சுக்கடே.”

“நான் என்ன கேக்கன். நீங்க என்ன பேசுதிய. ஃபெலிக்ஸு செத்து கெடக்கான். தாஸும், ரூஸ்வெல்ட்டும் வெந்து கெடக்கானுவ. கேஸு ஒருபக்கம் இருந்தாலும். சங்கமே வந்து நிக்கிமே. இருக்கியவன் பூறா அவம் டீமு ஆளுக்க. உங்களுக்குத் தெரியாததா?”

“சங்கத்தோட கட்டு இருக்கையிலேயே சேவியர அவம் கொன்னதுக்குச் சங்கம் என்ன செஞ்சிச்சு. எல்லாவேரும் வரட்டும். என்ன இப்பம்.” அலெக்ஸ் இடைமறித்தான்.

“எல நீ சும்மாயிரு. இப்படிப் பாஞ்சு பாஞ்சுதாம் சேவியர பறிகொடுத்துட்டு நிக்கம்.”

“தாமஸ். நீ ஒன்னும் கவலப்படாத. நம்ம பயலுவல வந்து இங்க இருக்கச் சொல்லுதன். ஃபெலிக்ஸு ஆளுவ வரக்குமின்ன போலீஸு வந்துடுவாம். அதனால இந்தப் பயலுவல இங்கன வைக்காம கோடானுல ஏத்தி தீவுல இறக்கச் சொல்லு... கூட அலெக்ஸ, இல்ல அலெக்ஸு இங்கனயே இருக்கியட்டும். வேற யாராச்சும் கூட போவட்டும்.”

“ஏ மாமா... கடலு சேலா இருக்கிதா?” அலெக்ஸ் மதிலை ஒட்டியபடி அமர்ந்து ஆட்டுக்கறி வெட்டிக்கொண்டிருந்தவர்களைக் நோக்கி குரல் எழுப்பினான்.

“இல்ல மாப்ள. காத்தும் கடலுமாதான் கெடக்கி. ஆரும் போவலயே காங்கலயா? விடியுற வர பாக்கலாம், இல்லன்னா இன்னைக்கும் மெனக்கடுதாம்.” ஜெரோம் குரலை உயர்த்திப் பதிலளித்தார்.

“மாமா எம்புட்டு ரஃப் அடிச்சாலும் பரவால்ல. உன் மாப்ள கேக்கன். எனக்காண்டி ஓடுவியா?”

“எப்போம்?”

“இப்பமே. ஒரு சோலி.”

“என்னடே?”

“இரு வெவரமா சொல்லுதன்.”

“செரி மாப்ள.”

“எலே க்ளாடின், நீ கறி போட்டது போதும். கத்திய மாமாகிட்ட கொடுத்துட்டு. என் வீட்ல தம்பி இருப்பாம். அவன உசுப்பி நான் கூப்ட்டம்னு சொல்லிக் கூட்டிவா. வெரசா போடே. முகிலு நல்ல மழயக்கொண்டு வருதான் போலத் தெரிது.” க்ளாடின் அங்கிருந்து எழுந்து சென்றதும் அலெக்ஸ் ஜெரோம் அமர்ந்திருந்த இடத்திற்கு வந்தான்.

“செரிடே. என்னமாச்சும்னா கூப்ட்டுவிடுங்க. நான் கெளம்புதன்.” ஈஸ்வரப்பாண்டியன் நாற்காலியிலிருந்து எழுந்து கிளம்புவதற்கு ஆயத்தமானார்.

“செரி போத்தி. மதியம் பூசை இருக்கி. கார் அனுப்புதன். வந்துடனும்.” தாமஸ் பர்னாந்து ஈஸ்வரப்பாண்டியனின் கைகளைப் பிடித்தபடி திண்ணையிலிருந்து அவரோடு இறங்கிவந்தார்.

இருவரும் வாசலுக்கு வந்தபோது ஜார்விஸும் சரியாக அங்கு வந்து நின்றான். அவனைக் கண்டதும் அலெக்ஸ் ஜெரோமிடம் கூறிக்கொண்டிருந்த விசியத்தைப் பாதியில் நிறுத்திவிட்டு எழுந்துவந்தான்.

“ஜார்விஸு, போத்திய கொண்டுபோய் வெரசா விட்டுவா. ஒனக்கு ஒருசோலி இருக்கி.”

“ஏல மொவனே... இவம்தான் உனக்குப் பிற்பாடு வரப்போற அடுத்தாரைக் காத்தாரா?” ஈஸ்வரப்பாண்டியன் ஜார்விஸை அலெக்ஸிடம் கை காண்பித்துச் சிரித்தார்.

“என்ன போத்தி. பிரிச்சு பேசுதிய. எங்களுக்கு நீங்களும்தாம்.”

“எனக்கி வயசாகிப் போயிடிச்சுல்லா. அப்படிதான இந்தப் பயலுக்க எல்லாம் பேசுதாம்.”

“இருந்தாலும் ஒங்கள எதுத்து நிக்க தூத்துவுடில இப்பமும் ஆளு இரிக்கா?”

“எல நாமெல்லாம் கூட இல்லடே. அந்தா நிக்கான் பாரு ரெண்டு பய. இப்பம் அவனுவதாம் தாமஸ் குடும்பத்தப் பொறுத்தவர அடுத்தாரைக் காத்தார்.”

இசக்கியை நோக்கிய ஈஸ்வரப்பாண்டியனின் பார்வையில் பிரமிப்பு அகலாமல் இருந்தது.

04

“ஏப்பா. மணியாகுது. நல்ல நேரம் போறதுக்குள்ள கோடு திறக்க வேணாமா?” திண்ணையில் கிழவி எழுப்பிய சப்தத்தில் இருதயராஜ் உறக்கம் கலைந்து கண்விழித்தான். அருகில் தமிழரசன் ஆழ்ந்து உறங்கிக் கொண்டிருந்தான், அவன் அப்போது எழுந்திருப்பதைப் போல் தெரியவில்லை. இருதயராஜ் தனது பையிலிருந்து ப்ரஷையும், பேஷ்ட்டையும் எடுத்துக்கொண்டு அறையிலிருந்து வெளியே வந்தான். மீனாம்பாள் பொங்கல் வைப்பதற்குரிய சாமான்களை ஒவ்வொன்றாக எடுத்துவந்து அவசர அவசரமாகத் திண்ணையில் வைத்துக்கொண்டிருந்தார்.

இரண்டு பானைகள், பால், அரிசி, வெல்லம், முந்திரி, திராட்சை, வாழைப்பழச் சீப்பு, கரும்புக் கழிகள் எனத் திண்ணை கால் வைக்க இடமின்றிக் காட்சியளித்தது.

“தம்பி அம்மிக்கல்லுல டீ போட்டு வைச்சிருக்கன். கோச்சுக்காம எடுத்துக் குடிங்க. அப்புறம் அவங்க உங்களுக்கு ஒரு வேட்டி ஒன்னு வாங்கி வைச்சிருக்காங்க. அந்த டைனிங் டேபிள்ள இருக்கும் பாருங்க. குளிச்சிட்டு அதக் கட்டிக்கங்க. இன்னைக்கும் குழாயயே மாட்டிக்காம.”

“செரிமா.”

‘அவ்வளவு வேலை கிடக்கு. குளிக்கப் போறன்னு சொல்லிட்டு தோப்புக்குப் போனவர காணும்.’ தனக்குத்தானே பேசியபடி மீண்டும் மீனாம்பாள் வேலைகளில் மும்முரமானார்.

இருதயராஜ் தேநீர் அருந்திய கையோடு, பின்புறக் குளியலறைக்குச் சென்று குளித்தான். பிறகு நஞ்சுண்டான் வாங்கி வைத்திருந்த வேட்டியோடு பையில் இருந்த புதுச்சட்டை ஒன்றை அணிந்து கொண்டு வாசலுக்கு வந்தான். பொங்கல் வைப்பதற்காக வாசலில் நஞ்சுண்டான் கைப்பாறையினால் கோடு வெட்டிக்கொண்டிருந்தார்.

கிழவி அருகே அமர்ந்துகொண்டு நிலைக்கு நேர் பார்த்துச் சரியான இடத்தில் தோண்டுமாறு குரல் எழுப்பிக்கொண்டிருந்தது. இதற்கிடையே அவர் இருதயராஜைக் கண்டுகொண்டார்.

"வாப்பா. பரவால்ல. வேட்டி உனக்குத் தேவலாம். நல்லா இருக்கு." அவர் காலையிலேயே மீண்டும் குடித்துவிட்டார் என்பதை அவரது பேச்சின் மூலமாக அவன் புரிந்துகொண்டான்.

"அந்தா அந்த சேர எடுத்துப்போட்டு உக்காரு. இங்க பொங்கலுக்கு ட்ரெஸ் எடுக்கிறது இல்ல. தீபாவளிக்குத் தான். சரி இந்தத் திருப்ப நீ வந்துருக்கியேனு நேத்து வீட்டுக்கு வரப்போ திடீர் யோசனை... சட்ட அளவு தெரியல. இல்லன்னா எடுத்துருப்பன். உனக்கு என்ன முப்பத்தி எட்டா."

"இல்ல அண்ணாச்சி முப்பதி ஆறு தாம்."

"ஆமா அத பெருமையா வேற சொல்லிக்க. இந்த வயசுக்கு எப்படி இருக்கணும் தெரியுமா. உன் வயசுல எல்லாம் நான்..."

"போதும். வாய மூடிக்கிட்டு இத கொஞ்சம் விசிறி விடுங்க."

கேலண்டர் அட்டையை வைத்து கோட்டிலிருந்து கிளம்பிய புகையை விசிறிக்கொண்டிருந்த மீனாம்பாள் அட்டையை நஞ்சுண்டானிடம் கைமாற்றினார்.

"உனக்கு என்ன தெரியும். உன் ஊர்ல உன் ஒப்பன் வயசுக்காரன் யாராவது இருந்தாக் கேளு."

"சரி. கேட்டுடுவோம்."

"நக்கலு. ஏண்டி... இனி தீபாவளிக்கு எடுக்காம பொங்கலுக்கு ட்ரெஸ் எடுத்தா என்ன? இதான நம்ம தமிழாளுங்களுக்கான நாள்?"

"இப்ப என்கிட்ட வாங்கிக் கட்டிக்காம இருக்க முடியாதுபோல உங்களுக்கு. காலைலயே தண்ணிய போட்டு வந்து வேலை புரியாம அடிக்கிறிய. எல்லா வீட்லயும் பொங்க கூறிட்டாங்க."

“இரு பத்தே நிமிசம். இந்தா வெறவு புடிச்சுட்டு.”

“சரி நகருங்க. இனி நான் பாத்துக்குறன். போய் அந்தத் தம்பி பக்கத்துல செவனேனு உக்காரிய.” நஞ்சுண்டானை அதட்டியபடி மீனாம்பாள் கோட்டிற்கு அருகில் வந்து நின்றுகொண்டு நெருப்புப் பானைகள் மீது படரும்படி விறகுகளை நகர்த்திவைத்தார்.

“ஏன் நீ ஒன்னு பெத்து வைச்சிருக்கியே, அவன வைச்சு இதெல்லாம் செஞ்சுக்க வேண்டியதுதானே. எங்க அவன்?”

“தூங்குறான்.”

“அவன் வயசுப் புள்ள காலைலயே எழுந்து குளிச்சி ரெடி ஆகிட்டான். மைனருக்கு இன்னும் தூக்கம். போய் எழுப்பிவிட்டுக் குளிக்கச் சொல்லு.”

மீனாம்பாள் தமிழரசனை எழுப்பிவிட்ட கையோடு வந்து, தண்ணீர் கலைந்த அரிசி, வெல்லம் ஆகிவற்றை எடுத்துத் தயார் நிலையில் வைத்தார். சிறிது நேரத்தில் இரண்டு பானைகளிலிருந்தும் அடுத்தடுத்து பால் பொங்கி வழிந்தது.

“பொங்கலோ பொங்க...”

“பொங்கலோ பொங்க...”

நஞ்சுண்டான் எழுந்து நின்று சப்தமெழுப்பியதோடு, இருதய ராஜையும் சந்தமிடச் சொல்லி உசுப்பினார். வெட்கப்பட்டுக்கொண்டு அவன் இரண்டு முறை மெல்லமாகக் கத்தினான். அவனுக்கு அந்த நிகழ்வு முற்றிலும் புதுமையாக இருந்தது. ஊரில் ஜார்விஸ் மாமா வீட்டில் வைக்கும் பொங்கலில் வேறு சில நடைமுறைகள் பின்பற்றுப்படுவதை நினைவுபடுத்திப் பார்த்தான்.

அம்புஜத்தின் இறப்பைக் காரணம் காட்டிக் கிழவி பொங்கல் கூற மறுத்ததோடு படையலிடும்போது, சாம்பிராணிப் புகையும் போடக்கூடாது என மீனாம்பாளிடம் எடுத்துரைத்தது.

தமிழரசன் குளித்துவிட்டு வருவதற்குள் மீனாம்பாள் முந்திரி திராட்சைகளை நெய்யில் வறுத்து சர்க்கரைப் பொங்கல் இடம்பெற்றிருந்த பானையில் கொட்டியிருந்தார். பொங்கல் வைத்து இறக்கி கதிரவனுக்குப் படையலிட்ட பின் எல்லோரும் ஒன்றாக அமர்ந்து சாப்பிட ஆரம்பித்தனர். சாப்பிட்டு முடித்துச் சிறிதுநேரம் உறங்கி எழுந்த நஞ்சுண்டான் வண்டியோட்டி சுப்பையாவை வரவழைத்துத் தோப்பில் கட்டிக்கிடந்த வண்டி மாடுகளையும்,

வீட்டின் பின்புறம் கிடத்தப்பட்டிருந்த மாட்டு வண்டியையும் ரேஸுக்குத் தயார்ப்படுத்தும் வேலையில் மும்முரமானார். ஏற்கெனவே ரேக்ளா பந்தயக் கமிட்டி முடிவு செய்ததைப் போல் மாட்டுப் பொங்கல் முடிந்து இரண்டாம் நாளில் பந்தயம் நடத்துவதற்கான ஏற்பாடுகள் முழு மூச்சுடன் நடைபெற்று வந்தன. பெரிய மாடு, நடு மாடு, பூஞ்சிட்டு, கரிச்சான் மாடு, குதிரை ரேஸ் ஆகிய பிரிவுகளில் ஒவ்வொரு பிரிவிலும் முதல் நான்கு இடங்களைப் பிடிக்கும் வெற்றியாளர்களுக்குப் பரிசுத்தொகை வழங்கப்படுவது வழக்கம்.

இரண்டு நாள்களுக்குப் பின்னர் அறிவிக்கப்பட்டபடி காலை முதலே மணமேல்குடி - கட்டுமாவடிச் சாலையில் போட்டிகள் தொடங்கின. நடுமாடு போட்டியில் முடிவு அறிவிப்பதில் சச்சரவுகள் எழுந்தமையால் அதற்குப் பிறகு நடக்கவேண்டிய போட்டிகள் தொடங்குவதற்குக் காலதாமதமாகின. நான்கு மணியளவில் தொடங்கவேண்டிய பெரியமாடு போட்டி மாலை வெயில் மங்கும் தருவாயில்தான் ஆரம்பம் ஆனது.

இருட்டுவதற்குள் போட்டியை முடிக்கவேண்டிய கட்டாயம் ஏற்பட்டதால் அந்தப் பிரிவில் கலந்துகொள்வதற்காக டோக்கன் வாங்கியிருந்த போட்டியாளர்கள் தங்களது மாடுகளை வண்டிகளில் பூட்டி அவசர அவசரமாகத் தயார் நிலைக்கு வந்தனர். மொத்தப் பந்தய தூரமான எட்டு கிலோமீட்டரை அசம்பாவிதங்கள் ஏற்படாமல் கடக்கவேண்டுமென வண்டி ஓட்டிகள் மாடுகளைக் கைகூப்பி வணங்கிவிட்டு வண்டியில் ஏறி அமர்ந்தனர்.

நஞ்சுண்டானின் சாரதியாக சுப்பையா இருந்தார். உள்சாரதி எனப்படுகிற துணையாளாகச் சந்திரன் அமர்ந்திருந்தான். பந்தய விசில் ஒலித்ததும் வண்டிகள் முண்டியடித்துக் கொண்டு ஓட்டம் பிடித்தன. இருதயராஜைத் தமிழரசனுடன் பந்தயம் முடிவுறும் இடத்தில் விட்டுவிட்டு, நஞ்சுண்டான் வல்லத்தரசுவின் இருசக்கர வாகனத்தில் ஏறிக்கொண்டார்.

வல்லத்தரசு பந்தயத்தில் ஓடிக் கொண்டிருந்த மாட்டு வண்டிகளைக் கடந்து முன்னால் சென்று போட்டியைக் கவனித்தபடி இருசக்கர வாகனத்தைச் சீராகச் செலுத்தினார். வர்ணணையாளராக காரில் அமர்ந்திருந்த அறந்தாங்கி ராசலிங்கம் ஒலிப்பெருக்கியில் பேசியபடி போட்டியை வழிநடத்தி முன்னால் சென்றார்.

“ஏய்... பாலம் வருது பாரு. ஓரத்துல ஏறாத... உள்ள அணைச்சு வா...”

“பஸ்ஸு வருது கவனம். ஏ பின்னாலயே ஒரு லாரி வருது. வழிவிட்டு வாங்க...”

“ஏப்பா அந்த சைடுல வர போலீஸ்க்காரங்கள முன்னாடி வரச் சொல்லு...”

“அடேங்கப்பா பந்தயமே இங்க கட்டுமாவடி சுரேஷிக்கும், கங்காணி வீட்டு நஞ்சுண்டான் மாடுவளுக்கும்தான் போல. ஏய்யா சுப்பையா உனக்கு என்ன வயசு ஆகுது. கொஞ்சமாவது பின்னால வர சின்னப் பயலுகளுக்கு விட்டுக்கொடேன். நானும் பத்து வருசமா பாக்குறன். உடம்புல இரத்தம் சுண்ட மாட்டெங்குதே உனக்கு.”

“யமஹா பைக்கு உனக்கு ஒவ்வொரு தடவயும் சொல்லணுமா. டூவீலர்ல சைடுல வராதிங்க. முன்னாடி வந்துடுங்க.”

“ஏ மாமா. நீயே இப்படிப் பண்ணா என்ன சொல்றது. முன்னாடி வாங்க”

“ஏய்... அங்காருயா. சின்னத்தம்பி மாடுங்க அசங்கக்காட்டியும் முன்னால வரத. ரைட்டு இன்னிக்குப் போட்டி போட்டிதான்.”

“இந்தாம்மா ஏய். ரோட்டவிட்டு இறங்கி நின்னு வேடிக்கை பாத்தா உங்க சாமிக்கு ஆகாதா. இந்நேரம் போய்ச் சேரப் பாத்த.”

வண்டிகள் முதல் நான்கு கிலோமீட்டரை அடைந்து பந்தய எல்லையை நோக்கித் திரும்பிக்கொண்டிருந்தன. திப்பு சுல்தான் தமிழரசனும் இருதயராஜும் நின்றுகொண்டிருந்த இடத்திற்கு இருசக்கர வாகனத்தில் வந்து, வண்டிகள் ஓடிவரும் இடத்திற்குச் செல்லலாம் என்று அழைத்தான்.

மூவரும் செல்லலாம் எனத் தமிழரசன் எவ்வளவோ வற்புறுத்தியும் காவல்துறை பிடித்துவிடுவார்கள் எனக் கூறி இருதயராஜ் அவர்களை மட்டும் அனுப்பிவைத்தான். பந்தயம் நிறைவுபெறும் இடத்தில் நின்ற அவனைச் சுற்றி வேடிக்கை பார்ப்பவர்களின் கூட்டம் அதிகமாகிக்கொண்டே வந்தது.

அவன் தனது கைப்பேசியை எடுத்துப் பார்த்தபடி, இடையிடையே பந்தய வண்டிகள் ஓடி வருகின்றனவா எனச் சாலையையும் நோக்கினான். அப்போது அவன் சற்றும் எதிர்பாராத தருணத்தில்

பின்பக்கத்தில் இருந்து எவரோ அவனது வாயை இறுக்கமாகப் பற்றினர். அவன் திமிறிக்கொண்டு உதறுவதற்குள் அவனது விலாப் பகுதியில் கத்தி ஒன்று முழுமையாகச் சொருகி எடுக்கப்பட்டிருந்தது. உயிர் பிரியும் படியான வலியுடன் அவன் கண்கள் இருண்டு தள்ளாடிக்கொண்டிருக்க அங்கு நின்றிருந்தோர் கூச்சலிட்டுக் கத்தினர். குபுகுபுவென வெளியேறிய குருதி அவனது உடுப்புகளை நனைத்துச் சாலையில் சிதறியது. அடுத்த நொடியில் கீழே சரிந்து துடிக்க ஆரம்பித்தான்.

"எப்பா... சின்னத்தம்பி முதல் பரிசு. நஞ்சுண்டானுக்கு ரெண்டாம் பரிசு. இதுதான் இப்போதைக்கு ரிசல்ட்டு மிச்ச வண்டியெல்லாம் ரொம்பப் பின்னால் வருது... ஏய் என்னாப்பா அங்கக் கூட்டம்..?"

இரு சக்கர வாகனத்திலிருந்து இறங்கிய நஞ்சுண்டான் கூடிநின்ற ஆட்களை நோக்கி ஓடினார். அவருக்குப் பின்னால் வல்லத்தரசு, தமிழரசன், திப்பு சுல்தான் ஆகியோரும் பதற்றத்துடன் விரைந்தனர்.

"ஏய்... அரசு... காரு எங்க கெடக்கு... கார எடுத்துட்டு வாங்கடா..." நஞ்சுண்டான் கூட்டமே ஒதுங்கி ஒண்டும்படி சப்தம்போட்டார்.

என்ன ஏதென்று விசாரிக்க வந்த காவலர்களைக் கூட அவர் பொருட்படுத்தவில்லை. மாட்டு வண்டியிலிருந்து சோர்வுடன் இறங்கிய சந்திரன் நடப்பவை எதுவும் புரியாமல் பார்த்தான்.

இருதயராஜை நஞ்சுண்டானும், வல்லத்தரசுவும் இணைந்து இரத்தவெள்ளத்தில் காரில் ஏற்றுவதைக் கண்டதும் அலறியபடி காரை நோக்கி ஓடினான். வல்லத்தரசு முழு வேகத்தில் காரைச் செலுத்த, நினைவு தப்பிக் கொண்டிருந்த இருதயராஜை மடியில் கிடத்தி இறுக்கமான முகத்துடன் நஞ்சுண்டான் பின் இருக்கையில் அமர்ந்திருந்தார்.

"டேய் தம்பி... லேய்... ஒன்னுல்ல... இந்தா போயிடுவம்."

அவனது விலாவிலிருந்து அடங்காமல் பீறிட்டு வழிந்த குருதியை அடைக்கத் தோளில் கிடந்த துண்டை எடுத்துச் சுருட்டி அவ்விடத்தில் அமுக்கியபடி அவனோடு பேசியபடி வந்தார்.

"அண்ணாச்... அண்ணாச்சி."

அவனது உதடுகள் எதையோ உச்சரிக்க விரும்பின. காட்சிகளைத் தொலைத்துக்கொண்டிருந்த அவனது கண்கள் நஞ்சுண்டானின் முகத்தை நோக்கியிருந்தன. நஞ்சுண்டான் அவனது அப்பாவைப்

போல் கண்டிப்பான மனிதர் இல்லை. ஊருக்கு வந்ததிலிருந்து அவரை அவன் ஒரு தருணத்தில்கூடச் சோர்வான முகத்துடன் பார்த்ததேயில்லை. எத்தகைய சூழலிலும் அவரால் ஓசையெழுப்பிச் சிரிக்க முடியும். வயதுக்கு ஒப்பாத வெகுளித்தனத்தையும், எவருக்கும் இல்லாத அசாத்தியத் துணிச்சலையும் எப்படி ஒருசேர அவரால் கொண்டிருக்க முடிகிறது எனப் பலமுறை வியந்திருக்கிறான். ஆனால், இம்முறை அவன் பார்த்துவந்த நஞ்சுண்டானாக அவர் இல்லை. தன்னைச் சாக விட்டுவிடக் கூடாது என்கிற தவிப்பு அவரது உடலெங்கும் அதிர்வதை அவனால் உணர முடிந்தது. நினைவுகள் முழுவதுமாகத் தொலையும் கணத்தில் அவரது கண்களைப் பார்த்தான். படபடப்பு நிறைந்த அவரது விழிகளில் கண்ணீர் அரும்பி நின்றது. அந்த நொடியில் அவனுக்கு அவர் அவனுடைய அப்பா இசக்கியைப்போல் தெரிந்தார்.

05

ஊசித் தும்பிகளைப் போல் சன்னமாக விழுந்த மேகத் தூறல் விடியற்காலையில் வலுப்பெற்றிருக்க, உள்ளே காலடி எடுத்து வைக்காதீர்கள் என்று எச்சரிக்கும்படி கடல் ஆர்பரித்துக் கொண்டிருந்தது. ஆயிரம் கிழிஞ்சல்களைக் கொட்டியது போல் அலைகள் ஓசை எழுப்பின. இரக்கத்தின் ஒற்றைத் துளியைக்கூட அங்கு உணர முடியவில்லை. அன்றைய பொழுதின் விடிவைப் போலவே காற்றின் திசையும், வேகமும் கணிக்க முடியாமல் கிடந்தது. கரை நண்டுகளின் பார்வையில் கூட விழாமல் எஞ்சின் பொருத்தப்பட்ட கட்டுமரம் ஒன்று சாவுக்கும் துணிந்துவிட்டதைப் போல் நுரை பொங்கிக் கிடந்த நெடுநீரில் ஏறிக்கொண்டிருந்தது. உடலைத் துளைக்கும்படி விழுந்த மழையில் இப்போது கட்டுமரத்தில் இருந்த நால்வரும் தெப்பமாக நனைந்திருந்தனர்.

அலெக்ஸின் தம்பி ஜார்விஸ் கட்டுமரத்தின் மையத்தில் வைக்கப் பட்டிருந்த குடிதண்ணீர் குவளைகளின் மூடிகள் குவளையோடு சேர்த்து இறுக்கமாகக் கட்டியிருக்கிறதா என்று சரிபார்த்துவிட்டுக் கையோடு அரிசிப் பை, எண்ணெய் போத்தல், கடாய், மண்ணெண்ணெய் அடுப்பு, தீப்பெட்டிகள் முதலிய ஏத்தனங்கள் அடங்கிய வட்டாவை மையத்தில் நகர்த்திப் பத்திரப்படுத்தி வைத்தான். ஜெரோம் தனது மேல்ச் சட்டையைக் கழட்டிச்

சுருட்டி வைத்துவிட்டு, வெற்றிலைப் பாக்கை மென்று குதப்பியபடி வெற்று மேலுடலுடன் எஞ்சின் ஹேண்டிலைப் பற்றியிருந்தார். முதுமையின் சுவடுகள் அவரது தோல்களில் சுருக்கங்களாக விழுந்து கிடந்தன. இருந்தும் அவரது எலும்புகளின் வலுவும், தைரியமும் இன்னும் தளரவில்லை என்பதை உணர்த்துவதுபோல் அவரது பார்வை அமைந்திருந்தது.

அவரது கடல்வாழ்க்கையில் மிகச் சமீபத்தில்தான் அவரது கரங்கள் இயந்திர எஞ்சினைப் பிரயோகிக்கத் தொடங்கியிருக்கின்றன. துளவை வழித்து, மறுக்கையும் தாமானையும் பற்றிப் பாய் விரித்துக் கடல் ஓடிக் கொண்டிருந்தவரால் காற்றின் வேகத்திற்கு ஈடுகொடுக்க முடிந்ததைப் போல் காலத்தின் அவசரத்திற்கு ஈடுகொடுக்க முடியவில்லை.

தாமஸ் முதன்முதலாக விசைப்படகைக் கடலில் இறக்கியபோது அதுநாள்வரை அவருக்குத் துணையாகத் துளவை பிடித்தவர்கள் எல்லோரும் கட்டுமரத்துடனான அவர்களது உறவை முறித்துக்கொண்டிருந்தனர். கட்டுமரம் ஒரு வாரத்தில் ஈட்டித்தரும் மீன்பங்கை விசைப்படகு ஒரே நாளில் தரும்போது அவர்கள் என்ன செய்வார்கள். தாமஸ், ஜெரோமின் மனநிலையைப் புரிந்தவர், அதேநேரத்தில் அவர் அவரது மதிப்பையும் அறிந்தவர். அதன் காரணமாய் அவர் அடுத்ததாக வாங்கிய விசைப்படகில் அவரையே மன்றாடியாக நியமித்தார்.

அறுதலியாக நின்ற மகளையும் அவளது மகனையும் கரைசேர்க்க வேண்டுமென அவரும் அரைமனதுடன் முடிவுசெய்து அந்த விசைப்படகை தலைமை வகித்து கடலோடக் கிளம்பினார். இருந்தும் இழுவை மடி அள்ளி வந்த மீன்களை ஏனோ அவரால் மீன்களாகக் கருதமுடியவில்லை. அவற்றைச் சாத்தானின் தூதுவர்கள் என்றார். மூன்றாம் நாள் மடி உயர்த்திய போது மீன்களோடு மீனாக இறந்து வந்திருந்த ஓர் ஓங்கிலைக் கண்டதும் படபடத்த நெஞ்சுடன் விசைப்படகிலிருந்து இறங்கிக்கொண்டிருந்தார். கண்ணீரும் கம்பலையுமாய் அன்றைய நாள் முழுவதும் புலம்பிக்கொண்டிருந்தவர் அதன்பிறகு தாமஸ், சேவியர், அலெக்ஸ் என எவர் வந்து வற்புறுத்தியும் விசைப்படகை நெருங்க மறுத்துவிட்டார். தட்டு மடி வைப்பதோ அல்லது வலை விரித்து காத்திருப்பதோ மாரியாளிடம் வேண்டுதல் வைப்பது மாதிரியானது. நமது தேவைகளை உணர்ந்து அவளே நமக்கான மீன்களை நமது வலையில் கொண்டுவந்து சேர்ப்பாள்.

ஆனால் இழுவை மடி இழுப்பது என்பது அவளது அனுமதியோ விருப்பமோயின்றி அவளது வயிற்றிலிருந்து சின்னஞ்சிறு பிள்ளைகளைப் பறித்து வருவதற்கு ஒப்பானது.

இந்தச் செயலினால் நாம் கடலன்னையின் கோபத்திற்கு ஆளாவதோடு அவளின் கருணைமிகுந்த கரங்களிலிருந்தும் விடுபட்டுப் போவோம் என இளையோர்களை எச்சரிக்கை செய்யத் தொடங்கினார். தமது சொல்லை இனி இங்கு எவரும் கேட்கப்போவதில்லை எனத் தெரிந்ததும் அவரும் அதுபற்றிப் பேசுவதையே நிறுத்திக்கொண்டார். அவரது பிடிவாத குணத்தைப் புரிந்து வைத்திருந்த அலெக்ஸ், வயதான காலத்தில் அவர் சிரமப்படக்கூடாது என ஒரு அவுட்போர்டு எஞ்சினை வாங்கிவந்து அவரது கட்டுமரத்தில் பொருத்திக்கொடுத்திருந்தான்.

"சார்விஸே. பீடி, தீப்பட்டில்லாம் நனைஞ்சுடாம சவுத்தால்ல சுத்தி வை. மழ விடாத போலயே." அமந்துபோயிருந்த பீடியை உதடுகளிலிருந்து எடுத்துச் சாரத்தில் மடித்துக்கொண்டு ஜெரோம் சப்தம் போட்டார்.

இசக்கியும், ராஜசேகரும் மழையில் நனைந்து சொதசொதத்த உடலுடன் அமர்ந்து, எதிர்த்துவந்த அலைகளை வெறித்திருந்தனர். கட்டுமரம் கரையாழியை நெருங்க நெருங்க இசக்கியின் முகத்தில் அச்சம் கூடிக்கொண்டு செல்வதை ஜார்விஸ் புரிந்துகொண்டான்.

"மாமா ஆளுவ கடலுக்குப் புதுசாட்டுக்கு. பயப்படுறாவ. என்னமாச்சும் பேசிக்கிட்டு வாவென்."

"என்னத்த பேச. மாரியா ஒசத்தி ச்சாவுறது கொடுப்பனடே. மரம் பெறலணும்னு வேண்டிக்கச் சொல்லு."

"யோவ். நீ ஒரு ஆளுன்னு வந்த பாரு."

"எலே மடக்காழி. கெட்டியா பிடி." ஜெரோம் குரல் எழுப்பினார். உயர்ந்து வந்த அலை மீது கட்டுமரம் சரிவாக ஏறியபோது, இசக்கிக்கு இதயம் துடிக்காமல் நின்றுவிட்டது போலிருந்தது. மரம் கீழே இறங்கி மீண்டும் சமநிலைக்கு வந்த ஓரிரு நொடிகளில் வந்த மற்றொரு பேரலை கட்டுமரத்தை முன்னதைவிட உயரமான கோணத்தில் தூக்கி இறக்கியது. இம்முறை அச்சத்தில் இசக்கி "ஆ..." என்று அலறிவிட்டான்.

எங்கு பார்த்தாலும் கண்களை விழுங்கும் இருட்டு, கட்டுமரத்தைக் கவிழ்த்துப்போட விடாமுயற்சி எடுத்துக்கொண்டிருக்கும் அலைகள், போதாத குறைக்கு மழையும் காற்றும் உண்டாக்கும் நடுக்கம்.

கரையிலேயே இருந்து கத்தியில் அறுபட்டு இறந்திருக்கலாம். தப்பிவந்த இடத்தில் இது என்ன பேய்வினை? உயிரோடு கரை சேர்வோமா என்ற அச்சத்துடன் இசக்கி ஆழியில் நிலைகொண்டிருந்த நேரத்தைச் சபித்தான். அப்போதும் ராஜசேகர் இயல்பாக அமர்ந்திருந்தது இசக்கிக்கு வியப்பாகத் தெரிந்தது. ஜார்விஸ் தமது வயதை ஒத்தவனாகவோ அல்லது இளைவனாகவோ இருப்பான் என்பதைக் கண்டுணர்ந்த இசக்கிக்கு அவனோடு உரையாடுவதில் தயக்கம் ஏதும் இல்லை. இருந்தும் அவனாக முன்வந்து பேசினால் நன்றாக இருக்குமென எண்ணினான்.

“நீவுவியலா?” ஜார்விஸின் கேள்வியை எதிர்பார்த்திருந்ததைப் போல் ‘ம்ம்ம்’ என்பதுபோலத் தலையாட்டினான் இசக்கி.

“நீங்க?”

“எனக்கு நீந்த வராது.”

ராஜசேகரின் பதில் ஜார்விஸுக்கு ஆச்சரியத்தைத் தந்தது.

“என்ன சொல்லுதிய. நீய தெரிச்ச அவியலே எருவிப் போய் உக்காந்துருக்காவ. ஆனா நீங்க...”

“என்ன செய்ய. ச்சாவணும்ட்டு விதி வந்தா சாவப்போறம். பயந்து என்ன ஆவப்போவுது. இதுவும் நல்லாதாம் இருக்கு.”

ராஜசேகர் மரத்திற்குள் சிதறிய உப்புநீரை நோக்கிக் கைகளை நீட்டியபடி கூறினான். அவன் இப்படிப் பேசக் கூடியவன்தான். மேலும் அவனுக்கு ஓர் அசட்டுத்தனமான தைரியம் எப்போதும் உண்டு என்பதை இசக்கி நன்றாக அறிவான்.

கட்டுமரம் கரைக்கடலைக் கடந்து அண்மைக் கடலுக்குள் நுழைந்தபோது கருக்கல் விடிந்திருந்தது. கடல்நீர் கருமையை இழந்து மெல்ல நீலமெடுத்துக்கொண்டிருந்தது. கீழ்வானில் கொழுந்துவிட்டு எரிந்த கதிரவன் கடலின் மேற்பரப்பில் படர்ந்து தகித்துக் கொண்டிருந்து. கொண்டல் நிற மேகங்கள் மெல்ல விலக அதன் எஞ்சின திட்டுகள் மேலுக்குப் பொன்னிறம் பூசியிருந்தன.

காற்றின் வேகம் குறையக் குறைய கட்டுமரம் சீராகத் தவழ்ந்தது. ஜெரோம் செல்லவேண்டிய திசையையும், இன்னும் எவ்வளவு

நேரம் வயிறு பசி தாங்கும் என்பதையும் மட்டும் கணக்கிட்டுக் கொண்டிருந்தார்.

கடற்சூழல் விரைந்து ஓடுவதற்குத் தோதாக மாறியிருப்பது கண்டும் அவரது முகம் எவ்வித மாற்றத்தையும் பிரதிபலிக்கவில்லை.

கடலோடிக்கொண்டிருக்கிறோம் என்பது கூட அவரது சிந்தனையில் ஏதோ ஒரு மூலையில் மட்டும் இருந்தது. இசக்கி பார்வையிலிருந்து மறைந்துபோயிருந்த நிலத்தின் மிச்சங்களைக் கரைத் திசையில் துழாவிக்கொண்டிருந்தான். சட்டென்று தான் வாழ்ந்துகொண்டிருந்த நிஜ உலகத்திலிருந்து வெளியேறி வேறோரு நீலநிற மாய உலகத்திற்குள் நுழைந்துவிட்டதைப் போல் எண்ணினான்.

கடல் அமைதிகொண்ட பின்னரும் கூட நீரற்ற நிலத்தையே அவனது உடலணுக்கள் ஒவ்வொன்றும் விரும்பின. கரை விலை மதிப்பற்றது என்பதை நான்கு திசைகளிலும் கண்கள் எட்டும் தூரம்வரை விரிந்துகிடந்த கடல் அவனுக்கு உணர்த்தியிருந்தது. வெளிச்சம் தேடிப் படையெடுத்து வந்த சாளை மீன் கூட்டங்கள் மீது ஜார்விஸ் பார்வையை வைத்திருந்தான்.

ராஜசேகரின் கண்களில் தொலைவில் ஓடிக்கொண்டிருந்த இரண்டு சரக்குக் கப்பல்கள் தென்பட்டன. வானமும் நீரும் நால்வருக்கும் ஒன்றுதான் என்றாலும் கடல் அங்கிருந்த ஒவ்வொருவருக்கும் தனித்தனியான காட்சிகளைக் கண்முன்னே கொண்டு வந்திருந்தது.

“சார்விஸு. பீடி இருக்காடே.”

“இல்ல மாமா. சுருட்டுதான் இருக்கி. அதும் நனைஞ்சிருக்கிம். இரு பாக்கென்.”

“பாப்பா சுருட்டா?”

“இல்ல சிங்கம்...”

“அந்த மயித்த நீயே இழு. இழுப்பு வந்து ச்சாவவா.”

இசக்கி தான் அமர்ந்திருந்த இடத்திலிருந்து எழுந்துவந்து இடுப்பில் சுருட்டி வைத்திருந்த பீடிக்கட்டை எடுத்து ஜெரோமிடம் நீட்டினான்.

“இதும் ஈரமால்ல இருக்குமாட்டுக்கு. வைச்சுக்கல தீவுக்குப் போயி ஒலத்திக்கலாம்.” ஜெரோம் வேறு வழியின்றி மீண்டும்

வெற்றிலையை எடுத்து சுண்ணாம்பு தடவி, புகையிலையை நடுவில் நிரப்பி மடித்தார். அதுவரை தொலைவில் சிறு புள்ளியைப்போல் தெரிந்த சல்லித் தீவு கரை பார்வைக்கு அருகில் வந்திருந்தது.

தீவை நெருங்கி ஆழம் குறைவான இடத்திற்கு வந்துசேர்ந்த பிறகு நால்வரும் நீருக்குள் இறங்கி கட்டுமரத்தைக் கரைநோக்கித் தள்ளிச் சென்றனர். சேற்றிலும், கடற்பாசிகளிலும் கால்கள் புதைந்து மரத்தைக் கரையில் ஏற்றி நிறுத்துவதற்குள் நால்வருக்கும் எலும்பு மூட்டு ஒரு வழியாகியிருந்தது.

ஏத்தனங்களை மரத்திலிருந்து இறக்கிக்கொண்டு தீவிற்குள் வேறு மனிதர்களின் நடமாட்டம் இருக்கின்றதா என மேலோட்டமாக நோட்டமிட்டபடி மரங்கள் அடர்ந்திருந்த உலர்நிலத்தை நோக்கி நடந்தனர்.

காணும் இடமெங்கும் நாட்டுக் கருவையும், கொன்னை மரங்களும் அடர்ந்திருந்தன, ஆங்காங்கே சில பூவரசம், இளந்தை மரங்களும் கூடத் தென்பட்டன. மரங்களில் அடைந்திருந்த செங்கால் நாரை, பூநாரை, ஆலா, நண்டு தின்னி உள்ளான் போன்ற பச்சிகள் அந்நிய உயிர்கள் தீவிற்குள் நுழைந்துவிட்டதை எச்சரிக்கை செய்வதுபோல் கூச்சலிட்டுக்கொண்டிருந்தன. விறாலடிப்பான் பருந்துகள் நால்வரையும் கொத்தித் தின்றுவிடுவதைப்போல் முறைத்துப் பார்த்துக்கொண்டிருந்தன.

“நீங்க உங்க ஊர விட்ட வந்து எத்தனை வருசம் இரிக்கும்?”

ஜார்விஸிடமிருந்து அப்படி ஒரு கேள்வி வரும் என்று இசக்கி சற்றும் எதிர்பார்த்திருக்கவில்லை.

“ஏம்ல. ஏன் கேக்கிய?”

“நேத்து காலைல தாமஸு மாமா, நான், என் அண்ணன் மூனேரும் உங்களத் தேடி உங்க ஊருக்கு போயிருந்தோம்.”

இசக்கியால் அதற்குப் பதில்குரல் எடுக்க முடியவில்லை, ஜார்விஸ் அங்கு கண்டு வந்ததை அவனாகக் கூற வேண்டும் என்பது போல் பார்த்தான்.

“உங்க வூடெல்லாம் இடிஞ்சில்ல கிடக்கி. உங்க தாத்தாமாரு வூட்ல தாம் எல்லாம் சொன்னாவ.”

“சிங்காரம் தாத்தாவா? அவிய எப்படி இருக்காவ?”

“யாருலே அந்த வீட்டுப் பெரியவரா. நீங்க சொல்றவ செத்துப் போயிட்டாவனு நினைக்கன். ஏம்னா அவரு மவம்தான் தாமஸு மாமாகிட்ட பேசினாவ. பேசயில கொஞ்ச நாளு மின்ன அவிய அப்பா தவறிட்டாவனு சொன்னாவனு நினைவு.”

“ஆமாலே செரிதாம் திண்ணைல சந்தன மால போட்டு ஃபோட்டோ கூட ஒன்னி இருந்திச்சு.”

“எல அங்க பாரு பாம்பு.” ஜெரோம் கைகாட்டிய திசையைப் பார்த்தபடி நால்வரும் அசையாமல் நின்றனர்.

“இனி இப்படி கூராப்பாதான் இருக்கிம். கீழ பாத்து நடங்கடே. அட்டையும் வசமா எளயும்.” மரங்கள் அடர்ந்திருந்த பகுதிக்குள் வந்திருந்தவர்களை ஜெரோம் எச்சரித்தார்.

“என் அம்மா... என் அம்மாவ பாத்தியலா? உசுரோட இருக்காவளா?” இசக்கியின் உலர்ந்த உதடுகளிலிருந்து வார்த்தைகள் மென்மையாக வெளியே வந்து விழுந்தன. அவனது கண்களில் ஏற்கெனவே ஈரம் செறிந்திருப்பதைக் கண்ட ஜார்விஸ் பதிலேதும் கூறாமல் அமைதியாக நடந்தான்.

06

அந்த அறைக்குள் இருந்தவை அனைத்தும் இருதயராஜின் பார்வையில் பனிமூடிய கண்ணாடிக்கு இருப்பவைபோல் மங்கலான உருவில் காட்சி தந்தன. அவனது நாசியெங்கும் மருந்தின் துர்வீச்சம் நிறைந்திருந்தது. அதுவே அவனுக்கு ஓர் அலாதியான வாசமாகவும் சில நேரங்களில் தெரிந்தது. கண்களை அகல விரித்து எங்கிருக்கிறோம் என்று அறியத் தவித்தான். ஒரு பெண் எதிரே நிற்பதைப் போன்ற பிரமை இடையிடையே ஏற்பட்டது. முதலில் அது மெர்லினாக இருக்குமோ என்று நினைத்தான். ஆனால் அவ்வுருவம் மெர்லினுடையது இல்லை. அது வேறு யாரோ அதுவரை அவன் பார்த்திடாத பெண்ணின் உருவம் என்பது அவனுக்கு அதன் பிறகு தெரியவந்திருந்தது. அந்தப் பெண்ணின் தோற்றம் மட்டும் தெளிவுடன் இருக்க, அதனைத் தவிர மற்ற அனைத்தும் நீரில் நனைந்த ஓவியத்தைப்போல் கலங்கலாக அசைந்தன. சட்டென்று விலாப்பகுதியில் யாரோ ஊசியில் நூலியினைக் கோர்த்து தைப்பதைப்போல் உணர்ந்த தருணத்தில்

மயக்கமுற்று மீண்டும் இருண்மை நிலைக்குச் சென்றான். மீண்டும் அதே கலங்கிய காட்சிகள், அதே பெண் உருவம். பிறகு மீண்டும் அடர்ந்த இருள்.

இப்படியாக ஓர் உன்மத்த நிலை முடிவிலியாய்த் தொடர்ந்து கொண்டிருக்க அவன் தான் இறந்துவிட்டோமோ என ஐயம் கொண்டான். இடையிடையே சந்திரனும், தமிழரசனும் அவனது பெயரைச் சொல்லி அழைக்கும் ஓசை எங்கிருந்தோ ஒலித்தது.

மீண்டும் அவனுக்குச் சுயநினைவு வந்தபோது படுக்கைக்கு எதிரில் மீனாம்பாளும், நஞ்சுண்டானும் நின்று கொண்டிருப்பதைப் பார்த்தான். தான் அபாயக் கட்டத்தைத் தாண்டி உயிர் பிழைத்துவிட்டதை அவர்களது முக மலர்ச்சியைக் கண்டு புரிந்துகொண்டான்.

மீனாம்பாள் விபூதி, குங்குமத்தை எடுத்து அவனது நெற்றியில் பூசிவிட அவர்களைக் கண்ணீருடன் நோக்கினான்.

"அழாதயா. இனி பயமில்லனு சொல்லிட்டாங்க. ஏங்க... என்ன பாத்துகிட்டு நிக்கிறிங்க." மீனாம்பாள் நஞ்சுண்டானை அழைத்தார். நஞ்சுண்டான் சற்றுத் தயங்கியபடி முன்னே வந்து நாற்காலியை எடுத்துப்போட்டு அமர்ந்தார்.

"இனி ஒன்னுல்ல. நல்லாகிடுவ. நான்தான் கொஞ்சம் அசால்ட்டா இருந்துட்டன். ரொம்ப சங்கடமா இருக்குயா."

"இல்ல அண்ணாச்சி." அவன் சிரமப்பட்டுக் குரலெடுத்தான்.

"சரி விடுயா. ஒண்ணுல்ல மூணு நாள்ள வீட்டுக்குப் போயிடலாம். குத்தினவ... என்ன குத்தினவம்? ம்ம்ம். யாரு என்னன்னு இன்னும் க்ளூ இல்ல. தப்பிச்சிட்டானுங்க."

அவர் தனது வலது தோள்பட்டையைக் கையால் துலாவியபடி இயலாமையுடன் சாளரத்தை நோக்கினார்.

"ஏங்க... இதெல்லாம் அப்புறம் பேசலாம். அந்த நர்சி வேற நொய் நொய்ங்கிறா. நீங்க போய் உங்க வேலய முடிச்சிட்டு வரப்ப சாப்பாடு வாங்கிட்டு வாங்க. தம்பிக்கும் எப்ப என்ன கொடுக்குறதுன்னு டாக்டர் கிட்ட கேட்டுக்கங்க."

"இருதயா... இந்தா பக்கத்துல ஒரு இடத்துக்குப் போய்ட்டு வந்துடுறன். ஏய். பாத்துக்கடி.."

"சரி. தமிழுக்கு ஃபோன் பண்ணி தம்பி கண் முழிச்சிட்டுனு சொல்லிடுங்க. சந்திரன்ட்ட மொத சொல்லுங்க. அவன அடக்குற துக்குள்ள போதும் போதும்னு ஆகிடிச்சு."

அவனது உடல் சற்று வேகமாகவே தேறி வந்தது, ஆயினும் அவனது மனம் நடப்பவற்றை எல்லாம் நினைத்து நோயுறத் தொடங்கியது.

தன்னால் நஞ்சுண்டானுக்கு எத்தனை மன உளைச்சல், கூடுதலாகச் செலவுகள் வேறு. அவர் முன்புபோல் இல்லை, பணத்திற்குச் சிரமப்படுவதாகச் சந்திரன் ஏற்கெனவே ஒருமுறை கூறியிருந்தது நினைவில் வந்து அவனது மனதை நெருடியது.

காவல்துறை விசாரணை, மருத்துவப் பரிசோதனைகள் முடிந்து, இனி பயமில்லை என மருத்துவர்கள் கூறியபின் அவன் மருத்துவமனையிலிருந்து வீட்டுக்கு அழைத்துவரப்பட்டான். தமிழரசனின் அறையிலேயே அவன் தங்குவதற்கான ஏற்பாடுகளை நஞ்சுண்டான் செய்து வைத்திருந்தார். அவனது மனது அங்கு இருப்புகொள்ளாமல் தவித்தது.

நஞ்சுண்டானோடு சிலவற்றைப் பேச வேண்டும், குறிப்பாக மருத்துவமனைச் செலவுகள் பற்றிய விபரங்களைக் கேட்க வேண்டும் என்ற தீவிரத்துடன் இருந்தான். அவர் வீட்டில் இருக்கும் நேரமே குறைந்திருந்ததால் அதற்கான வாய்ப்புகள் அமையாமலே இருந்தன.

நஞ்சுண்டானின் மகள் அனிதா அவளது பிள்ளை மற்றும் கணவனோடு வீட்டிற்கு வந்து அவனை நலம் விசாரித்துவிட்டுச் சென்றாள். காயம் விரைந்து ஆறவேண்டும், இரத்தம் நன்றாகச் சுரக்க வேண்டும் எனச் சந்திரனும் திப்பு சுல்தானும் துண்டில் வைத்துப் பிடித்த வஞ்சிரம், கணவாய் மீன்களைக் கொண்டு வந்து அவ்வப்போது கொடுத்தனர்.

இறுதியாக ஒரு மாலையில் அவனுக்கு நஞ்சுண்டானோடு விலாவரியாகப் பேசுவதற்கான வாய்ப்பு அமைந்தது. அவர் திண்ணையில் அமர்ந்து வாசலை நோக்கியபடி ஏதோவொரு சிந்தனையில் ஆழ்ந்திருப்பதைக் கண்டு அவன் தட்டுத்தடுமாறி அறையிலிருந்து நடந்து அங்கு வந்தான்.

"ஏய்... ஏன்பா எதும் வேணுமா? உள்ள அம்மா, தமிழு இல்ல?"

“அம்மா பொறத்தால இருக்காவனு நெனக்கன். தமிழண்ணன் வெளில போய்ட்டாவ.”

“நீ ஏம்பா வந்த. கூப்ட்ருக்கலாம்ல.”

“இருக்கிட்டம் அண்ணாச்சி. கட்டில்லயே குறுக்கு சாய்ச்சு கிடக்கவும் செரயா இருக்கில்லா”

“உக்காரு. இப்ப எப்படி? ஒன்னும் வலி இல்லையே?”

“இல்ல அண்ணாச்சி. ஊர்ல சொல்ட்டியலா?”

“என்ன சொல்றது? கத்திக் குத்துவாங்கி கிடக்குறன்னா? இன்னும் சொல்லல.”

“வல்தாரீஸ்ட்ட கூடவா சொல்லல?”

“இல்லயா. விசயம் தெரிஞ்சா. ஜார்விஸு உன்ன இங்க வைக்க மாட்டாப்ள.”

“ஆமா அண்ணாச்சி. செரிதாம். உங்களுக்கு ரெம்ப செரமம் கொடுத்துட்டன்.”

“அப்படிலாம் இல்லப்பா. ஏட்டி, டீ இருந்தா கொஞ்சம் கொண்டு வா. இந்தத் தம்பியும் இங்கதான் உக்காந்துருக்கான். சேத்துக் கொண்டு வா.” திண்ணை நோக்கி வந்த மீனாம்பாளைப் பார்த்து நஞ்சுண்டான் குரல் எழுப்பினார்.

“அண்ணாச்சி... அந்தால. ஆஸுபத்திரிக்கு எம்புட்டுச் செலவு ஆச்சுனு சொல்லுங்க. நான் துட்டு எடுத்துதாம் வந்தன். என்கிட்ட இருக்கி.”

“ஏய். பேசாமப் போயா.”

“இல்ல. என்கிட்ட இல்லன்னா நீங்க சொல்றது ச்சரி. துட்டுதாம் இருக்கில்லே.”

“லேய் தம்பி. எனக்குக் கெட்ட கோவம் வரும். பேசாம இரு.”

“ம்ம்.”

“இரு. ஜார்விஸுக்குக் கூப்ட்டு சேதிய சொல்லிடுவம். இனியும் சொல்லலன்னா தப்பாகிடும்.” கைப்பேசியை எடுத்து ஜார்விஸின் எண்ணைத் தேடினார்.

"அண்ணாச்சி... இருங்க."

"ஏன்பா?"

"வேணாம் சொல்லாதிய. நான் இன்னும்... இன்னும் கொஞ்ச நாள் இங்கனயே இருக்கவா?"

"இல்லயா. இனி இங்க சரியா வராது. நீ பிழைச்சதே பெரும்பாடு."

"இல்ல அண்ணாச்சி. இன்னும் ஒரே ஒரு மாசம்?" தலையைக் கவிழ்த்துக் கூச்சத்தை உதறிக் கேட்டான்.

"புரிஞ்சுக்கயா. அங்கனா சுத்தி எந்நேரமும் ஆளுங்க இருப்பாங்க. இங்க எனக்கும் ஆயிரத்தெட்டு வேல. எனக்கு உன்ன அனுப்பனும்னு எண்ணம் இல்ல. ஆனா வேற வழி இல்ல. என்னையும் மீறி ஒன்னு கிடக்க ஒன்னு ஆகிப்போச்சுனா என்ன செய்றது சொல்லு. அப்படித்தானே இப்பவும் ஆச்சு. ஒரு ரெண்டு நாள் இருந்துட்டுக் கெளம்புயா." அவன் அதற்கு மேல் அவரோடு எதுவும் பேசாமல் எழுந்து தையலிட்ட இடத்தைக் கையில் அணைத்தபடி வீட்டிற்குள் நடந்தான்.

"அம்மா... எங்கன இருக்கிய..?" அவனது குரல் கேட்டு மீனாம்பாள் சமைலறையிலிருந்து கூடத்திற்கு வந்தார்.

"என்னப்பா... அவங்கக் கூட அங்கயே உக்கார வேண்டியதுதானே... டீ போட்டுட்டு நானே வரேன்." ஜார்விஸ் முதல் அழைப்பை ஏற்காததால் மீண்டும் முயற்சி செய்துகொண்டே நஞ்சுண்டானும் வீட்டிற்குள் வந்தார்.

"அம்மா. உங்கள நான் ஒன்னு கேப்பன். தட்டாம சரிம்பியலா." அவன் முதல்முறையாகத் தன்னோடு இவ்வளவு உரிமையோடு பேசுவதை மீனாம்பாள் சற்று ஆச்சரியத்துடன் பார்த்தார்.

"என்னய்யா. கேளு. என்ன வேணும்."

"நான் இங்கனயே இன்னும் ஒரு மாசம் இருந்துக்கவா?" கலங்கிய குரலில் அவன் அவ்வாறு கேட்டது மீனாம்பாளின் நெஞ்சைப் பிசைந்தது.

"ஏன்... இப்ப யாரு உன்ன இருக்க வேணாம்னா."

"அண்ணாச்சிதாம். என்னய ஊருக்குப் போகச் சொல்றாவ."

“அவரு கெடக்குறாரு. இரு டீய இறக்கிட்டு வரன்.” மீனாம்பாள் மீண்டும் சமைலறைக்குள் சென்றார்.

“இந்த பாரு... ஏய்.” நஞ்சுண்டான் குரல் எடுப்பதற்குள் மீனாம்பாளிடமிருந்து பதில் வந்தது.

“இந்தத் தம்பிய கூட பத்திரமா பாத்துக்க முடியாது. பெரிய இவர்னு மட்டும் சொல்லிட்டுத் திரியிறிய.”

“இல்லட்டி. நீயும் நான் சொல்றத புரிஞ்சுக்காம பேசிட்டு இருக்க.”

“ஏன் இந்தத் தம்பி இங்க இருக்கதுல என்ன? இதுவும் நம்ம மவன் மாதிரிதான..”

“இப்ப யாரு இல்லன்னு சொன்னா... லேய் நீ சரியான ஆளு தாண்டா.” நஞ்சுண்டான் நரை முடிகள் மண்டிய தனது தாடியைச் சொறிந்தபடி நின்றார்.

“சரி இருயா. பாத்துக்கலாம்.”

07

கரைச்சல்லி தீவின் மரங்களில் கூடடைந்திருந்த பட்சிகள் கதிரவன் மீண்டும் கடலுக்குள் செல்லவிருப்பதாகப் புறம்பேசிக் கூச்சலிட்டுக்கொண்டிருந்தன. தனது கருமைநிற நிர்வாண உடலை உலகிற்குக் காட்ட எண்ணிய வானம் அதன் நீலநிற ஆடையை மெல்ல உரித்துக்கொண்டிருந்தது. மச்சங்களைப் போல் அதன் மேனியில் நட்சத்திரங்கள் மின்னின. இவையாவும் தனது மேற்பார்வையில் நடப்பதாய் எண்ணிப் பிறைநிலா பன்னீர் குவளையை ஏந்தியிருந்தது. நீச்சத் தண்ணீரை மட்டும் அருந்திவிட்டு நாள் முழுவதும் உறங்கிக்கொண்டிருந்த இசக்கியும், ராஜசேகரும் மயக்கம் கலைந்து எழுந்தபோது கடலோடு புணர்ந்து களிக்க இரவு வானம் தயாராக இருந்தது. உலை கொதிக்கும் வாசம் காற்றில் தவழ்ந்து வந்து இருவரையும் தீவின் தென்திசையை நோக்கி அழைத்துச் சென்றது.

கடற்கரை மணலில் வைக்கப்பட்டிருந்த அடுப்பில் சோறு வெந்து கொண்டிருக்க, ஜெரோமும் ஜார்விஸூம் முட்டியளவு நீரில் நின்றபடி குத்துவலை வழித்துக்கொண்டிருந்தனர்.

ஒவ்வொரு நடையிலும் அவர்களது வலை ஏந்திவந்த சேற்றில் நெத்திலி மீன்களும், கூனி இறால்களும் தென்பட்டன. சிறிது நேரத்தில் இருவருமே திருப்திகொள்ளும் அளவிற்குக் கொஞ்சம் ஓரா மீன் குட்டிகளும் கிடைத்திருந்தன.

இந்த இரவிற்கு இவைபோதுமெனக் கிடைத்தவற்றை ஜெரோம் லுங்கியில் சுமந்து பிறகு அவற்றைச் சுத்தம் செய்ய ஆரம்பித்தார். ஜார்விஸ் அடுப்பின் அருகில் அமர்ந்து வேகவைத்திருந்த நெல்லுச் சோற்றிலிருந்து நீர் வடித்துக்கொண்டிருந்தான்.

ஜெரோம் மீன்களைக் கிள்ளியபடி சற்றுத் தொலைவில் நின்று கடலை வேடிக்கை பார்த்துக்கொண்டிருந்த இசக்கியையும், ராஜசேகரையும் அருகில் அழைத்தார்.

"வாங்கலே. அசந்து ஒறங்கிட்டு இருந்தீயலா. அதாம் சோறாக்கி வைச்சிட்டு உசுப்புவம்னு வந்துட்டம். அப்படி அங்கன உக்காருங்க."

"சார்விஸூ. காலைல வெள்ளனவே நான் கரைக்கு ஓடிருவன். கடலு சேலாருக்கி பாத்தியா?"

சுத்தம் செய்யப்பட்ட மீன்களை நீரில் அலசியபடி ஜெரோம், ஜார்விஸிடம் தயங்கிய குரலில் கூறினார்.

"ஏ மாமா என்ன சொல்லுத. இரு. அங்க போய் என்ன செய்யப்போற."

"எல தொழில பாக்க வேணாமா?"

"ஆமா பெரிய தொழிலு..."

ஜார்விஸ் வாய்க்குள்ளயே முணுமுணுத்தான்.

"ஏ... மாமா. என்ன எங்கள தனியா விட்டுப் போறங்க? அலெக்சி விசியத்த சொல்லிதானே உன்ன எங்க கூட அனுப்ச்சாம். இவியளும் புதுசு. எனக்கும் ஒன்னிம் தெரியாது. போறங்குற. மழை வேற வருமாட்டுக்கு." ஜார்விஸ் அமைதிகொள்ளாதவனாய் மூச்சிரைக்கப் பேசினான்.

"எல. இனி எங்கல மழ. வெட்டாப்பாவுல கிடக்கி. நல்லா ஏழு கழுத வயசாவுது. சின்னப் பயலுவ கணக்கா பயப்படுத."

"அப்படினா காலைல வெள்ளனவே போய்ட்டு. இராத்திரி இங்கன வந்துடன்."

"அதாம் நானும் சொல்ல வந்தன். நீ எங்கடே பேச விடுத."

"ம்ம்ம் அப்போம்னா செரி. வரும்போது அரிசி... அரிசி கூட இருக்கி. நீச்சத்தண்ணி, பேட்டரி லைட்டு, பெறவு காண்டாவிளக்கும் கொண்டு வா. இந்தச் சிமிலிய மட்டும் வைச்சு என்ன செய்ய."

ஜார்விஸ் விளக்கைப் பற்றிய பேச்சை எடுத்ததும் இசக்கி மங்கம்மாள் விளக்கு பற்றி நினைப்பு வந்தவனாய் எழுந்து அவன் உறங்கிக் கொண்டிருந்த இடத்திற்கு ஓடினான். அவனது துணிப்பையை எடுத்து வந்து மீண்டும் மணலில் அமர்ந்துகொண்டான்.

பிறகு பையிலிருந்து மங்கம்மாள் விளக்கை எடுத்து மடியில் வைத்துக்கொண்டு, சாரத்தின் ஒரு நுனியைக் கிழித்துத் திரியாக்கி, போத்தலில் இருந்த திருக்கை எண்ணெய்யை ஊற்றித் தீபமேற்றினான். சுடர் சற்று சாய்வுக் கோணத்தில் எரிவதைக் கண்டவுன் விளக்கை அணைத்துப் பைக்குள் வைத்துக்கொண்டான். அவனது நடவடிக்கை மற்றவர்களுக்கு விசித்திரமாக இருந்தது.

"ஏன் அத அமத்தி வைச்சே? வெளிச்சம் கொறவா இருக்குல்லா?"- ஜெரோமிற்குப் பதில் அளிக்க விருப்பமில்லால் தலையைக் கவிழ்த்துக்கொண்டான்.

சிறிது நேரத்தில் கடாயில் கலவையாய் இருந்த மீனும், இறாலும் தயார் ஆனது. சிமினி விளக்கைக் கொளுத்தி வைத்துக்கொண்டு நீச்சத் தண்ணியை மூடி வைக்கும் தட்டிலும், எண்ணெய்ச் சட்டியிலும் சோற்றைக்கொட்டி நால்வரும் சுற்றி அமர்ந்துகொண்டனர். அவர்களுக்கு இருந்த பசியில் வடித்து வைத்த சோறு முழுவதும் போன இடம் தெரியவில்லை.

இசக்கிக்கு விடியற்காலையில் தாமஸ் வீட்டில் சாப்பிட்டதற்கு ஈடானதொரு ருசியான உணவைச் சாப்பிட்ட உணர்வு மேலெழுந்தது. கையை அலம்பியபிறகும் அதில் மீன்சொதியின் வாசம் வீசுவதை நுகர்ந்து பார்த்துத் திருப்தியடைந்தான்.

பிறகு ஏனங்களை எடுத்து வைத்துவிட்டு உண்ட களைப்பைப் போக்கும் விதத்தில் நால்வரும் கடலுக்கு நெருக்கமாக அமர்ந்து கரைக்காற்றை அனுபவிக்கத் தொடங்கினர். அடுத்த நாள் தேவைக்கு மட்டும் கொஞ்சம் எடுத்து வைத்துவிட்டு மீதமிருந்த பீடி, சுருட்டு அனைத்தையும் நால்வரும் சேர்ந்து பேச்சுக்கிடையே ஒன்றன்பின் ஒன்றாகப் புகைத்துக்கொண்டிருந்தனர்.

அந்த இருளில் கடல் ஒரு மென்மையான குளத்தைப் போல் தன் முன்னே மினுமினுத்துக் கொண்டிருப்பதைக் கண்ட

இசக்கி இந்தக் கடலா காலையில் அத்தனைச் சீற்றத்துடன் பொங்கிக்கொண்டிருந்தது என வியப்புற்றான். அவன் மௌனத்தை உதறாமல் அமர்ந்திருக்க ராஜசேகரும், ஜார்விஸூம் நன்றாகப் பேசத் தொடங்கியிருந்தனர்.

“அது என்னல பேரு ஜார்விஸ் அடுத்தாரைக் காத்தார்?”

“ஜார்விஸ்தாம் எம்பேரு. அடுத்தாரைக் காத்தார்னா பரதவப் பேரு. இந்தப் பட்டம்னு சொல்லுவாகல்ல அதுமாரி. ஆனா அத பட்டம்னு சொல்ல முடியாது. ஒங்களுக்கு வெளங்கனும்காண்டி அப்படி சொல்லுதன். அந்தப் பேருக்குப் பின்னால ஒரு வரலாறு இரிக்கு தெரிமா?”

ஜார்விஸ் கண்களை விரித்து உற்சாகமடைவதைக் கண்ட இசக்கி அவன் பேசுவதற்குச் செவிகொடுக்க ஆரம்பித்திருந்தான்.

“அரபிய இங்கன சண்டைக்கு வந்தாம்ல. அப்போம் அவன் இங்கன இருக்க மீனவனுவல நிறையபேத்த கொன்னு போட்டாம்னு அதன் பிற்பாடு இவியளுக்கும் அரபிக்கும் சண்ட. அது கேள்விப்பட்ருக்கியலா?”

இல்லை என்பதுபோல் ராஜசேகர் உதட்டைப் பிதுக்கினான்.

“அது பெரிய சண்டை. அந்தச் சண்டைல தேவமாருவ எங்களுக்குத் துணையா இருந்தாவன்னு கூட அண்ணன் சொல்லும். அதால தான் இப்பம்வர நாங்க அவியல போத்தி போத்தினு சொல்லுறமாம். கெழக்க அப்புச்சினு சொல்லி அழைப்பாவ. நல்ல ஒறவ ரெண்டு பேத்துக்கும். ஐயோ என்ன சொல்ல வந்தேன். அப்போம் அந்தச் சண்டைல கொற்கைகோனு ஒரு தளபதி இருந்தாவ. எங்காளு. அவியல கடத்தக்காண்டி இரப்பாளினு ஒரு கடற்கொள்ளையன் படைய தெரட்டிக்கிட்டு வந்தானாம். அவனும் அரபிதாம்னு நெனைக்கன்.

தளபதி உயிர காவந்த பண்ணக்காண்டி காத்தவராயன்னு ஒருத்தவரு நான்தான் கொற்கைகோனு எதிரியல்ட்ட சொல்லி உயிரவிட்டாவலாம். அவியதாம் அந்த அடுத்தாரைக் காத்தார். அவிய செஞ்ச தியாகத்துக்காண்டி அந்தப் பேர இப்போம் வர செல பேர் ஞானஸ்நானம் கொடுக்கைல சேத்துக்கிடுவாங்க. அதுமாரி நிறைய பரதவப் பேரு உண்டு.

வில்லவராயர், பூபாலராயர், பர்னாந்து, திக்ரூஸூ, பாய்வா... ஆங்... பெரேரா, மிராண்டா, ... பெறவு... விக்டோரியா, ரோச்னு மொத்தம்

அறுபதோ என்னமோ. வில்லவராயர், காளிங்கராயர், பூபாலராயர், அடுத்தாரைக்காத்தார்னு தமிழ்ல இரிக்கதுலாம் ரொம்பப் பழய பேரு. இந்த இங்கிலிஷ்ல இரிக்கது எல்லாம் போர்த்துகீசியனுங்க காலத்துக்குப் பெறவு மதம் மாறின பிற்பாடு வந்தது. அதெல்லாம் பெரும்பாலும் அவனுவ தளபதிய, குருமாருவ பேரா இரிக்கும். ஜெரோம் மாமா. பரதவப் பட்டம் மொத்தம் எத்தினி? அம்பதா அருவதா?"

"கொஞ்சம் மூச்ச விட்டுக்கல. நீயும் ங்கொண்ண மாதிரி போனது வந்தது எல்லாம் நல்லா பேசு. இன்னும் நம்மல ஒரு நாலு பய மதிச்சு, சர்க்காரு நமக்காண்டி எல்லாம் செய்தாம்னு வையி. ஒனக்கும் ஒன் அண்ணனுக்கும் சாரம் இடுப்புல நிக்காது."

"ஏய் சுருட்ட வைல. வேணாம் வேணாம்னு சொல்லிட்டு எத்தன இழுப்ப. சும்மா... நாளிக்குச் சுருட்டும், அவிய ரெண்டு பேருக்கும் பீடியும் வாங்கி வர. சொல்லிட்டன். ஆளப்பாரு. சேகரண்ணே. நம்ம மாமா பேர் என்ன தெரியுங்களா?"

"என்ன?"

"ஜெரோம் பட்டங்கட்டியார்."

"பட்டங்கட்டியார்?"

"ஆமா. இவிய பட்டங்கட்டியார் குடும்பம். ஒவ்வொரு கிராமத்துக்கும் ஒரு பட்டங்கட்டிமார் உண்டு. அவியதான் அங்க தலைவரு. முத்துக்குளிக்கிற கிராமங்களுக்கு அடப்பனாருனு ஒருத்தவிய இருப்பாவ. இவிய குடும்பத்துல அப்போம் யாரோ அப்படி பட்டங்கட்டியா இருந்திருக்காவ. என்ன மாமா செரிதானே."

"எலே. நானே சோத்துக்குச் செத்து கெடக்கன். நக்கலா பண்ணுத... அறுப்பு... இவியளுக்கு நீ சொல்றது எல்லாம் மொத வெளங்குமா?"

பின்னிரவு தாண்டியும் நால்வருக்கும் உறங்கும் யோசனை வரவில்லை. ஜெரோமை ஏதாவது கதை சொல்லச் சொல்லித் தூண்டுவதற்காக ஜார்விஸ் கடலைப் பற்றிப் பேச ஆரம்பித்தான்.

ஜெரோம் கூறுகின்ற கடல் குறித்த செய்திகளையும், விநோதமான கதைகளையும் கேட்பது என்பது ஜார்விஸிற்கு மட்டுமின்றி ஏனைய கடற்புறத்து இளசுகளுக்கும் பிடித்தமான பொழுதுபோக்கு. அவர் கூறுகின்ற செய்திகளோடு அவர்கள் சில தருணங்களில் தர்க்கம் செய்தாலும் பெரும்பாலான நேரங்களில் அவர் கூறுவதை

சுவாரஸ்யத்துடன் கேட்பர். அவர் அவரது பதினைந்தாவது வயதிலிருந்தே கடலோடிக் கொண்டிருக்கிறார். அவரது முப்பத்தி ஐந்து ஆண்டுகால கடல் அனுபவத்தில் அவர் கடல் பற்றிப் புரிந்து கொண்டவை ஏராளம். எனினும் சமீபக் காலங்களில் கடல்குறித்து அவர் கூறுகின்ற சில அறம்சார் தத்துவங்களையும், மரபுகளையும் கேட்கும் பொறுமை இளசுகளிடம் இல்லை.

“இப்போம்தான் ராஜ் பர்னாந்தூட்டு தோணி கரைய ஏத்தி நிக்கி. அப்பம் ஒரு காலத்துல கயத்தான் வில்வராயரு தோணி.. ரெசினா. அதாட்ட பெறவு பாண்டியபதியோட சாந்தலேனா. இதுவோலுக்கு அடுத்து தூத்துக்குடிலயே பாய் ஓட்டுல வேகமா ஓடுன தோணினா ராஜ் பர்னாந்து தோணிதாம். இது எப்பம்னா தாமஸெல்லாம் அப்போம் பொறக்கயில்ல.. நான் அப்பம் அதுல சுடுதான் பொடியன்.. உன் தாத்தன்தான் அதுக்குத் தண்டலு, அல்போன்ஸு அப்பாரு சுக்காணியாரு..”

அவர் கூறவருகின்ற கதை எது என்பதை எடுத்த எடுப்பிலேயே புரிந்துகொண்ட ஜார்விஸ் அதனை முதன்முறையாகக் கேட்கும் களிப்புடன் தலையசைத்தான்.

“சிலோன்ல சுண்ணாம்பு இறக்கின கையோட தேயிலய ஏத்திக்கிட்டு தூத்துக்குடி கிளம்புதம். கணியம் பாத்தவிய செரியாதான் சொன்னாவ. விடிஞ்சாப்ள போவலாம்ட்டு. கூட ரெண்டு தொரமாருவ வந்தாவ. அவிய கேக்கலன்ட்டாவ. அவியலா பொறவ கணக்குப்பிள்ள, செட்டி ரெண்டேரு கூட வராவ. தோணி அங்கனேந்து கிளம்பி நடுக்கடல்ல இரிக்கைல புடிக்குது காத்து. நல்ல இருட்டு. ஒரு வெள்ளி விடாம முகிலு அடைச்சு நிக்கான். செத்த நேரத்துல மழையும் வருளமுமா.. காத்துனா ஏ மாதா. அதுமாரி ஒரு காத்த இப்போம் வர நான் வாழ்க்கையில பாக்கல கேட்டியா. காத்தும் மழையுமா விடாம அடிக்கி. பாயெல்லாம் கிழிஞ்சு தொங்குது. மாரியாவும் ஒரு பக்கம் தோணிய பெறட்டுனும்ட்டு மொறண்டு பிடிக்குதா. தோணிய மாதா கைல விட்டுட்டு எல்லாம் சோந்துட்டாவ. நான் அரண்டுபோய் சப்ப தட்டுல வந்து நிக்கன். தோணி காத்துசாடைக்கு ஓடிக்கிட்டு கெடக்கி. எங்கன ஓடுது எப்போம் முங்கும்னு ஒன்னும் நெலயிலல.

அப்புறம் செத்த நேரத்துல காத்து அடங்கிட்டான். ஆனா மழ விடல. ஆளுக்க அல்லா பேரும் மேல்தட்டுக்கு வந்து எப்படியாச்சு கரையகொண்டு ஓடிடலாம்னு மிச்ச இரிக்க பாய இழுத்துக் கட்டுறாவ. அப்போம்தான் அத பாத்தோம்.

எல சத்தியமா சொல்லுதன். தோணிக்கு நெருக்கத்துலயே ஒரு கப்ப. கப்பனா இப்போம் இரிக்க மாரி இல்ல. கோழிக்கோடு மாப்பிளய விடுறாவல்ல. அது கணக்கா. அது மொத்தமும் தீ பிடிச்சு நிக்கி. அத்தன மழைக்கும் அசங்காம எரியி. சொன்னா நம்பமாட்டிய இவம் பேக்கப்பல பாத்திருக்காம்னு கிண்டலு பண்ணுவிய. எரியுதுனு சொன்னம்லயா. அந்தக் கப்பலுல நெறைய ஆளுக்க. அல்லாம் போருக்குப் போறவனுவ மாரி உடுப்புல உக்காந்துருக்கானுவ."

"உசுரோடயா?" ராஜசேகர் இடைமறித்தான்.

"ஆமால. அவிய மேலுக்கும் நெருப்பு. ஆனா அவிய பாட்டுக்கும் நடந்துக்கிட்டு. ஆடி பாடிகிட்டு இரிக்காவ. பெறவு கர தட்டுப்பட்டு தோணி அதநோக்கி ஓட அந்தக் கப்பலும் பார்வையிலேந்து எடுபட்டுப் போச்சு. விடிஞ்சு பாத்தா தோணி மேக்கோடி கேரளாவ ஒட்டி நிக்கி."

இசக்கியும் ராஜசேகரும் திகிலுடன் ஜெரோமைப் பார்த்துக் கொண்டிருக்கையில் ஜார்விஸ் அவரிடம் இன்னொரு கேள்வியை வைத்தான்.

"மாமா. அப்போம் கடல்ல பேயி, பிசாசு சாத்தான்லாம் இரிக்கா. பேய்க்குப் பாக்குறாவல்ல ஜெயராஜு ஆசான். அவியல்ட்ட கூட நெறைய கடல் சாத்தான் இரிக்கு. அத ஏவிவிட்டுதாம் மடிக்கார வயிலுக்கு நல்ல மீன்பாடு கிடைக்க வைக்கிறாவன்னு கூட சொல்லுதாவல்ல. அது அப்போம் நெசம்தானா."

"அது தெரியலடே. ஆனா அல்லாபேரும் நம்புறாவ. அதேமாரி நடக்கில்ல. ஆனா கடல்ல சாத்தான் உண்டுடே."

"எப்படிச் சொல்லுற?"

"எல சாத்தான்னா ஆரு. நாம எல்லாவனும்தான். மாரியாகிட்ட மடியேந்தாம அவள்ட்டேந்து வாரிச்சுருட்டுறவன், நாடு பிடிக்கவும், ஊர்காட சொரண்டிட்டு போகவும் அவ மேல ஓடுற எல்லாவனும் சாத்தான்தாம். சவத்தெளவு செத்தாலும் ஆச அடங்காம சாத்தானாதாம் அது மேல அலைவானுவ."

08

உடல் பூரண குணமடைந்திருந்த நிலையில் இருதயராஜ் அன்று தனது உடமைகளை எடுத்துக்கொண்டு தோப்பிற்கு வந்திருந்தான்.

மீனாம்பாள் இரண்டு நாளைக்கு ஒருமுறையேனும் வந்துவிடவேண்டும் என்று கண்டிப்புடன் சொல்லித்தான் அனுப்பியிருந்தார். தோப்பிற்கு வெளியே விழித்திரைகளுக்கு இதமளிக்கும் அளவில் மாலைவெயில் படர்ந்திருந்தது. அத்தனை நாள்களாக அறைக்குள் முடங்கிக்கிடந்த உடலை வருடும் வகையில் காற்று வீசியது. தென்னை மரங்கள் பச்சை நிறப் பொலிவெடுத்துத் தலையசைத்தன.

அவனைக் கண்ட உற்சாகத்தில் இருளன் சீட்டியடிப்பது போல் செல்லமாகக் குறைத்துக்கொண்டு ஓடிவந்தது. அதன் தலையை தேய்த்துக் கொடுத்தபடி வீட்டை நோக்கி நடந்தான்.

அவ்விடம் மொத்தமும் அவனுக்கு முன்பு பார்த்ததை விட இன்னும் அழகுசெறிந்து காட்சி தந்தது. ஆடு மாடுகள் தோப்பின் மேற்கு மூலையில் புற்களைத் தேடி நடந்துகொண்டிருப்பதைப் பார்த்தான். பீக்கலாத்திக் குருவிகள் கீழ் எல்லை வேலியில் ஓடிய சாரைப் பாம்பைக் கண்டு அச்சத்துடன் ஓசையெழுப்பின.

மரங்களுக்கு நீர்ப் பாய்ச்ச வெட்டப்பட்டிருந்த பாத்திகளில் தென்னம்பாளைகள் மிதந்துகொண்டிருந்தன. வீட்டிற்கு எதிரில் இருந்த வேப்ப மரம் பூக்களை உதிர்த்து வாசலை வெளிர்ப்பச்சை நிற மெத்தை போல் ஆக்கிவைத்திருந்தது.

ராணி அவன் உள்ளே வருவதைக் கண்டதும் இருப்புக்கொள்ளாமல் வாசலுக்கு ஓடிவந்தாள். கிணற்றடியில் நின்ற கணேசனும் வாசலுக்கு வந்தார்.

“தனியாவா வந்திங்க? ஐயா எங்க?”

“அவிய அறந்தாங்கி போய்ட்டாவனு நினைக்கன். தமிழண்ணன் வந்து விட்டுப் போனாவ.”

“சரி இங்கயே நில்லுங்க. இதோ வரேன்.”

“ராணி வீட்டிற்குள் ஓடி கைப்பிடி அளவில் பட்ட மிளகாயையும், சிறிது உப்பையும் எடுத்து வந்து திஷ்டி கழித்துத் துப்பச்சொன்னாள்.

கணேசன் முனீஸ்வரன் ஆலய விபூதியை நினைவூட்ட, கையோடு அதையும் எடுத்து வந்து அவனது நெற்றியில் பூசிவிட்டாள்.

“எங்களுக்கு எல்லாம் உசுரே இல்லப்பா. நீ கிடந்த கிடைக்கு. முனியன்தான் காப்பாத்திருக்காரு. நானும் இவரும் அன்னைக்கே ஆஸ்பத்திரிக்கு வந்துட்டோம். ஐயா சொன்னாங்கலா?”

“சொன்னாவக்கா.”

“செரி. உள்ளாரப் போய் பைய வைங்க. அங்க சாப்ட்டு வந்துட்டியலா?”

“ம்ம்... சாப்ட்டன்க்கா.”

“செரி உள்ளாரப் போங்க.”

“ஏய் நீ எங்கப் போற. என்ன இன்னைக்கு ஒரே ஆட்டமா இருக்கு.” ராணி இருளனை அதட்டினாள்.

வீட்டிற்குள் சென்று கட்டிலில் படுத்துக்கொண்ட அவனிடம் மெர்லினோடு பல நாள்களாகப் பேசாமல் இருப்பது பற்றிய கவலை மேலோங்கியது. கைப்பேசியை அணைத்து வைத்திருந்தமையால் அவள் தன்மீது கடுமையான கோபத்தில் இருப்பாள் என்று அவதானித்தான். நீண்ட ஓய்வாலும் நல்ல உணவு வகைகளாலும் அவனது உடல் திணவேறிப்போயிருந்தது. தறிகெட்டு ஆடிய காம எண்ணங்கள் அவனுக்குக் கட்டுப்படும் நிலையில் இல்லை.

மெர்லின் மட்டும் தன்னோடு இந்தத் தோப்பில் உடனிருந்தால் எப்படி இருக்கும். சுற்றிலும் தென்னை மரங்கள். சில்லென்ற தென்றல். கொஞ்சம் நடந்தால் ஏரியைப் போன்ற அமைதியான கடல். ஒவ்வொரு இடத்திலும் வைத்து இரவு முழுவதும் அவளது நிர்வாண உடலோடு தழுவிக்கிடக்கலாம். அவளது உதடுகளைச் சுவைத்துக்கொண்டிருக்கையில் அவளிடமிருந்து எழுகிற மெல்லிய சிணுங்களைப் போல் போதையூட்டும் மொழி உலகில் வேறொன்று இருக்க முடியாது.

கனிந்த இரு பனம்பழங்களைப் பொருத்தி வைத்ததைப் போல் இருக்கும் அவளது மார்புகளுக்கு இணையான சுகக்குவியலை எங்கும் காண முடியாது. அவளது இடையிலிருந்து அவளது பிருட்டம் எடுக்கும் வளைவு மிகவும் அபூர்வமானது.

அர்ஜூனனின் காண்டீபத்தில் காணப்படுவதுபோல் கவர்ச்சியும், வலுவும் மிகுந்த வடிவம். அவளின் நடை அசைவுகள்

ஒவ்வொன்றிலும் திடுக் திடுக்கென்று அப்பிரதேசம் மொத்தமும் அதிரும். அவனது கற்பனைகள் நீள நீள அவனது மர்ம நரம்புகள் மண்ணை உயர்த்திக் கிளம்பும் வேர்களைப் போல் புடைக்க ஆரம்பித்திருந்தன.

இரவு வந்ததும் தோப்பில் தனிமையில் அமர்ந்து ஆசைதீர சுய இன்பம் செய்ய வேண்டும் என்கிற யோசனையோடு படுத்திருந்தவன் அவனையறியாமல் உறங்கிப்போயிருந்தான். நஞ்சுண்டானின் பேச்சுக்குரல் கேட்டு அவன் கண்விழித்தபோது கூடத்தில் அவரும் வல்லத்தரசுவும் பரிச்சயமில்லாத இன்னொருவரும் நின்றிருப்பதைக் கண்டு கட்டிலிலிருந்து எழுந்து அவர்களிடம் வந்தான்.

"வா இருதயா... என்ன அப்புறம்..."

"நம்ம பையன்தான்."

உடன் வந்திருந்திருந்தவரிடம் அவனை அறிமுகம் செய்து வைத்தார். அந்த நபர் அவன் அருகில் வந்து கைகுலுக்கினார்.

"பிறகு எப்படி இருக்கியல்? சுகமோ?"

"ம் நல்லா இருக்கன். நீங்க நல்லா இருக்கியேளா?" தயக்கத்துடன் அவனும் அவன் தரப்பிற்குக் கேட்டு வைத்தான்.

அந்த நபரும், வல்லத்தரசுவும் சேர்ந்து வீட்டின் பின்புறத்தில் இருந்து நான்கு சாக்கு மூட்டைகளை எடுத்துவந்து கூடத்தில் வைத்துப் பிரித்து உள்ளே இருந்தவற்றைச் சரிபார்த்துக்கொண்டிருந்தனர்.

மூட்டைக்குள் மருந்து போத்தல்கள், இரத்த உறைகள், மாத்திரை அட்டைகள் போன்றவை இருப்பதை ஓரக்கண்ணால் கண்ட அவன் அந்தப் புதுநபர் தன்னை கவனிக்கிறாரோ என்ற தயக்கத்துடன் தலையைத் திருப்பி வீட்டிற்கு வெளியில் பார்த்தான்.

ராணி தனக்கு என்ன என்பது போன்ற உடல்மொழியோடு அடுப்பு ஊதிக் கொண்டிருக்க, கணேசன் மாட்டுக் கொட்டகையில் நின்று மாடுகளுக்குத் தீவன நீர் காட்டிக் கொண்டிருந்தார்.

அந்திமாலை இருள் வீட்டிற்குள் நிகழ்ந்த காட்சிகளையும் அந்தப் புது மனிதரையும் சன்னல் வழியாக ஏறிட்டுப் பார்த்துக்கொண்டிருந்தது.

"நான் முத்துகுமாரிடம் கதைத்துவிட்டேன். அதனை அவியல் பார்த்துக் கொள்வதாகச் சொல்லியிருக்கிறார். அதனால் நான் காத்திருக்கயில்ல. இப்போதே கிளம்பிக்கொள்ளலாம்தானே?"

"இருங்க. இன்னொரு பய வரணும்."

"யாரு. அந்தப் பெடியன்... சந்திரனா?"

"ஆமா அவன்தான். இதெல்லாம் இங்கயே இருக்கட்டும். நீங்க வாங்க நாம பின்னால போயிடுவோம். டீ தயார் ஆகிடும்."

நஞ்சுண்டான் அந்த நபரை வல்லத்தரசுவோடு வீட்டிற்குப் பின்புறம் போகச் சொல்லிவிட்டு இருதயராஜையும் உடன் அழைத்தார்.

"வாயா... ஏன் இப்படி முழுக்கிற?"

"ஒன்னுல்ல அண்ணாச்சி."

கொல்லைப்புறத்தை அடைந்திருந்த அந்த நபரையும், வல்லத்தரசுவையும் பார்த்தபடி பதிலளித்தான்.

"இவரு யாருனு எதும் ஐடியா இருக்கா?" சிகரெட்டைப் பற்ற வைத்துக்கொண்டே நஞ்சுண்டான் கேட்டார்.

"தெரியல அண்ணாச்சி. யாரு அவிய. பேச்சு இலங்க பாஷை யாட்டம்லா இருக்கி."

"ஆமாம். கம்பனிலேந்து வந்துருக்காப்ள."

"கம்பனியா. என்ன கம்பனி?"

"அப்புறமா சொல்றேன். நீ ஒன்னும் குழப்பிக்காத."

"எனக்கி ஒன்னுமே வெளங்கல. இதுல எங்கேந்து குழப்பிக்க."

"இந்தாங்க."

ராணி இருவருக்குத் தேநீரை எடுத்து வந்து நீட்டினாள்.

"ஏய் அவங்களுக்கு முதல்ல கொடுந்த."

"கொடுத்துட்டன் நீங்க குடிங்க. அப்புறம் நாய்க்குப் பூச்சி மாத்திர வாங்கிட்டு வரன்னியலாம். வாங்கிட்டு வந்தியலா?"

"ஐயோ. வாங்கி வீட்லயே இருக்கு. இரு சந்திரன எடுத்துட்டு வரச் சொல்றன். இப்ப வருவான். மாத்தர காலைலதான் போடணும். கணேசனுக்குத் தெரியும்."

"அரசு... இதோ... இதோ வரேன்."

பின்பக்கத்திலிருந்து வந்த குரலுக்கு பதிலளித்ததுவிட்டு நஞ்சுண்டான் இருதயராஜைப் பார்த்துச் சிரித்தார்.

"இருதயா உன்ன நம்ம வீட்ல இருக்கச் சொல்லாம ஏன் இங்க இருக்கச் சொன்னன்னு யோசிச்சிருக்கியா?"

"இங்கனதாம் சேஃப்டினு சொன்னிய."

"ஏன் அப்படிச் சொன்னன்?"

"தெரியல அண்ணாச்சி."

அவனைத் தன் பின்னால் வரும்படி கையை அசைத்துவிட்டு ஓர் அடி எடுத்துவைத்த அவர் மீண்டும் அதே இடத்தில் நின்றபடி சிகரெட்டை இழுத்துக்கொண்டார்.

"வேற ஒன்னுல்ல. இது புலி நடமாட்டம் இருக்க தோப்புனு ஊரு உலகத்துல எல்லாப் பயலுக்கும் தெரியும். அவ்வளவு லேசுல உள்ள நுழைஞ்சுட எவனுக்கும் தைரியம் வந்துடாது. அதான்."

"அண்ணாச்சி... அப்போம் இவிய."

இருதயராஜ் கொல்லைப் புறத்தைப் பார்த்தவாறு குரலைத் தாழ்த்திக் கேட்டான்.

"ம்ம். விடுதலைப் புலி."

நஞ்சுண்டான் விறுவிறுவெனப் பின்புறம் நோக்கி நடந்தார்.

09

ஜெரோம் தீவிலிருந்து விடியற்காலையிலேயே கிளம்பியிருந்தார். ஜார்விஸ் கண்விழித்துப் பார்த்தபோது இசக்கியும், ராஜசேகரும் ஒரு மரத்தடியில் சாய்ந்து அயர்ந்திருந்தனர். ஜார்விஸ் மீதமிருந்த அரிசியில் கஞ்சி காய்ச்சி அதனை மூடி வைத்துவிட்டுத் தீவுக்குள் உலாத்திக் கொண்டிருந்தான். அவனது கையில் செங்காயாக நான்கைந்து இலந்தைப் பழங்கள் இருந்தன.

உச்சிவெயில் மரங்களைத் துளைத்துக்கொண்டு உள்ளே வர நிழல்தேடி இசக்கியும், ராஜசேகரும் ஒவ்வொரு மரமாக நகர்ந்து கொண்டிருந்தனர். மன்னார் தீவுகளின் மரங்களைப் போல்

அவர்களது உடலும் உப்புக் காற்றினால் பிசுபிசுப்பேறி நமைச்சல் கண்டிருந்தது.

வெப்பம் கூடிவர அவர்களது உள்ளுறுப்புகளும் எரிச்சல் கொள்ள ஆரம்பித்திருந்தது. அந்தச் சூழலில் உணவைவிட உறக்கமே அவர்களது மிகப்பெரிய தேவை. தரையில் ஊறும் அட்டை, நத்தை போன்றவையெல்லாம் இனி ஒரு பொருட்டாகக் கருத முடியாது. பாம்புகள் வந்தாலும் உடல் மேலேறிக் கடந்து செல்லட்டும். அப்படியே உயிருக்கு எதுவும் நேர்ந்தாலும் இருப்பதனால் இனி என்ன ஆகிவிடப்போகிறது என்கிற விரக்தி இருவரது மனதிலும் நிலைகொண்டிருந்தது. நீச்சத் தண்ணி நன்றாகப் புளித்துப்போயிருந்தது.

இனி அதனைக் குடிப்பது அத்தனை சுத்தப்பட்டு வராது. குவளையில் குடிநீரும் கொஞ்சம்தான் மீதமிருக்கிறது. ஜெரோம் வரும்வரை தொண்டையை மட்டுமே நனைத்துக்கொள்ள வேண்டும்.

இடையிடையே ஜார்விஸ் கரைக்கு வந்து தீவிற்கு யாரேனும் வருகிறார்களா என நோட்டமிட்டுக் கொண்டிருந்தான்.

உடல் தீவுக்குள் கிடந்தாலும் இசக்கியின் எண்ணங்கள் அங்கு கட்டுப்பட்டு அடங்கியிருக்கவில்லை. இந்தத் துன்பப்பாதையை மங்கம்மாள் எங்கு சென்று முடிப்பாள்? ஓரிரவில் திருநெல்வேலி திரும்பமுடியாத ஊராக மாறியிருக்கிறது. மரியாவின் முன்னால் போய் நிற்கும் அருகதையையும் இழந்தாகிவிட்டது. அவளை மறப்பது என்பது இனி சாத்தியப்படாத ஒன்று. இருந்தும் அவளிடமிருந்து நிரந்தரமாக விலகிவிடுவதே அவளுடனான உறவுக்குத் தான் செய்யும் மரியாதை என அவன் தீர்மானித்த நொடியில் அவனது மார்பில் சுரந்த அமிலம் கண்களுக்கு ஏறி கண்ணீராக ஊற்றெடுத்தது. நமனின் பார்வையில் வீழ்ந்தபிறகு, நமனாகவே உருமாறியபிறகு தேவதையை நினைவில்கொள்வது ஒரு துர்பாக்கியம்.

அவனை அருளிய தெய்வம் எங்கோ மீட்க முடியாத தொலைவில். கையிருப்பாய் இருந்த ஒளிக்கீற்றை விதி களவாடிச் சென்றிருக்கிறது. அவன் கண்களை இறுக்கி மனநடுக்கத்தை அடக்கிக்கொண்டான்.

நண்பகல் வேளையில் தீவை நோக்கி ஒரு கட்டுமரம் வந்துகொண்டிருப்பதை ஜார்விஸ் கண்டுகொண்டான். கடல் நீருக்கு மேல் வெக்கை கண்களைக் குருடாக்கும் அளவிற்குத்

தகித்துக்கொண்டிருந்ததால் தொலைவில் வருவது யாருடைய கட்டுமரம், அதில் வருவது யார் என்பது போன்ற விபரங்களை எல்லாம் அவனால் உடனடியாகக் கண்டுணர முடியவில்லை.

தீவிற்குள் ஓடி இசக்கியையும், ராஜசேகரையும் எச்சரிக்கை செய்துவிட்டு மீண்டும் கரைக்கு வந்தான். வருவது ஜெரோம்தான் என அறிந்தபிறகு சற்று நிம்மதியடைந்தான். எஞ்சினைக் கரைக்குச் சற்று தொலைவிலேயே நிறுத்திவிட்டு ஜெரோம் ஜார்விஸை சப்தம் போட்டு அழைத்தார். காற்று அவருக்கு எதிர்த்திசையில் வீசியதால் தனது குரல் கரை வரை போகுமா என்ற சந்தேகம் அவருக்கு இருந்தது.

“எலே மூனேரும் வாங்க. கரைக்கு ஓடியாவனும்.”

“மாமா என்ன சொல்லுத. ஒன்னும் கேக்கயில்ல.” ஜார்விஸ் பதில்குரல் எழுப்பியதைக் காதில் வாங்கிக்கொண்ட ஜெரோம் மூவரும் உடனடியாக மரத்தில் வந்து ஏறுங்கள் என்று செய்கையால் உணர்த்தினார்.

மூவரும் கடலில் இறங்கி மரத்திற்குச் சற்று அருகில் வந்தபிறகு, பாத்திரப் பண்டங்களைக் பிறகு வந்து எடுத்துக்கொள்ளலாம் நீங்கள் முதலில் ஏறுங்கள் என்று அவர் பதற்றத்துடன் கூறியது அவர்களுக்குக் குழப்பத்தை உண்டாக்கியது.

“என்ன மாமா. இப்பமே ஏன் வரச்சொன்னாவ. அலெக்ஸ் என்ன சொன்னாம்?”

“சொல்றன் ஏறுங்கல.” அவரது குரலில் சோகமும், இயலாமையும் குடிகொண்டிருப்பதைக் கண்ட ஜார்விஸுற்கு இதயத்துடிப்பு எகிறியது.

அவன் திரும்பத் திரும்பக் கேட்டும் அவனுக்குப் பதிலளிக்காமல் அவர் எஞ்சினின் முழு சக்தியையும் பயன்படுத்திக் கட்டுமரத்தைச் செலுத்திக்கொண்டிருந்தார்.

தென்மேற்கில் குவிந்திருந்த கருமேகங்களின் பரப்பளவு அதிகரித்துக்கொண்டேயிருக்க, மூவரின் மனங்களைப் போல் கடலும் கலங்கிக்கிடந்தது. இசக்கியின் மனம் கரையில் நிகழ்ந்திருக்கக்கூடிய சம்பவங்களை அவதானித்தது. காவல்துறை நம்மை நெருங்கிவிட்டதா? உயிருக்குப் போராடிக்கொண்டிருந்த மற்ற இருவருக்கும் ஏதும் நேர்ந்துவிட்டதா? கரையில் என்ன நடக்கிறது?

ராஜசேகர் இசக்கியின் தோளில் கைவைத்தான். அவனது பார்வை எது நேர்ந்தாலும் தான் உடன் இருக்கிறேன் என்று உணர்த்துவது போல் இருந்தது.

கரையை. நெருங்கியவுடன் ஜெரோம் கடற்கரையில் நின்றிருந்த மீனவர்களை அழைத்து அவர்களோடு இணைந்து மரத்தைக் கரையில் ஏற்றிவிட்டு மூவரையும் அவசரமாக அங்கிருந்து அழைத்துச் சென்றார்.

கடற்கரை சாலையில் ஓட்டமும் நடையுமாக விரைந்து கொண்டிருந்தபோது ஜார்விஸ் ஜெரோமைப் பிடித்து நிறுத்தினான்.

"மாமா என்னாச்சுனு கேக்கன்ல?" இம்முறை அவனது குரலில் ஆத்திரம் மிகுந்திருப்பதைக் கண்ட ஜெரோம் அவனது முகத்தைப் பார்க்க மனமில்லாமல் பாதையை நோக்கியபடி வார்த்தைகளை உதிர்த்தார்.

"சார்விஸு. நடக்கக்கூடாதது எல்லாம் நடந்துபோச்சுடே." ஜெரோம் அதற்குமேல் அவர்களிடம் எதையும் கூறவில்லை.

ஜார்விஸும் அதற்குமேல் எதையும் வினவவில்லை. தாமஸ் பர்னாந்துவின் வீடு அமைந்திருக்கும் தெருவை நோக்கி அவன் முன்னே ஓட, ஏதோ விபரீதம் நடந்துவிட்டதை உணர்ந்து இசக்கியும், ராஜசேகரும் பின்னால் ஓடினார்கள்.

தாமஸின் தந்தை ராஜ் பர்னாந்துவிற்கும், ஃபெலிக்ஸின் தந்தை ரோச் மிராண்டாவிற்கும் இடையில் பற்றியெரிந்து பிறகு காலத்தினால் அடங்கியிருந்த பகையின் மீது தெரிந்தோ தெரியாமலோ சேவியர் வெந்நீர் ஊற்றிவிட்டு இறந்து போவான் என்று மூன்று நாள்கள் முன்புவரை யாரும் நினைத்திருக்கவில்லை. சேவியர் வீசியெறிந்த கொலை விதை அவனோடு சேர்த்து ஃபெலிக்ஸ் மிராண்டாவை மட்டும் காவு எடுத்து புதைத்திருக்கவில்லை.

அது ஓரிரு நாள்களில் ஒரு மாபெரும் கொற்ற விரிச்சமாக வளர்ந்து நின்றிருந்தது. அந்த விருச்சத்தின் வேர்கள் தாமஸ் பர்னாந்து, தீம்பிழம்பினால் காயம்பட்டுக் கிடந்த தாஸ், டி.எச்.ரூஸ்வெல்ட், பெலிக்ஸ் மிராண்டாவின் தம்பி ஜோசப் மிராண்டா, இசக்கி, ராஜசேகர், அலெக்ஸ் அடுத்தாரைக் காத்தார் ஆகியோரின் மீது படர்ந்து கொண்டிருப்பது முந்தைய இரவில் உறுதியாகியிருந்தது. அங்கு ஒரு கொலைப்படலம் முடுக்கிவிடப்பட்டிருந்தது.

கொலையுண்ட ஃபெலிக்ஸ் மிராண்டாவின் தம்பி ஜோசப் மிராண்டாவின் பார்வையில் இசக்கியும், ராஜசேகரும் தாமஸ் பர்னாந்துவின் அரவணைப்பில் இருக்கும் உயிர்க்கொல்லிப் பாம்புகள். அவர்களோடு சேர்த்து மூன்று தலைகள், முடிந்தால் தாமஸ் பர்னாந்துவின் மொத்த வம்சமும் அவனது தேவையாக உருவெடுத்திருந்தது.

மருத்துவமனையில் அனுமதிக்கப்பட்டு அபாயக் கட்டத்தைத் தாண்டியிருந்த ரூஸ்வெல்ட்டும், தாஸூம் முந்திக்கொள்வதற்குள் தான் முந்திக்கொள்ள வேண்டும் என்ற அதிதீவிர மனநிலை அவனை ஆட்கொண்டிருந்தது. குருதி வெறியெடுத்து அலையும் காட்டேரியைப் போல் அவன் முந்தைய இரவின் மூன்றாம் சாமத்தில் தனது சகாக்களோடு தாமஸ் பர்னாந்துவின் வீட்டிற்குள் ஏறியிருந்தான். கதவுகளை உடைத்துவிட்டு உள்ளே நுழைந்த அவர்களைக் கண்களை விழுங்கும் அடர்த்தியான இருட்டுதான் முதலில் வரவேற்றது.

அந்த நரக இருளில் அலெக்ஸ் எங்கு நின்று வேளா மீன் கொம்பைச் சுழற்றுகிறான் என அவர்கள் அறிவதற்கு முன்னரே இருவர் நிலைகுலைந்து சரிந்திருந்தனர். அலெக்ஸ் வெறியாட்டு ஆடுபவனைப் போல் கண்மூடித்தனமாக எதிரில் நின்றிருந்தவர்களைக் தாக்கினான். கொம்பை வீசிவிட்டு அடுத்த நொடியில் அவன் எடுத்த அரிவாள் ஒருவனது விலா எலும்பையும், இன்னொருவனின் தோள்பட்டையையும் இரண்டாகப் பிளந்து அதிர்வுகுறைந்த ஓசையை உண்டாக்கியது.

நரம்புகள் அறுபடும் ரணவேதனையில் மனிதர்கள் எழுப்பிய அலறல் அந்த வீட்டின் சுவர்களில் வீற்றிருந்த பல்லிகளையும் நடுங்க வைத்தது. அவற்றுள் அலெக்ஸ் எழுப்பிய சப்தம் அவனும் வெட்டுண்டுவிட்டதை உணர்த்தியது.

அச்சத்தில் உறைந்திருந்த ஜோஸ்லின் தாமஸை இறுக்கமாக அணைத்தபடி அறைக்குள் அமர்ந்திருந்தாள். அரவம் கேட்டு மாடி அறையில் உறங்கிக்கொண்டிருந்த ஈஸ்வரப்பாண்டியனின் ஆட்கள் விரைந்து வர, வேறுவழியின்றி ஜோசப் மிராண்டா வெட்டுப் பட்டுக்கிடந்த அவனது சகாக்களை மற்றவர்கள் துணையோடு அள்ளிக்கொண்டு அங்கிருந்து தப்பி ஓடினான். ஈஸ்வரப்பாண்டியனின் ஆட்களும், தாமஸூம் கூடத்திற்கு ஓடி வந்து பார்த்தபோது குரல்வளைத் துண்டாடப்பட்டு அலெக்ஸ் உதிர வெள்ளத்தில் தரையில் நகர்ந்துகொண்டிருந்தான்.

மரணத்தின் வாசம் ஏற்கெனவே அங்கு வீசத்தொடங்கியிருந்தது. சில நிமிடங்கள் கழித்து வீட்டின் வெளிப்புற மதில் சுவரைத்தாண்டி ஒலித்த ஜோஸ்லினின் ஒப்பாரிக்குரல் அலெக்ஸ் அடுத்தாரைக் காத்தார் தாமஸின் குடும்பத்தைக் காக்கத் தனது தலையை தந்துவிட்டான் என்பதை ஊருக்கு உரைத்திருந்தது.

10

இருதயராஜ் உறக்கத்திலிருந்து கண்விழித்தபோது வெயிலின் அணுக்கள் சாளரம் வழியாக உள்ளே சிதறிக்கொண்டிருந்தன. காற்றில் படிந்திருந்த ஈரப்பதம் அவனது உடல் ரோமங்களையும், பாலுணர்வையும் உசுப்பியது. மெர்லினின் மார்பகங்கள் தனது முகத்தில் விழுந்து அழுந்துவதைப் கற்பனைசெய்து கால்களை இறுக்கிக்கொண்டான்.

இதற்கு மேல் கட்டிலிலிருந்து எழாமல் இருப்பது சரியாக வராது எனக் கட்டிலுக்குக் கீழிருந்த நீர் சொம்பை எடுத்துக்கொண்டு வெளியே வந்து வாயைக் கொப்பளித்துத் துப்பினான். வாசலில் தெளிக்கப்பட்டிருந்த சாணத்தில் வாசம் அடங்காமல் இருந்தது. அது காலைப்பொழுது இன்னும் மிச்சம் இருந்ததை உணர்த்தியது.

ராணி தேநீர் தயாரித்து வந்து அவனிடம் தந்துவிட்டு மீண்டும் வீட்டிற்குள் சென்று விறகை வெளியே எடுத்து அடுப்பின் அனலைக் குறைத்தாள். தேநீரைக் குடித்து முடிப்பதற்குள் அவனது கைப்பேசி ஒலித்தது.

“வெறுவாக்கெட்ட மூதி. நாரப்பயலே. லவ்வர்னா ஒம்பாட்டுக்குப் போன அமத்திப் போட்டுக் கிடப்பியா.”

“மெர்லினு. சொன்னா நம்பு. நான் ஏம் பொய்ச் சொல்லப்போறேன். அதாம் போனு தண்ணில விழுந்துட்டுனு சொல்லுதும்ல.”

“பேசுறதுக்கு அங்கன வேற போனே இல்லையா. கத அடிக்காதல” - மெர்லினைச் சமாதானம் செய்வதற்கு அவன் போராட வேண்டியிருந்தது.

சிறிது நேரத்தில் சந்திரன் தோப்பிற்கு வருவதாகக் கூறியிருந்தான். அவன் வருவதற்குள் மெர்லினிடம் கேட்டு ஊரின் நிலவரம் எப்படி இருக்கின்றது எனத் தெரிந்துகொள்ள நினைத்தான்.

“அவியளுக்கே ஃபோன் பண்ணி கேட்டுக்க. ஏம் என்கிட்டயே கேக்க. நான் எப்படி இருக்கன். என்ன செய்துங்குறது பத்திலாம் உனக்கு அக்கறயில்ல.”

“ஏக்கி. இருடி. நாம பேச நிறைய இருக்கி. இராத்திரி சாவகாசமா பேசுவம்.”

“இராத்திரியா. செரி பாக்குறன். அண்ணன் வேற வந்துட்டாம். இனி மெட்ராஸுக்குப் போவமாட்டானாம்.”

“என்ன சொல்லுத. ஏன் அப்படிச் சொல்லுதான். அவம் வேலை என்னாச்சு?”

“எளா. அததான் சொல்ல வரன் இரு. ஏன் கொரகொரன்னு கேக்கி. டவர் இல்லையோ?”

“செத்த இருள. வெளிய வாரன்...”

“இப்போம் கேக்கும். சொல்லு.”

“அதாம்ல. அவம் வந்து மூணு நாள் ஆச்சு. மாமா அடக்கத்துக்கு வந்துட்டு போவும்போதே அப்பாட்ட சொல்லிட்டுதாம் போனாம். வேலைய விட்டுடுவாம்னு.”

“செரி வேலைய விட்டு வந்து இங்கன என்ன செய்யப்போறவளாம்? மீன்வாடிக்குப் போறாவளா?”

“இல்ல. எங்கப் போறாம் எங்க வராம்னு ஒன்னும் தெரியல. அவம் ரூம் கட்டில்ல ஒரு கத்தி இருந்துச்சுனு அம்மா பாத்துட்டு வந்து என்கிட்ட சொல்லுதாவ. அப்பாவும் அவன கண்டிக்க மாட்டெங்கிறாவ. நீ அவம்கிட்ட பேசேன்.”

“நான் என்னல பேச. அவிய என்கிட்டலாம் பேசவும்மாட்டாவ. இன்பா சாவுக்குப் பெறவு என்ன கூசுற மாதிரி பாக்குறாவ. எனக்குதாம் தெரியும். விடு. சார்லஸு ரொம்ப விவரமானவரு. என்னமாரி இல்ல.”

“அதாம்ல எனக்கிம் பயமா இருக்கி. இப்பம்லாம் உன்னமாதிரி இருக்கதுதான் நல்லதுனு தோனுது.”

“மாமா எப்படி இரிக்காவ. மாமி?”

“என் ஆத்தாக்காரியா. அது நேத்திகூட உன்னய பாக்கணும் போல வருதுனு அப்பாயிட்ட சொல்லிக்கிட்டு இருந்துச்சு. அப்பா இப்போம் கொஞ்சம் பரவாயில்ல.”

“சேகரு சித்தப்பா?”

“அவிய எங்க... ஒரே குடியலு. வாரது இல்ல. மணப்பாட்லயே கிடக்காவ போல...”

“செரி நான். சீக்கிரம் ஊருக்கு வந்துடுதன். உன்னய பாக்கணும் போல இருக்கி.”

“நெஜமாவா?”

“ஆமா அது மட்டுமா. காலைலயே கனவுல உங்கூட...”

“ஆரம்பிச்சுட்டியா. ஆண்டவரே இந்த நாதாரியை மன்னிப்பீராக.”

“என்னட்டி இப்போம். நீ நெனைக்கிறது ஒன்னுல்ல.”

“ஏயப்பா நடிக்காதல. ஏன் தங்கம் உனக்கு லவ்வுனா இதுமட்டும் தானா. அவனவன் எப்படிலாம் லவ் பண்ணுதாம். எப்பமாச்சும் எனக்கி என்னமாச்சும் வாங்கித் தந்துருக்கியா? ஒரு ரோஸுனாச்சும்?”

“அதாம் சாக்லேட் வாங்கித்தருவனே?”

“ஆங். ஆங். நீ அத ஏன் வாங்கித் தருவனு தெரியும். செரி அது கெடக்கு. ஒரு கவிதனாச்சும் எனக்காண்டி எழுதிருக்கியா? இதுல இவம் தமிழ் லிட்டரேச்சர் வேற படிச்சானாம்.”

“ஏக்கி. அதுக்குன்னு கவுத எழுதனுமாக்கும்?”

“ஆமாம். அதுல சங்ககாலக் காதல் பாட்டுல்லாம் வரும்லா. மீன்பாடுக்குப் போற ஆளுவல நினைச்சு அவிய லவ்வரு இல்லன்னா பொண்டாட்டிய பாடுற பாட்டு மாரி. தோழிட்ட தலைவி சொல்றான்னு அப்படிலாம் ஏதாது சொல்லேன். நாமலும் அதுமாரி பிரிஞ்சுதான இரிக்கோம்.”

“ஏட்டி நெய்தல்ல கரைல இருக்க பிள்ளதாம் அவ தலைவன நினைச்சுப் பாடுவா. அப்படின்னா நீதாம் பாடணும்.”

“ஹாஹா. ஐயோ ஐயோ.”

“ஏண்டி சிரிக்க?”

"இல்ல நீ தலைவனா? அதாம் சிரிப்பாணி."

"ஒப்பன் மவளே."

"எல என்ன..."

"செரி செரி கோவிக்காத. ஏய் இரு. பைக் சத்தம் கேக்கி. ப்ரண்ட்டு வந்துட்டாம். நான் பெறவு பேசுதன்."

அவன் அழைப்பைத் துண்டித்துவிட்டுக் கிணற்றுக்குள் எட்டிப் பார்த்துக்கொண்டிருந்தான். இட்லியை எடுத்து ஹாட்பாக்ஸில் வைத்துவிட்டு வாசலில் வந்து நின்றிருந்த ராணி, சந்திரனும், திப்பு சுல்தானும் உள்ளே வருவதைக் கவனித்தாள்.

"அட இங்காரு. நீங்கதானா. நான் தொண்டமான் சமஸ்தான ஆளுங்க வராங்கன்னு நினைச்சுல்ல பாக்குறேன்."

"ம் வருவாய்ங்க. நீ பெரிய நயன்தாராால. உன்ன பாக்க வருவாங்க."

"யாரு அது. அந்தப் பள்ளிக்கூடப் பிள்ளையா?"

"அவன ஏன் முறைக்கிற. அவன் ஒண்ணும் சொல்லல."

"அட ஏன்க்கா. நயன்தாரா சினிமா நடிகை. உன் ஆளு எங்க?"

"எம் புருசனா? மேக்க சாம்பல நெரவூட்டிட்டு வரன்னு சொல்லிட்டுப் போனாரு. சரி நீங்க வாங்க. சாப்பிடலாம்."

"இல்லக்கா வேணாம். பசியில்ல லேட்டாவும். இருதயராஜ் எங்க?"

"இந்தா... இப்படித்தான் போன எடுத்துக்கிட்டு பின்னால போனாரு. அடிக்கடி யாரோ பொம்பள பிள்ளகிட்ட பேசுறாப்ளனு நினைக்கிறேன்."

"ஆமா ஒனக்கு இதான் வேலை." ராணியிடம் சலித்துக்கொண்டபடி இருவரும் வீட்டின் பின்புறத்திற்கு வந்தனர்.

"என்ன மிஸ்டர். இருதயன். எப்போதும் ஃபோனோடதான் இருக்கது. வெளில கேட்டு வறுக்குற வாடை அடிக்குது. ம்ம்ம்..."

"ஏ மக்கா நீ வேற. அதெல்லாம் இல்ல. திப்பு... வால. சொவமா இருக்கியா?"

"நல்லா இருக்கன். உங்களுக்கு ஒடம்பு இப்ப தேவலயா?"

"ம். செரியாகிடிச்சு."

"சரி நண்பா. ரெடியா?"

"ஷாட்ஸ் போட்டாரவா?"

"கைலியே ஓகேதான். உங்க சௌகரியம்."

மூவரும் அங்கிருந்து நடந்து கிணற்றிற்கு அருகில் வர, தோப்பிற்குள் உலாவிக்கொண்டிருந்த இருளன் ஓடி வந்து அவர்களுக்கு அருகில் நின்று வாலாட்டியது. மூவரும் ஒருவர் பின் ஒருவராகக் கிணற்றிற்குள் அமைக்கப்பட்டிருந்த படிக்கட்டில் இறங்குவதைப் பார்த்த அது தலையைச் சாய்த்து உள்ளே என்ன செய்கிறார்கள் என்பதுபோல் கூர்ந்து கவனித்தது.

முதலில் இறங்கிய இருதயராஜ் கடைசிப் படியில் நின்று கொண்டிருந்தான். கிணற்று நீர் பனிக்கட்டியைக் கரைத்துவிட்டதைப் போல் நன்றாகச் சில்லிட்டுக் கிடந்தது. இருதயராஜ் நின்ற படிக்கு மேல்படியில் நின்ற சந்திரன் தோளில் கிடந்த துண்டை எடுத்து அவனிடம் தந்து அதை நீரில் நனைத்துத் தரச் சொன்னான்.

"மக்கா. ஆழம் எத்தன அடி இரிக்கும்?"

"சரியா தெர்லயே நண்பா. இதுவர வத்தினதே இல்ல. தாராளமா நாப்பது அடி தாண்டும். சரி கைய நீட்டுங்க. ரெண்டு கையையும்."

"எதுக்குல?"

"நீட்டுங்க." சட்டென்று சந்திரன் தனது கையிலிருந்த ஈரத் துண்டினால் இருதயராஜின் கரங்களைச் சேர்த்துவைத்து இறுக்கமாகக் கட்டினான்.

"ஏய் சந்திரா. என்ன செய்த?"

அவன் குரலெடுத்து முடிப்பதற்குள் சந்திரன் அவனைப் பிடித்துத் தண்ணீருக்குள் தள்ளினான். நீருக்குள் விழுந்து கண்கள் பிதுங்கி, மூக்கின் துவாரங்கள் வழியாகவும், வாய் வழியாகவும் மிதமிஞ்சிய நீரினைக் குடித்தபடி அவன் மூழ்கிக்கொண்டிருக்க கிணற்றிற்கு மேல் நின்ற இருளன், கிணற்றையும் வாசலில் நின்றிருந்த ராணியையும் மாறிமாறிப் பார்த்துக் குரைத்துக்கொண்டிருந்தது.

11

பனிமய மாதா ஆலய மணியோசை துக்கத்தை உணர்த்தும் விதத்தில் நீண்டு ஒலித்துக்கொண்டிருந்தது. கடற்கரைச் சாலையையும், ஜார்ஜ் சாலையையும் ஒட்டியமைந்திருந்த ஒவ்வொரு சுவரிலும் அலெக்ஸின் இரங்கல் அறிவிப்புச் சுவரொட்டிகள் ஒட்டப்பட்டிருந்தன. அவற்றுள் சில சுவரொட்டிகள் மைதா உலராமல் ஈரமாகக் காட்சி தந்தன. கீற்றுப் பந்தல் போடப்பட்டு அலெக்ஸை அடக்கம் செய்வதற்கான ஏற்பாடுகள் தாமஸ் பர்னாந்துவின் வீட்டிலேயே நடைபெற்றன. நான்கு நாள்களில் அந்த வீட்டில் இரண்டாவது அடக்க நிகழ்வு. இரும்பு நாற்காலிகள் மாட்டு வண்டியிலும், சுருட்டுக் கட்டுகள், காளிமார்க் கலர் அடுக்குகள், வெற்றிலைச் சீவல் போன்றவை மொபட்டிலும் வந்து இறங்கிக்கொண்டிருந்தன.

அலெக்ஸ் குடும்பத்திற்குரிய குடிமகன்கள் அலெக்ஸின் சொந்தங்களுக்கு அவனது இறப்புச் செய்தியைக் கொண்டு சென்றனர். இன்னொரு புறம் தாமஸ் பர்னாந்துவின் குடும்பத்துக் குடிமகன்கள் அலெக்ஸின் மரணத்தைத் தாமஸ் வீட்டு மரணமாக எடுத்துக்கொண்டு தாமஸின் சொந்தங்களுக்கு அறிவிக்கச் சென்றிருந்தனர்.

தனது தம்பி சேவியருக்குச் செய்ததைப்போல் அலெக்ஸுக்கும் சந்தன மரத்தினாலான சவப்பெட்டியைத் தயார் செய்து வருமாறு தாமஸ் பர்னாந்து ஆலயப் பங்கு ஆட்களை அனுப்பியிருந்தார். அதுவரை உருட்டிப் புறட்டிக்கொண்டிருந்த கரிய மேகங்கள் இடைவெளி விட்டுவிட்டு மழையைக் கொண்டுவந்து கொட்டத் தொடங்கியிருந்தன.

சவக் கூராய்வு முடிந்து அலெக்ஸின் உடல் வந்து சேர்கையில் திண்ணையும், வாசலும் மூச்சுவிடமுடியாதபடி ஜனத்திரளால் பிதுங்கி வழிந்துகொண்டிருந்தன. உடல் கிழிக்கப்பட்டு மூட்டைக்கட்டிக் கொண்டுவரப்பட்டிருந்த அவனது உடலைக் கண்டு கண்ணீர் சிந்தாத உயிர்களே அங்கு இல்லை. அவனது தாயார் ஜோஸ்லினைக் கட்டியணைத்தபடி அழுதுகொண்டிருந்தாள்.

ஈஸ்வரப்பாண்டியன் அத்தனை மாற்றுச்சாதிக் கூட்டத்தினையும் பொருட்படுத்தாது ஆற்றாமை தாளாமல் தாமஸின் தோள்களைப்

பற்றியபடி துடித்தார். அலெக்சை வீழ்த்துவது என்பது ஒரு பாறையைப் பிளப்பதை விடக் கடினமானது எனக் கூறிவந்தவர் அவர்.

ஆண் பெண் வித்யாசமின்றி அனைவரும் துக்கத்தில் துவண்டு கொண்டிருக்க திண்ணையில் கிடத்தப்பட்டு ரோஜா மாலைகளால் மூடப்பட்டிருந்த பிரேதத்தை ஒட்டி தாமஸ் அமர்ந்திருந்தார். அவருக்கு அருகில் இசக்கியும், ராஜசேகரனும் நின்றிருந்தனர். அவர்களை ஏறெடுத்துக்கூடப் பார்க்க விரும்பாதவராய் அவர் தலை குனிந்திருந்தார். எல்லோரும் துக்கத்தில் பங்கெடுத்திருக்க ஜார்விஸ் மட்டும் அவன் அமர்ந்திருந்த இடத்திலிருந்து எழுந்துவந்து அலெக்ஸின் உடலைக் காணவிரும்பாமல் சித்தபிரமை பிடித்தவனைப் போல் அசைவின்றிக் கிடந்தான். பேயறைந்தவனைப் போன்ற பார்வை அவனிடம் நீடித்திருந்தது. யாவற்றையும் பார்த்துக்கொண்டிருந்த இசக்கியின் உள்ளத்தில் குற்றவுணர்வு பௌர்ணமிக் கடலைப் போல் பொங்கிக்கொண்டிருந்தது.

இறுதிச் சடங்கிற்காக பங்குத்தந்தை வந்து சேர்ந்திருந்தார். பிரேதத்தைச் சுமந்துவந்து சவப்பெட்டிக்குள் கிடத்தியபோது தாமஸ் உள்ளிட்ட பலரும் அதனருகில் சென்று நின்றுகொண்டிருந்தனர். இசக்கி அங்கிருந்து விலகி ஜார்விஸ் அமர்ந்திருந்த இடத்திற்கு வந்தான்.

அருகில் வந்து அவன் கூறியதைக் கேட்டதும் ஜார்விஸ் சுயநினைவுக்கு மீண்டதைப் போல் கண்களைச் சிமிட்டினான். அவ்விடத்திலிருந்து எழுந்து வாசலுக்கு வந்து தாமஸின் காரில் சாவி இருக்கிறதா எனப் பார்த்தான். பங்குத் தந்தை புனித தீர்த்தத்தினை தெளித்துவிட்டுப் பிரேதத்தைக் கல்லறைக்குச் சுமந்துசெல்லக் கூறியபோதுதான் ஜார்விஸ், இசக்கி, ராஜசேகர் ஆகிய மூவரும் அங்கு இல்லை என்பது தாமஸிற்குத் தெரியவந்திருந்தது.

அலெக்ஸின் அடக்க நிகழ்வுகள் முடிந்த பின்னர் உறவினர்கள் தவிர மற்றவர்கள் அவரவரது வீடுகளுக்குத் திரும்பியிருந்தனர். விட்டுவிட்டு விழுந்துகொண்டிருந்த மழை இறுதியாக ஒரு பாட்டம் நன்கு பெய்து ஓய்ந்திருந்தது. பந்தலுக்கு வெளியே இரவு காத்திருந்தது. உதிர்ந்து கிடந்த ரோஜா இதழ்களை மொய்த்துக்கொண்டிருந்த ஈக்கள் ஒவ்வொன்றாய் வெளியேறிக்கொண்டிருக்க, பெட்டர்மாக்ஸ் விளக்குகளைத் தேடி ஈசல்கள் வந்துகொண்டிருந்தன.

வாசலில் கிடந்த ஒரு நாற்காலியில் சாய்ந்திருந்த ஜெரோம் குடிபோதையில் அலெக்ஸை நினைத்துப் புலம்பிக்கொண்டிருந்தார். ஜார்விஸ் அங்கு இல்லை என்பதை அறிந்துகொள்ளும் மனத்தெளிவில் அப்போது அவர் இல்லை.

ஜார்விஸின் தாயார் மயக்கமுற்றவளைப் போல் துவண்டு கிடந்தாள். அடக்க நிகழ்வு முடிந்து இவ்வளவு நேரம் ஆகியும் மூவரும் வீடு வந்து சேரவில்லையே என்ற கலக்கம் ஜோஸ்லினின் முகத்தில் கூடிக்கொண்டே சென்றது. இசக்கியும், ராஜசேகரும் தனக்கு ஒரு பொருட்டே அல்ல, ஜார்விஸ் எங்கு சென்றான் என தாமஸ் பதைபதைத்தபடி சுற்றிக்கொண்டிருந்தார். இன்னொரு மரணச் செய்தியை எழுத விதி எழுதுகோலில் மை நிரப்பிக்கொண்டிருந்தது. அவர்களைத் தேடிச்சென்ற ஈஸ்வரப்பாண்டியனின் ஆட்களும் அதுவரை வீடு திரும்பவில்லை.

விடிந்தால்தான் என்ன நிலையென்று தெரியும் என உறவினர்கள் உறங்கச் சென்றிருந்தனர். ஜோஸ்லின் தனது குழந்தையைத் தூங்க வைத்துவிட்டுக் கட்டிலில் அமர்ந்திருந்தாள். வெளியே கார் வந்து நிற்கும் சப்தத்தை எதிர்நோக்கிக் காத்திருப்பதைத் தவிர வேறு வழியில்லை. ஈஸ்வரப்பாண்டியனும், தாமஸூம் திண்ணையில் அமர்ந்து வாசலை வெறித்துப் பார்த்துக்கொண்டிருந்தனர். மூன்றாம் சாமத்தில் மதில் சுவருக்கு வெளியே காரை நிறுத்திவிட்டு அதிலிருந்து மூவரும் இறங்கி வருவதைப் பார்த்தவுடன் தாமஸ் ஆத்திரம் வந்தவராய் முதலில் ஓடிவந்தார்.

"நீங்க ரெண்டேரும் உள்ள வராதிய. அங்கனயே நில்லுங்க... எங்கல கூட்டிப் போனிய சுண்ணி மவனுவலா. உங்கள..."

இசக்கியை நோக்கிக் கையோங்கிய தாமஸ் இசக்கி, ராஜசேகர் இருவரது உடலிலும் வெட்டுக் காயங்கள் இருப்பதைப் பார்த்துக் கையை இறக்கினார்.

இசக்கியின் மார்பு கிழிக்கப்பட்டு அவ்விடத்தில் இரத்தம் உறைந்திருந்தது. மார்புசதை நீளவாக்கில் வெளியே துருத்தி வீங்கியிருந்தது.

"எல எங்க போனிய? ஒங்கள தேடிப் பயலுவ ஊரெல்லாம் சுத்திட்டு இருக்கானுவ." தாமஸை விலக்கிவிட்டபடி ஈஸ்வரப்பாண்டியன் முன்னே வந்தார்.

“இல்ல போத்தி. அவியல நாங்க காங்கல.” ஜார்விஸ் பதற்றத்துடன் பதிலளித்தான்.

“செரிடே நீங்க என்ன இப்படி வந்து நிக்கிய. இவனுவ மேலுக்குப் பூறாம் நல்ல வலுவான காயமா இருக்கி. என்ன ஆச்சு?” ஈஸ்வரப் பாண்டியன் சாந்தமாகக் கேட்டும் பதிலளிக்காமல் மூவரும் ஒருவர் முகத்தை ஒருவர் மாற்றி மாற்றி பார்த்துக் கொண்டிருந்தனர்.

ஜார்விஸ் அமைதியாக இருப்பதைக்கண்ட இசக்கி வேறு வழியின்றி மெலிதான குரலில் ஆரம்பித்தான். மார்பில் ஏற்பட்ட ரணவேதனையைப் பொறுக்க முடியாமல் இடையிடையே காயத்தின் மீது கையை வைத்து இறுக்கிக்கொண்டான். அரை மயக்கத்தில் பேசுவதைப் போல் அவனுக்கு வாய்க் குளறலும் எடுத்தது.

திக்கித் தடுமாறி அவன் மணப்பாடு கடற்கரையில் நடந்தவற்றை யெல்லாம் கூறிமுடித்தபோது தாமஸ் வெடவெடத்துப் போயிருந்தார்.

அதிர்ச்சியுற்ற ஈஸ்வரப்பாண்டியன் தாமஸ் வீட்டில் உறங்கிக் கொண்டிருந்த சிலரை சப்தம் போட்டு எழுப்பி விழிப்புடன் இருக்குமாறு கூறிவிட்டு வந்து ஜார்விஸைப் பார்த்தார். அலெக்ஸிடமிருந்து வெளிப்படும் அதே திமிரும் வைராக்கியமும் இப்போது அவனிடத்தில் தொற்றிக் கொண்டிருந்தது.

கார் ஸ்ட்ரீங்கில் படிந்ததுபோக மீதமிருந்த கருஞ்சிவப்புக் குருதி அவனது கரங்களில் உலர்ந்துகொண்டிருந்தது. அவன் எடுக்கும் அத்தனை முடிவுகளுக்கும் கட்டுப்படுவதுபோல் அந்த இரவு அவனது காலடியில் ஒடுங்கியிருந்தது.

தாமஸையும் ஈஸ்வரப்பாண்டியனையும் ஏற்றிக்கொண்டு அங்கிருந்து புறப்பட்ட கார் அலெக்ஸை அடக்கம் செய்த கல்லறைத் தோட்டத்தை அடைந்தது. கல்லறை முழுவதிலும் பொட்டு வெளிச்சமின்றி இருள் நிறைந்து கிடப்பதைக் கண்ட ஜார்விஸ் காரை அலெக்ஸை அடக்கம் செய்த திசைநோக்கி நிறுத்திவிட்டு அதன் விளக்குகளை அவனது கல்லறை மீது பாய்ச்சினான்.

மற்ற நால்வரும் முதலில் இறங்கி நடந்து கல்லறையை நெருங்கி யிருக்க, எஞ்சினை நிறுத்தாமல் ஓடவிட்டபடி ஜார்விஸ் காரில் அமர்ந்திருந்தான்.

மூவரும் என்ன காரியம் செய்துவிட்டு வந்திருக்கிறார்கள் என்பதை அறியும் ஆர்வத்தில் கல்லறைத்தோட்ட மரத்தில் அமர்ந்திருந்த ஆந்தையொன்று முகத்தைத் திருப்பித் திருப்பிப் பார்த்துக் கொண்டிருந்தது. அது என்னவென்பதை ஏற்கெனவே அறிந்து விட்டதைப்போல் மண்ணுக்குள் புதையுண்டிருந்த பிணங்கள் அச்சத்தினால் அடங்கிக் கிடந்தன. அலெக்ஸின் கல்லறை முன் இசக்கியும், ராஜசேகரும் தங்களது உடலில் இருந்த காயங்களைக் கைகளால் வருடியபடி நின்றிருந்தனர்.

ஈஸ்வரப்பாண்டியன் இருவரையும் கனிவான முகத்துடன் பார்த்துக்கொண்டிருந்தார். அவ்விருவர் மீதும் தாமஸிற்குக் கோபம் இருந்தும் இப்போது அவருக்கு அவர்கள் மீது சிறிது மரியாதை உண்டாகியிருந்தது.

ஜார்விஸ் காரின் கதவைத் திறந்துகொண்டு அவனது காலுக்கடியில் இருந்த ஜோசப் மிராண்டாவின் தலையை இரத்தம் ஒழுக ஒழுக எடுத்துவந்து அலெக்ஸைப் புதைத்த இடத்தில் போட்டுவிட்டு மண்டியிட்டு அமர்ந்தான். விசும்பல் உடைந்து பீறிட்டு எழுந்த அவனது அழுகைச் சத்தம் கீழ்வானில் விடிவெள்ளி முளைக்கும் நேரம் வரை நீண்டு, கல்லறைத்தோட்டத்தின் நான்கு மூலைகளிலும் எதிரொலித்துக்கொண்டிருந்தது.

12

நடுங்கிய உடலுடன் இருதயராஜ் கிணற்றின் படிக்கட்டைப் பிடித்தவாறு மூச்சு வாங்கிக்கொண்டிருந்தான். சந்திரனும், திப்பு சுல்தானும் நீரின் மேற்பரப்பில் நீந்தியபடி அவனைச் சமாதானம் செய்துகொண்டிருந்தனர்.

“என்னமாச்சும் சொல்லி ஏசிடப் போறம். உங்ககிட்ட கேட்டம் பாரு. ஏம் இந்த லாரி டீயூப்லாம் இங்கன ஒன்னும் இல்லையா?”

“லாரி டூப்புல பழகினா என்னைக்குப் பழகுறது. அதெல்லாம் ஆகாத கத. கைய கட்டினது கூட நீங்க மூழ்கின பிறகு உங்கள தூக்கும்போது பதட்டத்துல நீங்க எங்களையும் உள்ள போட்டு அமுக்கிடக்கூடாதுனுதான். நீச்சல்ல கையவிட காலுதான் மெயின். அப்புறம் பயப்படக் கூடாது.”

“எல. அதுக்கின்னு... கொஞ்சம்னா சாவத் தெரிஞ்சன்.”

“ஏன் நண்பா. விட்டுடுவமா நாங்க. பயம் தெளியாம நீச்சல் பழக முடியாது.”

சந்திரன் பேசிக்கொண்டேயிருக்க அவன் பதில் ஏதும் கூறாமல் கால்களை அகட்டி அகட்டி சேர்த்துப் பார்த்தான்.

“ஆளு நல்லா பயந்துட்டாப்ள. விட்றா. நாளைக்குப் பாத்துக்கலாம்.”

சந்திரனுக்கு மட்டும் கேட்கும்படி திப்பு சுல்தான் மெல்லமாகக் கூறினான்.

“மக்கா. கிட்டக்க வா. நீந்தி பாக்கேன். என்ன பிடிச்சுக்க.” திடீரென முடிவெடுத்தவனாய் அவன் கட்டையை விடுவித்துவிட்டு கை, கால்களை வேகமாக அடித்துக்கொண்டிருந்தான்.

“ஏய். நண்பா. மெதுவா”

சந்திரன் அவனுக்குப் பின்புறமாக வந்து அவனது இடுப்பைப் பற்றிப் பிடித்துக்கொண்டான். நேரம் செல்லச் செல்ல அவனுக்குக் கால்கள் ஓரளவிற்குச் சீராக ஒத்துழைக்கத்தொடங்கியிருந்தன. இடையிடையே சந்திரன் அவனை விடுவித்துச் சில நொடிகள் அவன்போக்கில் தன்னிச்சையாக நீந்தவிட்டான்.

“அவ்வளவுதான். அவ்வளவுதான். இன்னும் மூனே நாள்ள ஓரளவுக்குப் பழகிடலாம். வாங்க மேல ஏறுவோம்.”

“போதும்கிறியலா?”

“என்னது போதுமாவா? இதெல்லாம் நீச்சலே கிடையாது. கடல்ல குதிச்சு நீச்சல் அடிக்கவா உங்களுக்குக் கத்துக்குடுக்குறன். போட்ல கீட்ல போறம்னா எக்குத்தப்பா எதாவது ஆகிப்போச்சுனு வைங்க. ஆளு வரவரைக்கும் தத்தி முத்தி மிதந்து கிடக்கவாது தெரியனும்ல. அதுக்குத்தான். அதுமில்லாம பொதுவாவே ஆம்பளய நீச்சல் கத்துக்காம இருக்கக்கூடாது.” மூவரும் கிணற்றிற்கு மேலே வந்து உடலைத் துவட்டியபோது ராணி சாப்பிட வரும்படி அழைத்துக் கொண்டிருந்தாள்.

“இட்லியெல்லாம் ஆறியிருக்கும். இப்ப மணி என்ன தெரிமா? பத்து. நல்லா குளிக்கிறிய ரெண்டு மணி நேரமா...” கிணற்றிற்குள் இறங்கியவர்களுக்கு நேரம் போயிருந்ததே தெரிந்திருக்கவில்லை. இதற்குமேல் பசி பொறுக்கமுடியாது எனச் சந்திரனும், திப்பு

சுல்தானும் இருதயராஜோடு அமர்ந்து இட்லியை விழுங்கிக் கொண்டிருந்தனர்.

சுட்டு வைத்த இட்லிகள் அவர்களது பாதி வயிற்றிற்குக் கூடக் காணாது என்பதையறிந்த ராணி அவர்களைப் பொறுமையாகச் சாப்பிடச் சொல்லிவிட்டுத் தோசை ஊற்றி அடுக்கிக்கொண்டிருந்தாள்.

உணவருந்திவிட்டுச் சந்திரனும், திப்பு சுல்தானும் அங்கிருந்து விடைபெற்றபோது அவனும் அவர்ளோடு கிளம்பி தன்னை நஞ்சுண்டான் வீட்டில் விட்டுவிட்டுச் செல்லுமாறு கூறி உடன் சென்றான். மாலைவரை அங்கு இருந்துவிட்டுப் பிறகு மீண்டும் தோப்பிற்குத் திரும்பினான்.

அடுத்தடுத்த தினங்களில் சந்திரனும், திப்பு சுல்தானும் தவறாமல் வந்து அவனுக்கு நீச்சல் பயிற்றுவித்தனர்.

அந்த மாலையில் மூவரும் இருட்டும் வரை கிணற்றில் நீந்திவிட்டு மேலே எழுந்து வந்தபோது தன்னால் இனி தனியாக உள்ளே இறங்கி நீந்தமுடியும் என்கிற நம்பிக்கை அவனுக்கு வந்திருந்தது.

அவன் உடை மாற்றிக்கொண்டு வருவதற்குள் சந்திரன் சட்டைப் பையில் வைத்திருந்த சிகரெட்டை எடுத்துக்கொண்டு ஒரு தென்னை மரத்திற்குப் பின்புறம் வந்து அதன் மறைவில் நின்றபடி புகைத்துக் கொண்டிருந்தான். திப்பு சுல்தான் உதட்டின் இடுக்குகளில் வைப்பதற்காக குட்காவைக் கசக்கினான்.

இருதயராஜ் அருகில் வருவதைக் கண்டதும் சந்திரன் சட்டைப் பையிலிருந்து இன்னொரு சிகரெட்டைத் துழாவி எடுத்து நீட்டினான்.

"இல்ல மக்கா. வேணாம்."

"பழக்கமில்லையா?"

"ஏன் இல்ல. ஊர்ல இருந்தவர பயலுவ கூட சேந்து அடிச்சன். இப்போம்தான் இங்கன வந்தபெறவு இல்ல."

"அப்புறம் என்ன இந்தா பிடிங்க. ராணியக்கா பாத்தால்லாம் ஒன்னும் சொல்லாது."

சிகரெட்டைப் பற்றவைத்து இழுத்ததும் அவனுக்குக் கால்கள் சற்றுத் தடுமாறுவதைப் போல் தெரிந்தது. பல நாள்களுக்குப்

பிறகு இழுத்த புகை முதன்முறையாகப் புகைப்பதற்கு ஈடான மயக்கத்தை வழங்கியது.

அவர்களது உரையாடல் அந்தி சாய்ந்தபிறகும் நீண்டு கொண்டிருந்தது. மெல்ல அவர்கள் மனதில் இருந்த விசயங்களைப் பேசுவதற்கான தருணமாக அது மாறியிருந்தது.

"நீங்க குத்துபட்ட அன்னைக்கு... உண்மையாவே... என்ன சொல்றது, அழுவாத கொறதான். இத்தனைக்கும் ஊர் பசங்க அளவுக்கெல்லாம் உங்ககூட அதிகம் பழகினது இல்ல. நீங்களும் அண்ணன் மாதிரிதான் இருக்கிங்க. நல்ல பண்பா."

"ஆரு... நஞ்சுண்டான் அண்ணாச்சியா?"

"ஆமாம். அவரு மாதிரிலாம் ஒரு ஆள எங்கையும் பாக்க முடியாது. லாஞ்சு ஓடிட்டு இருந்தவர நாங்க பாத்து தரதுதான் அவருக்கான பங்கு. என்னடா இதுனு ஒருதடவ கூடக் கணக்கு கேட்டது இல்ல."

"மக்கா நானே கேக்கனும்ட்டு இருந்தன். அண்ணாச்சி இப்பம் கொஞ்சம் பணத்துக்குச் செரமப்படுறாவதான?"

"ஆமா. இன்னும் லாஞ்ச்சு ரிப்பேர் பாக்கலல்ல. அதுமில்லாம அங்க இங்கனு நிறைய கடன். நில குத்தகையும் சரியா வரது இல்ல போல. அவரு கையும் ஓட்ட. செலவு அதிகம்."

"செரி அப்போம். இந்த விடுதலைப் புலினு சொல்லுவானுவல்ல. எலங்கைல இருக்க தீவிரவாதிய. அவியதாம் இங்கன வந்து போற ஆளுவளா. அவியகூட அண்ணாச்சிக்கு என்ன லிங்க்? அண்ணாச்சி நல்ல மனுசன்தான் இல்லங்கல. இருந்தாலும் அவிய கூட..."

அவனது அந்தக் கேள்விக்குப் பின் சந்திரனிடம் ஓர் அமைதியான முகபாவம் வெளிப்பட்டது.

"பரவால்ல... சொல்லமுடியும்னா சொல்லுல."

"அதச் சொல்றதுல என்ன இருக்கு. ஊருல எல்லாருக்கும் தெரியும். அண்ணன் மொதல்ல ஆயுதக் கும்பல் எதுலயோ இருந்தாரு. அது என்னமோ பேரு சொல்லுவாங்களே. நாமெல்லாம் பிறக்குறதுக்கு முன்னாடியே. இந்த கம்யூனிஸ்ட் மாதிரி ஏதோ, இந்தியாவுலேந்து தமிழ்நாட்ட பிரிக்கணும்னு."

"என்ன சொல்லுதிய?"

“பதறாதிய. அதெல்லாம் அப்ப. இப்ப அவங்களாம் இல்ல. அதுல கடைசியாளு கூட போன வருசம்தான் வயசாகிச் செத்தாரு. அண்ணன் எப்பவோ முன்னாடி அதுல லிங்க்ல இருந்தாரு. அப்புறம் இலங்கை பிரச்சினைல புலிங்க தலையெடுத்த பிறகு இங்கேந்து அவங்களுக்குத் தேவையான உதவிய எல்லாம் செஞ்சிட்டு இருக்காரு. இந்தத் தோப்பு இப்பதான் இப்படி இருக்கு. எனக்கு விவரம் தெரிஞ்சே ஒருகாலத்துல புலிங்க நிறைய பேர் வருவாங்க. எங்க மாமா கூட சொல்லும் அவங்க இங்க தங்கி பயிற்சிலாம் எடுத்தாங்களாம். அதுக்கப்புறம் பயங்கரக் கெடுபிடி வந்துடிச்சு. அதனால எப்பயாவது சைலன்ட்டா வந்துட்டுப் போவாங்க. அதுவும் எதாவது முக்கியமான தேவைனாதான். இவ்வளவு ஏன் ரெண்டு நாளைக்கு முன்னாடி கூட நானும் வல்லத்தரசு அண்ணனும் போய் டீசல் கொடுத்துட்டு வந்தோம். அடிக்கடி போறதுதான்.”

“எங்கன போய்?”

“நம்ம எல்லை வர போவோம். கிட்டதான்.”

“எல இது போலீஸுக்குத் தெரிஞ்சா?” அவன் குரலில் அச்சத்தை வெளிப்படுத்தினான்.

“மாட்னா வெளியவே வரமுடியாது.” சந்திரன் சாதாரணமாகப் பதிலளித்துவிட்டு திப்பு சுல்தானிடமிருந்து குட்காவை வாங்கி கசக்கினான்.

“பெறவு ஏன் இதெல்லாம் செய்றிய?”

“ஏன்னா. என்ன சொல்றதுனு தெரியலயே. நண்பா அவங்க பூரா நம்ம தமிழ் ஆளுங்கதான். அது பெரிய கத. அண்ணன் வீட்ல அவங்க சம்பந்தமா நிறைய புத்தகம்லாம்கூட இருக்கும். போம்போது எடுத்துப் பாருங்க.”

“எனக்கும் கொஞ்சம் தெரியும். அதாம் கேட்டேன். பேப்பர்ல பாத்துருக்கம்லா.”

“நியூஸ் பேப்பரு, டிவில வரத எல்லாம் நம்பாதிங்க. நல்லவேள தீவிரவாதினு எங்ககிட்ட சொன்ன மாதிரி அண்ணன்கிட்ட சொல்லல. கடுப்பாகிருப்பாரு.”

கழிமுகம்

01

ஃபெலிக்ஸ் மிராண்டாவின் மாமியார் வீட்டுத் தரப்பிலிருந்து தந்த அழுத்தங்களால் காவல்துறை, தாமஸ், இசக்கி, ராஜசேகர், ஜார்விஸ் ஆகிய நால்வரையும் தொடர் கொலைச் சம்பவங்களின் விசாரணைப் பட்டியலில் சேர்த்திருந்தது. கைது நடவடிக்கை தொடங்குவதற்கு முன்பு இசக்கி வேறு வழியின்றி கரம்நீட்ட வேண்டிய கட்டாயத்திற்கு ஆளாகியிருந்தான்.

பெலிக்ஸ் மிராண்டா, ஜோசப் மிராண்டா ஆகியோரைக் கொடூரமான முறையில் கொலை செய்தது, டி.எச்.ரூஸ்வெல்ட், தாஸ் ஆகியோரைக் கொலை செய்ய முயன்றது ஆகிய வழக்குகளில் தான் மட்டும் ஆஜர் ஆகிறேன் எனத் தன்னிச்சையான முடிவினை அவன் எடுத்திருந்ததை ராஜசேகரால் ஏற்றுக்கொள்ள முடியவில்லை.

நன்றியின் பெயரில் ஆஜர் ஆவது என்று முடிவு செய்திருந்தும் தாமஸ் வழக்கை நடத்தித் தன்னை வெளியில் எடுப்பார் என்பதை அவனால் மனதார நம்பமுடியவில்லை. ஆகவே, தாமஸின் அருகில் ராஜசேகர் இருப்பதே சரியென்று நினைத்தான். முடியாவிட்டாலும் தாமஸ் ராஜசேகரை உடன்வைத்துக் கொண்டு குறைந்தது அவனுக்கென்று ஒரு வாழ்க்கையை ஏற்படுத்தித் தந்தாலே போதும் என்கிற முடிவில் அவன் அதைச் செய்தான்.

காவல்துறையில் ஆஜர் ஆவதற்கு முந்தைய நாளில் புலி இறால், ஆட்டுக்கறி, பாறை மீன் என விதவிதமான மாமிச உணவுகளுடன் தனக்கு தாமஸ் வீட்டில் தயாராகியிருந்த விருந்தைக் கண்டபிறகு, தாமஸ் கைவிட்டாலும் தாமஸின் மனைவி ஜோஸ்லின் கண்டிப்பாகத் தன்னை வெளியே கொண்டு வருவதற்குரிய அத்தனை முயற்சிகளையும் எடுக்கச் சொல்லி அவரை வற்புறுத்துவாள் என்கிற நம்பிக்கை அவனுள் பிறந்திருந்தது.

நீதிமன்றம் இசக்கியைப் பாளையங்கோட்டை மத்திய சிறையில் விசாரணைக் கைதியாக அடைக்க உத்தரவு பிறப்பித்ததைத் தொடர்ந்து அன்று அவன் அங்கு கொண்டு செல்லப்பட்டான்.

செல்லும் வழியெங்கும் ஜோஸ்லினின் நம்பிக்கை மிகுந்த வார்த்தைகள் அவனது செவிகளில் கேட்டுக்கொண்டேயிருந்தன. அவன் அமர்ந்திருந்த காவல்துறை வாகனம் சிறையின் வெளிப்புற மதில் சுவற்றிற்குள் நுழைந்த நிமிடத்தில் அவனுடைய மனவெளியில் அவனது பெரியப்பன் இடும்பன் ஒரு நிமிடம் தோன்றி மறைந்தார். இந்தச் சிறையில்தானே பெரியப்பா கைதியாக இருந்தார்? இந்தச் சிறையிலிருந்து வந்த பிறகுதானே அவருக்குச் சித்தம் கலங்கியதாக அப்பா கூறியிருந்தார். பெரியப்பாவின் வாழ்வும் எனது வாழ்வும் ஒரே திசையில் சென்றுகொண்டிருக்கிறதா? என்று எண்ணிப் பார்த்தபடி அச்சத்துடன் சிறை வளாகத்திற்குள் காலடி எடுத்து வைத்தான்.

அத்தனை ஆண்டுகளில் பலமுறை அந்தச் சிறைச்சாலையை வெளியில் நின்று பார்த்திருக்கிறான். ஒவ்வொரு முறையும் ஓர் உள்ளுணர்வு அவனை உள்ளே செல்லும்படி வற்புறுத்தியதை நினைவு கூர்ந்து அது நிகழ்ந்தேவிட்டது என வருந்தினான்.

சிறைச்சாலையின் உள்ளே அவன் கண்ட காட்சிகள் அவன் அதுவரையில் கேட்டறிந்ததற்கும், கற்பனை செய்ததற்கும் முற்றிலுமாக மாறுபட்டிருந்தன. உள்ளே நுழைந்ததும் குறிப்பேட்டில் தகவல்களை எழுதும் சிறைத்துறை அதிகாரி அவனது தந்தை பெயர், சொந்த ஊர் போன்ற விபரங்களோடு அவனது சாதி என்ன என்பதையும் வினவினார்.

சாதி மோதல்களைத் தடுப்பதற்காக விசாரணைக் கைதிகள் அடைக்கப்பட்டிருக்கும் பிரிவில் கைதிகள் சாதிவாரியாகப் பிரித்துத் தனித்தனி ப்ளாக்குகளில் அடைக்கப்படுவதையும், வெளி உலகிற்கு நிகராகச் சிறைக்குள்ளேயே குற்றச்செயல்கள் மலிந்து கிடப்பதையும் கண்டுணர்ந்த பின், சிறை தனக்குப் பாதுகாப்பானதல்ல என்பதைப் புரிந்துகொண்டான்.

சிறைக்கு வந்து சிலமணி நேரங்களிலயே தான் தவறான முடிவை எடுத்துவிட்டோமோ என்று நினைக்கும் அளவிற்குச் சிறை அதன் உண்மையான முகத்தை அவனுக்குக் காட்டத்தொடங்கியிருந்தது. அவனது செல்லில் இருந்தவர்களில் ஒருசிலர் அவனைக் காரணமில்லாத அக்கறையோடும், ஒருசிலர் வேண்டா வெறுப்புடனும், வேறு சிலர் அவனது குடலை உருவி எடுப்பதற்குத் தயாராக இருப்பது போன்றும் பார்த்துக்கொண்டிருந்தனர்.

இரவு நேரங்களில் சில கைதிகள் கூச்சமின்றி மற்றவர்கள் முன்னிலையிலேயே அமர்ந்து கரமைததுனம் செய்வதைப் பார்த்து உடல் கூசிப்போனவனுக்குப் பிறகு இன்னொரு நாளில் இருள்மறைவில் இரண்டு ஆண்கள் ஒன்றாகக் கூடிக்கிடந்த காரியத்தினைக் கண்டபிறகு எல்லோருக்கும் முன்பு மைத்துனம் செய்வது என்பது அவனுக்குச் சாதாரணமான காட்சியாக மாறியிருந்தது.

சிறை உணவு அவன் எதிர்பார்த்ததைவிட மோசமில்லை என்றாலும் இரண்டே நாள்களில் அது அவனது நா நரம்புகளைச் சாகடித்திருந்தது. காலையில் பொங்கலோ அல்லது கஞ்சியோ வழங்கப்படும். மதியத்தில் தரப்படுவது சாம்பாரா அல்லது வேறு ஏதேனும் குழம்பா எனத் தரம்பிரிப்பது கடினம். இரவிற்கும் அதே குழம்புதான். அதீதப் பசியுணர்வில் உண்ணும்போது கூட அதிலிருந்து சிறு திருப்தியையும் அவனால் உணர முடியவில்லை. ஞாயிற்றுக் கிழமைகளில் தரப்படும் கோழிக்கறி குழம்பிற்காகக் கோழிகள் எதுவும் சாகடிக்கப்படவில்லை என்பதைச் சோற்றைப் பிசைந்து வாயில் வைத்த நொடியிலேயே தெரிந்துகொள்ள முடியும்.

மூக்கைத் துளைக்கும் கழிவறைகளும், குளியலறைகளும் நல்ல வாசம் என்றால் என்ன என்பதையே மறக்கடிக்கச் செய்திருந்தன. சிறை முழுவதும் சீர்கேடடைந்த மனித வாழ்வின் துர்நாற்றம் வீசுவதைப்போல் உணரத் தொடங்கினான்.

சிறைச்சாலைத் தோட்டத்தில் இருந்த பூச்செடிகளில் கூட வாசமென்ற ஒன்றை அவனால் அனுபவிக்க முடியவில்லை. காவல் அதிகாரிகளுடன் விசாரணைக்காக நீதிமன்றம் சென்றுவரும்போது அவனால் வெளிக்காற்றின் மகிமையை மனதார நுகர முடிந்தது. இரவு நேரங்களில் கைதிகள் கேட்பதற்காக செல்களில் வைக்கப் பட்டிருந்த ரேடியோ அவனுக்கு ஓர் உயிரற்ற துணையாக இருந்தது.

அது அவனது மனச்சிறையைத் திறந்துவிட்டு ஆன்மாவை வெளியில் சென்று சிறிதுநேரம் இளைப்பாற வைத்தது. சிறையில் துணிகளைத் துவைக்கத் தரப்பட்ட மஞ்சள் நிற சோப்புக்கட்டிகளும், குற்றம் நிரூபிக்கப்பட்டோருக்குத் தரப்பட்ட சிறைத்தண்டனையும் ஒன்றுபோலவே அவனது பார்வைக்குத் தெரியத்தொடங்கியது.

மனிதனின் அகத்திலும், புறத்திலும் படிந்துள்ள அழுக்கின் மீது அவை பெரிய அதிசயங்களை நிகழ்த்துவதில்லை என்பதை அவன் புரிந்துகொண்டிருந்தபோது, அவனது சிறைவாசத்தின் இருபதாவது நாள் அவனுக்காக விடிந்திருந்தது.

தாமஸ் அவனுக்காக நல்லதொரு வக்கீலை ஏற்பாடுசெய்து வாதிட்டு வந்தும், நிபந்தனை ஜாமீன் கிடைக்கப்பெறுவதில் நிறைய இடையூறுகள் உருவாகியிருந்தன. அவன் நல்லசெய்தி எப்போது வரும் என ஏங்கியபடி சிறை வாழ்க்கைக்குள் அவனது நாள்களைத் தீயிலிட்டுப் பொசுக்கிக்கொண்டிருந்தான். ராஜசேகரும், ஜார்விஸும் அவனைப் பார்க்க வந்தபோதெல்லாம் அவனுக்கு வாய்க்கு ருசியான உணவும், பீடிக் கட்டுகளும் கிடைத்தன.

வழக்கு விவகாரத்தில் தாமஸ் என்ன செய்துகொண்டிருக்கிறார் எனத் தெரிந்துகொள்வதற்காக அவன் பார்வையாளர்களை அனுமதிக்கும் தினங்களுக்காகக் காத்துக்கிடந்தான். ஒருநாள் ஜார்விஸும், அலெக்ஸிற்கு முடிவுசெய்து வைத்திருந்த பெண்ணும் இணைந்து அவனைக் காண வந்திருந்தனர்.

"நீங்க வெளிய வரைக்கும் வேணாம்ட்டுதாம் இருந்தன்... இவதாம். அதாம் நேர்ல பாத்து சொல்லிட்டு போவலாம்ட்டு கூட்டி வந்தேன்."

"எல. அதனால என்ன? சந்தோசம். நல்லா இருங்கடே."

முகம் மலர்ந்து அவர்களை வாழ்த்தியனுப்பிவிட்டு செல்லுக்குள் திரும்பிய அவனைக் கட்டித்தழுவி சல்லாபிக்கும் வேட்கையுடன் வெறுமை காத்திருந்தது. சிறைத்துறை அதிகாரிகள் அவனை நடத்திய விதம், சிறைவாசம் கையளித்த தனிமை, எதிர்காலம் என்ன ஆகப்போகிறது என்கிற விடையற்ற கேள்வி, மனதிற்கு விருப்பமான மரியா எப்படி இருக்கிறாள் என்கிற துயரம் என எல்லாமும் சேர்ந்து அவனது உயிரை வதைத்துக்கொண்டிருந்தன.

சிறையில் அவனைச் சுற்றியிருந்தவர்களில் பலர் கொலை வழக்குகளில் தொடர்புள்ளவர்கள். மனைவியைக் கொன்றவன், மகளைக் கொன்றவன், பணத்திற்காக முன்பின் தெரியாதவனைக் கொன்றவன் எனப் பலவிதமான முகங்கள் எங்கும் நடமாடின. தானும் அப்படியானதொரு கொலையாளிதானே, தானும் இவர்களுக்குள் ஒருவன்தானே? முதல் கொலை எனது தற்காப்புக்காக நடந்தது என எண்ணி நான் என்னைச் சமாதானம்

செய்துகொண்டாலும், ஜார்விஸுடன் சேர்ந்து இரண்டாவதாகப் புரிந்த வதை எதற்காக?

இதோ அவன் எல்லாவற்றையும் மறந்து அவனது அண்ணனுக்காக நிச்சயக்கப்பட்டிருந்த பெண்ணைத் திருமணம் செய்துகொள்ளப் போகிறான். அவனை எத்தனை நாள்களாக அறிவோம்? விசுவாசத் திற்கும், நன்றியுணர்வுக்கும் அளவீடுகள் என்று ஏதேனும் உள்ளனவா? என்பது மாதிரியான எண்ணங்கள் அவனது மூளையில் இரவும் பகலுமாக எழுந்தவண்ணம் இருந்தன.

அன்றிரவு உணவுக்கான வாங்கு ஒலித்தபின்னர் அவன் தட்டை எடுத்துக்கொண்டு வந்து வரிசையில் நின்றான்.

அந்த வரிசையில் அவனுக்குப் பின்னால் நின்ற அந்த நபரை அதற்கு முன் அவன் கண்டதில்லை. அவனது தோளுக்கு நெருக்கமாக அவர் வருவதைக் கண்டு முதலில் அச்சப்பட்டு விலகினான். பிறகு அவர் அக்கறையோடு எதையோ கூற வருவதாக உணர்ந்து செவிகளை அவரருகில் கொண்டு சென்றான்.

“நீ யாரு என்னன்னு கூட எனக்கு முழுசா தெரியாது. ஆனா ஒரு விசயம் நல்லா தெரியும். இன்னைக்கு இராத்திரி உன் செல்லுலயே வைச்சு உன்ன அறுக்கப் போறானுங்க.” அவன் சட்டென்று பின்னால் திரும்ப முயன்றான்.

“ஏய். திரும்பாதப்பா. நான் ஒரு யோசனை சொல்றேன். முயற்சி பண்ணிப்பாரு. நம்பிக்கை இருந்தா.”

அவர் கூறிக்கொண்டிருந்த விசயங்களைக் கேட்டபடி அவன் வரிசையில் நடந்துகொண்டிருந்தான். உணவு வடிக்கும் இடம் நெருங்குகையில் முதுகைச் சொறிவதுபோல் பின்னால் திரும்பினான்.

“அண்ணாச்சி. மொத இது உங்களுக்கு எப்படித் தெரியும்?”

“தெரியும். அவ்வளவுதான். உன்னப் பாக்க பாவமா இருக்குனு சொல்றன். நம்புறது நம்பாதது உன் இஷ்டம்”

“செரி உங்க பேரு?”

“நஞ்சுண்டான்.”

02

நஞ்சுண்டான் வீட்டின் மதில்சுவருக்கு வெளியே விடியற்காலையிலேயே எழத் தொடங்கியிருந்த வேட்டுச் சத்தம் தெருவில் உறங்கிக் கொண்டிருந்த நாய்களை வேறு இடம் தேடி ஓடவைத்தது.

"ஓர் இரங்கல் செய்தி.

மணமேல்குடி அம்மன் கோயில் தெருவைச் சேர்ந்த காலம்சென்ற திரு. பிச்சைமூர்த்தி வாண்டையாரின் மனைவியும், திரு. நஞ்சுண்டான் வாண்டையாரின் தாயாருமாகிய திருமதி. சாவித்திரி அவர்கள் நேற்றிரவு காலமானார். அம்மையாரின் இறுதி ஊர்வலம் இன்று மதியம் மூன்று மணியளவில் அவர்களது இல்லத்திலிருந்து புறப்படும் என்பதை ஆழ்ந்த வருத்தத்துடன் தெரிவித்துக்கொள்கிறோம்."

ஒலிப்பெருக்கி கட்டியிருந்த அந்த அம்பாசிடர் கார் நஞ்சுண்டானின் தாயார் இறந்த செய்தியை மணமேல்குடியில் உள்ளவர்களுக்குச் சம்பிரதாயமாகத் தெரிவித்துவிட்டு அடுத்ததாக, அச்செய்தியைப் பெண்ணெடுத்த பெருமருதூருக்கும், சாவித்திரி அம்மையார் பிறந்த ஊரான பட்டமுடையனுக்கும் கூறுவதற்காக விரைந்து கொண்டிருந்தது.

வீட்டிற்கு வெளியே நால்வர் வைக்கோலைக் குவித்துத் தீயிட்டு அதன் அனலில் தாங்கள் கையிலேந்தியிருந்த தப்பை வாட்டிக் கொண்டிருந்தனர். கிழவியின் பூத உடல் சாமியான பந்தலுக்குள் கிடத்தப்பட்டிருந்த பெஞ்சின் மீது வைக்கப்பட்டிருந்தது. இடத்தைச் சுற்றிக் காலடி வைக்க முடியாத அளவிற்கு மொய்த்திருந்த பெண்கள் ஒருவரை ஒருவர் வாரி அணைத்தபடி ஒப்பாரி வைத்துக்கொண்டிருந்தனர்.

நஞ்சுண்டான் பந்தலுக்குள் ஒரு மூலையில் நாற்காலியைப் போட்டுச் சலனமில்லாத முகத்துடன் அமர்ந்திருந்தார். அவருக்கு நெருக்கமான நண்பர்கள், பாய்மார்கள் எனப் பலர் துக்கம் விசாரிப்பதற்காக வந்தனர். தமிழரசனும், அவனது நண்பர்களும் வந்திருந்தவர்களுக்கு வெற்றிலைபாக்கும் தேத்தண்ணியும் கொடுத்துக் கொண்டிருந்தனர்.

நஞ்சுண்டானின் மகள் அனிதா காரிலிருந்து இறங்கி உள்ளே வந்ததும் தோளில் இருந்த தனது மகனைக் கணவன் தோளுக்கு மாற்றிவிட்டுப் தனது தாயார் அருகில் போய் அமர்ந்து ஒப்பாரிச் சத்தத்தில் கலந்திருந்தாள். வெட்டியான் விறகுகளைத் தயார்செய்துவிட்டாரா எனப் பார்க்க சந்திரன் மயானத்திற்குச் சென்றிருந்தான். ராணியும், கணேசனும் கிழவியின் உடலை வணங்கிவிட்டு ஒரு மூலையில் போய் அமர்ந்துகொண்டனர். இருதயராஜ் எழவு வீட்டின் காட்சிகள் ஒவ்வொன்றையும் கவனித்தபடி அமைதியாக நின்றிருந்தான்.

"... பிறந்த வூட்ல வெங்கலத்தட்டு
புகுந்த வூட்ல வெள்ளித்தட்டு...
பர்மா பட்டு நகை நட்டு,
தொண்டமான் வூட்டுல கறி விருந்து.
இதெல்லாம் நமக்குதான் வாய்க்குமா?
வாங்கி வந்த கொடுப்பினை எத்தனையோ.
ஊரு சனம் அறியுமா. இந்த
அம்மா வாழ்ந்த வாழ்க்கைய..."

பந்தலுக்குள்ளிருந்து எழுந்த எழவுபாடும் குழுவினரின் பாடல் ஒலிவாங்கி வாயிலாகப் பெருகிவந்து தெருவெங்கும் இரைந்து கொண்டிருந்தது.

பட்டமுடையனிலிருந்து கொட்டும், கோடித்துணியும் வந்துசேர்ந்த வுடன் கிழவியின் உடலைக் குளிப்பாட்டி, புதுப்புடவை அணிவித்து, நெற்றி நிறைய விபூதி பூசி, மதிலுக்கு வெளியே அலங்கரிக்கப்பட்டு தயார் நிலையில் இருந்த பாடை மீது ஏற்றினர். மாலைவெளிச்சம் மங்கும் வேளையில் பட்டாசு வைத்துக்கொண்டு சிலர் முன்னே செல்ல, பறையோசை முழங்க இறுதி ஊர்வலம் மிதமான வேகத்தில் நகர்ந்துகொண்டிருந்தது.

காரியம் முடித்துவிட்டு வீடு திரும்பியிருந்த ஆண்களுக்கு வீட்டின் கூடத்திலும், திண்ணையிலும் பாய் விரிக்கப்பட்டு உணவு பரிமாறப்பட்டது.

"ஏய் அம்மாடி. மாப்ளைக்கு ரசம் கொண்டா."

இருதயராஜிற்கு எதிர் வரிசையில் அமர்ந்து உணவருந்திக் கொண்டிருந்த நஞ்சுண்டான் எல்லோரையும் கவனிக்கும்படி உணவு வடித்துக் கொண்டிருந்த பெண்களிடம் கூறிக்கொண்டிருந்தார்.

அவர் மொட்டையடித்து, மீசையை மழித்திருந்ததால் இருதய ராஜின் கண்களுக்கு முற்றிலும் வேறொரு மனிதரைப்போல் தெரிந்தார், இருந்தும் அவரது குரல் மாற்றங்கள் ஏதும் இல்லாமல் இயல்பாக இருந்தது அவனுக்கு ஆறுதலை அளித்தது.

அடுத்தடுத்து வந்த வாரங்கள் அவனுக்கு எட்டாம் சடங்கு, பதினைந்தாம் நாள் சடங்கு என நஞ்சுண்டானின் வீட்டிலேயே கழிந்தன. இனிப்பு, பலகாரங்கள் சகிதமாகப் பதினைந்தாம் நாள் சடங்கு முடிந்த மறுநாள் திருவையாற்றில் நடைபெற்ற கருமாதிக்கு அவனும் குடும்பத்தினரோடு உடன் சென்றிருந்தான். கிழவியின் இறப்பின் போது கட்சி விவகாரமாக டில்லியில் இருந்ததால் கோட்டையரசன் கருமாதி முடிந்து மறுநாள் நடைபெற்ற படத்திறப்பு விழாவில் கலந்துகொண்டு கிழவியின் படத்தைத் திறந்து வைத்தார்.

கூடத்தில் தொங்கிய பிச்சைமூர்த்தியின் கருப்பு வெள்ளைப் புகைப்படத்திற்கு அருகில் கிழவி வண்ணப் புகைப்படமாக ஏறிக்கொண்டிருந்தது. அதற்கு அடுத்தநாள் மீனும், கறியும் படைத்து ஆக்கிவிட்ட பிறகு கிழவி அந்த வீட்டின் கடந்த காலத்தில் மட்டும் எஞ்சியிருந்தது.

கருமாதிக்கு வந்திருந்த நஞ்சுண்டானின் மகள் அனிதா 'அம்மாவோட இருந்துட்டு வரேன்' எனக் கணவரை அனுப்பிவிட்டு மேலும் ஒருவார காலம் அங்கேயே தங்கியிருந்தாள்.

"நீ சரியான கஞ்சப் பயடா... அவனுக்கு ஒன்னும் செய்யமாட்டன்னு இப்பவே கண்டுகிட்டுதான் மாமன மாத்திட்டான். நமக்கு இந்த மாமா வேணாம், தூத்துக்குடி மாமாவ மட்டும் வைச்சுப்போம் சரியா.." அந்நாள்களில் அவளது மகன் தமிழரசனிடம் செல்லாமல் இருதயராஜிடம் ஒட்டிக்கொண்டிருப்பதைக் காரணம்காட்டி தமிழரசனை வெறுப்பேற்றுவது அனிதாவிற்கு வாடிக்கையாகியிருந்தது.

உடன்பிறந்தவளைப்போல் தன்னைத் தம்பி... தம்பி என்று அவள் பாசமாக அழைத்ததினால் இருதயராஜ் இனம்புரியாத உணர்வில் நெகிழ்ந்து போயிருந்தான். தனக்கு ஒரு தமக்கை இல்லையே எனச் சிறுவயதிலிருந்து ஏங்கி வந்திருந்ததை இந்த அக்காள் ஒருவேளை தனது மனதினால் அறிந்துகொண்டுவிட்டாளோ என யோசித்தான்.

"அக்கா வைக்கிறதுதான் மீன்குழம்பு, நீங்களும்தான் வைக்கிறிங்களே."

அனிதா இருக்கிறாள் எனத் தெரிந்ததும் சந்திரன் மீன், நண்டு, இறால் எனத் தினம் ஏதாவது கொண்டு வந்து தந்துவிட்டு அவளது சமையலுக்காக ஒற்றைக்காலில் நின்றான். தாயார் இறந்ததாலும், தொடர் செலவுகளாலும் சோர்ந்து போயிருந்த நஞ்சுண்டானுக்கு வீட்டிற்குள் ஒலித்த மகளின் ஆறுதல் நிறைந்த குரலும், பேரனின் மழலைத் ததும்பும் மொழியும் அருமருந்தாய் அமைந்திருந்தன.

அனிதாவின் இருப்பு வாசலில் காத்திருந்த வசந்தகாலத்தை வீட்டிற்குள்ளும் எடுத்துவந்தது. சிடுசிடுவென்ற முகத்துடன் அவள் ஒருபோதும் இருந்ததில்லை. அவள் தமிழரசனுக்கு நேர்மாறானவள். சுற்றி எத்தனை நபர்கள் இருந்தாலும் அவளது வெகுளித்தனமும், சுறுசுறுப்பும் அவளைத் தனித்துக்காட்டும்.

பத்து நாள்கள் கழித்து அவளை அழைத்துச்செல்வதற்காக அவளது கணவன் வந்தபோது மீண்டும் அவ்வீட்டின் மீது வெறுமையின் நிழல் படரத்தொடங்கியது. அப்போது மீனாம்பாளின் முகத்திலும் நஞ்சுண்டானின் உடல்மொழியிலும் சோகம் தென்படுவதைக் கண்ட இருதயராஜினால் திருமணம் ஆகிச்சென்ற பின்னும் அவ்வீட்டில் மகிழ்ச்சியை அரும்பச்செய்யும் தேவதையாக அனிதாவே நீடிக்கிறாள் என்பதை அறிந்துகொள்ள முடிந்திருந்தது.

அவள் கிளம்பிய பிறகு மேலும் இரண்டு நாள்கள் இருந்துவிட்டு அன்றிரவு இருதயராஜ் தோப்பு வீட்டிற்குத் திரும்பியிருந்தான்.

"வாங்க தம்பி."

திண்ணையில் அமர்ந்து ரேடியோவில் மனம் குவித்திருந்த கணேசனிடமிருந்து வெற்றிலைப் பாக்கு நெடி எப்போதையும்விடச் சற்று தூக்கலாக எழுந்தது.

"எங்க அங்கேயே தங்கிடுவிங்களோனு நினைச்சேன்." ராணி முகம் மலர்ந்து கூறினாள்.

"என்னக்கா செய்ய? விட மாட்டெங்கிறாவ."

"அந்த அம்மா அப்படித்தான். வீட்ல ஆளும்பேருமா கூட்டமா இருந்தா அந்த அம்மாவுக்கு சீக்கே இல்ல. இனி அந்தத் தம்பிக்கு ஒரு கல்யாணம் கில்யாணம் ஆனாதான். அவரும் கவலைதெரியாம சுத்திக்கிட்டு இருக்காரு."

"ம்ம்ம்."

"சரி தம்பி உங்களுக்கு டீ காபி எதும் போட்டுத்தரன் குடிக்கிறியளா?

“செரிக்கா டீ வச்சு தரியளா. தல வலிக்கி.”

அவன் ராணி போட்டுத்தந்த தேநீரை அருந்திவிட்டு மெர்லினை அழைத்துப் பேசியபடி அப்படியே உறங்கிப்போனான். நள்ளிரவில் அடிவயிறு முட்டிக்கொண்டு வர, சிறுநீர் கழிப்பதற்காக வீட்டின்பின் வாசல் வழியாக வெளியே வந்து தோப்பிற்குள் சற்று தொலைவுவரை நடந்து வந்தான். சிறுநீர் கழித்துவிட்டுத் திரும்பும்முன் முதலில் உறக்கக் கலக்கத்தில் அதைக் காண்பதாக நினைத்துக் கண்களை விரல்களால் துழாவிப் பார்த்தான். கத்திக்குத்து வாங்கி மருத்துவமனையில் சுய நினைவில்லாமல் கிடந்தபோது அவனது கண்முன் தோன்றிய அந்தப் பெண் இப்போது ஒரு தென்னைமரத்தின் மீது சாய்ந்து நின்றபடி அவனை முறைத்துக்கொண்டிருந்தாள்.

03

“என்னல அவம் வாய்க்குள்ள அனத்திட்டுப் போறாம். ஏ நில்லுல.”

உணவு வடிக்கும் இடத்தில் நின்ற சிறைத்துறைக் காவலாளி இசக்கியைச் சப்தம் போட்டு நிற்கச் சொல்லுவிட்டு அருகில் வந்தார்.

“என்ன சொன்ன?”

“உன்னதாம் கேக்கன். என்னமோ வாய்க்குள்ளயே சொல்லி ஏசினியே. என்ன ஏசின சொல்லு. சொல்லுல. ரெண்டேர கொலை பண்ணினா நீ பெரிய சுன்னியா.”

சிறைக்காவலர் லத்தியை ஓங்கிய போதும் அவன் அதை அசட்டை செய்யாமல் சோற்றைப் பிசைந்துகொண்டிருந்தான்.

“அம்புட்டு ஏத்தமா ஒனக்கு. சாப்டு... சாப்டு இந்தா வாரேன்.”

அவன் உணவருந்தி முடித்து கை அலம்பிவிட்டு வந்த வழியில் நான்கு காவல் அதிகாரிகளும், சிறைச்சாலை சூப்ரட்டண்ட்டும் அவனை எதிர்நோக்கித் தயார் நிலையில் நின்றிருந்தனர். பிறகு அவனது உடமைகளை எடுத்துக்கொண்டு தங்களுக்குப் பின்னால் வரச் சொல்லிவிட்டு இன்னொரு ப்ளாக்கை நோக்கி அவர்கள் முன்னே நடந்தனர். தான் எங்கு அழைத்துச் செல்லப்படுகிறோம்

என்பதை அவனால் ஓரளவிற்குக் கணிக்க முடிந்திருந்தும், தனக்கு அங்கு என்ன நேரப்போகிறது என்பதனை அவனால் யூகிக்க முடியவில்லை.

மற்ற கைதிகள் தன்னை மிரட்சியோடும், பரிதாபத்தோடும் பார்த்துக் கொண்டிருப்பதை கவனித்ததும் அவனுக்குத் திடீரென்று நஞ்சுண்டான் மீது சந்தேகம் முளைத்தது.

ஒரு வெறிநாயை அடைத்து வைக்க பயன்படுவதுபோல் இருந்த அந்தத் தனியறைக்குள் அவன் அழைத்துச்செல்லப்பட்டான். அந்த அதிகாரிகள் அவனை அங்கு விட்டுவிட்டுத் திரும்பிவிட இருளை திரவமாக்கி அதைக்கொண்டு நிரப்பப்பட்டது போலிருந்த அந்த அறையை அவன் சுற்றிலும் முற்றிலும் பார்த்துக் கொண்டிருந்தான். அவ்விடத்தில் வெளிச்சத்தின் ஒற்றைத் துகளைக் கூட அவனால் காணமுடியவில்லை. அந்த அறை நரகத்தின் முன்மாதிரி என்பது அங்கு வந்த ஒரு சில மணிகளிலயே அவனுக்குப் புரிந்திருந்தது.

இரவு உறங்குவதற்கான சங்கு ஒலித்தபின்னர் மூவர் லத்திகளை ஏந்தியபடி அந்த அறைக்குள் நுழைந்தனர். வந்தவர்கள் அவனது ஆடைகளை அவிழ்க்கச் சொல்லிவிட்டு இன்ன இடம் என்று கணக்கில் எடுத்துக்கொள்ளாமல் கண்மூடித்தனமாகத் தாக்கத் தொடங்கியிருந்தனர்.

முகத்தில் விழுந்த அடியினைத் தடுத்தபோது மார்புக் கூட்டை நொருக்கிவிடுவதைப் போல் லத்தி நெஞ்சை நோக்கி வந்தது. தலையின் வீக்கத்தைத் தேய்த்தபோது கண்களில் வலி தெறித்தது. இருண்டு கரங்களைக் கொண்டு அத்தனை அடிகளையும் தடுக்க முடியாமல் அவனது திமிர் அனைத்தையும் அவன் இழந்து அலற ஆரம்பித்திருந்தான். தனது ஆணுறுப்பை ஒரு கையில் பொத்திக்கொண்டு இன்னொரு கையைக்கொண்டு கண்களை இறுக்கி மூடிக்கொண்டான்.

மெல்ல ஆசன வாயினுள் நுழைந்த ஒரு லத்தி அவனது உடலின் ஒவ்வொரு துளி குருதிக்கும் உயிர்வேதனை என்றால் என்னவென்பதை உணர்த்திக்கொண்டிருந்தது.

"...எம்மோவ் ...எம்மோவ். எப்போவ். ஐயோ சார் விட்டுடுங்க... ஐயோ..."

அந்தத் தனிமைக் கொட்டடியிலிருந்து எழுந்த அவனது அழுகுரல் அந்த மறைநிலவு இரவின் நிசப்தத்தைக் குலைத்துக்கொண்டிருக்க,

இருளின் வேடத்தை அணிந்திருந்த மரணம் ஏற்கெனவே அந்த அறைக்குள் நுழைந்து அவனது அருகில் அமர்ந்திருந்தது. அவன் இறந்துபோவது ஒன்று மட்டுமே அவனுக்கான விடுதலையாக இருக்கும் என்று எண்ணிய சிறைக்கைதிகள், வலியின்றி அவனது மூச்சு நிற்கவேண்டுமென மனதிற்குள் வேண்டிக்கொண்டிருந்தனர்.

பின்னரவில் அவனது ஓலம் ஓய்ந்தபோது அந்த அறைக்குள்ளிருந்த மூவரும் அங்கிருந்து வெளியேறி சூப்பிரண்டன்டின் அறைக்குச் சென்றனர்.

பதைபதைத்த மனதுடன் சூப்பிரண்டன்ட் சிறைச்சாலை மருத்துவரை அழைத்துக்கொண்டு டார்ச் லைட்டை ஏந்தியபடி அந்த அறைக்கு வந்தார். மருத்துவர் அவனது உடலைப் பரிசோதித்துப் பார்த்துவிட்டு சூப்பிரண்டன்ட் நோக்கினார். அந்தப் பார்வை அத்தனைக்குப் பிறகும் அவனது உடலில் உயிர் மீதமிருக்கிறதே என்று வினவுவது போல் இருந்தது.

அவனது உடலில் ஒன்றிரண்டு வெளிக்காயங்கள் தவிர மற்ற அனைத்தும் உடல் உள்ளூறுப்புகளைச் சிதைத்த உள்காயங்களாகவே இருந்தன. மெல்ல அவனுக்குச் சுயநினைவு திரும்பியது. மயக்கம் தெளிந்தவுடனேயே அவனால் எழுந்து நிற்க முடிந்திருந்தது மருத்துவருக்கு ஆமானுஷ்யமாகத் தெரிந்தது. பிறகு அந்தச் செல்லை விட்டு அவனை வெளியேவிடாமல், உள்ளேயே வைத்து அவனுக்கு சிகிச்சை அளிப்பது என்ற முடிவை எடுத்திருந்தனர்.

நடக்க முடிந்த அளவிற்கு உடல் தேறிய பிறகும் கூட அவனை அந்த அறையிலிருந்து மாற்ற சூப்பிரண்டன்டிற்கு எண்ணம் வரவில்லை. கழிவறைக்குச் செல்லக்கூட அவன் அனுமதிக்கப் பட்டிருக்கவில்லை. உணவுண்ணும் தட்டிலேயே மலம் மூத்திரம் கழிக்க வைத்து, மீண்டும் அதனைக் கழிவறையில் சென்று கொட்ட வைத்தனர். அந்தத் தட்டைச் சுத்தம் செய்துவிட்டு அதிலேயே உணவு வாங்கிக்கொள்ளும்படி அவனைப் பணித்திருந்தனர்.

ஓர் அருவறுக்கத்தக்க பிராணியைப் போல் தனிமையில் அடைத்து வைக்கப்பட்டிருந்ததால் உண்டான அவமானமும், அந்த அறையின் இருளும் இணைந்து அவனது மூளைக்குள் தற்கொலை எண்ணங்களைச் சுரக்கச் செய்திருந்தன. தனது செல்லில் இருப்பவர்கள் தன்னைக் கொல்லப்போகிறார்கள் என்று ஏற்கெனவே எழுந்திருந்த உள்ளுணர்வால்தான் நஞ்சுண்டான் அதனைக் கூறியபோது அவனால் அதைப் பட்டவர்த்தனமாக

நம்பமுடிந்திருந்தது. அதேவேளையில் அவர் மிராண்டா தரப்பினரின் திட்டத்திற்கு இணங்க தன்னை வேண்டுமென்றே சிக்கவைத்துவிட்டாரோ என்ற சந்தேகத் துளிரும் அவனுள் வளர்ந்து வந்தது.

"ஏ தெரியுறனா? சார்விஸு நல்லா என்ன ஒருதடம் பாத்துக்கடே. அண்ணாச்சி நீங்களும்தாம். இங்கனயே கழுத்த அறுத்துக்கிட்டுச் சாவப்போறம் இனி அதாம் வழி."

அன்று தன்னைப் பார்க்க வந்திருந்த தாமஸிடமும், ஜார்விஸிடமும் அவன் அழாத குறையாக தனக்கு நேர்ந்த கதி குறித்துப் பேசமுயன்றான். காவலர்கள் அதற்கு மேல் அவனை ஒரு வார்த்தையும் பேசவிடாமல் மீண்டும் அந்த இருட்டறைக்குள் கொண்டு வந்து அடைத்தனர்.

அடுத்தநாள் சிறைத்துறை டி.ஐ.ஜி வாராந்திரப் பார்வையிடலுக்கு சிறைக்கு வருவதை அறிந்திருந்த சூப்பிரண்டன்ட் ஒரு சிறைக் காவலரை அந்த அறைக்குள் அவசரமாக அனுப்பி வைத்திருந்தார்.

"ஏ எசக்கி. ஏம்ல இப்படி. நீ நம்மாளா இருந்தும் என்னால ஒனக்கு ஒண்ணும் செய்ய முடியலனு செரையா இருக்குல."

"இந்தால... இழுத்துக்க. அட சும்மா இழு என்ன இப்போம்." கரிசனமாகப் பேசியபடி அந்த அதிகாரி ஒரு சிகரெட்டையும் தீப்பெட்டியையும் அவனிடம் நீட்டினார்.

"செரி நான் வந்த சேதிய சொல்லிடுதன். அப்புறம் உன் ரோசனை. உன் கேஸுல ஐவிட்னஸுலாம் ஸ்ராங்கா இருக்கு. செத்தவம் அரசியல் செல்வாக்கு இருக்கவம். எப்படியும் ஒனக்கு அவ்வளவு லேசுல சாமீன் கிட்டாது கேட்டியா. சூப்பிரண்டன்ட் உன்ன தேவமாருவ இருக்க செல்லுக்கு மாத்தலாம்ங்கிறாவ. அங்கன சேப்ட்டியா இருக்கலாம். உனக்குத் தேவையானதுலாம் அங்கன கிடைக்கும். ஆனா அதுக்கு நீ ஒரு சின்ன ஒத்தாச செய்யணும்."

என்னவென்று வினவுவது போல் அவன் அந்த அதிகாரியை நோக்கினான்.

"அந்தச் செல்லுல ஒரு கைதி இருக்காம். இன்னிக்கு ராச்சாப்பாடு போடயில அந்தட செல்லுக்குக் காவலுக்கு இருக்க அதிகாரி ஒனக்கு அவம் யாருனு கைகாம்ச்சு விடுவான்." அதிகாரி சட்டைப்பைலிருந்து சுண்டு விரலில் பாதியளவிலான ஒரு மருந்துக்

குப்பியை வெளியே எடுத்துக்கொண்டு அவனது காதருகே வந்து ஒரு சேதியைக் கூறினார்.

“கமுக்கமா செய்யணும். என்ன ஏதுன்னுலாம் கேக்கப் புடாது. அது ஒனக்கு அநாவசியம் கேட்டியா..” அவன் இப்போது அவரைப் பார்க்க மனமில்லாதவனாய்த் தலையைக் கவிழ்த்துக் கொண்டிருந்தான்.

“என்னலே நான் இம்புட்டுச் சொல்லுதன். பதில் சொல்லமாட்டெங்க. முட்டா மூதி உன் நல்லதுக்குச் சொன்னா கேக்கறதுக்கு என்ன. என்னமோடே நீ இங்கனயே கிடந்துச்சாவ போறனு நெனைக்கன் பாத்துக்க.”

அவர் அங்கிருந்து நகர்ந்து செல்ல எத்தனித்த தருணத்தில் அவன் குரலெடுத்தான்.

“சார். அத கொடுங்க. நான் செய்தன்.”

04

முந்தைய இரவில் வீட்டின் பின்புறம் பார்த்த காட்சியை ராணியிடம் சொல்லலாமா வேண்டாமா என்று இருதயராஜ் யோசித்துக் கொண்டிருந்தபோது சந்திரன் வந்துவிட்டான்.

“என்ன மக்கா இவ்வளவு வெள்ளனவேவா?”

“வாங்க போலாம். கடை நம்ம ப்ரண்டுதுதான். இன்னேரம் திறந்துருப்பான்.”

“நான் இப்போம்தான் எழுந்தன். இரிங்க. பல்லு வெளக்கிட்டாரன்.”

“சீக்கிரம் வாங்க. உங்களக் கொண்டுவந்து விட்டுட்டுதான் வலை தைக்க போவணும். வேலை பாதிலேயே நிக்குது.”

“செரி அப்போம் முடிச்சிட்டு வாங்க போவம். முடிதான எப்பம் வெட்டினா என்ன?”

“தம்பி சும்மா போங்க. காலைலயே அவரு பொறுப்பா எழுந்து உங்களுக்காக வரல. அந்தப் பள்ளிக்கூட புள்ளைய பாக்கப் போவாரு. காலைலயே டிமிசனுக்கு வரும்ல.” ராணி குறுக்கிட்டாள்.

“ஏன்க்கா வெறுப்ப ஏத்துற. இப்பலாம் அந்தப் புள்ளை என் கூட பேசுறது இல்ல.”

“ஏனாம்?”

“தெரியலக்கா.”

“இத்தனநாள் சின்னப் புள்ளையாவே இருந்துருக்கும். இப்ப வெவரம் தெரிஞ்சுட்டுபோல. விடு அதான் படம் பாக்க அறந்தாங்கிலாம் கூப்ட்டு போனில்ல. அதான் ஜாலி. அதுபோதும் போ.”

“ஒப்புறான இதெல்லாம் உனக்கு யாரு சொல்றா. திப்புதான. அவனுக்கு இன்னைக்கு இருக்கு.” இருதயராஜ் கிளம்பி வரவும் ராணியை முறைப்பதுபோல் பார்த்துவிட்டு, சந்திரன் வண்டியில் ஏறியமர்ந்து ஸ்டாண்டை எடுத்துவிட்டான்.

கடைத்தெருவிற்குச் சற்று உள்ளடங்கலாக இருந்த ஒரு சலூனுக்குள் இருவரும் நுழைந்தபோது, ஏற்கெனவே ஒருவர் சலூன் நாற்காலியில் அமர்ந்திருந்தார். அவருக்கு முடிவெட்டிக் கொண்டிருந்த இளைஞனிடம் சந்திரன் இருதயராஜை அறிமுகம் செய்துவைத்தான்.

சலூன் கண்ணாடியில் பிரதிபலித்தத் தனது உருவத்தைக்கண்டு இவ்வளவு குறுகிய காலத்திலேயே எவ்வளவு மாறியிருக்கிறோம் என இருதயராஜ் ஆச்சரியமடைந்தான்.

முகத்தில் புது இடங்களில் தலைதூக்கியிருந்த தாடி மயிர்களும், தொடர்ச்சியான ஒய்வால் பூசியிருந்த உடலும் அவனைப் பூரிப்படையச் செய்தது. முடிவெட்டிவிட்டுத் தோப்பிற்குத் திரும்பி, தன்னந்தனியாகக் கிணற்றுக்குள் இறங்கிக் குளித்துவிட்டு மேலே வந்த கணத்தில் அவன் தன்னை முழுமையான ஆண்மகனாக உணர்ந்தான்.

ராணி முந்தைய இரவில் நீர் ஊற்றி வைத்த சோற்றில் தயிரை விட்டு, தொட்டுக்கொள்ள உப்பில் அறிந்துபோட்ட வடுமாங்காய் பிஞ்சுகளையும், உரித்த வெங்காயத்தையும் எடுத்து வைத்தாள். அந்தச் சேர்க்கையின் ருசியை அனுபவித்தவனாய் அவன் இனி தனக்கு இட்லி தோசையே வேண்டாம் என்று கூறினான். அப்படியானதொரு காலைச் சிற்றுண்டியாய் அது அமைந்திருந்தது. சாப்பிட்டு முடித்துவிட்டு முந்தைய இரவில் தான் கண்ட பெண் உருவத்தைப் பற்றிய பேச்சை எடுத்தான்.

"ஏன் தம்பி அந்த பேயிக்கு எத்தனை வயசு இருக்கும்?"

"இருவத்தி ஆறு... இருவத்தி ஏழு இரிக்கும்க்கா."

"அதுசரி. அப்ப அதான்."

"அதாம்னா... புரியலக்கா."

"எல்லாம் உங்க வயசுதான். வேற என்ன. அஞ்சு வருசமா நானும் அவரும் இங்க ஒத்தைலதான் இருக்கோம். இராத்திரில செலதிருப்ப கோட்டான் சத்தம்தான் கேக்கும். நீங்க சொல்ற மாதிரிலாம் இங்க பேயெல்லாம் இல்ல... இந்தா இந்த படுத்துருக்கே நாயி. இதுதான் இருக்கு. ச்சீ எழுந்து ஓடு. காலைலயே கடன்கார பய மாதிரி சோத்துக்கு வந்துட்ட."

அவள் கணேசனிடமிருந்து வெற்றிலைப் பையை வாங்கித் தனக்கு வெற்றிலை மடித்துக்கொண்டாள்.

"கொஞ்ச நாளைக்கு முன்னாடி கடக்கரைலதான் ஒரு ஆளு பேயா சுத்துறான்னு சொன்னாங்க. அவன் பேரு கூட என்னமோ.. ராமதாஸு. அப்போ எங்க பாத்தாலும் அதுதான் பேச்சு. ராமதாஸு அங்க நிக்கிறான். இங்க நிக்கிறான். நடு இராத்திரில வரவங்க வண்டிய மறைக்கிறான்னு ஊரே அல்லோலப்பட்டுக் கிடந்தது. இந்தச் சந்திரன் வரான்ல..." கணேசன் வெற்றிலைப் பாக்கு எச்சிலை வெளியே துப்பிவிட்டுத் தொடர்ந்தார்.

"...அவன் தெருவுல ராமதாஸு ஒரு பொம்பளய புடிச்சு, அது அவன் குரல்லயே சத்தம் போட்டுட்டுக் கிடந்து, அப்புறம் தர்காவுல கட்டிபோட்டு பேயோட்டினாங்கனு சொல்லிக்கேட்ருக்கன். அவ்வளவுதான். அதுவும் உண்மையானு தெரியல. நான் அதெல்லாம் நம்ப மாட்டேன். நீங்க இந்தக் காலத்துல போய் அதெல்லாம் நம்புறிங்களா. நல்ல புள்ள வந்திங்க போங்க."

கணேசனும் அவன் கூறியதை விளையாட்டாக எடுத்துக்கொண்டு மோட்டார் போடுவதற்காகக் கிணற்றடியை நோக்கி நகர்ந்தார்.

அன்றைய பகல் முழுவதும் அந்தப் பெண்ணின் உருவம் அவனது சிந்தனைகளிலேயே வீற்றிருந்தது.

யார் அவள்..?!

தீராத சினத்தையும், அன்பையும் ஒருங்கே பிரதிபலிப்பது போல் இருந்த அவளது பார்வையை நினைவுபடுத்திப் பார்த்தபோது

அவனையறியாமல் அவனது உடல் சிலிர்த்தது. சட்டென்று அவனது அப்பா கூறிய இறுதிச் சொற்கள் அவனது மனதினுள் கேட்டது.

அவர் இறுதியாகப் பேசியபோது அவரது அலமாரியிலிருந்த விளக்கைத் தன்னோடு எடுத்துக்கொண்டு செல்லச் சொன்னதைப் பற்றி யோசித்தான். வீட்டிற்குள் சென்று கட்டிலுக்குக் கீழிருந்த பையை எடுத்து அதன் ஜிப்பைத் திறந்து அந்த விளக்கை வெளியே எடுத்துப் பார்த்தான். அவ்விளக்கு நீண்ட நாள்களாகச் சுத்தம் செய்யப்படாமல் எண்ணெய்க் கசடு ஏறி கருத்துப்போயிருந்தது.

அவன் அதனை எடுத்துக்கொண்டு வீட்டிற்குப் பின்புறம் வந்தான்.போர் குழாய் நீரில் காண்பித்து அவன் அதைக் கழுவிக் கொண்டிருந்ததைப் பார்த்த ராணி, அவனிடமிருந்து அதை வாங்கிப் புளியால் உரசித்தேய்த்து மீண்டும் புதியதுபோல் பளபளவென மாற்றிக் கொடுத்தாள்.

விளக்கை வீட்டிற்குள் எடுத்துவந்து அதன் மேல் ஒட்டியிருந்த ஈரத்தைத் துடைத்துவிட்டு அதனை உற்றுப் பார்த்தான். கண்கள், வாய், நெற்றிப் பொட்டு என விளக்கின் உள்முகம் ஒரு பெண்ணின் முகத்தைப் போன்ற அமைப்பைக் கொண்டிருப்பதைக் கவனித்தான். அவனது யோசனைகள் மீண்டும் அவனது அப்பாவின் வாடிக்கையான மாலைநேர நடவடிக்கையை நோக்கி நகர்ந்தன.

அந்த விளக்கு அவருக்கு எப்படி வந்தது, யாரிடமிருந்தது வந்தது என்கிற விபரமெல்லாம் அந்த வீட்டில் யாருக்கும் தெரிந்திருக்க வில்லை. மாலையில் அவர் அவரது அறை அலமாரியில் அதனை ஏற்றிவைத்துவிட்டு அதன் சுடரையே கூர்ந்து நோக்குவார்.

எண்ணெய்த் தீர்ந்து அது அணைந்தபிறகு அலமாரியின் கதவுகளைச் சார்த்தி வைத்துவிடுவார். இருதயராஜ் அவனது பால்யம் தொடங்கி விபரம் தெரிந்த காலத்திற்குப் பிறகும் அவனது அப்பா அந்த விளக்கை ஏற்றி அதன் முன்னால் அமர்ந்திருக்கும் காட்சியைக் கண்டுவந்திருக்கிறான்.

ஒருமுறை அந்த விளக்கு எரிந்து கொண்டிருந்தபோது விளையாட்டுத் தனமாக மெர்லின் அதை அணைத்துவிடவும், அதனால் கோபம்கொண்ட அவர் அவளை அடிக்கக் கையோங்கியது அவனது நினைவுகளில் மறையாமல் இருக்கும் சம்பவங்களில் ஒன்று.

மெர்லின் அதை உடனே மறந்துவிட்டாள். எனினும் மனது கேட்காமல் அவர் வெள்ளிக் கொலுசு ஒன்றை வாங்கிவந்து அவளது கால்களில் மாட்டிவிட்டு அவளைச் சமாதானம் செய்தார்.

மெர்லினுக்குச் சிறுபிள்ளையிலிருந்து அவர் என்றால் பிரியம். பள்ளிக்கூடத்தில் கூட "மாமா மாமா' என்று அவர் புராணத்தையே பேசுவாள். அவள் கேட்டும் கூட அவர் இறுதிவரை அந்த விளக்கு பற்றிக் கூறவேயில்லை. ஜார்விஸ் மாமாவுக்கும் கூட அவரது அந்த விசித்திரமான விளக்கேற்றும் பழக்கம் பற்றி எதுவும் தெரிந்திருக்கவில்லை. அதிலும் அவரது இறுதிக்காலத்தில் நாள் முழுவதும் விளக்கே கதியெனக் கிடந்தது தீர்க்கமுடியாத மர்மம்.

பொழுது சாய, காற்று சில்லென்று கன்னத்தில் மோதியதும் இருதயராஜ் சிந்தனைகளைக் கலைத்திருந்தான். ராணியிடம் அந்த விளக்கிற்குத் திரியிட்டுத் தரச்சொல்லி எண்ணெய் ஊற்றினான்.

அப்பா இப்போது இல்லை. இந்த விளக்கு பற்றிக் கூற இனியும் அவர் வரப்போவதில்லை. விளக்கு சுடர்விட்ட நொடியில் அவனது கண்களில் நீர் செறிந்து நின்றது. அதன்பிறகு அவரது நினைவுகள் எழும் மாலை நேரங்களில் எல்லாம் அவர் விட்டுச்சென்ற வேலையைத் தொடர்கிறோம் என்ற சிறு மன நிம்மதிக்காக அவன் அந்த விளக்கை ஏற்றி வைத்தான்.

மங்கம்மாள் விளக்கு தனது வாழ்க்கைக்குள் புகுந்து தன்னையே ஆட்கொள்ளத் தொடங்கியிருப்பதை அறிந்திடாமல், இருதயராஜ் ஃபெர்னாண்டோ காலத்தைப் புசித்து நீக்கமற நிலைத்திருந்த அவ்விளக்கின் சூனியச்சுடரை உற்றுநோக்கப் பழகியிருந்தான்.

05

கைதிகள் இலங்கை வானொலி நிலையம் 'இரவின் மடியில்' என்ற நிகழ்ச்சிக்காக ஒலிபரப்பிக் கொண்டிருந்த பாடல் ஒன்றில் செவிகளைக் குவித்திருந்தனர்.

நஞ்சுண்டான் இருந்த செல்லுக்கு மாற்றப்பட்டு அந்த இரவோடு மூன்று நாள்கள் ஆகியும் இசக்கிக்கு அவரை நெருங்கும் வாய்ப்பு அமைந்திருக்கவில்லை.

எந்நேரமும் மூன்று, நான்கு நபர்கள் அவரது அருகிலேயே இருப்பதைக் கண்டதும் அவனுக்குத் தான் செய்ய வந்திருப்பது சாதாரணமான வேலை இல்லை என்பது விளங்கியது.

ஒருவழியாக அவனது திட்டத்திற்கு ஏதுவாக அவரே அன்று அவனை அருகில் அழைத்து நலம் விசாரித்தார்.

"என்னயா... என்ன அப்புறம். உடம்பு தேவலாமா?"

"செரியாயிடிச்சு அண்ணாச்சி. மேலுக்குதாம் கொஞ்சம் வலியா இருக்கு..."

அந்த வாய்ப்பைப் பயன்படுத்தி அவரோடு நெருங்கிவிடவேண்டும் என்கிற முனைப்போடு அவன் தொடர்ந்து பேச்சை வளர்த்தான்.

"அது ஒன்னுல்ல. நீ இருந்த செல்லுல எனக்கு வேண்டிய ஆளு ஒருத்தன் இருக்கான். அவன் சொன்ன தகவல வைச்சுதான் உன்னக் கொல்லப் போறானுங்கனு சொன்னன். வார்டன் கிட்ட லேசா எதாவது கரைச்சல் கொடுயானா. நீ அந்தாளு சாதிய இழுத்து திட்ற.. வந்த கடுப்புக்கு நானே செவுல காட்டி ரெண்டு வைச்சிருப்பன். அந்த வார்த்தைய சொல்லி பேசுறது தப்பு இல்லையா. ம்ம்ம்..."

"எனக்கும் அத நெனைச்சுதாம் இப்போம் வருத்தமா இரிக்கு. எப்படினாலும் அப்படிப் பேசிருக்கக் கூடாதுல்லா."

"சரி விடு. எங்க அடிதாங்க முடியாம என் பேர சொல்லி சிக்க வைச்சுடப் போறியோனு நினைச்சன்."

"இல்ல அண்ணாச்சி. அதெப்படிச் சொல்லுவன்."

"போகுது விடு. எப்படியோ பொழைச்சு வந்துட்ட. நம்ம செல்லு பக்கா சேப்ட்டி. ஆனா சம்மந்தமே இல்லாம உன்ன எதுக்கு இங்கக் கொண்டுவந்து போட்ருக்காங்க. எதும் காரணம் சொன்னாங்களா?" அவர் சட்டென்று அந்தக் கேள்வியைக் கேட்பார் என்று அவன் நினைக்கவில்லை.

"அந்தச் செல்லுல எனக்கு சேஃப்ட்டி இல்லன்னு சொன்னோன சூப்பிரண்ட்மாரு என்ன நினைச்சாவன்னு தெரியல. அவியளா தாம் இங்கன அனுப்ச்சாவ."

"சரி நான் இன்னும் பத்து நாள்ள ரிலீஸ் ஆகிடுவன்னு நினைக்கிறேன். பயப்படாத. நான் போனாலும். உனக்கு இங்க ஒரு பிரச்சினையும் இல்ல."

"அண்ணாச்சி எனக்கும் இன்னிம் ஒரு வாரத்துல சாமீன் கிடைச்சிடும்னு சொல்லிருக்காவ."

"அப்படியா அப்படினா சரி. ரொம்ப நல்லது. சரி கேக்கணும்னு நினைச்சேன். ரெண்டோட முடிஞ்சுதா. இல்ல..?"

"என்ன அண்ணாச்சி இப்படிக் கேக்கிய. கூலிக்காரன் கணக்கா. நான் செவனேனு லாட்ஜில சோலிய பாத்துட்டு இருந்தன். என்னன்னமோ நடந்துபோச்சு."

"உனக்கு வயசு என்ன? இருபத்தி ஏழு?"

"இருவத்தெட்டு ஆவுது. ஒங்களுக்கு அண்ணாச்சி?"

"முப்பது."

"ஓ கலியாணம் ஆகிடிச்சோ?"

"ம்ம்ம். மவ இருக்கா.."

"செரி நீங்க என்ன கேஸ்ல இருக்கிய? ...யோசிக்கிய. சொல்றதுக்கு செரயா இருந்தா பரவால்ல. விட்டுடுங்க."

"அப்படி இல்ல. சொன்னா உனக்குப் புரியுமானு யோசிக்கிறன். நியூஸ் பேப்பர் பாக்குற பழக்கம் இருக்கா?"

"இருக்கு அண்ணாச்சி. சொல்லுங்க."

"தமிழ் தீவிரவாதிகள். நக்சல்னு அப்பப்ப நியூஸ் வருமே பாத்தது உண்டா?"

"ம் பாத்திருக்கேன். இலங்கைல இருக்காவலே. அவியதானே."

"இல்ல அது இல்ல. அவங்க எல்டிடிஇ. ஆனா அவங்களும் நமக்கு லிங்க்தான்."

"என்ன சொல்லுதிய. அவியல்லாம் மோசமான ஆளுவல்ல."

"ஓ.. யார் சொன்னா?" சட்டென்று அவரது முகம் கோபத்தில் சிவந்திருப்பதைக் கண்டு அவனுக்குத் தர்மசங்கடமாக இருந்தது.

"இதனாலதான் சொல்றதுக்கு யோசிச்சன். எந்திரிச்சுப் போ. போய் படு." அவரது குரலில் அதிகாரத் தொனி கொப்பளிப்பதைக் கண்ட அவன் தலைகவிழ்த்தபடி எழுந்து நின்றான்.

"இந்தாருயா. வெளில போற வரைக்கும் ஒழுங்கா இருந்துக்கணும். இனி என்கிட்ட எதும் பேசிக்கிட்டு வரக்கூடாது."

"ஏம்ண்ணாச்சி கோவப்படுறிய. இப்பம் என்ன ஆகிப்போச்சு?"

"லேய் முதல்ல கைய இறக்கிட்டுப் பேசுடா. கைய உசத்தினினா ஒல்க்க குடிக்கி... போடா அங்கிட்டு முதல்ல."

"என்னாங்கடா உள்ள சத்தம். ஒழுங்கா தூங்க முடியாதோ?" வெளியிலிருந்து காவலர் செல்லின் கம்பிகளைத் தட்டவும், மற்ற கைதிகள் இசக்கியை நஞ்சுண்டானிடமிருந்து நகர்த்திச்சென்று அவனுக்கு ஒதுக்கப்பட்டிருந்த இடத்தில் அதட்டிப் படுக்க வைத்தனர்.

கொஞ்ச நேரத்தில் நஞ்சுண்டானோடு சேர்த்து செல்லில் இருந்த எல்லோரும் உறங்கியிருக்க, உறக்கம் வராமல் எழுந்து அமர்ந்த இசக்கி தனது சாரத்தின் மடிப்பில் சுருட்டி வைத்திருந்த மருந்துக்குப்பி பத்திரமாக இருக்கிறதா என்று தடவிப் பார்த்தபடி நஞ்சுண்டான் படுத்திருந்த திசைநோக்கிப் பார்வையைத் திருப்பினான்.

"ஏய் எசக்கி. சங்கு ஊதிட்டாங்க. சீக்கிரம் வாயா. ஆறிப்போனா நல்லாருக்காது."

மறுநாள் காலையில் குளித்துவிட்டுத் தலையைத் துவட்டிக் கொண்டிருந்த இசக்கியை நஞ்சுண்டானே அவராக முன்வந்து அழைத்தார். அது அவனுக்குச் சற்று வித்தியாசமாகப்பட்டது.

முந்தைய இரவில் அவ்வளவு கடுமையாகத் திட்டியவர் இப்போது சகஜமாகப் பேசுகிறாரே எனக் குழம்பினான். இருந்தும் தனக்குத் தரப்பட்டிருந்த வேலையை மனதில் வைத்துக்கொண்டு அவரோடு உடன் நடந்தான்.

அதிகாரி தந்த மருந்தை அவருக்குக் கலந்து தர வேண்டும் என்றால் அவரோடு நெருங்கிப்பழகித்தான் ஆகவேண்டும். அத்துடன் சிறையில் இருந்த மற்ற கைதிகள் அவரை மரியாதையுடன் பார்ப்பதன் பின்னணி என்னவென்பதை அறிந்துகொள்ளவேண்டிய ஆர்வமும் அவனைத் தொற்றிக்கொண்டிருந்தது.

"கோவப்பட்டன்னு என்பேர்ல வருத்தமா?"

"இல்ல அண்ணாச்சி. அப்படிலாம் இல்ல. அது மனுசனுக்கு வாடிக்கதானே."

“நீயும் யாரு என்னன்னு பாத்துப் பேசனும். சரியா..?”

“செரி அண்ணாச்சி. மன்னிச்சுடுங்க. எனக்கும் அங்க நடக்குற சரவு என்னம்னு தெரியும். இருந்தாலும் அவிய துப்பாக்கி, குண்டுல்லாம்...”

“என்னய்யா. உன் தெம்புக்கு நீ அரிவாள் எடுக்கலயா. உன்ன காவந்து பண்ணிக்க அதான் வழின்னப்போ?”

“என்னயா பாக்குற? தெரியும். எல்லாம். அதான் நேத்தே கேட்டேன். ரெண்டோட முடிஞ்சுடுமானு.”

“ஏம் அண்ணாச்சி. இனியென்ன. இந்த கேஸுலேந்து எப்படியாவது வெளிய வந்தா போதும். நா பாட்டுக்கு என் சோலியப் பாப்பன்.”

நிபந்தனை ஜாமீனில் இருந்த இடையூறுகள் தளர்ந்திருந்ததால் நஞ்சுண்டானுக்கும், அவனுக்குமான குறுகியகால நட்பு அதன் முடிவுரையை நோக்கி நெருங்கிக்கொண்டிருந்தது. மற்றொருபுறம் நஞ்சுண்டான் பற்றித் தெரிந்துகொள்ளத் தெரிந்துகொள்ளத் தனக்குத் தரப்பட்டிருந்த பணியினைச் செய்வதா வேண்டாமா என்ற குழப்பம் அவனுள் உருவாகிக்கொண்டிருந்தது. நன்றாக யோசித்து முடிவெடுக்கலாம் என ஏற்கெனவே கிடைத்த இரண்டு மூன்று வாய்ப்புகளையும் தவறவிட்டிருந்தான்.

அந்த வேலையைக் கொடுத்திருந்த அதிகாரி ஒருமுறை அவனைத் தனிமையில் அழைத்து வேலை முடிந்துவிட்டதா எனக் கேட்டார். நடக்கவில்லை எனத் தெரிந்ததும் குற்றத்திற்கான தீர்ப்பு வந்தபின்னர் தண்டனைக் கைதியாக அவன் அங்குதான் வரவேண்டும் என்று அவனை நேரடியாக மிரட்ட ஆரம்பித்திருந்தார்.

இறுதியாக அவன் நிபந்தனை ஜாமீனில் விடுதலையாவதற்கு முந்தைய இரவில் உணவு வடிக்கும் இடத்திற்கு அந்த அதிகாரி வந்திருந்தார். அவரது கண்களை நோக்கியபடி தட்டை நீட்டியவன் அவர் கொடுத்த வேலையை முடித்துவிட்டதாகப் பார்வையினாலேயே அவருக்கு உணர்த்திவிட்டு நகர்ந்து சென்றான். சிறையில் தாம் இருவரும் இணைந்து உண்ணும் இறுதி உணவு இதுதான் என்று நஞ்சுண்டான் அவனிடம் கூறிச் சிரித்துக்கொண்டிருந்தார்.

உணவருந்திவிட்டு இருவரும் செல்லுக்குத் திரும்பியபோது, செல்லுக்குள் எரிந்த மின் விளக்குகளை அதுவரை மொய்த்துக் கொண்டிருந்த ஈசல்கள் ஒவ்வொன்றாக மடிந்து விழுந்து

கொண்டிருந்தன. ரேடியோ அணைக்கப்பட்டு அனைவரும் உறங்க ஆயத்தமானபோது அவன் அவருக்கு அருகில் வந்து அமர்ந்தான்.

"அண்ணாச்சி... இதப் பாருங்க." மெல்லிய குரலில் அழைத்து அந்த மருந்துக் குப்பியை அவரிடம் நீட்டினான்.

"என்ன இது?"

"உஷ்ஷ்... பைய."

"சொல்லு."

"இதுல இருந்த மருந்த உங்களுக்குக் கலந்து கொடுக்கச் சொல்லித் தான் என்ன இங்கன மாத்தினாவ."

"யாரு?"

"அதச் சொல்ல முடியாது அண்ணாச்சி. கேக்காதிய. இது என்னதுனு மொத பாத்துச் சொல்லுங்க."

"பாட்டில் காலியா இருக்கு? ஏய்... கலந்துட்டியா?"

"இல்ல அண்ணாச்சி."

"எப்படி நம்புறது?"

"என்ன அண்ணாச்சி. இப்படி கேக்கிய. கலந்திருந்தா ஏம் இப்போ இத சொல்லப்போறன். அதுமில்லாம என் உசுர காப்பாத்தி இவ்வளவு நாளிக்கும் உங்க நிழல்லயே வைச்சிருக்கிய. நா அதச் செய்வனா. கீழ ஊத்திட்டன்லா."

"சரி அதுல என்ன இருந்துச்சுனு சொல்லு."

"அது தெரியாம தாம் உங்ககிட்ட கேக்கன். இதில என்ன இருந்துச்சுனு அவிய என்கிட்ட சொல்லல. கொஞ்சம் மின்ன அவிய கேட்டப்ப கலந்து கொடுத்துட்டம்னு பொய் சொல்லிட்டன்."

"அதுக்கு அவங்க என்ன சொன்னாங்க?"

"ஒன்னுஞ் சொல்லல. சரிங்கிற மாரி தலையசைச்சாவ. நம்பிட்டாவனு நினைக்கன்."

"அப்படின்னா இது விஷமா இரிக்காது."

"பெறவு?"

“தெரியல. விஷம் மாதிரி வேற எதாவது ஒன்னு இருக்கலாம். கொஞ்சநாள் கழிச்சு ஏதாவது சீக்கு கீக்கு வர மாதிரி.”

“ஏ.. என்னச் சொல்லுதிய அப்படிலாம் மருந்து இருக்கா?”

“ஏன் இல்ல. அரசியல் கைதிக்குலாம் இது மாதிரி எதாவது கொடுத்தா. வெளில போய் சீக்க பாக்குறதுலயே மிச்சமிருக்க வாழ்க்கை முடிஞ்சுபோயிடும். சிங்கப்பூர் கவர்மண்ட் இதுக்கு ஃபேமஸ்.”

“ஐயயோ அண்ணாச்சி. அப்போம் ரிலீஸ் ஆகுற வரைக்கும் சாக்கிரதையா இருங்க. பெறவு அந்தால நான் ஒன்னுகேட்டா கோவிக்க மாட்டியலே?”

“என்ன கேளு...”

“நாந்தான் ஆருமில்லாத ஆளு. ஆனா நீங்க பொண்டாட்டி பிள்ளனு குடும்பமா இருக்கீய. நல்ல சொத்துக்காரவலா வேற தெரியிறிய. பெறவு ஏன் இதெல்லாம். சிலோன்காரனுவ சகவாசம் வேற?” அவனது கேள்விக்குப் பதில் இல்லை என்பதுபோல் அவர் மென்மையாகச் சிரித்தார்.

“எசக்கி. உன் இடத்துல எவன் இருந்துருந்தாலும் இத எனக்குக் கலந்து கொடுத்துருப்பான். அதுவும் நான் உன்ன காட்டமா வேற திட்டிட்டன்.”

“அண்ணாச்சி. தப்பா எடுத்துகிறாதிய. அப்பம்லாம் நானும் அதச் செய்யத்தான் நினைச்சன். ஆனா, ரெண்டு நாளா மனசு செரயாயிட்டு.”

“பயந்துட்டியா?”

“என்ன பயம்? ஒங்கள பாத்தா? ஏம் அண்ணாச்சி நான் பெறவு ஆம்பள இல்லையா. ஒங்களுக்கு நன்றியா இருக்கணும். அது வேற. அதே நேரத்துல ஆரா இருந்திருந்தாலும் துரோகத்த செய்யக் கூடாதில்லா.”

கழிமுகத்தில் கடலைக்கண்டு அஞ்சாமல் எதிர்த்து நகர்கிற சிறுநதியைப் போல் இசக்கி துணிவுடன் பதிலளித்தான். சமுத்திரத்தின் பெருந்தன்மையோடு நஞ்சுண்டான் அவனைப் பார்த்துப் புன்னகைத்தார்.

06

"பூவிடைப் படினும் யாண்டு கழிந்தன்ன நீருறை மகன்றிற்
புணர்ச்சி போலப் பிரிவரி... ஏளா கேக்குதா...?"

"ஆங்..."

"புணர்ச்சி போலப் பிரிவரி தாகிய தண்டாக் காமமொடு... காமமொடு
உடனுயிர் போகுக தில்ல கடனறிந் திருவேம் ஆகிய வுலகத்
தொருவே மாகிய புன்மை நாம் உயற்றே... இல்ல இல்ல உயற்கே."

மெர்லின் காகிதத்தில் எழுதி வைத்திருந்த சங்கத்தமிழ் பாடல்
ஒன்றை அலைபேசி வாயிலாக வாசித்தாள்.

"ஏக்கி என்னது இது."

"ஏ இது குறுந்தொகைல வார பாட்டு."

"ஓ அப்படியா?"

"அப்படியாவா? நீ மூணு வருசமா என்னத்ததாம்ல படிச்ச?"

"ஏட்டி அதுக்குன்னு. எல்லாமுமா ஞாபகம் இரிக்கும். மொத
ப்ரபசருக்கே ஞாபகம் இரிக்காது. அத்தன பாட்டு இரிக்கு. அர்த்தம்
என்னன்னு சொல்லு."

"அதா. செரி நான் புரிஞ்சுகிட்ட மாரி சொல்லுதன். கேளு."

"சொல்லு."

"இது எப்படின்னா தலைவி அவ தோழியிட்ட சொல்றமாரி ஒரு
பாட்டு. அதாவது என் ஃப்ரண்டுட்ட."

"சத்யப்பிரியாகிட்டயா?"

"எவளோ. நீ ஏன் அவள கேக்க?"

"சும்மாதாம். அவ எப்படி சொவமா இரிக்காளா. பாத்து ரொம்ப
நாள் ஆகுதுல்லா."

"இப்போம் நான் இந்தப் பாட்டுக்கு அர்த்தத்தச் சொல்லவா.
இல்ல வேற என்னமாச்சும் சொல்லி ஏசவா? எது ஒனக்கு வசதி.
நீயே சொல்லு."

“கோவிக்காத. சும்மா கிண்டலடிச்சேன்.”

“செரி சொல்லுறன் கேளு. பெறவு மறந்துடுவன். மகன்றில்னு ஒரு பறவ இரிக்குமாம். அது எப்படினா எப்பமும் சோடியாவே இரிக்குமாம். ரெண்டும் ஒன்னோட ஒன்னு நெருக்கமா ஒட்டியபடியே தண்ணில நீச்சலடிக்குமாம். ஏன்னு கேக்காதல. அந்த அளவுக்கு அதுவ லவ் பண்ணுதுனு அர்த்தம். அதுவ அப்படி நீந்தயில இடைல ஒரு பூ குறுக்க வந்துட்டா அத தாண்டுற வர பிரியணும்ல. அப்படி ரெண்டும் பிரியிற ஒரு செகண்டு கூட அதுவளுக்கு ஒரு வருசம்மாரி தெரியுமாம். அந்தப் பறவ மாதிரி நெருக்கமா இருந்த தலைவனும் தலைவியும் இப்போம் ரொம்ப நாளா பிரிஞ்சு இருக்காவ. இப்படிப் பிரிஞ்சு உசுரோட இரிக்கதுக்கு ரெண்டேரும் ஒன்னா சேந்து...”

“ஏன் நிறுத்திட்ட. சொல்லு ரெண்டேரும் சேந்து..?”

“ரெண்டு பேரும் சேந்து சாவுறது மேலு. அப்படினு தலைவி தோழிகிட்ட சொல்லுதா.” கூறி முடித்தபோது அவளுக்கு குரல் தழுதழுத்திருந்தது.

“ஏ மெர்லினு அழுவுறியா?”

“இல்லடா. நான் காலையில திண்ணவேலி போயிடுவன். இனி அடுத்த வாரம்தான் ஒங்கிட்ட பேச முடியும்.”

“செரி இப்போம் ஏன் அழுவுற. உன்ன இந்தப் பாட்டெல்லாம் நான் கேட்டனா. அதெல்லாம் படிக்காதல. நீ எப்பமும் போல ஜாலியா இருப...”

“செரி. நா வைக்கன்.”

“போய் ஒழுங்கா சாப்பட்டுப் படு. சாவுறன் கீவுறன்னுகிட்டு.”

அழைப்பைத் துண்டித்த இருதயராஜ் மெர்லின் அந்தப் பாடலுக்கு உரை வழங்கியபோது, அவளது குரல் அடைந்த மாற்றத்தை நினைத்துப் பார்த்து உள்ளுக்குள்ளேயே புழுங்கினான். அதன்பிறகு நள்ளிரவு வரை இருவரும் அனுப்பிக்கொண்ட அன்புப் பரிமாற்றக் குறுஞ்செய்திகளும் கூடப் பிரிவின் வேதனையைப் போக்கப் போதுமானதாக இருக்கவில்லை.

கலங்கிய மனதுடன் உறங்கச் சென்றவனுக்கு விடியற்பொழுதும் நன்மை பயக்கும் விதத்தில் பிறக்கவில்லை. வெயில் தலை உயர்த்திய சிறிது நேரத்திலேயே திண்ணையில் கட்டிக்கிடந்த

இருளன் தோப்பிற்குள் அமர்ந்திருந்த பட்சிகளை விரட்டிச் செய்யும் அளவிற்கு உக்கிரமாகக் குரைக்க ஆரம்பித்திருந்தது. ராணியும், கணேசனும் செயவதறியாது வாசலில் நின்றுகொண்டிருந்தனர். அதிகாரி ஒருவர் இருதயராஜைத் தரையில் முட்டிப்போட வைத்துவிட்டு அவனையே முறைத்துப் பார்த்துக்கொண்டிருந்தார்.

காவல்துறை தோப்பிற்குள் பிரவேசித்திருக்கும் செய்தியைக் கேள்விப்பட்டு நஞ்சுண்டான் வருவதற்குள் பூட்ஸ் கால்களின் ஓசையால் தோப்பு வீடு சலசலத்துப்போயிருந்தது.

மஃப்ட்டியில் வந்திருந்த மூவர் வீட்டிற்குள் நுழைந்து இண்டு இடுக்குகள் விடாமல் அலசிக்கொண்டிருந்தனர். வெளியே இருந்த நான்கு காவலர்களில் ஒருவர் கிணற்றிற்குள் இறங்கித் தேட, மற்ற மூவரும் தென்னை மரங்களை அன்னாந்து பார்த்தபடி நடந்து கொண்டிருந்தனர்.

“சுப்புராஜ். ஒரு மரம் விடாம பாருங்க. உச்சில கூட ஒளிஞ்சி இருப்பாங்க.”

இருதயராஜிற்கு அருகில் நின்றுகொண்டிருந்த உயரதிகாரி தேடுதல் பணியில் ஈடுப்பட்டிருந்த காவலர்களுக்கு உத்தரவிட்டுக் கொண்டிருந்தார். திறந்துகிடந்த கேட்டின் வழியே நஞ்சுண்டானின் கார் உள்ளே நுழைவதைக் கண்டதும் இருதயராஜின் கைநடுக்கமும் குரல் பிறழ்வும் சற்று தணிந்தது. காரிலிருந்து இறங்கிய அவர் இருளனை அமட்டியபடி வாசலை நோக்கி வந்தார்.

“இருதயா. ஏந்திரி.”

“என்ன சார். நம்ம கொல்லைக்குள்ள?”

“வாயா. எல்லாம் காரணமாத்தான். கொஞ்சம் இரு.”

“ம் சரி. வரட்டும் வரட்டும். லே தம்பி உன்ன எந்திரிச்சு நில்லுன்னு சொன்னன்ல. சார் அப்படித்தான் சொல்லுவாரு. அதுக்காக முட்டி போடுவியா?”

இருதயராஜ் தயங்கியபடி எழுந்து நிற்க, அதிகாரி கணேசனை அழைத்து நாற்காலி ஒன்றை எடுத்து வரச்சொல்லி அதில் அமர்ந்து கொண்டார்.

“இந்தப் பையன் புலி இல்லன்னு தெரியுது. ஆனா சந்தேகமா இருக்கே. தம்பி சொல்லுங்க யார் நீங்க?”

“பேரு இருதயராஜ். தூத்துக்குடி சிநேகிதரோட பையன். கோட்டப்பட்டினத்துல போட்டு ஒன்னு சேல்ஸ்க்கு நிக்குது. வாங்க வந்துருக்காப்ள.”

“நீ அமைதியா இருயா. டேய் உங்க தூத்துக்குடில கேள்வி கேட்டா பதில் சொல்லாம மேல் முழி கீழ் முழி முழிப்பாங்களா?”

“ஆமா சார். போட்… போட்டுதாம் வாங்க வந்திரிக்கேன்.” இருதயராஜ் திக்கித்திணறிக் குரலெடுத்தான்.

“போட்டா… போட்டு வாங்க வந்துருக்க மூஞ்சிய பாரு. போட்டு விக்கிற பார்ட்டி யாரு? என்ன சைசு. எஞ்சின் பவர் எவ்வளோ?”

“அண்ணாச்சி போட்டுதாம். விபரம்லாம் எனக்கித் தெரியாது சார். எங்க மாமா இனிதாம் யார்னாச்சும் ஆளுவள அனுப்பி வைப்பாவ. அண்ணாச்சிக்கு அர்ஜென்ட்டா பணம் தேவன்னு சொன்னானுவனு… அதாம் மாமா என்கிட்ட பணம் கொடுத்துவிட்டாவ.”

“மாமா பேரு?”

“ஜார்விஸ்.”

“புரியல என்னா?”

“ஜார்விஸ். அவிய கூட தூத்துக்குடி ஹார்பர்ல சி.ஃஎப்.எஸ்…”

“நிறுத்து. உனக்கு ஐடி ப்ரூஃப் எதாவது இருக்கா?”

“சார்… லைசென்ஸ் வைச்சிருக்கன்.”

“காட்டு”

“உள்ள பைல இருக்கி.”

“போய் எடுத்துட்டு வா. ஓடு.”

அவன் வீட்டிற்குள் சென்று பர்சில் வைத்திருந்த லைசென்ஸை எடுத்துவந்து அதிகாரியிடம் நீட்டினான். அந்த அதிகாரி சட்டைப் பையிலிருந்து உள்ளங்கையளவிலான குறிப்பேட்டை எடுத்து லைசென்ஸில் இருந்த விபரங்களை அதில் எழுதிக்கொண்டார்.

“இந்தா. அப்படிப் போய் நில்லு.” நேரம் செல்லச் செல்ல அதிகாரியின் முகத்தில் தேடி வந்தவர்களைக் கோட்டைவிட்ட ஏமாற்றம் பரவிக் கொண்டிருந்தது. வீட்டிற்குள் சோதனையிட்டவர்கள் வெளியே வந்திருந்தனர். தோப்பிற்குள் உலாவினவர்களும் இனி தேடுவதற்கு

இங்கு ஒன்றும் இல்லை என்ற முகபாவனையோடு அதிகாரி அமர்ந்திருந்த இடத்தை நோக்கி நடந்துவந்து கொண்டிருந்தனர். நஞ்சுண்டான் கண்ணசைத்ததும் கணேசன் மரத்தில் ஏறி இரண்டு இளநீர்க் குலையைக் கீழே இறங்கினார். பிறகு ஒவ்வொன்றாக வெட்டி வந்திருந்த காவல்துறையினரிடம் நீட்டினார்.

"யோவ்... நீ திருந்தமாட்டன்னு எனக்குத் தெரியும்... ஆக்டிவா இருக்கவங்க லிஸ்ட்ல உன் பெயர சேக்குறது எனக்கு ஒரு விசியமே இல்ல. ஃபைனலா ஒருதடவ வார்ன் பண்றேன். பாத்துக்கோ."

"இன்னொரு எளனி வெட்டித் தரச் சொல்லவா சார்?" நஞ்சுண்டான் கேட்டார்.

"இல்ல வேணாம். தாங்க்ஸ். இந்தாம்மா. நீயும் உன் வீட்டுக்காரனும் இங்க வேலைக்குதானே இருக்கிங்க? விசுவாசமா இருக்கதா நினைச்சு பிரச்சனைல மாட்டிக்காதிங்க. உள்ள போனா ஆயுசுக்கும் வெளில வர முடியாது. ஜாக்கிரதை. ராமகிருஷ்ணன் வேனை எடுங்க. எல்லாம் வாங்கப்பா."

அவர்கள் அங்கிருந்து அகன்றபின்னர் நஞ்சுண்டான் வாசலிலேயே நின்று இருதயராஜ், ராணி, கணேசன் மூவரையும் அருகில் அழைத்து வந்திருந்தவர்கள் என்னென்ன கேள்விகளைக் கேட்டார்கள் என்று வினவிக்கொண்டிருந்தார். அவிழ்த்துவிடப்பட்டிருந்த இருளன் அவர்களுக்கு அருகில் வந்து நின்று அதன் செவிகளை உயர்த்தியிருந்தது.

"இருதயா... பரவால்ல நீ கெட்டிக்காரன்தான். சமாளிச்சிட்ட."

"நீங்க வேற எனக்கு பயந்து வந்துடிச்சு அண்ணாச்சி. நல்லவேள அன்னயமாரி இப்பம் அவிய யாரும் இங்கன இல்லாம போனாவளே."

"ஏன் இப்ப மட்டும் என்ன?" நஞ்சுண்டான் சிரித்தார்.

"என்ன சொல்லுதிய?"

"நைட்டு வந்தப்ப நீ தூங்கிட்ட... என்கூட வா." வேட்டியை மடித்துக் கட்டிக்கொண்டு வீட்டின் பின்புறம் நோக்கி நடந்த நஞ்சுண்டான், பின்வாசல் கொட்டகைக்குள் இருந்த நெல் பத்தாயத்திற்கு அருகில் போய் நின்றபடி நோட்டமிட்டார். அவரைப் பின்தொடர்ந்த இருதயராஜிற்குப் பரபரப்பு தொற்றிக்கொண்டிருந்தது.

பத்தாயத்தின் மேற்பரப்பில் ஏறிக் கொட்டிவைக்கப்பட்டிருந்த நெல்லினைக் கால்களால் சீய்த்தும், கீழே நெல் அள்ளுவதற்காகத்

தரப்பட்டிருந்த துளையைத் திறந்து பார்த்தும் அதிகாரிகள் சோதனை செய்திருப்பதை கவனித்தபடியே அவர் பத்தாயத்தை நான்குமுறை தட்டினார்.

"ஜீவன்... பதற வேண்டாம். வந்தவங்க போய்ட்டாங்க. நான் சிவன் குப்பி."

இருதயராஜிற்கு அவர் தனது பெயரை மாற்றிக் கூறியது விநோதமாகத் தெரிந்தது. சட்டென்று பலகை மட்டும் வெளியே கழண்டு வருவதைக் கவனித்தான். நஞ்சுண்டான் அந்தப் பலகையைக் கையில் வாங்கி வெளியே எடுத்ததும் ஆள் நுழைவதற்கு ஏதுவாக பத்தாயத்தில் ஓர் இடைவெளி உருவாகியிருந்தது. அவனுக்குக் கொஞ்ச நேரத்தில் எல்லாம் விளங்கியிருந்தது.

பத்தாயத்தின் மேற்பகுதிக்கும், கீழ்ப்பகுதிக்கும் இடையிலுள்ள மையப்பகுதி மரச்சட்டங்களைக் கொண்டு தனியாக ஓர் அறை மாதிரியான அமைப்பில் பிரித்து வைக்கப்பட்டிருப்பதையும், மேற்பகுதியிலும், கீழ்ப்பகுதியிலும் மட்டும் நெல் நிரப்பி வைக்கப் பட்டிருப்பதையும் அவன் கண்டுணர்ந்துகொண்டான்.

"லே தம்பி. குடிக்க கொஞ்சம் தண்ணி பிடி."

நஞ்சுண்டான் பின்புறக் கட்டையில் இருந்த சொம்பை அவனிடம் எடுத்துத்தந்து தண்ணீர் எடுத்து வரச்சொன்னார். அதனை வாங்கிக்கொண்ட அவன் போர் குழாயில் தண்ணீர் பிடித்து வந்து நீட்டினான்.

"இந்தாங்க அண்ணாச்சி..."

"எனக்கில்ல உள்ள கொடு."

பத்தாயத்தின் அந்த இடைவெளிக்குள் நுழைந்த அவன் அதனுள் பதுங்கியிருந்த இருவரில் முதலில் அமர்ந்திருந்தவரிடம் நீர்ச்சொம்பைக் கொடுத்தான். இம்முறை அவனுக்கு நஞ்சுண்டான் கூறாமலேயே தெரிந்திருந்தது. பதுங்கி இருப்பவை புலிகள் என்பது.

"நன்றி தம்பி." உள்ளே அமர்ந்திருந்தவர் நீர்ச் சொம்பை அவனிடம் நீட்டியபடிக் கூறினார்.

அவன் பதிலுக்குப் புன்னகை செய்தான். அப்போது தன்னுடைய ஆற்றலுக்குப் பொருந்தாத அசாத்தியமான காரியம் ஒன்றில் துணை நிற்பதைப் போல் உணர்ந்தான். அந்த மனவெழுச்சி அவனுள் ஒரு படிமமாகவே உறையப்போவதை அவன் அறிந்திருக்கவில்லை.

வெப்பச்சலனம்

01

அது புதியதொரு காலத்தின் தொடக்கம். முத்துநகரின் உப்புக் காற்றில் நிகழ்ந்துகொண்டிருந்த மாற்றங்களைப்போல் அதை சுவாசித்து வாழ்ந்த மனிதர்களின் வாழ்வும், மனமும் கூட உருமாறியிருந்தது. அவற்றுள் இசக்கியின் புதுவாழ்வும் அடக்கம். தூத்துக்குடி டவுன் ஸ்டேஷனில் வாரம் ஒருமுறை கையெழுத்து இடவேண்டும் என்கிற நிபந்தனையோடு ஜாமீனில் விடுதலை செய்யப்பட்டு, போக்கிடம் இல்லாமல் இருந்தவனுக்கு தாமஸ் வீட்டின் மாடியறை உறைவிடமாக ஆகியிருந்தது.

ராஜசேகருக்கு அந்த அறை ஏற்கெனவே நன்றாகப் பழகியிருந்தது. அறைக்குள் நுழைந்தவுடன் தன்னை வெளியே கொண்டுவருவதற்காக தாமஸ் பர்னாந்து செலவிட்டிருந்த தொகை எவ்வளவு என ராஜசேகரிடம் கேட்டறிந்துகொண்டான். வாழ்நாள் முழுவதும் வேலை பார்த்தாலும் தன்னால் ஈட்டமுடியாத பெருந்தொகையை தாமஸ் தனக்காக ஓரிரு மாதங்களிலேயே வாரியிறைத்திருக்கிறார் என்பது அவனுக்குத் தர்ம சங்கடத்தை உருவாக்கியது. அந்தச் சங்கடம் தாமஸ் குடும்பத்தாரிடம் இறுதிவரை நன்றியுணர்வோடு இருக்கவேண்டும் என்கிற எண்ணத்தை அவனுள் வளர்த்தெடுத்தது.

தாமஸ் கூப்பிட்ட குரலுக்கெல்லாம் ஓடினான். அவர் தன்னை ஒரு காவல்நாயைப்போல் உடன் வைத்துக்கொள்ள நினைத்தாலும் அதில் நியாயம் இருக்கவே செய்கிறது எனக் கருதினான். அதே வேளையில் ஜோஸ்லின் விக்டோரியா அப்படியானதொரு நன்றியை எதிர்பார்ப்பவளாக இருக்கவில்லை. வழக்குச் செலவினங்களுக்காக அவள் தனது நகைநட்டுகளை எல்லாம் கழட்டித் தந்திருந்தாள். சாட்சிகளை வாய் மூட வைக்க அவளது கழுத்தில் தொங்கிய பரம்பரை முத்து வடம்கூட விற்கப்பட்டிருந்தது. அதுகுறித்த வருத்தம் அவளிடம் இல்லை. அவளது கண்கள் அவனுக்காக அதே அன்பை மீதம் வைத்திருந்தன.

தாமஸிற்கு மீன்பிடி தொழிலில் லாபம் இருந்தும் இழந்த செல்வத்தை மீட்பதற்கும், வசதி வாய்ப்புகளில் வளரவும் அத்தொழில் கைகொடுக்கவில்லை. தொடர் மழையாலும், வானம் மேகம்

மூடிக்கிடந்ததாலும் அவர் குத்தகைக்கு எடுத்திருந்த உப்பளங்களில் உப்பு விளைச்சலும் கூடச் சரிவர நடைபெறவில்லை.

வெளியே வந்தபின்னர் கையொப்பம் இடவும், வழக்கு வாய்தாவிற்காக அலைவதிலுமே இசக்கிக்கு நேரம் கழிந்து கொண்டிருந்தது. மற்ற நேரங்களில் ஜெரோமோடு சேர்ந்து அவரது கட்டுமரத்தில் கடலோடத் தொடங்கியிருந்தான். நீச்சல் பயிற்றுவிப்பதில் கைதேர்ந்தவராக இருந்த தோமாவிடம் சென்று ஓரளவிற்குக் கடல்நீச்சல் பழகியபிறகுதான் ஜெரோம் அவனைக் கோடானில் கால்வைக்கவிட்டிருந்தார்.

அவனது உடல் கடல் உடம்பு அல்ல. வேற்று ஆளைக் கடல் அவ்வளவு எளிதில் ஏற்றுக்கொள்வதில்லை. காற்றைக்கொண்டு திசையை அறிவது; வெள்ளிகளைக்கொண்டு காலத்தையும், இருப்பிடத்தையும் கணிப்பது; கடல் நீரோட்டங்களை வைத்து மீன்களை உணர்வது போன்ற மரபறிவைத் தான் எவ்வளவு முயன்றாலும் அவனுக்குக் கடத்தமுடியாது என ஜெரோம் அறிந்திருந்தார். இன்னும் ஏழு தலைமுறைகளுக்குக் கடற்புறத்திலேயே பிறந்துவளர்ந்தால்தான் கடலறிவு கொஞ்சமேனும் தனக்குச் சாத்தியப்படும் என்பதை நீரோட ஆரம்பித்த சில தினங்களிலேயே அவனும் புரிந்துகொண்டிருந்தான். முதன்முறையாக ஒருவன் திமிலேறிக் கடலோடிவிட்டுக் கரை திரும்பும்போது அவனிடம் திமிர் அளவுகடந்து பெருகியிருக்கும். கடல் தன் காலடியில் கிடக்கிறது, கடலைத் தான் ஆள்வதாக நினைத்து அவன் பெருமிதம் கொண்டிருப்பான்.

அந்த மிகைவுணர்வுதான் அவனை ஒவ்வொரு முறையும் கடல் நோக்கிப் போக வைக்கும். அவனது காலம் மெல்ல மெல்லக் கடலோடு சேர்ந்து கரைந்தோடியிருக்கும். இறுதியாத ஒருநாள் அவன் அந்த உண்மையை உணர்வான். கடலின் பார்வையில் கடலோடி என்பவன் அதன் ஒரு துளி நீருக்கு மட்டுமே ஒப்பானவன்.

இதனை இசக்கியிடம் ஜெரோம் அவரது மொழியில் முதல் ஓட்டத்திலேயே கூறினார். அவனிடம் அந்தச் செருக்கு இல்லை என்பதையும் அவரால் நுகர முடிந்திருந்தது. அதுவே அவனை அவரோடு நெருக்கமாகவும் ஆக்கியது. தான் என்ன சொன்னாலும் மறுபேச்சு கூறாமல் அவன் செவிசாய்ப்பதும், தன்னை ஓர் ஆசானைப் போல் அவன் கருதுவதும் அவருக்குப் பிடித்திருந்தது. அவன் மீது அவருக்குப் பிரியம் உண்டானது.

ஜெரோம் எடுத்துரைப்பதைப் போல் கடல் அத்தனை ஆழமான இரகசியங்களைத் தனக்குள் வைத்திருந்தும், கடலுக்குரிய மனிதர்கள் அப்படி இருப்பதில்லை. அவர்கள் விளங்கிக் கொள்வதற்குக் கடினமானவர்களாகத் தோன்றுவதில்லை. கடலைப்போல் அவர்கள் காலநிலைக்கு ஏற்ப மாறுவதுமில்லை. உள்ளொன்று, புறமொன்று என்கிற சொற்றொடர் கூட அவர்களது வாழ்க்கையில் இல்லை. நீலம் அப்பிய நிலமே கதியெனக் கிடக்க ஆரம்பித்திருந்த இசக்கிக்கு க்ரூஸ் பர்னாந்துபுரத்தில் பலர் விரைவிலேயே பரிச்சயமாகியிருந்தனர்.

ஆழ்கடல் நீரின் அடர்விற்கு நிகரான அனுபவங்களைத் தன்னோடு வைத்திருக்கும் ஜெரோம் பட்டங்கட்டியார். அலைநனைத்த மணலைக் கிளறிப் பார்த்து என்ன நீரோட்டம் ஓடுகிறது எனக் கணிப்பதில் கில்லாடியான அவரது பேரன் வல்தாரிஸ். கணியம் பார்ப்பதில் எல்லோருக்கும் குருவாக இருக்கும் அம்புரோஸ் பெர்னாண்டஸ். கட்டுமரம் செய்வதில் திறமையானவர் என அறியப்பட்ட பெரிய வீட்டு ஓடாவியார். விதவிதமான கடல்வாழ் உயிரினங்களைப் பற்றி விரல்நுனியில் வைத்திருக்கும் ஜஸ்டின் ரொட்ரிக்காஸ். பாய்மரம் கோருவதற்குப் பெயர் போன சாமிதாஸ் தாத்தா. ஓர் ஓட்டம் முடித்துவிட்டு வரும் வரைக்கும் தொண்டையிலேயே அதன் சுவை தங்கியிருக்கும் அளவிற்குக் கடுங்காப்பியும், பணியாரமும் செய்து விற்கும் காமாட்சிக் கிழவி. விரைந்து வலை பின்னித் தருவதில் கைதேர்ந்த மேரியக்கா. “கோடான் மரத்தையும், தட்டுமடியையும் விட்டுடாதியல” என மூச்சுக்கு மூச்சு சொல்லிக் கொண்டிருக்கும் முதியவர். மாந்திரீகங்கள் மூலம் மீன் வசியம் செய்யும் ஜெயராஜ் ஆசான். முப்பத்தி ஐந்து வயதைக் கடந்தும் கட்டுடையாத தனது இடையின் நெளிவாலும், புட்டத்தின் திரண்ட அழகாலும் கடற்புறத்துச் சிறுசுகளின் விரகத்தைப் பெருக்கெடுக்க வைக்கும் ‘கடல்கன்னி’ ஜெனிஃபர். சுறா வேட்டைக்குச் செல்கையில் வரிப்புலியன் சுறாவிடம் கடிபட்டு வலதுகாலை இழந்து பிறகு கடன்தொல்லையால் தூத்துக்குடிக்கு இடம்பெயர்ந்து வந்திருந்த புத்தன்துறையைச் சேர்ந்த சைமன், அவரது மகன் ஜான் வர்க்கீஸ். குருமார்கள் வில்சன் க்ரூஸ், ஆனந்த் பாய்வா. சங்குக் குளியாள் மூர்த்தி. எஞ்சின் மெக்கானிக் ராமசுப்பு பிள்ளை. சிங்களவர் தாக்குதலுக்குப் பயந்து இலங்கையிலிருந்து தூத்துக்குடிக்குக் குடிபெயர்ந்து வந்திருந்த கந்தசாமி குடும்பம். மற்றவர்கள் மாதத்திற்கு ஒருமுறை என்றால் வாரத்திற்கு ஒருமுறை புதுத்துணி எடுக்கக்கிளம்பும் பீட்டரின் குடும்பம். என எத்தனையோ மனிதர்கள், எத்தனையோ குடும்பங்கள்.

இசக்கிக்கு அவ்வளவு குறுகிய காலத்தில் அத்தனை முகங்களைத் தெரியவந்திருந்தும் அவனுக்கும் ஜார்விஸுக்குமான நட்பு மட்டும் தொடங்கிய இடத்திலேயே தேங்கி நின்றது. அதற்குக் காரணங்கள் இல்லாமலும் இல்லை. திருமணம் முடிந்து முப்பது நாள்கள் கடந்தும் ஜார்விஸுக்கு உடலின்பத்தால் உண்டாகியிருந்த கிறக்கம் தீர்ந்திருக்கவில்லை. அவனது மனைவியின் மார்பிடுக்கில் சிக்கித் தவிக்கும் தங்கத்தாலான சிலுவை டாலரைப்போல் அவன் அவளது உடல் இடுக்குகள் ஒவ்வொன்றிலும் அகப்பட்டு தெளிவு கொள்ளாமல் மயங்கிக் கிடந்தான். அவனது நடமாட்டத்தைக் காணுவதே அரிதாகிப்போயிருந்தது. அந்த வாய்ப்பைக்கொண்டு தாமஸுக்கு ராஜசேகர் ஜார்விஸைவிட நெருக்கமான ஆளாக மாறியிருந்தான். இரட்டைக் கொலை வழக்கினால் தாமஸிற்கு ஏற்பட்டிருந்த பணநெருக்கடியை ராஜசேகர் அவனது சாமர்த்தியத்தைப் பயன்படுத்திக் கொஞ்சம் கொஞ்சமாக தளர்த்திக் கொண்டிருந்ததும் அதற்கு ஒரு காரணம். அவன் துறைமுகத்திற்கு வரும் மேல்நாட்டுக் கப்பல்களிலிருந்து உள்நகரக் கள்ளச் சந்தைக்குத் தேவையான மின்சாதனக் கருவிகள், துணிமணிகள், லெதர் பொருட்கள் போன்றவற்றைக் கடத்திவந்து கைமாற்றிக் கொண்டிருந்தான். அவனது துணிச்சலால் தாமஸ் வீட்டில் தூசி படிந்து கிடந்த கஜானாவிற்கு மீண்டும் உயிர்வந்து கொண்டிருந்தது.

தனது தைரியத்தை மட்டுமே மூலதனமாகக்கொண்டு ஈட்டித்தந்த பணத்தை வைத்து தாமஸ் அவரது குடும்பப்பெயரை மட்டும் சுமந்து ஒதுங்கி நின்றுகொண்டிருந்தத் தோணியை சீரமைத்து ஓடவைக்க நினைத்தார். ஈஸ்வரப்பாண்டியன் உட்பட பலர் வேண்டாம் என்று யோசனை கூறியும் அவர் அவரது முடிவிலிருந்து மாறவில்லை.

தோணித் தொழிலின் காலம் முடிந்துவிட்டதை அவரும் அறிவார். உபயோகமற்றுக் கிடப்பதைப் பழுதுபார்த்து இறக்கினாலும் அது கொழும்புவிற்கும், மொரீசியசுக்கும் வெறுமனே கடமைக்கு மட்டுமே போய் வரும். காய்கறி, கருவாடு, கருங்கல் போன்றவற்றை ஏற்றிக் கொண்டு செல்வதனால் செலவுகள் போக சொற்ப லாபமே கிட்டும். எனினும் குடும்பப் பெருமைக்காகவும், சேவியரின் நினைவுக்காகவும் அவர் அதனைச் சீரமைக்கத் தொடங்கியிருந்தார். இதற்கிடையில் ராஜசேகர் அன்று புதியதொரு திட்டத்தோடு அவரைப் பார்க்க வந்திருந்தான்.

"வேணால. சிக்கலாகிப்போவும். நான் சொல்லுதன் வேணாம்."

“அண்ணாச்சி. நாம என்ன அதயே சோலியா செய்யலாம்னா சொல்லுதன். இந்த ஒராட்ட மட்டும் செஞ்சுக்கிடலாமே. நல்ல வாய்ப்பு.”

“ஏ நீ சரக்க நேர்ல பாத்தியா? கடக்கரையில அடிக்கடி ஆராவது இப்படிச் சொல்லிட்டு இருப்பாவடே. கண்ட்டெய்னர் முழுக்க ரூவாயாம். இத்தாலி நாட்டு அழகியோலாம். தங்கமாம்ட்டு எதாவது சொல்லுவாவ. கோல்டு பார்லாம் கொண்டு வராம்னா துப்பாக்கியோட உள்ளயே கார்ட்ஸ் இருப்பாவ.”

“அண்ணாச்சி. நான் சரக்கையும் பாத்துட்டேன். அந்தக் கப்பலோட கேப்ட்டன் கிட்டயும் பேசிட்டன். எல்லாம் இருவத்திநாலு கேரட்டு. ஆரும் பார்ட்டி கிடைப்பாவன்னு தாம் அவன் நிக்கான். இங்கன நாம விட்டம்னா அடுத்து மலபாரு ஷெரீப் டீமு உள்ள பூந்துடுவாம். விசியம் தெரிஞ்சு இங்கன வேற ஆளவ முந்துறக்குள்ள நாம எடுத்துட்டம்னா நல்ல வேல்யூ நிக்கும்லா.”

“செரி எசக்கி எங்க. கடலுக்கு ஓடினவன் வந்துட்டானா?”

“வந்துட்டாம்னு நினைக்கேன்... ஏன்?”

“பெரிய மேட்டரா இருக்கி. எதுக்கும் அவனையும் கூட அழைச்சிட்டுப் போல.”

“செரி அண்ணாச்சி.”

இந்தமுறை தனக்கு மிகப்பெரிய சோதனை ஒன்று காத்திருப்பதை அறிந்திடாமல் ராஜசேகர் தாமஸிடமிருந்து வாங்கிய பெருந்தொகையை அந்தக் கப்பலின் மாலுமிக்குக் கைமாற்றியிருந்தான். நடுக்கடலில் வைத்து ஒருவழியாகச் சரக்கைக் கைப்பற்றினவனுக்கு உண்மையான சிக்கல் அதைக் கரைசேர்ப்பதில் உருவாகியிருந்தது.

தங்கக் கட்டிகள் கைமாறியிருந்த செய்தியை நுகர்ந்திருந்த சுங்கத்துறை அதிகாரிகள் கரைக்குத் திரும்பிய படகுகளைச் சல்லடையாகச் சலித்துக்கொண்டிருக்க, ரோந்துப் படகுகளில் படையெடுத்து வந்த காவலர்கள் கடற்பரப்பில் ஓடிக்கொண்டிருந்த படகுகளுக்குள்ளும் ஏறி சோதனையிடத் தொடங்கியிருந்தனர்.

ஒரு நாட்டுப் படகில் ரொட்ரிக்காஸோடு ஒரு சாக்கு நிறைய தங்கக்கட்டிகளுடன் நின்றிருந்த ராஜசேகருக்குப் பதற்றத்தில் ஒன்றும் பிடிபடவில்லை. ஜெரோமும், இசக்கியும் கட்டுமரத்தில்

அங்கு வந்துசேர்ந்தனர். மூட்டை மரத்திற்கு மாற்றப்பட்டது. ராஜசேகர் இசக்கியிடம் என்ன செய்வதென்று கேட்டான்.

காசுவாரித் தீவிற்குச் சென்று பதுக்கலாம் என்று முன்யோசனையும் கூறினான்.

“அது ரிஸ்கு சேகரு... ஜொரோம் மாமா இப்பம் எஞ்சின ஸ்டார்ட் பண்ணி கோடான மறுபடி ஒரு இடத்துல நிறுத்துவாரு. அப்பம் மூட்டைய கடல்ல தள்ளிடு.”

“என்ன பேசுதிய... அதிகாரியல்ட்ட மாட்டினா பாதிக்குப் பாதியாவது தேத்த வாய்ப்பிருக்கி.”

“பாதியா. உள்ள தூக்கி வைச்சு செனக்கிப் போடுவானுவ. என்ன வெளாட்டா.”

“அதுக்குன்ன கடல்ல தள்ளச்சொல்லுத.”

“சேகரு. நான் சொல்றததான் கேளேன்.”

“கேக்கன். ஆனா தாமஸிட்ட என்னச்சொல்ல?”

“நேரமில்ல. இருட்டிப் போச்சினா மாமாவுக்கு இன்ன எடம்னு பதிஞ்சு வைக்கது கஷ்டமாகிப்போவும் சொல்லிட்டன். காத்த பாரு. கொஞ்சம் வருளமாட்டுக்கு வேற வருது. பாத்துக்க.”

“செரி திட்டம் என்ன?”

“இப்பம் சரக்க கல்லக்கட்டி பார்ல தள்ளிட்டு இருட்டக்குள்ள கரைக்கு சேப்பட்டியா ஓடிடுவம். நாளைக்கு வர இழுவ மடியும் ஆரும் வைக்கப்போறதில்ல. மூட்ட பார விட்டு நவராது. விடிஞ்சதும் வெள்ளனவே மூர்த்திய கூட்டியாந்து உள்ள முங்கி மூட்டைய பிச்சு கட்டியல படகுல ஏத்திக்கிருவோம்.”

“எல ஏன் மூட்டைய பிரிக்கணும். அப்படியே இழுக்க என்ன?”

“ஓராளா உள்ள போய் மூட்டைய உயர கெழப்ப முடியாதுடே. தாவுக்குப் போயிட்டா நல்ல வெயிட் இருக்கும்.”

“எசக்கி. அங்கன நல்ல ஆழம். மூர்த்தியில்லாம வேறாளால முடியாது” ஜெரோம் குறுக்கிட்டார்.

“ஆங். சொல்றாவ பாரு.”

"செரி. மூர்த்தி எவம்கிட்டயாச்சும் சொல்லிட்டாம்னா என்ன செய்ய?"

"அது உன்பாடு. துட்டக் கொடுப்பியோ. இல்ல அதுலயே ஒரு கட்டிய எடுத்துக் கொடுப்பியோ. எல பயப்படாத. எனக்கிம், மாமாவுக்கும் ஒன்னும் பங்கு வேணாம் கேட்டியா." இசக்கி பீடியைப் பற்றவைத்துக்கொண்டு சிரித்தான்.

"செரி. நீ சொல்றதுதான் செரினு படுது."

"இரு நான் இன்னும் சொல்லிமுடிக்கல. சரக்க போட்ல ஏத்தின பெறவு கரைக்குத் திரும்புறதவிட புன்ன... இல்ல புன்ன வேணாம் வீரபாண்டிபட்னத்துக்கு மேக்கோடி போயிடுறது நல்லது. இங்கன எவனாது போட்டுவிட்டாலும் விட்டுடுவாம்."

அவன் பேசி முடித்தபோது எதனிலும் தான் அவனுக்கு ஈடில்லை என்பதை உணர்ந்ததைப் போன்றதொரு முகத்துடன் ராஜசேகர் நின்றிருந்தான். கடலில் கிடந்த மரத்தின் அசைவுக்கு ஏற்ப அசைந்தபடி அவன் இசக்கியையும், அந்தப் பெருநீர்ப் பரப்பையும் மாறி மாறிப் பார்த்தான். அந்தப் பார்வையில் பொறாமை துளியளவும் இல்லை. மாறாக அதில் கர்வம் இருந்தது. தனது நண்பனைச் சுற்றி வளைத்து முடக்கவோ, வீழ்த்தவோ நிலத்தில் மட்டுமல்ல, நீரிலும் கூட எவரும் இல்லை என்கிற கர்வம்.

02

அன்றிரவு முத்துராஜபுரத்தில் நடைபெறயிருந்த காமாண்டித் திருவிழாவிற்குப் போகலாம் என்று சந்திரன் இருதயராஜிடம் சொல்லியிருந்தான். காமாண்டி என்றால் என்னவென்று அவன் கேட்டபோது, பல வருடங்களாக அவ்விழா இங்கு நடந்து வருகிறது. மாசி மாதம் வளர்பிறையில் ஆரம்பித்து ஒவ்வொரு இரவிலும் ரதிக்கும் காமனுக்கும் இடையில் நடக்கும் காதல் சம்பவங்களைக் கூத்தாக அரங்கேற்றுவார்கள். சுண்டல், பொறி கடலை தருவார்கள். தொடர்ந்து இப்படிப் பதினான்கு இரவுகள் நடக்கும். இறுதியாகப் பௌர்ணமி இரவில் காமன் சிவபெருமான் மீது மலர்க்கணை தொடுத்து அவரது தவத்தைக் கலைத்து அவரது கோபத்திற்கு ஆளாவான்.

அதைத்தொடர்ந்து சிவபெருமான் அவரது நெற்றிக்கண்ணைத் திறந்து அவனை எரிப்பதைக் காட்சிப்படுத்தும் விதமாக நிகழ்ச்சிகள் நடக்கும். அது முடிந்ததும் ரதி ஒப்பாரி வைப்பாள். அதற்குள் நாங்கள் அதே மைதானத்தில் நடக்கும் குறவன் குறத்தி நடனத்தையோ அல்லது ஆடல் பாடல் நிகழ்ச்சியையோ காணச் சென்றுவிடுவோம் என்று சந்திரன் காமன் கூத்து பற்றித் தனக்குத் தெரிந்திருந்த செய்திகளைக் கூறினான். திப்பு சுல்தானிற்கு அதுவும் தெரியாது. அவர்களுக்கு அது குடித்துவிட்டு ஆடுவதற்கான இன்னோர் இரவு.

கூத்திற்குச் செல்லும்முன் இருதயராஜ் தனக்கு பீர் மட்டும் போதுமென்று முடித்துக்கொண்டான். தமிழரசன், சந்திரன், திப்பு சுல்தான், அவர்களுடைய நண்பர்கள் சிலரும் நடை தள்ளாடும் அளவிற்குக் குடித்திருந்தனர். அவர்கள் காமன் தகனம் நிகழ்ச்சி நடக்கும் காமன் கோயில் மைதானத்திற்குள் நுழைந்தபோது, காமனைத் தகனம் செய்வதற்கான நேரம் நெருங்கியிருந்தது.

மாலையில் விழுந்த மழைத் தூறலினால் மைதானத்தில் புழுதி அடங்கிக் கிடந்தது. நுழைவாயிலில் அலங்கார விளக்குகளாலேயே ஜோடிக்கப்பட்டிருந்த அம்மன், விநாயகர் உருவகங்கள் ஒளிர்ந்து கொண்டிருந்தன. வல்லத்தரசு மஞ்சள் துண்டு ஒன்றை அணிந்தபடி வரவேற்பில் நின்றுகொண்டிருந்தார். நஞ்சுண்டான் ஏற்கெனவே வந்து தலையைக் காட்டிவிட்டுச் சென்றதாகவும் அவர் கூறினார்.

வாயிலில் வைக்கப்பட்டிருந்த பதாகைகளில் வல்லத்தரசுவின் புகைப்படம் இடம்பெற்றிருந்ததை இருதயராஜ் கண்டுகொண்டான். மைதானத்தின் ஓரத்தில் இருந்த காமன் தகன மேடையில் வைக்கோல் பிரிகளால் சுற்றப்பட்ட ஒரு மரக்கிளையை நட்டு வைத்து, அதில் காமனைப் போன்ற உருவமுடைய புகைப்படம் ஒன்றை ஒட்டி வைத்திருந்தனர். அதைக்கண்டு அவன் சிறிது ஏமாற்றம் அடைந்தான்.

அவன் ஒரு மனிதன் மாதிரியான உருவத்தை அமைத்திருப்பார்கள் என்று எதிர்பார்த்து அங்கு வந்திருந்தான். ஆங்காங்கே சிலர் வீரபத்திரன், ஓலைத்தூதன், காளி, தூதன், யமன், காலன், எறிதூதன் போன்று ஒப்பனைகள் தரித்த கையில் தீப்பந்தங்களை ஏந்தி சாமி வந்தவர்களைப்போல் ஆடிக்கொண்டிருந்தனர். அந்தக் காட்சி அவனுக்குக் குலசேகரப்பட்டினத்தில் நடைபெறும் தசராப் பண்டிகையை நினைவூட்டுவதுபோல் இருந்தமையால் ஊர் நினைவுகள் அவனுள் கிளர்ந்தெழுந்தன.

காமன் மரத்திற்கு அருகில் நின்ற இசைக் கலைஞர்கள் தப்பிசை இசைக்க ஆரம்பித்ததும் அதன் அதிர்வுகளுக்கு ஏற்ப ஆண்களும், சிறுவர்களும் அரோகரா எனக் கத்தியபடி ஆடிக்கொண்டே மரத்தைச் சுற்றி வந்தனர்.

"அரோகரா... அரோகரா" (டன்டர்டர்டன்)

"ஹே ஹே ஹே... ஹே ஹே ஹே..." (டன்டர்டர்டன்)

"அரோகரா. அரோகரா" (டன்டர்டர்டன்)

"ஹே ஹே ஹே... ஹே ஹே ஹே... ஹே ஹே ஹே."

சந்திரனும், அவனது நண்பன் ஒருவனும் மரத்தைச் சுற்றி ஆடிக் கொண்டிருந்தவர்களோடு சேர்ந்து ஆடினார்கள். மற்றவர்கள் எல்லோரும் ஒரே மாதிரியான நடன அசைவுகளை வெளிப்படுத்த, சந்திரன் மட்டும் அவனுக்குத் தோன்றிய விதத்தில் ஆடிக் கொண்டிருந்தது இருதயராஜிற்கும் திப்பு சுல்தானிற்கும் சிரிப்பை உண்டாக்கியது.

சிவபெருமான் நெற்றிக் கண்ணைத் திறந்து, காமனை எரிக்கலாம் எனப் பூசாரி கையசைத்ததும், வேட்டு வைப்பவர் வாணத்தைக் கொளுத்திக் காமன் மரம் நோக்கி ஏவிவிட்டார். சீறி வந்த வாணம் மரத்தில் சுற்றப்பட்ட வைக்கோல் மீது பட்டதும் தீப்பற்றிக் கொண்டது. மரத்திற்கு அருகில் தயாராக இருந்த சரங்கள் கண்களை மறைக்கும் புகையையும், வெடிமருந்து நெடியையும் கிளப்பி படபடவென வெடிக்கத் தொடங்கின. நெருப்பு, மரம் முழுவதும் பரவி உயர்ந்து எரிய, வண்ண வண்ணமான வாணவேடிக்கைகள் நிகழ்த்தப்பட்டன.

மரம் எரிந்து வீழ்ந்துகிடந்த இடத்தில் ரதிவேடமிட்டிருந்தப் பெண்மணி ஒருவர் தலைவிரிகோலமாக அமர்ந்து தப்பிசை உதவியோடு ஒப்பாரிப் பாடலைப் பாடினார். அவரைச் சுற்றி நின்ற வேறு சில பெண்கள் ஒப்பாரிக்கு எதிர்பாட்டு பாடுவதைப்போல் லாவணி பாடத்தொடங்கினர்.

"பச்சை கலாப மயிலே
அச்சுதன் மருமகளே..." (டன்டர்டர்டன். டன்டர்டர்டன்)
"போக விடைகொடடி -கண்ணே
பொன்னே போக விடைகொடடி" (டன்டர்டர்டன் டன்டர்டர்டன்)
"காதலரே நீரும் கரும்பு வில்லெடுத்து
காலகாலனின் மீது கனிவுடன் விடுத்து

சாதகமாய் எரிந்தால் நான் யாரையடுத்து

தங்கி பிழைப்பேன் நாதா உரைத்திடீரெடுத்து...”

(டன்டர்டர்டன் டன்டர்டர்டன்.)

இருதயராஜ் மற்றவர்களோடு சேர்ந்து கலைநிகழ்ச்சி நடைபெற்ற இடத்திற்கு வந்து அமர்ந்திருந்தான். மேடையில் நின்றவர் ஒலிவாங்கியைக் கையில் ஏந்தியபடி மேளதாள இசை உதவியோடு கிராமியப் பாடல் ஒன்றைப் பாட, அந்தப் பாடலின் மெட்டுக்கு ஏற்ப ஒரு பெண் நடனம் ஆடிக்கொண்டிருந்தாள்.

“அடி செவத்த உதடுகொண்ட பஞ்சவர்ணக் கிளியே.

உனக்கு மனசிருந்தா...

உனக்கு மனசிருந்தா...

முத்தம் ஒன்னு தாடி...”

“அடி உடுக்க போல இடுப்பு சிறுத்த மயிலே...

உனக்கு மனசிருந்தா

உனக்கு மனசிருந்தா...

மாமன் பக்கம் வாடி.”

“அடி கழுத்துக்கு கீழ... மொசல சுமக்கும் ரதியே.

நீ உடுத்திப் போட்ட....

நீ உடுத்திப் போட்ட....”

“நிறுத்துயா வழியுது.”

“பின்ன வழியாம?”

“ச்சீ. இங்கிதம் கெட்ட மனுசா. இப்படிலாம் பாடினா அப்புறம் ஆடமாட்டன் பாத்துக்க.”

“கோவிச்சுக்காத. நீ உடுத்திப் போட்ட சேலையத்தான் கேட்டேன். நீ என்ன உன் பாடியக் கேட்டன்னு நினைச்சியா?”

“அவுத்து தரேன். ரெண்டு பக்கமும் பாக்கிறியா? இல்ல ஒருபக்கம் போதுமா?”

“ஏ எத புள்ள?”

“சேலையத்தான்.” பாடலைப் பாடிக் கொண்டிருந்தவர் வேண்டுமென்றே பாடலுக்குள் இரட்டை அர்த்தங்களைச்

சேர்த்தார், நடனம் ஆடிக்கொண்டிருந்தவள் பொய்க்கோபம் கொண்டவளாக ஆடுவதை இடையிடையே நிறுத்திவிட்டு, அவளும் அவருக்கு இணையாகப் பேசினாள்.

அவர்களிடமிருந்து அதுமாதிரியான பேச்சுகளை இன்னும் எதிர்பார்ப்பது போல் பார்வையாளர்கள் கைதட்டி, விசிலடித்து அவர்களை உற்சாகப்படுத்தினர். அவளுக்கு அடுத்ததாக ஆட வந்தவள் இன்னும் குறைவான ஆடையையே உடுத்தியிருந்தாள். மேலாடையை மீறிய அவளது பெருத்து விம்மிய மார்பும், அவற்றின் இடையில் தெரிந்த மார்புப் பிளவும் கூடியிருந்த இளைஞர்களின் ஒட்டுமொத்தப் பார்வையையும் உடமையாக்கிக் கட்டிப்போட்டன.

அவளது நடன அசைவுகளை வெறித்திருந்த இருதயராஜிற்குள்ளும் ஆசைகள் பெருக்கெடுத்திருந்தது. அவளோடு கூடினால் எப்படியிருக்கும் எனக் கற்பனை செய்து பார்த்தான். அவனுள் சபலம் ஊற்றெடுத்தது.

இது தவறு. நாம் காதலில் இருக்கிறோம். வேறொரு பெண்ணை இப்படி ஆசையோடு பார்ப்பது காதலுக்கு இழைக்கும் துரோகம் என்பது போன்ற எண்ணங்களும் அதனோடு சேர்ந்து அவனுள் ஊறிக்கொண்டிருந்தன. ஆறு மாதங்களுக்கு முன்பு திரையரங்கில் வைத்து மெர்லினின் அங்கங்களை வேட்கைதீரக் கைகளால் அளந்ததை நினைத்தால் இப்போதும் நரம்புகள் புடைத்துக்கொள்ளும்.

இன்னும் பல இரவுகளுக்கு அதுவே போதும் என்று நினைத்து நடனடமாடிக் கொண்டிருந்த பெண்ணிடமிருந்து பார்வையைத் திருப்பிக்கொண்டான். நள்ளிரவில் நிகழ்ச்சிகள் முடிந்ததும் இருதயராஜைத் தோப்பில் விட்டுவிட்டுச் சந்திரன் கிளம்பினான்.

தோப்பிற்குள் நுழைந்ததும் அவன் அருகே வந்து வாலாட்டிக் கொண்டிருந்த இருளன் அவனுக்குத் துணையாக வீட்டைநோக்கி நடைபோட்டது. இருவரும் வீட்டை நெருங்கையில் இருளன் மட்டும் சட்டென்று உடல் சிலிர்த்துப் பின்புறம் நோக்கி ஓடியது.

ராணியும், கணேசனும் உறங்கியிருப்பதை உணர்ந்த அவன் இருளனைப் பின்தொடர்ந்து வீட்டின் பின்புறத்திற்கு வந்தான். அது கிணற்றிற்கு அருகில் ஓடி நின்று அச்சத்துடன் உருமிக் கொண்டிருப்பதைக் கண்டதும் அவன் சற்றுத் தயங்கியவாறு கிணற்றை நெருங்கினான்.

கிணற்றில் இருந்த நீர் மொத்தமும் தீப்பற்றி எரிவதைப் பார்த்து தலையை ஒருமுறை சிலுப்பியபடி விழிகளை அகட்டினான். தீயின் ஒளிச் சிதறல்களைக் கிணற்றின் உட்புறச் சுவர்களில் கூட அவனால் தெளிவாகக் காண முடிந்தது. உடல் வியர்த்து அவன் அங்கிருந்து வேகமாக வீட்டிற்கு முன்பக்கம் ஓடிவர, இருளனும் அவனுக்கு இணையாக ஓடிவந்தது.

ராணியக்காவை இந்நேரத்தில் எழுப்பி விசயத்தைக் கூறினால் நமக்கு ஏதோ நேர்ந்துவிட்டது என நினைப்பாள், எதுவாக இருந்தாலும் காலையில் சொல்லிக்கொள்ளலாம் என்ற யோசனையுடன் வீட்டிற்குள் சென்று படுத்துக்கொண்டான்.

அவனிடம் மெல்ல அச்சம் மறைந்து குழப்பம் நிலைகொண்டது. நீர் வற்றிய குளத்தில் காய்ந்து துடிக்கும் மீனைப்போல் இடதும் வலதுமாகப் புரண்டான். உறக்கம் எனும் நீர் தங்கிய வெடிப்பிற்குள் நுழையத்துடித்தான். சாமி விளக்கை இனி நாள் தவறாமல் ஏற்ற வேண்டும் என்கிற எண்ணம் அவனுள் தீவிரம்பெற்றது. விதி அந்த அகண்டு நீண்ட தோப்பின் மொத்தப் பரப்பையும் தனது விரல்நுனியினால் நிமிண்டிச் சிரித்தது.

03

“எல எசக்கி பாத்துல. அது வெஷம். மனுசனுக்கு மனசுல ஆயிரம் செரையிருக்கிலாம். ஆனா, கடல்ல கிடந்தம்னா கவனம் பூரா அதுலதாம் இருக்கனும் கேட்டியா?!

ஜெரோம் வலை வாங்கிக்கொண்டிருந்த இசக்கிக்கு முன்னால் அமர்ந்து பேட்டரி லைட்டின் வெளிச்சத்தைப் பாய்ச்சிக் கொண்டிருந்தார். வலையில் சினையாக இருக்கின்ற மீன், நட்சத்திர மீன், அஞ்சாலை, பேக்கணவாய், சொறி, சங்கு முட்டை, பஞ்சு நண்டு, குழந்தைக்குரலில் ஓசையெழுப்பும் பேத்தை மீன் போன்றவை வந்திருந்தால் அதனை மீண்டும் கடலில் விடச் சொல்லவேண்டும் என்பதற்காக அவர் கண்களைச் சுருக்கி வலையையும் கவனித்தார்.

மூன்றாம் சாமத்திற்கு முன்பு முதல் வலை வாங்கியிருந்ததில் ஓமலில் கால்பங்கு நிறையும் அளவிற்கு மீன் பட்டிருந்தது.

இரண்டாம் பாடுக்காக வலையைக் கடலுக்குள் இறக்கிவிட்டு இசக்கியும் ஜெரோமும் ஆக்கி வைத்திருந்த சோற்றுப் பானையை எடுத்து வைத்துக்கொண்டு அமர்ந்தனர். கடலோட வந்திருந்த ஆறேழு மாதங்களில் இசக்கிக்குப் பகல் கடலைவிட, இரவுக்கடல் நெருக்கமாகப் பழகியிருந்தது. அதன் இதயத்தைச் சில்லிட வைக்கும் மௌனம் அவனது அலைபாய்ந்த மனதின் மிகப்பெரிய தேவை. அதன் சலசலப்பு அவனது கடந்தகாலக் காயங்களுக்குக் களிம்பு பூசியது.

கடல் அவனது பாவங்களைக் கரைத்தது. தன்னைத் துரத்தி வருகின்ற சூனியங்களையும் கடல் மட்டுப்படுத்தும் என்கிற நம்பிக்கையும் அவனுள் துளிர்த்திருந்தது. அவனைக் கடலன்னை இரட்சிப்பதாக உணர்ந்தான். சமீப நாள்களில் மங்கம்மாள் விளக்கின் சுடர் ஒருபக்கமாக நன்கு சாய்ந்து எரியத் தொடங்கியிருப்பதை எண்ணி அவனால் கிளர்ச்சியடையாமல் இருக்க முடியவில்லை. அது தலைகீழாக எரியும் தருணம் விரைவில் வாய்க்கும் எனத் தீர்க்கமாக நம்பினான்.

“எல தராசு எடுபடுது பாத்தியா. செத்த நாழில க்ரூஸு வந்துடுவாம். கவுறு பறந்து அடங்கின கையோட வலைய வாங்கிட்டுக் கொஞ்சம் வெள்ளனவே கரைய பாத்து ஓடுவம். போயிதான் பெருநாளுக்கான நல்லது கெட்டதலாம் வாங்கணும்.” ஜெரோமின் ஒளிமங்கிய கண்கள் வானத்தில் வெள்ளிகளைத் தேடிக்கொண்டிருந்தன.

விடிந்தால் தூத்துக்குடி கிறிஸ்துமஸ் கொண்டாடத் தயார் ஆகிவிடும். தொடர்ந்து இரண்டு நாள்களும் கிறிஸ்துமஸை ஒட்டிய மனக்கெடு நாள்கள் என்பதால் ஜெரோமைப் போலவே மடிக்காரர்கள் பலரும் இரவுமடிக்குச் சென்று கரைதிரும்ப ஆரம்பித்திருந்தனர்.

கிறிஸ்துமஸ் என்பதால் துணி வியாபாரிகள், அலங்கார விளக்குகள் அமைப்பவர்கள், இனிப்பு, அடுமனை மற்றும் மாமிச விற்பனைக் கடைகள் வைத்திருப்போர் என எல்லோருக்கும் அன்று நல்ல வியாபாரம் நடக்கும். அவர்களும் கடைகளைத் திறப்பதற்காக அன்று விடியற்காலையிலேயே எழுந்திருந்தனர்.

காலை முதலே தூத்துக்குடியின் கடற்கரைச் சாலை, திரேஸ்புரம், நகரவீதிகள் ஆகியவை வண்ணத்தோரணங்களாலும், ஏசுநாதர் பிறந்த குடிலைக் காட்சிப்படுத்தும் சிறுகுடில்களாலும் அலங்கரிக்கப்பட்டிருந்தன. பெண்கள், சிறுவர்களுக்கான

விளையாட்டுப் போட்டிகள் ஒருபுறம் நடந்துகொண்டிருந்தன. இளைஞர்கள் அவரவர் தெருக்களில் வரி வசூல்செய்து அன்று மாலையில் நடக்கவிருந்த இன்ப இசை ஊர்வலத்திற்கான ஏற்பாடுகளை மும்முரமாகச் செய்துகொண்டிருந்தனர். பணம் அன்று அவர்களுக்கு ஒரு பொருட்டே அல்ல. கொண்டாட்ட மனநிலை என்பது ஓர் உயரிய போதை.

திருப்பலிக்கு முன்பான மாலைநேரக் கொண்டாட்டத்திற்காக ஆண்டு முழுவதும் உழைத்துச் சேர்த்த காசை மொத்தமாக வாரி இறைக்கவும் அவர்கள் தயங்குவது இல்லை. அந்த மாலைப்பொழுது டரம்ஸ், ட்ரம்ப்ளெட் வாசித்து, பாடல்களைப் பாடி வீதிகளை அலங்கரிக்கும் கலைஞர்களுக்கான பொழுது. உழைப்பவர்களுக்கு அது பண்டிகை நாளாக இருந்தாலும் பெருமுதலாளிகளுக்கும், பெருமுதலாளிகள் ஆகத் துடிப்போருக்கும் அது மற்றுமொரு வாடிக்கையான நாளே.

பெருநாள் என்பதைக் கூட பொருட்படுத்தாமல் தோணியில் சரக்கு ஒப்பந்தம் செய்துகொள்வது தொடர்பாக தாமஸ் ஈஸ்வரப் பாண்டியனையும், ராஜசேகரையும் அழைத்துக்கொண்டு ஒரு பெருவியாபாரியைப் பார்ப்பதற்காகக் காலையிலேயே அவரது வீட்டிற்குச் சென்றிருந்தார். அதற்கு ஒரு வாரத்திற்கு முன்புதான் தோணிப்பால அந்தோணியார் குருசடியில் கிடா வெட்டிப் படையல் போட்டு, சிந்தாத்திரை மாதாக்கோயிலில் பூசை நடத்திப் புதுப்பிக்கப்பட்ட தனது குடும்பத்தோணியைக் கடலில் இறக்கி இருந்தார் தாமஸ்.

கரை திரும்பியிருந்த இசக்கி ஜோஸ்லினிடம் அவசர அவசரமாக வந்து நின்றான்.

“துட்டா... எப்பமும் கொடுத்தா கூட வாங்காத ஆளு. இப்போம் அவசரமா கேக்கிய. எதுக்குன்னு சொல்லுங்க. தரேன்.”

“அப்பம் வேணாம் மயினி. தாமஸ் அண்ணாச்சி வந்தோன வாங்கிக்கிருதன்.”

“கோவிச்சுக்காதிய. என்னமாச்சும் வாங்கனுமா? ஓ வெளங்குது. சொன்னியல்ல. அந்தப் பிள்ளையப் பாக்க போறியளா?”

“உஷ். மயினி பைய. ஆருக்கும் தெரியாதுல்லா. இப்பம் வர சேகருக்கும் கூட. உங்ககிட்ட மட்டும்தான் இதுவர சொல்லிருக்கன்.”

“போறதா வேணாமானு யோசனையா இரிக்கன்னிய?”

“ஆமாம் மயினி. இப்பம் பாக்கணும் போல வருது. ரெண்டு நாளா அவ நெனைப்பு கெடந்து அரிக்கி. எங்கிட்ட பேசுவானு நம்பிக்கை இல்ல. தொலைவுல நின்னாவது பாத்துட்டு வந்துடுதன். ஒருவேள பேசினான்னா அவளுக்கு ஒன்னு வாங்கித்தரலாம்ட்டு...”

“என்ன வாங்கப்போறிய?”

“சைக்கிளு.”

“அட. அதுக்குதானா. கொஞ்சம் இருங்க. தம்பி நொய் நொய்ங்கான். தொட்டில போட்டுட்டு எடுத்தாரன்.”

ஜோஸ்லின் அவளது மகனைத் தொட்டிலில் போட்டுச் சிறிது நேரம் ஆட்டுவிட்டு அவன் கேட்டிருந்த ரூபாயோடு சேர்த்து அவளது அறைக்குள்ளிருந்து முத்துமோதிரம் ஒன்றையும் எடுத்துவந்து நீட்டினாள்.

“ஏது மயினி. உங்களதா. பளபளனு இரிக்கு.”

“இதையும் அவளுட்ட கொடுங்க.”

“ஏ மயினி சும்மா இருங்க. பாத்தாலே ஒசத்தியா தெரியுது. அந்த ரகத்துக்குப் பேரு என்னமோ சொல்லுவாவலே...”

“ஆணிமுத்து”

“ஆமாம் அதாட்டம் இருக்குமாட்டுக்கு. வெலை எம்புட்டு வரும்?”

“வெலையா? இதுக்கு வெலையே சொல்லமுடியாது. இப்பம் யாருக்கும் இதோட மதிப்பும் தெரியாது. இது பல வருசத்துக்கு மின்னால பாண்டியபதி காலத்துல எடுத்த முத்து. அப்பம்லேந்து தங்க நெறத்துல இந்தளவுக்கு தடிச்ச முத்து சிலாபத்துறைலயே ரெண்டுதாம் அம்புட்டுருக்காம். அதுல ஒன்ன பாண்டியபதி போர்கீஸ் ராணிக்குப் பரிசா கொடுத்துட்டாவளாம்.”

“மயினி என்ன சொல்லுதிய. அப்போம் அதுல இன்னோனு?”

“அதுக்கு ஏம் இப்படி அதிர்ச்சி ஆவுறிய. நெஞ்ச பிடிச்சுக்கப் போவுது. இன்னொனு இதுதாம்”

“ஐயோ என்ன சொல்லுதிய. இதயேன் எங்கிட்டத் தாரிய? அண்ணாச்சிக்குத் தெரிஞ்சா ஏசுவாவ.”

“அவியளுக்குத் தெரியாது. இது ஒரு மேசக்காரரு மவளுட்ட இருக்கதவிட முத்துக்குளியாளு மவள்ட்ட இரிக்கதுதான் நாயம். பிடிங்க. இது அதுக்கான இடத்துக்குப் போய்ச் சேரரதுக்குதான் இத்தன காலமா என் குடும்பத்தோடயே வந்திருக்குமாட்டுக்கு..”

“என்ன பாக்கிறிய? அவிய அப்பாரு முத்துக்குளியாளுதானே?”

“ஆமாம் அப்படிதாம் சொன்னா. இங்கனதாம் இருந்தாவலாம். அதாம் சொல்லிருக்கம்லயா.”

“செரி பெறவு என்னக் கொண்டு போய் கொடுங்க. அவளுக்கு நீங்க கிருஸ்மசுக்குக் கொடுத்ததா இரிக்கட்டும்.” ஜோஸ்லின் முத்துமோதிரத்தை அவனது சட்டைப் பைக்குள் வைத்துவிட்டு அவளுடைய வேலைகளைக் கவனிக்கச் சென்றாள். அவளது பேரன்புச் சாரலில் நனைந்து நின்ற அவனுக்கு என்ன மறுமொழி கூறுவது என்று தெரிந்திருக்கவில்லை. அவளிடமிருந்து விடைபெற்றுக்கொண்டு கிளம்பியவன் போகிற வழியில் ஜார்விஸிடம் கூறிவிட்டுப் போகலாம் என்று அவனது வீட்டிற்குச் சென்றான்.

“எப்பமும் சாரத்தோட சுத்துவீரு. இப்பென்ன பேண்டு சட்டைலாம் கலக்குது. கிறிஸ்துமஸுக்கு தாமஸ் மாமா எடுத்துத் தந்தாவலா?”

“இல்லல. என்னுதுதாம். எப்பமுமா உடுத்த முடியும்.”

“என்னமோ ஆனா இதுல நல்லா இருக்கிய. ஏக்கி மலரு. எசக்கி வந்திருக்காவ. காபியும், அந்தக் கேக்கையும் எடுத்தா...”

“இரிக்கட்டும் ஜார்விஸ். வந்து சாப்புடுதன். திருநவேலி போய்ட்டாரன்.”

“இப்போம் ஏம் திண்ணவேலிக்கு?”

“ஒன்னுல்ல. அங்கன ஓட்டலு வைச்சிருக்க அண்ணாச்சி ஒருத்தவருக்குத் துட்டு கொடுக்கணும். மின்னாடி வாங்கின கடன்.”

“ஓ செரி துட்டு இரிக்கா. இந்தா இரிங்க வரன்”

“ஏ ஜார்விஸ். நில்லுல. அதெல்லாம் இரிக்கு. சும்மா சொல்லிட்டுப் போவதாம் வந்தன்.”

“செரி போய்ட்டு இருட்டக்குள்ள வந்துடுங்க. ராத்திரிக்கு கராலு இருக்கி. இந்தாட்டம் நம்மளது லாரில. இங்கன எவனும் அப்படி ஒரு கரால பாத்துருக்கமாட்டாம்.”

“செரி வந்துடுதன்.”

“ம்ம். பெறவு சாக்கிறத. ரூஸ்வெல்ட்டு உங்க மேலயும், சேகர் மேலயும் சரவு இழுக்க இருக்காம்னு சேதி.”

“பாத்துகிறலாம் ஜார்விஸ்.”

“இந்தாருங்க. எதுக்கும் இதக் கொண்டுபோங்க.” ஜார்விஸ் சாரத்தில் சுருட்டிக்கொள்வதற்கு ஏதுவான கத்தி ஒன்றை எடுத்துவந்து நீட்டினான்.

“இல்ல. ஜார்விஸ். வேணாம். உடனே வந்துடுதன்.” அதனை வாங்க மறுத்துவிட்டுக் கிளம்பியவன் மதியம் மூன்று மணியளவில் திருநெல்வேலி ஜங்ஷனுக்குள் நுழைந்த கணபதி ட்ரான்ஸ்போர்ட் பேருந்திலிருந்து சோம்பல் முறித்தபடி இறங்கினான்.

தேநீரை அருந்திவிட்டு லாட்ஜைத் தொலைவில் நின்றபடி நோக்கினான். நினைவுகள் நிழலாடியது. ஒரு கனவிற்குள் நிற்பதைப் போல் உணர்ந்து தொலைத்த வாழ்க்கையை விடுதியின் சாளரம் வழியாகப் பார்த்தான் . உள்ளே அவனே நடந்துகொண்டிருப்பதைப் போல் தெரிந்தது. ஒரு வாகனத்தின் ஆரன் சப்தம் கேட்டுச் சுயநினைவுக்கு வந்தான். அதுவரை அவன் அணிந்திருந்த உற்சாகமெல்லாம் கணங்களில் உரிந்து விழ, சோகம் மேலேறி அவனைத் தழுவிக்கொண்டிருந்தது. தாமதிக்காமல் அங்கிருந்து நகர்ந்து தானா மூனா கட்டடத்திற்கு அருகில் இருந்த சைக்கிள் கடையில் வாடகை சைக்கிள் ஒன்றை எடுத்துக்கொண்டு, மரியா பயின்றுவந்த கல்லூரியை நோக்கிப் புறப்பட்டான்.

மணி ஐந்தைத் தொட்டபோது, வகுப்புகள் நிறைவுற்று கல்லூரி யிலிருந்து வெளியேறிய மாணவிகள் ஒவ்வொருவரையாகக் கூர்ந்து கவனித்தான். அவளைக் காணவில்லை. அவளது வீட்டின் அருகிலேயே சென்று அவளைக் காணமுடிகிறதா பார்ப்போம் என்ற முடிவோடு மீண்டும் ஜங்ஷனுக்குத் திரும்பினான். சைக்கிளைக் கடையில் விட்டுவிட்டு, மரியாவின் வீடு அமைந்திருக்கின்ற தெருவை நோக்கி நடந்தான்.

“எசக்கி... ஏய்...” சிறிது தூரம் நடந்தபின்னர் பின்னாலிருந்து ஒரு பெண்ணின் குரல் வருவதைக்கேட்டுத் திரும்பிப் பார்த்தான்.

மரியா டிசோஸா.

விழிகள் கலங்கி, புன்முறுவல் அரும்பி அவனை நோக்கி நடந்து வந்தாள்.

“உன்ன பாக்க காலேஜிக்குப் போயிருந்தன். எப்படி இருக்க? ஏன் கண்ணெல்லாம் சுத்தி கருத்துப்போய். ஆளு மின்ன மாரி இல்லாம ஒருமாரி கூராப்பா... செரியில்லயே...”

“அதெல்லாம் ஒன்னுல்லயே. நல்லா தான்ல இருக்கன். எனக்கு க்ளாஸ் மதியமே முடிஞ்சுட்டு. சர்ச்சுக்குப் போயிருந்தன். உன் நடைய பாத்தோன சந்தேகம். ஆருடா இதுனு. எப்படிள இருக்க. எத்தன மாசமாச்சு.”

“நான்... யெல்லாத்தையும் உங்கிட்ட எப்படிச் சொல்றதுனு தெர்லளா..”

“எல்லாம் தெரியும். இப்பம் எங்க இருக்க.”

“தூத்துடில, செரி. இப்பம் உனக்கு எதும் வேல இல்லன்னா எங்கூட வரியா?”

“ஏன்?”

“உனக்கு ஒரு சைக்கிள் வாங்கித்தருதன். வேணாம்னு சொல்லாத.”

“இப்பமா. இப்பம் வீட்டுக்குப் போய்ட்டு பெறவு சர்ச்சுக்குப் போவனுமே. நாளகழிச்சு வாங்குவமா?”

“செரி. அப்பம் இந்தா... இந்த துட்ட வைச்சுக்க. நான் ஒருவேள வரலனா நீயே வாங்கிக்க.”

“இல்ல. உங்கிட்டயே இரிக்கட்டும். உனக்கு எப்பம் வர முடியுதோ அப்பம் வாங்கித்தா.”

“செரி.”

“ஏளா ஒன்ன ஒராட்டமாவது பாத்துடணும்னுதான் உசுர கைல பிடிச்சு நின்னன். பாத்துட்டன்.”

“எனக்கும் உன்னப் பாக்கலயேனு தவிப்பா இருந்துச்சு. மரியா... கிறிஸ்துமஸ் வாழ்த்துகள்.”

“ஹாஹா தேங்ஸ். பரவால்லயே. எம்பேர வெக்கப்படாம சொல்லுத. ஏட்டினு ஒராட்டம் சொல்லேன்.”

“சும்மா இருள.”

“சொல்லு.”

"சரிட்டி... போதுமா."

"செரில நான் போறன். நீ அங்கன பத்திரமா இரு." அவள் சட்டென்று விடைபெற்றுச் சென்றது அவனுக்கு, வித்தியாசமாகத் தெரிந்தது. அவள் நிறைய மாறியிருக்கிறாள். அவளது கண்கள் முன்பிருந்ததைப்போல் இல்லை. அவற்றில் அவளது கட்டுப்பாடுகளை மீறிச் சொல்ல முடியாத சோகம் ஒன்று வெளியே வழிகிறது. அவள் நிராசையில் தவிக்கிறாள். அதன் காரணத்தை அறியமுடியாமல் அவன் அதே இடத்தில் நின்றுகொண்டிருந்தான். அவளுக்குத் தருவதாக வைத்திருந்த முத்துமோதிரம் அவனது நினைவுக்கு வருவதற்குள் அவள் தொலைதூரம் நடந்திருந்தாள். அங்கிருந்து அழைத்தால் அவளுக்கு எட்டாது என்பதை உணர்ந்து அவள் சென்ற திசையில் வேகமாக எட்டுவைத்து நடந்தான். அந்திப்பொழுது பிரசவித்த இருள் அப்பாதையில் இறங்கித் தவழ்ந்து கொண்டிருந்தது.

***

மார்கழி மாதத்தின் மாலைநேரப் பனிச்சாரலில் நனைந்திருந்த தூத்துக்குடி பனிமய மாதா ஆலயம் வண்ணவண்ண விளக்குகளால் ஒளிர்ந்து கொண்டிருந்தது. மறைமாவட்டப் பேராயர்கள் இரவுநேரத் திருப்பலி நிகழ்வுக்காக வந்து சேர்ந்திருந்தனர்.

கிறிஸ்த்துவரல்லாத மக்களும்கூட கடற்கரைச் சாலையை ஒட்டி நின்று சாலையில் கண்களுக்கும், செவிகளுக்கும் விருந்துவைக்கும் விதமாக நடந்துகொண்டிருந்த இன்பப்பாடல் கொண்டாட்ட ஊர்வலத்தைக் கண்டு ரசித்துக்கொண்டிருந்தனர். ஜார்விஸ் ஊர்வலத்தில் நடந்துகொண்டிருக்க தாமஸ், ராஜசேகர், தாமஸின் அழைப்பை ஏற்று வந்திருந்த ஈஸ்வரப்பாண்டியன் ஆகிய மூவரும் சாலையோரத்தில் நின்றிருந்தனர்.

திடீரென அவர்களைச் சுற்றி நின்ற மக்கள் எல்லோரும் சப்தமிட்டு அலறியபடி நாலாத்திசைகளிலும் சிதறி ஓடினர். அதற்கான காரணம் என்னவென்பது அம்மூவருக்கும் அடுத்த கணத்திலேயே புரிந்திருந்தது. ஈஸ்வரப்பாண்டியன், தாமஸ், ராஜசேகர் ஆகிய மூவரும் சாலையின் நடுவே மிரட்சியடைந்து நின்றுகொண்டிருக்க, டி.எச்.ரூஸ்வெல்ட், தாஸ் உள்ளிட்ட ஏழு நபர்கள் கூரிய வாள்களோடும், கத்திகளோடும் அம்மூவரையும் சுற்றி வளைத்திருந்தனர்.

வாள்களுக்கு எதிராகப் பயனற்றது என்றாலும் ராஜசேகர் இடுப்பில் மறைத்து வைத்திருந்த கத்தியை வெளியே உருவினான். தனக்கு எதிரில் அத்தனை எதிரிகள் நிற்பதை விடவும் தன்னருகில் இசக்கி இல்லையே என்கிற கையறுநிலை அவனுக்கு சஞ்சலத்தை உண்டாக்கியது.

“பாண்டிண்ணே... நீங்க போயிடுங்க.” ரூஸ்வெல்ட் ஈஸ்வரப் பாண்டியனை நோக்கி எச்சரிக்கைக் குரல் விடுத்தார்.

“எலே. என்ன இப்போம். போங்கடே அந்தாண்ட. அப்படி இவனுவ மேல வீசணும்னா எம்மேலயும் வீசுங்கடே பாத்துருவோம்.” நிராயிதபாணியாக நின்றபோதிலும் ஈஸ்வரப்பாண்டியனிடத்தில் அச்சவுணர்வு துளியும் தென்படவில்லை.

“எலே. அவிய வீம்புக்கு நிக்கிறாவ. அவிய மேல வீசிடாதிய. ரெண்டேரு மட்டும்தான்.”

தனது சகாக்களிடம் உத்தரவிட்டபடி முன்னேறிவந்த ரூஸ்வெல்ட்டிடம் வேகம் அதிகரித்தது. தழும்புகள் அப்பிய அவரது முகத்தில் வன்மம் முடிக்கப்போவதின் மிருகப் பெருமிதம் கூடிக்கொண்டிருந்தது.

எவரும் எதிர்பார்க்காத நொடியில் தொலைவில் ஓடி ஒண்டியிருந்த கூட்டத்தை விலக்கிக்கொண்டு வெளியே பாய்ந்துவந்த ஜார்விஸ் கையிழுவை வண்டியின் மீதிருந்த இரண்டு பெட்டர்மாக்ஸ் விளக்குகளை இரண்டு கைகளாலும் தூக்கிக்கொண்டு வந்து ரூஸ்வெல்ட்டும் அவரது சகாக்களும் நின்றிருந்த இடம் நோக்கி வீசினான். விளக்குகள் விழுந்த இடம் குப்பென்று தீப்பற்றி எரிந்தது.

பதற்றமடைந்த ஏழுவரும் கைகளில் இருந்த ஆயுதங்களை உயர்த்தினர், அக்கணத்தில் ஜார்விஸ் சட்டையிலிருந்து உருவியெறிந்த அரிவாள் தாஸின் வாள் உயர்திய கரத்தின் மணிக்கட்டில் சொருகி நின்றது. தாஸ் அலறியபடி கீழே விழுந்து துடித்தான்.

அடுத்ததாக அருகில் தென்பட்ட இரும்புக் குழாய் ஒன்றை எடுத்துக்கொண்டு ஜார்விஸ் இன்னும் வேகத்துடன் சீறி வர, ரூஸ்வெல்ட்டும் அவரது அருகில் இருந்தவர்களும் இன்னும் ஓரடி முன்னே வந்து ஈஸ்வரப்பாண்டியனைக் கோர்த்துப் பிடித்துக்கொண்டு ராஜசேகர், தாமஸ் ஆகிய இருவரை நோக்கியும் வாள்களை வீசத் தொடங்கினர்.

***

இசக்கி மரியாவின் வீட்டை நெருங்கியபோது, எதிர் வீடுகளின் வாசல்களில் நின்றுகொண்டிருந்தவர்கள் ஓ'வென்று கத்தியபடி அவளது கூரை வீட்டை நோக்கி ஓடிக்கொண்டிருந்தனர். அதன் காரணம் விளங்காமல் அவனும் அவளது வீட்டை நோக்கி வேகமெடுத்தான்.

அவன் அவளது வீட்டை அடைந்தபோது வீட்டிற்குள் தீப்பற்றி எரியும் உடலோடு மரியா டிசோஸா அங்கும் இங்கும் அலறியபடி ஓடிக்கொண்டிருந்தாள்.

04

"இந்த பாருடா தம்பி யாரு வந்துருக்கான்னு."

அன்று தமிழரசனும், இருதயராஜூம் அனிதாவுடைய வீட்டிற்கு வந்திருந்தனர். இருவரும் வாசலில் வண்டியை நிறுத்திவிட்டு இறங்கிவருவதைக் கண்டதும் அனிதா அவளது மகனைத் தூக்கிக் கொண்டு திண்ணைக்கு வந்தாள்.

"வாடா. இருதயா வாடி எப்படி இருக்க?"

"நல்லா இரிக்கேன்க்கா. நீங்க சொவமா இருக்கியளா?"

"நல்லாருக்கண்டி. உக்காரு." தமிழரசன் பழங்களும், இனிப்பு வகைகளும் அடங்கிய பையை அனிதாவிடம் நீட்டினான்.

"பார்ரா. எப்பவும் இதெல்லாம் வாங்க மாட்டியே?"

"இது வர வழில இருதயன் வாங்கினது."

"அதான பாத்தன். பாத்துக்கடா தம்பி உன் மணத்த மாமன."

"எங்க அத்தான், மாமாவ எல்லாம் காணும்?" தமிழரசன் வீட்டைச் சுற்றிலும் நோட்டமிட்டபடிக் கேட்டான்.

"அத்தான் ஆவுடையார் கோயிலுக்குப் போயிருக்காரு. பேங்குல எதோ வேலையாம். மாமாவும் அத்தையும் என் நாத்தனார் ஊருக்குப் போயிருக்காங்க. அவங்க ஊர்ல கோயில் திருவிழான்னு."

"சரி அப்பா போன்ல சேதிய சொன்னாரா?"

“சொன்னாரு சொன்னாரு. பறக்காத இரு. இப்பதான வந்த. எப்படித் தம்பி இவன் கூடலாம் சுத்துறிய?” இருதயராஜ் சிரித்துக்கொண்டே அனிதாவின் மகனைத் தூக்கி விளையாட்டு காண்பித்துக் கொண்டிருந்தான்.

“சரி ரெண்டுபேரும் உக்காந்துருங்க. டீ போட்டு வாரன்.”

“டீயா... வெயில பாத்தல்ல. எலும்சம்பழம் இருந்தா ஜூஸ் போட்டு வா.” தமிழரசன் டீப்பாயில் கிடந்த செய்தித்தாளை எடுத்துப் பார்த்தபடிக் கூறினான்.

“ஆமாம். நானும் அதான் நினைச்சன். தண்ணி விராச்சிக்கு அதான் தேவலாம். உக்காருங்க வந்துறன்.” அனிதா உள்ளே சென்று இரண்டு தம்ப்ளர்கள் நிறைய வெல்லம் கலந்த எலுமிச்சைச் சாறைக் கொண்டு வந்து நீட்டினாள்.

“ஐஸ் போட்டியா?”

“போட்ருக்கன்டா எப்பா.”

“குடிச்சுட்டு வா. எடுத்துத் தரேன். இன்னும் அவருக்கு வேற தெரியாது.”

“அத்தானுக்கா. ஏய் ஏந்த சொல்லல. எதாவது சொல்லப்போறாரு?”

“அதெல்லாம் பாத்துக்கலாம். ஒன்னும் சொல்ல மாட்டாரு.”

“சரி வா.” அனிதா தமிழரசனை அவளது அறைக்கு அழைத்துச் சென்று பீரோலிலிருந்து தங்கச்சங்கிலி ஒன்றை எடுத்துக் காகிதத்தில் மடித்து அவனிடம் கொடுத்தாள். அவன் அதனை வாங்கிச் சட்டைப்பைக்குள் வைத்துக்கொண்டு கூடத்திற்கு வந்தான்.

“பத்திரமா கொண்டு போ... சரி இந்தாங்க இத உங்க செலவுக்கு வைச்சுக்கங்க.” அவள் தனது கைப்பையில் சுருட்டி வைத்திருந்த ரூபாய் நோட்டுகளில் சிலவற்றை எடுத்து தமிழரசனிடம் நீட்டினாள்.

“சரிந்த நாங்க கிளம்புறோம். வல்லத்தரசு பத்திரிகை வைச்சிட்டாரா?”

“ம் வந்தாங்க. நான் பணம்தான்டா போடப்போறன். இங்கயும் கொஞ்சம் சிரமமாதான் இருக்கு.”

மூவரும் பேசிக்கொண்டே வாசலுக்கு நடந்தனர்.

“சரி நாங்க கிளம்புறோம்.”

“பத்திரமா போங்க. தம்பி நான் கல்யாணத்துக்கு வருவன். நீ இருப்பல்ல?”

“ம்ம் இருப்பன்கா.”

“சரி. தமிழு வீட்டுக்குப் போனதும் போய்ட்டன்னு போன் பண்ணிச்சொல்லு. வாய பொளந்துகிட்டு போவாத. நகை பத்திரம்.”

இருவரும் மணமேல்குடி திரும்பியபிறகு தமிழரசன் கொண்டு வந்திருந்த நகையை வாங்கிக்கொண்டு நஞ்சுண்டான் வங்கிக்குச் சென்றார். அதனை அடகு வைத்துவிட்டு கையோடு ராமுசெட்டி பத்தரிடம் இரண்டு மோதிரங்களை செய்யச் சொல்லி முன்பணம் கொடுத்துவிட்டு வந்தார்.

முக்கியப் பிரமுகர்களின் வீடுகளுக்குப் பத்திரிகை வைக்க உடன் செல்வது, தெரிந்த வியாபாரிகளிடம் விலைபேசிப் பண்ட பாத்திரங்கள் வாங்கித் தருவது, சமையல்காரர்களுக்குச் சொல்லிவிடுவது என வல்லத்தரசுவின் மகள் திருமண ஏற்பாடுகளில் நஞ்சுண்டானுக்கும் ஓய்ச்சல் இல்லாத வேலைகள் இருந்தன. இன்னொருபுறம் கடற்படை கெடுபிடிகளால் வாங்கிவைத்த சரக்குகள் படகில் ஏற்ற முடியாமல் தோப்பிலேயே தேங்கி நின்றன.

நஞ்சுண்டானுக்கு ஏற்பட்டிருந்த மனச்சோர்வின் காரணங்களைப் புரிந்துகொண்ட வல்லத்தரசு அவரிடம்கூடக் கூறாமல் திருமணத்திற்கு முந்தைய இரவின் நடு சாமத்தில் சந்திரனையும், திப்பு சுல்தானையும் அழைத்துக்கொண்டு சரக்குகளைப் படகில் ஏற்றிக்கொண்டு கடலுக்குள் சென்றிருந்தார். விசயத்தைக் கேள்விப்பட்ட நஞ்சுண்டான் விடிந்தால் மகள் திருமணத்தை வைத்துக்கொண்டு வல்லத்தரசு ஏன் இப்படிச் செய்தார் எனத் திருமணப் பந்தலுக்குள் நிம்மதியின்றி அலைந்துகொண்டிருந்தார்.

ஒருவழியாக அசம்பாவிதங்கள் ஏதும் நிகழாமல் விடியற்காலையில் மூவரும் பத்திரமாகக் கரைதிரும்பியிருந்தனர். சந்திரனையும், திப்பு சுல்தானையும் முகூர்த்த நேரத்திற்குள் உறங்கியெழுந்து வந்துவிடும்படி கூறி அனுப்பிவிட்டு வல்லத்தரசு பந்தலுக்கு வந்து சேர்ந்தார். அப்போது கோபம் கொண்டவராய் நஞ்சுண்டான் அவரிடம் சப்தமே போட்டுவிட்டார்.

விடிந்ததும் பங்குனி வெயில் எல்லோருக்கும் முன்பாகவே அந்தத் திருமண பந்தலுக்குள் வருகை தந்திருந்தது. நஞ்சுண்டானும்,

மீனாம்பாளும் பந்தலின் வாயிலில் நின்றுகொண்டு திருமணத்திற்கு வந்தவர்களை வரவேற்றுக்கொண்டிருந்தனர். தமிழரசன் ஒரு மேசைக்கு முன்னமர்ந்து மொய் எழுதிக் கொண்டிருந்தான். சந்திரனும் திப்பு சுல்தானும் வருவதற்குத் தாமதமாகும் எனத் தமிழரசன் கூறிவிட்டுச் சென்றதையடுத்து இருதயராஜ் கடைசி வரிசை நாற்காலியில் அமர்ந்து சுற்றி நிகழ்ந்த எல்லாவற்றையும் வேடிக்கை பார்த்துக்கொண்டிருந்தான்.

"விலகாத சொந்தமானது
தெய்வம் முடி போட்ட பந்தம் ஆனது...
செம்பருத்தி செம்பருத்தி
பூவைப் போல பெண் ஒருத்தி..."

ஒலிப்பெருக்கியில் ஒலித்துக் கொண்டிருந்த திரைப்படப் பாடல் பந்தலில் வீற்றிருந்த அத்தனை செவிகளையும் ஊடுருவிச் சாலை வரை சென்றது. பந்தலுக்குப் பின்புறத்தில் கொதித்துக்கொண்டிருந்த ஆட்டுக்கறி குழம்பு இரண்டு வீதிகள் தாண்டியும் மணத்துக் கொண்டிருந்தது.

பாடல் தற்காலிகமாக நிறுத்தப்பட்டு கெட்டிமேளம் இசைக்கப் பட்டதும், மணமகள் கழுத்தில் மங்கல நாண் ஏறியது. அதைத் தொடர்ந்து சில நிமிடங்களிலேயே பந்தி வடிக்கும் இடம் ஜனத் திரளால் திணறத் தொடங்கியது. மேடைக்கு வந்த நஞ்சுண்டான் மீனாம்பாளின் கைகளில் மோதிரங்கள் அடங்கிய நகைப்பெட்டியைத் தந்து அவரது கையாலேயே மணமக்களுக்கு அதனை அணிவிக்கச் சொன்னார். மணமக்கள் இருவரும் நஞ்சுண்டானையும், மீனாம்பாளையும் சேர்ந்து நிற்கச் சொல்லி அவர்களது கால்களில் விழுந்து ஆசீர்வாதம் வாங்கிக்கொண்டனர்.

நஞ்சுண்டானும், மீனாம்பாளும் மேடையிலிருந்து கீழிறங்கி வரவும் அனிதா, அவளது கணவரோடு பந்தலுக்குள் நுழைந்தாள். பிறகு அவள் தனது கணவரோடு மேடைக்குச் சென்று மணமகளின் கையில் மொய்க் கவரைக் கொடுத்து வாழ்த்திவிட்டு வந்தாள். அனிதாவைக் கண்டதும் இருதயராஜும், தமிழரசனும் அவர்கள் நிற்கும் இடத்திற்கு வந்திருந்தனர். நஞ்சுண்டான் அவர்கள் ஐவரையும் பந்தலின் தெற்கு மூலைக்கு அழைத்துவந்து நிற்கவைத்துவிட்டு, மீண்டும் உள்ளேசென்று புகைப்படக் கலைஞர் ஒருவரை அழைத்து வந்தார். மீனாம்பாள், அனிதா, அவளது கணவன், தமிழரசன் ஆகியோர் அடுத்தடுத்து நிற்க

அனிதாவின் மகனைக் கையில் தூக்கி வைத்துக்கொண்டிருந்த இருதயராஜைத் தமிழரசனோடு ஒட்டி நிற்கச் சொல்லிவிட்டு நஞ்சுண்டான் அவனுக்கு அருகில் போய் நின்றார். புகைப்படக் கலைஞர் கேமராவின் பொத்தானை அழுத்திப் புகைப்படம் சரியாக வந்திருக்கிறது எனக் கூறிய பிறகும், அம்முகங்களில் நிலைகொண்டிருந்த புன்சிரிப்பு விலகாமல் இருந்தது.

05

கதவை உடைத்துக்கொண்டு உள்ளே செல்கையில் மரியா பிரளய இடிபாடுகளுக்குள் சிக்கிய தெய்வச் சிலைபோல் கருமையேறிக் கிடந்தாள். தீயில் கருகிய அவளது மேனியின் வீச்சம் அந்தக் குடிசையின் சுவர்களைக் கடந்து வெளியில் பரவிக்கொண்டிருந்தது.

முத்தம்மை தனது மகளின் வெந்துகிடந்த உடலைத் தூக்கி மார்பில் கிடத்திக்கொண்டு அழுதுகொண்டிருந்தார். வீட்டிற்கு வெளியே ஆட்கள் கூடியிருந்ததைக் கண்டு பதற்றத்துடன் ஓடிவந்த அவளது அண்ணன் டேனியல் வீட்டிற்குள் நுழைந்து உறைந்து நின்றான். அடுத்த நொடியில் கையிலிருந்த பைபிளையும், துண்டறிக்கைகளையும் கீழே விட்டுவிட்டு நின்ற இடத்திலேயே சரிந்தான். முகம் முழுவதும் கருகியிருந்தும் அவளது கண்களில் உடல்புசித்த எரிதணலின் நிழல் கூடப் படிந்திருக்கவில்லை. அவளது பார்வையில் இன்னும் ஜீவனிருப்பதைப்போல் உணர்ந்து இசக்கி அதனையே வெறித்திருந்தான். இது ஒரு தெய்வத்தின் அழிவு. இவ்வுலகில் தன்னை நிலைநிறுத்த இனி ஓர் உருவும் இல்லை என்பது அவனுக்கு அங்கு முடிவாகியிருந்தது.

பொன்னிற ஒளியை உமிழும் அவளது விழிகளை நேருக்கு நேராகப் பார்க்க நெஞ்சில் வலுவில்லாமல் அவன் ஒவ்வொரு இடமாக நகர்ந்து நின்றபடி விம்மினான்.

அழுது ஓய்ந்து மரியாவை அடக்கம் செய்ய ஏற்பாடுகள் ஆகிக் கொண்டிருந்தபோது கூட டேனியல் இசக்கியை எதுவும் வினவவில்லை. அவன் தன்னை ஏற்கெனவே தெரிந்து வைத்திருப்பான் என அவனால் அவதானிக்க முடிந்தது. டேனியலின் பார்வையும் அப்படித்தான் இருந்தது. தனது இருப்பை டேனியல் விரும்பவில்லை என்பதையும் அதேநேரத்தில் தன்னை அணுகுவதற்கு

அவன் அஞ்சி நிற்கிறான் என்பதையும் புரிந்தகொண்ட இசக்கி நேராக அவனிடம் எழுந்து வந்து பையிலிருந்த பணத்தை எடுத்து அவனது கையில் வைக்க முயன்றான்.

தங்கையை அடக்கம் செய்யக்கூட தன்னிடம் பணம் இல்லை என்பதை அறிந்துதான் இவன் பணத்தை நீட்டுகிறான் என ஆத்திரம் அடைந்தவனாய் டேனியல் அதை மறுத்தான்.

மிரட்டும் பார்வையோடு, இசக்கி வலுக்கட்டாயமாக அந்தப் பணத்தை அவனது கையில் திணித்துவிட்டு, மரியாவின் அருகில் சென்று அமர்ந்து சட்டைப் பையைத் துழாவினான்.

“ஏளா ஏன் இப்படிச் செஞ்ச. ஐயோ...” அங்கு கூடியிருந்தவர்களை ஒரு பொருட்டாகக் கருதாமல் ஓலமிட்டான். அவளது வெறித்த கண்கள் அவனுக்கு ஏதோ ஒன்றை இரகசியமாகக் கூற விரும்பின. அவன் குழம்பிப்போய் மீண்டும் அவற்றை நோக்கினான். மரியாவின் அந்தப் பார்வை ஒரு நுண்ணிய கணம் அவனுக்கு மங்கம்மாளின் பார்வையை நினைவூட்டி அவனை அதிரச்செய்தது. அதற்கு மேல் ஒருநொடியும் தாமதிக்காமல் அங்கிருந்து வெளியேறி நடந்தான்.

இது ஒரு பெருந்துயரத்தின் தொடர்ச்சி.

அந்தக் கொடுந்தீ தலைமுறைகள் ஊடாக எரிந்துவந்து வேறொருத்தியைப் பற்றியிருக்கிறது. இசக்கி கொடுத்த பணத்தில் வாங்கப்பட்டிருந்த சவப்பெட்டியில் மரியாவைத் தூக்கிக் கிடத்தியபோது, அவளது வலது கரத்தின் மோதிர விரலில் முத்துமோதிரம் ஒன்று ஒளிர்ந்துகொண்டிருந்தது. அதன் மதிப்பை அறிந்தவர்கள் அங்கு எவரும் இல்லை.

சுவரில் தொங்கிய புகைப்படத்திற்குள்ளிருந்து அதனை நோக்கிய முத்துக்குளியால் சூசையினால் மட்டுமே அந்த முத்தின் மதிப்பைக் கணக்கிட முடியும். அதனினும் விலைமதிப்பற்ற அவரது மகளின் வாழ்வு அவர் கண்ணெதிரே முடிந்திருக்கிறது. கோணியினால் வாரியணைத்து அவளை அவரால் காக்க இயலவில்லை. தீ அங்கம் அங்கமாக அவளைப் பிய்த்துத் தின்றுகொண்டிருந்த நிமிடத்தில் கூட அவர் அசையாமல் வீற்றிருந்தார். அவள் மூச்சைவிட்ட கணத்தில் கூட அவரது புன்னகை அகலாமல் இருந்தது.

அந்தப் புன்னகை இயலாமையின் உச்சகட்ட வடிவம். அச்சிரிப்பு அழியாத் துயரின் ஒட்டுமொத்த வெளிப்பாடு. அது ஒரு பேரழுகையின் மௌன சாட்சியம்.

மங்கம்மாளும் அந்த இரு யட்சிகளும் இணைந்து நிறுத்தாமல் உக்கிரத் தாண்டவம் ஆடிக் கொண்டிருக்கின்றனர். ஃபெலிக்ஸ் மிராண்டாவின் கைகளால் வெட்டுப்பட்டு இறந்திருந்தாலோ, அல்லது சிறையில் வதைக்கப்பட்டபோது, இறந்திருந்தாலோ இந்த ரணம் மிகுந்த மேகங்கள் அனைத்தும் மரணம் என்ற புயலால் ஒரு நொடியில் கலைக்கப்பட்டிருக்கும். ஏன் அவள் என்னை வாழவைத்துச் சித்திரவதை செய்கிறாள்?!

மரியாவைக் கொன்றது நான் வாங்கிவந்த சாபமன்றி வேறென்ன? ஆற்றமுடியாத வேதனையுடன் அவன் சுலோச்சன முதலியார் பாலத்தின் தடுப்புச் சுவர் மீது ஏறி நின்றுகொண்டிருந்தான். குதி. உன்னையும், உனது பாவங்களையும் நான் எடுத்துக்கொள்கிறேன் என மௌன மொழியில் ஆறுதல் கூறும் ஓசையோடு அவனுக்குக் கீழ் தாமிரபரணி கரை ததும்பி ஓடிக்கொண்டிருந்தது.

நதியோட்டத்தை எதிர்த்து நின்று அதன் மேற்பரப்பில் மரியா டிஸோசா ஒரு பேருருவமாய் மிதந்து கொண்டிருந்தாள். நீரில் கரையாத ஒரு பிரம்மாண்ட ஓவியமாய் அவள் அவனுக்குத் தெரிந்தாள்.

“எலே... என்ன செய்த.”

சட்டென்று பின்னாலிருந்து யாரோ இழுத்ததில் சுதாரித்துக் கண்களைத் திறந்து திரும்பிப் பார்த்தான். பாலத்தின் மஞ்சள் விளக்கு ஒளியில் ராஜசேகரும், ஜார்விஸூம் நின்றிருந்தனர்.

“இறங்குல. என்ன ஆச்சு?”

“ஒன்னுல்லடே. படித்தொர எசக்கியம்மன் கோயில் தெரியுதானு பாக்கென்.”

“இந்த இருட்டுலயா. என்னல ஒனக்கு கோட்டியா? வால வந்து மொத ப்ளசர்ல ஏறு.” ராஜசேகர் மட்டும் பேசிக்கொண்டிருக்க ஜார்விஸ் அவனது இயல்புக்கு மாறாக மௌனமாய் இருந்தான். ராஜசேகரையும் அவன் பேசவிடாமல் கட்டுப்படுத்துவதை இசக்கி கண்டுகொண்டான்.

“என்னல. என்னாச்சு? என்னமாச்சும் சண்டையா. எவம்?”

“நீ வா. மொத. ப்ளசர்ல ஏறு.”

கார் சத்திரத்தை நெருங்கியபோது ஜார்விஸ் மௌனம் கலைத்தான்.

"தாமஸ கொன்னுட்டானுவ."

"ஏ என்ன சொல்லுத. எப்பம். எவம்?"

"சாயங்காலம். ரூஸ்வெல்ட்டும். அவனுவ ஆளுக்களும் சேந்து. நான் போராடிப் பாத்தன். முடியல. இவியல மட்டும்தான் காவந்து பண்ண முடிஞ்சுது. நாந்தான் ஒங்ககிட்ட சொன்னம்ல. கராலுக்கு வந்துடுங்க. அவனுவ பழச தீக்க நிக்கானுவனு. நீங்க இருந்திருந்தியனா கூட..."

"ஏ என்னல சொல்லுத. எனக்கி இப்படி ஆவும்னு தெரியலடே. ஐயோ மயினி அவியல்ட்டகூட சொல்லிட்டுதான வந்தேன். அவிய மூஞ்சிய எப்படிப் பாக்க போறன்னு தெரியலயே."

அடுத்தடுத்து நிகழ்ந்த துன்பியல் நிகழ்வுகளால் இசக்கி வழிமுழுவதும் தன்னிலை இழந்து புலம்பிக்கொண்டே வந்தான்.

"செரி இப்பம் என்ன செயலாம்னு சொல்லுங்க. ஆனா நீங்க ரெண்டேரும் வரவேணாம்."

"ஏன் அப்படிச் சொல்லுதிய?" ராஜசேகர் குறுக்கிட்டான்.

"போத்தியயும் அமைதியா இருக்கச் சொல்லி கால்ல விழுந்து கெஞ்சாத கொறையா சொல்லிட்டு வந்துருக்கன். நீங்கதான் பாத்தியல்ல. அவிய முந்திகிட்டாவானா வேற வெனையே வேணாம். ஒன்னா இரிக்க ரெண்டு சாதியும் மோதிக்கும். ஏக்கனவே ஒரு சாதிக் குடும்பப் பகையில வேத்தாளுவிய வந்துட்டியன்னு எல்லாம் பேசுறாவ. இசக்கி நீங்க சொல்லுங்க. என்ன செய்யலாம்?"

"ஒங்களதான் கேக்கன்."

"அடக்கம் எப்போம்?"

"நாளைக்குதாம்."

"மொத அடக்கத்த மரியாதையா முடிங்க..."

"அதுக்கென்னு. அது நடக்கிம்."

"நான் சொல்றத கேக்க மாட்டிய. என்ன செய்யனுமோ செய்ங்க."

"ஏன் இப்படிப் பேசுதிய. ஒங்க பேச்ச கேக்க கூடாதுனா ஏன் உங்கள தேடி வந்தோம். பயலுவலோட இந்நேரத்துக்குப் போயிருப்பம்."

"செரி அப்பம் நான் சொல்லுற வர அமைதியா இருங்க."

தாமஸின் உடல் பிரேதப் பரிசோதனை முடிந்து வீடுவந்து சேருவதற்கு மறுநாள் மதியம் மூன்று மணியாகியிருந்தது. திண்ணையில் கிடத்தப்பட்டிருந்த அவரது சடலத்தின் இடதுபுறத்தில் ஈஸ்வரப்பாண்டியன் அடக்கமுடியாத துயரத்தோடு அமர்ந்திருந்தார். இன்னொருபுறம் ஜோஸ்லின் தேம்பித் தேம்பி அழுதுகொண்டிருந்தாள். அவளது மகன் அப்பா இறந்துவிட்டதைப் புரிந்துகொண்டதைப்போல் விசும்பிக்கொண்டிருந்தான்.

இசக்கிக்கு அவர்களது முகங்களை ஏறெடுத்துப் பார்க்கக்கூடத் தைரியம் இல்லை. வாசலுக்கு வந்து ஜார்விஸை அருகில் அழைத்தான்.

"அசனப் பூசையெல்லாம் முடியட்டும்னு போத்திட்ட நீயே சொல்லு. பாத்துகிறலாம். அடக்கத்த மொத நல்லா செய்ங்க."

தாமஸின் அடக்கம் முடிந்து, மூன்றாம்நாள் பூசை கடந்த பின்னரும் கூட மேற்கொண்டு என்ன செய்வதென்று இசக்கி வாய் திறக்கவில்லை.

அவனிடம் நிதானம் கூடியிருந்தது. அதனோடு அவன் சில தீர்க்கமான முடிவுகளையும் எடுத்திருந்தான். தனக்கென்று இனி ஒன்றுமில்லை. இந்த நெஞ்சம் இனி சுகப்படப் போவதில்லை.

அவன்பட்ட நன்றிக் கடனுக்காகச் சிறிதுகாலம் உயிர்மூச்சைச் சுமக்க எண்ணினான். தாமஸின் மகன் குருதிக்கறை படியாமல் கரையேறி வரவேண்டும். எந்தத் தரப்பிலும் இனியொரு கொலை விழ வேண்டாம். அதனை வெளிப்படையாகக் கூறாவிட்டாலும் தனது பேச்சின் மூலமாகவும், நடவடிக்கைகளின் மூலமாகவும் அவன் உணர்த்தினான்.

தாமஸ் இறந்து ஒருமாதம் நிறைவடைந்த நிலையில் ராஜசேகர் சற்று கோபம் மட்டுப்பட்டு தொழிலைக் கவனிக்கச் சென்றிருந்தான். அப்போதும் வெஞ்சினம் அடங்காதவனாய்ச் சுற்றிக்கொண்டிருந்த ஜார்விஸ் அன்று பொறுமையிழந்து இசக்கியிடம் வந்தான்.

"என்ன முடிவுல இருக்கிய?"

"ஜார்விஸே... ஒனக்கு இன்னைக்கு வாய்தா." முகமே தெரியாத அளவிற்கு மண்டியிருந்த தாடியை மழித்தபடி இசக்கி பேச்சை மாற்றினான்.

“தெரியும். தாமஸு மவன் வளந்துவந்து நம்ம எல்லாரையும் காரித் துப்புவாம்.”

“எல. மொத அவம் வளந்து ஒரு ஆளா வரட்டும். அதுக்காவது நாமெல்லாம் இருக்கனும்லடே. உன் வூட்டுக்காரவ வேற கர்பமா இருக்கயில... கொஞ்ச நாள் சோலியப் பாரு. வெளிநாட்டுவலுக்கு மீன் ஏத்துற தொழில் ஆரம்பிக்கப் போறன்னு சொன்னியே. என்னாச்சு. அதப்பாரு.”

இசக்கி ராஜசேகரை அழைத்துக்கொண்டு தாமஸ் வீட்டிலிருந்து கிளம்புவதற்கான ஏற்பாடுகளைச் செய்திருந்தான்.

ஜெரோமின் வீட்டிற்கு அருகில் ஓட்டுவீடு ஒன்றை வாடகைக்குப் பேசி வைத்துவிட்டு அவன் ஜோஸ்லினைப் பார்க்கச் சென்றிருந்தான்.

“ஏம்... இங்கன இரிக்க என்ன?”

“இல்ல மயினி. இனிமே அது செரியா வராது.”

“ஏன் ஆராவது என்னமாச்சும் பொரணி பேசுவாவன்னு பாக்கியலோ.”

“அப்படி இல்ல மயினி.”

“நீங்க போனாலும் பேசுவாவ.”

“வெளங்கல. என்ன சொல்லுதிய?”

“செரி அத விடுங்க. அந்தப்புள்ள எப்படி இருக்கா. பாத்தியலா?”

அவ்வளவு துயரிலும் ஜோஸ்லின் மற்றவர்களைப் பற்றியே சிந்திப்பது அவனைக் கலங்கச் செய்தது. அவனுக்குக் குரல் வரவில்லை. மரியாவை நினைத்தபடி இரு கரங்களாலும் முகத்தை மூடிக்கொண்டான்.

“மயினி... அவ...” குரல் உடைந்து செருமினான்.

“என்னாச்சு. ஏன் அழுவுறிய..” அவள் அவனுக்கு அருகில் வந்தாள்.

அந்த ஆண்டு மாசி மாதத்திலேயே தூத்துக்குடியில் வெப்பம் சித்திரையைப் போல் தகித்துக்கொண்டிருந்தது.

பத்திருபது ஆண்டுகளுக்கு முன்பெல்லாம் இப்படி இல்லை, தொழிற்சாலைகளின் வரவுக்குப் பின்னர்தான் இப்படி

ஆகியிருக்கிறது எனப் பெருசுகள் கூறியதை இளசுகளால் ஏற்க முடியவில்லை.

தூத்துக்குடி இன்னும் ஆறேழு மாதங்களில் திருநெல்வேலியிலிருந்து பிரிந்து தனிமாவட்டம் ஆகப்போவதையும், அந்தப் பெருமைக்குக் காரணமே இந்தத் தொழிற்சாலைகள்தான் என அவர்கள் தர்க்கம் செய்துகொண்டிருந்தனர்.

வெக்கையில் துவண்டு போயிருந்த உயிர்களை நனைக்க ஆச்சரியமாக அன்று மதியவாக்கில் மழை மேகங்கள் கூடி வந்திருந்தன. வெப்பச் சலனத்தினால் பெய்யும் மழையெனினும் அது சிறுமையானதல்ல. மழை அத்தனையும் மகத்துவமானது தான். முத்துநகரை முடிந்தவரை குளிர்வித்துவிடவேண்டுமென சடசடவெனப் பெருந்தூறல் விழத்தொடங்கியிருந்தது.

கண்ணாடியில் பட்டுத் தெறிக்கும் மழையை வைப்பர்களால் ஒதுக்கியபடி தாமஸின் கார் திருச்செந்தூரிலிருந்து தூத்துக்குடி நோக்கி வந்துகொண்டிருந்தது. ஈஸ்வரப்பாண்டியன் வேறொரு வாடகைக் காரில் முன்னால் சென்றிருந்தார். தாமஸின் காரில் ஓட்டுநர் இருக்கையில் அமர்ந்திருந்த ராஜசேகரும், அருகில் உள்ள இருக்கையில் இருந்த ஜார்விஸும் தோணிகளுக்கான வரிவிதிப்பு குறித்து எதையோ விவாதித்தபடி வந்தனர். ஜார்விஸின் மனைவிக்கு அப்போது தலைப்பிரசவத்தில் ஓர் ஆண் குழந்தை பிறந்திருந்ததால் அவள் அவர்களோடு திருச்செந்தூர் வந்திருக்கவில்லை. ஜோஸ்லினின் இரண்டு வயது மகன் இன்பராஜ் ஃபெர்னாண்டோ ஜார்விஸின் மடியில் அமர்ந்து மழை நனைத்த சாலையை வேடிக்கை பார்த்தபடி வந்தான். காரின் பின்புற இருக்கையில் இசக்கியும், மூன்று மாத கர்ப்பிணியாய் ஜோஸ்லினும் மாலையும் கழுத்துமாக அமர்ந்திருந்தனர்.

06

அன்று சந்திரனோடு கடலுக்குள்போக விரும்புவதாக இருதயராஜ் நஞ்சுண்டானிடம் கூறியபோது, அவர் சிறிது யோசனைக்குப் பின் சரியென்று ஆமோதித்திருந்தார். எனினும் ஏழு நாட்டிக்கலுக்கு மேல் செல்லாதீர்கள், இருதயராஜிற்கு லைஃப் ஜாக்கெட் ஒன்றை எடுத்துச் செல்லுங்கள் என்று சந்திரனிடம் அவர் கண்டிப்புடன்

கூறியிருந்தார். சந்திரன் இருதயராஜிடம் எடுத்த எடுப்பிலேயே பகல் கடல் இந்தக் காலநிலையில் ரசிக்கும்படியாக இருக்காது. அக்னி நட்சத்திரம் தொடங்கியிருப்பதால் பகலில் கடல் வெந்நீர் தீரம்போல் தகித்துக்கொண்டிருக்கும். உள்ளே சென்றதும் உடலில் உள்ள நீரெல்லாம் கொஞ்ச நேரத்திலேயே காணாமல் போகும் எனக் கடல் குறித்த சலிப்பான செய்திகளையே கூறினான். வேண்டுமானால் இரவில் போகலாம், எதையும் காண இயலாது என்றாலும் அது நல்ல அனுபவமாக இருக்கும் என்றான்.

இருதயராஜிற்குக் கடலுக்குள்போக விருப்பமிருந்தும், இரவுக் கடல் அச்சத்தை உண்டாக்கும் எனத் தெரிந்தது. பிறகு எதுவானாலும் பார்த்துக்கொள்ளலாம் என்ற முடிவுடன் அன்றிரவு கடலுக்குள் செல்வது என்ற முடிவை எடுத்திருந்தான்.

அன்று மாலை லைஃப் ஜாக்கெட் இரவல் வாங்குவதற்காக அவனும், திப்பு சுல்தானும் இருசக்கர வாகனத்தில் அம்மாபட்டினத்தில் இருக்கும் அப்துல்லா மரைக்காயர் வீட்டிற்கு வந்திருந்தனர். அப்துல்லா மரைக்காயரின் வீடு மர வேலைப்பாடுகள் அடங்கிய கதவுகள், தூண்கள், நடு முற்றம் எனப் பழமை வாய்ந்த இஸ்லாமியர் வீடுகளுக்கு எடுத்துக்காட்டாய் நின்றது. அந்த வீதியில் இருந்த வேறு சில வீடுகளும் அதே மாதிரியான அமைப்பைக் கொண்டிருந்தன.

அப்துல்லா மரைக்காயர் திப்பு சுல்தானின் தாய்வழி உறவுமுறையில் வருபவர். அவர்கள் வீட்டிற்கு யார் வந்தாலும் உபசரிப்பு நன்றாக இருக்குமென வரும்வழியிலேயே திப்பு சுல்தான் அவனிடம் கூறியிருந்ததைப் போலவே வீட்டிற்குள் நுழைந்ததும் பலகாரத் தட்டையும், தேநீரையும் எடுத்துவந்து தந்துவிட்டுதான் அப்துல்லா மரைக்காயர் மேற்படி பேச்சையே எடுத்தார். தட்டில் இருந்த கேக் மாதிரியான இனிப்புப் பதார்த்தத்தை வாயில் வைத்த மறுநொடியில் அதன் சுவை இருதயராஜை மெய்மறக்கச் செய்திருந்தது.

"இது என்னல? டேஷ்ட்டு செமயா இரிக்கு. எவ்வளவுனாலும் சாப்பிடலாமாட்டுக்கு" அப்துல்லா மரைக்காயர் லைப் ஜாக்கெட்டைத் தேடி எடுத்து வருவதற்காக உள்ளே சென்றபோது அவன் அந்த இனிப்பு குறித்து திப்பு சுல்தானிடம் சிலாகித்தான்.

"தம் ரூட்டு... சாப்ட்டது இல்லையா..? இங்க இதான் ஃபேமஸு சாப்பிடுங்க எனக்கு ரொம்பப் பிடிக்காது. மதமதனு வரும். ஃபுல்லா நெய்யும் முந்திரியும்தான்." திப்பு சுல்தான் காஃபியை

அருந்தியபடி பேசினான். அதற்கிடையே அப்துல்லா மரைக்காயர் லைஃப் ஜாக்கெட்டை எடுத்துக்கொண்டு வந்திருந்தார்.

"இந்தா மாப்ள. கொஞ்சம் அழுக்கா இருக்கு."

"இருக்கட்டும் மாமா. கொடுங்க நான் தொடைச்சிக்கிறேன்."

இருவரும் அங்கிருந்து விடைபெற்று தர்கா தெருவிலிருந்து பிரதானச் சாலைக்கு வந்தபோது அங்கு இஸ்லாமிய அமைப்பைச் சேர்ந்த ஒருவர் வாகனத்தில் அமர்ந்தபடி கந்தூரி விழாவுக்கு எதிராகப் பிரச்சாரம் செய்துகொண்டிருந்தார்.

"அன்பர்களே. நிரந்தர நரகத்தைத் தேடிக்கொள்ளாதீர்கள். ஜின் வழிபாட்டை இறைவன் ஒருபோதும் வழிமொழிந்திருக்கவில்லை. நிரந்தர நரகத்திற்கு அழைத்துச்செல்லும் கந்தூரித் திருவிழாவைக் கைவிடுங்கள்…"

அந்த அமைப்பினரால் சாலையின் இருபுறமும் நின்றிருந்தவர்களுக்குத் துண்டுப் பிரசுரங்கள் வழங்கப்பட்டன…

"அல்லாஹ் இணை கற்பிப்போருக்குச் சொர்கத்தைத் தடை செய்துவிட்டான். அவர்கள் சென்றடையும் இடம் நரகம். அநீதி இழைத்தோருக்கு எந்த உதவியாளர்களும் இல்லை.'
-அல்குர்ஆன் 5:72

காலியாக இருந்த சுவர்களில் பிரச்சாரச் சுவரொட்டிகளும் கூட ஒட்டப்பட்டிருந்தன.

"கிளம்பிட்டானுங்க. இனி அடுத்த ஆறு மாசத்துக்குத் தெருவுக்குத் தெரு இவனுங்க சத்தம்தான் கேக்கும்."

திப்பு சுல்தான் சலித்துக்கொண்டு சொன்னதைக் காதில் வாங்கிய இருதயராஜிற்கு ஏன் இவனே இப்படிக் கூறுகிறான் என்ற கேள்வி உதித்தது. பிறகு அவனிடம் அது குறித்து கேட்டான்.

"ஒன்னுல்லுங்க. இந்தப் பக்கம்லாம் தர்ஹா அதிகம். அது இவங்களுக்குப் பிடிக்காது."

வண்டியின் வேகத்தைக் குறைத்துக்கொண்டு திப்பு சுல்தான் பதிலளித்தான்.

"இவியளும் முஸ்லிம்தானே?"

"ஆமாம்."

“பெறவு இவியளுக்கு தர்ஹா பிடிக்காதிங்கிய?”

“தர்ஹா வேற. பள்ளிவாசல் வேற. இந்தக் கும்பலுக்கு தர்ஹானா பத்திக்கிட்டு வரும். இங்கக் கூட்டப்புளி தர்கா, ராவுத்தர் அப்பா தர்ஹானு ரெண்டு மூணு ஃபேமஸான தர்ஹா இருக்கு. அங்கல்லாம் இன்னும் நாலைஞ்சு மாசத்துல சந்தனக்கூடு விழா நடத்த ஆரம்பிச்சிடுவாங்க. அதும் கோட்டப்பட்னம் ராவுத்தர் அப்பா சந்தனக்கூடு விழாவுக்கு எல்லாம் ஊரு உலகமே கூடி வரும். சந்தனக்கூடுக்கு இந்துலாம் வடம் பிடிப்பாங்கனா பாருங்க. கிரிஸ்ட்டியனும் கூட வருவாங்க. ஊருக்குப் போனபிறகு முடிஞ்சா வாங்க. பத்துநாள் விழா எடுப்பாங்க. நல்லா இருக்கும்.”

“ஓ அததான் இவிய நடத்தக் கூடாதுங்குறாவளா?”

“ஆமாம் சந்தனக்கூடு, கந்தூரி திருவிழா ரெண்டும் ஒன்னுதான். ராவுத்தரு நல்ல சத்தி வாய்ந்தவரு. நான்னு இல்ல நம்ம சந்திரன் கட்டிருக்கான் பாருங்க தாயத்து அதுகூட ராவுத்தர் அப்பா தர்ஹா தாயத்துதான். இங்க உடம்புக்கு எதாவது சீக்கு, இல்ல பேய் கீய் பிடிச்சா அங்கதான் கூட்டிப்போவாங்க. நாம ஒருநாள் இப்ப இடைலயே போவலாம். அது பக்கத்துலயே முனீஸ்வரன் சாமி கூட இருக்கு. ராவுத்தர் அப்பாவும், அந்த முனீஸ்வரனும் நெருக்கமான கூட்டாளிகளா இருந்தாங்கனு கூட எங்க வாப்பா சொல்லும்... சரி சந்திரனுக்கு போனடிங்க கூட்டம்னு எங்கயோ போனான் சரக்க கிரக்க போட்ற போறான்.”

சோழக்கடல் சித்திரை நிலவின் வெளிச்சத்தைப் பருகி போதையில் திளைத்துக்கொண்டிருந்தது. காற்றோடு இசைந்து அது பழங்கதைகளைப் பேச ஆரம்பித்த யாருமற்ற முதல் சாமத்தில் அந்த நாட்டுப்படகு அதனுள் தவழ்ந்தேறியது. ஏதோ ஓர் அமைப்பு கூட்டியிருந்த கூட்டத்திற்குச் சென்றுவந்திருந்த சந்திரன் நேராக அவர்களோடு கடலுக்கு வந்து படகைச் செலுத்திக்கொண்டிருந்தான். உள்ளே செல்லச் செல்ல இருதயராஜிடம் பதற்றம் கூடுவதைக் கவனித்து அவன் அவனோடு பேச்சுக்கொடுத்தபடியே வந்தான்.

“நண்பா இன்னும் கொஞ்சம் நேரம் கழிச்சுப் பாருங்க. அமைதியா இருக்கும். பயமா இருந்தா சரக்கு சாப்பிடுங்க. உங்களுக்காகத்தான் வாங்கிருக்கு.”

தோளில் கிடந்த மஞ்சள்-சிவப்பு வண்ணத் துண்டினால் முகத்தில் வழிந்த வியர்வையைத் துடைத்தபடி சந்திரன் கூறினான்.

"மக்கா... நீங்க குடிக்கலயா?"

"எதுக்கு... அப்புறம் படக இலங்க தாண்டித்தான் எங்காவது எடுக்கணும்." திப்பு சுல்தான் சிரித்தான்.

"நீ மூடுடி. மவனே வரப்ப நீதான்..."

"செரிடா மயிரு. நானும்தான் குடிக்கல."

"டேய் நான் சும்மா சொன்னன். குடி. அவருக்கு கம்பனிக்குனாச்சும். உனக்கும் சேத்துதான் வாங்கிருக்கு."

"எங்காளுக்க எல்லாம் வள்ளத்துல ஏறினா குடிக்கமாட்டாவ. யாருனாச்சும் குடிச்சிருந்தா மத்த ஆளுவ அவர ஏத்தவே மாட்டாவ." இருதயராஜ் மது பாட்டிலின் மூடியைத் திறந்தபடிக் கூறினான்.

"ஏங்க. இப்ப என்ன தொழில் பாக்கவா வரோம். சும்மாதானே. இங்கயும் அப்படித்தான்... போதும்... போதும்." திப்பு சுல்தான் அவனது கப்பிலிருந்து சிறிதளவு மதுவை இருதயராஜின் கப்பில் ஊற்றியபடி பதிலளித்தான்.

"மக்கா. இங்கன நல்ல துணிக்கடை எதும் இரிக்கா?"

"அறந்தாங்கிதான் போவணும்."

"செரி ரெண்டேருல ஆராவது ஒருத்தவிய நாளைக்கு என்கூட அங்கன வர வரியலா. ஒரு சோலி."

"நான் வரேன். எனக்குக்கூட ஒரு வேலை இருக்கு." சந்திரன் சம்மதித்தான்.

இதற்குமேல் செல்ல வேண்டாம் அதேநேரத்தில் படகை நிறுத்தினால் நீரின் ததும்பலால் இருதயராஜிற்குக் குடல் பிறட்டல் எடுக்கும் எனச் சந்திரன் படகை மிதமான வேகத்தில் செலுத்திக் கொண்டிருந்தான். இரண்டாம் சாமம் வந்திருந்தது. அதுவரை அனத்திக் கொண்டிருந்த கடல் விரகம் அடங்கி மயங்கிக் கிடக்கும் நங்கையைப்போல் ஆழ்ந்து உறங்க ஆரம்பித்திருந்தது. உச்சியில் எரிந்த நிலவில் அத்தனைக் கலங்கமில்லை. குளுமையை மட்டும் உதறிவிட்டு காற்றும் காணாமல் போயிருந்தது.

கண்ணுக்கெட்டிய தூரம் வரை கருமை நிறத்தினாலான துணி விரிக்கப்பட்டதைப் போல் நீரலையானது அதன் நீர்மத் தன்மையை

இழந்து உறைந்திருந்தது. செவிகளுக்கு எட்டிய எல்லைவரை சிறு சலசலப்பும் கூட எழவில்லை. அத்தனைப் பெரிய பரப்பில் அந்த எஞ்சின் ஓசை மட்டும் உயிருடன் இருப்பது மாதிரியான அமானுஷ்யத் தனிமை அங்கு நிலவியது. மதுபோதையில் திளைத்திருந்த இருதயராஜ் இது கடல்தானா அல்லது வேறு ஏதேனும் இருண்ட தேசத்திற்குள் நுழைந்துவிட்டோமா எனச் சந்தேகித்துப் படகில் இருந்த கம்பை எடுத்துக் கடல்நீரில் அடித்துப் பார்த்தான்.

கம்பு பட்டுக் கலங்கிய இடம் ஆயிரம் மின்மினிப்பூச்சிகள் ஒன்றாகக் கட்டி உருளுவதைப்போல் ஜொலித்துக் கொண்டிருந்தது. அள்ளிக் கோப்பைக்குள் அடைத்தால் மாணிக்கக் கற்களாக மாறிவிடுமோ என்று நினைக்கும்படி நிலவொளியை உறிஞ்சி நீர் பிரகாசித்தது.

“டேய் திப்பு. எந்திரி. அங்க என்ன மயிரா தெரியுது?” படகின் சென்னியோரத்தின் மீது மார்பைக் கிடத்தி கடலுக்குள் வெறித்துப் பார்த்துக்கொண்டிருந்த திப்பு சுல்தானைச் சந்திரன் அதட்டினான்.

“ஏன் மக்கா என்னாச்சு? ஏன் ஏசுறிய?”

“நீங்க சும்மாருங்க. போதை வேற. சும்மாவே இராவுல கடலுக்கு வந்தான்னா உள்ள அவன் அப்பாரு தெரியுறாருனு சொல்லி அழ ஆரம்பிச்சிடுவான். நமக்குத்தான் கஷ்டமா இருக்கும்.” சந்திரன் முனுமுனுத்தான்.

இருதயராஜ் திப்பு சுல்தானின் அருகில் வந்த அவனை எழுப்பித் தோள்மீது கைபோட்டுக்கொண்டான்.

“உள்ள பாருங்க. மீனு ஓடுறது எப்படித் தெரியுதுனு?” திப்பு சுல்தான் முக மலர்ச்சியோடு பேசினான்.

இருதயராஜ் கண்களை நீருக்குள் செலுத்தினான். கிறக்கம்கொண்ட விழிகள் கடலுக்குள் ஊடுருவிச் செல்லச் செல்ல ஒருவிதமான பரவச நிலை அவனுள் வியாபித்தது.

குறிப்பிட்ட ஆழம்வரை துளைத்துச் சென்ற அவனது பார்வை ஒரு புள்ளியில் தேங்கி நின்றது. அவ்விடத்தில் ஒரு பெண் தனது இரு கரங்களையும் கூப்பி அதில் விளக்கு ஒன்றை ஏந்தி நிற்பது மாதிரியான சித்திரம் ஒன்று அசைந்துகொண்டிருந்தது.

அழியாச்சுடர்

01

தனிமாவட்டமாகப் பிரிந்த ஆறே ஆண்டுகளில் தூத்துக்குடி, திருநெல்வேலியைப் பின்னுக்குத் தள்ளிவிட்டது என்று சொல்லும் அளவிற்கு வளர்ந்து நின்றது. மிதிவண்டிகளுக்கு நிகராக கார்களும், மோட்டார் சைக்கிள்களும் எண்ணிக்கையில் பெருகியிருந்தன. சாலைகளைப் போல் காற்றும் அடர்த்தி மிகுந்திருந்தது. துறைமுகத்திலிருந்து பண்டமாற்றம் செய்யப்படும் சரக்குகளின் அளவு ஆண்டுக்கு ஆண்டு உயர்ந்தது. கப்பலை நங்கூரமிட உதவும் வானளாவிய தூண்களும்; கயிறுகளும், கொள்கலன்களைத் தூக்கும் கருவிகள் எண்ணிக்கையில் கூடின. துறை முழுமைக்கும் சர்வதேசக் கப்பல்கள் நிறைத்து நின்றன. சுதந்திர தேசம் என்பது உண்மையில் ஒரு பெயர் மாற்றம். காந்தியப் பொருளாதாரம் எங்கோ நீருக்கடியில் கிடந்தது. துறைமுகத் தொழிற்சங்களுக்கான தேர்தல்கள் அரசியல் முக்கியத்துவம் வாய்ந்தவையாக உருமாறியிருந்தன. அரசியலைப் போல் சாதிகளும் உள்நுழைந்து அணிசேர்த்தன. எங்கும் எதிலும் போட்டி நிலவியது. துரிதம் தரத்தின் கூறுகளில் ஒன்றாகிப் போயிருந்தது. ஒரு நிலக்கரி உடைக்கும் இயந்திரம் மாய்ந்துபோனால் அவ்விடத்தில் இன்னோர் இயந்திரம் வந்து அமர்வதைப்போல் ஒரு மனிதன் அவனுக்குரிய இடத்திலிருந்து தொலைந்துபோக வேண்டுமென இன்னொரு மனிதன் பிராத்தனை செய்தான். கால்களில் பார்வைக்குப் புலப்படாத சங்கிலிகள். உலக இயக்கம் மட்டும் அங்கு தனது இருப்பை நிலைநாட்டியிருந்தது. துறைமுக மனிதர்கள் வாழ்ந்து முடிக்க முண்டியடித்தனர்.

இசக்கியின் தலையிலும் தாடியிலும் பத்திருபது எண்ணிக்கையில் துளிர்விட்டு வெளிவந்திருந்த நரைமயிர்கள் அவர் முப்பத்தி ஐந்து வயதைக் கடந்துவிட்டதை அவருக்கு அவ்வப்போது நினைவூட்டிக் கொண்டிருந்தன. அவரது மார்புக்கூட்டில் படிந்திருந்த பொதிகை மலைச்சாரலின் படிமங்களைக்கூடத் தென்னவன் கடலின் அனல்காற்று மிச்சம் வைக்காமல் அகற்றியிருந்தது.

மரியாவின் துர்மரணம் அவரது கடந்தகாலத்தை ஒரு கொடுங்கனவாக மாற்றியிருந்தது. அவருக்கு எதிர்காலத் திட்டங்கள்

என்று ஏதும் இல்லை. நிகழ்காலத்தைப் பற்றி பெயருக்கு வாழ்ந்தார். மரியா இறந்தபிறகு மீண்டும் பழைய நிலையில் வான்நோக்கி எரிய ஆரம்பித்திருந்த மங்கம்மாள் விளக்கு அதன்பிறகு தூசுகள் ஏறி ஒரு மூலையில்போய்க் கிடந்தது. எதுவேண்டுமானாலும் நடக்கட்டும் என்ற முடிவுக்கு அவர் வந்திருந்தார். ஜோஸ்லினின் முதல் மகன் இன்பராஜ் ஃபெர்னாண்டோவிற்கு விபரம் தெரிந்து அவரை வெறுப்புடன் அவன் பார்க்க ஆரம்பித்த நாளிலிருந்து அவர் வீட்டிற்குள் செல்வதையே குறைத்துக்கொண்டார். மாடியறையிலிருந்து இறங்கி வருகையில் திண்ணையில் நின்றபடி வீட்டிற்குள் நோக்குவதோடு சரி.

இன்பராஜ் பள்ளியிலிருந்து தினம் ஏதேனும் ஒரு பிரச்சினையை இழுத்துக்கொண்டு வந்தான். அவன் கட்டுப்பாடின்றி வளர்ந்து வருவது எல்லோருக்கும் அச்சத்தை உண்டாக்குவதாக இருந்தது. இசக்கியை அவன் வாய்தவறிக் கூட அப்பா என்று அழைப்பதில்லை. அவர் அவரது சுய நலனிற்காக தனது அப்பாவைக் கொன்றவர்களைப் பழி தீர்க்காமல் விட்டுவிட்டார் அதனோடு சொத்து சுகத்திற்காகத் தனது தாயையும் மணந்துகொண்டார் என்ற எண்ணம் அவனுள் தானாக உதித்து மெல்ல மெல்ல அதுவே அவனை மூர்க்கத்தனமாக மாற்றிவந்தது.

அப்பா கொல்லப்பட்டபோது தான் மட்டும் தப்பித்துக்கொண்டார் என அவன் ராஜசேகரையும் வெறுத்தான். தம்பி இருதயராஜ் ஃபெர்னாண்டோ மீது இசக்கியின் மேலிருந்த அளவிற்குக் கோபம் இல்லையென்றாலும் அவனோடும் அவன் ஒண்டாதவனாகவே இருந்தான். அம்மாவைவிட்டால் ஜெரோமின் பேரன் வல்தாரிஸ், ஜார்விஸின் மகன் சார்லஸ் இவர்கள் இருவரை மட்டுமே தனது உறவுகளாக நினைத்துக்கொண்டான்.

இரண்டாவது மகனான இருதயராஜ் ஃபெர்னாண்டோ ஜோஸ்லினின் சேலைத் தலைப்பிற்குள்ளேயே வளர்ந்துவந்தான். இசக்கியை அவன் பார்க்கும் விதம் இன்பராஜின் பார்வையைப் போல் இல்லாமல் பயம் நிறைந்து வேறொரு வடிவில் இருந்தது. அவர் திண்ணையில் வருகிறார் என்றால் அடுக்களையில் ஓடி ஒளிபவனாக இருந்தான்.

மகன்கள் அருகில் இல்லாத நேரங்களில் ஜோஸ்லினுக்குத் துணை என்று கூற அந்த வீட்டிற்குள் மூன்று பூனைகள் வசித்தன. அவள்

அவற்றின் ஏளனம் மிகுந்த கண்களை நோக்கியபடி மனதில் தேங்கிக்கிடந்த ஆசைகளை அமிலம் ஊற்றிக் கரைத்துக் கொண்டிருந்தாள். நுரையீரல் நோயினால் அவளது வயதிற்குரிய தேவைகள் எல்லாம் ஏற்கெனவே அஸ்தமித்துப் போயிருந்தன. ஞாயிறு பிராத்தனைகளில் பனிமயமாதாவின் முன்பு மனம் உருகி நிற்பாள். மாதாவின் அருளால் எல்லோரும் நன்றாக இருக்கவேண்டும் என்று வேண்ட ஆரம்பித்து நோய்வாய்ப் பட்டிருக்கும் தன்னைச் சீக்கிரம் அழைத்துக்கொள்ள வேண்டும் என்று விண்ணப்பித்துப் பிராத்தனையை முடிப்பாள்.

ஜோஸ்லினை கர்பம் ஆக்கி இசக்கி மணம் முடித்த கதை எல்லோருக்கும் சலித்துப்போயிருந்தது. மனித நாக்குகள் இப்போது வேறு கதைகளுக்கு நகர்ந்திருந்தன. இசக்கியைப் பொறுத்தவரை அந்தத் திருமணம் ஒரு மணி நேர சம்பிரதாய நிகழ்வு. அதன்பிறகு உணவு பரிமாறிவிட்டு அவள் கடக்கும்போதும், தொழிலில் ஈட்டுகிற வருமானங்களைக் கொடுப்பதற்கு அவளது அருகில் செல்லும்போதும் அவள் மீதிருந்து வீசும் தாய்மையின் வாசம் மட்டும் அவருக்குப் போதுமானாதாக இருந்தது.

அதைத்தாண்டி அவர் அவளோடு நெருக்கம் கொள்ளாமலேயே ஆண்டுகளைக் கடத்தி வந்திருந்தார். மகன்கள் வார இறுதி விடுமுறைகளில் வீட்டில் இருக்கிறார்கள் என்றால் மாடியறையில் கூட இருப்புக் கொள்ளமுடியாமல் நெய்தல் பரப்பிற்கு வந்து நிழல்பாங்கான இடங்களில் முடங்கிக்கொள்வார். ஜெரோமின் மடித்துப்போன கட்டுமரத்தைக் கிடத்திவிட்டு அதற்குப் பதிலாகத் தன் செலவில் நாட்டுப்படகு ஒன்றைப் போட்டுத்தருவதாக இசக்கி கூறியபோது பேரனை மனதில் வைத்து ஜெரோமும் அதற்குச் சம்மதித்திருந்தார். இப்போது கடலோட வேண்டிய தேவை இல்லை என்றாலும் உறக்கம் காணாத உடலைச் சோர்வடையச் செய்ய வேண்டும் என்பதற்காகவே வாழ்வின் இறுதிக்காலத்தில் இருந்த ஜெரோமோடு இசக்கி நேரம் கிடைக்கும்போதெல்லாம் கடலுக்கு ஓடுவார். மற்ற நேரங்களில் கட்டப் பஞ்சாயத்துகளில் பங்கெடுப்பது, மீன்வாடிக்குச் சென்று ஜார்விஸோடு நேரத்தைச் செலவிடுவது, ராஜசேகருடன் போதையில் மயங்கும் வரை குடிப்பது எனக் கடற்கரை அவருக்குக் கூரையில்லாத இன்னொரு வீடாக மாறியிருந்தது.

ஆரம்பித்த சில ஆண்டுகளிலேயே ஜார்விஸின் மீன் ஏற்றுமதி மையம் பெரிய அளவில் வளர்ந்திருந்தது. மகனுக்குப் பிறகு

அவருக்கு அனு மெர்லின் என்கிற ஒரு பெண் பிள்ளையும் உண்டு. அவள் ஜோஸ்லினின் இளைய மகன் இருதயராஜோடு வாசலில் ஓடியாடும் அளவிற்கு வளர்ந்திருந்தாள். ராஜசேகர் கள்ளச்சரக்குகளைக் கைமாற்றி அதன் மூலம் ஈட்டிய செல்வமும்கூட ஜோஸ்லினின் மகன்களுக்குத்தான் சேர்ந்துகொண்டிருந்தது. இசக்கி சொல்வதே அவருக்கு எப்போதும் வேதவாக்கு. தனக்கென்று எதையும் செய்துகொள்ளாத இசக்கி ஜோஸ்லினிடம் கேட்டு ராஜசேகருக்கு புல்லட் ஒன்றை வாங்கிக்கொடுத்திருந்தார்.

திருச்செந்தூர் சாலையில் தனிவீடு பார்த்துத் தங்கியிருந்த ராஜசேகர் மணப்பாட்டில் பூட்டிக்கிடந்த தாமஸ் குடும்பத்தின் பிரச்சினைக்குரிய வீட்டை மீட்டு நிர்வகித்து வந்தார். அவ்வீட்டை ஃபெலிக்ஸ் மிராண்டா குடும்பத்தாரிடமிருந்து திருப்பியெடுக்க அவர் சாதுர்யமாகப் பல வேலைகளைச் செய்தார். நிறைய பொருள்செலவு. வகை வகையான மது போத்தல்களை வழங்கி அரசியல் தலைவர்களின் உதவியையும் நாடியிருந்தார். இறுதியாக அவ்வீட்டை ஜோஸ்லினின் பெயரில் பதிந்த நாளில் தாமஸ் வீட்டில் தெருவெங்கும் கமக்கும்படி மிகப்பெரிய விருந்து ஒன்று நடைபெற்றது.

தாமஸ் குடும்பத்தைப் பழைய நிலைக்குக் கொண்டுவந்ததில் ராஜசேகரின் பங்கு முதன்மையானது. அவ்வாறு இருந்தும் குடும்ப வாழ்வில் அவர் கரைசேரவில்லையே என்பதில் எல்லோருக்கும் வருத்தம். ஜோஸ்லின், ஈஸ்வரப்பாண்டியன், இசக்கி என எவர் சொல்லியும் அவர் அதில் மட்டும் செவிமடுக்கவே இல்லை. திருமணம் தன்னை முடக்கிவிடும் எனக் கருதினார். காயல்பட்டினத்தில் இளம்பெண் ஒருத்தியையும் கூடவே அந்தப் பெண்ணின் தாயாரையும் அவர் சேர்த்து வைத்திருப்பதாகக் கூட சிலர் அரசல்புரசலாகப் பேசிக்கொண்டிருந்தனர்.

இதனிடையே அண்மையில் மீன்பிடித் தடைக்காலம் நிறைவு பெற்றிருந்தது. அன்னைமடியில் தவழத் தொடங்கியிருந்த முத்துநகர வாசிகளின் மேனியெங்கும் கடல்வாசனை வீசியது. கடற்கரை மணலெங்கும் கடல் மனிதர்களின் பாதச் சுவடுகள் பதிந்துகிடந்தன. ராப்பாடு முடித்துவிட்டுக் காலையில் கரைமீள்வோரும், பகல்பாடு முடித்துவிட்டு மாலையில் வருவோரும் நிலத்தின் முதல் உயிராகாரமாய்க் கள்ளைத்தான் அருந்துவார்கள். மதுபானமெல்லாம் இரண்டாம் பட்சம்தான்.

கரையை நெருங்கும்போதே கடலோடிகள் பனம்பால் பானைகள் தெரிகின்றனவா எனக் கரையை எட்டிப் பார்ப்பார்கள் என்பதால் பனையேறும் சாணார்கள் இனி மாலையிலும் மரம் ஏற வேண்டும். கருக்காய் மட்டையில் கை, கால்களைக் கிழித்துக்கொண்டு இரத்தம் வடிய ஏறி இறங்கி, கள்ளுக் கலயங்களைக் கடற்கரைக்கு எடுத்துச் சென்றால் நல்ல வருமானத்தோடு சேர்த்து மேற்படியாய்க் கொஞ்சம் மீனும் அவர்களுக்குக் கிடைக்கும்.

காவல்துறைக்குக் கப்பம் கட்டியதுபோக மீதமிருப்பதை வைத்து தலைநிமிர்ந்து நடமாடமுடியும். கடல்தாய் அவள் மடியில் கிடந்த எல்லோரையும் வாழவைத்துக்கொண்டிருந்தாள். அந்த ஆண்டு பருவம் தொடங்கி, புன்னைக்காயல் மடையில் நீர்வரத்து பெருகுவதற்கு முன்னரே ஒமல்கள் கொள்ளாத அளவிற்கு மீன்வரத்து செழிப்புற்றிருந்தது.

ஆடியில் மட்டும் காற்றோடு பகைத்துக்கொள்ளாமல் கொஞ்சம் அடங்கி இருந்தால் புரட்டாசி, ஐப்பசிக்கு எல்லாம் ஏத்தனமாக வட்டாக்களை ஏற்றிச்சென்று மீன் அள்ளி வரலாம். அயிலை, கெளுத்தி, தம்பான், செந்நவரை, ரோமியா, மூச்சா, செப்பிலி, குதிப்பு, கட்டா, பாறை, மாவளா, கூறல், ஊளா, சூரை, கொம்புலிச்சுறா, எலிச்சுறா, குரங்குச்சுறா, சாளை, விலைமீன் என வந்துவிழும் மீன்களின் வகை ஆயிரம் தாண்டும். காலங்களுக்கு ஏற்ப, வலைவிரிக்கும் இடத்தைப் பொறுத்து ஏதோ ஒன்று கிடைத்துக்கொண்டுதான் இருக்கும்.

ஒன்னாம் நம்பர், இரண்டாம் நம்பர், ஏழாம் நம்பர், பன்னிரண்டாம் நம்பர் என ஒவ்வொரு மீனுக்கும் ஒவ்வொரு வலை. தூண்டில் வைத்து வஞ்சிரம், பெரும்பாறை, கணவாய்ப் பிடிக்கச் செல்வோரும் உண்டு. கட்டுமரத்தில் அல்லது நாட்டுப்படகில் கடலோடி மரபுமுறையில் வலை, தூண்டில் வைக்கும் மீனவர்களுக்கு மட்டும் தான் இந்த வகைப்பாடுகள் எல்லாம். விசைப்படகில் இழுவைமடி வைத்து கடலைச் சுரண்டி எடுத்துவரும் தொழில்முறை மீனவர்களுக்கு இந்தக் கணக்கெல்லாம் இல்லை.

விசைப்படகு மீனவர்கள் அவர்களுக்கு நிர்ணயிக்கப்பட்ட தொலைவைத் தாண்டி மீன் பிடிக்கச் செல்லாமல் நாட்டுப்படகு மீனவர்கள் தொழில் செய்கிற இடங்களுக்குள்ளும் வந்து அவர்களது வயிற்றில் அடிப்பது அவ்வப்போது வாடிக்கையாகிக் கொண்டிருந்தது.

இதனால் ஏற்படும் சண்டைச் சச்சரவுகளைத் தீர்ப்பதற்கும், வலை அறுபட்டால் அதற்கான நஷ்ட ஈடுகளை வாங்கித் தருவதற்கும் கடற்புறத்தில் தனியாக ஒரு நீதிமன்றமே அமைக்க வேண்டும் என்கிற அளவிற்குத் தினம் ஏதேனும் ஒரு பிரச்சினை வந்துசேர்ந்தது.

அதிலும் குறிப்பாக தாமஸின் இரண்டாவது விசைப்படகில் மன்றாடியாகச் சென்ற ரொட்ரிக்காஸ் மீது நிறைய புகார்கள்.

தாமஸின் விசைப்படகுகளால் பிரச்சினை எழும்போதெல்லாம் இசக்கி தான் இரு தரப்பிற்கும் பாதகமில்லாமல் பேசி முடிப்பார். தாமஸ் வகையறாக்கள் எல்லோரும் அவரது சொல்லுக்குக் கட்டுப்பட்டவர்களாக இருந்தனர். மரபுமுறை மீனவர்களும் அவர்மீது மரியாதை வைத்திருந்தனர்.

அன்று விடிவெள்ளி முளைத்திருந்த நேரத்தில் இசக்கியும், வல்தாரீஸும் கைகள் அசர வலைவாங்கி முடித்திருந்தனர்.

கரைக்குக் கொண்டு சென்று தட்டிக்கொள்ளலாம் என வலையை வாங்கிய வடிவிலேயே சுருட்டி வைத்துவிட்டுக் கரைக்கு ஓட ஆயத்தமானார்கள். இரைச்சலோடு எஞ்சின் முழங்கியது. ஜெரோம் சட்டென்று ஏதோ ஒரு யோசனை வந்தவராய்ப் படகை நிறுத்தினார்.

“ஏ வல்தாரீஸ். இப்பம் ஒரு வாட மணந்து வருதே. அது என்னன்னு சொல்லு பாப்பம்.”

“என்ன வாட. ஒன்னும் மட்டுப்படலயே தாத்தா.”

“எசக்கி. நீ சொல்லு.”

ஜெரோம் கடல் பரப்பிற்கும் வானத்தில் தெரிந்த விடிவெள்ளிக்கும் இடையில் கைகளை வைத்து விரல் மடக்கி, படகு நிற்கும் இடத்தை மனதில் குறித்துக்கொண்டபடி கேட்டார்.

“உனக்கும் தெரியலயா. எலே வெள்ளரிப் பிஞ்சாட்டம் மணந்து வருதே தெரியலயா. ஏய் அந்தா அங்கன பாருங்கடே. வாவலு எப்படி துடிப்போட ஓடி வருதாம்னு. அடேயம்மா எவ்வளவு. ஆயிரம் இருக்குமாட்டுக்கு. இந்தப் பாடுல வாவலும், பூவாளியும் பட்டிருக்கத பாத்தோனயே நினைச்சன்டே. அடேய் இப்பம் பாருங்க வாசமும் எவ்வளவு கமக்குதுன்னு. தெரியுதாடே. அது றாலு வாட. வாவலும், வெள்ளக்குறியும் வந்துட்டாம்னாலே றாலும் வந்துட்டாம்னு அர்த்தம். இனி நல்லா மனம்போலப் படும்.

இப்பம் கரைக்கு ஓடிட்டுத் திரும்ப செக்கலுக்கு ஓடியாரலாம்னு நினைக்கன். எசக்கி நீ எப்படி வாரியோ?"

"இல்ல மாமா. நான் வரல. தெய்வச்செயல்புரத்துல நிகழ்ச்சி ஒன்னு. போவணும்."

"ஒ என்னது?"

"சேக்காளிய ஒருத்தவியலோட மவ சடங்கு."

"அங்கன ஆருல."

"வீரகுமாருனு... இந்தத் தேவேந்திரர் அமைப்புனு ஒன்னு இரிக்கில்லா. அதில இரிக்கவிய."

"தெர்லடே ஆருனு"

"ஒனக்குத் தெரியாது மாமா. இந்த உப்பளப் பிரச்சினைல ரெண்டு டீமுக்கு இடைல சரவாயிக்கிடக்குத் தெரியும்ல. வய வழியா உப்புத் தண்ணி கொண்டு போறாவனு."

"ஆமாம். அது ரொம்ப வருசமாவுல்ல நடக்கி."

"அந்தப் பஞ்சாயத்துக்கு அதுல ஒரு டீமு என்ன கூப்ட்டாவ."

"உங்க ஆளுக்கலா?"

"ம். ஆமாம். மொத சேதிய கேளு மாமா. என்ன கதனு விசாரிச்சா ஆப்பன்ட்டு பக்கமும் நியாயம் இருக்குமாட்டுக்குத் தெரிஞ்சுது. வரலடே நீங்களே பாத்துக்கிருங்க. இனிமேல்ட்டுக்குச் சாதி பஞ்சாயத்துக்கு எல்லாம் கூப்பிடாதியன்னு இவனுவோள்ட்ட சொல்லிட்டன். இவனோளுக்கு வருத்தம் வேற அதுல. அதக் கேள்விப்பட்டு வீரகுமாரு என்ன பாக்க வந்தாவ. நல்ல மனுசன் மாமா. அப்பம்லேந்துதான் பழக்கம்."

"ஆமா. பெறவு என்ன இதெல்லாம் ஒரு சோலியாடே இந்தக் கூட்டங்களுக்கு. ரெண்டு பேருக்கு எடைல இரிக்க சரவ எல்லாம் ரெண்டு சாதிச் சண்டையா மாத்திப்புடுறானுவோ." இசக்கியை எஞ்சின் ஹேண்டிலைப் பிடிக்கச் சொல்லிவிட்டு ஜெரோம் இருமியபடி பீடியை இழுக்க ஆரம்பித்தார்.

"ஏ மாமா. இனிலாம் பீடி வழிக்காதிய. ஒடம்புல என்ன இரிக்குன்னு..."

“அத விடுல. செரி இதுக்குப் பதில்சொல்லு. மொத இங்கன நாடாக்கமாரு தொழில்பாக்க வந்தப்போ இவனுவ என்ன பேசினாம்?

நாடாக்கனுவ பருத்தி நூலுனு உசுர கொடுத்துதாம் தாம் ஒழைச்சாம். மறுத்துப் பேச ஒன்னும் இல்ல. பேங்கு ஆரம்பிச்சான். பெறவு இப்போம் கடத்தொழிலு பாக்கவும் வந்துட்டானுவ. இப்பமும் இவனுவ அவனுவோல ஏசிட்டுதாம் திரியுதாம். எல ஒரு பரவன் நீ மொத வலைக்கோ இல்ல முள்ளுக்கோ போறியா. நான் கேக்கன். நீயே மயிரான் ஒத்த இழுவைல ஆரம்பிச்சு இப்போம் ரெட்டைல வந்து நிக்க. சுருக்கு மடியும் வைக்க. உனக்கே மாரியா மேல உருத்தில்லங்கிறப்ப. நாடானுவலுக்கு எப்படிம்ல இரிக்கும். அவம் வரத்தான் செய்வான். இதச் சொன்னா எவன் கேக்கான். எல்லாவனுக்கும் நாடான் இவனுவ குடிய கெடுக்கான்னே நெனப்பு...”

பேச்சை நிறுத்திவிட்டு ஜெரோம் தொண்டையில் அடைத்து நின்ற சளியை சிரமப்பட்டு வெளியேற்றினார்.

“ஏ மாமா. என்ன பேசுத. என்னய இங்கன அப்படி ஆரு பிரிச்சு பாத்திருக்கா. அப்படி நீங்கெல்லாம் என்ன நாடானா பாத்திருந்தியனா இப்போம் என்னால இங்கன இரிக்க முடியுமா?”

“எல எசக்கி. நீ ஏன் நான் சொன்னத அப்படி நெனைக்க. நீ நல்ல மனுசன்டே. உன்ன எவம் வேத்தாளா பாப்பாம். பொதுவுல சொன்னன்.”

படகு கரையடைந்திருந்தபோது தட்டாமல் இருக்கின்ற வலையை வாடிக்கையாகத் தட்டிக்கொடுத்து அதற்குக் கூலியாக மீன் வாங்கும் ஒரு முதியவர் படகை நோக்கி நடந்து வந்தார். ஜெரோம் கரையில் நின்றிருந்த மீனவர்களை அழைத்து இறாலுக்கான பொடி வலையைத் தயார் செய்துகொள்ளச் சொன்னார்.

வீட்டிற்குத் திரும்பி உடலசதியில் பசிமறந்து மாடியறையில் உறங்கிக்கொண்டிருந்த இசக்கி மதிய வெயிலினால் புழுக்கம் தாளாமல் எழுந்து உணவுண்ணுவதற்காகத் திண்ணையில் கிடந்த மேசையில் வந்தமர்ந்தார். மகன்கள் இருவரும் பள்ளிக்கூடம் சென்றிருப்பதை அறிந்தும் ஏனோ அன்று அவருக்கு வீட்டிற்குள் செல்ல மனம் ஒப்பவில்லை.

வேலையாட்களை விடாமல் ஜோஸ்லினே திண்ணை மேசைக்கு வந்து உணவு பரிமாறியது அவருக்கு இன்னும் சங்கடமாக இருந்தது. அவள் நெருக்கமாக நின்றபோது, அவளது கேசத்திலிருந்து வந்த சீயக்காய் வாசம் அவருக்குள் சபலத்தை உண்டாக்கியது. சமீபத் தினங்களாக இப்படித்தான். அவரது உடல் தினவெடுத்துக் கொதித்தது. அவளை மாடியறையில் வைத்து இஷ்டம்போல் கலவி கொள்ளலாம். அதற்குத் தனக்கு ஒரு தடையும் இல்லை. இல்லை வேண்டாம். அவர் அவருக்குள் உதித்த புதிய எண்ணங்களை அருவருத்தார். உணவை அவசரமாக முடித்துவிட்டு எழுந்து உடல்கூசியவராய் வீட்டிலிருந்து நடந்து கடற்கரைக்கு வந்தார்.

“எலே இழுக்காத நிறுத்து.”

“ஏ இது ஆவாது. வல பிஞ்சிடும் பாத்துக்கோ. நீ ஓடி ஆசான கூட்டியா. பேய்க்குப் பாத்துனாச்சும் வலைலேந்து கொஞ்சம் மீன வெளியேத்தி விடுவாவ.”

பொழுதுபோக்காய்க் கரைமடி வைத்து வலையிழுத்துக்கொண்டிருந்த ஆண்களும் பெண்களும் குருட்டு அதிஷ்டத்தில் வலை தாங்காத அளவிற்கு மீன் சிக்கியிருப்பதைக் கண்டு கூச்சல் போட்டுக் கொண்டிருந்தனர். அதைக் கவனித்தபடியே இசக்கி நடந்து கொண்டிருந்தார். அவரது உதடுகளுக்கிடையே பீடி புகைந்து கொண்டிருந்தது.

***

“ஏய்... என்னல ஒமக்கு எனக்கு மேல வேக்கு... ஏய்... ஏய்... ஷ்... பைய... நான்தான் சொல்லுதம்ல. அதெல்லாம் ஆரும் வர மாட்டாவ.”

உள்தாழ்ப்பாள் இடப்பட்டிருந்த ஜெனிஃபரின் குடிசைக்குள் ஒலித்த அவளது சன்னமான முனகல் மெல்ல அதிகரித்தது. அவளது தசைகள் தளர்ந்த உடலிலிருந்து பொங்கிய வியர்வையில் நனைந்து அவளுக்குக் கீழே விரிக்கப்பட்டிருந்தப் பாய் முழுவதுமாக ஊறியிருந்தது.

“ஆ... ஐயோ... செத்த... செத்த... இரு. தலைவாணிய கொடுத்து ஒசத்தி தாரன்...”

மனித நடமாட்டத்தை நுகர்ந்த கொம்பன் சுறாவைப்போல் இசக்கி தீவரத்துடன் அவள் மீது நீந்திக்கொண்டிருந்தார். அவளது ஈரம் மின்னிய பருத்த உடலோடு மோதி உராய்ந்ததில் ‘பச் பச்’ என்ற

ஓசை எழுந்தது. அவரது ஒவ்வொரு அசைவிலும் காமத்தின் மீது அவர் கொண்டிருந்த ஆத்திரம் வெளிப்பட்டது.

அவர் அந்த நண்பகல் கூடலை ஒரு தவமாக எண்ணவில்லை. ஏதோ ஒன்றைத் தின்றாக வேண்டிய கால் நூற்றாண்டுப் பசி. அவசரத்திற்குக் கிடைத்த ஓர் இரும்புச் சில்லை வைத்து உடலின் மீது இளைந்த பூச்சிகளை நசுக்க வேண்டிய விதி.

“ஏய்… ம்ம்..” உச்சம் அடைந்தவராய் அரற்றினார். திடீரென்று ஜெனிஃபரின் புடைத்துச் சரிந்த இடது மார்பின் மீது பாய்ந்து ஆட்டின் பால்மடியை கவ்வும் நாயைப் போல் அதனைக் கடித்து இழுத்தார்.

“ஏ… ஐயோ… ஏம்ல இப்படி. கோட்டியாட்டம்…”

பாய்க்கு அருகில் இருந்த தூக்கிவாளி ஜெனிஃபரின் உதறிய கால் பட்டுக் கவிழ்ந்தது. சட்டென்று குடிசையின் அடுக்களை மூலையில் இருந்து யாரோ தன்னைக் கவனிப்பதைப் போல் உணர்ந்து இசக்கி தனது இயக்கத்தை நிறுத்தினார். முகத்தைத் திருப்பி அவ்விடத்தை நோக்கினார். அடுத்தநொடியில் மாபெரும் கப்பல் ஒன்று இரண்டாகப் பிளந்து கடலுக்குள் மூழ்குவதை அருகில் நின்று கண்டதைப்போல் அவர் உறைந்து போயிருந்தார்.

அச்சத்தாலும், அதிர்ச்சியாலும் அவரது முதுகு சில்லிட்டது. அவர் தனது வாழ்விலிருந்து முழுவதுமாகத் தொலைத்துவிட்டதாகக் கருதியது இப்போது வேறு உருவில் திரும்பி வந்திருந்தது.

தலை கவிழ்த்துக்கொண்டிருந்தவர் மீண்டும் சில நொடிகள் கழித்து அத்திசை நோக்கிப் பார்த்தார். அந்த இருளடைந்த மூலையில் எரிந்த உடலோடு மரியா டிசோஸா ஸ்தூல வடிவமாக நின்றுகொண்டிருந்தாள்.

02

கோடை வெயில் காற்றில் மீதமிருந்த ஈரப்பதத்தையெல்லாம் உறிஞ்சியிருந்தது. கடற்காற்றும் வெக்கையை அள்ளிவந்து மனிதர்கள் மீது பூசிக்கொண்டிருந்தது. தோப்பில் தீராத தாகம் எடுத்து நின்றிருந்த தென்னை மரங்களுக்குத் தண்ணீர் பாய்ச்ச இயலாமல் கணேசன் சோர்ந்துபோயிருந்தார். புற்கள் கருகிப் போயிருந்ததால்

ஆடு, மாடுகள் கொட்டகையில் குவித்து வைக்கப்பட்டிருந்த கடலைக் கொடியினைப் புசித்துப் பிழைத்திருந்தன.

முன்பு எப்போதும் இல்லாத அளவிற்குக் கிணற்றின் நீர்மட்டம் குறைந்துவந்தமையால் சக்திவாய்ந்த நீர் மூழ்கி மோட்டார் ஒன்றை வாங்கிப்பொருத்தினால் மட்டுமே இனி தடையின்றி தண்ணீர் எடுக்க முடியும் என்கிற நிலை அங்கு உருவெடுத்திருந்தது.

ஏற்கெனவே நிலவி வந்த பண நெருக்கடியும், வாங்கி வைத்திருந்த கடன்களும் நஞ்சுண்டானின் குரல்வளையைப் பிடித்திருந்தது. அந்த நிலையில் புது நீர்மூழ்கி மோட்டார் வாங்குவதோ அல்லது புதியதாக ஓர் ஆழ்துளைக் கிணறு அமைப்பதோ அவருக்கு சாத்தியப்படாத ஒன்று.

அனல் தகித்து அடங்கியிருந்த ஒரு மாலையில் சரக்குகளை லோடு ஆட்டோவில் ஏற்றிக்கொண்டு செல்வதற்காக நஞ்சுண்டான் இரண்டு ஆட்களை உடன் அழைத்துக்கொண்டு தோப்பு வீட்டிற்கு வந்திருந்தார்.

"அன்னைக்கு சும்மாதாம் சொல்லுதியனு பாத்தா, நெசத்துக்குமே போட்ட விக்கப் போறியளாம்?" இருதயராஜ் கேட்டான்.

"ஆமாயா. ரொம்ப நாளா ஏத்தி நிக்குது. இருக்குற செலவுக்கு... எங்க சமாளிக்க முடியலப்பா. அதான் தள்ளிவிட்டர்லாம்னு."

"எம்புட்டு ஆவும். போட்ட சரிசெய்ய."

"அது ஆகும். மடியும் இனி தாங்காது புதுசு எடுக்கணும்."

"என்ன அண்ணாச்சி... அதுக்காண்டி போய்..."

"இல்லயா. எனக்கு இருக்க செரமத்துக்கு வித்தாதான் ஏதோ கொஞ்சம் சமாளிக்கலாம். ஒரு பார்ட்டி கிட்ட பேசிருக்கன். அடுத்த வாரம் வரன்ருக்காரு."

"அப்படினா அவிய வேணாம். போட்ட நானே வாங்கிக்கிடுதன். வேலை பாக்குறதுக்கு ஆவுற செலவையும் நானே தருதன். அதக் கழிச்சுக்கிட்டு போட்டுக்கு ரேட்ட சொல்லுங்க." இருதயராஜ் திடீர் யோசனை வந்தவனாய்க் கூறினான்.

"ஏயப்பா ஊர்லேந்து லம்பா எடுத்துட்டு வந்துட்டியா... சும்மா இருப்பா. சின்னப் பையன் தலைல கட்டிவிட்டன்னு உங்காளுகளுக்கும் எனக்கும் மனஸ்தாபம் வரவா?"

“இல்ல நான் சொல்லுதன் நீங்க வெலையச் சொல்லுங்க. யாரு அங்க மறுத்துப்பேச. நாளைக்கே துட்ட தந்துடுதன். போட்டுக்கு ஆவுற வேலையல பாத்து ரெடி பண்ணச் சொல்லுங்க. நான் ஊருக்குப் போனபெறவு வர்கீஸ அழைச்சாந்து போட்ட எடுத்துக்குறன்.”

“அதுப்பா... அது சரியா வருமா...”

“என்ன அண்ணாச்சி யோசிக்கிறிய. யாருக்கோதான விக்கிறிய. எனக்கு வித்தா என்ன? அந்தானி... பெறவு எனக்கின்னு வெலய குறைச்சு சொல்லாதிய.”

“செரி. அப்போ ஒன்னு செய். இப்போ... இல்ல இப்ப வேணா பொழுதாகிடிச்சு. காலைல சந்திரன அழைச்சுட்டுப் போய் போட்ட பாத்துட்டு வா. அங்க ராஜேந்திரன்னு ஒரு மெக்கானிக் இருப்பாப்ள. வேலை பாக்க எவ்வளவு ஆவுமோ அத கேட்டு கொடுத்துட்டு, அப்படியே அவர்கிட்டயே போட்டு எவ்வளவு போவும் என்னென்னு விபரம் கேட்டுக்க. நான் சொல்றத விட அதுதான் மொற. அதுக்குப் பிறகு பேசிக்கலாம்.”

அந்த மாலையில் இருதயராஜை அவனது அப்பாவின் நினைவுகள் எப்போதும் இல்லாததை விட மிதமிஞ்சி ஆக்கிரமித்திருந்தன.

அவர் அந்த வீட்டிற்குள்ளேயே அமர்ந்திருப்பதைப் போலவும், அவரது சட்டையிலிருந்து எழும் பீடி வாடை அருகிலேயே கமழ்வதைப் போலவும் உணர்ந்தான். அவர் ஒவ்வொரு முறையும் ஏதோ ஒரு வடிவில் வந்து அந்த விளக்கை ஏற்றச் சொல்லி நினைவூட்டுகிறாரோ என நினைத்துக்கொண்டான். நஞ்சுண்டானின் சிரமத்தில் உதவுவதற்காகத் தான் எடுத்திருக்கும் இந்த முடிவை அப்பா இருந்திருந்தாலும் ஆமோதிக்கவே செய்வார். இன்பராஜும்கூட அப்பாவுக்கும் நஞ்சுண்டானுக்குமான கொடுக்கல் வாங்கலில் தலையிட்டதில்லை. அவனுக்கும் இவர் பற்றித் தெரிந்திருக்கலாம்.

வெள்ளிக்கோல் வரையன் பாம்பு ஒன்று அவனது பார்வையைக் கடந்து ஊர்ந்து சென்றது. அவன் தன்னுடைய யோசனைகளைக் கலைத்தான். பாம்பு அதற்குள் அடசலுக்குள் நுழைந்து மறைந்திருந்தது.

இருட்டியதும் சாமி விளக்கை ஏற்றிவைத்துவிட்டு அதன் அருகிலேயே நீண்ட நேரமாக அமர்ந்திருந்தான். இப்போதெல்லாம்

அப்பனும், அண்ணனும் கொல்லப்பட்டுவிட்டனர் என்கிற நிஜத்தை அவனது ஏகாந்த நேரங்கள் அவனது செவிகளுக்குள் சப்தமாக உரைத்துக்கொண்டிருந்தன. அதை அவன் ஏற்றுக்கொள்ளவும் செய்கிறான்.

மறுநாள் காலை சந்திரனை அழைத்துக்கொண்டு கோட்டைப் பட்டினம் சென்றிருந்தவன் படகைப் பார்த்துவிட்டு அதை சீரமைப்பதற்கான பணத்தையும் கொடுத்துவிட்டுத் தோப்பிற்குத் திரும்பினான்.

அப்போது மாதாந்திர பழுதுபார்க்கும் பணிக்காக மின்சாரம் துண்டிக்கப்பட்டிருந்தது. உச்சிவெயிலில் காய்ந்த தொரட்டு ஓடுகள் வீட்டிற்குள் உஷ்ணத்தைக் கொட்டிக்கொண்டிருந்தன. வெளியில் பரவாயில்லை என அவன் மாமரத்து நிழலில் கட்டிலைப்போட்டுப் படுத்துக்கொண்டான். முதற்கனவில் மெர்லினும், அந்த மாயப் பெண்மணியும் அருகருகில் நின்றபடி அவனை நோக்கினர். புரண்டு படுத்தான். இப்போது அவன் ஓர் எண்ணெய்க் கடலில் மிதந்துகொண்டிருந்தான். அந்தத் தோப்பு அந்தக் கடலின் ஆழத்தில் கிடந்தது.

கண்களில் படிந்திருந்த எண்ணெய்ப் பிசுபிசுப்பைத் துடைத்து விட்டுப் பார்த்தான். தான் மிதக்கின்ற அந்தக் கடல் மொத்தமும் சாமி விளக்கிற்கு எண்ணெய்யாக ஊற்றப்பட்டிருப்பதைக் கண்டான். அவனது உடல் ஒரு விளக்குத் திரியைப் போல் சுருண்ட நிலையில் விளக்கின் முனை நோக்கி வழுக்கி வந்தது. அவனெதிரில் விளக்கின் முகம் வானம் வரை வளர்ந்த மலைச்சிகரம் போல் உயர்ந்து நின்றுகொண்டிருந்தது. அவன் அலறினான். திரியாக இருந்த அவனது உடல் தீப்பற்றிக்கொண்டது. திடுக்கிட்டுக் கண் விழித்தான்.

மேற்கில் செவ்வானம் மீதமிருந்தது. இருட்டியதும் வந்து குளித்துக்கொள்ளலாம் எனப் பையில் இருந்த ஆயிரம் ரூபாய் நோட்டுக் கட்டுகளில் மூன்று கட்டுகளை மட்டும் தனியே எடுத்துவைத்துவிட்டு, மீதமிருந்த கட்டுகளை ஒரு மஞ்சள் பைக்குள் அள்ளி வைத்துக்கொண்டு நஞ்சுண்டான் வீட்டிற்குச் சென்றான்.

"உக்காரு தம்பி. வந்துர்றன்." அவன் வருவதைக் கண்ட மீனாம்பாள் சமையலறையிலிருந்து எட்டிப் பார்த்தார்.

"அம்மா. சோலியா இல்லன்னா கொஞ்சம் இப்படி வாரியலா?"

“என்னப்பா?” மாவு கலந்த கைகளைக் கழுவிவிட்டு சேலையில் துடைத்தபடி மீனாம்பாள் கூடத்திற்கு வந்தார்.

“அண்ணாச்சி எங்கன?”

“ரூம்லதான் இருந்தாரு. வெளில வரலயா. ஏங்க… இந்தத் தம்பி வந்துருக்குப் பாருங்க.” அறையிலிருந்து வெளியே வந்த நஞ்சுண்டான் இருதயராஜ் பணத்துடன் நிற்பதைக் கண்டு அலுத்துக்கொண்டார்.

“இப்ப என்னப்பா அவசரம். ஒரு ரெண்டு நாள் கழிச்சு பாத்துகிட்டா என்ன?”

“பரவால்ல பிடிங்க. அதெல்லாம் பெறவு பாத்துக்கிடலாம். இது அட்வான்ஸு தானே.”

“ஏய். வாங்கிக்கடி.”

“உன் மனசுக்கு நீ எத செஞ்சாலும் நல்லா வரும். நல்லா இரு.”

மீனாம்பாள் பணக் கட்டுகள் இருந்த மஞ்சள் பையை வாங்கியபடி அவனை அன்புபொங்கும் குரலோடு வாழ்த்தினார். பணத்தை சாமி படங்கள் இருக்கும் அலமாரியில் கொண்டு போய் வைத்தார்.

“ஏய் தம்பிக்கு டீ போட்டுக் குடு.”

நஞ்சுண்டான் வேறு எதையும் பேசாமல் மீண்டும் அவரது அறைக்குள் சென்று அமர்ந்துகொண்டு அறையின் சுவரை வெறித்துப் பார்த்துக்கொண்டிருந்தார். அந்த அறைச் சாளரத்தின் வழியே உள்ளே பாய்ந்துகொண்டிருந்த ஒளிக்கதிர்கள் திடமாக நகர்ந்து மறைந்துகொண்டிருந்தன.

“அம்மா. என்னாச்சு? ஒருமாரி இரிக்காவா?”

“காலைலேந்து அப்படித்தான் இருக்காரு. இன்னும் ஒரு வாய் கூட சாப்பிடல. சிகரெட்டு மட்டும்தான். ரூமு ஃபுல்லா. ரெண்டு தடவ கூட்டியள்ளிட்டேன்.”

“ஏன்மா?”

“யாரா செத்துப்போய்ட்டாங்கனு கவல புடிச்சுப்போய் உக்காந்துருக்காரு.”

“யாரு?”

“பேரு என்னமோ சொன்னாங்களே. மறந்துட்டன். இந்த விடுதல புலில இருக்கவர் யாரோ. அவரு ஃபோட்டோ கூட ரூம்ல மாட்டி வைச்சிருக்காரு பாரு.”

அவன் மெதுவாக நடந்துவந்து அவர் அமர்ந்திருந்த அறைக்குள் எட்டிப் பார்த்தான். உள்ளே சுவரில் மாட்டியிருந்த ஒரு புகைப்படத்தைச் சோகம்படிந்த கண்களோடு பார்த்தபடி அவர் அமர்ந்திருந்தார். அவனும் அப்புகைப்படத்தைப் பார்த்தான்.

அதில் இராணுவ உடுப்பில் இருந்த ஒருவர் முட்டியளவு நீரில் வாக்கி-டாக்கியைக் கையில் ஏந்தி முன்னேறி வந்துகொண்டிருப்பது மாதிரியான காட்சியைக் கண்டான். மேலும் அதில் அந்த நபருக்குப் பின்னால் சில பெண்கள் இராணுவ ஆடைகள் உடுத்தி நடந்துவருவதையும் அவனால் பார்க்க முடிந்தது.

அவன் அங்கிருந்து நகர்ந்து கூடத்திற்கு வந்தான். பிறகு ஏதோ ஒரு யோசனை வந்தவனாய்த் தொலைக்காட்சிப் பெட்டிக்கு அருகில் அடுக்கிவைக்கப்பட்டிருந்த புத்தகங்களில் சிலவற்றை எடுத்துக்கொண்டு வந்து சோஃபாவில் அமர்ந்தான்.

சிறிதுநேரம் கழித்துத் தீப்பெட்டியில் இருந்த தீக்குச்சிகள் தீர்ந்திருப்பதைக் கண்டு வேறு தீப்பெட்டி எடுப்பதற்காக நஞ்சுண்டான் அறையிலிருந்து வெளியே வந்தார். அப்போது அவர் இருதயராஜையும் அவன் கையில் வைத்திருந்த புத்தகத்தின் அட்டையையும் ஒன்றாகக் கவனித்தார். அதுவரை அவரிடம் மிகுந்திருந்த இறுக்கநிலை சற்று தளர்ந்தது போல் இருந்தது. அவர் வெளியே வந்ததைக்கூட அறியாமல் இருதயராஜ் தனது கையில் வைத்திருந்த புத்தகத்தில் மூழ்கியிருந்தான். மேலும் சில பக்கங்களைப் புரட்டியதும் அறையில் மாட்டியிருந்த அதே புகைப்படம் அப்புத்தகத்திலும் இடம்பெற்றிருப்பதைக் கண்டான். அப்புகைப்படத்தில் இருந்தவரின் பெயர் பிரிகேடியர் பால்ராஜ் எனத் தெரிந்துகொண்டான். இவர்தான் இறந்திருக்க வேண்டும் என்ற உள்ளுணர்வு அவனுள் எழுந்தது. அவர் பற்றி அதில் எழுதப்பட்டிருந்த குறிப்புகளை முழுமையாக வாசித்துவிட்டு, மீண்டும் ஒருமுறை அவர் நீரில் நடந்துவருகிற காட்சியைக் கனத்த மௌனத்தோடு பார்த்தான். சலனமில்லாத அவனது விழிகள் இன்னுமொருமுறை அப்பெயரை வாசித்தது.

03

மாடியறையில் மங்கம்மாள் விளக்கு மீண்டும் திரி ஏற்றப்பட்டு மாலை நேரங்களில் சுடர்விட ஆரம்பித்திருந்தது. அந்த யட்சிகள் இப்போது மரியாவின் உருவையும் எடுத்துக்கொண்டு தன்னை விரட்ட ஆரம்பித்திருப்பதாக இசக்கி நினைத்தார்.

அவரது நடவடிக்கை ஜோஸ்லினுக்கு விசித்திரமாகப் பட ஆரம்பித்திருந்தது. ஆயினும் அது குறித்துக் கேட்கும் உரிமையெல்லாம் தமக்கு இல்லை என அவளே நினைத்துக் கொண்டிருந்தாள்.

அவரது அந்தரங்க உறவைப் பற்றியும் அவள் அறியாதவள் அல்ல. இருந்தும் அவரை நினைத்து அவள் மிடரளவும் வெறுப்பைப் பருகுவதில்லை. அவரது நிலையைக் கண்டு கலங்கவே செய்வாள்.

தனிமையில் பீடிப்புகை சூழ வாழ்ந்த இசக்கியின் வியர்வையிலும் இப்போது புகையிலையின் வாடை வீசியது. கேசத்தில் நரைமுடிகள், பற்களில் கறை அத்தோடு ஆளும் சற்று இளைத்து ஒடுங்கியிருந்தார்.

ஜெனிஃபருடனான சல்லாப நிமித்தங்களும் அருகி வந்தன. அவை அணையாமல் எரிகிற தேகச் சூட்டைக் குறைப்பதற்குப் பதிலாகக் குற்றவுணர்வை மிகுதியாக்கியது. உடல் நமைச்சல் கொள்ளும்போதெல்லாம் இறகுகள் வெட்டப்பட்ட ஈயைப்போல் அறைக்குள்ளேயே ஊர்ந்தார். தோன்றும்போதெல்லாம் சுயமைத்துனம் செய்தார். அப்போதெல்லாம் ஜெனிஃபரோடு கூடிய காட்சிகள் மனதில் விரியும். ஒருமுறை சாப்பிட வரும்படி அழைக்கத் தான் அறையின் முகப்பில் வந்து நிற்பதுகூட தெரியாமல் அவர் தனது ஆணுறுப்பைக் கையில் பிடித்து நீவிக்கொண்டிருப்பதைக் கண்ட ஜோஸ்லின் தலையைக் கவிழ்த்தபடியே கீழே இறங்கிச் சென்றுவிட்டாள். அதன்பிறகு ஒவ்வொரு முறையும் கதவைத் தட்டிவிட்டுச் சிறிது நேரம் காத்திருந்த பிறகே உள்ளே வந்தாள்.

“போத்தி வந்துருக்காவ.”

மாடியறையில் அமர்ந்து செய்தித்தாள் வாசித்துக்கொண்டிருந்த இசக்கியிடம் கூறிவிட்டு ஜோஸ்லின் அந்த அறைக்கு அப்பால்

இருக்கும் மொட்டை மாடிக்கு சென்றுக் காய வைத்திருந்த மிளகாய், மல்லியை அள்ளிக்கொண்டிருந்தாள்.

முன்நெற்றியில் விழுந்த சுருள்முடியை ஒதுக்கிவிட்டபடி அவள் மிளகாய் மீது கைவைத்தபோது அவளிடமிருந்து இருமல் ஒலி கேட்டது.

“நீங்கதான் இதெல்லாம் செய்யணுமா. குயிலி இல்ல?”

ஹேங்கரிலிருந்து சட்டையை எடுத்து அணிந்துகொண்டிருந்த இசக்கி குரல் எழுப்பினார். அவர் கீழே வந்தபோது ஈஸ்வரப்பாண்டியன் வாங்கி வந்திருந்த தின்பண்டங்களைக் கையில் வைத்துக்கொண்டு அவருக்குப் பதில் சொல்லிக்கொண்டிருந்த இன்பராஜ் சட்டென்று அங்கிருந்து நகர்ந்து கூடத்திற்குள் நுழைந்தான்.

“வாங்க போத்தி. சொவமா இருக்கியளா? மின்ன பாத்ததவிட ஆளு ரொம்ப இளைச்சிட்ட மாரி இருக்கி.”

“ஆமா பின்ன, போய் சேரவேண்டியவன்தானடே. சவத்த தூக்குறவயலுக்குச் செரமமா இருக்கபிடாதில்ல. அதாம்.”

“அட ஏம் இப்படிப் பேசுதிய. மவ, மவனுவ எல்லாம் சொவமா?”

“சொவம்தான்டி. தீபா நேத்துதான் பிள்ளையலத் தூக்கிட்டு வந்து பாத்துட்டுப் போனா. பெறவு தேவிக்கு ஸ்ரீவைகுண்டம்ல பாத்த வரனு முடிஞ்சிட்டுடே. வெரசா தேதி குறிக்கலாம்ட்டு இரிக்கன்.”

“சந்தோசம் போத்தி… ஏ உள்ள ஆருப்பா. சுருட்டு எடுத்தாருங்க.”

“வேணாம்டே. ஜோஸ்லினு எடுத்தாந்துச்சு. வேணாம்டன். இப்பம் இழுத்தா நேரா ஊருக்குத்தான் போவனும். ரெண்டு நாளா மேலுக்குச் சுவமில்லா. ஒரே சொரம்.”

“ஆஸ்பத்திரி போனியலா?”

“அப்படி ஒன்னும் மோசமில்ல. செரி பெறவு. பயலுவ ரெண்டேரும் என்ன சொல்றானுவோ. ஒழுங்கா படிக்கானுவளா?”

“அத. என்னத்த சொல்ல.”

“பெரியவன் நல்லா துடிப்பா இருக்காம். சின்னவம் அப்படியொன்னும் சுறுசுறுப்பா இல்லை போலயே. விடுல வளந்து வரவர சரியாகிடுவானுவோ. ஜார்விஸ கூட வரவழிலதாம் பாத்தன்.

போ போத்தி பின்னாலயே வரம்னா. காணும். சேகரு எப்படி இருக்காம். வந்தானா?”

“வந்தாம். நேத்து கடக்கரைல கூட்டம் ஒன்னு போட்டாவல்ல. இந்த ஃபேக்ட்டரிய ஆரம்பிக்கக் கூடாதுன்னு போராட்டம் செய்யனும்ட்டு. அதுக்கு வந்திருந்தாம்.”

“ஸ்டெர்லைட்டு?”

“ஆமா அதாம்.”

“ம். இங்கன, வீரபாண்டிபுரம்னு இல்ல திண்ணவேலி வர அதே பேச்சாதாம் இருக்கி. காலேஜு பயலுக்க எல்லாம் பேரணி நடத்துதான். ஆனா ஒன்னுடே இந்தக் கட்சிக்காரனுவோ, என்ஜிஓலாம் அத வைச்சு நல்லா துட்டு பாத்துட்டாம்.”

“அது என்னமோ போத்தி. நம்மாளுக்க ஒரு முடிவோட இரிக்காவ.”

“அட ஏன்ல நீ வேற. இதுல பலபய திருட்டுப்புத்திய காட்டிட்டாம். எவன நம்ப முடியுது சொல்லு. போன வருசம்லாம் ஃபேக்ட்டரிய திறக்கவே விடமாட்டம்னு வெளிநாட்டுலேந்து யாரயோ விஞ்ஞானிய எல்லாம் அழைச்சிட்டு வந்தானுவ. இப்பம் ஒருத்தனும். மூச்சே காங்கலயே. இனி ஒன்னு செய்யமுடியாது. நம்மலதாம் காவெடுக்குறானுவ.”

“இல்ல. இப்பம் வேற திட்டமிருக்கி. பாருங்க இன்னிம் ரெண்டு நாள்ள. காபி குடுத்தாவளா?”

“குடிச்சுட்டன். தோ பாரு தம்பளு இரிக்கு. ஜோஸ்லினுக்கு அதெல்லாம் சொல்லனுமா. பெறவு ஆளு ரொம்ப சொனக்கமா இருக்கா. ஆஸுபத்திரி கூட்டிப்போறியலா இல்லையா?”

“எங்க வரமாட்டெங்காவோ. மல்லுக்கட்ட வேண்டிருக்கு. வீட்லயும் ஒரு நிமிசம் ஓச்சல்ல. சொன்னா கேக்க மாட்டெங்கிறாவ.”

“அதுசரி..”

“செரி போத்தி வேறெதும் முக்கியமான சமாச்சாரமா? இல்ல சும்மாதாம் வந்தியலா?”

“அது. சும்மாதான் வந்தேன். மவ வரனு முடிஞ்சிட்டுல்லா அத சொல்லிட்டுப் போவம்னு வந்தேன்டே.”

ஈஸ்வரப்பாண்டியன் வாயெடுத்துக் கூறாவிட்டாலும் தன்னால் அவரைப் புரிந்துகொள்ளமுடியும் என்கிற புன்னகையோடு இசக்கி அங்கிருந்து எழுந்தார்.

“செரி இருங்க வாரன்.”

அவர் வீட்டிற்குள் சென்று ஜோஸ்லினை அழைத்தார். பிறகு உள்ளேயிருந்து ஒரு மஞ்சள் பையை எடுத்துக்கொண்டு மீண்டும் திண்ணைக்கு வந்தார்.

“ஏப்பா. ஏய்.”

“போத்தி... ஒன்னும் சொல்லவேணாம் பிடிங்க. உங்கச் செரமம் தெரியாமலா இரிக்கு.”

“எல...”

“தாமஸு இருந்தாவன்னா இப்போம் கல்யாணத்துக்குச் செய்ய மாட்டாவலா. அப்படி நினைச்சுக்கிருங்க. பெறவு உங்கச் செலவுக்கு எதும் பணங்காசு தேவன்னா ஒரு ஃபோன் மட்டும் அடிங்க.”

“என்னல நீ.”

ஈஸ்வரப்பாண்டியன் உடல்மொழியில் கூச்சம் மேலோங்கியது.

“பெரிய பயலுக்கு நீங்கனா தாம் விருப்பம். ஆரு சொல்லிருப்பா உங்கள பத்தி அவம்கிட்ட. ஆனா அவனுக்கு அதுவா தெரியுதுல்லா. வேண்டியவ. வேண்டாதவ எல்லாம்.”

“நீ ஒன்னும் மனசுல வைச்சுகிராத. உன்னையும் ஒருநா அவம் புரிஞ்சுப்பாம்.” ஈஸ்வரப்பாண்டியன் இசக்கி தந்த பையை வாங்கிக்கொண்டு ஜோஸ்லினிடமும், இன்பராஜிடமும் சொல்லிவிட்டு வாசலுக்கு வந்தார்.

இசக்கி வீட்டை நோக்கிக் கிடந்த காரைத் திருப்பிச் சாலையை நோக்கி நிறுத்திவிட்டு ஈஸ்வரப்பாண்டியன் உள்ளே வருவதற்காகக் கதவைத் திறந்துவிட்டார்.

இசக்கி ஈஸ்வரப்பாண்டியனிடம் கூறியிருந்ததைப் போலவே இரண்டே தினங்களில் தூத்துக்குடி கொதித்து எழுந்திருந்தது. பொதுமக்கள், பள்ளி மாணவர்கள், கல்லூரி மாணவர்கள் என

அனைவரும் இணைந்து ஊர் முழுவதும் பேரணிகளையும், மனிதச் சங்கிலிப் போராட்டங்களையும் நடத்திக்கொண்டிருந்தனர்.

இருந்தும் அரசைப் பணியவைக்க அவை போதுமானவைகளாக இல்லை. அரசின் பார்வைக்கு அவையெல்லாம் வெறும் திருவிழாக் கச்சேரிகள். அதே நேரத்தில் தூத்துக்குடிவாசிகள் என்போர் வெறும் கல்வி கற்கும் மாணவர்களும், காவல்துறையின் தடியடியின் மூலம் கலைக்கப்படும் சாதாரணமான மக்களும் மட்டும் இல்லை என்பது அரசுக்கு அந்த நாள் விடியும் வரை தெரிந்திருக்கவில்லை.

உயிரைத் துச்சமாகக் கருதி ஆழிபுகும் முந்நீர் வீரர்களின் பலத்தைக் குறைத்து மதிப்பிட்டிருந்த அரசு மறக்கமுடியாத பாடம் ஒன்றைக் கற்றுக்கொண்டிருந்தது. ஆலை எதிர்ப்புப் போராட்டத்தை நடத்துவது என மீனவர் சங்கம் முடிவெடுத்திருந்ததற்குப் பிறகு, அப்போராட்டத்தின் திசையும் மாறியிருந்தது. அதன் உச்சமாகத் தூத்துக்குடித் துறைமுகம் மொத்தமும் அன்று சாரம் உடுத்திய சுறாக்களின் கட்டுப்பாட்டிற்குக் கீழ் வந்திருந்தது. கப்பல் போக்குவரத்து நடைபெறும் நீர்வழித்தடங்களை மறைத்து நூற்றுக்கணக்கான நாட்டுப்படகுகளும், விசைப்படகுகளும் வரிசைக்கட்டி நின்றதால், சரக்குப் பண்டமாற்றம் ஸ்தம்பித்துப் போயிருந்தது. சரக்குக் கப்பல்கள் துறைமுகத்திற்குள் நுழையவும் முடியாமல், துறைமுகத்தைவிட்டு வெளியேறவும் முடியாமல் பத்து பணிநேரத்திற்கும் மேலாகச் சிறைப்பிடித்து வைக்கப்பட்டிருந்தன.

அதுவரை மெத்தனப்போக்கோடு செயல்பட்டுவந்த ஆலை நிர்வாகம் ரோசம் செறிந்த மாந்தர்களின் கடல் ஆட்டத்தை எதிர்கொள்ள முடியாமல் ஓடி ஒளிந்திருந்தது.

***

“உன் கிளாஸ் பிள்ளையவோட போய் நின்னா என்னடி. பயலுவ என்ன பாத்து சிரிக்கானுவோ?”

பள்ளிச்சீருடை அணிந்தராஜ இருதயராஜ் கோபம் வந்தவனாய் மூக்கை உறிஞ்சினான்.

“ஏளா. இப்பம் என்ன ஒன்ன கட்டியா பிடிச்சன். கையதான பிடிச்சன். மூஞ்சிய பாரு கொரங்காட்டம்.” அவனுக்கு அருகில் வந்துநின்ற மெர்லின் வேண்டுமென்றே அவனோடு வம்பு செய்தாள்.

“ஏக்கி இப்பம் நீ போலனா. வீட்டுக்குப் போனோன ஜார்விஸ் மாமாயிட்ட சொல்லிடுவன் பாத்துக்க.”

“சொல்லு சொல்லு. ஒனக்கு மட்டும்தான் மாமா இருக்காவளா. எனக்கும்தான் மாமா இருக்காவ. எலே கைய நீட்டுல. அந்தா மிஸ்ஸு வரா பாரு. சொல்லவா?”

பள்ளிக்கூடத்தின் சார்பில் நடத்தப்பட்ட மனிதச் சங்கிலிப் போராட்டத்தில் அருகில் வந்து தொந்தரவு செய்தவளிடம் இருதயராஜ் வேண்டாவெறுப்பாகத் தனது வலதுகரத்தை நீட்டி, அவளது இடது கரத்தோடு கோர்த்துக்கொண்டான்.

அவனது கரத்தின் மென்மை தந்த உற்சாகத்தோடு மெர்லின் சப்தமாகக் குரல் எழுப்பினாள்.

“திறக்காதே. திறக்காதே. நச்சு ஆலையைத் திறக்காதே.”

அதே பள்ளியில் இடைநிலை வகுப்புகளில் பயின்ற இன்பராஜும், சார்லஸும் அந்த மனிதச் சங்கிலிப் போராட்டத்தில் கலந்து கொண்டிருக்கவில்லை. அவர்கள் மனிதச் சங்கிலி, அமைதி ஊர்வலம் மாதிரியான வேண்டுகோளிடும் மனப்பாங்கை ஒருபோதும் பெற்றிருக்கவில்லை.

அவர்கள் இருவரும் அந்நேரத்தில் வல்தாரீஸ் இயக்கிக் கொண்டிருந்த நாட்டுப் படகில் ஜான் வர்க்கீஸிற்கு அருகில் கடலைப் பார்த்தபடி நின்றுகொண்டிருந்தனர்.

துறைமுகத்திலிருந்து மேற்குத் திசை நோக்கி விரைந்துகொண்டிருந்த நாட்டுப் படகுகளில் அவர்களது படகும் ஒன்று.

“எலே மக்கா. அந்தா நிக்கி. அந்த வெசலுதாம்.”

தாதுப்பொருள்கள் ஏற்றிவந்திருந்த எம்.வி.ரீஸா எனப் பெயருடைய ஒரு கப்பலைக் காண்பித்து ஜான் வர்க்கீஸ் குரல் எழுப்பினான். வல்தாரீஸைப் போலவே ஜான் வர்கீஸும் ஒரு தினவுமிகுந்த இளைஞனுக்குரிய உடல் அமைப்பைப் பெற்றிருந்தான். அவன் தனது சதைத் திரட்சி மிகுந்த வலது புஜத்தில் ஒரு மனிதன் சுறாவை ஈட்டியைக்கொண்டு வேட்டையாடுவது மாதிரியான ஒரு சித்திரத்தைப் பச்சைக் குத்தி வைத்திருப்பதை இன்பராஜ் அப்போதுதான் கவனித்தான்.

சற்று நேரத்தில் படகுகள் அனைத்தும் அந்தச் சரக்குக் கப்பலுக்கு அருகில் வந்திருந்தன. ஜான் வர்கீஸ் வல்தாரீஸிடமிருந்து

பீடி ஒன்றை வாங்கிப் பற்ற வைத்து இழுத்துக்கொண்டே படகின் மையத்தில் கட்டிவைக்கப்பட்டிருந்த கற்கள் அடங்கிய மூட்டையை அவிழ்த்தான். பிறகு இரண்டு கைகளாலும் கற்களை அள்ளி இன்பராஜ், சார்லஸ் ஆகியோரின் கரங்களில் கொடுத்தான்.

“வீசுல.”

அவர்களது படகுக்கு இணையாக அணிவகுத்து வந்த விசைப் படகுகளும், நாட்டுப்படகுகளும் அக்கப்பலை முன்னேறவிடாமல் எதிர்த்து நின்றன. அப்படகுகளில் இருந்த மனிதர்கள் எதற்கும் துணிந்தவர்கள்; அவர்களுக்கு உயிர் ஒரு பொருட்டல்ல, தேவையென்றால் படகைக் கொண்டு கப்பலை மோதிப் பார்க்கவும் தயங்கமாட்டார்கள் என்பதை அந்தக் கப்பலில் இருந்தவர்களை விடக் கடல் நன்கறியும். அந்த அடங்காத மனங்களை எதிர்கொள்ள வலுவின்றி நின்ற அந்தத் தாதுக் கப்பல் இறுதியாக வேறுவழியின்றி வந்த திசையிலேயே திரும்பிக்கொண்டிருந்தது.

***

தூத்துக்குடியைப் பற்றவந்த நச்சுக்கொடி மக்கள் நினைத்ததைப் போல் அத்தோடு விலகியிருக்கவில்லை. எவரும் எதிர்பார்க்காத விதமாய் ஆறே மாதங்களில் தென்பாண்டி நகரம் ஒரு நவீனக்கால போர்க்களமாக மாறியிருந்தது.

கொடியங்குளத்தில் விழுந்த சாதிக்கங்கு மெல்ல மெல்ல ஒரு வானுயர்ந்த புகைமண்டலமாக வளர்ந்து தூத்துக்குடியையும், நெல்லையையும் மூடிக்கொண்டிருந்தது. நெல்லையில் தலைகள் உருண்டன. தூத்துக்குடி காட்டன் சாலையில் குடோன்களும், கடற்கரையில் குடிசைகளும் தீப்பற்றி எரிந்தன.

எவர் குருதியில் அடர்த்தி அதிகம், எவர் பற்ற வைக்கும் நெருப்பில் உஷ்ணம் அதிகம், எவர் அழுகுரலில் துயரம் அதிகம் எனக் கண்டறியும் வேட்கையோடு சிப்பிநகர மனிதர்கள் சாதி ஆயுதங்களைத் தரித்து எதிர்த் திசைகளில் நின்றிருந்தவர்கள் மீது பரிசோதித்துக்கொண்டிருந்தனர்.

பத்து... இருபது... நாற்பது எனக் கொலையுண்டவர்களின் எண்ணிக்கை பெருகிக்கொண்டேயிருக்க கடலில் முங்கியெடுத்த சங்கெல்லாம் சாதிவெறி கொன்ற மனிதர்களின் இறுதி ஊர்வலத்தில் ஒலித்தன.

இசக்கியின் இன்னொரு சிநேகிதரான வீரகுமாருக்கும், ஈஸ்வரப்பாண்டியனின் சகோதரருக்கும் இடையில் உருவாகியிருந்த கொலைவேட்கை ஈஸ்வரப்பாண்டியன் தரப்பிலிருந்து இரண்டு உயிர்களைக் காவு வாங்கியிருந்தது. அந்நிலையில் நட்பின்பெயரால் வீரகுமாரை இசக்கி தீவில் இறக்கிக் காப்பாற்றிவிட்டதனால் ஈஸ்வரப்பாண்டியனுக்கு இசக்கி மீது வருத்தம் உண்டானது. ராஜசேகர் ஈஸ்வரப்பாண்டியனின் தரப்பிற்கு ஆதரவாய் இசக்கியிடம் முதன்முறையாக வாக்குவாதத்தில் ஈடுபட்டார். எல்லாவற்றிற்குப் பிறகும் எல்லோரும் தனக்கு வேண்டுமென்கிற முடிவிலிருந்து இசக்கி இடர்படாமலேயே இருந்தார்.

இதற்கிடையில் கொச்சி துறைமுகத்தில் தஞ்சம் அடைந்து காத்திருந்த கப்பலிலிருந்த தாதுப்பொருள்கள் லாரிகளில் ஏற்றப் பட்டன. தூத்துக்குடியில் தொடங்கப்படயிருந்த செம்பு ஆலையின் மூலத்தேவையாக இருந்த அத்தாதுப்பொருள்கள் கொச்சியிலிருந்து சாலை வழியே வந்தன.

ஆறுமாதங்களுக்கு முன்பு கப்பலையே வழிமறித்த மனிதர்கள் எல்லாம் திசைமாறிச் சாத்தான் வழிகாட்டிய பாதையில் சென்றிருந்தனர். இப்போது லாரிகளை வழிமறிக்கக்கூட அங்கு ஒருவரும் இல்லை.

நஞ்சைக் கக்கி செம்பு உற்பத்தியைத் தொடங்கிவிட்டதை ஊருக்குத் தெரிவிக்கும் விதமாக அன்று அந்த ஆலை அதன் சைரன் ஓசையை ஒலிக்கச்செய்திருந்தது. அந்தச் சத்தம் அதிகார வர்க்கத்தின் ஏளனச் சிரிப்பை உணர்த்துவது போல் எதிரொலித்தது.

அந்தச் சத்தம் கர்ப்பிணிகளின் வயிற்றில் இருந்த குழந்தைகளை மிரட்டியது. அந்தச் சத்தம் வேற்றுமைகளை உதறிய அடுத்தாரைக் காத்தார்கள் வரலாற்றிலிருந்து உயிர்த்தெழுந்து வரும்வரை ஓயப்போவதில்லை என்பதை அறிவிப்பதுபோல் செவிகளை நிறைத்துக்கொண்டிருந்தது. முத்துநகரில் இனி நிகழயிருக்கும் மரணங்களிலெல்லாம் பங்காற்றப்போவதின் பெருமிதத்தோடு அந்த அபாயச் சங்கு வீடுகளுக்குள் முடங்கியிருந்த மக்களின் விசும்பலை வெளிவரவிடாமல் தடுத்து முழங்கிக்கொண்டிருந்தது.

04

“தூத்துவுடி எப்படி இருக்கி?”

இருதயராஜ் மேற்சட்டையைக் கழட்டிவிட்டு தூங்குவதற்குத் தோதான மெல்லிய அங்கி ஒன்றை அணிந்தபடி கைப்பேசியில் பேசிக்கொண்டிருந்தான்.

“ரொம்ப நல்லாரிக்கி. ஆளுவ எல்லாம் சொவம். பக்கிள் ஆத்துல தண்ணி தெளிஞ்சு ஓடுதாம். நீ பேச்ச மாத்தாம இன்னைக்கு என்ன நாளுனு சொல்லு?”

எதிர்முனையிலிருந்து ஒலித்த மெர்லினின் குரலில் நக்கல் வெளிப்பட்டது.

“என்ன நாளு, நீ வயசுக்கு வந்த நாளா?”

“வேணாள. தூங்குற நேரத்துல எங்கிட்ட வாங்காத.”

“என்ன கொடுப்ப?”

“ச்சீ நிறுத்து.”

“இருடி. இந்த அக்கா சாப்பிட கூப்பிடுறாவ. சாப்ட்டு வருதன்.”

“போடாங்க... பேசாத வை.”

அவன் கைப்பேசியைப் பார்த்தபடியே வீட்டிற்குள் வந்தான்.

“என்ன தம்பி ஒரே சிரிப்பா இருக்கு?”

“ஒன்னுல்லக்கா. எனக்கி நாளு இட்லி போதும்க்கா. மத்தியானம் சாப்பிட்டதே இன்னிம் நெஞ்சுல நிக்கி.”

“நீங்க கொண்டு வந்த பிரியாணிகூட இன்னும் இருக்கு. சாப்பிடிறியளா?”

“இல்லக்கா வேணாம்.”

“எம்புருசனும் ஒரு கை மட்டும் சாப்ட்டுப் படுத்துட்டாரு. காலைல நொசநொசனு போயிடும்.”

“செரிக்கா கொஞ்சணோண்டு மட்டும் வைங்க. மிச்சத்த நாய்க்கு வைச்சிடுங்க.”

“சரி... ஆனா தம்பி பிரியாணி அருமயா பண்ணிருக்காங்க.”

“ஆமாக்கா. நல்ல டேஷ்ட்டுல்ல.”

“திப்பு வீட்லதான?”

“ஆமாக்கா. ஆனா செஞ்சத திப்புவோட கூட்டாளியோட மாமா. வகாபுனு...”

“ஓ...”

“செரிக்கா நீங்க போய் தூங்குங்க. நான் சாப்ட்டு எல்லாத்தையும் எடுத்து வைச்சுட்டு தூங்குதன்.”

“செரி தம்பி.”

ராணி திண்ணைக்குச் சென்றதும் மீண்டும் கைப்பேசியை எடுத்து மெர்லினை அழைத்தான்.

“சொல்லு டா. சாப்ட்டியா.”

“சாப்ட்டுகிட்டேதான் பேசுதன். நீ சாப்ட்டியா?”

“இல்ல.”

“செரி மதியம் நான் என்ன சாப்ட்டன்னு கேக்கலயே. இப்பமும் அதான் சாப்பிடுதன்.”

“என்னல சாப்பிட்ட.... சொல்லித்தொல.”

“ஏக்கி இப்படிலாம் கோவமா பேசினா பெறவு சொல்லமாட்டேன்.”

“அப்படியா... செரி. சொல்லுங்க என் மாமன் மவனே.”

“பந்தி பிரியாணி சாப்ட்டேன்.”

“பந்தி பிரியாணியா?”

“ஆமாம். ஒரு முழு ஆட்ட அப்படியே வட்டாவுல சோத்தோட வேக சைச்சு. எப்படி இருந்துச்சு தெரிமால. கால எடுத்து அசச்சம்னா கறி அப்படியே பொலபொலனு விழுதுனா பாத்துக்க.”

“ஏ சாத்தானே அது பந்தி பிரியாணி இல்ல மந்தி பிரியாணி.”

“ஆமாம் அதான். ஒனக்கு எப்படித் தெரியும்?”

“தெரியும். ஜமீமா வீட்ல சாப்ட்ருக்கன். அது பெரிய தெரவியம் மாரி சொல்லுதான் பாரு. நான் ஒருத்தி. வெக்கமில்லாம உங்கூடப் பேசுதன்.”

“செரி அப்பம் வெக்கத்தோடு பேசு.”

“ச்சீ பே. பெறவு இன்னைக்குச் சாங்காலம் பிள்ளைய கூட பீச்சுக்குப் போனன்.”

“ஓ. அதுக்கு?”

“இரு அங்கன என்ன செஞ்சம்னு சொல்லிடுதன். ஒரு பேப்பர்ல இன்னையோட எனக்கி இருவது வயசாகிட்டு. ஒருத்தன் என்ன எப்பம் கல்யாணம் பண்ணிப்பான்னு கேட்டு எழுதி, அத ஒரு பாட்டில்ல அடைச்சு வீசிருக்கன். அங்கன வந்தா எடுத்துப் பாரு.”

“அடேயப்பா. என்ன நீவாடு ஓடிக்கெடக்குன்னு தெரியலயே. அப்படியே கெழக்கோடி வந்தா கூட பாட்லு இம்புட்டு தூரமா வரும். ராம்நாட்லயே எவனாது எடுத்து பாத்துட்டு உன்னத்தேடி வருவாம். அவனயே கட்டிக்க.”

“ஏன் கட்டிக்கிறனே. ஒனக்கென்ன. ஒனக்கு இப்பமும் தெரியலல்ல. இன்னைக்கு என்ன நாளுன்னு.”

“இப்பம் நீ என்ன ட்ரெஸ் போட்ருக்க?”

“இல்ல. அவுத்துப் போட்டு நிக்கன். வாயில நல்லா வரும்.”

“சொல்லுடி.”

“நைட்டி.”

“சரி இதுக்கு மின்ன?”

“ப்ரண்டு வாங்கித்தந்த சேலை கட்டிருந்தன்.”

“அதோட ஃபோட்டோ என்னமாச்சும் எடுத்தியோ?”

“இங்கன ஏது கேமரா?”

“செரி நாளைக்கு அந்தச் சேலையோட ஸ்டூடியோவுக்குப் போய் ஃபோட்டோ ஒன்னு எடுத்து எனக்கு மெயில் பண்ணுவியாம்.”

“ஏனாம்...? ...ஏய் இரு அப்பா.”

“சாப்ட்டன்பா.”

அறைக்கு வெளியில் கேட்கும்படி குரல் அளித்துவிட்டு மீண்டும் அழைப்பில் இணைந்தாள்.

"ஏன்டி நான் கேட்டதுக்குச் சாப்பிடலன்னு பொய் புழுவுற."

"ஆமா நீ மட்டும் பதிலுக்கு ஏன் சாப்பிடலன்னு கேட்டவன் மாதிரி சொல்லுற."

"செரி ஃபோட்டோ எடுத்து மெயில் அனுப்புவியாம்."

"அதாம் ஏனாம்?"

"இரு இந்த நாய்க்குச் சோறு வைச்சிட்டு வருதன்."

"உனக்கு அவிய வைச்ச மாரியா."

"லைன்லயே இருள. வந்து சிரிக்கன்."

ஏனத்தில் இருந்த பிரியாணியோடு அவனது தட்டில் மீதமிருந்த கறி முனுக்குகளையும், எலும்புத் துண்டுகளையும் எடுத்துக்கொண்டு வந்து இருளனுக்கு உணவு வைக்கும் தட்டை எடுத்தான்.

"ஏக்கி சொல்லு. கேக்கிதா..?"

"கேக்கிது. சொல்லு."

"இரு. பதிலுக்குப் பதில் அனத்தாத. முழுசா பேசிக்கன். அது நான் வாங்கி அனுப்பின சேல. ஆண்டோவுக்கு அனுப்பி சத்யபிரியாயிட்ட தந்து ஒனக்குத் தரச் சொன்னன். அவ உனக்குக் கொடுக்க மாரி."

"பொய் பேசாத."

"செவப்பு கலர் சேல. அது பக்கத்துல இருந்தா. அத எடுத்து அதோட பார்டர பாரு."

"ஏம்?"

"பாரு."

"பாக்கென். இதுல என்னயிருக்கு."

"நல்லா பாரு."

புடவையில் ஓர் இடத்தில் வண்ணம் உமிழும் பேனா ஒன்றினால் எழுதப்பட்டிருப்பதைக் கண்டு மெர்லின் பரவசம் தாளாமல் நின்றாள்.

“ஆருயிர் அனுவிற்கு. இது என்னை நினைத்து நீ உடுத்தவும், தொட்டிலாகி நமது முதல் குழந்தை உறங்கவும்.”

“ஏய்...”

“என்ன சொல்லு.”

“என்னல நீ. ஐயோ. எனக்கு இப்பம் பேச்சே வரமாட்டெங்கி. மாதா சத்தியமா சொல்லுதன். ஏ இப்பம். எளா எனக்கு ஒருமாரி ஆவுது. எப்பமும் இப்படி ஆனதில்ல. கண்ணு... கண்ணெல்லாம் கலங்கி நிக்கன். இருதயா... எள ஒனக்கு வெளங்குதா. இந்த நிமிசம் தூத்துவுடில காத்து கூட சுத்தமா இரிக்க மாரி இருக்கி. இந்தச் சேல... இந்தச் சேலைபூராமும் உன் வாசம் அடிக்கி. உன்ன இப்பமே பாக்கணும். இனிமேலும் நான் எப்படிப் பொறுப்பன்?”

அவளது ஒவ்வொரு சொல்லும் பசலைச் சாற்றில் நனைந்து வெளிவந்தது. அவளது அசைவுகளில் காதல் பெருகி ஓடியது. ஃபோனைக் காதுக்கு நெருக்கமாக வைத்துக்கொண்டு மென்மையாகத் துடித்தாள்.

மறுமுனையில் அவன் வார்த்தைகளற்றுப் போயிருந்தான். வெளியேற்றிய மூச்சும் உடைந்திருந்தது. அடுத்த நொடியில் அவன் விசும்பிவிடுவானோ எனப் பயந்து அவள் அவசரமாக எதையோ ஒன்றைப் பேசினாள்.

“செரி அது ஏம் அனுனு மட்டும் எழுதிருக்க. முழுப் பேர எழுத என்ன?”

“ஏன் சின்னப்பிள்ளையா இருக்கைல எல்லாம் நான் உன்ன அப்படித்தான கூப்பிடுவம்.”

“ஆமாம், அப்பம் ஒனக்கு மெர்லின்னு வாய்ல வராது. மெல்ரினு மெல்ரினும்ப..”

“ஆமாம்!”

“எள. ஏன் உன் வாய்ஸ் ஒரு மாரியா இருக்கி. என் தங்கம். அழுவுறியா?”

“இல்ல விடு. அழுதாலும் இப்பம் என்ன? நான் வெரசா தூத்துவுடி வந்துடுதன். அங்கன என்ன எவனாது கொன்னாலும் செரி. உன்கூட ஒருநாளாவது வாழ்ந்துட்டுச் சாவுறன்.”

“அது ஏம் ஒரு நாளு. அதுவே ஒனக்குப் போதுமே. உன் பிள்ளைய மட்டும் நான் சொமக்கனும். நீ செத்துப்போயிடுவ. நல்ல ஆளுதாம்.”

“ஏம் எம் பிள்ளைய நீ சொமக்கமாட்டியா?”

“மாட்டம்னா சொன்னன். ஒன்னுக்கு மூணு பிள்ளையா கூட சொமக்கன். அதோட உன்னையும் சேத்து சொமக்குறன்ங்குறன். ஒரு நாளுக்கு இல்ல. காலம் பூறா. தூத்துவுடில கடல் வத்துற வர.”

“நல்லா பேசுறடி. அப்படினா செரி. நானும் உன்கூடவே இரிக்கேன். ரெண்டோரும் அந்தக் காத்துல சீக்கு வந்து சாவுற வர.”

“ஏளா. ஏன் இப்பம் சாவப் பத்தியே பேசுத. அன்னைக்கு நான் அப்படிச் சொன்னம்னு என்ன மட்டும் ஏசுன.”

“பெறவு என்னட்டி. நீயும் சாவுறன்னு சொன்னா கோவம் வராம. எனக்கின்னு இனி ஆரு இரிக்கா?”

“செரி விடு. ஒனக்கு இப்பம் ஒன்னு தரலாம்னு நினைக்கன். செல்ல நல்லா காதுக்கு நெருக்க வைய்யி.”

அந்திமக்காலம்

01

"பதமா..."

அந்த இரவில் தன்னைப்போலவே தன்னருகில் நிர்வாணமாகப் படுத்திருக்கும் பெண் தன்னுடைய மகள் என்பதெல்லாம் அந்த நாற்பத்தைந்து வயது மதிக்கத்தக்க பெண்மணிக்கு மறந்து போயிருந்தது.

சற்றுமுன்னர் தனது மகளை மூச்சிரைக்கப் புணர்ந்துமுடித்திருந்த மனிதன் அதே கட்டிலில் வைத்து அவள் பார்க்கத் தன்னையும் புணர்கிறானே என்கிற களிப்பு அவளது இரகசிய உணர்வுகளைப் பெருக்கெடுக்க வைத்திருந்தது. ஏற்கெனவே உச்சமடைந்து தனது இளமை ததும்பும் சரீரத்தை நீலநிற ஒளியில் வெளிச்சம் போட்டபடி படுத்திருந்த இள நங்கைக்கு இப்போது அருகில் இருப்பவள் தனது தாய் என்பதைத் தாண்டி ஒரு போட்டியாளராகத் தெரிந்தாள். அவளது கூச்சமெல்லாம் வியர்வை நீரைப்போல் அவளிடமிருந்து வெளியேறிக் கொண்டிருந்தது. அவர்களுடைய இருவரது உடலிலிருந்து வீசிய அத்தர் வாசம் நரைமுடிகள் முளைவிட்டிருந்த ராஜசேகரின் மார்புக்கூட்டுக்குள் ஏறிக்கொண்டிருந்தது. காயல்பட்டினத்தில் இருக்கும் அவ்வீட்டின் சாளரத்தருகே சட்டென்று பட்டாசு ஒன்று வெடிக்க, பதற்றமுற்றவராய் அவர் தனது குறியை வெளியே உருவிக்கொண்டார்.

"ஏன். பயலுவோ எவனோ நீ இயருக்கு வெடி போடுறானுவ. வாங்க."

அப்பெண்மணி மீண்டும் அவரைத் தன்னருகில் இழுத்துத் தொடைகளை விரித்ததைப் பார்த்ததும் அருகில் இருந்த இளம் பெண்ணிற்குப் பொறாமையாக இருந்தது. தன்னை இன்னொருமுறை அவர் புணர வேண்டுமென விரும்பினாள்.

காலம் ராஜசேகருக்கு ஒரு குடும்பத்தைத் தரவில்லையென்றாலும் அவர் விரும்பும் சாகசங்களை அனைத்து வகையிலும் குறைவின்றி வழங்கியிருந்தது. மின்சாதனக் கருவிகள் எல்லாம் அண்ணாச்சிக் கடைகளிலேயே இப்போது தவணை விலையில் கிடைக்கின்றன,

இனியும் அவற்றின் விலை வெகுவாகக் குறையும் என உணர்ந்திருந்த ராஜசேகர் அண்மையில் தனது இறக்குமதி சரக்குகளின் வகையை மாற்றியிருந்தார்.

மூட்டை மூட்டைகளாகப் பீடி இலைக்கட்டுகள், கஞ்சா, பவுடர் போன்ற போதை வஸ்துக்கள் அவரது பிரதானமான கள்ளச் சந்தைப் பொருள்களாக ஆகியிருந்தன.

கொழும்பு, மொரீசியஸ், மங்களூர் ஆகிய இடங்களுக்குக் காய்கறி, கருங்கல் ஏற்றிச்செல்லும் தாமஸின் தோணியைப் பயன்படுத்தி அவர் தனது தொழிலுக்குத் தேவையான போதைச் சரக்குகளை இடம்மாற்றிக் கொண்டு வந்தார்.

தோணி கரைக்கடலை நெருங்கும் தருணத்தில் அவருக்குப் பணம் ஈட்டித்தரும் பிரத்யேக சரக்குகள் நாட்டுப் படகுகளுக்கு ஏற்றப்பட்டுவிடும். பிறகு ஆள்நடமாட்டம் இல்லாக் கடற்கரைகளில் இறக்கப்பட்டு அவை நகருக்குள் கொண்டுவரப்படும்.

அவர் ஈட்டிய வருமானத்தில் குறிப்பிடும்படியான அளவு சுங்கத்துறை அதிகாரிகள், காவல்துறையினர் ஆகியோரது வீடுகளுக்கு மாதம்தவறாமல் சென்றது. அதுபோக அவர் ஜோஸ்லினின் மகன்கள் தொடங்கி, இசக்கி, ஜார்விஸ் என அனைவருக்கும் அவ்வப்போது தங்கச்சங்கிலி, மோதிரமென அன்புப் பரிசுகளை வழங்குவார். ஓரளவிற்கு வசதி வந்த பின்னரும் குடும்பத்திற்குச் சொந்தமான தோணியை அவர் தனது சட்ட விரோதத் தொழிலுக்காகப் பயன்படுத்துகிறாரே என ஜோஸ்லினுக்குச் சங்கடமாக இருந்தது. இசக்கியே ராஜசேகரைக் கண்டிப்பதில்லையே என்கிற வருத்தமும் அவருக்குண்டு. புதிய தொழிலினால் ராஜசேகருக்கு அரசியலும், அரசியல்வாதிகளுடனான பழக்க வழக்கமும் தவிர்க்க முடியாததாய் ஆகியிருந்தது. அவரது சொந்த ஊரைச் சேர்ந்த மனிதர்களுடனான உறவைக்கூட அவர் புதுப்பித்துக் கொள்ளவேண்டிய சூழல்கள் உருவாகியிருந்தன. எத்தனை பலம் மிகுந்தவராக அவர் மாறியிருந்தும் இசக்கி, நில் என்றால் மறுபேச்சுப் பேசாமல் நிற்பவராகவே அவர் இருந்து வந்தார்.

ராஜசேகரிடம் காணப்பட்டதைப்போல் கடலிலும் ஏராளமான மாற்றங்கள். உண்ணும் மீன்களை வைத்துக் குடும்பங்களை மதிப்பிடும் வழக்கம் மீனவக் குடும்பங்களுக்கிடையே முற்றிலுமாக மறைந்து போயிருந்தது. பேக்கணவாய்களைக் கூடச் சிலர் சாப்பிட

ஆரம்பித்திருந்தனர். பேச்சாளைகளையும், கிளாத்திகளையும் கோழித் தீவனங்கள் தயாரிக்கக் கேட்கிறார்கள். போதும் இதற்கு மேல் வேண்டாம் என ஒருகாலத்தில் உதறிவிட்டு வரப்பட்ட வெள்ளை வாவல் இப்போது வலையில் அகப்படுவதே அரிதாகிப் போயிருந்தது. கொம்புலிச்சுறா, வெள்ளைக்குறி மீனெல்லாம் தொலைந்து போயிருந்தன. புலி இறாலும், சிங்கி இறாலும் எளியோர்க்குக் கிடைக்காத உணவாக மாறி கொள்ளை விலைக்கு வெளிநாடுகளுக்கு ஏற்றுமதியாயின.

கரைக்கடல் உயிர்கள் அண்மைக்கடலை நோக்கி நகர்ந்திருந்தன. அண்மைக்கடலில் இருந்தவை ஆழ்கடல் நோக்கி ஓடியிருந்தன. ஓங்கில்கள்கூட மனிதர்களுடனான நட்பைத் துண்டித்துக்கொள்ளும் முடிவை எடுத்திருந்தன.

வயதினால் வனப்பு குறைந்து, தொய்ந்து போயிருந்த 'கடற்கன்னி' ஜெனிஃபரிடமும், பாண்டியன் கடலின் பவளப் பாறைகளிடம் எடுப்பதற்கென்று பெரிதாக எதுவும் மீந்திருக்கவில்லை. தட்டுமடி களையும், கட்டுமரங்களையும் கொண்டு ஜீவித்திருந்த மனிதர்களின் காலத்தை அலைகள் வந்து ஆழ்கடலுக்கு இழுத்துச் சென்றிருந்தன. கடல் நேசித்த கடைசி மனிதர்களுக்கு இப்போது கடற்கரையில் மரியாதை இல்லை. வெறும் மூன்றே தசாப்தங்களில் இழுவை மடிகள் சாதித்தவை இவைபோல் எத்தனையோ.

இந்த மாற்றங்கள் கடல்மனிதர்களையும் அசைத்துப் பார்த்திருந்தது. கணியம் பார்ப்பவர்கள் தொலைந்து போயிருந்தனர். ஜி.பி.எஸ் இடங்கணிப்பான் கருவிகள் படகுகளில் இடம் பெற்றிருந்தன. இளம் தலைமுறையினரில் பலர் உணவளித்த அன்னை மடியிலிருந்து விலகித் திருநெல்வேலிக்கும், மெட்ராஸிற்கும் பொறியியல் பயிலச் சென்றிருந்தனர். இங்குதான் ஒருகாலத்தில் முத்துகள் விளைந்தன என வரலாற்று ஆசிரியர்கள் பாடம் எடுத்துக்கொண்டிருக்க, முத்துநகரில் மின்சாரம், உரம், செம்பு, காஸ்டிக் சோடா, தாதுப் பொருள்கள், ரசாயனத் திரவங்கள், கருமணல், செம்மணல் தாதுக்கள் என ஏதேதோ விளைகின்றன.

நோயாளிகளின் பெருக்கத்தால் மருத்துவமனைகளுக்குப் பஞ்சமில்லை. தெருவுக்குத் தெரு ஒயின் ஷாப்புகள் வந்திருந்ததால், பனங்கள் கலயங்களைத் தேனீக்கள் மட்டும் தேடிக்கொண்டிருந்தன. பழமையைப் போலவே பனையேறிகளும் மீனவர்களுக்கு விரோதிகளாக ஆகியிருந்தனர். தொடர் சாதிக் கலவரங்கள் வாக்கு அரசியலுக்கு உதவின. இசக்கி நாடார் என இசக்கி சாதியின்

பெயரால் அடையாளப்படுத்தப்பட்டார். அதை அவர் ஏற்கிறார் அல்லது மறுக்கிறார் என்பதெல்லாம் அங்கு பொருட்டல்ல.

ஜெரோம் பட்டங்கட்டியார் படுத்த படுக்கையானதிலிருந்து இசக்கி கடலுக்குச் செல்வதில்லை. ஜெரோமிற்கு அவஸ்தை ஜெபம் தரப்பட்டு ஏற்கெனவே இரண்டு மாதங்கள் கடந்திருந்த நிலையில், முதுமையினால் குறுகிப்போன உடலிலிருந்து வெளியேற அவரது ஆன்மா போராடி வந்தது. ஜார்விஸ் துறைமுகத்தில் கொள்கலன் இடமாற்றுச் சேவையில் சில ஒப்பந்த வேலைகளை எடுத்திருந்தார்.

ஜோஸ்லினுக்கு ஸ்டீராய்டுகள் உதவியில்லாமல் சுவாசிக்கமுடியாத நிலை. சாதிக் கலவரங்களுக்குப் பிறகு ஈஸ்வரப்பாண்டியன் நகருக்குள் வருவதையே நிறுத்திக்கொண்டிருந்தார். இசக்கியும் ராஜசேகரும் நேரம் கிடைக்கும்போது வீரபாண்டிபுரம் சென்று அவரைப் பார்த்து வந்தனர். புன்னைக்காயல் மடையில் விசைப்படகை வைத்து மீன்பிடித்ததற்காக அப்பகுதி நாட்டுப்படகு மீனவர்களால் வெட்டப்பட்ட ரொட்ரிக்காஸ் காயங்களோடு மருத்துவமனையில் சிகிச்சை பெற்று வந்தான். வல்தாரீஸும், ஜான் வர்கீஸும் கைதேர்ந்த கடலோடிகளாக உருவெடுத்திருந்தனர்.

பன்னிரண்டாம் வகுப்பில் பயின்றுவந்த இன்பராஜ் அண்மையில் கச்சிதமாக சிகரெட் பிடிக்கப் பழகியிருந்தான். பத்தாம் வகுப்பில் இருந்த சார்லஸ் அந்த ஆண்டில் ஏற்கெனவே இரண்டு முறை பள்ளியில் இருந்து இடைநீக்கம் செய்யப்பட்டிருந்தான்.

“எந்த வெளங்காத பயம்லா ஒனக்குச் சொன்னாம். உலகம் அழியப் போவுனு, இப்பம் என்ன அழிஞ்சுட்டா” எனக் கேட்டு வம்பிழுக்க மெர்லின் அன்று காலையிலேயே இருதயராஜைத் தேடிக்கொண்டு வீட்டிற்கு வந்திருந்தாள். இருபத்தியோராம் நூற்றாண்டின் தொடக்க தினம் இவ்வாறாக அங்கு விடிந்திருந்தது.

“கீழ வாரியலா. உங்கள பாக்க வந்திருக்காவ.”

மாடியறை அலமாரியில் மங்கம்மாள் விளக்கை ஏற்றி வைத்து விட்டு, வாடிய விழிகளோடு அதன் எதிரில் அமர்ந்திருந்த இசக்கியை ஜோஸ்லின் அறையின் வாயிலில் நின்றபடி அழைத்தார்.

“உங்களதாம்.”

“சேகரா. இந்தா வரன்.”

“இல்ல அவிய இல்ல. யாரோ நஞ்சுண்டான்னு சொன்னாவ.”

“நஞ்சுண்டானா...?” இசக்கி யோசித்தபடியே மாடியிலிருந்து இறங்கி திண்ணைக்கு வந்தார்.

“வாங்க. எப்படி இருக்கிங்க? நான் யாருனு நினைவுல இருக்கா?”

நஞ்சுண்டான் இசக்கியைப் பார்த்துச் சிரித்தபடி கையசைக்க, அருகில் அமர்ந்திருந்த வல்லத்தரசு கைகூப்பி வணக்கம் வைத்தார்.

“ஏ. அடேயப்பா. அண்ணாச்சி. நீங்களா. என்ன நினைவில இரிக்கான்னு கேட்டுட்டிய. உங்கள மறக்க முடியுமா... பாத்து எத்தன வருசம் ஆச்சு. உக்காருங்க. ஜோஸ்லினு... அண்ணாச்சிக்குக் காஃபி கொண்டாங்க.”

“பதினஞ்சு வருசமாவுதுனு நினைக்கிறேன். நினைவுல வைச்சுருக்கிய. பரவால்ல. அதுவே ரொம்ப சந்தோசமா இருக்கு. இது நம்ம கூட்டாளி... அரசு. வரப்போதான் உங்களப் பத்தி எல்லாம் சொன்னேன்.”

“ரொம்ப சந்தோசம். அப்போம் மட்டும் நீங்க இல்லன்னா நான் இப்பம் இருப்பனா. ஏ அண்ணாச்சி. உங்கள மறுபடி பாத்தது இப்பம் எனக்கு ஒருமாரி. ரொம்பச் சந்தோஷமா இருக்கில்லா.”

“எசக்கி அத நாந்தான் சொல்லனும். ஏப்பா உங்க பேர சொல்லலாம்ல. பிரச்சினை இல்லல்ல. இப்ப ஆளு பெரிய கையா ஆகிட்டிய போல. கேள்விப்பட்டேன்.”

“ஹாஹாஹா. ஏம் அண்ணாச்சி. இப்படிப் பேசுதிய. செரி என்ன இவ்வளவு தொலைவு. வூட்லல்லாம் சொவமா இருக்காவலா.”

“எல்லாம் நல்லா இருக்காங்க. உங்களுக்கு எப்படி?”

“இந்தா இப்பம் வந்தாவல்ல. அவங்கதாம் என் வீட்டுக்காரங்க. ரெண்டு மவனுவோ. ஆங்... உள்ள சத்தம் கூட கேக்கி. ஏட்டி மெர்லினு... ஏட்டி. இருதயன கூட்டிக்கிட்டு இங்கன வா.”

“இந்தாங்கண்ணே...” ஜோஸ்லின் மூவருக்கும் காஃபி கொடுத்து விட்டு உள்ளே சென்றார். இருதயராஜும், மெர்லினும் திண்ணைக்கு வந்து நின்றனர்.

“இது ரெண்டாவது மவம் அண்ணாச்சி. ஒம்போது படிக்கான். மூத்தவன் பயலுவ கூட வெளிய போயிருக்கான்னு நெனைக்கேன். அவம் பன்னெண்டு படிக்கான். இவ சார்விஸுனு நம்ம சேக்காளி. அவிய மவ.”

“இதி யாரு மாமா.”

“ஒனக்கு எல்லாம் சொல்லணும்ட்டி. கெழவி மாரி கேள்வி கேப்பா. செரி ரெண்டேரும் உள்ளுக்குப் போய் டிவி பாருங்க. போங்க.”

“ஐயய்ய. நான் ஒருத்தன். பசங்க இருக்கதுகூடத் தெரியாம ஒன்னும் வாங்காம வந்துட்டன் பாருங்க. தம்பி இங்க வாயா. அம்மாடி நீயும் வாமா.” நஞ்சுண்டான் சட்டைப் பையில் கைவிட்டுப் பணத்தை எடுத்தார்.

வாங்கலாமா என்று கேட்பது போல் இருதயராஜ் இசக்கியைப் பார்த்தான். அவர் சிரித்தபடி தலையசைத்ததும் இருவரும் நஞ்சுண்டான் தந்த பணத்தை வாங்கிக்கொண்டனர்.

“அப்புறம் அண்ணாச்சி. என்ன இவ்வளவு தொலைவு. அதும் இத்தன காலம் போயி.”

“எனக்கு உங்களால ஒரு உதவி ஆவணும். உங்களால முடியும்னு ஒரு நம்பிக்கைல கிளம்பி வந்துட்டோம். என்ன சேதினு சொல்லிடுறன். அப்புறம் உங்க முடிவச் சொல்லுங்க.”

“என்னால உங்களுக்கு ஒதவியா. செரி என்னன்னு சொல்லுங்க.” இசக்கி சிறிது தயக்கத்துடன் கேட்டார்.

“ஒரு நிமிசம் அண்ணாச்சி. எல வல்தாரீஸ். ஏன் அங்கனயே நிக்க. வா உள்ள... ஆங். நீங்க சொல்லுங்க அண்ணாச்சி.”

“நியூஸ் பேப்பர்லதான் பாத்திருப்பிங்களே. இலங்கைப் பிரச்சினை எல்லாம்...”

“ஏ அண்ணாச்சி. அப்பம் நான் அவர ரெம்பச் சாதாரணமான ஆளுன்லா நெனச்சன். வீரன்தாம். பெரிய வீரன். நெதம் பாக்கென். அவிய நீயூஸெல்லாம். செரி நான் ஒங்களுக்கு என்ன செய்யனும்ட்டு சொல்லுங்க.”

“ஒன்னுல்ல. கொஞ்ச நாளா எங்க பக்கம்லாம் ரொம்ப ஸ்ட்ரிக்ட் ஆக்கிட்டாய்ங்க. மண்டபம் பார்டர்லயும் இறுக்குறானுங்க. நீங்க கொஞ்சம் உதவி செய்யனும். பெருசா ஒன்னும் இல்ல. இந்த டீசலு, மண்ணெண்ண, பேட்டரி, சமையல் சாமான், மருந்து மாத்திரை இதுமாதிரி எதாவது தேவப்படும். இங்கேந்து கொஞ்சம் அவங்களுக்கு ஏத்திவிட்டிங்கனா நல்லாருக்கும்.”

“என்ன சொல்லுதிய. இங்கனேந்து ரொம்ப தொலைவுல்லா.”

“இல்லங்க. இந்த வேம்பார் ஒட்டி வர தீவுலயே நிறைய பேர் தலமறைவா தங்கிருக்காங்க...”

“புலியதானே. இருக்காவ மாமா. நானே பாத்துருக்கன்.” வல்தாரீஸ் குறுக்கிட்டான்.

“இந்தா. தம்பி சொல்றாரு பாருங்க. நீங்க அவங்கக்கிட்ட கொண்டு போய் சேத்தா போதும். அப்பப்ப என்ன தேவையோ அத மட்டும்.”

“அப்படியா. செரி இருங்க. இங்கன மத்த ஆளுக்ககிட்டயும் ஒராட்டம் கேட்டுக்கிடவா?”

“உங்களுக்கு ரிஸ்க்கா தெரிஞ்சா வேணாம். கேட்டுப்பாப்பம்னு தான் வந்தேன்.”

“என்ன வல்தாரீஸ். நீ என்ன சொல்லுற.”

“செரி தாம் மாமா. ஆனா மாட்டிக்கிட்டா பெரிய கேஸா விழும். நான் வந்தாலும்... பயலுவ பயப்படுவானுவல்ல.”

“எல அப்படினா உங்கூட நான் வரன்டி. அதனால என்ன இப்பம்... நீ சொல்லு.”

“செய்யலாம் மாமா.”

“செரி அண்ணாச்சி. செஞ்சுகிருவோம்.”

இசக்கி சம்மதித்ததை அடுத்து நஞ்சுண்டான் தனது கைப்பை யிலிருந்து இரண்டு காகிதங்களையும், கொஞ்சம் பணத்தையும் எடுத்து நீட்டினார்.

“இந்தாங்க. இத வைச்சுக்கங்க...”

“என்ன அண்ணாச்சி இது.”

“ஒரு பேப்பர்ல அவங்களுக்குத் தேவையான பொருள் என்னன்னு... எவ்வளவு வேணும்னு இருக்கு. இப்போதைக்கு அந்தப் பணத்த வைச்சுக்கங்க. மேற்படி ஆகுறதுக்கு நான் அனுப்பி வைக்கிறேன்.”

“செரி அப்பம் இந்தக் காகிதம்? என்ன எழுதிருக்குன்னே வெளங்கலய.” இசக்கி இன்னொரு காகிதத்தைக் காண்பித்து கேட்டார்.

"அத அங்கபோய்ட்டு அவங்ககிட்ட காட்டுங்க. அவங்களுக்குப் புரியும். இத அவங்ககிட்ட கொடுத்துட்டுப் பண்ணையாருக்கு வேண்டப்பட்டவரு அனுப்பினாருனு சொல்லுங்க போதும்."

"பண்ணையாரா. ஓ... நீங்க பண்ணையாருல்ல. மறந்துட்டன்."

"நானா. நல்லாச் சொன்னிய. என்ன அரசு." நஞ்சுண்டான் சிரித்தார்.

"பண்ணையாருனா நான் இல்லங்க. அவரு... தலைவரு."

"ஓ... அப்படி சூசவமா சொல்லுறது. ஆராச்சும் போலீஸுக்குத் துப்புக் கொடுத்துடாவனு. வெளங்குது. செரி அண்ணாச்சி. பாத்துக்கலாம். வீடு தேடிவந்து கேட்டுட்டிய. செய்றன்."

"ரொம்ப நன்றி. அர நம்பிக்கைலதான் வந்தன். என்ன சொல்றது. உங்களுக்கு இதுக்கெல்லாம் எப்படித் திருப்பிச் செய்யப்போறன்னு தெரியல."

"அட என்ன அண்ணாச்சி. உங்களுக்காண்டி இதக்கூட செய்யலனா எப்படி."

"சரி. அப்போ நான்..." நஞ்சுண்டான் நாற்காலியிலிருந்து எழுந்தார்.

"ஏ இருங்க. எங்கக் கிளம்புறிய. ரெண்டு நா தங்கிட்டுப் போவலாம்."

"ஐயயோ. நாளைக்கு ஒரு நிலம் விசியமா சர்வேயரு வராப்ள. இருந்தாவனும். இன்னொரு நாள் வரேன்."

"செரி அப்பம். நீங்க எப்படி வந்திய?"

"காருதான். வெளில நிக்குது."

"அப்பறம் என்ன. இருந்து இராத்திரி சாப்ட்டாவது போங்க அண்ணாச்சி."

"அது..."

"ஏ.. மணி ஏழாச்சு. இன்னும் ஒரு மணிநேரம்தான. இரிக்க மாட்டியலோ."

நஞ்சுண்டானும், வல்லத்தரசும் இரவு உணவை முடித்துவிட்டு கிளம்பிய பிறகுதான் வல்தாரீஸ் இசக்கியிடம் அவரைத் தான் பார்க்க வந்ததன் காரணத்தையே கூறினான்.

“மாமா. தாத்தா. நோவுறாவ. எளனி கூட ஊத்தியாச்சு. நிக்க மாட்டெங்கி. என்ன செய்யனு தெரியல.”

“எப்படில நிக்கும். அவரு உசுரு ஏன் தங்கிக்கிடக்கின்னு தெரியாதா? நாந்தான் ஒரு மனுசன் ஒரு மாசமா சொல்லுதனே. எவம் கேட்டிய...”

“அது மொற இல்ல மாமா. இருந்தாலும் அதுதாம் சரியோனு எனக்கிம் இப்பம் யோசனையா இரிக்கு. நீங்க சொன்ன மாரியே முயற்சி பண்ணி பாக்கலாம்ட்டு நினைக்கென்.”

“சார்விஸு என்ன சொல்லுதாம்?”

“செரின்ட்டாவ.”

“செரி வால. இன்னிக்கு நல்ல நாளுதாம்.”

“தள்ளுல. ம்... தள்ளு...” ஒரு பெருந்துயரை முடிப்பதற்காகக் கால்பதித்த அந்த பைபர் படகைக் கடல் இன்முகத்துடன் வரவேற்றது.

ஜெரோமை அவரது படுக்கையிலிருந்து தூக்கிவந்து படகின் மையத்தில் பாய்விரித்து அதன்மீது கிடத்தியிருந்தனர்.

இசக்கி எஞ்சினை முடிக்கிவிட்டுப் படகைச் செலுத்திக் கொண்டிருக்க, ஜார்விஸும், வல்தாரீஸும் படகிற்குள் அமர்ந்து ஜெரோமை இறுக்கமாகப் பற்றியிருந்தனர். முதல் சாமத்தில் கடலுக்குள் சென்றிருந்த அப்படகு தராசு வெள்ளி நடுவானில் மிளிர்ந்துகொண்டிருந்த நேரத்தில் மீண்டும் கரைதிரும்பிக் கொண்டிருந்தது.

“எசக்கி. உனக்கின்னு இல்ல... மொதமொத வலவாங்கினா அல்லா பேருக்கும் கை இப்படிதாம் ஆவும். கரைக்கு ஓடினதும் தேங்கா எண்ணெய் போடு. ரொம்ப வலிக்கிதாடே...” கரையை நோக்கியிருந்த இசக்கி ஜெரோமின் குரலை நினைவுபடுத்திப் பார்த்தார். கடலின் குரல்போல் நீண்டுகொண்டிருக்கும் அவரது பேச்சும், அவரின் அருகாமையை உணர்த்தும் வெற்றிலைப் பாக்கு நெடியும் அக்கணத்தில் மீண்டு வந்தன.

வாழ்வின் மேன்மை மிக்க தத்துவங்கள் அடங்கிய பொதியைத் தவறவிட்டதைப் போல் அவரது கரங்கள் தளர்ந்தன. கண்களில் ஈரம் சுரந்தது. எத்தனைப் பகல்கள்; எத்தனை இரவுகள் இக்கரங்கள் அவருடன் சேர்ந்து ஓடத்தினைத் தள்ளியிருக்கின்றன.

“ஜார்விஸு… அடக்க ஏற்பாடெல்லாம் எப்படில” தனது இறுக்கத்தைத் தளர்த்திக்கொள்ள வேண்டும் என்பதற்காக இசக்கி இயல்பாகக் குரலெடுத்தார்.

“ம்ம்ம் பாத்துக்கிறலாம்” ஜார்விஸிடம் மீண்டும் அமைதி.

அசைவின்றிக் கிடந்த ஜெரோமை ஏறெடுத்துப் பார்க்கும் தைரியம் இல்லாதவராய் ஜார்விஸ் தனது பால்யத்தின் காட்சிகள் கடலுக்குள் கிடக்கின்றனவா என நீருக்குள் மனம் குவித்திருந்தார்.

“ஏ தாத்தா… ஏ தாத்தா. இனி நீ எங்கூட இருக்க மாட்டியா. ஓராட்டம்… ஒரே ஓராட்டம் எம்பேர சொல்லுவன். ஏ தாத்தோவ்.” வல்தாரீஸ் மன்னார்க் கடல் மொத்தமும் கேட்டுக் கலங்கும்படி சப்தம்போட்டு அழுதுகொண்டிருந்தான்.

திருவிழாக் கூட்டத்தில் தொலைந்த பிள்ளைக்குத் தாயைக் கண்ட தருணத்தில் மகிழ்ச்சியும் கண்ணீரும் ஒருசேரப் பீறிடுவதைப் போல், புன்னகை மலர்ந்து அழுது தீர்த்ததின் படிமங்கள் ஜெரோமின் சதைவற்றிய முகத்தில் மீதமிருந்தன. கடலன்னை காற்றில் திரிந்த அவரது உயிரை வாரியணைத்துத் தனது மார்பிடுக்கில் புதைத்திருக்க, ஜெரோம் பட்டங்கட்டியார் வெற்று உடலாகக் கரை திரும்பிக்கொண்டிருந்தார்.

02

“தம்பி எங்கப்பா இருக்க?”

“இங்கன தாம்மா தோப்புல.”

“சரி வண்டி இருக்கா எப்படி?”

“இங்கதாம்மா கிடக்கு. ஏன்மா கேக்கிய?”

“இங்க வரியா? நீ ஊருக்குப் போறன்னு உன்ன பாக்க அக்கா வந்துருக்கா.”

“வரன்மா.”

அலைபேசியைத் துண்டித்த அடுத்த நொடியில் இருதயராஜிற்கு மனம் கனத்தது. இந்த ஆறுமாத காலத்திற்குள்ளேயே எத்தனை

மனிதர்களை இந்த வாழ்க்கை பரிசளித்திருக்கிறது. இவர்கள் எல்லோரையும் ஒருபொழுதில் உதறி, மகிழ்ச்சி ஊற்றெடுக்கும் இந்த நிலத்திலிருந்து விடுபட்டுத் தொலைதூரத்திற்குச் செல்லப் போகிறேனா?!

இவை அத்தனை சீக்கிரத்தில் முடிந்துவிடக் கூடாது. வேண்டும் என்றால் இன்னும் ஒரு வாரம் சேர்த்துத் தங்கிக்கொள்ளலாம். யார் என்ன சொல்லப் போகிறார்கள்? வேண்டாம். இப்போது பிரியாவிட்டால், அதன்பிறகு ஒருபோதும் இந்த மண்ணிலிருந்து அகலமுடியாது. இந்த மனிதர்களின் பரிசுத்த உள்ளங்களிலிருந்து செழித்து வளர்ந்திருக்கும் நேசக் கொடிகளை இதற்குமேல் என்மீது படரவிடக் கூடாது.

கத்தியால் பிளக்கப்பட்டு உயிரைக் கையில் பிடித்திருந்த நேரத்தில்கூட இத்தனை ரணம் இல்லை. நிரந்தரமில்லாத, மிச்சம் இல்லாமல் நிறைவடையப் போகின்ற இன்பத் தருணங்கள் யாவும் பின்நாள்களில் வலியையே பய்க்கும். வாயெடுத்துத் தனது உணர்வுகளைக் கொட்டமுடியாதவனாய் அவன் நஞ்சுண்டான் வீட்டிற்கு வந்திருந்தான்.

“டேய் தம்பி உன் மாம்ஸ் வந்துருக்கான் பாரு.”

“ஏன்க்கா. நானே போறதுக்கு முன்னாடி ஒங்க ஊருக்கு வரலாம்ட்டுதாம் இருந்தன்.”

“பரவால்லடி. நீ கிளம்புறன்னு அப்பா சொன்னிச்சு. நானும் இங்க வந்து ரொம்ப நாள் ஆச்சா. அதான் வந்தன். ஊர்ல இருந்த பிரச்சினை எல்லாம் தீந்துட்டா.”

“இல்லக்கா போய்தான்...”

“அப்புறம் ஏன் இன்னும் கொஞ்சநாள் இருக்கலாம்ல?”

“இல்லக்கா இப்போம் போய்தான் ஆவணும்.”

“அப்படியா. சரி பரவால்ல. போ அதனால என்ன. அடிக்கடி வந்துக்கலாம். என்ன பெருசா நூத்தம்பது கிலோ மீட்டர்தான?”

“எரநூறு வரும்க்கா.”

“இருக்கட்டுமே. வர மாட்டியா?”

“வரன்கா. அவிய... மாமா வரலயா?”

“இல்லடி. என்ன விட்டுட்டு ஒரு வேலைனு போய்ட்டாங்க. சாயங்காலம் அழைக்க வருவாங்க.”

“ஓ சாயங்காலமே போறிங்களா?”

“ஆமா தம்பி. என் நாத்தனாருக்கு புள்ள பிறந்துருக்கு. அங்கதான் வந்து இருக்காங்க... போயாவனும். எல்லாம் போட்டது போட்ட இடத்துல கிடக்கு.”

“செரிக்கா.”

“உக்காரு. அப்பாவும் எங்கயோ பக்கத்துலதான் போயிருப்பாங்க போல. வந்துடுவாங்க.”

அனிதாவும், மீனாம்பாளும் சமையல் வேலைகளைக் கவனிக்கச் சென்றிருக்க தமிழரசனும், இருதயராஜும் சோபாவில் அமர்ந்துகொண்டு அனிதாவின் மகனுடன் நேரம் கடத்திக் கொண்டிருந்தனர்.

“டேய் ஒப்பனோலி.”

“என்னிது. எல அது கெட்ட வார்த்த.”

“ஆமாம். ஒப்பனோலி.”

அனிதாவின் மகன் அவனது அப்பாவழி தாத்தாவான கோதண்டத்திடம் கற்றுக்கொண்டிருந்த கெட்ட வார்த்தைகளில் சிலவற்றையும் அர்த்தம் தெரியாமல் சொல்லிக் கத்திக்கொண்டிருந்தான்.

“டேய் வந்தன்னா பாரு.”

அனிதா உள்ளேயிருந்து குரல் எடுத்து மிரட்டியும் அவன் நிறுத்தவில்லை. இருதயராஜும் தமிழரசனும் அவன் பேசுவதைக் கேட்டுச் சிரித்தனர். இதனிடையே நஞ்சுண்டான் தான் வருவதற்கு நேரமாகும், மற்றவர்கள் எல்லோரும் சாப்பிடுங்கள் என அலைபேசியில் அழைத்துக் கூறியிருந்தார்.

அசைவ உணவென்றால் மேசை தனக்கு ஒத்துவராது எனத் தமிழரசன் கூறியதையடுத்து இருவரும் தரையில் பாய் ஒன்றை விரித்து அதில் அமர்ந்துகொண்டனர்.

மீன் வறுவல்களையும், கறி பிறட்டலையும் கொண்டு வந்து இலைகளில் நிரப்பிவிட்டு, அவித்த முட்டையை ஓடு நீக்கி எடுத்துவருவதற்காக அனிதா மீண்டும் சமையலறைக்குச் சென்றாள்.

அதற்குள் அவளது மகன் சோறு எடுக்கப்பட்டு இருவருக்கும் முன்பு வைக்கப்பட்டிருந்த ஏனத்தைச் சிரமப்பட்டு நகர்த்திவந்து, அன்னக்கரண்டியில் சோற்றை அள்ளி இருதயராஜின் இலையில் வைத்தான்.

"அம்மா. உம்பேரன பாத்தியா. அந்தத் தம்பிக்கு ஊட்றத. எப்படி இவனுக்கு இவ்வளவு பாசம்னு தெரியலயே. அவன் சித்தப்பா கெஞ்சுவாரு. அவர்கிட்டக் கூட போகமாட்டான்."

"தம்பி பேசாம இவன உங்கக் கூட ஊருக்கு அழைச்சுட்டுப் போயிடுங்க." அனிதா கூடத்தை எட்டிப் பார்த்துக் கூறினாள். இருதயராஜ் சொற்களைத் தொலைத்திருந்தான். வழக்கத்தைவிடச் சற்று வேகமாகச் சாப்பிட்டுவிட்டு எழுந்து வந்தான்.

"அக்கா போய்டாதீய. வந்துடுதன்."

"ஏன் எங்கப் போற?"

"வந்து சொல்றன். நான் வர வரைக்கும் போயிடாதிய செரியா."

"சரி தம்பி. சாயங்காலம்தான் போவன்."

"சரிக்கா."

தனது இருசக்கர வாகனத்தை எடுத்துக்கொண்டு அவசரமாகக் கிளம்பியவன் வெயில் தாழ்ந்த நேரத்தில் மீண்டும் திரும்பி வந்திருந்தான். நஞ்சுண்டான் அப்போது திண்ணையில் அமர்ந்து சிகரெட் பிடித்துக்கொண்டிருந்தார்.

"அண்ணாச்சி சாப்ட்டியலா?"

"சாப்ட்டன்யா. எங்க சாப்ட்ட கையோட அவசரமா ஓடினியாம்."

"அதா. ஒன்னுல்ல. அக்கா இருக்காவலா?"

"உள்ளதான் இருக்கு... உள்ள போ." உண்ட மயக்கத்தில் தமிழரசன் நன்றாக உறங்கியிருந்தான்.

அனிதா அவளது வீட்டிற்குத் திரும்புவதற்காக வேறொரு புடவை மாற்றி ஆயத்தமாக அமர்ந்திருந்தாள்.

"அக்கா... தம்பி எங்க?"

"ரூம்ல அம்மாவோட தூங்குறான். விளையாண்டதுக்குப் புள்ள நல்லா அசந்துட்டான். அவரு வந்தோனதான் எழுப்பணும்."

“செரிக்கா.”

இருதயராஜ் மீனாம்பாள் உறங்கிக்கொண்டிருந்த அறைக்குள் சென்று சட்டைப்பையிலிருந்து கைச் சங்கிலி ஒன்றை எடுத்து அனிதாவின் மகனின் கையில் மாட்டிவிட்டு வெளியே வந்தான்.

அதை வெளியே நின்று கவனித்த அனிதா மீண்டும் அறைக்குள் சென்று பார்த்துவிட்டு வேகமாக வெளியே வந்தாள்.

“தம்பி. ஏன் இதெல்லாம். அப்பா பேசப் போறாங்க.”

நஞ்சுண்டானும் அப்போது அவள் பேசிக் கொண்டிருப்பதைக் கேட்டு உள்ளே வந்துவிட்டார்.

“பாருப்பா இந்தத் தம்பிய. மத்தியானம் சாப்பிடும்போது அமுதன் இதுக்குச் சோறு வைச்சான்னு. கைச்செயினு ஒன்னு வாங்கிட்டு வந்து அவன் கைல போட்டுவிட்ருக்கு. இதுக்குதான் அவசரமா ஓடிருக்கும் போல.”

“அட ஏன்யா நீ வேற. சும்மா இருக்க மாட்டியா. தேவையா இப்ப இந்தச் செலவெல்லாம். அம்மாடி அத கழட்டிட்டு வா.”

“அக்கா நில்லுங்க. இவியதான் சொல்றாவன்னா. நீங்களும்...”

“அதுக்கு இல்லப்பா. இதெல்லாம் நாங்க எதிர்பாத்தா உன்ன இப்படி வைச்சிருக்கோம். அதான் அப்பா அப்படிச் சொல்றாங்க.” பேசிக்கொண்டே அனிதா அந்த அறைக்குள் நகர முனைந்தாள்.

“அக்கா. ஒரு நிமிசம்.”

“சொல்லுடி.”

இருதயராஜ் தலையைக் கவிழ்த்துத் தரையைப் பார்த்தபடி மௌனமாக நின்றான். பிறகு துக்கம் அடைத்து நின்ற தொண்டையை ஒருமுறை செருமிக்கொண்டான். அவனுக்குத் திக்கல் எடுப்பது போல் இருந்தது.

“அக்கா ஒங்களுக்குத்தாம் தெரியுமே. என் அம்மா, அப்பா... அண்ணன் மூ... மூனேரும்... மூனேரும் இப்பம் இல்ல. நீங்க எங்கூடப் பொறக்கலனாலும்... என்... என் அக்கா மாரி தானெக்கா.” வார்த்தைகள் பிறழ்ந்து அழ ஆரம்பித்திருந்தான்.

“ஏய் தம்பி ஏன்டி அழுவுற. கண்ணத் தொட. அப்பா சொல்லுப்பா. எனக்கு... நீ என் பொறந்தவன் இல்லன்னு இப்ப யாரு சொன்னா.

உனக்கு யாரு இல்லன்னா என்ன அக்கா நான்...” அனிதாவின் சொற்கள் உடைந்திருந்தன.

நிலைமையை உணர்ந்து இருதயராஜ் கண்களைத் துடைத்துக் கொண்டு இயல்பாக இருக்க முயன்றான். அனிதா செய்வதறியாது நஞ்சுண்டானைப் பார்த்தாள். துடைக்க முடியாத அளவிற்குத் தமக்கையன்பு அவளது கண்களில் நீராகத் திரண்டிருந்தது.

03

மன்னார்குடா தீவுகள் குற்றச் செயல்கள் புரிவோருக்கும், உதவிகள் வேண்டிவரும் ஈழத்து வேங்கைகளுக்கும் மட்டும் அரணாக அமைந்திருக்கவில்லை. கடல் ஊழியிலிருந்து மக்களைக் காக்கும் வேலிகளாகவும் அவை இருக்கின்றன என்பது ஆழிப்பேரலை எழுந்துவந்த அந்தத் தினத்தில் தூத்துக்குடிவாசிகளுக்கு இயற்கையால் உணர்த்தப்பட்டிருந்தது.

கடலுக்கு இருப்பதைப் போன்று அத்தீவுகளுக்கும் உயிர் உண்டு என ஜெரோம் கூறிவந்ததைச் சிலர் நினைவுபடுத்திப் பார்த்தனர். கரையில் நின்ற படகுகளை மட்டும் சேதப்படுத்திவிட்டு உயிர்களை எடுக்காமல் அந்த அலைகள் பின்வாங்கியிருந்தன. இயல்பு மீண்டது. இருப்பினும் இசக்கியின் குடும்பத்தை ஆட்கொண்டிருந்த சாப அலைகள் சிறிதும் அடங்கியிருக்கவில்லை. வீட்டின் நிம்மதியைக் குலைப்பதில் இன்பராஜ் ஃபெர்னாண்டோ முக்கியப் பங்காற்றத் தொடங்கியிருந்தான். வஉசி கலைக் கல்லூரியில் தனது கல்லூரிக் காலத்தை முடித்திருந்த அவனது அடாவடித்தனம் கட்டுக்கடங்காமல் சென்றுகொண்டிருந்தது.

அன்றாடமும் சண்டை, சச்சரவுகள். ரொட்ரிக்காஸின் காலை வெட்டிய நபரைக் குலசேகரப்பட்டினம் தசரா ஊர்வலத்தில் வைத்து சரமாரியாகத் தாக்கி இன்பராஜ் முதல்முறையாகக் காவல்நிலையத்தில் அடைத்து வைக்கப்பட்ட நாளில் ஜோஸ்லினின் உடல்நிலை மீட்கமுடியாத அளவிற்கு மோசமானது.

தாமஸின் கொலைக்குப் பதிலுரைக்கும் வேட்கையை உள்ளே வைத்துக்கொண்டு அலைய ஆரம்பித்திருந்த இன்பராஜைத் தடுத்த நிறுத்தும் உரிமை இசக்கிக்கு அப்போதும் வாய்த்திருக்கவில்லை.

அவனது சொற்களில், பார்வையில் அன்பு இல்லை. ஒரு கருந்தேளின் மனதுடன் எவரையும் துன்புறுத்துவதற்குத் தயாராகவே இருந்தான்.

சுட்டெரித்த அவனது வன்மத் தணலில் ஜோஸ்லினாலும், ஜார்விஸாலும் மட்டும் சிறிது தண்ணீர் ஊற்றமுடிந்திருந்தது. தோணியில் போதைப் பொருள்கள் ஏற்றுவதைக் குடும்ப அவப் பெயராகக் கருதி ராஜசேகரோடு முரண்பட்டான். முகத்திற்கு நேராக அவன் ஒருமுறை அவரை மரியாதைக் குறைவாகப் பேசிவிட்டான் என இசக்கிக்கு அவனை முதன்முதலாகக் கண்டிக்க வேண்டிய சூழல். வேறெங்கோ பார்ப்பதுபோல் பார்த்து அவனிடம் கோபமாகப் பேசினார். அதையும் அவன் பொருட்படுத்தவில்லை. அவனது வேகம் குன்றாத இரத்த நாளங்களுக்குத் தூத்துக்குடியின் கந்தக நிலம் மட்டும் போதுமானதாக இருக்கவில்லை. கிழக்கில் வேம்பார் தொடங்கி மேற்கில் இடிந்தகரை வரை தென்கடல் எல்லையோரங்களில் அவன் உருவாக்கிக்கொண்டிருந்த பழக்க வழக்கங்கள் ஏராளம்.

உள்ளங்கை ரேகையைப்போல் சார்லஸ் அவனிடமிருந்து பிரிக்க முடியாதவனாய் இருந்தான். இருதயராஜை இன்பராஜ் தனது தம்பியாக ஏற்றுக்கொண்டிருந்தானா இல்லையா என்பது விடை தெரியாத கேள்வியாகவே நீடித்தது. இருதயராஜிடமிருந்து 'இன்பா அண்ணன்' என ஏக்கம் கலந்து வெளிவருகிற மொழி அவன் இன்பராஜின் தம்பி என்கிற அடையாளத்தைச் சுமக்க விரும்புகிறான் என்பதை எடுத்துக்காட்டியது.

நான்கு மாதங்களுக்கு முன்னர் இருதயராஜ் கல்லூரியில் சேரச் சென்றிருந்தபோது இன்பராஜும் அவனோடு உடன் சென்றிருந்தான். இருதயராஜிற்கு இரு சக்கர வாகனம் ஓட்டத்தெரியாது என்பதால் வகுப்புகள் தொடங்கிய பிறகு இன்பராஜே அவனைக் கல்லூரியில் கொண்டுவிட்டு அழைத்து வந்தான். பிறகு, அவனே அவனுக்கு மோட்டார் சைக்கிள் ஓட்டக் கற்றுக்கொடுத்தான். இருதயராஜிற்கு அவனைக் கண்டாலே அச்சமாக இருக்கும். கடுமையான அண்ணன். அதட்டும் குரலில்தான் எப்போதும் பேசுவான்.

அண்ணன் தம்பி இருவரும் ஒருவரை ஒருவர் விட்டுக்கொடுக்காத அளவிற்கு வந்துவிட்டனர் என்பது மட்டும் ஐம்பதை நெருங்கி, உடல் சோர்வுற்றுப் போயிருந்த இசக்கிக்குச் சற்று ஆறுதலாக அமைந்திருந்தது. மற்றபடி உறக்கத்தின் துளி கூட அவரது இரவுகளில் இல்லை. மரியாவின் உருவில் விரட்டிவந்த சூனிய நிழல் அவரை விட்டு ஓரடிகூடப் பின்னால் நகர்ந்திருக்கவில்லை.

நோய்முற்றி அறையிலேயே முடங்கிக்கிடந்த ஜோஸ்லினின் அந்த நிலைக்குக்கூடத் தன்னைத் துரத்தும் சாபம்தான் காரணமாக இருக்குமென அவர் எண்ண ஆரம்பித்திருந்தார். சாகும் வரை மரியா நேசத்தின் பேருருவாய் இருந்தவள். அவளால் தனக்கும் தன்னைச் சார்ந்தவர்களுக்கும் என்ன தீங்கு நிகழ்ந்துவிடப்போகிறது.

மங்கம்மாளோ அல்லது அந்த யட்சிகளோ மரியாவின் உருவத்தை வடித்துக்கொண்டிருக்கிறார்கள் என்பதற்காக இதற்கெல்லாம் மரியா காரணமாகிவிடுவாளா. இவையெல்லாம் மங்கம்மாளின் ஆட்டங்கள் என்றும் உறுதியாக நினைத்துவிட முடியாது. இவை பேராசைகொண்ட பாட்டனின் பாட்டன் எவனோ ஒருவனது கைங்கரியங்களால் பாதிக்கப்பட்ட அந்த இரு யட்சிகளின் ஆட்டமாகக் கூட இருக்கலாம். பொட்டல்காட்டிற்குள் நுழைந்து பதுங்குவதற்கோ உறங்குவதற்கோ வாய்ப்பற்றுப்போன பனங்காட்டு நரியைப் போல் தானும் சாகிற வரை நிம்மதியின்றி அலையவேண்டும். தனக்கு வேறு வழியில்லை என அவரது வாழ்வு குறித்த புரிதல்கள் அவருக்கு வந்துசேர்ந்திருந்தன.

அவர் பயன்படுத்திவந்த தாமஸின் அம்பாசிடர் கார் பழசாகி விட்டதைக் காரணம் காட்டி ராஜசேகர் தான் ஒரு புதிய கார் ஒன்றை வாங்கித் தருவதாகக் கூறியபோது கூட அவர் அதை மறுத்துவிட்டார். இதற்கு மேல் சௌகரியங்களை அனுபவிப்பதில் எவ்வித அர்த்தமும் இல்லை என்பது அவரது மனவோட்டம்.

இத்தனைக்குப் பிறகும்கூட அவரது காயங்களுக்கு மருந்திடும் தாதியாகக் கடலன்னை இருந்தாள். அவருக்கும் கடலுக்குமான உறவு மீண்டும் நஞ்சுண்டானால் புதுப்பிக்கப்பட்டுச் சில வருடங்கள் ஓடியிருந்தன. இந்தச் சாகச ஓட்டங்களில் உயிர்காத்த உதவிக்கான கைமாறு என்பதைத் தாண்டி, வேறு நோக்கங்கள் இல்லை என்பதை அறிந்துதான் தொடக்கத்தில் அவர் சரக்குகளோடு கடல்புக ஆரம்பித்திருந்தார். ஆனால், அது வெறும் செய்நன்றிக்கான பணி மட்டுமல்ல, அது அலைபோன போக்கில் அடித்துச்செல்லப்படும் தனது வாழ்வை அர்த்தமுள்ளதாய் ஓரிடத்தில் நங்கூரம் பாய்ச்சி நிறுத்துவதற்கான வேலை என்பதை குறியீட்டுச் சொற்களைப் பயன்படுத்தாமல் புலி மறைந்திருந்த தீவுகளுக்குள் சகஜமாகப் பிரவேசிக்கத் தொடங்கிய நாளிலேயே அவர் புரிந்துகொண்டிருந்தார்.

"சிங்கள ஆமி... இளசுகள் சிறுசுகள் எண்டெல்லாம் பாக்க மாட்டானுகள். துவக்கு எடுத்துக் காட்டிக்கொண்டே

தொடைக்குள்ளே துளைப்பானுகள். அம்மா முன்பே மகளையும், மகள் முன்பே அம்மாவையும் சிதைப்பார்கள்.”

“என்ன சொல்லுதிய? இப்படில்லாமா செய்வான்?”

“ஆமாம். ஆனால் அதெல்லாம் தொண்ணூறுக்கு முன்பு. இப்போது இல்லை. இப்போது அப்படிச் செய்தார்கள் எண்டால் தலை சிதறும் அல்லது உறுப்பு அறுபடும் என ஆமிக்குத் தெரியும்”

அவர்களது மொழியில் மட்டுமல்ல, அவர்களது மௌனத்தில், கோபத்தில், சிரிப்பில், உடல் அசைவுகளில் கூடத் தமிழுக்குரிய வைராக்கியம் செறிந்திருப்பதை உணர்ந்தபின் அவரது தயக்கங்கள் எல்லாம் விலகியிருந்தன. சமுத்திரத்தால் நிலங்களை மட்டும்தான் பிரிக்க முடியும். ஏழு கடலும் இடையில் புகுந்து ஓடினாலும் குருதியில் தொடர்ந்துவரும் உறவுகள் ஒருபோதும் மாற்றார் என அந்நியப்பட்டுப் போகமாட்டார்கள் என்பது அவரது காலம்கடந்த அறிவுக்கு எவரும் கூறாமலேயே விளங்கியிருந்தது.

தீவுகளுக்குள் தனது மகன்களின் வயதை ஒத்த இளைஞர்கள் எல்லாம் ஒரு விநாடியில் மரணத்தைப் பரிசளிக்கும் விஷக் குப்பிகளைத் திருச்செந்தூர் முருகனின் தாயத்தைப் போல் மிக இயல்பாகக் கழுத்தில் அணிந்து சுற்றியலைவதைக் கண்டபிறகு மரணத்தின் மீது அவர் வைத்திருந்த மதிப்பீடுகளை எல்லாம் இழந்திருந்தார்.

இந்த மண்ணிற்குரியவர்களை மரணத்தைக் காட்டி வெகு காலத்திற்கு அச்சுறுத்திவிட முடியாது. ஒருநிலை வந்தால் அவர்களே தனை ஏந்தி நிற்கத் தயங்கமாட்டார்கள். இவர்கள் தான் இந்தக் காலத்திற்குரிய அடுத்தாரைக் காத்தார்களா?! தனக்கு எழுந்த கேள்விகளுக்கு இசக்கி எவரிடமிருந்தும் பதில்களை எதிர்ப்பார்த்திருக்கவில்லை.

புலிகளின் வரலாறும், வாழ்க்கையும் அவரைப் பின்தொடர்ந்து வந்தன. வல்தாரீஸின் துணையோடு தீவுகளில் சரக்குகளை இறக்கிவிட்டுக் கரை திரும்பிய இரவுகளில் பழைய புத்துணர்வோடு இருந்தார். அந்தச் சவால்கள் நிறைந்த பயணங்களால் கடற்கரையில் அவரது இருப்பு மீண்டும் நிலைநிறுத்தப்பட்டது.

அவர் தீவுகளுக்குத் தம்பி சரக்கு கொண்டுசொல்கிறார் என்பதை அரசல்புரசலாகக் கேள்விப்பட்டு நகருக்குள் இருந்த வேங்கடசாமி என்பவரும், அவரது மனைவியும் ஒருநாள் அவரது வீட்டிற்கு

வந்திருந்தனர். அவர்கள் நெடுந்தீவிலிருந்து குடிபெயர்ந்து வந்தவர்கள் என்றும் பத்தொன்பது ஆண்டுகளுக்கு முன்பு குமுதினி என்ற படகில் வைத்து அவர்களது மகளையும், மருமகனையும் சிங்களர்கள் வெட்டிக்கொன்றுவிட்டனர் என்றும் கூறி அழுதபோது அவர்களை என்ன சொல்லிச் சமாதானம் செய்வது எனத் தெரியாமல் இசக்கி மனம்வெம்பி நின்றார். போராளிகளுக்குத் தேவையானதை வாங்கிக்கொடுங்கள் என அவர்கள் வற்புறுத்திக் கொடுத்த பணத்தையும் அவர் வாங்க மறுத்துவிட்டார். பணம் ஒரு பிரச்சினை இல்லை. நான் செய்கிறேன் என ஆறுதல் கூறி அவர்களை அனுப்பியிருந்தார். அன்பு நிறைந்த விழிகளோடு கைகூப்பிவிட்டு அவர்கள் விடைபெற்றுச் சென்ற நொடியில் நஞ்சுண்டானிடம் இருபது ஆண்டுகளுக்கு முன்பு அவர் கேட்டிருந்த கேள்விக்கான விடை அவருக்குக் கிடைத்திருந்தது.

அவ்விடை அவரிடம் சொற்களாக இல்லை. அது ஒரு கடமை உணர்வாக அவருக்குள் நிலைகொண்டிருந்தது.

புலிக்கு மட்டுமின்றி புலியோடு நெருங்கிப் பழகுவோருக்கும் இங்கு சிறைக்கூண்டுகள்தான் கிடைக்கும் என ஜார்விஸ் பலமுறை அவரை எச்சரித்திருந்தார். அவர் மீதிருந்த மரியாதையினால் அந்த விவகாரத்தில் ஜார்விஸால் வல்தாரீஸையும் கண்டிக்க முடியவில்லை.

இசக்கி தம்பி சரக்கு ஏற்றும்போது காவல்துறையிடம் பிடிபட்டால் தனது தொழிலுக்கும் சிக்கல்கள் உருவாகும் எனத் தெரிந்து கொண்டிருந்த ராஜசேகரும் அதுகுறித்து இசக்கியோடு நேரடியாகப் பேசத் தயக்கம் காட்டி வந்தார்.

அதனிலும் மேலாக இலங்கையின் வடமுனைக் கடல் மொத்தமும் ஈழப்போராளிகளின் கட்டுப்பாட்டில் இருந்தமையால் கொழும்பிலிருந்து போதைப் பொருள் ஏற்றிவருவதிலும் பிரச்சினைகள் உருவெடுத்தன. அவர்களால் வழிமறிக்கப்பட்டால் தோணியோடு சேர்த்து அதன் பணியாளர்களும் சிறைபிடிக்கப் படுவார்கள். அவர்களின் சட்டதிட்டத்தின் கீழ் தண்டனையும் நிறைவேற்றப்படும்.

அன்று மாலை ஈஸ்வரப்பாண்டியனின் மகள் வயிற்றுப் பேரனின் காதுகுத்து நிகழ்வை முடித்துக்கொண்டு ஸ்ரீவைகுண்டத்தில் இருந்து இசக்கியும், ராஜசேகரும் அவரது புல்லட்டில் தூத்துக்குடி திரும்பிக்கொண்டிருந்தனர்.

இன்பராஜும், சார்லஸும் இருசக்கர வாகனத்தில் அவர்களுக்குப் பின்னால் வந்துகொண்டிருந்தனர். ஜார்விஸ், ஜோஸ்லின், இருதயராஜ் ஆகியோர் நிகழ்ச்சியை முடித்துவிட்டு முன்னதாகவே காரில் சென்றிருந்தனர்.

“சேகரு... நஞ்சுண்டான் துட்டு அனுப்புறப்ப அனுப்பட்டும். இத்தன நாளா ஏத்துற சரக்கப் பத்தி கணக்கு கேக்காமதான துட்டு அனுப்பிட்டு இருந்தாவ. இப்பம் அவியளுக்கு என்ன செரயோ. அப்படியே அவரு அனுப்பலனாலும் பரவால்லடே. இது என்ன காசுக்குப் பாக்குற சோலியா?!”

புல்லட்டின் பின் இருக்கையில் அமர்ந்திருந்த இசக்கி கூறினார்.

“அப்படின்னு இல்ல. இன்பா என்னமாச்சும் சொல்லப்போறான். என்ன எப்படி பேசுதாம்னு பாக்குறியல்ல.”

“எல அவன அப்படி நெனைக்காத. அவனுக்குத் தெரியாமலா இதுக்கெல்லாம் செலவு செய்றன். என்ன அவம் அப்பனா பாக்கலன்னாலும் இதுவர ஒருநா கூட ஏன் இதெல்லாம் செய்றியனு கேட்டது இல்ல.”

“நான் மொத துட்டுக்கே சொல்லல. அவன் என்ன சொல்லுறது. நான் தரன் ஒங்களுக்கு. எவ்வளவு வேணும். விசியம் அதுல்ல நீங்க புரியாம பேசுறிய... கோஸ்ட்டு கார்டுல ஒருத்தரு. நமக்கு வேண்டியவக. உங்களயும் வல்தாரீஸையும் கரெட்டா சொல்லுறாவ. தம்பி சரக்கு கொண்டு போறியனு...”

“இரிக்கட்டும். அதெல்லாம் நீ சரிகட்டு.”

“ம்ம்ம். போத்தி மின்ன பாத்ததவிட ஆளு ரொம்ப எளைச்சாப்ள தெரியுறாக கண்டுகிட்டயலா?”

“பெறவு அவருக்கு வயசு என்னல. எழுவது இரிக்குமா. அந்த வயசுக்கெல்லாம நாம மொத இருப்பமா பாருடே.”

இருவரும் பேசியபடியே பழையகாயலை நெருங்கியபோது எதிரில் வந்துகொண்டிருந்த லாரி ஒன்று சட்டென்று தடம் மாறி அவர்களை நோக்கி ஓடிவந்தது.

“எலே சேகரு... பாத்து... ராலி.”

ராஜசேகர் சுதாரித்துக்கொண்டு வண்டியைத் திருப்புவதற்குள் லாரி அவர்களை இடித்துத் தூக்கி எறிந்திருந்தது.

“ஐயோ... எசக்கி. எங்கன கெடக்கிய?”

உடலெங்கும் சிராய்க்கப்பட்டு ராஜசேகர் சாலையில் கிடந்து துடித்துக்கொண்டிருந்தார். தலையில் அடிபட்டு சாலையோரச் செடிகளில் தூக்கி வீசப்பட்டிருந்த இசக்கியிடமிருந்து சிறு முனகல் கூட எழவில்லை.

இன்பராஜும், சார்லஸும் வந்து சேர்கையில் ராஜசேகர் மூச்சுப் பேச்சின்றி மயங்கிக் கிடந்தார். பதபதைத்து ஓடிவந்த இன்பராஜ் இசக்கியைத் தூக்கி இதயத்துடிப்பு இருக்கிறதா எனப் பார்த்தான். சார்லஸ், ராஜசேகர் மீது சாய்ந்து கிடந்த புல்லட்டைச் சிரமப்பட்டு நகர்த்தினான்.

அவர்களை ஆம்புலன்ஸில் ஏற்றியபோது அதில் இருந்த மருத்துவர் இசக்கியின் காதுகளில் இரத்தம் வழிவதைக் காண்பித்து கடினம் என்று கூறுவதுபோல் இன்பராஜைப் பார்த்தார். தூத்துக்குடியில் இருக்கும் ஒரு தனியார் மருத்துவமனைக்குக் கொண்டு செல்லப்பட்ட இருவரும் அவசர சிகிச்சைப் பிரிவில் சேர்க்கப்பட்டனர்.

ஜோஸ்லின், இருதயராஜ், ஜார்விஸ், அவரது மனைவி, மெர்லின், வல்தாரீஸ், ரொட்ரிக்காஸ், ஈஸ்வரப்பாண்டியன் என எல்லோரும் மருத்துவமனைக்கு விரைந்திருந்தனர். அவர்கள் எல்லோரும் வந்துசேர்கையில் இன்பராஜும், சார்லஸும் அங்கிருந்து வெளியேறியிருந்தனர்.

அன்றிரவே ராஜசேகர் அபாயக் கட்டத்தைத் தாண்டியிருந்தார். இசக்கியின் நிலை இப்பவோ அப்பவோ என்று இழுத்துக் கொண்டிருந்தது. அவர் இக்கட்டான நிலையில் கிடந்தபோதும் அவரோடு இருக்க விரும்பாமல் இன்பராஜும், சார்லஸும் ஜான் வர்கீஸை அழைத்துக்கொண்டு கடல்வழியாக இடிந்தகரைக்குச் சென்றுவிட்டனர்.

மறுநாள் மதியம்வரை இசக்கி பிழைத்திருக்கிறாரா அல்லது இறந்துவிட்டாரா என்று தெரிந்துகொள்ளும் எண்ணம் கூட இன்பராஜிற்கு எழவில்லை. அப்போது அவன் இருந்த மனநிலையில் அது தனக்குத் தேவையற்றது என நினைத்துக்கொண்டான்.

இடிந்தகரையிலிருந்து வெயில்சாய்ந்த நேரத்தில் அவர்கள் மீண்டும் தூத்துக்குடிக்குக் கிளம்பியபோது அவர்களது படகில் தவிடு நிரப்பப்பட்ட வட்டா ஒன்று புதிதாக இடம்பெற்றிருந்தது. படகு

தூத்துக்குடி கடற்கரையை அடைந்தபோது கரை ஓரங்களில் மின்விளக்குகள் எரிய ஆரம்பித்திருந்தன.

படகிலிருந்து வட்டாவை இறக்கி வைத்தபின் சார்லஸ் அவனது அப்பாவுடைய மீன் ஏற்றுமதி நிலையத்திற்குச் சொந்தமான லோடு ஆட்டோவை எடுத்துக்கொண்டு கடற்கரைக்கு வந்தான். வட்டா பத்திரமாக ஆட்டோவிற்குள் ஏற்றப்பட்டபின் ஆட்டோ தாஸிற்குச் சொந்தமான மரக்கிடங்கை நோக்கிப் பள்ளம் மேடுகளில் ஏறாமல் மிதமான வேகத்தில் நகர்ந்து சென்றது.

மரக்கிடங்கிற்குள் ரூஸ்வெல்ட், தாஸ், அவர்களது சகாக்கள் இருவர் சாவகாசமாக அமர்ந்து மது அருந்திக்கொண்டிருந்தனர். அது ஒரு குறுகலான சிறிய மரக்கிடங்கு. லோடு ஆட்டோ கிடங்கிற்கு முன்னால் வந்து நின்றதும் அதன் விளக்குகள் அணைக்கப்பட்டன. ஆட்டோவிலிருந்து இன்பராஜ் இறங்கி வருவதைக்கண்ட ரூஸ்வெல்ட் ஆட்களை உசார்ப்படுத்தி எழுப்பினார்.

அங்கு நின்றிருந்த எல்லோரும் ஆளுக்கொரு அரிவாளை எடுத்துக்கொண்டனர். தாஸ் இடதுகையினால் மேசை ட்ராயரைத் திறந்து தனது கைத் துப்பாக்கியைத் தேடினார்.

ஆட்டோவின் முன்புறக் கண்ணாடியில் சாய்ந்தபடி இன்பராஜ் சுருட்டு ஒன்றை எடுத்துப் பற்ற வைத்துக்கொண்டான். சுருட்டை இரண்டு முறை நன்றாக இழுத்துப் புகையை வெளியேற்றிவிட்டு விசில் சப்தம் எழுப்பினான். ஆட்டோவின் சரக்கு நிரப்பும் பகுதியில் நின்றிருந்த சார்லஸ் வட்டாவிற்குள் கைநீட்டித் தவிட்டிற்கிடையே அடுக்கி வைக்கப்பட்டிருந்த குண்டுகளில் ஒன்றை எடுத்து மரக்கிடங்கின் உள்ளே சென்று விழும்படி வீசினான்.

“எலே... பம்ஸுு எறியுதான்... ஓடுல...”

ரூஸ்வெல்ட் சப்தம் எழுப்பிக்கொண்டே கிடங்கிற்கு வெளியே ஓடிவர முயன்றபோது இரண்டாம் குண்டு கிடங்கின் வாயில் பகுதியில் விழுந்து ‘டமார்’ என்ற ஓசையோடு வெடித்துச் சிதறியது.

சார்லஸ் அடுத்தடுத்துக் குண்டுகளை இடைவிடாது வீசியெறிய கிடங்கிற்குள் அடுக்கி வைக்கப்பட்டிருந்த வலுவான மரங்கள் குண்டுகளின் அதிர்வு தாளாமல் கீழே சரிந்துகொண்டிருந்தன. வலுவில்லாத கட்டைகள் பிளாச்சுகளாகவும், பட்டைகளாகவும் பிளந்து அங்கிருந்தவர் மீது பாய்ந்தன.

சில நிமிடங்களிலேயே உள்ளே என்ன நடக்கிறது என எட்டிப் பார்க்க முடியாத அளவிற்கு அந்த மரக்கிடங்கு புழுதியாலும், உடலில் எரிச்சலை உண்டாக்கும் புகையாலும், குருதிச் சாரலாலும் நிரப்பப்பட்டிருந்தது.

சார்லஸ் ஆட்டோவிலிருந்து இறங்கிவந்து இன்பராஜின் கையிலிருந்த சுருட்டை வாங்கிக்கொண்டான். இன்பராஜ் ஆட்டோ மீது ஏறி வட்டாவிற்கு அருகில் வந்தான். வன்மம் தீர அதில் மீதமிருந்த குண்டுகளை எடுத்து அவன் வீசி முடிக்கையில் ரூஸ்வெல்ட்டின் உடல் நான்கு பாகங்களாகத் துண்டாடப்பட்டுக் கிடந்தது.

தாஸின் நெற்றிப்பொட்டைத் துளைத்துக்கொண்டு ஓர் ஆணி மண்டைக்குள் சொருகி நின்றது. கிடங்கிற்குள்ளிருந்து எழுந்து கொண்டிருந்த அலறல் சப்தம் முழுவதுமாக அடங்கியபிறகு லோடு ஆட்டோ அங்கிருந்து கிளம்பி ஃபெலிக்ஸ் மிராண்டாவின் மகன் வீடு அமைந்திருந்த பகுதியை நோக்கி நகர்ந்தது. ஓட்டுநர் இருக்கைக்குக் கீழ் பதுக்கி வைக்கப்பட்டிருந்த கத்திகளில் ஒன்றை எடுத்த இன்பராஜ் தனது முழுக்கைச் சட்டையின் கைப் பகுதியை முழுவதுவாகக் கீழே இறக்கிவிட்டு அதை அதனுள் மறைத்துக்கொண்டான்.

விடியற்காலையில் இசக்கி மெல்ல இமைகளைத் திறந்து விழிகளை உருட்டிப் பார்த்துக் கொண்டிருந்தார். கண்ணாடிக் கதவிற்கு வெளியில் நின்றபடி இருதயராஜ் அப்பா என்று வாயசைத்தான்.

இன்பராஜும் சார்லஸும் சிறிது நேரத்தில் அங்கு வந்து சேர்ந்திருந்தனர்.

இசக்கி உயிர்பிழைத்து சுயநினைவுக்குத் திரும்பியபோது தாமஸ் பர்னாந்து வகையறாவின் எதிரி என்று சொல்லிக்கொள்ள கொற்கை மாநகரில் ஒருவர் கூட எஞ்சியிருக்கவில்லை.

04

இருதயராஜ் தனது வண்டியில் அறந்தாங்கியிலிருந்து மணமேல்குடி திரும்பிக்கொண்டிருந்தான். வெயில் ஏறுவதற்குள் தோப்பை அடைந்து விடவேண்டும் என்று நினைத்தான். வண்டி நல்ல வேகத்தில் வந்துகொண்டிருந்தது. சிலவற்றை வாங்கவேண்டும்

என்ற நோக்கில் அவன் எடுத்துச் சென்றிருந்த பணம் மொத்தமும் செலவாகியிருந்தது. ஊருக்குத் திரும்பத் தயாராக இருந்ததனால் அவன் அதையெல்லாம் ஒரு பொருட்டாகக் கருதவில்லை.

மணமேல்குடிக்குள் நுழைந்தபோது தனது சொந்த ஊருக்குள் நுழைவதுபோன்ற சௌகரிய உணர்வு அவனுள் சிறிதளவு எட்டிப்பார்த்தது. எப்படியிருந்தாலும் எல்லாமும் இன்னும் மூன்றே தினங்களுக்குத்தான். அந்த நிஜம் தனது உற்சாகத்தைக் குலைத்துவிடும் என அது பற்றி யோசிக்கக்கூடாது என்ற முடிவுடன் இருந்தான்.

தோப்பிற்குள் நுழைந்தபோது எழுந்த கோழிக்குழம்பின் வாசம் அவனது பசியுணர்வைத் தூண்டியது. ராணியக்கா சொன்னது போலவே ஒரு சேவலை அடித்துக் குழம்பு வைத்திருக்கிறாள் என நினைத்துக்கொண்டான். முந்தைய நாளில் நாளைக்கு நாகத்திற்குச் சேவல் அறுக்கவேண்டும் என பேச்சிக்கிடையே அவள் கூறியபோது, சேவலைப் பாம்பிற்கு அறுப்பீர்களா என அவன் புரியாமல் கேட்டான். அப்படி இல்லை, சேவலை அறுத்து அதன் இரத்தத்தை வீட்டின் நான்கு மூலைகளிலோ அல்லது கொல்லைப் பக்கத்திலோ வடியவிட்டு, பிறகு அந்தச் சேவலைச் சமைத்து உண்பதற்குப் பெயர்தான் நாகத்திற்கு அறுப்பது. அதுமாதிரி செய்தால் வீட்டில் உள்ள ஆண்களைத் தொற்றியிருக்கும் கொடும்வினைகள் நீங்கும் என்று அவள் கூறினாள். அவன் வீட்டை நெருங்கியிருந்தான்.

ராணியக்கா வைக்கும் குழம்பு வேறு வகை. தோப்பு நிறைய தேங்காய் இருந்தாலும் மருந்திற்குக் கூட தேங்காய் சேர்க்க மாட்டாள். வெறும் மிளகும் சீரகமும்தான். கோழிக்குழம்பு என்பதை விட அது கோழி ரசம். அதுவும் ஒரு தனிச்சுவை தான். இங்கு ஒவ்வொருவருக்கும் ஒவ்வொரு மாதிரியான கைப்பக்குவம் இருப்பதை யோசித்தவனாய் வாங்கி வந்திருந்தவற்றை எடுத்துக்கொண்டு உள்ளே சென்றான்.

குழம்பு தயாராக இருந்தது. குளித்துவிட்டு வருகிறேன் என்று கூறிவிட்டு உடலெங்கும் நல்லெண்ணெய் பூசிக்கொண்டான். எண்ணெய் பிசுபிசுப்பேறி உடல் ரோமங்கள் எல்லாம் வெயில் பட்டு மின்னின. அந்த வெப்பம் அவனுக்கு இதமாக இருந்தது. ராணியக்காதான் இதை வெயில் வெயில் என்கிறாள். தூத்துக்குடியோடு ஒப்பிட்டால் இந்தத் தோப்பில் விழுவது வெயிலே அல்ல என்று மனதிற்குள் கூறிக்கொண்டான். உடலில்

எண்ணெய் நன்றாக ஊறியிருந்தது. அவன் போர் குழாய்க்குக் கீழ் வந்து அமர்ந்துகொண்டான். அரப்புத் தேய்த்து ஒவ்வொரு முறையும் உடலை நீர் விழுந்த குழாயில் காட்டியபோது உடல் உஷ்ணம் வெளியேறுவதை அவனால் நன்றாக உணர முடிந்தது. அத்தனையும் பருவச் சூடு.

மீசை, தாடி வளர்ந்திருந்ததால் அவன் முகத்தில் பருக்கள் மறைந்திருந்தன. கல்லூரி காலத்தில் தனக்கு நிறைய பருக்கள் இருந்ததை நினைத்தான். பருவைக் கிள்ளுவதைப் பார்த்தால் அம்மா திட்டுவார். தானாகவே போய்விடும் என்பார். அது உண்மைதான். பருக்கள் இப்போது இல்லை, அம்மாவும்தான். தனது அம்மாவின் முகத்தை யோசித்தவாரு முகத்தில் வழிந்த நீரை ஒதிக்கிக்கொண்டான்.

நிறைவான குளியல். துவட்டிக்கொண்ட பின்னரும் கூட உடலிலிருந்து அரப்பும், நல்லெண்ணெய்யும் கலந்து ஒருவிதமான அலாதி வாசம் எழுவதை உணர்ந்தான்.

ராணி குழம்புச் சட்டியில் இருந்த அனைத்தையும் வரண்டி வந்து போட்டதைப்போல் அவனது தட்டைக் கறி முனுக்குகளால் நிரப்பி வைத்திருந்தாள். முதலில் காரத்தினால் திக்குமுக்காடிப் போனான். பிறகு நாக்கு பழகிக்கொண்டுவிட்டதைப் போல் தண்ணீர் ரோட்டாவைச் சீண்டாமல் வைத்துவிட்டான். கறியிலும் நல்ல அழுத்தம். மெல்ல மெல்ல சாறு இறங்கியது.

“நாளைக்கு ரெண்டு சொம்பு அடிக்கிறியளா? ஒத்துக்குமா?”

சாப்பிட்டு முடித்துவிட்டுத் திண்ணைக்கு வந்தவனிடம் கணேசன் சிரித்தபடி வினவினார். நஞ்சுண்டானுக்கு வேண்டப்பட்டவர் எவரோ மருந்திற்காகக் கேட்டார் என இரண்டு நாள்களாக கணேசன் இரகசியமாகத் தென்னங் கள் இறக்கிக்கொண்டிருந்தார்.

“என்னதுங்க?”

“கள்ளுதான். விடியமற எழுந்திரிங்க.”

“யோவ் உன் புத்திய...” ராணி அதட்டினாள்.

“நீ சும்மாருடி. உனக்கு என்ன தெரியும். அரும.”

“இதுவர கள்ளு குடிச்சது இல்ல. குடிச்சு பாக்கென் ஓராட்டம்தா.”

மரங்கள் அசையவேயில்லை என அவன் வீட்டிற்குள் சென்று நன்றாக உறங்கிப் போனான். மின்விசிறியின் காற்று போதவில்லை என்றாலும் அவனுக்கு உறங்கவேண்டும் என்ற ஆவல்.

மதியநேர உறக்கத்தினால்தான் தனக்கு உடலில் சற்று சதை வைத்திருப்பதாக எண்ண ஆரம்பித்ததிலிருந்து அவன் அதற்கான வாய்ப்புகளைத் தவற விடுவதில்லை. ஆழ்ந்து உறங்கியவனின் கனவில் அவனது அம்மா வந்தாள். அவள் அதில் நல்ல உடல் நலத்துடன் காணப்பட்டாள். முகமெல்லாம் பூரிப்பு. அவனிடம் அவள் இன்பராஜ் பற்றிப் பேசினாள்.

இன்பராஜிற்கு மெர்லினைத்தான் கட்டி வைக்க வேண்டும், அப்போதுதான் அவன் அடங்குவான் என்று கேலியாகச் சொல்லி சிரித்துக்கொண்டிருந்தாள்.

உறக்கம் கலைந்ததும் இருதயராஜ், தேநீர் குடித்துவிட்டுத் தோப்பிற்குள் நடந்தான். அப்போது நஞ்சுண்டானைப் போல் தனக்குத் தெனாவட்டாக நடக்க வருகிறதா என முயற்சிசெய்து பார்த்தான். சாரத்தை மடித்துக் கட்டிக்கொண்டு அவரது நடையை மனதில் நிறுத்திப்பார்த்தான்.

சிறிது தொலைவு சென்றதும் அந்த மாயப் பெண் யார் என்று அறியவேண்டிய ஆவல் அவனிடம் மீண்டும் தலைதூக்கியது. நீண்ட தூரம் நடந்துவந்திருந்தான். அந்தத் தோப்பு இப்போதெல்லாம் அவனை அச்சுறுத்துவதில்லை. மாறாக அது ஒரு பிரமாண்ட உயிரைப் போல் அவனது அருகிலேயே இருந்தது. அதனுள் இருப்பதைத் தீமை இழைக்க நினைக்காத ஒரு வெள்ளந்தி கூட்டத்திற்குள் இருப்பதைப் போல் நினைத்தான்.

ஒவ்வொரு மரமும் ஒவ்வொரு மனிதன். அம்மா, அப்பா, அண்ணன் மூவருமே இந்த மரங்களுக்குள் மரங்களாக இருக்க வேண்டும். தன்னைப் பார்த்துக்கொண்டிருக்கிறார்கள். அதோ அந்த வலிமையான மரம். அம்மரத்தின் பெயர் என்ன? வேங்கை? அதுதான் அண்ணனா? அப்பா பனை. தோப்பின் எல்லையில் நிற்கிறார். அம்மா எல்லோர் மீதும் அன்புசெய்யும் மாமரம். அவனுக்கு உடல் சிலிர்த்தது. அத்தனை நீர் தட்டுப்பாட்டிலும் நன்கு தண்ணீர் பாய்ச்சப்பட்டிருந்த ஒரு சிறிய தென்னை மரத்தைப் பார்த்து அதை அவனாக நினைத்தான். எல்லோருக்கும் பிரியம். ராசா வீட்டுக் கன்னுக்குட்டி. அந்த மரத்தின் அருகில் சென்று கீழேக் கிடந்த கல்லைக்கொண்டு அதில் ஓர் அடையாளமிட்

எண்ணினான். பிறகு வேறொரு யோசனையில் கல்லைத் தூக்கி எறிந்தான்.

எதற்குக் கீறி வைக்க வேண்டும்? என்னால் இந்த மரத்தை எத்தனைக் காலமானாலும் இனம்காண முடியும். மீண்டும் தோப்பிற்கு வரும்போது இதனைத் தழுவிக்கொள்வேன். அங்கிருந்து அவன் தனது அம்மா, அப்பா, அண்ணனாகக் கருதிய மரங்களைப் பார்த்தான். அந்த மரங்கள் அவனை நோக்கின. இவர்களை விட்டு எப்படிப் பிரிவது. இந்தத் தோப்பை ஒரு கைக்குட்டையைப் போல் சுருட்டித் தன்னோடு எடுத்துச் சென்றால் எத்தனை நன்றாக இருக்கும் என ஆசைகொண்டான்.

அது சாத்தியமில்லை, இந்த இரவு போய்விட்டால் அதன்பிறகு இரண்டே இரவுகளுக்குதான் இங்கு நான் உறங்கமுடியும். இங்கிருந்து வெட்டி எடுத்துச்செல்லப்படும் தேங்காய் இங்கு திரும்பி வருவதில்லை. அதுபோல் நான் ஆகிவிடக்கூடாது. கண்டிப்பாக இங்கு மீண்டும் மீண்டும் வருவேன். ஒவ்வொரு ஆண்டும். அது சாத்தியமா?

கலங்கிய மனவெளியிலிருந்து அவன் தன்னிலைக்கு வந்தபோது தோப்பில் அரும்பிக்கொண்டிருந்த இரவின் துளிர்களை அவனால் காணமுடிந்தது. அவன் அழுகையை அடக்கிக்கொண்டான். அதற்கு அவன் பழகிக்கொண்டிருந்தான்.

05

தென்பாண்டி நாட்டின் தொழிற்சாலைப் புகைக் கூண்டுகளைப் போல் நள்ளிரவு கடந்தும் ஜோஸ்லினின் அறையில் உறக்கமற்று நின்றுகொண்டிருந்த பூனைகளின் மார்பில் கூடக் கரியமிலம் படிந்திருந்தது. இருட்டை ஊடுருவிக் கட்டிலைப் பார்த்துக் கொண்டிருந்த அவற்றின் கண்களில் முதன்முறையாக கருணை சுரந்திருந்தது. அக்கணத்தில் ஜோஸ்லினின் கரத்திலிருந்த கைப்பிடி அளவிலான கருவியும் பயனற்றுப்போய் மெத்தையின் மூலையில் கிடந்தது.

"ஈ... ங்... ஈ... ங்..." அவரது எலும்புகள் துருத்திய மார்புக்கூடு ஒருபிடி உயிர்காற்று வேண்டி நீண்டநேரமாகப் போராடிக்கொண்டிருந்தது.

கருக்கல் விடியும் தருணத்தில் பூனைகள் விசித்திரமான குரலில் அலற ஆரம்பித்திருந்தன.

பொன்னிற மேகங்கள் கிழக்கு வானில் நிலைகொண்டிருந்த வேளையில் திருமந்திர நகர் சுமந்துகொண்டிருக்கும் வரலாற்றுச் சாபம் அசைவின்றிக் கிடந்த ஜோஸ்லின் விக்டோரியாவின் வெளிரிய விழிகளின் வழியாக வெளியே வழிந்தது. வேலையாள் ஒருவர் வேகவேகமாக மாடியறைக்கு வந்து இசக்கியை எழுப்பினார்.

அவர் மாடிப்படியிலிருந்து இறங்கிவந்தபோது இருதயராஜ் வீடெங்கும் இரையும்படி அழுதுகொண்டிருந்தான். சிறிதுநேரம் ஜோஸ்லினின் உடலுக்கு அருகில் அமர்ந்துவிட்டுப் பிறகு ஜார்விஸிடம் அடக்க நிகழ்விற்கான பொறுப்புகளை விட்டுவிட்டு இசக்கி மாடியறைக்குச் சென்றுவிட்டார். நோய்வாய்ப்பட்ட உடல். நீண்டநேரம் வைத்திருக்காமல், பெரிய ஆர்ப்பாட்டங்கள் இல்லாமல் அடக்கத்தை செய்யச்சொல்லிவிட்டு அவர் அறைக்குள்ளயே முடங்கிக்கொண்டார்.

ஈஸ்வரப்பாண்டியன் குடும்பத்தோடு வந்து அமர்ந்திருந்தார். ராஜசேகர் ஆளுயுர ரோஜா மாலை ஒன்றைக் கொண்டுவந்து அணிவித்துவிட்டு ஜோஸ்லினின் கால்களைத் தொட்டு வணங்கினார். வெடிகுண்டு வீசியது, ஃபெலிக்ஸ் மிராண்டாவின் மகன் உட்பட ஐவரைக் கொன்றது என வலுவான பிரிவுகளில் சிக்கிக்கொண்டிருந்த இன்பராஜ், தனது தலைமறைவுப் படலத்தைக் கலைத்துவிட்டு வீடு வந்து சேர்ந்திருந்தான். அவன் அழுவான், அவனுக்குள்ளும் ஒரு பலகீனமான மனிதன் இருக்கிறான் என்பதே பலருக்கு அன்றுதான் தெரியவந்திருந்தது.

ஜார்விஸ் அவனிடம் இரண்டு மூன்று தினங்கள் கழித்து வரலாம் எனக்கூறி வலுக்கட்டாயமாக அவனை அங்கிருந்து நகர்த்திப் படகில் ஏற்றிவிட்டிருந்தார். மாலையில் நஞ்சுண்டான் வந்திருந்தார். அப்போது மட்டும் இசக்கி மீண்டும் கீழே வந்து கொஞ்சம் தலைகாட்டினார்.

அடக்கச் சடங்கின் இறுதியில் இருதயராஜிடமிருந்து பெரிய அதிர்வுகள் இருக்கவில்லை. நாள் முழுவதும் அவனிடமிருந்து வீசிய மது நாற்றம் நிகழ்வுக்கு வந்திருந்த எல்லோரையும் எரிச்சல் படுத்தியது. மெர்லின் அவனை முறைத்துக்கொண்டேயிருந்தாள். ஜோஸ்லினின் உடல் அடங்கிய சவப்பெட்டியை இறக்கி மலர் தூவிய நேரத்தில் அவன் போதையில் தள்ளாடி விழப்பார்த்தான்.

மூன்றாம்நாள் அசனப்பூசை முடிவடைந்த பிறகும் இசக்கியின் உள்ளங்கை ஒற்றைச் சோற்றுப் பருக்கையைக் கூடக் கண்டிருக்கவில்லை. அத்தனை நாள்கள் குடிக்காமல் மாடியறையின் அலமாரியில் வைத்திருந்த மது பாட்டில்கள் இரண்டையும் தீர்த்திருந்தார்.

அவ்வளவு குடித்தும் ஜோஸ்லினிடமிருந்து எழும் தாய்மை வாசத்தை அவரது நாசியிலிருந்து அவரால் அகற்ற முடியவில்லை. அத்தனை ஆண்டுகளாக அந்த மாடியறையின் வாசலிலிருந்து 'சாப்பிட வாங்க' என்று ஒலித்த ஜோஸ்லினின் பாசம் நிறைந்த குரல் இனி கேட்கப்போதில்லை. முதன்முதலாகத் தன்னை வீட்டின் பின்புறத்தில் அமரவைத்து உணவிட்டபோது அவரிடமிருந்து வெளிப்பட்ட அந்தத் தெய்வீகப் பார்வை இறப்பதற்கு முந்தை இரவில் கூட அச்சுகலையாமல் அப்படியே இருந்ததை நினைத்தபோது அவருக்கு உடம்பெல்லாம் அதிர்ந்தது. ஜோஸ்லின் அறநெறிகளின் மொத்த உருவாய் வந்தவர். மரியாவைப் போல் அவரும் ஒரு தெய்வப் பிறவி. அவரது தாயன்புக்குத் தான் ஒருபோதும் தகுதியானவன் அல்ல என உள்ளுக்குள் குமுறினார்.

"மாமா..." அறை வாயிலிலிருந்து மெர்லினின் குரல்கேட்டு இசக்கி கண்களைத் துடைத்துக்கொண்டு திரும்பினார்.

"வா மெர்லின். ஜார்விஸ் எங்க?"

"தாத்தா செலைக்கு மால போடப் போயிருக்காவ மாமா."

"யாரு?"

"மாமா... க்ரூஸ் பர்னாந்து. இன்னைக்கு அவிய பொறந்த நாளு."

"செரிமா. நீ இன்னம் திருநவேலி போவாம இரிக்க. காலேஜி நடக்கில்ல?"

"இப்பம் செமஸ்டருக்குப் படிக்கவேண்டி லீவு மாமா."

"சின்னப் பய எங்க?"

"இப்பம்தான் அவிய ஃப்ரெண்டோட வெளிய போறாவ."

"என்ன யோசனைல இருக்கான் நீயாவது கேட்டியா? வரவர இவனுக்குப் பெரிய பயலே தேவலாம்னு இரிக்கி."

"அது... மாமா. செரி ஆயிடுவாவ. நான் பேசுதன்."

“மெர்லினு இப்பம்னு இல்ல. ஆறேழு மாசமாவே இப்படித்தாம் செய்தாம். அந்த மேக்கத்தியானோட சேந்து குடிக்காம்னுதான் கடக்கரைக்கே போவக்கூடாதுனு சத்தம் போட்டன். அப்பம் உன் அப்பன் மொதக்கொண்டு என்ன கோவிச்சிக்கிட்டாம். எனக்கென்னமோ கோட்டி வந்தமாரி. இப்போம்தான் நீங்களே பாக்கிறியலே. காலேஜிலயும் சேக்க ஒன்னும் செரில்ல. இவனும் இன்பாகூட சேந்து பம்ஸு உருட்ட கௌம்பிட்டாம்னா உன் அத்தைக்குச் செத்த பெறவும் நிம்மதி கிட்டுமா சொல்லு.”

“மாமா. இதெல்லாம் பெறவு பேசிக்கலாம். நீங்க மொத கீழ வாங்க. சாப்பிடலாம். இப்படியே எத்தன நாள்தாம் இருப்பிய?”

“நீ போமா. நான் வரன்.”

“நீங்க இப்பம் வராம நான் படியெறங்க மாட்டேன்.” மெர்லின் அவருக்கு உணவு எடுத்து வைத்துக் கொண்டிருந்தபோது திண்ணையில் இருதயராஜிடம், இன்பராஜ் கோபமாகக் கத்திக் கொண்டிருந்தது வீட்டிற்குள் கேட்டது.

“அம்மாடி கொழும்ப இப்படி வைச்சுட்டு அங்கன போய் என்னன்னு பாரு. கேக்கானுவலா பாரு இல்லன்னா ஜார்விஸுக்குப் ஃபோன போட்டு வரச் சொல்லு.” மெர்லின் திண்ணையை நெருங்க இருதயராஜை நோக்கிய இன்பராஜின் அமட்டல் அதிகமானது.

“இங்கன ஆருல குடிக்கல. அதுக்குன்னு நேரம் காலம் வேணாம். உங்கூட சேருரவன்ல ஒருபய. ஒருபயல நல்ல பயனு சொல்லுல. அவனுவல்லாம் ஒனக்குச் சேக்காளிய. ஒருத்தன் விடாம செனக்கி போட்ருவன் பாத்துக்க. ஒழுங்கா இரு. இந்த வூட்டுக்குன்னு இரிக்க மரியாதைய கெடுப்பம்னா இங்கன இருக்காத. எங்கனாச்சும் ஓடிப்போயிடு.”

“அத்தான். நிறுத்துங்க. ரோட்ல போறவிய எல்லாம் பாக்காவ. நல்லாவா இரிக்கு.”

“ஏக்கி. அவிய வூட்டுக்குள்ள ஒக்காந்துகிட்டு ஒன்ன அனுப்ச்சாவலா. என்னதான் செத்தாகூட கேக்க மாட்டாவ. இவன கேக்க என்ன? அல்லாம் பேசுற மாரி கோட்டி முத்திப் போச்சா.”

“இன்பா. என்ன பேசுற மாரி அவியல பேசாத. செரியா இருக்காது. அவிய தாமஸு இல்ல.” இருதயராஜ் போதையில் யோசனையின்றி வார்த்தைகளைவிட்டான்.

“ஓ… அப்படிச் சொல்லுல. சந்தோசம்டி. ஆனா இந்த ரோசசு… மெர்லினு நீ உள்ள போள.”

“ஏ அத்தான். விடுங்க. இவன் ஒரு ஆளுனு. இவன்ட்ட நான் பேசிக்கன்.”

“இன்பா. நீ சொல்ல வந்ததச் சொல்லு.”

“இந்தாடா. நீ வாய மூடமாட்டியா?”

“நீ இரு மெர்லினு. ஆமாடா அவியல ஏசுனா உனக்கு ரோச மயிரு வேற வருதோ. அந்தாளுக்காவ நீ என்ன செஞ்சிருக்க. நான் என்ன செஞ்சிருக்கன்னு அல்லாருக்கும் தெரியும். இப்போம் எவன் கேஸுு வாங்கி அலைதாம்னும்…”

“இரு. இரு ஒரு நிமிசம்… நீ செஞ்சது. தாமஸுுக்காண்டிதாம்னு எனக்குத் தெரியும்.”

“ஏ சுண்ணி. இதுக்கு மேல வாய தொறந்த. இங்கன இன்னொரு எழவு விழும்.” அவன் இருதயராஜின் கழுத்தைப் பற்றி நெருக்கினான்.

“அத்தான். ஐயோ என்ன இதெல்லாம். விடுங்க.” மெர்லின் கலங்கிய குரலில் இன்பராஜின் கையைப் பிடித்து விலக்கினாள். அவன் ஆத்திரம் அடங்காதவனாய் வாசலுக்கு இறங்கி வந்து வண்டியை எடுத்துக்கொண்டு அங்கிருந்து நகர்ந்தான்.

“எளா இருதயா. நீ ப்ளஸ் டூ வர எப்படி இருந்த. இப்பம் எப்படி இரிக்கன்னு ஒனக்குத் தெரியுதா. ஏன்ல இப்படி ஆன…” மெர்லின் கெஞ்சினாள்.

“நீ போடி உன் சோலிய பாத்துக்கிட்டு.”

“டி கீனினா பல்லத் தட்டி கைல கொடுத்துடுவன். நான் என்ன ஓமூட்டு வேலைக்காரியா. மரியாத. உள்ள வா மொத. வெளங்காத பய மாரி மூஞ்சியப் பாரு.” கையைப் பற்றி மெர்லின் அவனை வீட்டிற்குள் இழுத்துச் சென்றாள்.

“ஏய். விடு…” போதையில் நடைபின்னி தடுமாறியவன் அவளிடமிருந்து கரத்தை உதறிக்கொள்ள மனமின்றி பின்னால் சென்றான். அவ்வளவு தறிகெட்ட நிலையிலும் அந்த ஸ்பரிசம் அவனை என்னவோ செய்தது. கூடத்தை ஒட்டியிருக்கும் அறைக்குள் இழுத்து வந்த மறுநொடி அவனை அவள் சட்டென்று இறுக்கமாகக் கட்டிப்பிடித்துக்கொண்டாள்.

“ஏ மெர்லினு... என்னச் செய்ற. விடுள.”

அவள் இப்போது சிறுமியல்ல. அவள் உடல் அங்கங்கள் திரண்டு வளர்ந்து, பருவ அழகினால் செழிப்புற்றிருக்கும் ஓர் இளம்பெண் என்பதை அவன் அறிவான். அவளது அணைப்பிலிருந்து விடுபட முயன்ற அவனை நெஞ்சில் நசுங்கிய அவளது மார்பும், அவளது கூந்தலில் வீசிய அலாதியான வாசமும் இணைந்து கட்டுக்குள் கொண்டுவந்திருந்தன.

அவளது நெருக்கம் தந்த இன்பம் அவனை மெய்மறக்கச் செய்து நிற்க வைத்திருந்தது. சரிபாதியளவில் போதை தெளிந்திருந்தது. சட்டென்று அவளது முகத்தைப் பற்றி அவள் உதடுகள் மீது தனது உதடுகளைப் பொருத்த முயன்றான். மதுவாடை வீசிய அவனது வாயிலிருந்து விலகி அவனைத் தள்ளிவிட முயன்றாள்.

அவன் அவளை மூர்க்கமாக அணைத்து மீண்டும் அத்துமீறினான். மார்பின் மீது கைவைக்க முயன்றபோது அவனது கையில் சுல்லென்று ஓர் அடி வைத்தாள். அடுத்த கணத்தில் அவளை இறுக்கமாகக் கட்டிக்கொண்டு கைகளை அவளது பின்புறம் எங்கும் படரவிட்டான். அவள் மீண்டும் அவனுடைய பிடியிலிருந்து திமிரியபடி அவன் உதட்டை விடுத்து அவனது முகம் முழுவதும் வேகவேகமாக முத்தமிட்டாள்.

“மெர்லின். எங்க இருக்க.”

இசக்கியின் குரல் கேட்டு அவள் சட்டென்று அவனிடமிருந்து விலகி நின்றாள்.

“இதோ வரம் மாமா.” அவனது தோள்பட்டையில் ஓங்கி அடித்துவிட்டு முறைத்தாள்.

“இனி ஒழுங்கா இரிக்க. இல்லன்னா உன்ன விட்டுட்டு இன்பா அத்தான கட்டிக்கிருவன்.”

“ஏ நில்லுடி. என்ன பேசுத. நீ என்ன... என்ன?”

“என்ன ஒன்ன?”

“என்ன லவ் பண்ணுறியா?”

“மயிரு... போடா...”

06

காலத்தின் மெல்லிய கேசங்கள் இடைவிடாது உதிர்ந்து கொண்டிருந்தன. காற்றின் துணையோடு தென்னைமட்டைகள் சாமரம் வீசின. இருளனின் கூரிய செவி மடல்களுக்குள் பூச்சிகள் இரண்டு இரகசியம் ஓதிக்கொண்டிருக்க, தேன்கூட்டிலிருந்து சொட்டும் தேன்போல் இரவின் இசையானது தோப்பின் நான்கு மூலைகளிலிருந்தும் மென்மையாகக் கசிந்துகொண்டிருந்தது.

திண்ணைச்சுவரில் ஊர்ந்துகொண்டிருந்த எறும்புகள் கிழக்கு வெளுக்க இன்னும் ஆண்டுகள் பல இருக்கின்றன என மாடத்தின் மீது தலைசாய்த்து உறங்க ஆரம்பித்திருந்தன. வைகாசி நிலவு பொலிவித்த போதை ஒளியினில் கிறக்கம்கொண்டு ஓடுகளுக்குள் இளைந்த பூரான்கள் தன்னிலைக் குலைந்து மயங்கியிருந்தன.

நிலவொளி மிகுதிதான் எனினும் வீட்டிற்குள் இருள் ததும்பியது. அதன் அடர்த்தியில் சிக்கி உத்திரத்தில் சுழன்ற மின்விசிறியின் இருப்பு கூட இடம்தெரியாமல் அமிழ்ந்துபோயிருந்தது. பிரபஞ்ச வெளியில் நிலவும் மௌனம்போல் அங்கு ஓர் இறுக்கமான அமைதி குடிகொண்டிருந்தது.

இருதயராஜ் உறக்கத்தில் அசைந்தான். அப்போது அவனது சார்த்திய இமைகளுக்குள் ஓர் ஒளிக்கீற்று நுண்ணிய திறவுகோலைப்போல் ஊடுருவிக்கொண்டிருந்தது. இமைகளைத் திறந்தவனுக்கு முன் இன்னதென்று கூறமுடியாத அளவிற்கு ஒரு பொன்னிற உருவம் எழுந்து நின்றது. அந்த ஒளிச்சுடர் அவனை அச்சுறுத்தவில்லை, மாறாக அது அவனது இதயத்திற்குள் திடமான ஒரு துயர திரவித்தை ஊற்றிக்கொண்டிருந்தது. காட்சிகள் யாவும் தலைகீழாக நிலைகொண்டிருந்தன. அந்தப் பேரொளி சிறு துகளாய்ச் சுருங்கியது. அத்துகள் அங்கு நின்றுகொண்டிருந்த அந்த மாயப்பெண்ணின் மூத்து மோதிரத்திற்குள் போய் அடங்கியது. அவனது ரோமங்கள் சிலிர்த்தன.

அப்பெண்ணின் முகத்தில் மனதைக் கலங்கச்செய்யும் சோகம் வெளிப்பட்டது. அது காலத்தால் அழிக்கமுடியாத ஓர் ஏக்கத்தின் பாவனை.

மற்றொரு மூலையில் மாலையில் ஏற்றி அணைந்துபோயிருந்த சாமி விளக்கு மீண்டும் தானாகத் தீப்பற்றிச் சுடர்விட ஆரம்பித்தது.

இவை நிஜமில்லை என உணர்ந்து அவன் திடுக்கிட்டு எழுந்து அமர்ந்தபோது சாளரத்திற்கு வெளியே இரவின் மீதங்களும், வைகறை வெளிச்சமும் புணர்ந்து கலந்திருந்தன. உடலில் அதிகாலையின் குளிர்ச்சி.

பறவைகள் துயில் எழுந்து கூக்குரல் எழுப்பத் தொடங்கியிருந்தன. அவற்றுள் ஒரு மைனாவின் குரல் மட்டும் தனித்து ஒலித்தது. இப்போது காட்சிகள் யாவும் நேர்நிலைக்கு மீண்டிருந்தன. சாமி விளக்கு எரிந்ததற்கான தடயங்கள் ஏதும் காணப்படவில்லை. விளக்கின் திரியில் தீயின் ஒற்றைப் பொறி கூட மீதமிருக்கவில்லை.

"ஆரம்பிச்சிட்டியலா? மொதல்ல தோப்புல நிக்குதின்னிய. அப்புறம் ஒருநாளு கிணத்துக்குள்ள கொள்ளிவா பிசாசு இருக்கின்னிய. இப்ப வீட்டுக்குள்ளயே பேயி ஆவிங்கிறிய."

"இல்லக்கா. நெசமாதான் சொல்லுதன். எனக்குக் கைய, கால அசைக்க முடியல. பேச்சே வரல. ஒருமாரி மயக்கமா."

"தம்பி அது சும்மா. ஒடம்பு அசதினால அப்படி இருக்கும். சரி ஊருக்குப் போறப்ப எதுக்கு மனசக் குழப்பிக்கிட்டு. எதுக்கும் இந்தத் திப்புவ அழைச்சுகிட்டுப் போய் ஒருதடவ ராவுத்தர கும்ட்டுட்டு வாங்க. சரியாகிடும்." அவனது மனதில் இருந்த யோசனையைத்தான் ராணியும் சொன்னாள்.

மீன்பிடித் தடைக்காலம் முடிந்து பருவம் தொடங்க நான்கு நாள்களே இருந்ததால் பழுதுநீக்கும் பணிகளுக்காக நிறைய விசைப் படகுகள் யார்டில் நிறுத்தப்பட்டிருந்தன. அதன் காரணமாக இருதயராஜ் முன்பணம் கொடுத்து வாங்கியிருந்த நஞ்சுண்டானின் விசைப்படகு தயார் ஆவதற்கு தாமதமாகிக் கொண்டிருந்தது.

வேலை சீக்கிரம் நிறைவடைய வேண்டுமென தமிழரசன், சந்திரன், திப்பு சுல்தான் ஆகிய மூவரும் விடிந்ததுமே கோட்டைப்பட்டினம் சென்றுவிடுகின்றனர். நஞ்சுண்டானும் இடையிடையில் சென்று பணிகள் எப்படி நடக்கிறது எனப் பார்த்துவந்தார். இந்தச் சமயத்தில் தர்ஹாவிற்கு அழைத்துச் செல்லச் சொல்லி அவர்களைத் தொந்தரவு செய்ய வேண்டாம். கூடவே வண்டியும் சந்திரனிடம் இருக்கிறது, வேறு வழியில்லை. அவர்கள் வரும்வரை காத்திருக்கலாம் என இருதயராஜ் நினைத்துக்கொண்டிருந்தான். மாலை நான்கு மணிவாக்கில் படகு தயாராகிவிட்டது என்கிற நற்செய்தியோடு சந்திரன் தோப்பிற்கு வந்திருந்தான்.

“செரில. ரெம்ப சந்தோசம். நான் அங்கன வரயில்லனு ஒன்னும் வருத்தமில்லயே?”

“ச்ச ச்ச. வேலை கடியான வேலை. நிக்க முடியாது. உங்களுக்கு ஒத்துவராதுன்னுதான் கூப்பிடல.”

“செரில. திப்பு எங்க?”

“வீட்ல விட்டு வந்துட்டேன். ஏன்.”

“இல்ல இந்த ராவுத்தர் தர்ஹாவுக்குப் போலாம்னு நினைச்சன்.”

“செரி அதுக்கென்ன. வாங்க போலாம். போறப்ப அவனையும் அழைச்சிக்கலாம்.”

“எங்கன இரிக்கு?”

“கோட்டப்பட்னத்துலதான். அன்னைக்குப் போட்டுப் பாக்க யார்டுக்குப் போனப்போ கவனிக்கலயா. தர்ஹாவுக்குப் பின்னாடி தான் யார்டு.”

“ஓ அதுதானா. அப்பம் கவனம் இல்ல.”

இருவரும் திப்பு சுல்தானை உடன் அழைத்துக்கொண்டு கோட்டைப்பட்டினம் ராவுத்தர் தர்ஹாவை நோக்கிச் சென்றனர். இடையிலேயே தலைவலியாக இருக்கிறது தேநீர் அருந்திவிட்டுச் செல்லலாமா எனத் திப்பு சுல்தான் கேட்டான்.

சந்திரனுக்கும் ஒரு தேநீர் குடித்தால் நன்றாக இருக்கும் எனத் தோன்றியது. சாலையோரத் தேநீர்க் கடை ஒன்றினருகே வண்டியை நிறுத்தி மூவருக்கும் தேநீர் சொல்லிவிட்டுக் காத்திருந்தனர். அந்தச் சமயத்தில் சாலையின் எதிர்ப்புறத்தில் நின்றுகொண்டிருந்த கார் ஒன்றிலிருந்து சிலர் தன்னைக் கவனிப்பதைக் கண்டுகொண்ட இருதயராஜிற்கு முதலில் மனம் பதறியது. பிறகு அதைக் காட்டிக் கொள்ளாததுபோல் இயல்பாக இருக்க முயன்றான்.

“சந்திரா... திப்பு. நான் சொல்லுறத கேளுங்க. ஆனா மூஞ்சிய மாத்திறாதிய. இப்படியே வைச்சுக்கிருங்க. எடையெடைல சிரிங்க.”

“என்னாச்சு நண்பா?” சந்திரன் குழப்பமடைந்தான்.

“இதத்தான் செய்யாதியன்னு சொன்னன். பதட்டப்படாதிய. டக்குனு பாக்காதிய. அதோ அந்த காருல அஞ்சு பேரு இருக்காவ.

அவனுவ எனக்காண்டிதான் வந்துருக்கானுவ. அங்க பாக்காதீய. மூஞ்சி போறபோக்கப் பாத்து கண்டுக்கிடுவானுவ."

"அண்ணே. டீ இன்னும் போடலனா எனக்கு ஃபுல் டீயா போட்ருங்க" திப்பு சுல்தான் மாஸ்டரிடம் கூறிக்கொண்டிருந்தான்.

"லேய் திப்பு நீ டீ குடிச்சே சாவப்போற... உங்களுக்காகன்னா புரியல..?" சந்திரன், இருதயராஜின் மனவோட்டத்தைப் புரிந்து கொண்டவனாய் வினவினான்.

"என்ன கொல்லதாம்."

"ஹான்ஸு போட்டு சாவுறதுக்கு இது பரவால்ல நீ சாத்து."

திப்பு சுல்தானுக்கு என்ன நடக்கிறது என்று எதுவும் புரியவில்லை.

"என்ன சொல்றிய. அண்ணனுக்கு ஃபோன் பண்ணுங்க?"

"இல்ல வேணாம். இப்பம் ஃபோன கைல எடுத்தா அம்புட்டு தாம். கண்டுகிட்டம்னு தெரிஞ்சுக்கிருவானுவ. பெறவு கஷ்டம். அவிய வரதுக்குள்ள என்ன முடிச்சும் விட்ருவானுவ. துப்பாக்கி கூட இரிக்கும்."

"டேய் இந்தா ஒரு பாக்கு வாங்கு. என்ன சொல்றிங்க? சும்மா கூட நிக்கலாம். உங்களுக்காகத்தான் வந்துருக்காங்கனு நீங்களா எப்படிச் சொல்றிங்க?"

"என்ன நம்புல. செரி நீங்க ரெண்டேரும் இங்கனேர்ந்து போயிடுங்க."

"அதெல்லாம் பேசாதிய. எங்கள என்ன அப்படி நினைச்சிட்டியலா. இது எங்க ஊரு. எங்கள மீறி என்ன செஞ்சிடுவானுங்க."

"எல அடங்குல. இப்படிப் பேசாதன்னு இப்பம்தான சொன்னன்."

"அவனுங்க உங்கள கொல்லத்தான் வந்துருக்கானுங்கனு எப்படிச் சொல்றிங்க? அத மட்டும் சொல்லுங்க."

"திப்பு எனக்கு ஒரு பாஸ் பாஸ் வாங்குல. ஏக்காலமா வருது. காருல இரிக்க அஞ்சுபேருல ரெண்டேர நான் ஏக்கனவே ஒருதரம் பாத்துருக்கன். சாவுற வர அவனுவ மூஞ்சிய மறக்கமாட்டன்."

07

“என்னல என்ட்ட இனி பேச மாட்டியோ...”

தன்னிடம் பேசாமல் வீட்டிற்குள்ளயே முறுக்கிக்கொண்டு சுற்றிக்கொண்டிருந்த இருதயராஜிடம் அன்று இன்பராஜே தானாக முன் வந்து பேசினான்.

“பேச என்ன இரிக்கு?” அவன் தலையை வேறு திசையில் திருப்பிக்கொண்டான்.

“நீயே என்னையும் இவியலையும் வேற வேறவனு சொன்னா எப்படில. பெறவு எல்லாவனும் அதத் தான சொல்லுவாம்.” என்ன பதில் தருவது எனத் தெரியாமல் இருதயராஜ் தலைகவிழ்த்துக் கொண்டான்.

“எல. இப்பமும் என்ன உன் அண்ணனாதான நெனைக்க?”

“ஏம்ணே இப்படிலாம் பேசுத. அப்பம் போதைல தெரியாம... அம்மா மேல சத்தியமா சொல்லுதன். பேசணும்னு பேசல.”

“செரி எங்கூட வா.”

“எங்கணே?”

“கேஸ¬ ஒடைக்க முடியாது போலடே.”

“அதால... என்ன யோசன?”

“அதாம் கொஞ்ச நாளு எங்கனயாச்சும் தொலவுக்குப் போயி இரிக்கலாம்னு பாக்கென். தீவுக்கும் இங்கனயும் மாறி மாறி ஓடி எத்தன காலம் ஓட்ட.”

“ம்ம்ம். மங்களூருக்குப் போறியா?”

“அது இன்னும் முடிவுபண்ணல. பெறவு நீ இப்படிலாம் இருந்தன்னா கஷ்டம் பாத்துக்க. தைரியமா இரு. கார எடுத்து அப்பப்ப ஓட்டிப் பழகு. அப்புறம் உன் சேப்பட்டிக்காண்டி சிலது சொல்லித்தரேன். அவியல்ட்ட சொல்லாத.”

“ஆர்ட்ட?”

“அப்பாயிட்டதாம்.”

“செரிணே.”

குடிமக்களின் ஆயுட்காலம் குறைந்து போயிருப்பதைப் பற்றிக் கவலைப்படாமல் தூத்துக்குடி அன்று அதன் ஆயுளில் இன்னொரு புத்தாண்டை வரவேற்கத் தயாராக இருந்தது. மெர்லினோடு காதல்நோயில் வீழ்ந்திருந்த இருதயராஜிற்குத் தேடல்களும் நோக்கங்களும் மாறியிருந்தன. அவன் அதிகம் குடிப்பதில்லை.

இறுதியாக இதுதான் கடைசி எனப் புத்தாண்டிற்கு முந்தைய நாளில் அவனும் அவனது நண்பர்களும் டாஸ்மாக்கில் அமர்ந்து அளவை மறந்து குடித்திருந்தனர். போதும் கிளம்பலாம் என்று அவர்கள் நினைத்தபோது நாற்பது வயது மதிக்கத்தக்க ஒருவர் அவர்களது மேசைக்கு அருகில் வந்து குரல் எழுப்பினார்.

“என்ன ஒரே சத்தமா இருக்கு. போதையேறினா இப்படிதான் கத்துவிகலா. படிக்கிற பயலுக மாதிரி தெரியுது.”

“ஆமாம் அப்படித்தாம் செய்வோம். ஒனக்கு எங்கன அரிக்கி.” இருதயராஜின் நண்பன் ஒருவன் எரிச்சலுடன் பதில் அளித்தான்.

“ஏய் யாருகிட்ட பேசுற.”

“ஏன் நீ பெரிய இவனா. வயசுக்கு மருவாத பாத்துச் சொல்லுதோம். போயிடு...” இருதயராஜூம் இணைந்துகொண்டான்.

“ஏய் அவுசாரி மவனே. வாடா பாப்பம்?” அவர் சட்டென்று தனது இடுப்பிலிருந்து கத்தி ஒன்றை உருவிக்கொண்டு நின்றார்.

பிரச்சினை வலுக்க இருதயராஜ் அவனது சட்டைப்பையிலிருந்து கைபேசியை வெளியே எடுத்தான். கொலை வழக்கில் நேரடி ஆதாரங்கள் இல்லாததால் தப்பித்துக்கொண்டிருந்த சார்லஸை ஜார்விஸ் மெட்ராஸிற்கு அனுப்பியிருந்தார். தேடப்பட்டு வந்த இன்பராஜ் அன்றிரவு தோணியில் மங்களூருக்குச் செல்லத் திட்டமிட்டிருந்தான். அதற்குள் இருதயராஜிடமிருந்து அப்படியொரு அழைப்பு.

“அண்ணே. எங்கன இரிக்க.”

“சொல்லுல என்ன?”

“இங்கன விக்டோரியா ரோடு பார்ல. எங்ககிட்ட ஒருத்தன் சரவு இழுக்கான்.”

“பயலுவ கூடதான இரிக்க?”

“ஆமாம்ணே. ஆனா அவம் பெரிய ஆளா இரிக்கான். கத்தி வைச்சிருக்காம். அம்மாவ அசிங்கமா ஏசுதாம்ணே.”

“என்னடா இப்பம். செரி போன வை. நான் வரமட்டுலும் அவன்கிட்ட பேசாதிய.” இருதயராஜையும் அவனது நண்பர்களையும் வாய்க்கு வந்ததைச் சொல்லி வசைபாடிவிட்டு அந்த ஆள் அவரது நாற்காலியில் போய் அமர்ந்துகொண்டார். சிறிது நேரத்தில் இன்பராஜ் அந்த மதுபான விடுதிக்குள் நுழைந்தான்.

“யாருல?”

“அந்தா. அவம்தான்.” இருதயராஜின் நண்பன் கைகாட்டிவிட இன்பராஜ் நேராக அவனிடம் சென்றான்.

“ஏ. நீதானா... என்ன சொல்லி ஏசின. எங்க இப்பம் சொல்லு அத.”

அந்த ஆள் எழ முயல்வதைக் கண்டதும் நாற்காலியோடு சேர்த்து அவரது மார்பில் உதைத்துக் கீழே தள்ளினான்.

“எழும்பி அப்படியே ஓடிப்போயிடு... மூதி. செத்துப்போயிடாத.”

“எலே நீங்கல்லாம் ப்ரெண்டுனு எதுக்கு இரிக்கிய?”

அவன் இருதயராஜின் நண்பர்களிடம் பேசிக்கொண்டிருந்தபோது அவன் எட்டி உதைத்த ஆள் எழுந்து நின்றிருந்தார். அவரைச்சுற்றி ஏழெட்டு நபர்கள் நின்றுகொண்டிருந்தனர். அவன் அவர்களைத் திரும்பிப் பார்த்துவிட்டு தாடியைச் சொறிந்தபடி இருதயராஜைப் பார்த்தான்.

“ப்ளானு...”

“அண்ணே...” இருதயராஜ் நடுங்கியபடி குரலெடுத்தான்.

“எல நிக்காதிய. இவன கூட்டிப்போயிடுங்க.”

இன்பராஜ் சட்டென்று நாற்காலி ஒன்றை எடுத்துப் பின்னால் நின்றிருந்தவர்கள் மீது வீசிவிட்டு மேசையில் இருந்த பீர் பாட்டில் ஒன்றை எடுத்து அருகில் இருந்த கம்பியில் உடைத்துக் கூர்மையாக்கிக் கொண்டான்.

“இருதயா. இங்கன நிக்காத. போயிடு...”

இருதயராஜிடம் சப்தம் போட்டபடி எதிரில் நின்றிருந்தவர்களை நோக்கி நடந்தான். முதலில் இடர்பட்டவனை அடித்துத் தள்ளிவிட்டு அடுத்தநொடியில் அவனுக்கு அருகில் இருந்தவனின் வயிற்றில் பாட்டிலை ஏத்த முயன்றான். அதற்குள் மற்றொருவன் ஓங்கிய இரும்புக் கம்பி அவனது தலையை நோக்கி வந்திருந்தது.

“எலே... இருதயா ஓடிருடா.”

அவன் உதிர்த்த வார்த்தைகள் இருதயராஜின் காதுகளுக்குள் அரைகுறையாக வந்து விழுந்தன. கைப்பேசியைக் கையில் எடுக்க வலுவில்லாமல் அச்சத்தில் அவனது உடல் உதறல் எடுத்திருந்தது.

“அப்போவ்... ஜார்விஸ் மாமா... எங்க இருக்கீய... கொல்லு தானுவலே... இன்பா... இன்பா... அண்ணோவ்.” ஜார்விஸ் வீட்டு அலைபேசிக்கு அழைத்து எதிர்முனையில் யார் இருக்கிறார்கள் என்று கூடத் தெரியாமல் கத்தினான்.

அவனது நண்பர்கள் எல்லோரும் அவனை விட்டுவிட்டு ஓடி மறைந்திருந்தனர். அவனும் சற்றுப் பாதுகாப்பான இடத்தில் போய் நின்றுகொண்டான். அவனால் தனது அண்ணனைக் காக்க ஓரடியும் முன்னே எடுத்து வைக்க முடியாது.

தனது இயலாமையை வெளிக்காட்டமுடியாமல் சப்தம் போட்டுக் கத்தினான். எங்கு அடுத்து நம்மை நோக்கி வந்துவிடுவார்களோ என ஒவ்வொரு அடியாகப் பின்னால் எடுத்து வைத்தான்.

ஓடுவதற்கு ஏதுவாய் ஒரு திசையைப் பார்த்த கணத்தில் அவனுக்கு உடல் மொத்தமும் கூசியது. தான் ஒப்பீடே இல்லாத மிகப்பெரிய கோழை என நினைத்துக் கதறினான்.

எனினும் அவனது வலுவில்லாத நெஞ்சிற்குள் பழிதீர்க்கவேண்டும் என்கிற பேராசை அந்நொடியில் அவனுக்கே தெரியாமல் முளைவிட்டிருந்தது. அதுவரை முட்புதரில் சிக்கிக்கொண்ட சிறுத்தையைப் போல் ஆத்திரத்துடன் உருமிக்கொண்டிருந்த இன்பராஜ் முதன்முறையாக வலியினால் அலறல் குரல் ஒன்றை எழுப்பினான்.

அவ்வளவு தூரம் சென்றிருந்தும் இருதயராஜினால் அதனைத் தெளிவாகக் கேட்க முடிந்திருந்தது. அவன் ஓடுவதற்குத் தயாரானான். போதையாலும் கண்ணீராலும் கலங்கியிருந்த அவனது பார்வை இன்பராஜின் கழுத்தின் மீது அரிவாள் ஒன்று சொருகி நின்ற காட்சியை இறுதியாகக் கண்டிருந்தது.

அடுத்த நொடியில் அவனது கால்கள் பரபரத்தன. தன்னை ஓர் ஆண்மையற்ற அற்ப ஜீவராசியாய் உணர்ந்து அவன் அங்கிருந்து திரும்பிப் பார்க்காமல் ஓடிக்கொண்டிருந்தான்.

08

இருதயராஜின் செவிமடல்களில் படர்ந்திருந்த மெல்லிய நரம்புகள் கூடச் கோபச் சிவப்பேறி சிவந்து நின்றன. உயிர்விட்டபோது இன்பராஜ் எழுப்பிய இறுதிச்சத்தம் இப்போது அவன் அருகிலேயே கேட்டது. சுட்டெரிக்கும் வன்மத்தீயை வெளிக்காட்டாமல் மறைத்திருந்த அவனது புலன்கள் ஓராண்டிற்கு முன் கண்ட காட்சியை இன்னொருமுறை இன்னும் நெருக்கமாக உணர்ந்தன.

சாலையின் எதிர்ப்புறம் தனது சாவு காத்திருந்தபோதும் அவனிடம் அச்ச உணர்வின் நெடி கூட வீசவில்லை. அவனது கால்கள் அசையாமல் நின்றன. விழிகளில் சொட்டு ஈரமும் இல்லை. நெஞ்சு படபடக்கவில்லை. அவன் உடல் குருதி வடிக்கத் தயாராகி நின்றது.

“நம்ம பசங்களக் கூப்பிடவா? இல்லன்னா முத்துராஜபுரம் கூட போயிடலாம். அரசண்ணன மீறி அங்க யாரும் எதும் செய்ய முடியாது.”

“வேணாம். எம்மேல நம்பிக்க இருந்தா எங்கூட வாங்க.”

“வராமலா.”

“செரி அப்பம் திப்பு நீ வண்டிய எடு. சந்திரா சலூன் கடை வைச்சிருக்காம்ல உன் ப்ரண்டு... அவங்கிட்ட செல்லு இருக்கா.”

“இருக்கு.”

“அவன் கடைக்குப் பக்கத்துல இரும்புச் சாமான் விக்கிற கடை எதுனாச்சும் இரிக்கா...?”

“இரும்பு கடைனா ஹார்டுவேர் சாமான் கடையா?”

“ஆமா.”

“இருக்கு... ஏன்?”

"செரி. வெடிக்கட என்னமாச்சும்?"

"இப்ப ஏது வெடிக்கட."

"இல்லையா? ஒரு கடைகூட? சாவுக்கு வெடிக்கிற வெடி கெடைக்கிற மாரி."

"நாட்டு வெடியா. ஒரு மூட்டையே இருக்கு. தமிழாத்தா செத்தப்போ வாங்கினதுல மிச்சம்."

"எங்கன?"

"எங்க வூட்ல."

"சரி அப்பம். அதையும் மூட்டையோட ஆர்ட்டாயுச்சும் சொல்லி சலூனுக்கு எடுத்தாரச் சொல்லு. நாம அங்கன போறதுக்கு மின்ன அது அங்கன இரிக்கணும். பெறவு சலூன்ல இரிக்கவியலுக்கு போன் பண்ணி நான் சொல்ற சாமான எல்லாம் ஒடனே ஓடி வாங்கி வைக்கச் சொல்லு..."

"நண்பா... இரு இரு... இவ்ளோதான... நான் பாத்துக்குறன். நீ முதல்ல அமைதியா இருயா. ஒன்னும் ஆகிடா."

சந்திரன் இயல்பாகப் பேசினான். திப்பு சுல்தான் வண்டியை ஸ்டார்ட் செய்ய இருவரும் அவன் பின்னால் ஏறிக்கொண்டனர்.

சந்திரன் ஃபோனில் பேசிக்கொண்டே வந்தான். நடுவில் அமர்ந்திருந்த இருதயராஜ் திப்பு சுல்தானிடம் என்ன செய்யவேண்டும் என கூறிக்கொண்டிருந்தான்.

"எலே. கார் பின்னாடி பையதாம் வருது. அவனுவுலோக்கு இன்னும் கூட நாம கண்டுகிட்டம்னு தோணலனுதான் நெனைக்கேன். நீ வண்டிய எவ்வளவு மெல்லமா விட முடியுமோ அவ்வளவு மெல்ல விடு ரோட்ல வண்டி நடமாட்டமா இரிக்குன்னு அவ்வளவு லேசுல துணியமாட்டானுவ."

"எல திப்பு. ஒனக்கு மூஞ்சி ஏன் இப்படி இருக்கி. தேடி வந்திருக்கது என்னதாம். உங்கள இல்ல." சந்திரன் ஃபோனை அணைத்து இருதயராஜிடம் கொடுத்தபடி கேட்டான்.

"ரேஸப்ப உன்ன குத்தினது இவனுங்கதானா?"

"தெர்லடே. இரிக்கலாம். அப்பம் நான் மூஞ்சிய பாக்கல. என்னல? அவிய என்ன சொன்னாவ?"

“நாம போறதுக்குள்ள நீங்க கேட்டதெல்லாம் ரெடியா இருக்கும்.”

“திப்பு... திருவாத. நீ மொத சைடு மிரர பாக்காம ஓட்டுல. நான் பாத்துக்கிறன்.”

வண்டி சலூன் கடையின் வாயிலை அடைந்ததும் இருதயராஜ் இருவரையும் இயல்பான உடல்மொழியோடு இறங்கி நிற்கச் சொன்னான். அவர்களைப் பின்தொடர்ந்த கார் சற்றுத் தொலைவில் இருந்த கடைக்கு முன் நின்றுகொண்டிருந்தது.

“சரி அடுத்தது என்ன?” திப்பு சுல்தான் பரபரப்புடன் கேட்டான்.

“இந்தால... இந்தத் துட்ட பிடி. பக்கத்துல எதுனாச்சும் காய்கறி கடை இருந்துச்சுன்னா. அர கிலோ பச்ச மிளகாயும். ஒரு கிலோ வெண்டக்காயிம் வாங்கி வா. கொத்தரங்கா பீன்ஸு இருந்தாலும் அர அர கிலோ வாங்கிக்க. எல்லாம் ஒரே பையில.”

இருதயராஜ் கூறியதைக் கேட்டுச் சந்திரனுக்குச் சட்டென்று சிரிப்பு வந்துவிட்டது. நிலைமையைச் சமாளிக்க அவனும் அவனோடு சேர்ந்து சிரித்தான். திப்பு சுல்தான் இப்போதும் புரியாதவனாகவே நின்றான்.

“போடா டேய். உன் மூஞ்சிக்கும் மண்டைக்கும் ஏத்த வேலதான்.”

“நீ மூடுடா.”

“ஏ திப்பு என்ன பாக்க? நெசமாத்தான். ஐயோ மூஞ்சிய ஏம்ல இப்படி வைச்சிருக்க... நீ ஒருத்தனே போதும்.”

“சீரியஸாதான் சொல்றிங்களா?”

“ஆமால. போய் வாங்கி வா. சந்திரன் முடிவெட்டணும்னான்.”

“என்னது முடிவெட்டணுமா... நான் எப்பயா சொன்னன்?”

“பரவால்ல வெட்டு. காடு மாரிதான வைச்சிருக்க.”

“யோவ் இது ஆடி மாசத்துக்குச் சாமிக்கு வேண்டினதுயா.”

“சந்திரா. நான் விளையாட்டுக்குச் சொல்லல. இப்பம் வேற வழியில்ல.”

“எங்கள வைச்சு வெளாட்டு காட்டிட்டு இருக்கிய. சரி என்னமோ. வாங்க.”

திப்பு சுல்தானைக் காய்கறி வாங்க அனுப்பிவிட்டு, இருவரும் சலூனுக்குள் நுழைந்தனர். சந்திரன் சுழல்நாற்காலியில் அமர்ந்து முடிவெட்டிக்கொள்ளத் தொடங்கியிருந்தான். சந்திரனின் நண்பன் கடையில் ஒரு மூலையில் வைக்கப்பட்டிருந்த வெடிச் சாக்கையும், மற்ற சாமான் இருந்த பையையும் இருதயராஜிடம் கைநீட்டிக் காண்பித்தான். அவன் ஒரு நொடியும் தாமதிக்காமல் அவற்றை எடுத்துக்கொண்டு கடைக்குப் பின்புறமாகச் சென்று தரையில் அமர்ந்து பையில் இருந்த பொட்டலங்களைப் பிரித்தான். பொடி ஆணிகள், சிறு சிறு இரும்புப் பட்டைகள் அடங்கிய காகித மடிப்புகளைப் பிரித்து அவற்றை ஒன்றாகக் கலந்து வைத்தான்.

நாட்டு வெடிகள் ஒவ்வொன்றையும் எடுத்து மையத்தில் வெட்டி அதன் வெடிமருந்துகளை எல்லாம் ஒரு மெல்லிய நெகிழிப் பைக்குள் கொட்டினான். பிறகு கடைக்குப் பின்புறம் தென்பட்ட சிறு சிறு கற்களையும், பயன்படுத்தப்படாமல் கிடந்த கண்ணாடியை உடைத்து அதன் சில்லுகளையும் பொறுக்கிவந்தான்.

திப்பு சுல்தான் காய்கறிப் பையோடு கடைக்குள் நுழைந்தபோது இருதயராஜ் முதல் உருண்டையின் மீது மிகக் கவனமாகச் சணலைச் சுற்றிக்கொண்டிருந்தான். அழுத்திச் சுற்றினால் எப்போது வேண்டுமானாலும் வெடிக்கும். சிறு அசைவுகளைக் கூடத் தாங்காது.

மிகவும் இளகலாகச் சுற்றினால் வீசின பிறகும் சரியாக வெடிக்காது. சரியான பதத்தில் லாவகமாகச் சுற்ற வேண்டுமென அவனது அண்ணன் உரைத்ததை நினைத்துப் பார்த்தான்.

அவன் தீவிரமான வெடிமருந்தோடு கருநிமிளை, கந்தக உப்பு போன்ற துணை மருந்துகளையும் சேர்த்துக் குண்டு தயாரிப்பான். இது சாதாரண வெடிமருந்துதான் என்றாலும் தனக்கு உறுதியாகக் கைகொடுக்கும் என நம்பினான். அவனது அண்ணன் கற்றுக்கொடுத்த நுணுக்கம் அம்மாதிரியானது.

திப்பு சுல்தானிடமிருந்து காய்கறிப் பையை வாங்கி அருகில் வைத்துக்கொண்டு அவனைக் கடைக்கு வெளியே சென்று நோட்டமிடச் சொன்னான். சந்திரனுக்கு முடிவெட்டி முடிக்கப் பட்டபோது இருதயராஜ் இரண்டாவது உருண்டையின் மீது சணல் சுற்றிக் கொண்டிருந்தான்.

உறுதிநிலை எப்படியிருக்கும் என்று கணிக்க முடியாதபடி இரண்டு குண்டுகளும் தயார் ஆகியிருந்தன. அவற்றைக் காய்கறிப்

பைக்குள் திணித்துவைத்து அதன் மேல் வெண்டைக்காயை அள்ளிப் பரப்பினான். பெட்ரோல் பிடித்து வைக்கப்பட்டிருந்த கண்ணாடிப் போத்தல் ஒன்றும் பைக்குள் செங்குத்தாக மறைந்து நின்றது. மூவரும் வெளியே வந்ததும் திப்பு சுல்தான் வண்டியை எடுத்தான். இருதயராஜ் பையைச் சந்திரனிடம் கொடுத்து பிடிக்கச்சொல்லிவிட்டு வேட்டியை மடித்துக் கட்டிக்கொண்டான்.

பிறகு அப்பையைக் கையில் வாங்கிக்கொண்டு சந்திரனை நடுவில் அமர வைத்துவிட்டு அவன் கடைசியாக உக்கார்ந்துகொண்டான்.

“திப்பு... மேடு பள்ளத்துல விடாம. பைய விடு...”

“எங்க போக?”

“மெயின் ரோட்டுக்கு விடு.”

“இந்தாதான் மெயின் ரோடு வந்துட்டே. இதுக்கு அப்புறம்...”

“ஆளுவ நடமாட்டம் இல்லாத இடமா. ஊருக்கு வெளில ஓட்டிப் போல.”

09

மலை உச்சியில் தங்கியிருக்கும் கற்கள் ஒன்றன்பின் ஒன்றாகச் சரிந்து அதலபாதாளத்தில் வீழ்வதுபோல் அக்குடும்பத்தில் இருந்தவர்கள் ஒருவர் பின் ஒருவராக உதிர்ந்து கொண்டிருந்தனர். ஒரு காலத்தில் கடல் வணிகத்தில் கோலோச்சி வாழ்ந்த ராஜ பர்னாந்து கரப்பான் பூச்சிகளின் எச்சத்தைச் சுமந்து துடைக்க ஆளின்றித் தூசியேறிக் கிடந்தார். அவர் சேர்த்த பெருமைகளும், செல்வங்களும் இப்போது அவரது வம்ச நீட்சிக்குத் துணை புரியவில்லை.

விதியின் தலையீட்டால் தன்னையும் ஓர் உறுப்பினராக இணைத்துக்கொண்ட அவ்வீடு கிளைகள் வெட்டப்பட்டு, பட்டைகள் உரிக்கப்பட்டுத் தளிர்க்க வழியில்லாத மரமாக நிற்கிறதே என இசக்கி மீளாத் துயரில் வாடிக்கிடந்தார்.

இன்பராஜின் உடலைக் கொண்டுவந்து கிடத்தியபோது அதைப் பார்க்க தைரியம் இல்லாதவராய் மாடி அறைக்குள் நுழைந்தவர் பல மாதங்களாகியும் அதனைவிட்டு வெளியே வரவில்லை.

இன்பராஜின் மரணத்திற்குப் பழிதீர்க்க வேண்டுமென மெட்ராஸிலிருந்து கிளம்பிவந்து தீவிரத்துடன் சுற்றிக்கொண்டிருந்த சார்லஸை அழைத்து அவர் அடிக்காத குறையாகச் சப்தம் போட்டு விரட்டிய நாளில் அவருக்கு மனநிலை பாதிப்பு இருக்கிறது என்பது உறுதிசெய்யப்பட்டிருந்தது.

அறைக்குள் வந்து உங்களுக்கு உடல்நிலை ஏதும் சரியில்லையா என யாராவது நேருக்கு நேராகக் கேட்டால் கூட அதற்கு எதிர்வினையாற்றும் திராணியும் கூட அவரிடம் இல்லாமல் போயிருந்தது. ஆமாம் அதனால் என்ன என்று வினவுவதுபோல் தலையசைத்துவிட்டு மீண்டும் அந்தத் தனியறையின் வெறுமையில் நிலைகொண்டுவிடுவார்.

உப்பளம், இரண்டு விசைப்படகுகளின் நிர்வாகம், தொழிலாளர்கள் சம்பளம் உள்ளிட்ட அனைத்தையும் அவர் ஜார்விஸின் கைகளுக்கு இடம் மாற்றியிருந்தார். ஜார்விஸ்ஸிற்கு அவரது தொழில்களைக் கவனிக்கவே நேரம் போதியிருக்கவில்லை. எனினும் இசக்கியின் நிலைமையைப் புரிந்துகொண்டு அவற்றையும் அவரோடு சுமந்து கொண்டிருந்தார்.

இருதயராஜ் கல்லூரிப் படிப்பை முடிக்கப்போகிறான் கொஞ்சம் பொறுமையாக இருங்கள். அதுவரை ஜோஸ்லினின் அறையில் இருக்கும் கருவூலத்திற்கான சாவி உங்களிடமே இருக்கட்டும் என ஜார்விஸூம், ராஜசேகரும் எடுத்துக்கூறியும் அவர் கேட்கவில்லை. அவர் எடுத்திருந்த முடிவை நடைமுறைப்படுத்திவிடவேண்டும் என அன்று அவர் இருதயராஜை மாடி அறைக்கு அழைத்திருந்தார்.

“வேற பைக்கு வாங்கிக்க. இன்பாவுது வீட்லயே நிக்கட்டும். இனி அத எடுக்காத.”

“ஏன்?”

“வேணாம். வேற வாங்கிக்க. ஆ... அப்புறம். இந்தால. இது உன் அம்மா ரூம்ல இரிக்க பீரோச்சாவி. ஜார்விஸூ இனி கொண்டார துட்ட எல்லாம் நீயே அயில்ட்ட கணக்கு பாத்து வாங்கிக்கிரு.”

இசக்கி சட்டையில்லாத வெற்று மார்பைச் சொறிந்தபடி சாவியை நீட்டினார்.

“சாவியா. எனக்கு எதுக்கு?”

“என்னால இதெல்லாம் இனி பாக்க முடியாது பாத்துக்க. அந்தால... என்ன பத்தி எல்லாம் என்ன பேசுறாவன்னு கேக்கல்ல. வைச்சிக்க. அதெல்லாம் நீ குடிச்சே அழிச்சாலும் இனி அதுல நான் தலையிட முடியாதவம்தாம் கேட்டியா.”

“அண்ணன் ... அண்ணன் செத்ததுலேந்து நான் குடிக்கிறது இல்ல.” அவனது பதிலில் குற்றவுணர்வு மிகுந்திருந்தது.

“செரி கடக்கர பக்கம் போறியா?”

“இல்ல போவல.”

“நல்லது. பெறவு இந்த நஞ்சுண்டான் இரிக்காவல்ல. அவிய கணக்கு...”

“வெளங்கலப்பா. என்ன சொல்லுத?”

“எல இந்த மணமேல்குடிகாரு. நீ கூட அவிய வூட்டுக் கல்யாணத்துக்குப் போனியே. அவிய நமக்குத் துட்டு தரணும். இப்பம் இல்லன்னாலும் எப்படியும் அவிய ஒருநாள் அவிய கணக்கெல்லாம் அடைச்சிடுவாவ. அதனால அதப்பத்திக் கவல வேணாம். செரியா.”

“செரிப்பா. அதனால என்ன.”

“அப்பறம் செர பாக்காம எனக்கு அப்பப்ப பீடி மட்டும் வாங்கியாந்து கொடுக்க முடியுமா?”

“என்னப்பா இப்படி வேத்தாளு மாரி பேசுத. எனக்கின்னு இனி ஆரு இரிக்கா. என்னப்பத்தி யோசிக்கிறியா இல்லையா.” இருதயராஜ் எரிச்சலும் வேதனையும் கலந்து கேட்டான்.

“யோசிக்கன். நீ கீழப் போ.”

அவர் அவனிடம் மாடிப்படியைக் காண்பித்து போகச் சொல்லிவிட்டு முகத்தை வேறொரு பக்கத்தில் திருப்பிக்கொண்டார். அவர் கேட்டிருந்ததுபடியே இருதயராஜ் அவருக்கு வாரத்திற்கு ஒரு முடிச்சு அளவிலான பீடிக் கட்டுகளை வாங்கிவந்து தர, அவரும் அவற்றை உணவுபோல் கருதி புகைத்துத் தள்ளிக்கொண்டிருந்தார்.

அவ்வப்போது ராஜசேகர் கொண்டு வந்து தருகின்ற மதுப் போத்தலை அவசர கதியில் குடித்தார். பீடிக்கட்டுகளைத் தருவதற்காக இருதயராஜ் அவரது அறைக்குள் வரும்போதெல்லாம்

கடற்கரைக்குப் போகிறாயா என்பதை மட்டும் கேட்பார். இல்லை என்று அவன் பதிலளித்ததும் வேறெதையும் கேட்க மனமில்லாதவராய் அவனை உடன் கீழே அனுப்பிவிடுவார்.

காலையில் அறைக் கதவின் அடியில் வேலையாள் தினத்தந்தி கொண்டு வந்து வைக்கும்வரை அறைக்கதவையே பார்த்துக் கொண்டிருப்பார். அந்த நிலையிலும் செய்தித்தாளில் ஒருவரி விடாமல் படிக்கும் பழக்கம் அவரைவிட்டு விலகியிருக்கவில்லை.

தனிமை அவரைப் பின்தொடர்ந்த காலமெல்லாம் கரையேறி, அவர் தனிமையைத் தேடியலையவேண்டிய நிர்பந்தம் ஏற்பட்டிருந்தது. பசியெடுத்தாலோ, அல்லது விளக்கு ஏற்றுவதற்காகப் போத்தலில் கொண்டு வந்து வைக்கப்பட்டிருக்கும் எண்ணெய் தீர்ந்து போயிருந்தாலோ மாடிப்படிகளில் இறங்கி நின்று சமையலுக்கு இருக்கும் பெண்மணியைச் சப்தம் போட்டு அழைப்பார்.

ஏகாந்தமும், இருளும் சூழ்ந்த அந்த அறைக்குள் மங்கம்மாள் விளக்கு இரவும் பகலும் இடைவிடாது எரிந்துகொண்டிருந்தது. ஒருநாள் தெய்வச்செயல்புரத்தைச் சேர்ந்த அவரின் நண்பரான வீரகுமார் இன்பராஜின் மரணத்திற்குப் பழிதீர்க்க வேண்டுமெனில் அதில் தன்னால் அனைத்து உதவிகளையும் செய்யமுடியும் என்பதைக் கூறுவதற்காக அவரைச் சந்திக்க வந்திருந்தார்.

“ஏ அண்ணாச்சி. ஏன் இப்படிப் பேசுதிய? பம்ஸு கேஸுல இன்ப ராஜிக்காக சரண்டர் ஆக பயலுவல அனுப்பம்னு சொன்னது எங்க டீமுக்குக் கூட்டுச் சேக்கனு நினைச்சியலோ. பழக்கத்துக்காவ தான். இப்பொமும் தட்டிக் கழிக்கிய. உங்களுக்காண்டி இதச் செய்ய எங்களுக்கு உரிமை இல்லங்கியலா?”

“எல. இது பெறவு நிக்காது. ஆரா இரிக்கட்டும். இன்னும் எத்தன பய சாவ? உங்களுக்குத் தெரியாததா? சின்னப் பயலாவது நல்லபடியா இரிக்கட்டும்.”

அவருடைய நட்பையும், பரிவையும் புரிந்துகொண்டிருந்தும் அவர் இருதயராஜை மனதில் வைத்து அதை அப்படியே விட்டுவிடும்படி கூறிவிட்டு அமைதியானார். அதிலிருந்து இருதயராஜை நினைத்து அச்சம்கொண்டார். அங்கிருந்தபடி அவன் எங்கு செல்கிறான். யாரோடு பழகுகிறான் என அறிந்துகொள்ள முடியாது. அவன் இன்பராஜைப் போல் மாறிவிடக்கூடும் எனக் கலக்கமுற்று அவனை அங்கு போகாதே இங்கு போகாதே எனத் தன் கண்பார்வைக்குள்ளே இறுக்கிக் கொண்டிருந்தார். அவன்

வீட்டிலிருந்து வெளியே செல்கிறான் எனத் தெரிந்தாலே திட்டவும் செய்தார். அவரது இத்தகைய போக்கு இருதயராஜிற்கு எரிச்சலை உண்டாக்கியது. அண்ணன் மீது இவருக்கு உண்மையாகவே பாசம் இல்லையோ, அவனை இறுதிவரை வேறொருவரின் மகனாகத்தான் கருதினாரோ என்றும் கூட அவன் எண்ண ஆரம்பித்திருந்தான்.

கடற்கரையில் வீசப்பட்ட இரும்புத்துண்டைப் போல் அவனது மனம் வெறுப்புணர்வினால் விரைந்து துருவேறிக்கொண்டிருந்தது. இனி இருதயராஜ் தனது சொல்லுக்குச் செவிகொடுக்கப் போவதில்லை என்பதை உணர்ந்ததிலிருந்து அவனோடு பேசுவதையே இசக்கி நிறுத்திக்கொண்டிருந்தார். அப்படியாவது அவன் எங்கும் செல்லாமல் தன்னுடைய பார்வையிலேயே இருக்க உடன்படுவானா என்கிற ஏக்கம் அவருக்கு. பீடிக் கட்டுகளை அதன்பின்னர் ஜார்விஸே அவருக்கு வாங்கிவந்து தந்தார். அம்மா; அண்ணனின் மரணம், அப்பாவின் பித்துநிலை என அடர்த்திமிகுந்த துன்பப் பனிமேகங்கள் மூடிய தேசத்தில் சிக்கிக்கொண்ட அவனுக்குக் கதகதப்பை இரட்சிக்கும் கம்பளிப் போர்வை ஒன்று மீதமிருப்பதைப் போல் மெர்லின் இருந்தாள். அன்பையும் ஆறுதலையும் வாரிவழங்கும் அவளது சொற்களைப் பருகித்தான் அவனை அவன் தேற்றிக்கொண்டான்.

குற்றாலத்திற்குச் சென்று ஒன்றாக நீராடிவிட்டு வந்த அடுத்தநாளே அவன் அவளைத் திரையரங்கிற்கு அழைத்ததின் காரணங்களை அவள் புரிந்துகொள்ளாமல் இல்லை. சினங்கொண்டு பறந்து வெட்டுப்பட்டு மடிவதற்கு அவன் தனது உடலெனும் கூட்டில் மயங்கிக் கிடக்கும் வண்டாக இருப்பது பரவாயில்லை என அவளும் அவளுடைய கட்டுப்பாடுகளைச் சற்று தளர்த்திக்கொண்டிருந்தாள். அவளது நேசக்கரங்களுக்குள் சிறுபிள்ளையைப்போல் அவன் அகப்பட்டுக்கிடந்தான். அவனது எல்லாமுமாய் அவள் ஆகியிருந்தாள்.

இதற்கிடையில் இசக்கியின் நிலை பற்றிக் கடற்புறத்தில் எல்லோருக்கும் தெரியவந்திருந்தது. அதற்கு ஜார்விஸும் ஒரு காரணம். வெளியில் வரமாட்டேன் என்றிருந்தவரை ஒருநாள் வலுக்கட்டாயமாகத் தனக்கு வேண்டப்பட்டவரின் வீட்டு நிகழ்ச்சி ஒன்றிற்கு அழைத்துச் சென்றிருந்தார். இசக்கி அங்கு குழுமியிருந்த பெண்கள் கூட்டத்தையும் பொருட்படுத்தாமல் கூடத்தில் ஏற்றி வைக்கப்பட்டிருந்த காமாட்சி விளக்கிற்கு அருகில் சென்று அமர்ந்து, அதனைக் கண்களைச் சிமிட்டாமல் பார்த்துக்கொண்டிருந்தது அங்கிருந்த எல்லோருக்கும் அசௌகரியத்தை உண்டாக்கிவிட்டது.

அதன்பிறகு “வெளக்குக் கோட்டியாம்ல அவியளுக்கு. எப்பமும் வூட்ல ஒரு வெளக்க ஏத்தி வைச்சு அதயே பாக்குறாவளாம். தலைல அடிபட்டுதுல்லா. அப்பம்லேந்து” எனச் சொல்லும் அளவிற்கு அவரது விளக்கு இரகசியம் அனைவரிடமும் பரவியிருந்தது.

“சார்விஸு ஒருநா அழைச்சுட்டுப் போய் காட்னாவ. எனக்கு அது கோட்டி மாரி படல. ஆனா ஒன்னுடே. அந்த வெளக்குல என்னமோ இரிக்கு.”

ஜெயராஜ் ஆசான் ஒருவர் மட்டும்தான் இசக்கிக்கு மனநிலை சரியாக இருக்கிறது எனக் கூறுவார்.

அன்றொரு மாலை ஒரு முக்கிய விவகாரமாகப் பேச ஜார்விஸ் மாடியறைக்குள் நுழைந்தபோது எப்போதும் போல் அப்போதும் இசக்கி மங்கம்மாள் விளக்கின் அரைநூற்றாண்டுகாலச் சாபச் சுடரை நோக்கிக் கரைந்துகொண்டிருந்தார். ஜார்விஸ் அறைக்குள் வருவதைக் கண்டதும் அவர் அலமாரிக் கதவைச் சற்று ஒருக்கணைத்துவிட்டு மீண்டும் கட்டிலில் வந்து அமர்ந்து கொண்டார்.

“வா ஜார்விஸ் உக்காரு.” கட்டிலின் இன்னொரு மூலையில் அமர்ந்துகொண்ட ஜார்விஸ் நேராக விசயத்திற்கு வந்தார்.

“விசைப்படகு தொழிலாளர் சங்கத்துலேந்து வந்தாவ. ஒங்ககிட்ட கேட்டுக்கிட்டு முடிவ சொல்லலாம்னு அனுப்பிட்டன்.”

“என்ன சேதி?”

“போட்ல போற ஆளுக்க பங்க முப்பத்து ஒம்பது பர்சண்ட்டா ஒசத்துறுக்காண்டி பேச.”

“இப்பம் எவ்வளவு.”

“முப்பத்தி அஞ்சு. ரெம்ப நாளா இதாம்.”

“ஜார்விஸ்ஸே. நமக்குச் சிக்கல் இல்லடே. சந்தோசமா உடன் படுறம்னு சொல்லு. ஆனா மத்த ஆளுக்க ஒத்துக்கிருவாவலா. இப்பம் வட்டக்காரவனு வேற ஆறு பங்கு ஒதிக்கிக்கிறாவல்லா?”

“ஆமா நீங்க வேற. மொத எவம் இங்க வட்டாக்காரன்? முதலாளியலே அப்படிப் பொய் பேசுதானுவ. இவனுவ காசயே தொழிலுக்குப் போட்டுட்டு வட்டிக்கு வாங்கினம்னு சொல்லி பங்கு நிறுத்துறாம்.”

"இதெல்லாம் உடம்புல ஒட்டும்னு நம்புறாவ பாரு."

கட்டிலிருந்து ஒரு பீடியை எடுத்துப் பற்ற வைத்துக்கொண்டு இன்னொன்றை ஜார்விஸிடம் நீட்டினார்.

"தெரியல. அல்லாபேரும் கண்டிப்பா உடன்படமாட்டாவ. என்னச் சொல்ல. பங்கு பறி போவுதுனா இவனுவ சங்கத்தாளுக்கல குத்திக்கூட போடுவானுவ"

"செரி தீர்மானம் போடுறக்கு மின்னமே நம்ம லாஞ்சுல ஓடுற ஆளுக்களுக்கு நாம மாத்தினா என்ன?"

"செய்யலாம்தான்."

"செரி அப்பம் இருதயன்ட்ட ஒரு வார்த்த சொல்லிடு. அப்பா இந்த யோசனைய சொல்லுறாவ. நீ என்ன சொல்லுதன்னு."

"அவனுக்கு இந்த விபரமெல்லாம் தெரியாது. எதுக்கும் நான் அவங்கிட்ட பேசுதன்."

"சார்லஸு பேசினானா?"

"அதயே மறந்துட்டன். அதுக்கு தாம் மெயினா வந்தன். இந்தாங்க."

ஜார்விஸ் சட்டைப்பையிலிருந்து நோக்கியா ஃபோன் ஒன்றை எடுத்து நீட்டினார்.

"என்னடே இது... செல்போனா."

"ஆமா. ஒங்களுக்கு ஒன்னும் எனக்கு ஒன்னும் வாங்கிக் கொடுத்து விட்ருக்கான். மொத மாச சம்பளமாம். பிடிங்க. சிம்மு போட்ருக்கு."

"எல. எனக்கு எதுக்குல இதெல்லாம்?"

"அட புடிங்க. அவன் வருத்தப்படுவான்."

"நான் ஆர்டடே பேசப் போறன். நீதாம் நெதம் வர. விஸ்கி பிராந்தினு என்னமாச்சும் எடுத்துக்கிட்டு சேகரும் வாரம் தவறாம வந்துடுதான். அதுமில்லாம இதுல நான் என்னத்த கண்டன்."

"இதென்ன பெரிய சுறா பிடிக்குறச் சோலியா. ஈசிதாம். இதப் பாருங்க. நான் சொல்லுதன் எப்படின்னு. இந்த பச்ச பட்டன..."

"செரி இது கெடக்கு அப்படி வை. அப்புறமா எப்படின்னு சொல்லு. வல்தாரீஸ் தீவுக்குப் போறானா இல்லையா?"

“போறாம்... சரக்குக்கு ஆவுற கணக்கெல்லாம் அவனயே பாத்துக்கச் சொல்லிட்டன். நேத்து கூட நஞ்சுண்டான் ஏதோ கொஞ்சம் அமௌண்ட் போட்டு விட்ருப்பாவ போல. தீவுக்குக் கொண்டுபோவ மருந்து ஏதோ வாங்கனும்னு சொன்னாம்னு செட்டிமாரு ஒருத்தவியள்ட்ட பேசிவிட்டன். ராஜா தெருவுல ஸ்டாக்கிஸ்ட்டா இருக்காவல்ல. அவிய.”

“ஓ. தீவுல ஒன்னும் பிரச்சின இல்லல்ல. பேப்பர்ல என்னனமோ எழுதுறான். எனக்கு அங்கன போவணும் போல இருக்குல.”

“பிரச்சின... ஒன்னுமில்லன்னு தாம் நினைக்கன். வல்தாரீஸ் ஒன்னும் சொல்லலயே. ஆங் பெறவு நஞ்சுண்டானுக்குப் பேரன் பொறந்துருக்கானாம். வல்தாரீஸ் சொன்னாம். அவிய ஒங்கட்ட சொல்லச் சொன்னாவளாம். உங்களக் கேட்டதாவும்..”

“எப்பம்?”

“ரெண்டு நாள் இரிக்கும்.”

“சந்தோஷம்டி. அவியலயும் பாத்துப் பேசணும் போல இருக்கி...”

சிறிது மனமாற்றம் அடைந்தவராய்ப் பேச ஆரம்பித்திருந்த அவரிடம் சட்டென்று இன்பராஜின் நினைவுகள் அடர்ந்துவந்தது. பேச்சை அத்துடன் துண்டித்துக்கொண்டு மீண்டும் தன்னை மௌனத்தின் சுழலுக்குள் வீசிக்கொண்டார். இரவு தன் வீட்டிலிருந்து உணவு கொண்டு வருவதாகக் கூறிவிட்டு ஜார்விஸ் அங்கிருந்து கிளம்பினார். சாளரத்திற்கு வெளியே மாலையை வீழ்த்த இருள் படைதிரட்டி வந்திருக்க, அவரது முகத்தில் நிகழ்காலத்தின் கோரங்கள் மீண்டும் படர்ந்துகொண்டிருந்தன.

10

கிழக்குக் கடற்கரைச் சாலையில் சென்றுகொண்டிருந்த அவர்களது இரு சக்கர வாகனம் வெள்ளாறு பாலத்தைத் தாண்டி கட்டுமாவடியை நெருங்கிக்கொண்டிருந்தது. அவர்களைப் பின்தொடர்ந்த கார் வேகத்துடன் உருமிக்கொண்டு இருநூறு மீட்டர் இடைவெளியில் வந்திருந்தது.

“திப்பு... கொஞ்சம் முன்னக்கப் போ. வெரட்டு.” இருதயராஜ் பரபரப்புடன் கத்தினான்.

“நண்பா. இப்பவும் ஒன்னுல்ல பேசாம அண்ணனுக்கு ஃபோன் பண்ணிச் சொல்லிடலாம்.” சந்திரனின் குரலில் பயம் அதிகரித்திருந்தது. பிறகு மூவருமே சப்தமான குரலில் கத்திப் பேச ஆரம்பித்திருந்தனர்.

“இவருதான் சொல்றாருனா. நமக்கும் யோசனை இல்ல பாரு. முத்துராஜபுரத்துக்குள்ள போயிருந்திருக்கலாம். எலேய் எனக்குக் கையெல்லாம் நடுங்குதுடா.”

திப்பு சுல்தான் வண்டியைக் கண்மூடித்தனமாகச் செலுத்தியபடி அரற்றினான்.

“எல என்ன. ரெண்டேருக்கும் பயமா இரிக்கா? என்னால அவியல்ல ஆருக்காவுது என்னமாச்சும் ஆனா என்ன செய்றதனுதான் சொல்ல வேணாம்னன்.”

“யோவ் என்னயா. அப்ப எங்களுக்கு எதும் ஆனா பரவால்லயா.”

“திப்பு. மூத்திரம் பேயாம வண்டிய வேகமா ஓட்டு. நம்ம நண்பனுக்காக உயிர தர மாட்டியா.”

“ஒப்புறான நீ சொல்லுவடா... உனக்கென்ன...”

“ஒப்பன ஓழி. லாரி வருதுடா. திரும்பித் திரும்பிப் பேசாம ரோட்ட பாத்து ஓட்டுடா. அவனுவங்களுக்கு முன்னாடி நீ கொண்டு போய் சேத்திருவ போல.”

“எலே. பேசாம வாங்ல. எனக்குச் சிரிப்பாணியா வருது.”

“நல்ல ஆணிதான். யோவ் என்ன செய்றதுனு எங்க போறதுனு சொல்லுயா. கட்டுமாவடியே வரப்போவுது. அந்த ஒலி மவனுங்களும் சரி போனா போவட்டும்னு விடுறானுகளா பாரு. யோவ் நெசமாவே துப்பாக்கி வைச்சிருப்பானுங்களா.” திப்பு சுல்தான் வயிற்றிலிருந்து குரல் எழுப்பிச் சப்தம் போட்டான்.

“அந்தா... அங்கன நிறுத்து.” சாலையின் இருபுறமும் கருவேல மரங்கள் அடர்ந்திருப்பதைக் கண்ட இருதயராஜ் சட்டென்று திப்பு சுல்தானிடம் வண்டியை நிறுத்தச்சொன்னான்.

“நண்பா. என்ன சொல்ற. நெஜமாவா. நிறுத்திட்டு ஓடிடலாமா. என்ன செய்றது முதல்ல சொல்லு.” சந்திரன் பதற்றத்துடன் கேட்டான்.

“சொல்றன். எல நிறுத்துல.”

இருதயாஜ் திப்பு சுல்தானின் தோள்பட்டையைப் பிடித்து அழுத்த, அவன் சட்டென்று முன்சக்கரத்தின் இயக்கத்தைத் தடுத்து வண்டியை நிறுத்தினான். இருதயராஜ் வண்டியிலிருந்து இறங்கிக் காரை எதிர்நோக்கி நின்றான். கார் அவர்களைத் தொட்டுவிடும் தொலைவில் வந்திருந்தது. ஒவ்வொரு கணமும் விரிந்தது. அவனுக்கு இப்போது காரின் முன் இருக்கையில் அமர்ந்திருந்தவர்களின் முகங்கள் தெளிவாகத் தெரிந்தது. இடது கையில் பையை இறுக்கமாகப் பிடித்துக் கொண்டான். அடுத்த நொடியில் வலதுகையினால் ஒரு குண்டை உருவிக் காரை நோக்கி வீசினான்.

“மடார்’ என்று எழுந்த ஓசையினைத் தாங்கமுடியாமல் திப்பு சுல்தானும், சத்திரனும் செவிகளைப் பொத்திக்கொண்டு இமைகளை இறுக்கிக்கொண்டனர்.

குண்டு வெடித்த மறுகணத்தில் காரின் முன்புறக் கண்ணாடி சில்லுசில்லாகச் சிதறிக்கொட்டியது. கார் அதன் ஓட்டத்தில் நிலை தடுமாறி சாலையிலிருந்து இறங்கி அடசல் மிகுந்த கருவேல மரங்களைப் பெயர்த்துக்கொண்டு உள்ளே பாய்ந்தது. காருக்குள் இருந்தவர்கள் அதன் கதவுகளைத் திறக்க முடியாத அளவிற்கு முட்கிளைகள் அதனை நெருக்கியிருந்தன. முட்களாலும் கண்ணாடிச் சிதறல்களாலும் காயம்பட்டு அவர்கள் காரிலிருந்து வெளியே வரப் போராடிக் கொண்டிருந்தனர்.

இருதயராஜ் அடுத்த அரை நிமிடத்தில் பெட்ரோல் எடுத்து வைக்கப்பட்டிருந்த போத்தலிலிருந்து மூடியைக் கழட்டிவிட்டு பைக்குள்ளிருந்து ஒரு துணித்துண்டை எடுத்து அதன் வாயில் சுருட்டி வைத்தான். போத்தல் மீது திரியைப்போல் இருந்த அதன் நுனியைக் கொளுத்திக் காரை நோக்கி எறிந்தான். அது கார்மீது விழுந்து உடைந்த மறுநொடியில் பையில் மீதமிருந்த மற்றொரு குண்டையும் எடுத்து வீசினான்.

கார் தீப்பற்றி எரிந்த சில நொடிகளிலேயே காது ஜவ்வுகளைத் துளைக்கும் படியான ஓர் ஓசை அங்கு எழுந்தது. அருகில் செல்ல

முடியாத அளவிற்கு கார் தீப்பற்றி எரிந்துகொண்டிருக்க உள்ளே இருந்தவர்கள் சப்தம் போட்டு அலறினர்.

அந்தச் சப்தம் சந்திரனையும் திப்பு சுல்தானையும் கலக்கமடையச் செய்தது. அதற்குள் சாலையில் சென்றுகொண்டிருந்த வாகனங்களில் இருந்த மனிதர்கள் அவ்விடத்தைச் சூழ்ந்துகொண்டிருந்தனர். தப்பி ஓடுவதற்கு ஏதுவாகத் திப்பு சுல்தான் வண்டியைத் திருப்பிக் கொண்டுவந்து தயாராக இருந்தான். தங்களுக்கு ஏதும் தெரியாது என்பது போன்ற உடல்மொழியை வெளிக்காட்டிய சந்திரன் இருதயராஜின் கண்களில் இருந்த தீவிரத்தைக் கண்டு அச்சமுற்றான். அவன் தோள் மீது கைவைத்து அவனை அவசரப்படுத்தினான். இருதயராஜ் வண்டியில் ஏறியமர்ந்தான். இருந்தும் அவன் அங்கிருந்து அகலத் தயங்கினான். அவனது மனம் ஒரு பிணம்தின்னிக் கழுகைப்போல் பிணங்களைக் கண்டுகளிக்க விரும்பியது. தான் இத்தனைக் குரூரமான நெஞ்சம் உடையவனாக இருந்திருக்கிறோமே என்கிற நெருடலும் அந்தநொடியில் அவனுள் முளைவிட்டிருந்தது. மீண்டும் ஒருமுறை அவன் தனது அண்ணனை நினைத்தான். இவை அவனிடமிருந்து என்னிடம் வந்து சேர்ந்திருக்கிறது. இதனை நான் மறுதலிப்பது அவனையே நிராகரிப்பதற்குச் சமம்.

இருசக்கர வாகனத்தில் அமர்ந்து சிறிது தொலைவிற்கு வந்தபிறகு தலையைப் பின்பக்கமாகத் திருப்பி அச்சம்பவம் நிகழ்ந்த திசை நோக்கிப் பார்த்தான்.

“எல. இன்பா. நீ இதப் பாக்கிறியா?”

அவனது உள்ளத்தில் வன்முறை எண்ணங்களுக்கு நிகராக இன்பராஜின் நினைவுகளும் நிரம்பி வழிய ஆரம்பித்திருந்தது.

அவன் மீண்டும் தொலைவில் அசைந்த புகையைப் பார்த்தான். பச்சை மரங்களைப் பொசுக்கி மேலே பரவிக்கொண்டிருந்த அக்கரும்புகையின் ஒவ்வொரு அணுவும் அவன் யாருடைய தம்பி என்பதை வானுக்கு உரைத்துக்கொண்டிருக்க, அவனது பாதை எங்கிலும் இனி உதிரவாடை வீசப்போவதை முன்நுகர்ந்து அச்சாலையின் இடதுபுறத்திலிருந்து யாவற்றையும் கடல் பார்த்துக் கொண்டிருந்தது.

11

“எல உல்லான். தூண்டி வஞ்சிரம்னா மட்டும் கெடாதா?... ஆங் அப்புறம். ஐஸ நல்லா கொட்டு. எத்தன தடவ சொல்லுதன்... இல்ல இல்ல. அதுக்கு அந்த தெர்மாக்கோலு கொள்ளாது. நேத்து வந்தது பாரு பெரிய சைசு. அத எடுத்தா.”

மழைவிழுந்த அந்தக் கார்த்திகை காலையில் ஜார்விஸ் தனது மீன் பதப்படுத்தும் கிடங்கில் நின்று, வேலையாள்களிடம் சப்தம் போட்டுக் கொண்டிருந்தார். அப்போது அவரது கைப்பேசி ஒலித்தது.

“ஜார்விஸே. வூட்ல பிராந்தி பாட்டுலு இரிக்குமா? இல்லன்னா இங்கன வரப்போ ஒரு ஃஹாபு வாங்கிவா. நெஞ்சுச் சளியா இருக்கி...”

“பாட்லு... இரிக்கு இரிக்கு. நான் இப்பம் அங்கனதான் வரன். மலரு உங்களுக்காண்டி புட்டு செஞ்சு வைச்சிருக்கா. கடைசி லோடு பேக்கிங் அடிச்சிட்டு வந்துடுதன். இருங்க.”

ஜார்விஸ் வேலையை முடித்தவுடன் நேராகத் தனது வீட்டிற்கு வந்து இசக்கிக்குக் காலை உணவையும் கூடவே அவர் கேட்ட மதுபாட்டிலையும் எடுத்துக்கொண்டு தாமஸ் வீட்டை நோக்கி வந்தார். அவர் மாடியறைக்குள் நுழைந்ததும் இசக்கி செய்தித் தாளில் இடம்பெற்றிருந்த ஒரு செய்தியை அதிர்ச்சியுற்றவராய்க் காண்பித்தார்.

“சாமியாருவ மேல இதுமாரி புகார் வாரது எல்லாம் வாடிக்கைதாம்.” ஜார்விஸ் அதனை வாடிக்கையானச் செய்தியைப்போல் பார்த்தார்.

“அதுக்காண்டி இந்த வயசுல கூடவா?”

“அதெல்லாம் நடக்கி. இத விட இன்னும் மோசமாலாம் சிலது நடந்திருக்கு. நம்ம சங்குக்குளியாளு மூர்த்தி இருக்காம்ல... இந்தத் தட்டு தேவலயா வேற எடுத்தார?”

“ஆங். இதுக்கென்ன. இதுலயே வையில..”

“மூர்த்தி. அவன் ஒறவுமுறதாம் ஒரு குடும்பம். இங்கன தாம்னு நினைக்கன். இங்கனேந்து சபைக்கு மாரி திண்ணவேலி போனவிய. அவிய வீட்டுப் பொண்ண கூட இப்படித்தாம் ஒரு பய அங்கன...”

“எல என்ன சொன்னா. அவிய பேரு என்ன? அவிய முத்துக் குளியாளா?” இசக்கி செய்தித்தாளைக் கீழே வைத்துவிட்டு ஜார்விஸை நோக்கினார்.

“அது செரியா தெரியலயே. இரிக்கும். இது மின்னாடி எப்பமோ. அப்பம்லாம் முத்துக்குளியாளுதானே இருந்தாவ. செரி மொத சாப்புடுங்க.”

“அது என்ன சேதினு சொல்லுல.”

இசக்கிக்கு மார்பு சில்லிட்டது. தனது மனதை நெருடும் சங்கதியாக அது இருந்துவிடக்கூடாது என பதைபதைத்தார்.

“அது... மூர்த்தி ரெண்டு மூணு வருசம் மின்ன என்னமோ பேசயில எங்கிட்டச் சொன்னாம். அந்தவூட்டு புள்ள அப்போம் காலேஜு படிக்கயிலயே சபைல கணக்கு வழக்கு சோலியல எல்லாம் பாத்தா போல. சம்பளத்துக்கு. அப்போம் கணக்குல பெரிய தொகை என்னமோ குறைஞ்சு போவ. அவ எடுத்தாம்னு...”

“அவெ எடுத்தாளா?” இசக்கி குறுக்கிட்டார்.

“எவம் எடுத்தானோ. சாமிய எல்லாவனும் யோக்கியவனுன்னு சொல்ல முடியாதுல்லா. அங்கன சபைல இருந்த ஒருத்தன் அந்தப் புள்ளய நீதாம் எடுத்திருக்கன்னு சொல்லிருக்காம். போலீஸிட்ட சொல்லிடுவம்னு சொல்லி மிரட்டி... அவள அப்படி இப்படி அப்பப்பம்...”

“எலே என்ன?”

“அதாம். இவனோட தேவயலுக்குப் பயன்படுத்திக்கிட்டாம். ஒரு கட்டத்துல ரொம்ப டார்ஜரு. வீட்டுக்குக் கூட விடாம... எப்படிச் சொல்ல. அந்தப் புள்ளய அம்மணமா கட்டி வைச்சு... அவம் மட்டுமில்லாம சபைல இரிக்கவிய ரெண்டு மூணு பேர சேத்துகிட்டு. பெரிய கொடுமை. விடுங்க. எப்படிச் சொல்ல. வாய்க்கூசுது. நமக்கும் ஒரு மவ இரிக்கால்ல.”

“மூர்த்திய கேளு.”

“ஏ என்ன கேக்க. அந்தப்புள்ள அப்பமே செத்துட்டாளாம். சீமண்ணய ஊத்தி கொளுத்திக்கிட்டு.” இப்போது நெஞ்சை இரண்டாகப் பிளந்துவிடும் அளவிற்கு இசக்கியின் இரத்த நாளங்கள் துடிக்க ஆரம்பித்திருந்தன. அது அவளாக இருக்கக்கூடாது எனத் துடித்தார்.

"அந்தப்புள்ள பேரு... அவிய குடும்பம் பத்திக் கேளுல."

"என்ன சொல்லிக் கேக்க?"

"கேளுங்கறன்ல."

"ஒங்களுக்கு ஏம் இப்படி வேக்கு?"

"ஜார்விஸு இப்பம் நீ கேக்கிறியா. இல்ல நான் போய்க் கேக்கவா?"

"அட. இருங்க. வர வர. ஏம்தாம் இப்படிச் செய்றியனே தெரியல."

ஜார்விஸ் கைப்பேசியை எடுத்துக்கொண்டு மாடி அறையிலிருந்து மொட்டைமாடிப் பகுதிக்குச் சென்று ஓரிரு நிமிடங்கள் கழித்து உள்ளே வந்தார்.

"அவிய மூர்த்தி பெரியப்பா முறைல வரவியதானாம். அந்தப் பிள்ள செத்தோன அவ அண்ணனும் அம்மாவும் திர்நவேலிலேந்து எங்கன போனாவனே தெரியலங்கான்."

இசக்கியின் தொண்டைக்குழியில் ஏற்கெனவே சொற்களை வெளியே விடாதபடி கூரிய கருங்கல் துண்டு ஒன்று வழிமறித்து நின்றது.

"அந்தப்புள்ள..." தோளில் கிடந்தத் துண்டால் நரைதாடிகள் மண்டிய முகத்தில் பூத்திருந்த வியர்வையைத் தொடைத்தபடிக் கேட்டார்.

"அந்தப்புள்ள பேரு என்னல?"

"பேரு... என்னச் சொன்னாம். ஆங்... மரியா... மரியா திசோஸா..."

12

சந்திரனின் அழைப்பைத் துண்டித்ததும் நஞ்சுண்டான் வீட்டில் இருந்து காரை எடுத்துக்கொண்டு தோப்பை நோக்கி விரைந்தார். இடையிலேயே அவரது நண்பர் ஒருவரை அழைத்துச் சம்பவம் குறித்த நிலவரம் என்னவென்று கேட்டுக்கொண்டார்.

அவர் தோப்பிற்குள் நுழைந்த வேகத்தைக் கண்டபோதுதான் இருதயராஜிற்குத் தான் செய்துவந்திருக்கும் காரியத்தின்

தீவிரம் புரிந்தது. சந்திரனும், திப்பு சுல்தானும் அவரை எப்படி எதிர்கொள்வது எனத் தெரியாமல் விழித்துக்கொண்டிருந்தனர். என்ன நடக்கிறது எனத் தெரியாமல் ராணியும், கணேசனும் வாசலில் அமர்ந்து வேறு விசயங்களைப் பேசிக்கொண்டிருந்தனர். இருளன் அவர்கள் இருவருக்கும் மத்தியில் மல்லாக்கப் படுத்துக் கொண்டு கால்களைக் கொண்டு காற்றில் நீச்சல் அடித்துக் கொண்டிருந்தது.

காரிலிருந்து இறங்கியதும் நஞ்சுண்டான் நேராகச் சந்திரனை நோக்கி வந்தார்.

“குண்டு எங்கேந்து வாங்கினிய?”

“வாங்கல. இருதயன் ரெடி பண்ணாப்ள.”

“புரியல?” சந்திரன் கூறியதை நம்ப முடியாமல் நஞ்சுண்டான் மீண்டும் கேட்டார்.

“அண்ணாச்சி... நாந்தான் சுத்தினன்...” இருதயராஜ் தலை கவிழ்த்தபடி முன்னே வந்தான்.

“எப்பட்றா?”

“எனக்குச் சுத்தத் தெரியும் அண்ணாச்சி. என் அண்ணன் சொல்லிக் கொடுத்திருக்காம்.”

“மூணு பேருக்கும் நல்ல காயம். வாக்குமூலம் தந்துருப்பானுங்க.”

“அவனுவ என்னக் கொல்லதாம் வந்தானுவ. என் அண்ணன கொன்னானுவ. ரேஸப்ப என்னக் குத்தினவனுவ கூட இவனுவலாதாம் இரிக்கும். இவனுவல விடச் சொல்றியலா...”

அவன் அவனது இயல்புக்கு மாறாகப் பற்களைக் கடித்தபடி சப்தம் போட்டான்.

“ஏய். நீ ஏன்டா இப்படி டென்சன் ஆகுற. சரி விடு ஆனது ஆச்சு. கைல மாட்டிச் சாவுறதுக்கு இது பரவால்லதான். வேற என்ன சொல்றது. சரி மூணு பேரும் உடனே கிளம்புங்க. ஒரு நிமிசம் கூட இனி இங்க இருக்க வேணாம்.”

“இல்லண்ணாச்சி. என்ன மட்டும்தான் அவனுவலுக்குத் தெரியும். வேற ஐ விட்னஸ் ஒன்னும் இல்ல.”

“லேய் விசயம் சீரியஸ் ஆகிடும் போல. இப்பதான் தகவல் வந்துச்சு. வெடிமருந்தோட குண்டுல என்னன்ன வைச்ச?”

“இரும்பு ப்ளேட்டு, ஆணி, கண்ணாடி, கல்லு.”

“போலீஸுக்கு அதுபோதும். நெருக்கி வரதுக்குள்ள மூணுபேரும் மண்டபம் போயிடுங்க. அங்க என் கூட்டாளி ஒருத்தன் வீடு இருக்கு. இந்த விசயம் எப்படி போகும்னு தெரியல. அதுவர அங்க இருக்கதுதான் சேஃப்.”

“அவனுவ வாக்குமூலம் கொடுத்தாலும் அவனுவதான் சிக்குவானுவ. விடுங்க கேஸ் ஆனா ஆவட்டும். இதுல சரண்டர் ஆவுறதுல கூட எனக்கு ஒன்னும் இல்ல.”

“அடேயப்பா. இர்ரா. பெரிய சண்டியரு. போலீஸே வரட்டும். நீயே எதுக்கு சரண்டர் ஆகுறன்ற. பாத்துக்கலாம். நான் என் சைடுலேந்து எதாவது செய்யப்பாக்குறன். முதல்ல அவனுங்களுக்கு என்ன மோட்டிவ்னு விசாரிப்போம். நம்மாளு அங்க ஒருத்தரு இருக்காப்ள.”

“செரி அப்படினா. இவனுவ மட்டும் மண்டபம்ல இரிக்கட்டும். நான் தூத்துவுடி போறன். தேவிப்பட்டினத்துல ஃபரெண்டு வீடு இரிக்கு. அங்கன போய்ட்டு எப்படினு பாக்கன்.”

“நீங்க என்னடா சொல்றிங்க?”

“போறம்ணே. நீங்க சொல்றத பாத்தா அதான் சரியா வரும்... அண்ணே இப்பதான் இப்பதான் ஞாபகம் வருது. சலூன் வைச்சிருக்க ரமேஷு அனுப்பிதான் ஆணிலாம் வாங்கினோம். இப்ப அவனுக்கு?”

“ஏன்டா இதப் பொறுமையா நாளைக்குச் சொல்லவேண்டியது தானே. நல்லா வந்திங்கடா. கடுப்பு மயித்த கௌப்பிக்கிட்டு. வெடி எங்கேந்து வாங்கினிய?”

“அது வாங்கலண்ண. ஆத்தா சாவுக்கு வாங்கினம்ல. அதுல மீந்தது.”

“சரி நான் பாத்துக்குறன். யோசிக்காம நீங்க இப்பவே கிளம்புங்க.”

“எப்படிப் போறதுணே. பஸ்ஸு?”

“இல்ல வேணாம்.” நஞ்சுண்டான் அங்குமிங்கும் நடந்தபடி யோசித்தார்.

“ஒன்னு செய்ங்க. ஃபைபர எடுத்துக்கிட்டு கடல் வழியா போயிடுங்க. டேய் மாப்ள நீ ஓடிப்போய் பின்னாடி கேன்ல தேவையான மண்ணெண்ணய ஊத்திக்க. ஓடு நிக்காத.”- திப்பு சுல்தானிடம் கூறினார்.

“இருதயா நீ ஊருக்குப் போறன்னு அம்மா உனக்கு நாளைக்கு பலகாரம்லாம் ஏதோ செய்றன்னா. அதுக்குள்ள... சரி விடு என்ன செய்றது. சட்டுபுட்டுனு ரெடியாகு. டேய் நீங்களும் வீட்டுக்குப் போய்ட்டு எடுக்க வேண்டியத எடுத்துக்கிட்டு கரைக்குப் போயிடுங்க.”

“சந்திரா. வண்டிய எடுத்துட்டுப் போங்க. உங்க வூட்லயே நிக்கட்டும். நான் அப்பறமா ஊருக்கு வரப்ப எடுத்துக்கன்.”

இருதயராஜ் சட்டைப் பையிலிருந்து வண்டிச் சாவியை எடுத்து நீட்டினான். சந்திரனும் திப்பு சுல்தானும் நஞ்சுண்டான் கொடுத்த பணத்தை வாங்கிவைத்துக்கொண்டு, மண்ணெண்ணெய் கேனைத் தூக்கிக்கொண்டு அங்கிருந்து விரைந்தனர்.

“அண்ணாச்சி... நான்... நான் அம்மாவையும் தமிழண்ணனையும் பாக்கணும்.”

“இப்பயா. ஏண்டா... நெலம புரியாம இப்படிப் பண்ற. சரி வா. தமிழு அறந்தாங்கி போய்ட்டான். நீ அவகிட்ட இதெல்லாம் பத்தி எதும் சொல்லாத. ஏன் இப்பவே கிளம்புறன்னு கேப்பா. என்ன சொல்லுவ?”

“ஜார்விஸ் மாமாவுக்கு ஒடம்பு சரியில்ல. நெஞ்சு வலினு..?”

“அப்படிச் சொல்லு. பாவம்டா அந்தாளு. சரி உள்ள போய் பைய எடுத்துட்டு வா.”

“ராணி... தம்பி கிளம்புறான். நல்லதா நாலு வார்த்தை சொல்லி அனுப்பு.” சப்தமெழுப்பியபடி நஞ்சுண்டான் கார் நிறுத்தப்பட்டிருந்த இடம் நோக்கி நகர்ந்தார்.

இருதயராஜ் ராணி அமர்ந்திருந்த இடத்திற்கு வந்தான்.

“அக்கா... நான் ஊருக்குப் போறன்.”

“நாளன்னைக்குத்தானே போறன்னிய.”

“இல்லக்கா இப்போம். ஒரு அர்ஜண்ட்டு.”

"சரி பத்திரமா போய்ட்டு வாங்க. எங்கள எல்லாம் மறந்துடாதிய."

"மறுபடி கண்டிப்பா வருவன்க்கா. கொஞ்ச நாள் கழிச்சு."

இருதயராஜ் வீட்டிற்குள் வந்து கட்டிலுக்கு அருகில் மேசையில் இருந்த சாமி விளக்கை எடுத்துப் பையில் வைத்துக்கொண்டு அவனது உடுப்புகளை எடுத்து மடிக்க ஆரம்பித்தான். ராணி ஒரு காகித மடிப்பைப் பிரித்து அதிலிருந்த விபூதியை எடுத்து அவனுக்குப் பூசிவிட்டாள்.

கணேசன் இடுப்பில் சொருகி வைத்திருந்த நூறு ரூபாய் நோட்டை எடுத்து ராணியிடம் கொடுத்து அவனிடம் தரச்சொன்னார். அவன் அதனை வாங்கிப் பத்திரப்படுத்திக்கொண்டான்.

பையை எடுத்துக்கொண்டு வெளியே வந்தபோது அவன் கிளம்புவதைப் புரிந்துகொண்டதைப்போல் சோகக்குரல் எழுப்பியபடி இருளன் அவனது அருகில் வந்தது. அவன் அதனை எதிர்கொள்ளத் திராணியின்றி அதன் முதுகில் கைவைத்து வருடியபடி நின்றான். நஞ்சுண்டான் காரிலிருந்து ஆரனை அழுத்தினார். அந்தச்சத்தம் அவனது நிம்மதி பொதிந்த தாழைசூழ் நாள்கள் முடிவுக்கு வந்துவிட்டதை அவனுக்கு இன்னொரு முறை உரக்கக் கூறியது. கண்களிலும், உடலிலும் இயல்பான பாவனைகளைச் செயற்கையாக வரவழைத்துக்கொண்டு காரில் ஏறி அமர்ந்தான்.

உயிர் பயத்தைப் போக்கிய கிணறும், உறங்கச்சொல்லிக் காற்றசைத்த மரங்களும் இனி இல்லை. ராணியக்காவின் நையாண்டி மிகுந்த பேச்சு. கணேசன் அலுக்காமல் வெட்டித்தரும் இளநீர். கால்மாட்டில் உரசியபடி வந்து நிற்கும் இருளன். அந்திவேளைகளில் தவறாமல் ஒலிக்கும் ரேடியோ. இவையெல்லாம் இனி இல்லை. இன்பம் செறிந்த ஒரு பெருவாழ்வை வாழ்ந்துதொலைத்த மனத்தோடு அங்கிருந்து விடைபெற்றான்.

அவன் கிளம்பியபிறகு அவன் பயன்படுத்திய கட்டிலில் தலையணைக்குக் கீழ் துணிக்கடைப் பை ஒன்று இருப்பதைக் கவனித்து ராணி அதை எடுத்துப் பார்த்தாள். அதில் ஒரு புடவை, வேட்டி சட்டையோடு சேர்த்து ஒரு காகிதமும், ஒரு கத்தை நூறு ரூபாய்த் தாள்களும் இருந்தன. அதைக் கண்டதும் அவள் குழப்பமுற்று நின்றாள். காகிதத்தில் எழுதியிருப்பது என்னவென்று புரியாமல் கணேசனிடம் காண்பித்துக் கேட்டாள்.

கணேசன் அதைக் கையில் வாங்கிக்கொண்டு வெளிச்சத்திற்கு வந்து அதில் எழுதப்பட்டிருந்ததை ஒவ்வொரு எழுத்தாகக் கூட்டிப் படித்தார்.

“அக்காவின் அன்பிற்குச் சிறு கைமாறு..”

- இருதயராஜ் ஃபெர்னாண்டோ.

அதைக் கேட்டதும் ராணி அவளுக்கே உரிய பாணியில் வெகுளியாகச் சிரித்தாள்.

“பாத்தியலா இந்தத் தம்பிய. பாவம். சரியான ரெண்டாங்கட்டி..” மார்பில் கனத்த பரிதவிப்பை மறைத்து அவள் மீண்டும் சிரித்தாள்.

விடியலில் வந்த முடிவு

“எலே ஜார்விஸ்... என்னம்ல இப்ப அவரசம். பைய...”

அதுவரை சீராகச் சென்றுகொண்டிருந்த அம்பாசிடர் மணப்பாட்டை நெருங்கியபோது தலைபோகும் அவசரத்தில் சீறியது.

சாலையில் தேங்கியிருந்த மழைநீரை இருபுறத்திலும் வாரி அடிப்பது பற்றி அது சிறுமை கொண்டிருக்கவில்லை. அதனோடு பின்னால் வருகிற வாகனங்களின் பார்வையை மறைக்கும்படி அது தனது பழமையைக் கரும்புகையாகக் கக்கியது. கார்த்திகை முகில்கள் இரண்டு மூன்று நாள்களாக தென்கோடி நிலத்தின் மீது சிறிதும் இரக்கம் காட்டவில்லை. காலையில் பிடித்தால் நடுச்சாமம் வரை ஓய்வதில்லை. காட்டுத்தனமான மழை. காற்றும் குறைவில்லை. முந்தைய இரவில் பெய்த அசுர மழையினால் பழுதாகிப்போயிருந்த மின் இணைப்பைச் சரிசெய்யவேண்டிய அவசரத்தில் இரண்டு மின்வாரிய ஊழியர்கள் இரு சக்கர வாகனத்தில் அம்பாசிடரை முந்திக்கொண்டு முன்னால் போய்க்கொண்டிருந்தனர். மழை ஓயும் வரை அவர்களின் பாடு பெரும்பாடுதான்.

“ஓங்கிட்டதாம்ல சொல்லுதேன். ரேசு விடுத வயசுனு நினைப்போ?” இசக்கி மது போத்தலைத் திறந்து ஓரே மடக்கில் சற்று மிகுதியாகக் குடித்துவிட்டுத் தொண்டையைச் செருமினார்.

“உன்னகூட விடு இப்பமும் பேண்டு சட்டனு மாப்ள மாரிதாம் இரிக்க. என்னப்பாரு. பாதி சவம்.”

கிழக்கில் ஊமை வெயில் கொஞ்சம் முளைவிட்டிருந்தது. மற்ற பகுதிகள் மொத்தமும் கரியநிற ராட்சத மேகங்களால் பொட்டு இடைவெளி இல்லாமல் மூடப்பட்டுக் கிடந்தது. மதியத்திற்குள் இன்னொரு மழை இருக்கும் போல் தெரிந்தது.

“ஆக்கெங்கெட்ட மனசு கிடந்து தவியா தவிக்கி. எத்தன வருசம்... இப்பம்தானே எல்லாம் வெளங்கிருக்கி..” இசக்கி மீண்டும் விஸ்கி போத்தலைத் திறந்தார்.

“சரியா செஞ்சுவிட்டர்னும். என் காலம் முடிஞ்சுதுனாலும். இருதயன் நல்லா இருப்பான்.”

“என்ன பேசிறியனே வெளங்கல. ஏம்னு கேட்டாலும் சொல்ல மாட்டிங்கிய. செரி என்னமோ. ஒங்களுக்கு இன்னிம் நிறைய காலம் இருக்கி. அப்படிப் பேசாதிய.”

“அடப் போல.”

“செரி ஒங்களுக்கு இருதயன் கிட்டப் பேச என்ன. இன்னும் எத்தன நாளைக்கு? அவம் அப்படி என்ன செஞ்சான்?”

“என் பேச்ச எங்கல கேக்கான். கொஞ்ச நாளைக்கு அங்கன இங்கன போவாத. ஆவத்தா இருக்கி. வூட்லயே இருன்னா மதிக்கானா. வெளிய அவனுக்கு என்ன சோலி இரிக்குனு கேக்கன். இன்பா... அவன் பெரிய வீரம்தான் இல்லங்கல. ஆனா கடசில அவனுக்கு என்னல ஆச்சு. என்ன வயசு அவனுக்கு. போற வயசா. என்னத்தச் சொல்ல. நம்மலால என்ன செய்ய முடிஞ்சுது. எனக்கு எவ்வளவு அழுவாத்திரமா வருதுனு ஒனக்கு...”

இசக்கி சன்னலுக்கு வெளியே பார்வையைச் செலுத்திச் சாலையை வெறித்தார்.

“சிக்குவானுவ. இருங்க.”

“எல சார்லஸ இங்கன இரிக்கக் கூடாது மெட்ராஸுக்கு ஓடுனு சொன்னதே இதுக்குதாம். அவனுக்குப் பதிலா நீ கெளம்ப நிக்கியா. வீரகுமார் டீமு இதுல உள்ள வரன்னப்போ என்ன சொன்னனோ அதேதாம் ஒனக்கும். அமைதியா இருங்கடே. இதெல்லாம் ஏன் நடக்கிதுனு எப்பமாச்சும் ஒரு நிமிசம் நின்னு யோசிக்கிறமா?”

"ம்ம் இருதயன் பாவம். சின்ன பிள்ளையாட்டம் ஒன்னும் தெரியல.

சும்மா இரிக்க முடியாம ரெண்டு நாளிக்கு மின்ன லாஞ்சுல கடலுக்குப் போவனும்னு கேட்ரிப்பான் போலிருக்கு. சைமனு மவன் நீ போய் அப்பாயிட்ட கேட்டு வாரும், தெரியாம போனா ஏசுவாகனு சொல்லிருக்காம். எங்கிட்ட சொல்லி வருத்தப்படுறாம். எல்லாபேரும் சேந்து அவன ஒதுக்கிறம்னு."

"பாத்தியா. இத்தன நாளா நான் கேக்குறப்ப எல்லாம் கடக்கர பக்கமே போவலங்கான். இந்த சான் வர்கீஸு. அந்தப் பயலுவல எல்லாம் ஒருநா கட்டிக் கடல்ல எறக்கினாதான் செரியா வரும். இப்பம் இன்பா இல்லன்னு இவன கூட்டு சேக்க நிக்கானுவோ. குடி செலவுக்குத் துட்டு கிட்டு தருதாம்னா?"

"விடுங்க. ஆத்திரப்படாதிய."

"பின்ன. எவம்ல என் பேச்ச கேக்கிய. வரவர சேகரும் நான் சொல்றத காதுலயே வாங்க மாட்டெங்கான்."

"அது இப்பம்னு இல்ல. தம்பிச் சரக்கு ஏத்த ஆரம்பிச்சப்பமே அவியலுக்கு வருத்தம் உண்டாகிப் போச்சு. பத்தாத குறைக்கு இன்பா வேற அவியள்ட்ட தோணில ஏத்தாதியன்னு சொல்லிட்டாம். அவனுக்குத் தெரியுமா தாமஸுக்காண்டி இவரு பட்ட பாடெல்லாம். நீங்களும் இவன் சொல்றாம்னு ஒன்னும் சொல்லாம விட்டிய. வருத்தம் இரிக்காத பின்ன. இருந்தும் ஒங்களுக்கு ஒன்னுன்னா மொத ஆளா ஓடியார அவியல விட யாரு இரிக்கா?"

"எங்கல. காலைல ஃபோன்ல விசியத்தச் சொல்லித் தாம் கூப்டன். சிரிக்கான். அப்ப அவனும் என்ன கோட்டி வந்தவம்னுதான நெனைக்கான்."

"அப்படில்லாம் இரிக்காது. நான் ஒன்னு சொன்னா கேப்பியலா. நீங்க வண்டிலயே இருக்கியலா. இத நான் பாக்கென்."

"வேணாம்."

"ஏன்?"

"இல்ல. இது ஒரு சாபம். ரொம்பக் காலமா வெரட்டி வருது. சொன்னாலும் ஒனக்கு வெளங்காது. இத நான்தான் முன்னாடி நின்னு கழிக்கணும்."

அம்பாசிடர் தாமஸ் மண்டபத்தை நெருங்கியபோது காற்றில் நிறைந்துவந்த குளுமை தொலைவில் எங்கோ மழைவிழ ஆரம்பித்து விட்டதை உணர்த்தியது.

"என்னடே இந்தப் போராட்டம் இன்னும் முடிஞ்ச பாடு இல்லையோ. ஒரு இடம் விடாம ஒரே போஸ்ட்ரா இரிக்கி?"

இசக்கி சாலையோரத்தில் ஒட்டப்பட்டிருந்த சுவரொட்டிகளைப் பார்த்தபடி கேட்டார்.

"இதுதான் பல வருசமா நடக்குதே. கரண்டு தயாரிக்கிற கம்பனி வருதாம். சர்காருது. அது வரப்பிடாதுனு."

"ஆமாம் தந்திலதான் எழுதுறானே. படிக்கன். ஆளாளுக்கு ஒன்னு ஒன்னு சொல்லுறாவ. எத நம்ப?"

"ஏ இது தூத்துவுடில இரிக்க மாரி நிலக்கரில கரண்டு எடுக்க மாட்டாவலாம். இது வேறதோ விஞ்ஞானம். அதுல மக்களுக்கு ஆவத்துலாம் இருக்காம். சப்பான்ல போட்டாவல்ல அணு குண்டு அதுக்கு இது ஒப்பாம்ல."

"அடேயப்பா. பெறவு ஏம்ல அந்த எழவ எல்லாம் கொண்டு வரானுவ. இந்த மக்க இனி எங்கதான் போவ?"

"கரண்டு தட்டுப்பாடுனு சொல்லுறாவ. ஆனா பாருங்க கடல ஒட்டி வேற வருது. இங்கன கடல் பனிய இரிக்கும். கர மேடு தாம்னாலும் சுனாமி இன்னும் பெருசா வந்தா என்ன செய்ய. இதுல என்னமாச்சும் ஆனா தமிழ்நாட்ல பாதி இருக்காதாம். போராடுறாவ. பாக்கலாம் என்ன நடக்கின்னு."

"எங்கல. செம்பாலைக்கு நம்ம ஆளுக்க நடத்தாத போராட்டமா. சவத்தெழவு கடசியா என்ன ஆச்சு. எப்படிக் கலைச்சாம்..."

"இடிந்தர மக்க நம்ம ஆளுக்கள விட துணிஞ்சு நிப்பாவ. மின்ன ஒருதரம் இங்கன இருக்கவியல்ல பல பேரு சர்ச்சுல தெரிப்பு கேக்கான்னு போராடி இந்துக்கு மாறிட்டாவன்னா பாருங்க. ரோசம். நல்ல ஒத்துமயாவும் இருப்பாவ. நல்ல ஒத்தும."

"மெர்லினு எப்ப வரா?"

"பரிச்ச நடக்கி. முடியப் போவுதாம். வந்துடுவா. ரெண்டு நாள்ள."

“சந்தோஷம்டே வரட்டும். அவ கைல ரெண்டு சோறு வாங்கி தின்னா நல்லாரிக்கும். அவளுக்கும் ஜோஸ்லினு மாரியே எம்பேர்ல அவ்வளவு பாசம் கேட்டியா.”

“சார்லஸு மட்டும் என்ன. உங்க பேர்ல மதிப்பாதாம் இரிக்கான். சமயத்துல அலெக்ஸு தாம் சார்லஸா வந்துருக்காம்னே தோணுது. அவிய மாரிய நடக்கான். பேசுதான்.”

“அது ஒனக்கு இப்பம்தான் தோணுதா. அதானடே எனக்கே பயமாவே இரிக்கு. இவனுவ நம்மலமாரிலாம் இல்லாம, எல்லாம் மதிக்கிற மாரி ஒரு ஆளா வரட்டும். எல ஜார்விஸே அந்தா அந்த சர்ச்சு... அதான்னு பாருடே.”

“நானும் அதான்னு நினைக்கன். ஆமா அதாம்.” அம்பாசிடர் ஒரு தேவாலயத்தைக் கடந்து சற்றுத் தொலைவில் போய் நின்றது. இசக்கி அதிலிருந்து இறங்கி வேட்டியை அவிழ்த்து இறுக்கமாகக் கட்டிக்கொண்டார்.

நரைவிழுந்த கேசத்தைக் கைகளால் ஒடுக்கியபடி அவ்விடத்தைச் சுற்றிக் கண்களை ஓடவிட்டார். உள்வாங்கிய விழிகளில் சோர்வு மிகுந்திருந்தது. பீடியை வாய்க்குள் செலுத்திக் கொஞ்சம் எச்சிலில் நனைத்துப் பிறகு உதட்டில் வைத்துப் பற்றவைத்துக்கொண்டார். புகையை உள்ளே இழுக்க வெண்தாடி படர்ந்த, ஒட்டிப்போன கன்னங்கள் இன்னும் ஒட்டியது.

“வெரசா வந்துடுதன் வண்டிய ஆஃப் பண்ணாத...”

அவரது நடையில் மூப்பின் வெளிப்பாடுகள் தெரிந்தாலும் நடக்கும் தோரணையில் அழுத்தம் திருத்தம் கெடாமல் இருந்தது.

“டப் டப்” என்று அவரது ரப்பர் செருப்பு பின்னங்காலில் ஈர மணலை இறைத்தது.

அணிந்திருந்த வெள்ளைச் சட்டையில் மேலிருந்து இரண்டு பொத்தான்களைப் போடாமல் திறந்துவிட்டிருந்ததால் காற்று தாராளமாக உள்ளே புகுந்து கூடுபாய்ந்த நெஞ்சில் மோதியது.

கருமை மங்காத மார்பு முடிகள் ஐம்பது வயதில் கூட அவரிடம் இளமை கொஞ்சம் மிச்சம் இருப்பதைப் போல் காட்டியது. பின்கழுத்தில் எறும்பு ஒன்று ஊர்வதைப்போல் உணர்ந்து இடது கையினால் அங்கு ஒருமுறை தட்டிவிட்டார். அவர் அந்தத் தேவாலயத்தின் வெளிப்புற வாயிலை அடைந்தபோது

வானம் இருட்டிக்கொண்டது. பலா இலையினில் இருக்கின்ற ரேகையைப் போல் சிறிய மின்னல்கள் மின்னின. கற்சாலையில் தேர் ஓடிவரும்போது எழுகின்ற ஓசையைப் பிரதியெடுத்து இடி இடித்து. ஒன்றிரண்டு தூறல்கள் விழுந்தன.

சில தினங்களாக விடாது பெய்த அடை மழையினால் ஆலயத்திற்குள் கூட்டம் அவ்வளவாக இல்லை. பீடியை அணைத்துத் தூக்கியெறிந்துவிட்டு உள்ளே சென்றார். மின்சார விளக்குகளில் உயிர் இல்லை. சாளரங்கள் திறந்திருந்தும் உள்ளே வெளிச்சம் குறைவாகவே இருந்தது. பெஞ்சுகளில் அமர்ந்திருந்தவர்களின் முகங்கள் தெளிவாகத் தெரியவில்லை.

வழிபாட்டு மேடையில் இருந்த சிலுவைக்கு அருகே மெழுகுவர்த்திகள் ஏற்றப்பட்டு அங்கு மட்டும் ஒளி நிறைந்திருந்தது.

“சாமி நீங்க... ரொஸாரியோ?” இசக்கி பணிவுடன் குரல் எழுப்பினார்.

“ஆமா நான்தான். நீங்க யாரு?”

“எம்பேரு எசக்கி. உங்களுக்குத் தெரியும். மறந்துருப்பிய. ஒங்கள பாக்கணும்ட்டு ரொம்ப தொலவுலேந்து வந்துருக்கன்.”

“என்ன விசியம்?”

“அது... இங்கன வேணாம். வெளியப் போய் பேசுவமா?”

“ஒரு நிமிசம்.” ஃபாதர் எதிரில் இருந்தவர்களிடம் கூறிவிட்டு இசக்கியோடு வெளியே செல்ல ஆயத்தமானார். அப்போது பெஞ்சில் அமர்ந்திருந்தவர்களில் ஒரு நபர் சிரித்தபடி இசக்கியைப் பார்த்துச் சப்தம் எழுப்பினார்.

“யோவ். ஃபாதர எங்கக் கூப்பிடுற?”

“நீ ஆருலே?”

“ஆரா. ஆரா இருந்தா என்னடே. உன்னக் கூப்ட்டு போவதாம் வந்திருக்கோம்” பத்து நபர்கள் பெஞ்சுகளிலிருந்து சரசரவென எழுந்து நின்றனர். அதில் இருவரது கரங்களில் துப்பாக்கிகள் இருந்தன. இசக்கி துளியும் புறமாறுதலின்றி அவர்களை நோக்கிச் சிரித்தார்.

“போலீஸா... இருட்டுல்லா... நாதான் கவனிக்கல. ஏப்டி... ஏம் இத்தன பேரு?”

“பெரிய ஊச்சாளியாம்ல நீ. பேசிக்கிறாவ. அதாம். வாயா இந்தாண்டா.” கையில் துப்பாக்கி ஏந்தியிருந்த காவலர் சற்றுக் கோபத்துடன் குரல் எழுப்பினார்.

“ஒரு நிமிசம் டைம் கொடுங்டே...” இசக்கி கைப்பேசியை எடுத்துத் தொடர்பு எண்களைத் தேடினார்.

“எசக்கி. போன உள்ள வை...” அந்தக் கைது நடவடிக்கையைத் தலைமை ஏற்றிருந்த சேஷாத்ரி துப்பாக்கியைக் காட்டி உத்தரவிடும் தொனியில் சொன்னார்.

“அதாம் முடுக்கிட்டயலே. ஒரு நிமிசம் கொடும்லே. முக்கியமான சேதி... பேசிக்கன்.” சேஷாத்ரி சரி என்பது போல் தலையசைத்தார். இசக்கி இருதயராஜின் எண்ணைத் தேடி எடுத்தார்.

“எல கேக்குதா... எங்கன இரிக்க?”

“ப்ரெண்டு வீட்லப்பா... “

“செரி ஒடனே வீட்டுக்குப் போ. அம்ம பீரோல்லேர்ந்து துட்டு எடுத்துக்க. இனிம ஒரு நிமிசங்கூட இங்கன நிக்காத.. நீ... நீ வெரசா கிளம்பி மணமேல்குடி நஞ்சுண்டான்ட்ட பெய்ரு. ஆர்ட்டையும் எதும் சொல்லாத. சார்விஸ¬ட்ட கூட.”

“நீ வீட்ல தான இரிக்க. இரு வரேன்.”

“இல்லல. நான் வீட்ல இல்ல.”

“அப்போம்?”

“நான் சொல்லுறத கேப்பியா மாட்டியா? கடசியா ஒங்கிட்ட கேக்கன். இதுதாம்ல கடசி.”

“செரி...”

“என்ன செரி?”

“போறங்கேன்..”

“பெறவு மச்சி ரூமுல இருக்க சாமி வெளக்க உங்கூட எடுத்துக்க. என் நெனப்பு ஒனக்கு இருக்கனும்னா.”

“அப்பா... என்னமாச்சும் பிரச்சினையா..?”

“இங்கன என் சோலிய முடிக்கப்போறானுவ.” அவரது குரலில் முதன்முறையாக இயலாமை வெளிப்பட்டது.

“என்ன சொல்ற... வெளங்கல. ப்போவ் இப்போம் எங்கன இரிக்க. என்னாச்சு...”

“எல அடுத்து ஒங்கிட்டதாம் வருவானுவ. நிக்காத ஓடிரு... வைக்கன்.”

கைப்பேசியைச் சட்டைப்பையில் வைத்துவிட்டு அவர் எதிரே நின்றிருந்தவர்களை நோக்கிக் குரலை உயர்த்தினார்.

“எலே என்ன. இப்பம் என்ன செய்யனும்ங்கிறிய? துப்பாக்கிய நீட்டுதிய்ய? என் கணக்கு ஒன்னு இன்னும் மிச்சமிருக்கில்லா. அத முடிக்காம...”

சட்டென்று சட்டையின் பின்புறம் மறைத்து வைத்திருந்த அரிவாளை அசாதாரணமான வேகத்தில் வெளியே உருவிக்கொண்டார். தேரிக்காட்டிலிருந்து அவரது கரத்திற்கு வந்து ஆண்டுகள் பல அவரோடு வசித்துத் துருவினால் கருஞ்சிவப்பு நிறத்தில் தோற்றமளித்த அவ்வரிவாள் அதன் இறுதி வதைக்குத் தயாராக நின்றது. இசக்கி ஃபாதர் ரொஸாரியோவின் பக்கம் திரும்பி உதிரம் கேட்கும் விழிகளுடன் பார்த்தார். மீசை ஆத்திரத்தில் துடித்தது.

“எசக்கி... எதும் கோட்டித்தனம் பண்ணிடாத. ஒழுங்கா இந்தண்ட வந்துடு.” காவல்துறை அதிகாரி ஒருவர் எச்சரிக்கை விடுத்தும் அவர் அதைப் பொருட்படுத்தவில்லை.

“ஏ சாமி. ஒமக்கு மரியா நெனைவிருக்கா?”

“...உன்ன தாம்ல கேக்கன் சொல்லு.”

ரொஸாரியோ பதில் கூறாமல் படபடப்புடன் நின்றார்.

“எல அவெ எனக்கு எவ்வளவு ஒசத்தி தெரியுமா. அவெ எப்படி சொல்லு. எப்படி... ஏ அவெ தாம்ல மாதா. அவளப் போய். ஏ சிரிக்கியுள்ள ஒன்ன...”

வெறிவந்தவராய் அரிவாளை உயர்த்தியபடி ரொஸாரியோவை நோக்கிப் பாய்ந்தார்.

“டுப்...” துப்பாக்கியிலிருந்து சீறிவந்த தோட்டா இசக்கியின் மார்பைத் துளைத்திருந்தது. சட்டைப் பையின் ஓரத்தில் இரத்தம்

பிய்த்துக்கொண்டு தெறித்தது. நிலைகுலைந்து சரிந்த இறுதிக் கணத்தில் அவர் தேவாலயமே அதிரும்படியான குரலுடன் அரிவாளை ஃபாதர் ரொஸாரியோவை நோக்கி வீசினார். அரிவாள் அவரது தோள்பட்டையை உரசியபடி அப்பால் போய் விழுந்தது. சிரத்தை நோக்கி வந்த அடுத்தத் தோட்டா அவரது தலையைப் பொத்தது. அதிலிருந்து வெளியேயடித்த இரத்தம் ஏற்றி வைத்திருந்த மெழுகுவர்த்திகளின் மீது பட்டு அவற்றுள் ஒன்றை அணைத்திருந்தது.

காய்த்து ஓய்ந்த பனை மரம் வெட்டிச்சரிக்கப்பட்டதைப் போல் அவர் அங்கு வீழ்ந்துகிடந்தார். குருதி பளிங்குத்தரையை நனைத்து ஓடியது. முடிவெனினும் அது ஓர் இயலாமையின் அடக்க நிலையே.

அவரது கண்களில் வாழ்வின் பெருங்கடமையைத் தவறவிட்டதன் ஏக்கம் நிறைந்திருந்தது. மீசை மயிர்கள் தொய்ந்து அதிலும் ஏமாற்றம் வெளிப்பட்டது. இறுதியாக “ம்ம்ம்” என்ற சிறு முனகலுடன் ஓர் ஓடம் அங்கு கரை ஒதுங்கியிருந்தது. ராஜநாகத்தினால் தீண்டப்பட்ட அடங்காக் காளை ஒன்று தனது இறுதி அசைவை வெளிப்படுத்துவது போல் அவரது சரீரம் துடித்து அடங்கியிருந்தது. மறுமையிலும் அமைதிகிட்டாது எனும்போது இறந்து மட்டும் என்ன பயன்.

கடலுக்குச் சென்ற ஓடம் மீனவனைத் தொலைத்துவிட்டுக் கரைதிரும்புவதைக் காண்பதைப்போல் கொடுஞ்சோகம் கரைக்கு ஏதுமில்லை. அவர் கரைசேர்ந்திருந்தாலும் அவர் தூக்கிச் சுமந்த சூனியச்சரடை நடுவழியிலேயே தொலைத்திருந்தார். அவர் தனது மோட்சத்திற்கான இறுதி வாய்ப்பையும் பறிகொடுத்திருந்தார். மரணக்கரையோரத்தில் அவர் ஒதிங்கியிருந்தாலும் அவரது கொதிப்படங்கா உள்ளம் இனி எங்கு சென்று அடையும்?

ஃபாதர் ரொஸாரியோ பயம் விலகாமல் நின்றிருந்தார். பூட்ஸ் கால்கள் அங்கும் இங்கும் நடந்துகொண்டிருந்தன. வெளியே சன்னமாய் விழுந்துகொண்டிருந்த தூறல்கள் சட்டென்று அடர்ந்தன.

வானம் பொத்துக் கொண்டதைப் போன்ற மழை. ஒவ்வொரு துளியிலும் நிலம் தெறித்தது. ஃபூம்ம்... ஃபூம்ம் என்று வீசிய காற்று தேவாலயத்தைச் சுற்றியிருந்த தென்னை மரங்களை வளைத்துப் பார்க்க, ஆலயத்திலிருந்து சற்றுத் தொலைவில் நின்றுகொண்டிருந்த தாமஸின் அம்பாசிடர் கார் இசக்கியை எதிர்நோக்கிக் காத்திருந்தது.

செக்கலில் திரும்பிய கொடும் மீன்

இருதயராஜ் நஞ்சுண்டானின் வீட்டிற்கு வந்ததும் அவரையும், மீனாம்பாளையும் ஒன்றாக நிற்க வைத்து அவர்களது காலில் விழுந்து தன்னை ஆசீர்வாதம் செய்யச் சொல்லிக்கேட்டான். மீனாம்பாள் கையோடு அவனுக்காக வாங்கி வைத்திருந்த சட்டையை எடுத்துக்கொடுத்து அணிந்துகொள்ளச்சொன்னார்.

"இனி எப்ப?"

"ராவுத்தர் தர்ஹாவுல ஏதோ திருவிழா நடக்குன்னு திப்பு சொன்னாம். அப்பம் வரம்மா. ரெம்ப நாளைக்கு எனக்கு உங்கள பாக்காம இரிக்க முடியாது." கோபத்தில் இறுகியிருந்த அவனது குரல் இப்போது சற்றுக் கனிந்திருந்தது.

"ம்ம்ம் இப்பதான் வந்த மாதிரி இருந்துச்சு... அதுக்குள்ள..."

"அம்மா... விடுங்க. நான் அழுதாலும் அழுதுடுவன். தமிழண்ணன் வந்தோன சொல்லிடுங்க."

"ஏய் ஊருக்குப் போறப்புள்ள. நல்லா சந்தோசமா போ. நீ வரலனாலும் இனி நானும் இவரும் அங்க வந்துடுவோம்." அனுப்ப மனமின்றி நின்ற மீனாம்பாள் இருதயராஜிடம் நம்பிக்கையுடன் சில வார்த்தைகளைக் கூறி வழியனுப்பி வைத்தார்.

படகுத்துறையில் தயார் நிலையில் நின்றுகொண்டிருந்த சந்திரனும், திப்பு சுல்தானும் சற்றுத் தொலைவில் நஞ்சுண்டானும் இருதயராஜும் வருவதைக் கண்டனர். சந்திரன் உடனடியாக நீருக்குள் நின்ற படகின் எஞ்சினை உயிர்ப்பித்தான். இடையூறுகள் ஏதுமின்றி இசக்கியின் மகனைச் சேதுக்கரையில் கொண்டுசேர்க்க இரவுக்கடல் மனம் ஒப்பியிருந்தது. அலைவாயில் சலனங்கள் இல்லை. காற்றிலும் மென்மை.

கரைக்கு வந்ததும் நஞ்சுண்டான் சந்திரனை அழைத்து அவரது நண்பர் குறித்த விபரங்களைக் கூறினார். பிறகு இருதயராஜ் தன்னிடம் எதையோ பேசவருகிறான் என்பதை உணர்ந்து அவன் பக்கம் நோக்கினார்.

"நீங்க ஏன் அண்ணாச்சி இப்படி இரிக்கிய? நான் மொத பாத்த மாரியே இப்பம் நீங்க இல்ல."

“அதெல்லாம் ஒன்னுமில்லடா தம்பி. ஆனா எனக்கு நீ நிறைய மாறிட்ட மாதிரி இருக்கு. பாக்கவும் இப்பதான் ஒரு ஆளா சங்கதியா இருக்க. எனக்கு அந்தத் திருப்தியே போதும். சரி அப்புறம் லாஞ்சு ரெடியாயிட்டு. சந்திரன் சொன்னான்ல. ஊருக்குப் போய்ட்டு வல்தாரீஸ்ட்டச் சொல்லி ஆளுங்கள அனுப்பி எடுத்துக்கச் சொல்லு. பேப்பரும் க்ளீயர்தான்.”

“அதெல்லாம் ஒருத்தவியளும் வரமாட்டாவ. அது இங்கனயே நிக்கட்டும். சீசன் ஆரம்பிச்சோன நீங்க பழயமாரி தொழில் பாருங்க.” இருதயராஜ் புன்னகையுடன் பதிலளித்துவிட்டு நகர முயன்றான்.

“ஏய் தம்பி. நில்றா. என்னடா சொல்ற?”

“எதும் பேசாதிய. வேத்தாளு மாரியே என்னமாச்சும் பேசுனியனா பெறவு எனக்குக் கோவம் வரும்.”

“டேய். உன் அப்பனுக்கு நான் பட்ட கடனயே என்னால இன்னும் தீக்க முடியல. இப்ப இதுவேறயாடா..”

“இதப்பேசுவியன்னுதாம் சொன்னன். எனக்கும் அல்லாம் தெரியும். ஒங்கள நான் அண்ணாச்சின்னு கூப்ட்டாலும். எனக்கு நீங்க வேற... அப்பா வேறயில்ல. செரியா.”

என்ன கூறுவதென்று தெரியாமல் நின்ற நஞ்சுண்டானுக்குத் திடீரென்று ஒரு யோசனை உதித்தது. இருதயராஜின் அருகில் வந்து தனது இடுப்பில் சொருகி வைத்திருந்த கைத்துப்பாக்கியை எடுத்து அவனிடம் .தந்தார்.

“அண்ணாச்சி... இது?”

“உள்ள வை. நாட்டு வெடிகுண்டு உருட்டுறத விட இத யூஸ் பண்றது ஈசிதான் பாரு.” அவரது மொழியில் இப்போது அவருக்குரிய எள்ளல் சிறிது மீண்டிருந்தது.

துப்பாக்கியை வாங்கலாமா வேண்டாமா என்ற யோசனையோடு இருதயராஜ் நின்றிருந்தான்.

“பிடி... பத்திரமா வை... லேய் தம்பி லோடட் டா. இதான் லாக்...”

“எங்கிட்ட கொடுத்துட்டு ஒங்களுக்கு என்ன செய்விய?”

“ம்ம்ம். எனக்கு என்ன இனி. உனக்குக் கொடுக்குறதுக்கு இதவிட மதிப்பான விசியம் வேற எதுவும் என்கிட்ட இல்ல. இந்தத் துப்பாக்கி அப்படியொரு எடத்துலேந்து எனக்கு வந்தது.”

“அப்போம் ஏன் எனக்கு? ஒங்ககிட்ட இரிக்கதுதானே இதுக்கு மரியாத?”

“அட... பிடிய்யா.. உங்க அப்பாரு கொடுத்த மாதிரி நினைச்சுக்க. நீதான சொன்ன நான் உனக்கு அவரு மாதிரின்னு.” அவன் இப்போது மறுப்பேதும் கூறாமல் அதனை வாங்கிக் கொண்டான்.

“லேய் தம்பி. மறுபடி உன்ன எப்ப பாப்பன்னு இருக்குடா.”

“அண்ணாச்சி... நீங்க எப்பமும் ஒரு மாரி அசால்ட்டா இருப்பிய. உங்கள அப்படித்தாம் நான் பாக்க நெனைக்கன். செரியா இப்பம்... எப்பமும் அப்படியே இருங்க. நான்... நான் போய்ட்டு வரன்..”

வேட்டியை மடித்துக்கட்டிக்கொண்டு நீருக்குள் இறங்கிப் படகை நோக்கி நடந்தான். படகு கண்களை விட்டு அகலும்வரை நஞ்சுண்டான் அதே இடத்தில் நின்றுகொண்டிருந்தார். அவரை அவ்வாறு பார்க்க மனமின்றி இருதயராஜ் படகு ஓடும் திசையை நோக்கியபடி மனம் புழுங்கி அமர்ந்திருந்தான்.

“மக்கா. தேவிப்பட்டினம் போவ எவ்வளவு நேரம் ஆவும். ஒரு அவரு ஆவுமா?”

“திப்பு... இந்தாள பாத்தியா. கார்ல போறம்னு நினைச்சிட்டு இருக்காரு போல. சாலிடா மூன்றைலேந்து நாலு மணி நேரம் ஆகும். அந்தப் பைல சாப்பாடு இருக்கு. சாப்ட்டு தூங்குறதுனா தூங்குங்க. கிட்டப் போய்ட்டு உங்க ப்ரண்டுக்கு கால் பண்ணி வரச் சொல்லலாம்.

“வேணாம். பேசிட்டே போவோம். அவம் முழிச்சிருப்பான். செரியா ஒருமணி நேரத்துக்கு மின்ன அவனுக்கு மெசஜ் பண்ணா போதும்.”

அவன் பேசிக்கொண்டே வர, கரைக்கடலை ஒட்டியே ஓடிக் கொண்டிருந்த அப்படகைச் சந்திரனும், திப்பு சுல்தானும் மாற்றி மாற்றி இயக்கிக்கொண்டிருந்தனர்.

“நீங்க எப்படி என்ன விட்டுட்டு. அந்தால மண்டபம் போயிடுவிய தானே?”

"ம். போவாம. நீங்க பாத்துவிட்ட வேலைக்கு."

"எல கோவமா. மன்னிச்சிக்கிருங்க."

"அட அதெல்லாம் இல்ல. சும்மா கிண்டலுக்குச் சொன்னன். பழக்கவழக்கத்துல இதெல்லாம் சகஜம். நீங்க அத எறியலனா கூட அவனுங்கள ஒரு கை பாக்க நான்லாம் ரெடியாத்தான் இருந்தன். என்னயும் இந்தா இவன மாதிரி நினைச்சிங்களா." சந்திரன் திப்பு சுல்தான் மீது துண்டை வீசி அடித்தான்.

"ஆமா நீ பெரிய வெண்ணதான். மூட்றா மவுட்டி." -

இருதயராஜுடனான ஆறுமாதகால நட்பு அந்த நாற்பது நாட்டிக்கல் பயணத்தோடு முடிவடையப்போவதைச் சந்திரனும், திப்பு சுல்தானும் அறியாதவர்கள் அல்ல. இருந்தும் அவர்களுக்குள் சூல் பிடித்திருந்த சோகக்கதிர்களை அவர்கள் மிக லாவகமாக மறைத்துக்கொண்டனர். அந்தப் பயணம் நெடுக்க கடலெங்கும் இருதயராஜின் மகிழ்ச்சிக் குரல் கலந்தோட வேண்டும் என்பதில் அவர்கள் தெளிவுடன் இருந்தனர். பிரியாவிடையாக அவனுக்குப் பரிசளிக்க அவர்களிடம் நட்பும், தீராதப் பேச்சுகளும் மட்டுமே கையிருப்பாய் இருந்தன. ஒருவரை ஒருவர் கேலிசெய்து சிரிப்பு மூட்டியபடியே வந்தனர்.

அந்த நீரிணையைப் போல் அப்பயணமும் நீள வேண்டும் என்று அவன் விரும்பினான். உற்சாகமும், சந்தோஷமும் நிறைந்த அந்த இரவுப்பொழுதை வாழ்வின் இறுதிவரை தன்னால் மறக்க இயலாது என நினைத்தான்.

"நண்பா. இங்க எப்பப் பாரு கடலு உள்வாங்கும். சேத்துலதான் இறங்கிருப்பிங்க. உங்க நல்ல நேரம் தண்ணி கரைய ஒட்டிக் கிடக்கு."

இருதயராஜின் நண்பன் கரையிலிருந்து டார்ச் ஒளியைப் படகை நோக்கிக் காண்பித்து அசைத்தான். சட்டென்று அந்தநொடியில் அவனுக்குத் தனது அப்பாவின் பேச்சை மீறிவிட்டோமோ என்று தோன்றியது. ஆறு மாதங்களுக்குப் பின் அவனது அப்பா இல்லாத தூத்துக்குடிக்குள் மீண்டும் நுழைய இருப்பதை நினைத்து அவனது மனம் அலைபாய்ந்தது. இதற்குப் பிறகு வரயிருக்கின்ற தனிமையையும், தீவிரம் நிறைந்த நாள்களையும் தான் ஏற்றுக்கொண்டுதான் ஆகவேண்டும் என்கிற பக்குவத்திற்கு அவன் ஏற்கெனவே வந்திருந்தான். உயிரெடுக்கும் பிலால்கள்

உலாவும் பகுதிக்குள் மீண்டும் நுழைவது குறித்து அவனிடம் அச்சம் ஏதும் எழவில்லை. அவனே இப்போது கூரிய முள்ளை உடைய கலிங்கனாக மாறியிருந்தான்.

சிறியது என்றாலும் உயிரை எடுக்கவல்லது. படகு கரையை ஒட்டி ஆழம் குறைந்த பகுதியை அடைந்தபிறகு அவன் அதிலிருந்து இறங்கி கரைநோக்கி நடந்தான். சிறிது தூரம் நடந்து வெண்மணலில் கால் வைத்ததும் மீண்டும் படகை நோக்கிச் சப்தமிட்டான்.

அவன் என்ன கூறுகிறான் எனக் கேட்க சந்திரன் எஞ்சினை நிறுத்தினான்.

“எலே மக்கா... ரெண்டேரும் என்ன மறந்துறாதிய. எதுனாலும் என்ன வேணுனாலும் எனக்கு போனடிங்க. செரியா? இப்போம் நான் உக்காந்திருந்தம்லா. அந்த எடத்த பாருங்க. ரோஸு கலர்ல ஒரு பேப்பரு பொட்ணம் கிடக்கிம்.”

சந்திரன் டார்ச் வெளிச்சத்தைப் படகில் இருதயராஜ் அமர்ந்திருந்த இடத்தில் பாய்ச்சினான்.

“என்னாது அது... எடுத்தாரவா..?”

“இல்ல. அது ஒங்களுக்குதாம்”

திப்பு சுல்தான் அந்த முடிச்சை எடுத்துப் பிரித்தான். நிலவு வெளிச்சத்தை கிரகித்து அதனுள்ளிருந்து இரண்டு தங்க மோதிரங்கள் மின்னிக்கொண்டிருந்தன.

ஆடிக்காற்று

01

“எங்க போன இத்தன நாளா? ஆங்? இப்பம்தான் நாங்கெல்லாம் இரிக்கொம்னு தெரியுதா. ஏங்க... ஏங்க இங்கன வாங்க. எல சார்லஸு அப்பாவ உசுப்பு.”

விடியற்காலையில் அழைப்புமணி சப்தம் கேட்டு கதவைத் திறந்து பார்த்த நொடியில் ஜார்விஸின் மனைவி தேவமலர் குரல் எழுப்பிச் சப்தம் போட்டார்.

“மாமி எப்படி இருக்கிய?”

“ஆங். ஆங் கேப்படி. கேப்ப. இரு ஒன் மாமா பதில் சொல்லுவாவ. எல நீ போய் மொத அவியல உசுப்புடா.”

“உள்ள வா இருதயா.” வாசற்படியில் இருதயராஜ் நிற்பதைப் பார்த்த சார்லஸ் கடமைக்கு வரவேற்பதைப் போல் வரவேற்றுவிட்டு ஜார்விஸை அழைப்பதற்காக அவரது அறைக்குள் சென்றான்.

ஜார்விஸ் வேகவேமாக எழுந்து வெளியே வந்தார்.

“மாமா எப்படியிருக்கிய?”

“ரெம்ப நல்லாருக்கம். ரெம்ப. இத்தன நாளா எங்கப் போன?”

“அது பெறவு பேசிக்கலாம் மாமா. பத்திரமான எடத்துலதாம் இருந்தன்.”

“அப்ப அங்கனயே இரிக்க வேண்டியதுதானல. இங்கன ஏன் வந்த. நாங்கள்ளாம் ஒமக்கு யாரோ எவரோ. விடியட்டும் மொத ஒனக்கு இரிக்கு”

“அட போ மாமா...”

“ஏலே. நீ எங்க இரிந்தன்னு எனக்குத் தெரியாதுன்னு பாத்தியா. நஞ்சுண்டான் இங்கன அடக்கத்துக்கு வந்தப்பவே சொல்லிட்டாவ. செரி நீயா வரனும்னுதான் கண்டுக்காத மாரி இருந்தன் ஒன் புது நம்பரு கூட இரிக்கு... சொல்றன். கேக்கிறியா.”

அவனுக்குள் அத்தனைக் காலமாக இழையோடிக் கொண்டிருந்த மெல்லிய சந்தேகம் உறுதியாகியிருந்தது. கத்திக் குத்து வாங்கியதை மட்டும் சொல்லாமல் இருந்திருப்பார் என்று யோசித்தபடி நின்றிருந்தான்.

"ஆளு கூராப்பே செரியில்லயே. அசதியா? செத்த நேரம் குறுக்கு சாயி. பெறவு பேசிக்கலாம்."

"இல்ல மாமா. நான் வூட்டுக்குப் போறன். ச்சாவி..."

ஜார்விஸ் கடுகடுக்கும் முகத்துடன் பார்த்தார்.

"இல்ல மாமா. ஒங்கிட்ட நெறையா பேச வேண்டிருக்கு. செத்த நேரம் தூங்கிட்டு மத்தியானமா வரேன்."

"ஏன் இங்க படுக்க என்ன. சார்லஸூ இவன ரூமுக்குப் கூட்டிபோ. தூங்கி எழுந்த பெறவு சாப்ட்டு கீப்ட்டு வீட்டுக்குப் போவலாம்."

"செரி மாமா." சார்லஸ் இருதயராஜைத் தனது அறைக்கு அழைத்து வந்து சாரம் ஒன்றை எடுத்துத் தந்தான்.

"சார்லஸூ. நீ எப்படி இரிக்க?"

"ம்ம்ம். பரவால்ல."

அவனை உறங்கச்சொல்லிவிட்டு விளையாடுவதற்கு ஏற்றார் போல் ஓர் உடுப்பை உடுத்திக்கொண்டு அறையின் கதைவைச் சார்த்தி வைத்துவிட்டு வீட்டிற்கு வெளியே வந்தான். இருதயராஜ் உறக்க நிலைக்குள் நுழைந்தபோது வாசலில் வெளிச்சம் பிறந்திருந்தது. மெர்லின் துயிலெழுந்து வந்ததும் அவளது அம்மா இருதயராஜ் திரும்பிவிட்டதைப் பற்றிக் கூறினார்.

"என்னடி முழிக்கிற?"

"ஒன்னில்ல." அவள் சார்லஸின் அறையை எட்டிப் பார்த்துவிட்டு வந்து கூடத்தில் அமர்ந்து ஜார்விஸ் வெளியே கிளம்பும் வரை கால்களைக் கட்டிப்போடாத குறையாகக் காத்திருந்தாள். அவர் கிளம்பிய நொடியில் வெளியே சென்றிருந்த சார்லஸ் வீட்டுக்குள் நுழைந்துவிட்டான்.

"தெனம் காலைல அவ்வளவு பொறுப்பா எழுந்து எங்கல போற?"

"ஏன். என்னா. ரன்னிங் போறன்."

“ஆமா அப்படியே நூறு கிலோ இருக்கான். ஆளப்பாரு.” அவன் காதில் விழாதவாறு வாய்க்குள்ளயே முனுமுனுத்தாள்.

“என்னடி.”

“ஒன்னுல்லங்க சார்.”

“அப்பா எங்க?”

“மீன்வாடிக்கு. இப்பம்தான் போறாவ. நீ பாக்கல?”

“இல்ல. அப்புறம் மெர்லினு என் சட்டைய ஐயன் பண்ணி வைய்யன். எனக்கு வெளில கொஞ்சம் சோலியிருக்கி.”

“போடாங்க... செரி செரி எடுத்துத் தா.” முதலில் மறுத்தவள் பிறகு அவனை வெளியே தள்ளினால் போதும் என்கிற யோசனையுடன் சட்டையை வாங்கித் தேய்க்க ஆரம்பித்தாள்.

சார்லஸ் கிளம்பியதும் இருதயராஜ் தனது பிறந்தநாளுக்கு வாங்கி அனுப்பியிருந்த சேலையை உடுத்திக்கொள்ளலாமா என யோசித்து அவளது அறைக்குள் வந்தாள். பிறகு அம்மா ஏதாவது கேள்வி கேட்பாள் எனப் பயந்து அதுவரை அணிந்திருந்த நைட்டியுடனேயே வெளியே வந்தாள். அம்மா அடுக்களையில் இருப்பதை உறுதிசெய்துகொண்டபின் சார்லஸின் அறைக்கதவைத் திறந்துகொண்டு திருட்டுப் பால் அருந்தப்போகும் பூனையைப் போல் ஒவ்வொரு அடியாக எடுத்து வைத்தாள். அவளது கொலுசு மணிகள் அவளைப் போலவே நுண்ணிய ஒலியில் சினுங்கின. இரவு முழுதும் வாடைக் காற்றை உடலில் வாங்கிய சோர்வில் இருதயராஜ் கட்டிலில் அசந்து உறங்கிக்கொண்டிருந்தான்.

“மூஞ்சியப் பாரு. கொரங்காட்டம்.” அவனது கன்னத்தை அவள் கிள்ளினாள். அதையும் உணரமுடியாமல் அவன் ஆழ்ந்திருந்தான்.

“ஏ என் மாமன் மவனே. எழும்புல. அங்கன நல்ல தீனியோ. சதையெல்லாம் வைச்சிருக்கி.” அவனது அருகில் அமர்ந்துகொண்டு மெல்லிய குரலில் பேசினாள். அவனது கேசத்தை வருடினாள். பிறகு அவனது உள்ளங்கையைத் தனது முகத்தில் உரசிக்கொண்டாள். அதனால் பரவிய குளுமை அவளைக் கிளர்ச்சியடையச் செய்தது.

கதவிற்கு அருகில் யாராவது வருகிறார்களா எனக் காதைத் தீட்டிவிட்டு அவனது நெற்றியில் முத்தமிட்டாள். மெலிதாக அவனது காதைக் கடித்துவிட்டுத் தனது கரங்களைப் பிசைந்துகொண்டு சிரித்தாள்.

சட்டென்று அம்மா வந்துவிடுவாள் என்கிற எச்சரிக்கை உணர்வு அவளுள் எழுந்தது. உடன் அறைக்கு வெளியே வந்து தொலைக்காட்சிக்கு முன்பு அமர்ந்துகொண்டாள்.

“இனிமேல் நமது இதழ்கள் இணைந்து சிரிக்கும் ஓசை கேட்குமே நெடுநாள் நிலவும் நிலவின், கலங்கம் துடைக்கக் கைகள் கோர்க்குமே...’ தொலைக்காட்சியில் ஒளிபரப்பாகிக் கொண்டிருந்த ஒரு பாடலோடுச் சேர்ந்து அவளும் முனுமுனுத்தாள்.

இன்னும் பன்னிரண்டு மாதங்கள் இருக்கின்றன. கல்லூரியை முடித்த கையோடு அப்பாவிடம் சொல்லி இப்போது அண்ணனின் அறையில் உறங்கிக் கொண்டிருப்பவனைத் திருமணம் செய்து நமது அறைக்கு இடம்மாற்றிக் கொள்ளவேண்டும். அதன்பிறகு அவனை எனது மடியில் தலைசாய்த்து உறங்கவைத்து அதனை ரசிக்கவேண்டும். என் உயிருக்கு இனியவன் இனி அருகிலேயே இருக்கப்போகிறான்.

அவனும் நானும் இனி ஒரே காற்றைச் சுவாசிக்கப்போகிறோம். அவள் எதிர்காலத் திட்டங்களில் லயித்தாள். குறுகுறுப்பு பெருக்கெடுத்துச் சுண்டுவிரலைக் கடித்தாள். மீண்டும் அறைக்குள் சென்று அவனது உறக்கம்பிடித்த உதடுகளில் கன்னத்தை உரசிக் கொள்ளலாம் என ஆசைவந்து எழுந்தவள் அறைக்கதவு திறக்கப் படுவதைக் கண்டு அதே இடத்தில் தயக்கத்துடன் நின்றாள்.

கதவைத் திறந்து வெளியே வர முயன்ற இருதயராஜ் எதிரில் நின்ற மெர்லினைக் கண்டு மீண்டும் கதவைச் சார்த்திக்கொண்டு உள்ளேயே நின்றான். அறையைப் பார்க்க இயலாதவளாய் இப்போது அவளும் தலையைக் கவிழ்த்துக் குறுகினாள். இடையிடையே கண்களை மட்டும் உயர்த்திக் கதவை ஏறிட்டாள். கூச்சம். இத்தனைக் காலங்களில் இந்த உணர்வு உடலில் எந்த மூலையில் இருந்தது. இப்போது மட்டும் ஏன். இந்த உறவின் உச்சநிலை தேகத் தீண்டல் என்றுதானே நினைத்தோம். இதுவென்ன புதுவிதமான சுகத்துயரம்?

இருதயராஜ் கதவின் அருகில் யோசனையோடு நின்றிருந்தான். ஓரிரு நிமிடங்களில் மீண்டும் தைரியத்தை வரவழைத்துக்கொண்டு அவன் கதவைத் திறந்தான். அக்கணத்தில் இருவரும் ஒருவர் முகத்தை ஒருவர் நேருக்குநேராகப் பார்த்துக்கொண்டனர். விநாடிகளில் மட்டுமே நிலைகொண்டிருந்த அப்பார்வை கடலளவு வெட்கத்தை இருவர் மீதும் பஞ்சம் வைக்காமல் வாரியிறைக்க, கரையாழியைக் கடந்த ஓடங்களைப் போல் இருவரும் தெப்பமாக நனைந்து நின்றனர்.

02

வர்ணப்பூச்சுகள் உரிந்துநின்ற வெளிப்புறச் சுவர்களில் காலம் சோகச் சித்திரங்களைத் தீட்டி வைத்திருந்தது. வீட்டைத் திறந்ததும் மூக்கைத் துளைத்து மண்டைக்குள் ஏறும்படி வீசிய வௌவால் எச்சத்தின் நெடி குடும்பத்தின் அழிவை வெளிக்காட்டியது. இத்தனைக்கும் ஜார்விஸ் அவ்வப்போது ஆள் விட்டு அவ்வீட்டைச் சுத்தம் செய்துதான் வைத்திருந்தார். இருப்பினும் வௌவால்களை வரவேண்டாம் என்று அவரால் கூற முடியாது. யாருமில்லாத வீடென்று எவரும் சொல்லிவிடக்கூடாது என்பதற்காவே பெரியமனது வைத்துக் குடிவந்திருந்த அந்த மாயப்பட்சிகளுக்கு நன்றியைத்தான் கூறவேண்டும். குசுனியில் காய்ந்த நிலையில் கிடந்த தேங்காய்ச் சரடுகளைக் கரண்டும் எலிகளையும் சபிக்க முடியாது. சபிப்பது என்றால் அங்கு வாழ்ந்த மனிதர்களையெல்லாம் மிச்சமின்றி அகற்றிய விதியின் கரங்களையும், அதற்குத் தோற்றுவாயாய் அமைந்த முன்னோர்களின் காரண காரியங்களையும் மட்டுமே சபிக்க இயலும்.

அந்தப் பகுதியில் இருக்கின்ற மேசைக்கார வீடுகளில் பல வீடுகள் இடிக்கப்பட வேண்டிய நிலையில் உருக்குலைந்து நிற்கின்றன. தப்பிப்பிழைத்த வீடுகளும் மனிதர்களின் நிழல் படாமல் பூட்டிக் கிடக்கின்றன. வீடற்ற மனிதர்களின் துயரத்தை உலகறியும். மனிதர்களற்ற வீடுகள் எழுப்பும் அவலக்குரலைக் கேட்க எவரும் இல்லை. அங்கு சில வீடுகள் வங்கிகளாகவும், துறைமுகம் சார்ந்த பணிகளுக்கான அலுவலகங்களாகவும் இயங்குகின்றன. அவ்வீடுகளின் கதைகளை நின்றுகேட்க அந்த மாநகரில் எவருக்கும் இப்போது நேரமில்லை. பழம்பெருமைகள் சுண்ணாம்புக் காரைகளோடு சேர்ந்து பெயர்ந்து விழுகின்றன.

வீட்டிற்குள் நுழைந்ததும் முதல்வேலையாக இருதயராஜ் ஈரத்துணி ஒன்றை எடுத்துவந்து திண்ணையில் ஏற்றி நிறுத்திவைக்கப்பட்டிருந்த அவனது அண்ணனின் வண்டியைத் துடைத்தான். அவனது தயவில் அது வெகுநாள்களுக்குப் பிறகு அடர்புகையைக் கக்கி உயிர்பெற்றிருந்தது.

அது எழுப்பிய இரைச்சல் எவருக்கும் அடங்காத தனது அண்ணன் இப்போதும் அருகில்தான் எங்கோ இருக்கிறானோ என்கிற நிராசையை அவனுள் உண்டாக்கியது. வண்டியை வாசலில்

இறக்கிக் கொஞ்ச தூரம் சென்றுவரலாம் என எண்ணிப் பிரதானச் சாலைக்குள் புகுந்தான்.

திரும்பி வந்தபோது அந்த வண்டியில் பூமாலைகள் அடங்கிய ஒரு நெகிழிப்பையும், வண்டியின் முன்பகுதியில் இன்பராஜ் என்கிற பெயரும் கூடியிருந்தன. அவன் மாலைகள் அடங்கிய பையை எடுத்துக்கொண்டு உள்ளே வந்து தாத்தா, பாட்டியிலிருந்து தொடங்கி சேவியர், அலெக்ஸ், தாமஸ், ஜோஸ்லின், இறுதியாக இன்பராஜ் என ஒவ்வொரு படத்திற்கும் மாலை அணிவித்தான்.

இசக்கி இறந்தபிறகு அவ்வீட்டில் அதற்குமேல் எவ்ரும் இல்லை என்பதால் அவரது புகைப்படம் அங்கில்லை. இனி ஒன்றைத் தயார் செய்யலாம் என்றாலும் கொலையுண்ட பிறகு செய்தித்தாளில் வந்திருந்த புகைப்படத்தைத் தவிர வேறு ஏதேனும் ஒரு புகைப்படம் உள்ளதா என அவன் தேடித்தான் பார்க்க வேண்டும்.

அவனது அம்மா இறந்த பிறகும் அவரது அறைக்குள் சிறிது காலம்வரை வசித்துவந்த பூனைகள் இப்போது அங்கு இல்லை. அவை எங்கு சென்றன என அவனுக்குத் தெரியவில்லை. வேறொரு வீட்டில் தனது அம்மாவைப்போல் இன்னொரு அம்மாவும் இருப்பார். அவருக்குத் துணையாக இருக்க அவை அங்கு சென்றிருக்கக் கூடும் என நினைத்தான். அவன் அந்த அறையின் கொடியில் தொங்கிக்கொண்டிருந்த சேலைகளில் முகம் புதைத்தபடி நின்றான்.

தனது முகத்தை அதிலிருந்து அகற்றியபோதுதான் அவனுக்கொன்று புரிந்தது. சேலைகளில் மட்டுமல்ல அந்த அறையெங்கும் வீசிக்கொண்டிருக்கும் வாசம் அவனது அம்மாவின் வாசம்தான்.

அறைக்கதவைத் திறக்காமலேயே இறங்கிவிடலாமா? அப்பா தான் உள்ளே இருக்கிறார் போலிருக்கிறதே? மாடிப்படியில் ஏறிக்கொண்டிருந்தவனுக்கு மாடியறைக்குள் தனது அப்பா இருக்கிறார் என்றே தோன்றியது. அந்த அறைக் கதவைத் திறந்தநொடியில் எடைமிகுந்த சங்கிலி ஒன்றினால் பிணைக்கப்பட்டது போல் நகரமுடியாமல் நின்றான். தோரணங்கள் கட்டியதைப்போல் பூஞ்சைகள் அறையெங்கும் அசைந்தாடிக்கொண்டிருந்தன.

அவன் எடுத்துவைத்த ஒவ்வொரு அடியும் அப்பா இங்கில்லை, அப்பா இங்கில்லை... அப்பா எங்குமே இல்லை எனக்கூறி அவனது மனதிற்குள் அதிர்வூட்டியது. அப்பா! ஒரு மெத்தை கூட விரித்துக்கொள்ளாமல் அவ்வளவு ஆண்டுகளாய் அவர்

படுத்துறங்கிய அந்தக் கட்டிலில் அமர்ந்தபோது அவர் தனது மார்புச் சளியை செருமும் ஓசை அவனுக்குத் தெளிவாகக் கேட்டது.

நினைவுகள் வெறும் காட்சிகளாக மட்டுமல்லாமல் ஓசைகள், வாசங்கள் வழியாகவும் கூட மீண்டுவரும் என்பதற்குச் சாட்சியமாய் அந்த அறை இருந்தது. மின்விசிறியிலிருந்து அப்பாவின் மூச்சுத் துகள்கள் வந்து விழுகின்றனவா என அன்னாந்து பார்த்து அதன் சுழற்சியை நோக்கியிருந்தான். பிறகு கட்டிலுக்குக் கீழ் அவர் புகைத்துப்போட்ட பீடித்துண்டுகள் கிடக்கின்றனவா எனத் தேடிப் பார்த்தான்.

கண்ணில் தென்பட்டதையெல்லாம் பொறுக்கியெடுத்துக் கட்டில் தலைமாட்டில் வைத்துக்கொண்டு அதன் அருகிலேயே தலைசாய்த்துப் படுத்துக்கொண்டான்.

உறக்கம் தெளிந்து கண்விழித்தபோது மாலைவெயில் அடங்கி அறை சற்று இருள் அருந்தியிருந்தது. காற்று மிகுதியாக வீச ஆரம்பித்திருந்தது.

அவன் கீழே சென்று தனது பைக்குள் வைத்திருந்த சாமி விளக்கை எடுத்துக்கொண்டு வந்தான். பிறகு அந்த அறையின் அலமாரியில் தனது அப்பா வைத்திருந்த அதே இடத்தில் அதை வைத்தான்.

போத்தலில் இருந்த எண்ணெய்யை ஊற்றி தீபம் ஏற்றியபோது அந்த விளக்கு காற்றிற்கும், காலத்திற்கும் அசைந்து கொடுக்காமல் தொய்வின்றி எரிந்தது. அந்த விளக்கு தனித்துவமானது என இனி அவனது அப்பாவோ அல்லது வேறு எவரோ வந்து அவனிடம் கூறவேண்டியது இல்லை. அதன் சுடரை உற்றுநோக்க ஆரம்பித்த சிறிது காலத்திலேயே அதற்கு உயிருண்டு என்பதை அவனது ஆத்மாவே உளப்பூர்வமாக உணர்ந்துகொண்டிருந்தது.

"இருதயா..."

"எங்கன மச்சிலயா இரிக்க?" குரல் எழுப்பியபடி ஜார்விஸ் மாடிப்படியில் ஏறி வந்தார்.

"இங்கனதாம் மாமா. வாங்க."

"என்னடா ஒரே இருட்டா இரிக்கி. லைட்டு கூட போடாம இங்கன வந்து உக்காந்துருக்க."

"தூங்கிட்டன் மாமா. இப்பம்தான் எழுந்தன்."

“ஏன்டா வேற ரூமே இல்லையா. இங்கனயா வருவ. ஒட்டட கூட அடிக்காம கிடக்கி.” ஜார்விஸ் அந்த அறையின் மின் விளக்குகளை ஒளிரச்செய்துவிட்டுக் கட்டிலுக்கு அருகில் வந்தார்.

அலமாரியில் சாமி விளக்கு எரிந்துகொண்டிருப்பதைத் கண்டதும் அதிர்ச்சியும் எரிச்சலும் அடைந்தவராய் இருதயராஜிடம் சப்தம் போட்டார்.

“அவியல அடக்கம் பண்ணோனயே இந்தச் சனியன தூக்கி எரியலாம்னு இங்கன வந்து பாத்தன். காங்கல. இது ஒங்கிட்ட தாம் இத்தன நாளா இருந்துச்சா? இந்த துஷ்டிய ஏன் கொளுத்தி வைச்சிருக்க. அமத்து.”

“ஏம் மாமா எனக்கிம் அப்பா மாரி கோட்டி பிடிச்சிடும்கிறியளா?”

“எல. நீ சொன்னா கேக்கமாட்டியா.”

“மாமா நான் ஒங்கிட்ட ஒரு விசயத்த கேக்கணும்.”

“என்ன?”

“அப்பா எப்படி செத்தாவ. போலீஸ்தாம் சுட்டுதுன்னாலும் இங்கனேந்து ஏன் அவ்வளவு தொலவு போனாவ. யார் கூட போனாவ?” என்ன மட்டும் வூட்ட விட்டு எங்கையுமே போவாதம்பாவ.. அவிய மட்டும் ஏன்...?”

“இரு சொல்லுதன். அதுக்கு மின்ன நான் சிலத...” ஜார்விஸ் தனது கையில் வைத்திருந்த மஞ்சள் பையை அவனிடம் நீட்டினார்.

“இந்தா இதுல. ஆறு மாசமா லாஞ்சுலேந்து வந்த வரவு, உப்பள வருவாயி பூறா இரிக்கு. செலவு, சம்பளமெல்லாம் போவ. ரெண்டாம் நம்பர்ல பிஸ்டனு வேல பாத்தது... புது லைனரு எறக்கினது வர எல்லாக் கணக்கு வழக்கும் இந்த நோட்ல எழுதிருக்கு.”

“ஏன் மாமா இத்தன காலமா நீதானே இதெல்லாம் பாத்த. இப்பம் என்ன எங்கிட்ட கொண்டாந்து தர?”

“ஏண்டா. இனி பாக்க மாட்டம்னா சொல்லுதன். இவ்வளவு காலமும் நீ ஆளு ஊருல இல்லயேனு காட்றக்காண்டி கொண்டாந்தன்.”

“அதுக்கென்ன. ஒங்கிட்ட இதெல்லாம் நான் கேட்டனா? இததாம் சொல்ல வந்தியலா?”

"இருல. நாளைக்கு போத்தியபோய் ஓராட்டம் பாத்துட்டு வந்துரு. ஆளு முடியாம இரிக்காவ. சேகரு என்ன கத என்னன்னு தெரியல. ஆளு இந்தப் பக்கமே காங்கல. மணப்பாடு வூட்லயே தாம் இரிக்காவ. நீ வந்துருக்கன்னு இப்பம்தான் சொன்னன். வருவாவனு நெனைக்கன். தோணில மின்னமாரி அவிய சரக்க ஏத்தலாமானு ஒங்கிட்ட கேட்டு வைக்க சொன்னாவ."

"இன்பாதாம் அந்தச் சோலியே வேணாம்னு சொல்லிட்டாம்ல? பெறவு என்ன இரிக்கு அதுல பேச? இதாம் முக்கியமான விசியமா? நான் கேட்டதுக்குப் பதில் சொல்லு மாமா.."

"இததாம் சொல்ல வந்தன். ஆனா நீ இந்த வெளக்க கொளுத்தி வைச்சிருக்கத பாக்கயில எனக்கி... செவத்தெழவு" ஜார்விஸ் சட்டென்று எழுந்துசென்று விளக்கை அமர்த்தினார்.

"ஏ மாமா. ஏன் அமத்துற. அப்பா ஞாபகமா அதாவது இரிக்கட்டும். இதுல என்ன இப்போம்?"

"ஒனக்கு இன்னமும் வெளங்கலயாடே?" ஜார்விஸ் இருதயராஜின் முகத்தைப் பார்க்க மனமில்லாமல் வேறு திசையை நோக்கினார்.

"என்ன மாமா?"

"நீ மொத அவிய மவனே இல்ல."

"வெளங்கல. என்ன சொல்லுத. எவிய."

"எல. நீயா வெளங்கிக்கணும்னு நாங்களும் எத்தன காலம்தான் அமைதியா இரிக்க. மடப்பயலே உன் அப்பன் எசக்கி இல்ல. தாமஸ்... தாமஸுதான்ல உன் அப்பன்."

"என்ன மாமா கோட்டிவந்துரிச்சா. நீ என்ன பேசுதனு தெரிஞ்சு தாம் பேசுறியா?"

"நிறுத்துறா... மயிரு... ஒனக்கு தாமஸு போட்டோவ நெதம் பாத்துமா அது தோணல. அதவிடு நீயும் இன்பாவும் எப்படி ஒரு சாடையா இரிக்கியன்னு கூடவா யோசிக்கல?"

"மாமா நீ... நீ என்ன சொல்லுத." அவனது குரல் திக்கியது.

"தாமஸு செத்து கொஞ்ச நாளு தள்ளிதாம் நீ வவுத்துல உண்டாயிருக்க விசியமே ஜோஸ்லினுக்குத் தெரியும். நமக்கு ஆவாதவனுவளுக்குப் பேசுறதுக்கு அது ஒரு வாய்ப்பா

அமைஞ்சிடும்ட்டு அவ கருவ அழிக்க நினைச்சா. ஜோஸ்லின ஆஸ்பத்திரிக்குக் கூட்டிபோவ வந்த என்கிட்ட எசக்கி ஒரே சத்தம். என்ன அடிக்க வந்துட்டாவ. அப்பம்தான் அவிய ஒருமாரி தெளிவில்லாம இரிக்காவன்னே எங்களுக்கு எல்லாம் தெரிஞ்சுது. பெறவு வெளிக் கதவ இழுத்து சாத்திபோட்டாவ. ஜோஸ்லின ரூமுக்குள்ளயே பூட்டி வைச்சிட்டு இவியலும் சோறு தண்ணியில்லாம இங்கனயே அடைஞ்சு கிடந்தாவ."

"ஏன்?"

"ஜோஸ்லினு கருவ கலைக்கக் கூடாதுன்னுதாம். பெறவு கொஞ்ச நாள் கழிச்சு ஜோஸ்லினே ஒரு முடிவ எடுத்தா. எவம் பிள்ளயயோ சொமக்கிறாங்குறதுக்கு அவியல கல்யாணம் பண்ணி அவிய பிள்ளய சொமக்குறான்னு பேசுறது தேவலனு சொன்னா. எசக்கியும் உடன்பட்டாரு. ஆனா ஒன்னுடே. அத என்னச் சொல்ல. அது ஒரு நாடவம்மாரிதாம். எப்படிச்சொல்ல... ஜோஸ்லினு ஒனக்கு எப்படியோ. அதுமாரிதான் அவியளுக்கும். கல்யாணம் ஆன பெறவும் கூட. அப்படினா பாத்துக்க. எப்படின்னு."

"அப்பா... ஏ அப்பா..." இருதயராஜ் கட்டிலில் கிடந்த இசக்கியின் சாரத்தை எடுத்து மார்பில் இறுக்கியபடி கதறி அழ ஆரம்பித்திருந்தான்.

"எல மாப்ள. அழாத. எலே..."

"மாமா உன் கால்ல விழுந்து கேக்கன். இனி ஒருமுற என்ன தாமஸு மவன்னு சொல்லாத."

"இல்ல மாப்ள. நான் அத..."

"இரிக்கட்டும். அது உண்மையாவேகூட இரிக்கட்டும். ஆனா அது எனக்கு வேணாம். எனக்கு... எனக்கு எசக்கிதாம் மாமா அப்பா. இந்த ரூம பாரு... ஆருக்காவ மாமா அவிய இங்கன இப்படிக் கிடந்தாவ? அவிய மட்டும் அப்போம் இல்லன்னா நான் இப்போம் இங்கன இல்லதான."

"நீனு மட்டும் இல்லல. நானே மொத இல்ல. மணப்பாட்ல ஜோசப்பு என்ன அப்பமே சரிச்சிருப்பாம். இவியதாம் குறுக்கப் பாய்ஞ்சு அருவாள நெஞ்சில வாங்கினாவ. அந்தத் தழும்ப பாக்கயில எல்லாம் எனக்கு..." ஜார்விஸின் கண்களில் ஈரம் கோர்த்து நின்றது. மூச்சை உறிஞ்சியபடி தொடர்ந்தார்.

"போத்தி அடிக்கடி ஒன்னு சொல்லுவாவ. தாமஸ ரூஸ்வெல்ட்டு குத்தின சமயத்துல எசக்கி இருந்திருந்தாவன்னா ஒன்னு ரூஸ்வெல்ட்டு செத்திருப்பாம். இல்லன்னா எசக்கி செத்துருப்பாவ... தாமஸ அவிய எப்படியும் காப்பாத்திருப்பாவ. அவிய மாரிலாம் ஒரு மனுசன இங்கன இனி பாக்க முடியுமா?"

"அவிய ஏம் மாமா இப்படி இருந்தாவ." ஆற்றாமை தீராமல் அழுத அவனை ஜார்விஸ் தட்டிக்கொடுத்தார்.

"மாப்ள. அழாதடா. உன் வயசுக்கு நீ அழுவுற. நான் என்னச் செய்வன் சொல்லு. எனக்கும் அவியல நினைச்சா வேதனையா இரிக்கு.."

"மாமா... அப்பா... அப்பா அன்னைக்கு ஏன் அங்கன போனாவ?"

அழுது சிவந்த கண்களைத் துடைத்தபடி கேட்டான்.

"இரு சொல்லுறன்."

ஜார்விஸ் சட்டைப் பையிலிருந்து ஒரு சுருட்டை எடுத்தார்.

03

ஏழு கடல் அன்னை மலர் மாலைகளால் சூழப்பட்டு, அலங்கார விளக்குகள் ஒளிரும் சப்பரத்திலிருந்து அருள்புரிந்துகொண்டிருந்தாள். சாதித் தலைவனார் தெக்ரூஸ் மோத்தாவின் வாரிசு சார்பில் ஒருவர் ஊர்வலத்தைத் தொடங்கி வைக்க பெரியகடைத் தெரு, காட்டன் சாலை வழியாகப் பெருந்திரளாய்க் கூடி நின்ற மக்களுக்கிடையே சப்பரம் உலா வந்துகொண்டிருந்தது.

"மரியே வாழ்க. மரியே வாழ்க" என்ற முழக்கங்களும், மங்கள இசையும் அவ்விடத்தை நிறைத்திருக்க சப்பரத்தில் வீற்றிருந்த பனிமயமாதாவின் முகம் பொன்னிற ஒளியினால் மிளிர்ந்து கொண்டிருந்தது.

சப்பரம் கடற்கரைச் சாலையை அடைந்திருந்தது. பனிமய மாதா, இடிதாங்க மாதா என எத்தனைப் பெயர்கள் இருந்தும், அவளுக்கென்று ஒரு திருவுருவத்தைப் பெற்று ஐநூறு ஆண்டுகள் கடந்தபின்னும் கடலின் கண்களுக்கு மட்டும் அவள் சந்தன மாரியம்மனாகவே காட்சி தந்துகொண்டிருந்தாள்.

அவள் முகத்தில் உரசிய ஆடிக்காற்றும் அப்படித்தான் நினைத்தது. காற்றும், கடலும் காலத்தைப் பருகி வாழ்பவை. அவை எதையும் மறப்பதில்லை.

சப்பர உலாவில் லயித்திருந்த ஏழுகடல் துறையின் மக்கள் எல்லோரும் அதற்கு முந்தைய ஆண்டில் நடைபெற்ற தங்கத்தேர் பவனியை மனதில் மீட்டிப்பார்த்தனர். சப்பரத்தில் காண்பதற்கே இத்தனைக் களிப்பென்றால்? மீண்டும் உன்னைத் திருத்தேரில் வைத்துத் தரிசிக்க உடலெங்கும் கண்கள் வேண்டும். இனி எப்போது? அதுவரையிலும் எங்களை உயிரோடு வைத்திரு என வயது முதிர்ந்த ஆச்சிகள் பிராத்தனை செய்தனர்.

படபடவென்ற ஓசையுடன் இடைவிடாது கிளம்பிய வாணவேடிக்கைகள் விண்ணில் வண்ணமிகு ஓவியங்களைத் தீட்டிக்கொண்டிருந்தன. மௌனக்கெடு நாளில், அதிலும் ஆடிக்காற்று கடலைக் கலக்கி வருளத்தை உண்டாக்கும் நேரத்தில் ஆழ்கடல் நோக்கி ஓடிக்கொண்டிருந்த அந்தப் படகின் பின்தலையில் அமர்ந்திருந்த ஜார்விஸின் கண்களுக்கு வானில் தெறித்துக்கொண்டிருந்த வண்ணத் தூரிகைகள் மட்டுமே புலப்பட்டன. சிவப்பு, மஞ்சள், நீலம் என மின்விளக்குகளால் மிளிர்ந்த ஆலய கோபுரம் ஏற்கெனவே அவரது பார்வையிலிருந்து மறைந்திருந்தது.

ஜார்விஸின் அருகில் அமர்ந்திருந்த ஜான் வர்க்கீஸ் இன்னும் எவ்வளவு தூரம் என அவரிடம் கேட்டபடி படகை இயக்கிக் கொண்டிருந்தான். படகின் மையப்பகுதியில் அமர்ந்திருந்த ராஜசேகரைச் சுற்றி சார்லஸ், வீரகுமார், அவருடைய கூட்டாளிகள் மூவர் நின்றுகொண்டிருந்தனர். அவர்களுக்கு அருகில் நன்கு வாட்டமான ஓர் இரும்புச் சங்கிலியும், இரண்டடி அகலம்; ஓரடி நீளமும் உடைய நான்கு கருங் கற்களும் வைக்கப்பட்டிருந்தன.

மீன் நிரப்பும் ஓமலுக்குள் நான்கைந்து அரிவாள் கத்திகள் கிடந்தன. வீரகுமார் தனது வேட்டியை மடித்துக்கட்டிக்கொண்டு அருகில் நின்ற நபரிடம் எதையோ பேசியபடி வந்தார். அவர்கள் ஏற்கெனவே நன்றாக மது அருந்தியிருந்தனர். சார்லஸ் விஸ்கி போத்தலைத் திறந்து முகத்தைச் சுளித்தபடி கொஞ்சம் பருகினான். பிறகு அவன் அதை ராஜசேகரிடம் நீட்டியபோது அவர் வேண்டாம் என்று மறுத்தார். மீண்டும் வற்புறுத்தினான். விடாப்பிடியாக மறுத்தார்.

தீவிரமான யோசனையில் இருப்பதுபோல் அவர் கண்களைச் சிமிட்டாமல் இருந்தார். அவர் தனது மனசாட்சியுடன் ஒரு மௌன உரையாடலில் ஈடுபட்டுக்கொண்டிருந்தார். இசக்கி அவரது வாழ்வில் மகிழ்ந்திருந்த தருணங்கள் மிகக்குறைவு. அத்தருணங்களில் எனது பங்கு பிரதானமானது. கடலில் வீழ்ந்தவன் இறுதி வாய்ப்பாய் ஒரு மிதவையைப் பற்றியிருப்பதைப்போல் அவர் என்னை நம்பிக்கையுடன் பற்றியிருந்தார். நானும் அவரைக்கொண்டுதான் வாழ்ந்து வந்திருக்கிறேன். என்னைக் கோணிப் பையில் அரவணைத்துவிட்டு எனக்கும் சேர்த்து அவர் கதண்டுகளின் கொடுக்குகளைத் தலையில் வாங்கிக்கொண்டார். அவரை இந்த நிலையில் விட்டுவிடக்கூடாது, ஊர் உலகமே அவரை ஓர் உளுத்துப் போன ஒத்தயான் மரமாய், சித்தம் கலங்கிய பிராணியாய்ப் பார்க்கக் கூடாது என்கிற பெரும் தவிப்பினால் ஒரு காரியத்தைச் செய்தேன். அது பிழையாகிப் போய்விட்டது. இறுதியாய் ஓர் அழிக்க முடியாத கறையைச் சுமந்துநிற்கிறேன்.

"லே சேகரு..." இசக்கி அருகிலிருந்து அழைப்பதுபோல் உணர்ந்து திரும்பிப் பார்த்தார். அவரது உடல் தளர்ந்திருந்தது. நீண்ட பெருமூச்சுவிட்டு சிந்தனைகளையும், கண்முன் திரண்டு நின்ற நினைவுகளையும் கலைத்தார்.

"இருதயன சிலுவானம்னுதாம் நெனைச்சோம். புலிச்சுறாவா இரிக்காம் பாத்தியலா."

"என்ன பாக்கிய. புதுக்கோட்டைலேந்து சேதி வந்துட்டு. அங்க போனது ஒங்க ஆளுவளாம்..." சார்லஸின் சொற்களைக் காற்று கிழித்து வீசிக்கொண்டிருந்தது.

"அதாம். மரியாத செய்யலாம்ட்டு..."

"எலே என்ன எங்க கூட்டிப் போறியனு நான் இப்போம் கேட்டனா?"

ராஜசேகரின் பதில்குரலில் அவருக்குரிய அசராத குணம் வெளிப்பட்டது.

"தெரியுதா. தெரிஞ்சும் பேசாம வாரிய. மாமாயிட்ட ஓராட்டம் அழுத்தமா கேட்ருந்தியனா இன்பாயிட்ட சொல்லி தோணிய ஒங்களுக்கே பாத்தியப்படுத்தி தந்துருப்பாவலே. ஏன் அப்படிச் செஞ்சிய?"

“நிறுத்துல... அந்தத் தோணி எப்படிக் கிடந்துச்சு ஆரு அத மூட்டி தாமஸுக்கு இங்கன மதிப்பு மரியாதைய கூட்டினாவன்னு ஒனக்குத் தெரியாது. ஒப்பன கேளு.”

“ஏன் தெரியாது எனக்கிம் தெரியும். இன்பாவுக்கும் தெரியும். அதாம் சொல்லுதன் ஒங்களுக்கு இல்லாத உரிமையான்னு. அவன் ஒங்க தொழிலுக்காண்டி வேற ஒரு ஏற்பாட செய்யணும்னு தாம் இருந்தான். ஏன் இத செஞ்சிய. செரி இன்பா, இருதயன் ரெண்டேரையும் கூட விடுங்க. அவிய ஒங்கப் பார்வையில எப்பமும் தாமஸு மவனுவதாம். செரி... ஆனா மாமா...? அவியல கைகாட்டுற அளவுக்கு அவிய ஒங்களுக்கு என்ன செஞ்சாவ?”

“அது வெறும் அரெஸ்ட்டுதாம். அப்படி ஒரு முடிவுல தாம் போலீஸும் அங்கன போயிருக்காவ. இவிய அருவாள ஒசத்துவாவன்னு எவம் நெனைச்சான்.”

“அரெஸ்ட்டுதாம்... ஏம் கைகாட்னிய. ஆருச்சொல்லி. கட்சில போஸ்ட்டிங்லாம் வாங்கப்போறியலாம். சொன்னாவ.”

“சார்லஸு. நீ உன் வயசுக்கு மீறிப் பேசுற.”

“ஏ அப்பா ஒனக்கு இவிய பேசுறது கேக்குதா. இதெல்லாம் ஆரு அந்த காயல்பட்டினத்துக்காரி... அந்தத் தேவடியாச் சிரிக்கி செய்யச் சொன்னாளா. ஏம்னா இந்தக்கூட்டு பல வருசம் மின்னமே எங்க குடிய அழிச்சக் கூட்டு. அதான் கேக்கன்.”

“எல இந்தச் சுண்ணிய எல்லாம் நீ ஏன் பேசுற. வயசுத் திமிருல என்ன நீ கொல்லலாம். கேள்வி கேக்க நீ எவம்ல?”

“குமாரண்ணே. நீங்க ஏம் ஒன்னும் பேசாமலே வாரிய?”

“ஏயேப்பா. என்னடே எல்லாவனுக்கும் எசக்கி மேல அவ்வளவு அக்கறையோ. மொத நான் சொல்லவேண்டியத சொல்லுறன் எல்லாவனும் கேளுங்க. இவிய அப்போம் எனக்கு ஃபோன் பண்ணி சாமி ஒருத்தவர தீக்கணும் வான்னாவ. யாருனு கேட்டன். சொன்னாவ. என்ன காரணம்னு கேட்டா சும்மாதாங்குறாவ. நான் என்ன செய்வன் சொல்லு. செரி கோட்டி முத்திபோச்சு இதுக்கு மேல இவியல இப்படியே விடப்புடாதுனுதாம் மேல கூட்டு சேதியச் சொன்னன். அதுலயும் ஒரு கணக்கு இல்லாம இல்ல. அவிய மட்டும் அப்போம் அரெஸ்ட் ஆயிருந்தாவன்னா... அதுக்கப்புறம் இங்கன அவிய மதிப்பே வேற. எனக்கும் அதுல ஃபேவரு இருந்துச்சு. இல்லங்கல. ஆனா அவிய சாவணும்னு நான்

கைகாட்டினன்னு சொல்றிய பாருங்க. நல்லால்லடே.” உடைந்த குரலில் ராஜசேகர் விம்மினார்.

“சார்லஸு. நீ பேசாம இங்கன வாடே. அதாம் வீரகுமாரு இருக்காவல்ல. நீ வா.”

ராஜசேகரின் முகத்தைப் பார்க்க விரும்பாதவராய் ஜார்விஸ் தலையைத் திருப்பாமல் சப்தம் எழுப்பினார்.

“ஜார்விஸே. ஒரு நிமிசம் நான் பேசுறதய கேக்கியலா? நான் எசக்கிக்கு கேடு செய்வன்னு நீங்களும் நினைக்கியலா?”

“என்ன அவியல கரைக்க பாக்கிறியலோ. இன்பா கணக்கயும் இப்படியே கடல்ல கரைக்கலாம்ங்கிய? ஏ... பெரிய ஆளாதாம் இருக்கிய. இருதயன் ஒரு அப்ராணிப்பய. எவம்னாச்சும் கேட்டா போட்ருக்க சட்டய கூடக் கழட்டிக் கொடுப்பாம்... அவன்கூட ஒங்களுக்கு எடைஞ்சலா தெரிஞ்சிருக்காம்னா... என்னச் சொல்ல...”

“எல நான் உன் ஒப்பன்கிட்ட பேசுதன்.”

“ஜார்விஸே. நான் சொல்றத காது கொடுத்துக் கேளும். இன்னும் கொஞ்ச நாளுதாம்... எலங்கலை போர் முடிச்சிருவாவ. பெறவு தொழிலு அந்தக்காலம் மாரி நடக்கிம். பழயமாரி நீங்க மேசக்காரவலா ஆவ என்ன? நீங்க காலத்த புரிஞ்சவிய. ஒங்களுக்கு நான் சொல்லுறது வெளங்குன்னு நினைக்கன்?”

“எல...” -ஜார்விஸ் கையசைக்க ஜான் வர்க்கீஸ் வேகத்தைக் குறைத்துப் படகை நிறுத்தினான்.

“இந்தப் பயலுவ பேச்செல்லாம் இந்தக் காலத்துக்கும் செரியா வரும்னு நீங்களும் நினைக்கியலா. ஏ ஜார்விஸ் உங்களதாம். பதில் பேசும்.”

ஜார்விஸ் திரும்பிப் பார்த்து வீரகுமாரிடம் கண்ணசைத்துவிட்டு மீண்டும் கடலை நோக்கினார். வீரகுமார் ராஜசேகருக்கு முன்னால் வந்து நின்றார்.

அன்றிரவு வழிபாட்டு நேரம் முடிந்து ஆலயத்திலிருந்து கிளம்புவதற்காகத் தயாராகிக் கொண்டிருந்த ஃபாதர் ரொஸாரியோ ஆலயத்திற்குள் எவரோ ஒருவர் நுழைவதைக் கண்டு யாரென்று கேட்கும் பார்வையில் நோக்கினார்.

"நீங்க ஃபாதர் ரொஸாரியோ?"

"யெஸ் யாரு நீங்க?"

"நான்தாம் ஃபாதர். தெர்லயோ?"

"இருட்டா இருக்குல்ல... கொஞ்சம் கிட்டக்க வாங்க."

"யார்... யார் நீ..."

தலைமுறை தப்பிய நீதியை நிலைநாட்ட வேண்டிய இடத்தில் நின்றுகொண்டிருந்த இருதயராஜ் அவனது கையில் இருந்த துப்பாக்கியின் லிவரை மூன்று முறை அழுத்தினான்.

ஃபாதர் ரொஸாரியோ மார்பு துளைக்கப்பட்டுக் கீழே சரிந்தார். இசக்கி மாண்டுகிடந்த அதே இடத்தில் வீழ்ந்த ரொஸாரியோவைச் சுற்றிக் கருஞ்சிவப்பு நிறத்திலான உதிரப்படலம் ஒன்று உருவாகிப் பரவிக்கொண்டிருந்து.

அவருக்கான தீர்ப்பு தேவனின் காலடியிலேயே எழுதப்பட்டிருந்தது. அவரது மிரட்சியடைந்த விழிகளில் சலனங்கள் அடங்கியபின் வெளியே ஓடிவந்த இருதயராஜ் மதில் சுவருக்கு அருகில் நின்ற இருசக்கர வாகனத்தை எடுத்துக்கொண்டு வேகமெடுத்தான்.

தூத்துக்குடி கடற்கரையை நோக்கித் திரும்பிக்கொண்டிருந்த அந்தப் படகில் ஏத்தனங்களாக எடுத்துச் செல்லப்பட்டிருந்த சங்கிலி, கற்கள், ஒமல் ஆகியவை காணாமல் போயிருந்தன. படகில் ராஜசேகர் அமர்ந்திருந்த இடத்தில் வெறுமை வியாபித்திருந்தது. அந்த வெறுமையின் பொருளைக் கடல் அறியும். அதனை வெளிக்காட்டுவதும், மறைப்பதும் அதனுள் தொலைந்துபோனவர்கள் கொண்டிருந்த அறத்தைப் பொறுத்தே அமையும். கடலிடம் சொல்லவிரும்பாக் கதைகள் ஏராளம் உண்டு. காலம்நெடுக்க அது நேரில் கண்டவை கணக்கிலடங்கா. எவை எவற்றைக் காற்றோடும், நீரோடும் கலந்து செய்திகளாக வெளியேற்றி உலாவ விடவேண்டும், எவை எவற்றைத் தனது மர்ம இடுக்குகளிலேயே அடக்கித் துகள்களாக மட்க வைக்கவேண்டும் என்பதை அது அறிந்தே வைத்திருக்கிறது.

அந்த இரவில் நடுநிசி கடந்திருந்தும் இருதயராஜ் ஒருமுறை கூடத் தனது இமைகளைச் சிமிட்டியிருக்கவில்லை. அவனுக்கு அந்த ஒளி முதலில் ஏதோ ஒரு மாயவித்தையாக இருக்கும் எனப்பட்டது. சப்தமிட்டு அழைக்கவும் அப்போது வீட்டில் அவனோடு எவரும்

இல்லை. மாடி அறையின் கட்டிலில் அமர்ந்து அலமாரிக்குள் கண்களைப் பொருத்தியிருந்த அவனின் உடல் ரோமங்கள் அனைத்தும் சிலிர்த்து நின்றன.

இந்த நொடியில் நதிகள் சமுத்திரத்திலிருந்து பின்சென்று மலைச்சிகரங்கள் நோக்கிப் பாய்கின்றனவா. மரங்களிலிருந்து உதிரும் இலைகள் இப்போது விசும்பு நோக்கி இழுக்கப்படுகின்றனவா. கதிரவன் இனி மேற்கில் முளைத்துக் கிழக்கில் அடங்குமா? காலம் இனி பின்னோக்கி ஓடுமா? இது நிஜமென்றால் உலகின் இயக்கங்கள் அனைத்தும் பிழையானதா? இதனைக் காற்றின் விளையாட்டு எனக் கொள்வதற்கும் வழியில்லை. விரல்களை வைத்து அசைத்தும் அது நிலைகுலையவில்லை. விடிவெள்ளித் துளிர்த்து வந்திருந்தும் அந்தக் காட்சி கலைந்திருக்கவில்லை. அவனது சப்தநாடிகளையும் தன்வசப்படுத்தி சாமி விளக்கு அவ்விரவு முழுமைக்கும் கத்திப் பிடித்ததைப்போல் தலைகீழாகச் சுடர்விட்டுக்கொண்டிருந்தது. அந்த அறையையும், அவனையும் மட்டும் சாட்சிகளாக வைத்துக்கொண்டு அவ்விளக்கு நெருப்பை நீரைப்போல் தரைநோக்கி ஊற்றிக்கொண்டிருந்தது. வானம் வெளுக்கையில் ஒரு சரித்திரச் சூனியம் எரிந்து அடங்கியிருந்தது.

கடலன்னையின் கட்டளைக்கிணங்கி இசக்கியின் காலத்திலேயே அவரிடமிருந்து விலகிச்சென்றிருந்த மங்கம்மாளும், இரட்டை யட்சிகளும் மீதம் வைத்திருந்த தங்களது நிழல்விரிப்புகளை அக்கணத்தில் முழுவதுமாகச் சுருட்டிக்கொண்டனர். மாரியாளுக்கு நிகராக இசக்கி மீது அன்பைப் பொழிந்த இன்னொரு ஜீவாத்மாவான மரியா டிசோஸா இப்போது ஆழ்கடலின் நிசப்தத்தை அருந்திய மங்கையாய், மீள விரும்பாத தேவதையாய், எவரும் காண இயலாத பவளக் கட்டிலில் அயர்ந்து உறங்கச் சென்றிருந்தாள்.

அத்துவானக் கடல்

"லே புள்ள... இப்படி அடிச்சா அவம் எப்போம் சாவ? நல்லா ஒறப்பா அடியல. ஏ மாய்ரியா... நீயும்தான் கொஞ்சம் விட்டுக் கொடேன்."

இந்தியப் பெருங்கடலின் பாரிய நீர்ப்பரப்பில் சிறு துரும்பாய் அசைந்துகொண்டிருந்த அந்த விசைப் படகிலிருந்து ஜான் வர்க்கீஸின் மாமா இருதயராஜை நோக்கிச் சப்தம் எழுப்பினார். அவர், ஜான் வர்க்கீஸ், இன்னொரு மீனவர் மூவரும் இணைந்து இரண்டாள் உயர மேச்சுறா ஒன்றைக் கவ்வியிருந்த இரும்புக் கொண்டியையும், கயிற்றையும் இழுத்துப் பிடித்தபடி நின்றிருந்தனர். படகின் பாதி உயரத்தில் தொங்கியபடி அச்சுறா தன்னை விடுவித்துக்கொள்ளப் போராடிக்கொண்டிருந்தது.

"என்னல இவம். செவுத்துள்ள ஆளு எவனும் இல்லையா. எலே ஜூடு அடியம்ப நீ வாங்கி அடில."

தடியை உயர்த்தியபடி யோசனையோடு நின்றிருந்த இருதயராஜிடம் எரிச்சல்பட்டு அவர் மற்றொருவரை அழைத்தார். வேண்டாம் என்று மறுத்துவிட்டு இருதயராஜ் இப்போது இன்னும் பலமாக அச்சுறாவின் மண்டையில் அடித்தான். ஒவ்வொரு அடியிலும் அதனிடமிருந்து வெளிப்பட்ட எதிர்ப்புணர்வு அவனது கரங்களை ரோசம் கொள்ளச்செய்திருந்தது.

சாகிற நிலையிலும் அது அவனிடம் இரக்கத்தை யாசிக்கவில்லை. தனது கலங்கமில்லாத விழிகளைக் கொண்டு அது அவனை துச்சமாகப் பார்த்தது. அதைக் கொல்கிற இடத்தில் நின்ற அவனிடம் வெறும் கொலைசெய்யவேண்டிய கடமை மட்டுமே மீந்திருந்தது. அது அவனது கரங்களால் இறக்கும் இரண்டாவது சுறா. மாண்டநிலையில் அது படகில் ஏற்றப்பட்டபோது அவனிடமிருந்த வன்முறை உணர்வுகள் அனைத்தும் உப்புச் சப்பற்றுப் போயிருந்தன. எத்தனை வலிய வீரனுக்கும் வீழ்ச்சியுண்டு என்பதைப் படகின் மீன் அறையில் விரைத்துக்கிடந்த சுறாக்கள் ஒவ்வொன்றும் கூறின. எனினும் அவற்றின் கண்களில் ஈரம் கசிந்திருக்கவில்லை. இறப்பென்பது அவற்றிற்கு மறுபிறப்பு எடுத்துவந்து அடுத்த வேட்டையைத் தொடங்குவதற்கு முன்பான

ஓய்வுநேரம். இந்தியப் பெருங்கடல் சுறாக்கள் வாழ்வு மீதான இன்னொரு பார்வையை அவனுக்கு வழங்கிக்கொண்டிருந்தன.

ஜான் வர்கீஸுக்கு மேச்சுறா, வால் சுறா போன்றவை மீதெல்லாம் பெரிய நாட்டம் இல்லை. அவனுடைய கண்கள் அவனது அப்பாவை ஊனமாக்கிய வரிப்புலியன் சுறாவை எதிர்நோக்கிக் காத்திருந்தன. ஒவ்வொரு சுறா வேட்டைப் பயணத்திலும் அதனை அவன் ஒரு தவம்போல் எண்ணினான். கடல் தொன்மத்தின்படி வரிப்புலியன் சுறாக்கள் மரணிப்பதே இல்லை. அவற்றில் அத்தனையும் நகல் எடுத்ததைப் போல் ஒற்றைக் குணம் படைத்தவை. அவற்றில் எது ஒன்றை வீழ்த்தினாலும் அது தன்னால் பழிதீர்க்கப்பட வேண்டிய சுறாதான் என்று அவன் கருதினான். அதனோடு நேருக்கு நேராக மோதவேண்டும். புலியின் வரிகளை உடைய அக்கொடுஞ்சுறாவை குத்திக் கிழித்து அதன் உடலைத் தனது அப்பனின் காலடியில் கொண்டுசென்று போடவேண்டும் என்கிற வேட்டல் அவனது வாழ்வைத் தக்க வைத்திருந்தது.

நெய்தல் நிலத்து ராஜாளிகள் எதற்கும் துணிந்தவை. அதிலும் இளமைப் பருவத்தில் இருப்பவை சீற்றம் குறையாதவை. அவைத் தனது கூரிய நகங்களும், அலகுகளும் மழுங்கும் வரை எல்லாவற்றோடும் இரண்டில் ஒன்று போட்டுப் பார்க்கவே நினைக்கும். கூண்டில் அகப்பட்டால் தனக்கு என்ன நேரும் என்பதைப் பற்றிக் கூட அவை கவலைகொள்வதில்லை. அதேநேரத்தில் மூப்படைந்த கொன்றுண்ணிகளால் அவ்வாறு விரைத்து நிற்க முடியாது.

ஜார்விஸால் சார்லஸைப் போல் இருக்க இயலாது. இன்னொரு தலைமுறையைக் கரைசேர்க்க வேண்டிய கடமை அவரது தோள்களில் ஏறியிருந்தது. அதன் காரணமாக இருதயராஜ், சார்லஸ் என்கிற இரு கொலைகாரப் பறவைகளுக்கு ஒரு கட்டாய வலசைக் காலத்தை உருவாக்கி அதற்கான இடத்தையும் அவர் காண்பித்திருந்தார். தனக்கிருந்த தொடர்புகள் வழியே சார்லஸை கொச்சின் துறைமுகத்திற்கு அனுப்பி அங்குள்ள பண்டமாற்று நிறுவனமொன்றில் அவனைப் பணியில் சேர்த்துவிட்டிருந்தார். தனது அப்பாவின் கடனை அடைத்துவிட்டுச் சொந்த ஊருக்கு திரும்பத் தயாராக இருந்த ஜான் வர்க்கீஸோடு பாதிரியார் கொலை வழக்கில் தேடப்பட்டு வந்த இருதயராஜ் இணைந்துகொண்டான். அவன் புத்தன்துறைக்கு அடைக்கலம் தேடி வந்து அதன்

தொடர்ச்சியாய் ஆழ்கடல் சுறா வேட்டைக்குச் செல்ல ஆரம்பித்து அன்றுடன் ஆறேழு மாதங்கள் நிறைவடைந்திருந்தன.

அரபிக்கடல் வாழ்வு என்பது அவன் கற்பனை செய்ததைப் போல் இல்லை. அது மன்னார் கடற்பரப்பைப் போல் பகுமானம் நிறைந்தது அல்ல. அங்கு பொழுது புலருகையில் திரைபுகுந்துவிட்டு இரவு கவிழ்கையில் கரை திரும்ப இயலாது. ஐந்து தலை நாகங்கள் பெருங்கூட்டமாகப் படையெடுத்து வருவதைப்போல் பொங்கிவரும் குமரிக் கடல் அலைகளின் மீது நின்று கரைத்தொழில் பார்ப்பது கடவுளுக்கும் சாத்தியப்படாத ஒன்று. ஆழ்கடலை மட்டுமே நம்பி வாழும் குமரிக்கடலோடிகள் கடல் உயிரினங்களில் ஒன்றாவர். மாதக்கணக்கில் கடலுக்குள் வசிக்கும் அவர்கள் நிலத்தைப் பார்ப்பது என்பது நீலத் திமிங்கலங்கள் கரை ஒதுங்குவதைப் போல் அரிதானது. வெறுமை சூழ்ந்த நீர்ப்பரப்பின் மீது தலைமறைவாகியிருந்த இருதயராஜிற்கு ஆழ்கடல் பழக பல பொழுதுகள் தேவைப்பட்டன.

ஒருதிசையிலிருந்து திசுக்களைப் பொசுக்கும் வெயில் என்றால் இன்னொரு திசையிலிருந்து காற்று வந்து கொட்டிப்போகிற குளிர்மழை, சட்டென்று பகலை இரவாக்கிவிடுகின்ற கரியநிறப் பேய் மேகங்கள், இரவில் பகல்போல் வெளிச்சம் உமிழ்ந்துகிடக்கும் கடல், உயிரை அச்சுறுத்தும் விதத்தில் நீடித்திருக்கின்ற மௌனம், மறுவிநாடியில் சித்தம் கலங்கச்செய்யும் அளவிற்குத் திரண்டு உயர்ந்து ஓசையெழுப்பும் அலைகள் என மலையளவு ஆழம் பொருந்திய இந்தியப் பெருங்கடலும், எல்லையற்ற நீளம்கொண்ட அரபிக்கடலும் அவனுக்கு ஒவ்வொரு நாளும் ஒவ்வொரு விதமான சோதனைகளை வழங்கிக்கொண்டிருந்தன.

அது பிழைத்திருப்பதற்கான இடமல்ல. மரணமே அங்கு இயற்கைத் தத்துவம் என்பதை அவனது உயிர் உணர்ந்த பின்னர் ஆழ்கடல் அவனுக்குச் சற்றுப் பழகியிருந்தது.

> *"...எறி சுறா வான் மருப்புக் கோத்து, நெறி செய்த*
> *நெய்தல் நெடு நார்ப் பிணித்து யாத்து, கை உளர்வின்*
> *யாழ் இசை கொண்ட இன வண்டு இமிர்ந்து ஆர்ப்ப,*
> *தாழாது உறைக்கும் தட மலர்த் தண் தாழை*
> *வீழ் ஊசல் தூங்கப் பெறின்."*

கடலில் மீனினம் கூட்டமாகச் சேர்ந்து சுறாவைக் கடிக்கும்போது சுறா அம்மீன் கூட்டத்தை மொத்தமாக வீழ்த்தும். அத்தகைய சுறாவை வேட்டையாடுபவன் என் தலைவன். அவன் வேட்டையாடிச் சேர்த்த சுறாவின் கொம்பைக் கொண்டு, நெய்தற்கொடியால் பிணைத்து, யாழிசையைப் போல் ஓசையெழுப்பும் வண்டுகள் நறுமண மயக்கத்தில் பறக்கும் தாழைமரத்தில், எனக்காக ஊஞ்சல் அமைப்பாயாக தோழி. தலைவன் வேட்டையாடிய சுறாக்கொம்பில் அமர்ந்து தாழை மணத்தைச் சுவீகரிப்பதன் மூலம் அவன் பிரிவுத் துயரிலிருந்து கொஞ்சமேனும் நான் ஆற்றிக்கொள்ளக்கூடும் என மெர்லின் சங்கத்தமிழ் பாக்கள் வழியாக முற்றிலுமாகத் தொடர்பற்றுத் தொலைந்து போயிருந்த இருதயராஜை மீட்டுக் கொண்டிருந்தாள்.

சொத்து சுகங்கள் இருந்தும் அப்பனுக்குக் கடமை ஆற்றியதன் விளைவாய் மடகாஸ்கர் வரை கூலியாளாய்ப் பயணித்துக் கடலின் விரிவை அளந்து பார்த்துக்கொண்டிருந்த இருதயராஜிற்குத் தனது உணர்வுகளைக் கொட்ட எத்தமிழும் அகப்பட்டிருக்கவில்லை. நாளடைவில் அவன் தலைவிக்கு நிகராகப் பிரிவின் துயரைப் பருகிவாழும் தலைவனாக உருப்பெற்றிருந்தான். பகலில் வெண்ணிற மேகங்களில் அவளது அங்கங்களை வடித்துப்பார்த்தான்.

கழுத்து, கொங்கை, தோள்பட்டை, தொப்புள், பிருட்டம் என அவை அவனுக்குச் சுகமூட்டின. மீன் அறையில் கிடந்த சுறாக்களின் உடலானது அவளது தேக வழுவழுப்பை நினைவூட்டின. அந்திவரையிலான நேரம் அமிலமாகக் கொதிக்கும் ஆசை நரம்புகளுக்கு என்றால், இரவு அன்பிற்கானது.

யாமத்தில் நட்சத்திரங்களை அவள் முகவடிவில் இணைத்து அதனோடு காதல் உரையாடல் வைத்துக்கொள்ளவேண்டி வானம் பார்த்துக்கிடந்தான். அவள் பல வடிவங்களை எடுத்தாள். திருவாதிரை வெள்ளியாகி மையல் நடனம் புரிந்தாள்; சிலுவை வெள்ளியாகி கருணையுடன் பிரகாசித்தாள். சில இரவுகளில் நிலவாகிக் கதைகள் கூறினாள். அவள் ஒரு பேருருவானாள். அவளே விசும்பானாள். அதன் வழியே அவனுக்கு ஈடாக அவளும் உரையாடினாள். சிரித்தாள். கண்ணீர் சிந்தினாள். இரவின் துகள்கள் வழியே நேசத்தைப் பொழிந்தாள்.

சுறாத் தொழிலில் ஜான் வர்க்கீஸின் மாமா கடுமையான வார்த்தைகளைக் கூறிப் பேசும்போது கூட அவன் தனது குடும்பச் செருக்கை எண்ணிப் பார்ப்பதில்லை. மேசைக்கார வீட்டின் வாரிசு

என்கிற நினைப்பெல்லாம் அவனது உடலின் ஓர் அசைவிலும் வெளிப்படுவதில்லை. அவனது பெருமிதங்கள் மறைந்திருந்தன. அல்லும் பகலும் வதைத்தெடுக்கும் கடல்வாழ்வில் கிடைத்தவற்றை உண்டு, பீடி புகைத்துக் கிடந்தவனுக்கு எல்லாமும் அற்பமாகத் தெரியத் தொடங்கியிருந்தது. உடலுக்கு ஓர் அழுக்குச் சாரம் மட்டும் போதுமானதாக இருக்கின்ற அந்நாள்களிலும் அவனது மனம் பரிபூரணமாகத்தான் இருந்தது. இந்த வாழ்வு நிலையற்றது. இதில் எடை மலிந்து மிதப்பதே சுகம். ஆடம்பரங்கள் சுமையாகத் தெரியத்தொடங்கும் நிலை ஒரு பெருந்தவத்தின் விளைவு. அது எல்லோருக்கும் வாய்ப்பதில்லை. கடல்த்தாய் அந்த வரத்தினை அவனுக்குக் கையளித்திருந்தாள். தானும் தனது அப்பாவைப் போல் எளிமையினுள் புதைந்திருக்கும் நிம்மதியைத்தான் தேடுகிறோமோ என எண்ணினான். அந்த எண்ணத்தில் அவன் நிறைவுகொண்டான்.

அந்த உள்ளொளியைக் கண்டுகொண்டபிறகு அவன் இசக்கியைப் புறவுலகில் தேடவேயில்லை.

கந்தகக் காலம்

பாதங்களைப் பொசுக்கி, விழித்திரைகளைச் சுட்டெரித்த அக்கோடை அனல்வேளையில் கடற்கரையில் நின்றிருந்த நஞ்சுண்டானின் கண்கள் கடல் மொத்தத்தையும் விழுங்குவதைப் போல் விரிவடைந்திருந்தன. அவர் கடலுக்கு அப்பால் இருக்கும் நிலத்தைக் காண்பது போல் பார்வையைத் தொலைவில் செலுத்திக் கொண்டிருந்தார். அவரது உள்ளத்தில் இருந்த நம்பிக்கைகள் எல்லாம் ஏற்கெனவே சிதைந்திருந்தன. அத்தனைக் காலமாக வலது தோளில் துப்பாக்கித் தோட்டாவையும் அதற்குமேல் ஒரு சரித்திரப் பெருங்கனவையும் சுமந்து மிடுக்குடன் உலா வந்தவர், கடல்கடந்து வந்துகொண்டிருந்த கந்தகக் காற்றை நுகர்ந்து கலக்கமுற்று நின்றிருந்தார்.

வீழ்ச்சிப் படலத்தில் ஒவ்வொரு நொடியும் கணக்கில் கொள்ளப் படும். ஊரின் அழிவில்தான் கணங்கள் முடிவில்லாதவை என்பதை அறிய முடியும். மரண ஓலங்களுக்குக் காற்றின் கரங்கள் கூட தேவைப்படுவதில்லை. அவை காலத்தின் நுண்காந்த அலைகளோடு

கடத்தப்படுவை. அவை அழுதவர்கள் ஓய்ந்தபின்னரும் நீண்டு ஒலிப்பவை.

இலங்கையில் நடைபெற்றுவந்த இனப்போராட்டத்தில் இறுதிப் போர்ச்சங்கு ஊதப்பட்டிருந்தது. பாக் நீரிணைத் தொடங்கி மன்னார் வளைகுடாவின் தென்கிழக்கு அலைவாய்கள் வரையிலான இடங்கள் இந்தியச் சர்க்காரின் மிக நெருக்கமான காவல் வளையத்திற்குள் கொண்டு வரப்பட்டிருந்தன. கிழக்குக் கடற்கரைச் சாலை முழுவதும் சோதனைச் சாவடிகள் நிறுவப்பட்டு கசகுநிலை வியாபித்திருந்தது.

போரில் மரணிக்கப்போகிறவர்களுக்குத் தப்பிவர வாய்ப்பாகி விடுமோயென தூத்துக்குடியிலிருந்து கொழும்பு நோக்கிச் சென்று வந்துகொண்டிருந்த தோணிகள் மொத்தமும் நிறுத்தப்பட்டிருந்தன. நஞ்சுண்டான், வல்தாரீஸைப் போன்ற எண்ணற்ற தரைவாழ் ஓங்கில்களின் உதவியோடு கடல்வழியே செல்லயிருந்த உணவுப் பொருட்களும், மருந்துப் பொருட்களும் முடக்கப்பட்டன.

அதிகாரத்தின் கைகளுக்குள் சிக்கிய குருதிப்பைகள் ஒரு விளையாட்டு நிகழ்வைப் போல் பிய்த்து வீசப்பட்டன. ஒருதாய் பெற்ற இருநில மக்களை அதுவரை இணைத்துக்கொண்டிருந்த வெண்மணல் பகுதிகளில் புலிதேடும் படலம் தீவிரம் பெற்றிருந்தது. நிகழ்வது யுத்தமல்ல அது பால்மணம் மறையாத தேசத்தின் மீது சாத்தான்கள் பதிக்கின்ற கீறல், ஒருவனைப் பலர்சேர்ந்து வதைக்கின்ற பேடைத்தனத்தின் பாரிய வடிவம் என்பதைத் தமிழ் நெஞ்சங்கள் உணர்ந்துகொள்வதற்குள் அது நடந்தேறியிருந்தது. தீக்குளிப்புகள், கண்ணீரினால் கூட்டப்பட்ட பேரணிகள், போராட்டங்கள் என எல்லாமும் பயனற்றுப் போயிருந்தன.

எட்டு வைத்துச் செல்லும் தொலைவில் இருந்தும், குருதி வாடையைக் காற்று சுமந்துவந்து கொட்டியும் தமிழர்கள் கரம்நீட்டி உதவ வழியற்றவர்களாய் நின்றனர். பாஸ்பரஸ் குண்டு, கொத்துக் குண்டு, புதிதாகப் பரிசோதனை செய்யப்படவேண்டிய நச்சுக் குண்டு என தமிழ்த்தாய் உடலின் மீது விழுந்த குண்டுகளை எண்ணி முடிக்கமுடியாது.

உறுப்புகள் அறுபட்ட ஆண் உடல்கள். மர்மத் துவாரங்களில் துப்பாக்கி முனையின் துருகளைக் கொண்டிருக்கும் பெண் உடல்கள். பள்ளிச்சீருடைகளோடு இருக்கின்ற சிறார் உடல்கள். தாயின் வயிற்றிலிருந்து விரலை மட்டும் வெளிநீட்டிய சிசுக்களின்

முழுமைபெறாத பிஞ்சு உடல்கள் என நிலமெங்கும் பிண்டங்கள். மாந்தர்களைப் புதைக்கவே இடமில்லை எனும்போது ஜீவனுற்றுக் கிடக்கும் ஆடு, மாடுகள், நாய்க்குட்டிகள் எங்கு சென்று புதையும். மனிதர்களோடு மனிதர்களாக அவையும் வெட்டவெளியில் கிடந்து நாறின. ஞாலம் பார்க்க வைகாசி ஐந்தாம் நாளில் தமிழ்க்கூறும் நல்லுலகம் பரந்துவிரிந்த பிணவறையாக மாறிக்கிடந்தது.

கனவுகள் சிதைக்கப்பட்ட மனிதர்களின் உள்ளத்தில் எரியும் நெருப்பைக் கொண்டு உலகையே தீக்கறையாக்கலாம். உடல் தளர்ந்து மனம்வெம்பி வயதின் காரணத்தினால் அழக்கூட வாய்ப்பற்றுப் போயிருந்த நஞ்சுண்டானின் வாழ்வு அக்காலத்தில் பெரிய மாற்றங்களைக் காணத் தொடங்கியிருந்தது.

வாழ்வுச் சக்கரம் அச்சுப் பிசகிச் சுழல்வதை ஏற்றுக்கொள்வதற்கும் ஒரு வயது எல்லை உண்டு. தந்தங்கள் நீக்கப்பட்டு, கோவிலில் கட்டி வைக்கப்பட்ட பின் யானையென்பது வெறும் பாறைச் சிற்பம்தான். காடுகளை அளந்த அதன் கால்கள் கோவில் கல் மண்டபத்திற்குக் கூடுதல் தூண்கள் மட்டுமே. அது தனது துதிக்கையின் பலத்தையெல்லாம் துறந்து, ஊர் அதிர எழவேண்டிய பிளிறலைத் தொண்டைக்குள்ளேயே புதைத்து வாழ்நாள் மௌனத்தைக் கடைப்பிடித்தாக வேண்டும். அதன் உயிரானது ஒட்டமெடுக்கமுடியாத தொடைகளுக்கு மேல் பெயரளவில் எஞ்சியிருக்கும்.

சங்கிலியில் பிணைக்கப்பட்டதைப்போல் நஞ்சுண்டானும் ஒரு குறுகிய எல்லைக்குள் நகர்ந்துகொண்டிருந்தார். பதின்ம வயதிலிருந்து துப்பாக்கிகளோடும், வெடி குண்டுகளோடும் புழங்கிய மனிதருக்கு இப்போது ஒரு தீக்குச்சியின் உரசலில் எழும் ஓசையைக் கேட்கக்கூடத் துணிவில்லை.

சிவப்பு நிறத்தைக் கண்டாலே உடல் வியர்த்து மூர்ச்சையாகிவிடும் அளவிற்குத் துவண்டு போயிருந்தார். கொடிய வாசமாய்ச் சிவப்பு அவரது நாசியில் அகற்றமுடியாமல் படிந்திருந்தது. போருக்குப் பின்னால் வந்த ஆண்டுகளில் கானல் நீரைப்போல் கண்களுக்கு முன் தெரிந்த நம்பிக்கையை விரட்டியபடி கரங்களில் ‘நீதி வேண்டும்’ என்று எழுதப்பட்டிருந்த பதாகைகளை ஏந்திக்கொண்டு தமிழகம் முழுவதும் சுற்றித்திரிந்தார்.

அந்தப் புதுநம்பிக்கையை விதைத்துக்கொண்டிருந்தவர்களுக்குப் பணம் ஓர் இடையூறாக இருந்தபோதெல்லாம் தோள்பட்டையைத்

தடவியபடி எதை விற்கலாம் என்று யோசித்தார். அவரது கார் அந்தவகையில் போய்ச் சேர்ந்திருந்தது. மெட்ராஸில் நடைபெறும் கூட்டத்தில் பங்கெடுத்துவிட்டு அந்த இரவே பேருந்தேறி மதுரை கூட்டத்திற்குச் செல்வது அவருக்குக் கடினமாக இருக்கவில்லை. தடியடி வாங்கி இரத்தம் கட்டிய காலுடன் நடக்கும்போது 'விண் விண்' என்று வலி தெறிக்கும். வீக்கம் வடியும் வரை எங்காவது ஓய்வு எடுத்துக்கொள்வார். தஞ்சையில் நடைபெற்ற ஆர்ப்பாட்டத்தில் தசை பழுக்க விழுந்த அடிகள் வாழ்வில் முதல்முறையாக அவரைப் புறமுதுகிட்டு ஓடவைத்திருந்தது.

ஒரே வேட்டியை ஐந்து நாள்களுக்குத் தொடர்ந்து அணிவது அவருக்குப் பழகியிருந்தது. வாயில் வைக்கமுடியாத உணவு வகைகளை உண்டு, கிடைக்கின்ற இடத்தில் படுத்து, மனைவி மக்களை மறந்து, போராட்டங்களுக்கு நேர்ந்துவிடப்பட்ட சித்தரைப் போல் ஊர் ஊராகச் சுற்றித்திரிந்தார். தனக்கு ஒரு குடும்பம் இருக்கிறது என்பது எப்போதாவது அவரது நினைவுகளில் எழுவதுண்டு. சிறைப்படுவதும் வெளியாவதும், மறுநிமிடமே போராட்டச் செய்திகளைத் தெரிந்துகொண்டு அங்கு விரைவதிலுமே அவர் மேலும் சில ஆண்டுகளைக் கரைத்திருந்தார்.

புலிகளிடமிருந்து பசிதாங்கும் பண்பைப் பெற்றிருந்த வல்தாரீஸைப் போர் அவ்வளவு அழுத்தமாக உடைத்திருக்கவில்லை. உடலிலும் மனதிலும் ஏராளமான இளமையை மீதம் வைத்திருந்த அவனுக்கு உள்ளக்கொதிப்பை வடித்துக்கொள்ள வேறொரு களம் வசப்பட்டிருந்தது. இடிந்தகரையில் அமைக்கப்பட்டிருந்த அணு உலை எதிர்ப்புப் போராட்டப் பந்தலுக்குள் அவனும் ஒருவனாய்ப் போய் அமர்ந்திருந்தான். என்றாவது அவன் தூத்துக்குடிக்கு வரும்போது அவனது பாதை மாறியிருக்கிறது, இது தொடர்ந்தால் அவனை இனி அமைதியான வாழ்வுக்கு மீட்கமுடியாது என சகக் கடலோடிகள் எடுத்துக் கூறுவர். அவன் செவி சாய்க்கமாட்டான்.

அவனுக்குத் தன்னைப் பற்றிச் சிந்திக்க நேரம் இல்லாமல் போயிருந்தது. தான் என்கிற தற்காப்பு உணர்வு அவனுள் மழுங்கிக்கொண்டே வந்தது. அவனது தாத்தா ஜெரோமைப் போல் அவனும் மெல்ல மெல்ல அறத்திற்காகச் சுயத்தை வதைத்துக்கொள்பவனாய் மாறிக்கொண்டிருந்தான்.

நடுநிசியில் கிடைத்த விடுதலை

“ஏங்க அங்க என்ன பண்றிங்க. பேசாம வந்து படுங்க.”

அவ்விரவில் உறக்கம் தொலைத்து சன்னலருகே நின்றுகொண்டிருந்த நஞ்சுண்டானைக் கண்டு மீனாம்பாள் எரிச்சலடைந்தார்.

“புழுக்கமா இருக்கு.”

“எதாவது சொல்லிகிட்டு இருங்க.”

“சரி நீ தூங்கு கொஞ்ச நேரம் காத்தாட திண்ணைல உக்காந்துட்டு வரன்.” நஞ்சுண்டான் அறையிலிருந்து வெளியேற முற்பட்டார்.

“எங்கயாவது சிகரெட்டு மறைச்சு வைச்சிருப்பிய. ஒடம்புதான் முடியலயே. கேட்டாதான் என்ன?”

“ஏ அதெல்லாம் இல்லடி.” மீனாம்பாளைச் சமாதானம் செய்து விட்டு நஞ்சுண்டான் திண்ணையில் கிடந்த நாற்காலியில் வந்து அமர்ந்துகொண்டார். மற்ற இரவுகளைப் போல் இதுவும் நினைவுகளைத் திரையிடும் ஒரு துன்பமான இரவென்று கருதி வெறுமையில் உழன்றார். ஆனால் அவ்விரவு வேறொரு அழுத்தமான முடிவை ஏற்கெனவே எடுத்திருந்தது. அது அவருக்கு விடியலைத் தரும் முடிவில் இருப்பதாக அவரது செவிகளுக்குள் சேதி ஓதியது.

சட்டென்று அவரது மார்பில் உதித்த ரணம் முதலில் தோள்பட்டைக்கும் பிறகு மேலுடலின் ஒவ்வொரு உறுப்புகளுக்கும் பரவிக்கொண்டிருந்தது.

“ஏ... ஏட்டி... லேய் தம்பி..” குரலெடுத்துக் கத்த முயன்றவருக்குத் தடையாய் நுரையீரல் தொண்டையில் ஏறி நின்று இறுக்கியது. வாயைத் திறந்து மூச்சை உள்ளே இழுக்க முயன்றார். அவரது உடலின் ஒவ்வொரு ரோமமும் வியர்வைத் தீரத்தில் நனைந்திருந்தது.

வயிற்றைப் பிடித்தபடி பலமுடன் இரண்டு முறை தும்மியதும், மார்பின் வலி சற்று குறைவதைக் கண்டார். காற்று திடீரென்று சில்லிட்டது. அதுவரை அவரது முகத்தில் நிலைகொண்டிருந்த அதிர்வு மெல்ல மெல்ல விலகிக்கொண்டிருந்தது.

உலர்ந்துபோயிருந்த அவரது விழிகளில் காரணமின்றிக் கண்ணீர் பெருக்கெடுத்து. ஓங்கி ஒலிக்கவேண்டிய ஒரு பேரழுகை புன்னகை வடிவில் மலர்ந்து அவரது கன்னங்களில் துடித்துக்கொண்டிருந்தது.

ஆண்டுகளுக்கு முன் அவரது உடலிலிருந்து வழிந்தோடிய உயிரை அடைத்து நிறுத்திய அத்தென்திசைக் காற்று மீண்டும் அது வந்த இடத்திற்கே திரும்பப்போவது தெரிந்தும் அவர் வருந்தவில்லை. ஊற்றெடுத்து வழிந்தோடிய வியர்வை இப்போது முழுவதுமாய் அடங்கியிருந்தது. மார்புக்கூட்டிலிருந்து வெளியேறிக்கொண்டிருக்கும் காற்றுமுடிச்சு இனி உள்செல்லப்போவதில்லை என்பதை அறிந்தும் அவரது உடலில் நடுக்கம் ஏற்படவில்லை. தலைநிமிர்த்தி அமர்ந்து கண்களை அகட்டினார். அவரது பார்வையில் அப்போது மரணத்தின் மீதான ஏளனம் வெளிப்பட்டது. குருதிப் படையலுக்கு முன் வீற்றிருக்கும் காவல் தெய்வத்தின் தோற்றத்தில் நெஞ்சை உயர்த்தி, தொண்டையைச் செருமி இருமுறை உருமினார். மீண்டும் தன்னை ஒரு வீரனாக உணர்ந்து அவர் அங்கு பெருமிதத்துடன் அமர்ந்திருந்தார்.

“ஏங்க... எவ்வளவு நேரம் உக்காந்திருப்பிங்க. தூங்கலயா. வாங்க. டேபிள் ஃபேன கிட்ட எடுத்து வைக்கிறேன்.”

நஞ்சுண்டானை அழைக்க மீனாம்பாள் திண்ணைக்கு வந்தார்.

“ஏங்க... ஏங்க இங்க பாருங்க. ஏன் இப்படி உக்காந்திருக்கிங்க. காதுல விழுவுதா இல்லையா? வெந்நீர் போட்டுக் கொண்டுவரவா. எழுந்து வாங்க. ஏங்க... ஏங்க இங்க பாருங்க. எனக்கு மாரெல்லாம் பாயுதுங்க. பதில் சொல்லுங்க.”

“ஏய் தமிழு... தம்பி இங்க வாடா... அப்பாவ வந்து பாருடா..”

“ஐயோ... ஐயோ... ஐயோ... ஐயோ... ஐயோ... அப்போவ்...”

ஒரு மரபின் மீள் சாரல்

சித்திரைக்கும், வைகாசிக்கும் தான் சளைத்தது அல்ல என ஆனியும் அதன் பங்கிற்கு வெப்பமழை பொழிந்துகொண்டிருந்தது. தூத்துக்குடியின் சூழல்மாற்றத்தோடு இனி மின்விசிறிகளால் போட்டியிட இயலாது. புதிதாகக் குளிர்சாதன வசதி

பொருத்தப்பட்டுப் பழமையின் அடையாளமாய்த் திகழ்ந்த அந்த அம்பாசிடர் கார் கிழக்குக் கடற்கரைச் சாலையில் சென்றுகொண்டிருந்தது.

கவலைசூடிய பார்வையுடன் ஓட்டுநர் இருக்கையில் அமர்ந்திருந்த இருதயராஜின் உடல் ஒரு கத்தியைப்போல் நன்றாக இளைத்து நேர்கண்டிருந்தது. அவன் முகமெங்கும் கேசம் மண்டி அடையாளம் தெரியாதவனாய் மாறியிருந்தான். தலைமுடி தோள்பட்டை மீது படர்ந்து அசைந்து கொண்டிருந்தது. காரில் அவனருகில் உட்கார்ந்திருந்த ஜார்விஸ் அவனது எரிச்சலடைந்த முகத்தைக் காண மனமின்றிச் சாலையை நோக்கியிருந்தார்.

நான்கு ஆண்டுகளுக்குப் பிறகு அன்று தூத்துக்குடி திரும்பியிருந்தவனால் அரைமணிநேரம் கூட வீட்டில் அமரமுடியவில்லை. ஜார்விஸ் வீட்டிற்கு வந்து அவரைக் கிளம்பச்சொல்லி அவசரப்படுத்தினான். அவனது சன்னியாசத் தோற்றத்தைக் கண்டதும் மெர்லினுக்கு அழுகை பீறிட்டது. காலத்தைச் சபித்து அதனையும் அவள் மறைத்துக்கொண்டாள். கட்டித்தழுவி அவனைத் தனக்குள் புகுத்திக்கொள்ள வேண்டும் என்று தவித்தாள். அவளைக் கண்டு மருகும் நிலையில் அவன் இல்லை. பிரிவுப் படலத்தையும்விட மேலான ஒரு கொடுந்துயரம் அவனை வாட்டியமையால் சாவகாசமாக அவளைப் பார்த்துக்கொள்ளலாம் என ஜார்விஸை அழைத்துக்கொண்டு வெளியே வந்தான்.

தொண்டி நெருங்குகிற வரை அருகில் அமர்ந்திருந்த ஜார்விஸிடம் ஒரு வார்த்தையைக் கூட அவன் உதிர்க்கவில்லை. நஞ்சுண்டானின் இறுதி ஊர்வலம் நடந்த நாளில் அவன் மணமேல்குடிக்கு வந்திருந்தால் கண்டிப்பாகக் காவல்துறையிடம் அகப்பட்டிருப்பான் என எண்ணித்தான் ஜார்விஸ் அச்செய்தியை அவனிடம் கொண்டு செல்லாமல் விட்டிருந்தார். அத்தோடு அவன் கடலுக்குள் சென்று கரைதிரும்புவதற்குள் நஞ்சுண்டானின் படத்திறப்பு நிகழ்வே நிறைவுற்றிருந்தது. தனக்கு இத்தனைத் தாமதமாகத் தகவல் வந்துசேர்ந்ததில் உண்டான வெறுப்பை யாரிடம் காட்டுவது எனத் தெரியாமல் அவன் அதை ஜார்விஸ் மீது கொட்டினான்.

“எல. வண்டிய ஓரமா நிறுத்து. தல வலிக்கி. சுருட்டு ஒன்னு பிடிச்சிக்கிறன். பறந்த் பறப்புல நானும் ஒன்னுஞ்சாப்பிடல. அந்தப் பையில ஒன் மாமி மக்ரூனும். அவுலும் கிளரி வைச்சாபாரு.”

“நீ தின்னு மாமா. எனக்கு வேணாம்.”

“எல. சின்ன பிள்ளையா நீ. இப்பமே எனக்கு நெருடலாதான் இரிக்கு. எத்தன செக் போஸ்ட்டுனு பாரு. வரப்ப வண்டிய உள்நாட்டுவழியா விடு.”

“எல உன்னதாம். நிறுத்து. இப்பம் நான் ஒன்னுக்குக் கூட பேயவேணாங்கிறியா?”

“கடைத்தெருவா இருக்கி. இங்கனயே பேயிவியா. இரு கொஞ்சம் தாண்டி நிறுத்துதன். நீ என்னச்சொன்னாலும் நீ செஞ்சத ஏத்துக்க முடியாது மாமா. அவிய எப்படி எனக்கு. ஒனக்கு என்னா தெரியும். நீயாவது போனியா மொத. இல்ல பொய் சொல்லுறியா.”

“சரி ஒன்னுல்ல வண்டிய நிறுத்திட்டு வல்தாரீஸுக்குப் போனடி. நானும் அவனும் போனமான்னு மட்டும் கேளு.”

“போய் சும்மா தலைய காட்டிட்டு வந்திருப்பிய..”

“பெறவு நாம என்னடே செய்ய. அவிய மொற வேற. அடக்கச் செலவ எல்லாம் அவிய சொந்தத்துலதான் பாப்பாவ. என்ன பேசுற. எல்லாத்துக்கும் துட்ட நீட்றதே மொத மரியாத இல்ல. அவிய என்ன பஞ்சமான குடும்பமா?”

“இப்போம் சிரமப்படுறாவ. நாம அனிதாக்கா கல்யாணத்துக்குப் போனத வைச்சே பேசுத. நான் அங்கன இருந்தப்பதான் தெரிஞ்சுது.”

“நஞ்சுண்டான் நம்மல மாரி சம்மாட்டி இல்லடே. அப்பம்லேந்து நெலம்தாம் மெயினா இரிக்கனும். குடும்பத்த பாத்தா அப்படிதாம் இருக்கி. இப்பம் அவிய மவன்தான் அவிய லாஞ்ச்சுல மன்றாடியா ஓடுதான் போல.”

“அப்படியா. என்ன சொல்லுத?”

“ஆமா அடக்கத்துக்கு வந்த ஆளுக்க பேசிக்கிட்டாவ. அந்தக் கட்சிக்காரரு... கோட்டயரசன் நமக்கு ஒருவகைல தெரியும். நல்ல மனுசன். மரியாதையான ஆளு. அவியதாம் இவியல பத்தி எல்லாம் சொன்னாவ. அவருட்ட பேசின பெறவுதான் எல்லாம் தெரியுது. உன் பம்ஸு கேசுல அவியளும் ஒதவியாம்.”

“செரி பெறவு சேகரு. அவிய கததான் என்ன? ஆளாளுக்கு என்னனமோ சொல்லுறாவ. இத்தன நாளாச்சு. இன்னும் ஒன்னும்

சேதியில்லனா என்னங்கன். அல்லாம் சேந்து ஏதோ மறைக்கியனு மட்டும் தெரியுது, வர்க்கீஸு ஒராட்டம் வாயெடுத்துப் பேச்ச முழுங்கான்.”

“எல. என்னடே மறைக்கோம்? மறுபடி கொழும்புக்குத் தோணி விடலாம்ங்கானுவோ கேட்டியா. சீக்கிரமே. அவிய இருந்தா எப்படி இரிக்கும். எனக்கும் அதே கவல. அவிய ஊரானுவகூட கெட்ட சகவாசம். என்ன எழவுனே இன்னும் ஒன்னும் பிடிபடல. வருவாவ. எங்கப் போயிடுவாவ..”

“ம் பாப்போம்.”

அவன் காரைச் சாலையின் ஓரமாக ஒதுக்கி நிறுத்தினான். கீழே இறங்கிச் சென்றுவிட்டு ஜார்விஸ் மீண்டும் காருக்குள் ஏறிக்கொண்டு தண்ணீர் கேன் மூடியைத் திறந்தார். “எல நீ அந்த அவுல தின்னேன்.” கார் அங்கிருந்து பதினைந்து நிமிடங்கள் கழித்து மீண்டும் கிளம்பியது.

ஜெகதாபட்டினத்தைத் தாண்டியதும் ஜார்விஸ் இன்னொரு சுருட்டைப் பற்ற வைத்துக்கொண்டு கதவின் கண்ணாடியை இறக்கி விட்டார்.

“நஞ்சுண்டானுக்கு சீக்கே எலங்க போருதாம். எல அந்த போட்டோலாம் மெர்லினு போனுல இரிக்கு. காமிச்சா. நமக்கே அழுவாத்திரமா வருதுன்னா. இத்தன வருசமா அவியலோடயே நெருக்கமா கிடந்தவரு. பிரபாகரன் செத்துட்டாவன்னு சொன்னாங்கல்ல. அன்னைக்கே இவியளுக்கு ஓச்சலெல்லாம் அடங்கிப்போச்சாம். பெறவு போராட்டம் கீராட்டம்னு அங்கனயும் இங்கனயும் கிடந்து ஓடிருக்காவ...”

கார் நஞ்சுண்டானின் வீடு அமைந்திருக்கும் தெருவிற்குள் நுழைந்ததும் இருதயராஜின் மனம் வேகமாக இரைந்தது. வாயிலை அடைந்ததும் காரிலிருந்து இறங்குவதற்குக் கூட வலுவில்லாதவனாய் அமர்ந்திருந்தான்.

பாதரசம் உதிர்ந்த கண்ணாடியைப்போல் கலையிழந்து நின்ற அந்த வீட்டின் தோற்றம் அவனைக் கலங்கச் செய்தது. நஞ்சுண்டான் கூறியது போலவே பர்மாவில் ஈட்டிய பாவங்களை வெளிக்காட்டும் கூடாரமாய் அவ்வீடு பகலிலேயே இருண்டுகிடந்தது. அவன் வாசலில் நிற்பதைப் பார்த்த மீனாம்பாள் அழுகையை அடக்கிக்கொண்டவராய் வெளியே வந்தார்.

"நீ எப்படியா இருக்க?"

"இரிக்கன்மா. எனக்கு நேத்துதாம்மா அல்லாம் தெரியும். அங்கன நெறய பிரச்சின."

"தெரியும்பா."

இந்த வீட்ட பாத்தியா. இப்படி எல்லாம் ஆவும்னு நினைச்சமா..." மீனாம்பாள் கண்களைத் துடைத்துக்கொண்டார்.

"அழாதியமா."

"உள்ள வாப்பா. வாங்கணே. உக்காருங்க."

"அனிதா... இந்தத் தம்பி வந்துருக்குப் பாரு. தூத்துக்குடிலேந்து. குடிக்க எதாவது எடுத்துட்டு வாமா."

அனிதா சமையல்கட்டிலிருந்து வெளியே வந்தாள். அவள் அருகில் நின்றுகொண்டிருந்த அவளின் மகனால் இருதயராஜை அடையாளம் கண்டுகொள்ளமுடியவில்லை.

"வாங்க. எங்கள எல்லாம் நியாபகம் இருக்குல்ல."

"அக்கா. என்னக்கா இப்படிச் சொல்றிய..?"

"கிண்டலுக்குச் சொன்னன்டி. அப்பா சொன்னிச்சு எல்லாம். நல்லா இருக்கல்ல. என்னது இது இவ்வளவு முடி."

"அது... வெட்டணும்... அக்கா எனக்கு இங்கன நடந்தது எதுவுமே தெரியாதுக்கா." அனிதா நஞ்சுண்டானின் இறப்பைப் பற்றிப் பேச விரும்பாதவளாய் வேறு விசயங்கள் குறித்துப் பேசிக் கொண்டிருந்தாள்.

அப்பா இனி வரப்போவதில்லை. அதுதான் உண்மை. அந்த உண்மையை ஜீரணித்துக்கொள்வது கடினம். ஆயினும் அந்த வேதனையைத் தொண்டைக்குள்ளேயே நீண்ட நாள்களுக்கு வைத்திருக்க முடியாது. எப்படியாவது விழுங்கியாக வேண்டும் என்ற முடிவுக்கு அவள் ஏற்கெனவே வந்திருந்தாள். அவளது கண்களைச் சுற்றி அடர்ந்திருந்த கருவளையம் அத்தனை நாள்களில் அவள் எவ்வளவு அழுதிருப்பாள் என்பதைக் கூறியது.

"கொஞ்சம் குடிங்க. சாப்பாடு ரெடி ஆகிடும்."

"படத் திறப்புக்கு யாருக்கும் பெருசா சொல்லலடி."

சுவரில் மாட்டப்பட்டிருந்த நஞ்சுண்டானின் புகைப்படத்தைப் பார்த்தபடியே அனிதா குளிர்பானம் நிரப்பிய தம்ளர்களை இருவரிடமும் நீட்டிவிட்டு மீண்டும் சமையல்கட்டுக்குள் போய்விட்டாள்.

"இருதயா... என்ன அப்புறம்."

ஒவ்வொருமுறை காணும்போதும் அவர் தன்னை அழைக்கும் முறையை நினைவுபடுத்தியபடியே அவன் நாற்காலியிலிருந்து எழுந்துசென்று அவரது புகைப்படத்தைப் பார்த்தான். அவர் இறந்துவிட்டார் என்பது அவனுக்கு விந்தையாகத் தெரிந்தது. எல்லாவற்றையும் நக்கல் செய்துபார்க்கும் குணம்.

வீடு அதிர அவர் எழுப்பும் சிரிப்புச் சப்தம். காதி வேட்டியை மடித்துக்கட்டிக்கொண்டு அலட்சியமாக அவர் வெளிப்படுத்தும் உடல்மொழி என எல்லாமும் அவன் கண்முன்னே வர அவர் இப்போது இறக்கும் ஆள் இல்லை, இங்குதான் எங்காவது வெளியே சென்றிருப்பார் என்கிற பொய்த்தோற்றம் அவனுள் அசைந்தது. அவரது கரங்களில் உள்ள பலம் அசாதாரணமானது.

கத்திக்குத்து வாங்கிச் சரிந்த தருணத்தில் தன்னை அவர் ஓர் ஆட்டுக்குட்டியைத் தூக்குவதைப் போல் இலகுவாகத் தூக்கியதை நினைத்துப் பார்த்தான். விடைபெற்றுச்சென்றபோது கடற்கரையில் நின்றபடி அவர் படகைப் பார்த்துக்கொண்டிருந்த காட்சி அவனது நினைவில் எழுந்தது. அப்போது அவர் தனது இரண்டு கைகளையும் பின்னால் கட்டிக்கொண்டிருந்தார். படகு அசைந்தது. கடலின் அலையோட்டத்தால் உலகமே அசைவது போல் தெரிந்தது. அவர் மட்டும் நிலையாக வீற்றிருந்தார். நீண்ட நேரம் அவர் அங்கிருந்து அகலாமல் இருந்திருப்பார். அந்தக் காட்சியை ஒருபோதும் மறக்க இயலாது, இன்னும் எத்தனை காலம் ஆனாலும். அவனது சுயம் மீண்டும் அந்த வீட்டுக் கூடத்திற்குத் திரும்பியது. கண்களைச் சுவரின் மீது பதித்தான்.

அவரது புகைப்படத்திற்கு அருகில் மாட்டப்பட்டிருந்த இன்னொரு புகைப்படத்தைப் பார்த்தான். அது வல்லத்தரசு வீட்டுத் திருமண நிகழ்வில் எடுத்தது. அதில் அவர் தனது தோள்மீது கைவைத்து நிற்பதைக் கண்டதும் அதுவரை அவன் தேக்கி வைத்திருந்த அத்தனைத் துக்கமும் உடைப்பு எடுத்துக்கொண்டு வழிந்தோடியது. மூச்சை உறிஞ்சி உறிஞ்சி விசும்பினான்.

அதைக் கேட்ட நொடியில் அனிதா சமையலறையில் நின்றபடி சப்தம்போட்டு அழ ஆரம்பித்திருந்தாள்.

"...அப்பா... ஐயோ"

"ஏய் தம்பி... அழாதயா. நீ அழுறத பாத்துட்டு அக்கா அழுவுறா பாரு."

"அம்மாடி. அழாதடி."

ஆற்றாமை தாளாத மீனாம்பாள் இருவரையும் சமாதானம் செய்ய முயன்றுகொண்டிருந்தார்.

கடலுக்குப் போய் வந்த களைப்பில் உறங்கிக்கொண்டிருந்த தமிழரசன் துயில் கலைந்து அறையிலிருந்து வெளியே வந்தான்.

"எல மாப்ள." ஜார்விஸ் நாற்காலியிலிருந்து எழுந்துவந்து இருதயராஜின் வலதுகரத்தைப் பிடித்தார்.

"அம்மா நீங்கபோய் அந்தப் பிள்ளய மொத அமத்துங்க. பாவம். அடக்கத்தப்ப அது அழுதத பாத்து எனக்கு ரெண்டு நாளு தூக்கமே வரல. அவிய உங்கள எல்லாம் இப்படிப் பாக்கதான் நினைப்பாவலா?"

"மாப்ள. எனக்குத் தெரியாதுல. இவியெல்லாம் ஒனக்கு இந்த அளவுக்குன்னு இரிக்காவன்னு. இல்லன்னா... எப்படியாச்சும். கண்ணத்தொட."

இருவரிடம் அழுகை ஓய்ந்தபிறகு மீனாம்பாள் எல்லோரையும் அமர வைத்து உணவு பரிமாறினார். அவரும் உணவருந்தி முடித்ததும் அனைவரும் கூடத்தில் அமர்ந்து பேசிக்கொண்டிருந்தனர்.

"ஐயயோ இவம் செரியான பயந்தாங்கொளி. ஏன் கேக்கிய. இங்கன வந்து இருந்த பெறவுதான் இப்படி மாறிருக்காம்." ஜார்விஸ் சிரித்தார்.

"ஆனா ஊரு ஒலகத்துல எங்கத் தேடினாலும் இருதயன மாரி ஒரு புள்ள கிடைக்காது. அப்பா அடிக்கடி சொல்லும்." அனிதாவின் முகம் சிறிது தெளிவு கண்டிருந்தது.

"ஏம் மாப்ள. என்ன இப்படிச் சொல்றாவ. ஆனா நீ, என்னயெல்லாம் ஒருநாளாச்சும் நல்லாருக்கியா மாமா, சாப்ட்டியானாவது கேட்ருக்கியா?"

நீண்ட காலத்திற்குப் பிறகு ஜார்விஸ் கேலியும் கிண்டலுமாகப் பேசிக் கொண்டிருப்பதின் காரணத்தை இருதயராஜ் அறிந்திருந்தான். மாலை வரை நீண்ட பேச்சின் இறுதியில் எல்லோரது மனமும் சிறிது ஆறுதல் கண்டிருந்தது.

"அம்மா... அக்கா. தமிழண்ணே. நான் கிளம்புறன். என்ன இந்த பொடியன் என்கிட்ட வரமாட்டெங்கான்."

"டேய் தம்பி இது யாருனு தெரியலயா?"

"மறந்துட்டாம்னு நெனைக்கன்."

"இல்ல தம்பி. நீ போன பிறகு கூட அவனா செல நாளு தூத்துக்குடி மாமானு சொல்லுவான். இப்ப ஸ்கூலு போனதுலேந்து சைலண்ட் வேற ஆகிட்டாப்ள."

"எல என்ன படிக்க?" அவன் அனிதாவின் பின்னால் போய் ஒளிந்துகொண்டான்.

"ரெண்டு நாள் இருந்தின்னா மறுபடி வந்துடுவான். நீயும் ஆளு வேற இப்ப பாக்க சாமியாரு மாதிரி இருக்க. எனக்கே ஃபஸ்ட்டு யாருன்னு தெரியல."

"ஹாஹா... சரிக்கா கேஸெல்லாம் முடியட்டும் நானே இங்கன வந்து ரெண்டு மூணு நாள் தங்கிருந்து உங்கள எல்லாம் திருச்செந்தூர் அழைச்சிட்டுப் போறன். செரியா."

"அதெல்லாம் அப்புறம். மொத அப்பப்ப போன் பண்ணுப்பா." மீனாம்பாள் பழங்கள் அடங்கிய பையை ஜார்விஸிடம் நீட்டியபடி கூறினார்.

"சரிமா. உடம்ப பாத்துக்கங்க. அக்கா நீங்களும்தான்."

"மாப்ள நான் வண்டி எடுக்கன். நீ சொல்லிட்டு வா. சரிம்மா நாங்க கிளம்புறோம். உடம்ப பாத்துக்கங்க. எதுனாலும் போனடிங்க செரியா.." சந்திரனும், திப்பு சுல்தானும் அங்கு வந்து சேர்கையில் இருதயராஜ் வாயிலுக்கு வந்திருந்தான்.

"மாமா ஊர தாண்டினோனயே ரைட் சைடுல ஒரு ஆஸ்பத்திரி இரிக்கும். அங்கன நில்லு. நான் பயலுவ கூட வரேன்." அவன் ஜார்விஸ்ஸை முன்னே அனுப்பிவைத்தான்.

“எப்படி இருக்கிங்க? என்னது ஆளு... அடையாளமே தெரியல.” திப்பு சுல்தான் வேகமாக வந்து இருதயராஜின் கைகளைப் பிடித்துக்கொண்டான்.

“நல்லா இரிக்கேன். நீ எப்படில இருக்க. அம்மா சொவமா?”

“யாரு திப்பு இது. யாரும் மந்திரவாதியா?” சந்திரன் நக்கலாகச் சிரித்தான்.

“எல. இங்கன வா. மொத.”

“டேய் இந்தாள்கிட்டலாம் ஏண்டா பேசுற. நாம இவர பாக்கயா வந்தோம். தமிழண்ணன கூப்ட்டு டீசலுக்குப் பணம் வாங்கு.”

“ஏம் பேச மாட்டியா?”

இருதயராஜ் சந்திரனின் கையைப் பிடித்துத் திருகினான்.

“உங்கக்கிட்ட பேசவே கூடாதுனுதான் இருந்தோம். இத்தனை வருசமா ஒரு ஃபோன் கூட பண்ணல.”

“ஏன் நீ பண்ணலாம்ல?”

“உங்ககிட்டதான் போன் இல்லயே.”

“தெரியுதுல்ல... பெறவு என்ன..” இருதயராஜ் கையை ஓங்கினான்.

“செரில வண்டிய எடு.”

“எங்க?”

“சொல்றன் எடு?”

அவன் தோப்பு வீட்டிற்குச் செல்லவேண்டும் எனக் கூறியதும் சந்திரன் முதலில் காரணத்தைச் சொல்லாமல் மறுத்தான். பிறகு அவனது பிடிவாதம் தாங்காமல் வண்டியைத் தோப்பு நோக்கிச் செலுத்தினான்.

தோப்பு முன்பு பார்த்ததை விடப் பசுமை செறிந்த சோலைவனமாகக் காட்சி தந்தது. ராணியக்கா, கணேசன், இருளன், மாமரம், பனை, அண்ணனாகிய வேங்கை மரம், தன்னைப் போன்றதொரு சிறிய தென்னை, அவனது கால்கள் பரபரத்தன. வாயில் கதவைத் திறக்க முனைந்தான்.

“நண்பா நில்லுங்க. ராணியக்கால்லாம் இப்ப இங்க இல்ல.”

"ஏன்... எங்க?"

"தோப்பு ஒத்தி வைச்சிட்டாங்க."

"வெளங்கல."

"தோப்பு இப்போ வேறாலள்ட்ட ஒத்திக்கு இருக்கு. கடன்னால."

"எல என்ன சொல்லுத. ஏன்?"

"நெறைய கடன். நம்ம வெடிகுண்டு கேஸூல அண்ணனுக்கு பயங்கரச் செலவு. அப்புறம் போரு வேறயா. நிறைய விட்டாரு."

சந்திரன் கூறியதைக் கேட்டதும் அவனது உற்சாகம் மொத்தமும் தளர்ந்தது. இப்போது தென்னை மட்டைகளிலிருந்து எழுந்த சலசலப்பு அவனைக் கலக்கமடையச் செய்தது. அடுத்த கணத்தில் அந்தத் தோப்பினில் இருந்த அத்தனை மரங்களும் மறைந்து அவ்விடம் அவனுக்கு வெட்டவெளியாகக் காட்சி தந்தது.

யாருமற்ற பொட்டலுக்கு நடுவேயிருக்கும் ஒற்றை ஆலமரத்திற்குக் கீழ் காற்றுவீசும் ஓர் ஆடிமாத மதியத்தில் நிற்பதைப் போல் தனிமையாக உணர்ந்தான்.

"செரி கிளம்புவோம்."

அதற்கு மேல் அந்தத் தோப்பைத் திரும்பிப் பார்க்கக் கூட அவனுக்கு மனம் ஒப்பவில்லை. சந்திரனும் திப்பு சுல்தானும் நின்றிருந்த இடம் நோக்கிக் கால்களை எடுத்து வைத்தான். நிகழ்காலம் குரூரமான மனதுடன் அவனது பின்னால் நடந்து வந்தது. மகிழ்ச்சி நிறைந்த தருணங்களை, இடங்களை, அதில் பங்கெடுத்திருந்த மனிதர்களைக் காலம் இத்தனை வேகத்தில் விழுங்கிவிடுமா? மார்பில் அடைத்துநின்ற யதார்த்தத்தைக் கரைக்க வழி தெரியாமல் வண்டியில் ஏறிக்கொண்டான். அவனது மனதைப் புரிந்துகொண்ட சந்திரன் தோப்பு பற்றிய பேச்சை அத்தோடு விட்டான்.

"...சிங்களக் கூதி மவனுங்க எப்படானு நிக்கிறானுங்க. போன வாரம் நாலு பேர புடிச்சுட்டுப் போய்... சரியான அடி... பேட்டாலயே. அடினா அடி மட்டும் இல்ல. இன்னதுனு சொல்லமுடியாது. இனி ஒரு நாதியும் இல்ல."

"ம்ம்ம் சொன்னாவ. எப்போம் பாத்தாலும் அரெஸ்ட் பண்ணுதாம்னு. நீங்க சாக்கிரதையா இருங்கல.."

“இனி முன்னாடி மாதிரிலாம் இங்க தொழில் பாக்க முடியாது போல.”

“என்னச் செய்ய. நம்ம விதி மாரிதாம் நம்ம கடலோட விதியும் இருக்கி.”

“ம்ம்ம்..”

“செரில அம்மா அக்காவ நல்லா பாத்துக்கிருங்க... இதாம் என் நம்பரு. நாளைலேந்து எப்பம் வேணா பண்ணுங்க. தமிழு உங்கள மாரி எங்கிட்ட பழகல. அவியலுக்கும் என்ன சிக்கல்னாலும் நீங்க தாம் எங்கிட்ட சொல்லணும். செரியா..”

இருவரிடமிருந்தும் விடைபெற்றுக்கொண்ட இருதயராஜ் சாலையில் தயாராக நின்ற காரில் ஏறிக்கொண்டான். கார் பாதித் தொலைவை அடைந்தபோது இருண்ட வானின் நட்சத்திரங்களை மேகங்கள் போர்த்திக்கொண்டன. காற்றும் குளிர்ந்துபோயிருந்தது.

“மாமா..”

“சொல்லு மாப்ள..”

“வவுறு பசிக்கி. ஹோட்டல்ல நிறுத்துதன். சாப்புடுவமா?”

“கொஞ்சம் வெளங்க போய் பாத்துக்கிரலாம். மொத கட எதாவது வந்தா நிறுத்து. கொஞ்சம் தண்ணி சாப்ட்டாதான் செரியா வரும்.”

“திருந்த மாட்ட. என்னமோ செய். செரி பெறவு. நீ இந்த அடுத்தாரைக் காத்தார்னு பேரோட போடுறியில்ல. நம்மூட்ல இரிக்க அலெக்ஸு மாமா போட்டாவுல அவிய பேரு கூட இரிக்காது. வெறும் அடுத்தாரைக் காத்தார்னுதான் இரிக்கும். சார்விஸும் கூட இப்பம் அப்படித்தாம் போட்டுகுறாம்.”

“ஏ அது ஒரு பரவன் பேருல்லா. அது எப்படி வந்ததுனு தெரியாதா?”

“தெரியும். ஆனா இப்பம்லாம் அந்தப் பேர பாத்தா எனக்கு அப்பா பெறவு நஞ்சுண்டான் அண்ணாச்சி. இவிய ரெண்டேரும்தாம் ஞாபகத்துக்கு வராவ.”

“ம்ம். அதும் செரிதான மாப்ள. சொல்லப் போனா இந்தக் காலத்துல அவிய மாரி ஆளுவளுக்குதாம் அது பொருத்தமா இரிக்கும்.”

ஜார்விஸ் உதிர்த்த சொற்களைக் காற்று அள்ளிக்கொண்டது. அது அவற்றை வானுயரச் சுமந்துசென்று மேகங்கள் மீது வீசிய கணத்தில் மின்னல் ஒன்று முளைத்தது. மறுநொடியில் முதல் தூறலும் விழுந்தது. காரின் கண்ணாடியில் சொட்டுச் சொட்டாய் நீர்த்திரை பரவுவதைக் கண்டதும் இருதயராஜ் வைப்பரை முடுக்கினான். சிலுசிலுவெனப் பரவிக்கொண்டிருந்த நுண்தூறல்கள் மெல்ல நன்மழையாய் வலுத்தது. அப்பெரு நீராட்டில் கண்ணீரும், புன்னகையும் இரண்டறக் கலந்த இன்னொரு வாழ்விற்கான தொடக்கம் இருந்தது. அதனோடு அடுத்தாரைக் காத்தார்களின் அழியா நினைவுகளும்...